AF823980

Bảo Đại - Trần Trọng Kim
Và
ĐẾ QUỐC VIỆT NAM

Bảo Đại - Trần Trọng Kim
và
Đế Quốc Việt Nam

Bìa: Nguyễn Tuấn. Trình bầy: Phạm Alan

ISBN-13: 978-0692948705 (Duong Cao Pham)
ISBN-10: 0692948708

Tác giả giữ bản quyền
Copyright © by Phạm Cao Dương 2018

Phạm Cao Dương

Trước Khi Bão Lụt Tràn Tới:

Bảo Đại - Trần Trọng Kim và Đế Quốc Việt Nam

9/3/1945 – 30/8/1945

Tái bản có sửa chữa và tăng bổ

Truyền Thống Việt
2018

Những gì người Nhật làm được, tại sao chúng tôi không làm?

Hoàng Đế Bảo Đại

Dù người trong nước, mười phần chết mất chín, chúng tôi sẽ lập một xã hội mới với một thành phần còn lại, còn hơn với chín phần kia.

Lịch sử sẽ phán xét công việc của chúng tôi.

Đại Diện Việt Minh nói với
Thủ Tướng Trần Trọng Kim
Tháng 7 năm 1945

Tương lai còn dài, các ông nhận lấy trách nhiệm đối với quốc dân và lịch sử.

Thủ Tướng Trần Trọng Kim trả lời

Được làm vua thua làm giặc.

Ngạn ngữ cổ Việt Nam

Thời nhiễu nhương hề ta phù suy vùng vẫy
Việc thành rồi ngày trời tháng bạt tiêu dao.

Vũ Khắc Khoan
Vọng Cố Nhân

Với chủ trương dân chủ hóa đất nước qua khẩu hiệu "Dân Vi Quý", Hoàng Đế Bảo Đại, Thủ Tướng Trần Trọng Kim và cả một tầng lớp sĩ phu cựu và tân học cùng với giới trẻ đương thời ở khắp cả ba miền trong những ngày cuối cùng của Thế Chiến Thứ Hai đã góp phần thực hiện một cuộc cách mạng phi bạo lực, từ trên xuống nhằm thực hiện nền độc lập hoàn toàn, thống nhất, tự do, dân chủ và tiến bộ cho nước Việt Nam. Tiếc rằng tình thế và thời gian không cho phép họ hoàn tất.

Cuốn sách nhỏ này là để tưởng nhớ những người thuộc thế hệ trí thức Tây học đầu tiên của nước Việt Nam mới, còn giữ được tinh thần sĩ phu truyền thống, đã đứng ra làm việc nước và đã ra đi trong nhiều oan khuất.

Thời gian ngắn ngủi này cũng là những tháng ngày cuối cùng của thành phố Huế như là kinh đô của nước Việt Nam thống nhất và cũng là một trong những trang sử đẹp của dân tộc Việt Nam với những người đẹp, việc đẹp, ước nguyện đẹp, tác giả xin được trang trọng gửi tới các Bạn Trẻ Việt Nam, bây giờ, sau này và mãi mãi.

Để tưởng nhớ các thày tôi:

Giáo Sư Pierre-Bernard Lafont (1926-2008)
École Pratique des Hautes Études, IVe Section, Sciences Historiques et Philologiques, Sorbonne, Paris
Người đã cả đời đã yêu thương và gắn bó với đất nước và dân tộc Việt Nam.

Thày Đỗ Văn Giảng
Người thày đã nhận cho tôi vô học ở Đình Làng Trinh Hà, huyện Hoằng Hóa, tỉnh Thanh Hóa. Thời gian tôi học với thày không được hai tháng, trong suốt bốn năm tản cư bị thất học, dù không biết tôi là con cái nhà ai, học hành tới đâu. Ngược lại, tôi cũng không biết thày là hương sư, tổng sư hay giáo viên tiểu học và trường thày dạy thuộc loại trường gì. Lý do tôi bỏ học là phải ở nhà coi em cho mẹ đi chợ kiếm sống.

Cho Khánh Vân. Em đã lê lết nhiều tuần lễ trong bệnh viện để chăm sóc cho tôi, đã kiên nhẫn tìm kiếm, gửi mua hay chụp và đọc từng trang tài liệu. Không có Em, tác phẩm dù rất nhỏ nhoi này chắc chắn không bao giờ có thể được hoàn tất.

Cho các con Giao, Đạt, Cu, Cò.

Mục Lục

Trang

PHẦN THỨ NHẤT

CHÍNH PHỦ TRẦN TRỌNG KIM: CHÍNH PHỦ ĐẦU TIÊN ĐỘC LẬP VÀ DUY NHẤT CỦA ĐẾ QUỐC VIỆT NAM

PHẦN THỨ HAI

HẬU ĐẾ QUỐC VIỆT NAM
Bảy Mươi Năm Nhìn Lại

PHẦN THỨ BA

PHỤ LỤC: TÀI LIỆU

Hoàng Đế Bảo Đại (1913-1997)

Thủ Tướng Trần Trọng Kim (1883-1953)

Nguồn: *Trung Bắc Chủ Nhật*, số 243, ngày 2 Tháng Tư 1945, tr. 28

Bộ Trưởng Giáo Dục và Mỹ Thuật Hoàng Xuân Hãn, người đã đặt nền tảng cho Chương Trình Trung Học Việt Nam

Thủ Tướng Trần Trọng Kim họp báo ở Hà Nội, cuối Tháng Bảy 1945. Nguồn: Báo *Trung Bắc Chủ Nhật*, số 255, ngày 29 Tháng Bảy 1945.

Lời Mở Đầu
Cho Kỳ Tái Bản Lần Thứ Nhất

Sau khi cuốn sách này được ấn hành lần thứ nhất vào đầu năm 2017, tác giả đã nhận được nhiều sự khuyến khích và gợi ý qua các thư từ, điện thoại hay bài viết từ các vị thức giả, các thân hữu hay độc giả nói chung gửi về. Tác giả vô cùng cảm kích và xin được hết lòng đa tạ.

Trong ấn bản lần thứ hai này tác giả căn cứ vào những gợi ý của quý độc giả sửa lại một số sai lầm hay thiếu sót do lỗi đánh máy hay sơ suất còn bỏ sót của chính tác giả khi đọc lại, hoặc viết thêm để bổ khuyết, trong đó có thắc mắc về quốc hiệu "Đế Quốc Việt Nam" do Vua Bảo Đại và Chính Phủ Trần Trọng Kim lựa chọn và hai tiếng "bão lụt" trong nhóm chữ "Trước Khi Bão Lụt Tràn Tới", trong nhan đề của cuốn sách: *Trước Khi Bão Lụt Tràn Tới: Bảo Đại-Trần Trọng Kim và Đế Quốc Việt Nam, 9/3/1945 – 30/8/1945.*

Về quốc hiệu "Đế Quốc Việt Nam", vì danh xưng này mang nhiều ý nghĩa phức tạp liên hệ tới địa lý, lịch sử của nước nhà và quan điểm của các nhà lãnh đạo đương thời, tác giả quyết định viết thêm một chương mới, Chương 20, để giải thích và trình bày rõ ràng hơn những ý nghĩa sâu xa, đẹp đẽ và mang nặng tính cách nhân bản của bốn chữ này. Còn về hai tiếng "bão lụt", tác giả xin được thưa ngay ở đây là nhằm nói lên sự tàn phá khủng khiếp của những biến cố xảy ra sau khi Vua Bảo Đại và Chính Phủ Trần Trọng Kim không còn nữa, nói rõ hơn là sau Cách Mạng 19 Tháng Tám 1945 - Việt Minh Cướp Chính Quyền lật đổ chính phủ này và những biến cố tiếp theo. Tất cả được ví với hai thiên tai khủng khiếp đối với người dân Việt Nam ở các miền đồng bằng Sông Hồng và duyên hải miền Trung. Lý do là vì riêng "bão" không cũng đã quá đủ, vì sau bão người ta còn có thể vớt vát từ các mảnh vụn còn sót lại để xây dựng hay sửa chữa từ đó tái tạo được phần nào cơ nghiệp cũ làm chỗ nương thân; còn bão mà lại thêm "lụt" tiếp theo thì tất cả những gì còn lại không những chỉ bị cuốn theo dòng nước mà còn bị tràn ngập, ung thối, và mục nát thì không còn có thể nào dùng được nữa. Biến cố 19 tháng 8 ở đây được ví như trận bão và các biến cố tiếp theo là lụt, khoan nói tới đạo và tặc. Ví như vậy chắc chắn có nhiều vị độc giả không đồng ý, nhưng đó là những sự thật đã xảy ra với Cuộc Chiến 30 Năm và Cuộc Cách Mạng nhằm thực hiện Xã Hội Chủ Nghĩa song hành là những sự kiện thực sự đã xảy ra, tốt hay xấu tùy theo người nhận định, trong đó có chủ trương "Tiêu Thổ Kháng Chiến". Điều quan trọng là người ta phải phân biệt đâu là sự kiện và đâu là ý kiến, một kỹ năng người học sử, dù là ở bậc sơ đẳng, cần phải có mà các học sinh trung học và ngay cả tiểu học ở Hoa Kỳ phải phân biệt, *fact* và *opinion.*

Thời Chính Phủ Trần Trọng Kim cầm quyền là thời kỳ chuyển tiếp, đúng hơn một khúc quanh lớn, bất ngờ và vô cùng quan trọng của lịch sử Việt Nam hiện đại. Sau đó mọi sự đã đổi khác. Quan trọng là vì chế độ quân chủ chuyên chế đã tồn tại hơn mười thế kỷ, trong một thời gian ngắn, hoàn toàn không còn nữa và được thay thế bằng những chế độ hoàn toàn khác kéo theo những giá trị và mọi khía cạnh của cuộc sống của người dân. Có điều không chỉ người dân trong khí thế bồng bột, xốc nổi của thời đại không hiểu rõ bản chất của sự thay đổi đó là gì mà ngay cả những người lãnh đạo cũng chỉ hiểu một cách lờ mờ để sau đó không còn giữ được thế chủ động nữa mà tùy thuộc thế giới bên ngoài. Lý do là những mục tiêu, mơ ước của cuộc cách mạng mà họ chủ trương và thực hiện không bắt nguồn từ nội tại mà từ ngoại lai với những vấn đề không giống nhau nếu không nói là hoàn toàn khác.

Một vài bạn đọc cũng hỏi tác giả rằng ngoài bài hát bắt đầu bằng câu "Một hai, ta đi một hai" rồi tiếp nối bằng câu "Cướp lấy chính quyền!", tác giả còn nhớ thêm chuyện gì khác cụ thể nữa không? Xin thưa rằng có. Đó là một cảnh liên hệ tới cuộc cướp chính quyền ở huyện Vụ Bản thuộc tỉnh Nam Định nơi người thân sinh ra tác giả làm hiệu trưởng trường tiểu học từ nhiều năm. Tất nhiên ở tuổi lên chín tuổi tây, mười tuổi ta, tác giả khó mà nhớ được ngày nào mà chỉ nhớ rất rõ vào một buổi xế chiều, khi đang chơi ở trước cửa nhà, bên đường từ Chợ Dần tức đường từ tỉnh ly Nam Định vào huyện ly, thì thấy một đám chừng vài chục người ăn mặc lôi thôi, lốc thốc, đa số là trẻ con, dẫn đầu bởi một người đàn ông mặc chiếc áo lương cũ đã bạc mầu, ngoài thắt một cái thắt lưng màu đỏ, chân đi đất. Tác giả nhận ra người này trước đó làm nghề câu ném ở Chợ Dần. Tất cả đi vào huyện đường không xa. Tất cả chỉ có thế. Sau đó vài hôm thì nhà sát bên cạnh nhà tác giả và cũng là nhà người bạn cùng lớp và cùng dự kỳ thi Sơ Học Yếu Lược năm đó với tác giả, hiện còn sống ở Florida, Anh Nguyễn Văn Nh., bị bắt cả nhà, trừ anh Nh. vì còn nhỏ. Căn nhà cũng bị tịch thu vì sau đó tác giả thấy trên cửa cổng sơn màu đỏ nhà anh đóng kín có dán một thông cáo viết bằng giấy học trò trên có mấy chữ : "Nay tịch thu gia sản của tên Ký Th". Đó là tên Cụ Ký Rượu như người ta thường gọi ông cụ, dưới ký tên Trần Đắc, là tên của anh chàng câu ném ở Chợ Dần, với chức vụ bây giờ là *Huyện Ủy Huyện Vụ Bản*. Tất cả chỉ có thế. Đây là lần đầu tiên tác giả được nghe tới bốn chữ sau này rất phổ thông là "tịch thu" và "bị bắt". Ít ngày sau thì gia đình Cụ Ký Rượu được thả và trở về sống ở nhà cũ của mình. Nên để ý là thời các vua Nhà Nguyễn, muốn làm tri huyện, ứng viên ít nhất phải đậu cử nhân Hán Học, nhiều khi là Phó Bảng hay Tiến Sĩ và phải tập sự ở các bộ ở kinh đô một thời gian với tư cách hành tẩu. Ở thời Pháp, ban đầu họ phải tốt nghiệp trường hậu bổ, sau này khi có trường Luật ở Đại Học Hà Nội, đương sự phải có bằng Cử Nhân Luật và cũng phải tập sự trước khi được bổ nhiệm. Trần Đắc xuất thân là một anh chàng câu ném, bỗng nhiên trở nên huyện ủy thay thế tri huyện cũ là ông Huyện Định, người được biết là có bằng Cử Nhân Luật. Sau năm 1975 và đến đầu thập niên 1990, tác giả được biết Trần Đắc vẫn còn sống. Không rõ ông ta đã có thêm những thành tích gì sau tháng Tám 1945. Sự kiện này tác giả nghĩ là có thể kiểm chứng được. Phải chăng đó là một khía cạnh nhỏ của Cách Mạng Tháng Tám - Việt Minh Cướp Chính Quyền, khúc quanh lớn đã đưa Việt Nam vào những cơn lốc kinh hoàng của Thế Kỷ 20 với những tàn phá cả về vật chất lẫn tinh thần, mà hơn 40 năm sau khi chiến tranh chấm dứt, người ta vẫn chưa phục hồi lại được, trong khi các nước Á Châu khác mặc dầu cũng là thuộc địa cũ của các Đế Quốc Thực Dân đã tiến xa vượt bực.

Cuối cùng, vì biến cố Việt Minh Cướp Chính Quyền 19 tháng Tám 1945 không chỉ lật đổ Hoàng Đế Bảo Đại và Chính Phủ Trần Trọng Kim, chấm dứt Triều Đại Nhà Nguyễn mà thôi, mà còn chấm dứt luôn cả chế độ quân chủ chuyên chế đã tồn tại trên 10 thế kỷ ở Việt Nam, tác giả thấy cần phải viết thêm đôi dòng về chế độ chuyên chế này. Đó là trái với nhận định thông thường của thời khoa học, kỹ thuật và dân chủ hiện đại, chế độ quân chủ chuyên chế ở Việt Nam không phải là một chế độ toàn trị, bạo tàn nhằm bóc lột người dân mà là một chế độ được xây dựng trên lý thuyết nhân trị và đức trị của các nhà Nho, với những chủ trương dân chủ, lấy dân làm gốc ẩn tàng phía sau. Mặc dầu Vua được coi là nhận Mạng Trời ((Thiên Mạng), thay Trời trị dân, quyền hành vô giới hạn nhưng không phải là tuyệt đối. Thiên Mạng được Trời trao cho Vua với sứ mạng là đem lại thái bình, thịnh trị cho đất nước và cơm no áo ấm cho người dân. Sứ mạng này thường được nói tới qua lời mở đầu của các sắc chiếu của nhà vua: *"Thừa Thiên hưng vận, Hoàng Đế sắc chiếu"* có nghĩa là *"thừa mạng Trời để làm hưng vận nước, Hoàng Đế ban chiếu"*. Chừng nào vua còn làm tròn được sứ mạng này thì Thiên Mạng còn, chừng nào không làm tròn sứ mạng này thì dân có quyền nổi lên chống lại và Thiên Mạng sẽ bị Trời thu lại, trao cho người khác, thường là người lãnh đạo cuộc nổi dậy. Mầm dân chủ như vậy đã nằm sẵn trong hai chữ Thiên Mạng này rồi. Quan niệm *"Ý dân là ý Trời"* luôn luôn được nhắc tới cùng với không biết bao nhiêu là thí dụ qua 10 thế kỷ lịch sử tồn tại của chế độ này. Làm sao giữ được mạng Trời, làm sao duy trì được sự nghiệp của tổ tiên là những điều các vua luôn luôn ngày đêm bị ám ảnh và sợ hãi, lúc nào cũng coi như đang "đi trên váng mỏng". Người ta chỉ cần đọc những lời dụ tự bắt lỗi mình của Vua Tự Đức trong *Tự-Đức Thánh Chế Văn Tam Tập* [1] là có thể thấy rõ điều này. Vua Bảo Đại khi chọn ba chữ *Dân Vi Quý* từ sách *Mạnh Tử* làm khẩu hiệu của mình chắc chắn là chịu ảnh hưởng của quan niệm này.

Về phần tăng bổ, ngoài một số hình ảnh, cũng dựa theo khuyến cáo của độc giả, để cho có sự quân bình, tác giả cho in thêm toàn bộ bản *Tuyên Ngôn Độc Lập* ngày 2 tháng Chín 1945 của Chủ Tịch Chính Phủ Lâm Thời Hồ Chí Minh mà trong bản in đầu, vì bản này quá dài và vì nghĩ rằng độc giả có thể tìm đọc dễ dàng so với bản tuyên ngôn của Hoàng Đế Bảo Đại, tác giả đã không cho in. Cũng vậy, với hai bức thư của

Đông Cung Thái Tử Bảo Long bên cạnh bài diễn văn của Giáo Sư Vũ Quốc Thúc.

Thêm nữa về hình ảnh, có độc giả gợi ý nên in thêm vì trên mạng có nhiều, tác giả xin cảm ơn và ghi nhận, nhưng tạm thời chưa làm hết được vì cần phải thận trọng phối kiểm kỹ càng hơn.

Huntington Beach, đầu Thu 2017
Phạm Cao Dương

Lời Mở Đầu

Đế Quốc Việt Nam là quốc hiệu chính thức của nước Việt Nam trong những ngày đầu tiên độc lập sau một thời gian dài thuộc Pháp. Đây cũng là thời của Hoàng Đế Bảo Đại, vị hoàng đế cuối cùng của Triều Đại Nhà Nguyễn và cũng là cuối cùng của chế độ quân chủ ở Việt Nam. Mặt khác, đây cũng là thời của Nội Các của nhà giáo kiêm học giả Trần Trọng Kim, một trí thức được rất đông người trong nước từ Bắc chí Nam biết tiếng và yêu mến qua các bộ sách *Giáo Khoa Thư,* gồm có *Quốc Văn Giáo Khoa Thư, Luân Lý Giáo Khoa Thư, v..v...* dùng cho bậc tiểu học và tác phẩm *Việt Nam Sử Lược,* cuốn sử gối đầu giường của nhiều thế hệ người Việt rất lâu về sau này.

Mặc dầu chỉ tồn tại trong một thời gian vô cùng ngắn ngủi, trên dưới bốn tháng tùy theo cách tính của mỗi người, từ ngày 9 tháng 3 năm 1945 đến ngày 30 tháng 8 cùng năm, sớm hay trễ hơn, Đế Quốc Việt Nam đã để lại những di sản vô cùng quan trọng về vật chất cũng như về tinh thần cho các giai đoạn tiếp nối, nói chung và các chính quyền sau đó, nói riêng, kể cả chính quyền của Việt Minh, lực lượng chánh trị duy nhất ngay từ đầu đã ngấm ngầm chống đối hay công khai phá hoại và sau này lật đổ nó để thay thế.

Đây cũng là lần đầu tiên giới trí thức nắm quyền lãnh đạo đất nước. Nói như vậy, là vì không riêng cá nhân của vị thủ tướng và các bộ trưởng trong Chính Phủ Trần Trọng Kim là các nhà khoa bảng, có học thức, hoạt động bằng đầu óc, lương tâm, bổn phận và trách nhiệm của mình. Tất cả các vị này đều là những người có trình độ học vấn cao, chịu ảnh hưởng của cả văn hóa đông phương và tây phương. Riêng Vua Bảo Đại là người cuối cùng và duy nhất được huấn luyện ngay từ khi còn nhỏ để làm vua, hay nói cách khác, để trở thành vua, thiên tử, lãnh đạo tối cao, là nguyên thủ của quốc gia trong một nước tân tiến tương lai, so với tất cả các nhà lãnh đạo Việt Nam khác, trước và sau ông. Không những thế, những nhân viên trung cấp ở trung ương cũng như ở địa phương, trong hành chánh, trong giáo dục cũng như trong các ngành chuyên môn khác, đặc biệt là khi Phủ Toàn Quyền được người Nhật trao lại cho Chính Phủ Việt Nam, cũng là những trí thức tân học có kiến thức, có chuyên môn, có bằng cấp, được huấn luyện quy mô, bài bản để có thể người nào việc ấy, thay thế ngay được người Pháp hay người Nhật điều hành toàn bộ guồng máy và nhịp độ sinh hoạt của quốc gia. Cuối cùng, từ phía quần chúng bên ngoài, báo chí cũng là một lực lượng không nhỏ, nếu không nói là vô cùng quan trọng, đã nhiệt tình hỗ trợ cho chính quyền trong những nỗ lực lớn lao là xây dựng lại đất nước, trong một thời gian ngắn ngủi, hiếm có này. Điển hình là các tờ *Thanh Nghị* của nhóm trí thức tân học trẻ, tốt nghiệp Đại Học Đông Dương ở Hà Nội, trong đó có các Bộ Trưởng Phan Anh, Vũ Văn Hiền, Luật Sư Vũ Đình Hoè, vân..vân…, tờ *Tri Tân* của các nhà nghiên cứu lịch sử, khảo cổ, ngôn ngữ học thuộc trường Viễn Đông Bác Cổ như các ông Trần Văn Giáp, Nguyễn Văn Tố, Tiến Sĩ Nguyễn Văn Huyên… , cùng với các nhà văn, nhà sử học: Nguyễn Tường Phượng, Hoàng Thúc Trâm, Chu Thiên, Nguyễn Đổng Chi, Đào Duy Anh… Nên để ý là trong thời gian này, tờ *Ngày Nay* của nhóm Tự Lực Văn Đoàn cũng được tái bản sau khi Đế Quốc Việt Nam ra đời với Nguyễn Tường Bách, Khái Hưng là những cây bút chủ lực, bên cạnh các tờ *Trung Bắc Chủ Nhật, Đông Phát, Tin Mới, Việt Nam Tân Báo, Hải Phòng Nhật Báo*...Phải đọc những bản tin, những bài tường thuật, những bài bình luận hay nhận định trên các báo đương thời người ta mới hiểu được phản ứng và trình độ của người dân đối với chính quyền Bảo Đại - Trần Trọng Kim, nổi bật nhất là đối với chủ trương "Dân Vi Quý" của Vua Bảo Đại, chương trình Việt Nam hóa nền giáo dục quốc gia của Bộ Trưởng Hoàng Xuân Hãn, các phong trào Thanh Niên Xã Hội, Trường Thanh Niên Tiền Tuyến Huế của Bộ Trưởng Phan Anh, vân..vân…, bên cạnh nỗ lực cứu đói dân miền Bắc và chống nạn mù chữ. Đây cũng là lần đầu tiên giới báo chí được tự do và công khai nói tới hai chữ "độc lập", cổ võ cho lòng ái quốc, tinh thần tự lập, tự cường và trực tiếp góp phần tranh đấu, bảo vệ và xây dựng đất nước ngay từ thượng tầng trở xuống mà không cần tới đấu tranh bằng bạo lực cách mạng. Vì tất cả những người này đều là trí thức, họ có dịp học hỏi nhiều vấn đề chuyên môn từ ngày còn ngồi trên ghế nhà trường và tiếp tục quan sát ngoài xã hội, nghiên cứu, tìm hiểu và chia sẻ với nhau và với đồng bào qua những bài viết về những ưu tư, những băn khoăn, khắc khoải của mình, từ đó sẵn sàng ra nhận lãnh trách nhiệm khi cơ hội đến và tháng 3 năm 1945, cơ hội đã đến với họ. Phan Anh chuyên về các thể chế chính trị và hiến pháp, Vũ Văn Hiền về tài chánh, thuế má, Hoàng Xuân Hãn, về khoa học, giáo dục, Nghiêm Xuân Yêm về nông thôn, Vũ Đình Hoè về luật pháp, giáo dục, vân ..vân…, từ đó khi nhận lãnh công việc hay có dịp góp ý kiến cho chính quyền họ đã có thể bắt tay vào việc ngay lập tức, không cần mất thì giờ học hỏi, tìm hiểu, mò mẫm dò đường như những người tự nhiên từ đâu nhảy vào cuộc, không một chút chuyên môn hay kiến thức, không một chút sửa soạn, không ưu tư, khắc khoải và nhất là hoài bão tối thiểu, chỉ cần cướp chính quyền để thực thi lý tưởng cách mạng riêng của mình. *Khi Các Sĩ Phu Tân Học Làm Việc Nước* vì vậy đã là phụ đề tôi đã định lựa chọn bên cạnh nhan đề chính là *Đế Quốc Việt Nam* cho tập sách này. Trí thức ở đây, người viết xin được lập lại, không phải chỉ gồm có các bộ trưởng trong nội các hay Thủ Tướng Trần Trọng Kim và vị Hoàng Đế đương thời, mà gồm tất cả mọi thành phần trong và ngoài chính quyền trong đó có các ký giả, các nhà báo, luôn cả các nhà giáo đang âm thầm phụ trách các lớp tiểu học từ thành thị đến thôn quê hay các nhà hành chánh ở các tỉnh, phủ, huyện, thôn xã hay các sinh viên còn trẻ tuổi của Trường Đại Học Đông Dương Hà Nội và các thanh niên nam nữ ở cả ba miền Trung Nam Bắc. Tất cả đều đã sẵn sàng để cùng nhau làm việc và âm thầm làm việc, nhằm xây dựng đất nước ngay từ những giờ phút đầu tiên cho đến giờ phút cuối cùng, người nào việc nấy cho đến khi phải lùi bước trước bạo lực, theo lời kêu gọi của nhà cầm quyền hay trả lời các cuộc phỏng vấn, thăm dò trên báo chí.

Một phụ đề khác cũng đã được tác giả nghĩ tới lúc đầu là *Cuộc Cải Cách Từ Trên Xuống.* Phụ đề này nhấn mạnh đến các nỗ lực cải cách khởi xướng bởi chính Vua Bảo Đại qua Dụ Số 1 với khẩu hiệu *Dân Vi Quý* của ông và từ Thủ Tướng Trần Trọng Kim và các vị bộ trưởng trong nội các đầu tiên của nước Việt Nam Độc Lập này, trong từng ngành hoạt động. Thực sự thì nhóm chữ "cải cách từ trên xuống", nguyên tự tiếng Anh "reforms from above", được Sử Gia Na Uy Stein Tonnesson dùng để gọi những công trình của Vua Bảo Đại và Chính Phủ Trần Trọng Kim làm trong tác phẩm nghiên cứu về Cách Mạng Tháng Tám của ông.[2] Tôi đã đổi hai chữ "cải cách" thành "cách mạng" và thêm ba chữ phi bạo lực: *Cuộc Cách Mạng Phi Bạo Lực Từ Trên Xuống Bị Bỏ Lỡ.* Hai chữ "cách mạng" là của Tiến Sĩ Vũ Ngự Chiêu, trong tác phẩm về Đế Quốc Việt Nam của nhà sử học này.[3] Lý do là vì khi viết tập sách này tôi đã nghĩ tới cuộc Cách Mạng Minh Trị của Nhật Bản và ảnh hưởng của người Nhật ở Việt Nam, ở thời điểm Vua Bảo Đại đưa ra khẩu hiệu "Dân Vi Quý", thời điểm không một người Việt Nam nào, kể cả Vua Bảo Đại, không muốn theo gương của người Nhật thời Minh Trị Thiên Hoàng để biến Việt Nam thành một quốc gia tân tiến và hùng mạnh. Tuy nhiên vì phụ đề này chỉ nói lên tính cách còn dang dở, bị bỏ lỡ mà không nói tới những gì xảy ra sau đó nên cuối cùng tôi đã chọn phụ đề *Trước Khi Bão Lụt Tràn Tới* để nói lên tính cách hung hãn của cuộc cách mạng theo xã hội chủ nghĩa xảy ra ngày 19 tháng Tám sau đó, như một cơn đại hồng thủy kéo dài, đã quét đi tất cả và làm ung thối tất cả, không riêng các công trình mới được bắt đầu của thời Đế Quốc Việt Nam của Vua Bảo Đại và Nội Các Trần Trọng Kim mà luôn cả những gì thuộc xã hội Việt Nam cổ truyền từ các thể chế chính trị, các tổ chức hành chánh, kinh tế, xã hội.. đến nếp sống bình thường về vật chất cũng như tinh thần và cách tư duy của dân tộc Việt Nam. Tuy nhiên người viết vẫn không bỏ hẳn phụ đề *Khi Các Sĩ Phu Tân Học Làm Việc Nước* mà vẫn luôn luôn chú trọng vào nó.

Cuối cùng, vì nội dung chính yếu của tập sách chú trọng tới thái độ và việc làm của người Việt mà ít nói tới vai trò và ảnh hưởng của người ngoại quốc, nên tác giả cũng nghĩ tới một phụ đề nhỏ khác là *Chuyện của người Việt Nam.* Xin nhắc tới ở đây để độc giả có thể phần nào suy ngẫm thêm.

Trong tập sách này, tôi cũng giảm thiểu chuyện Việt gian, thân Nhật, bù nhìn của Nhật của Hoàng Đế Bảo Đại hay chính Phủ Trần Trọng Kim, một chuyện đã được các sách báo với các tác giả cả Việt Nam lẫn ngoại quốc viết trước đây nói tới quá nhiều rồi. Thay vào đó tôi chú trọng nhiều hơn tới câu hỏi được đặt ra là Vua Bảo Đại và Chính Phủ Trần Trọng Kim đã làm được những gì cho đất nước Việt Nam hay rõ hơn cho nền độc lập và thống nhất của quốc gia và cho nguyện vọng của mọi người dân ở vào thời điểm 1945, trong một thời gian vô cùng ngắn ngủi là trên dưới bốn tháng mong manh so với ít ra là hai ngàn năm lịch sử của cả một dân tộc và ở một thời điểm đầy khó khăn và nguy hiểm mà người lãnh trách nhiệm có thể bị hy sinh cả tăm tiếng lẫn tính mạng của mình bất cứ lúc nào? Vua Bảo Đại đã biết rõ và đã nói lên điều đó, Thủ Tướng Trần Trọng Kim cũng như các vị bộ trưởng trong Nội Các của ông cũng biết rõ điều đó. Chưa hết, chính Vua Bảo Đại cũng đã cảnh cáo Trần Trọng Kim về điều đó. Song le, tất cả đều ở vào thế "chẳng đặng đừng". Hoặc là buông xuôi, bỏ cuộc, hoặc là tiếp tục và nếu tiếp tục thì tiếp tục như thế nào. Nói theo Bác Sĩ Phạm Hữu Chương trong bài tường thuật buổi lễ ra mắt của Nội Các Trần Trọng Kim, nhan đề "Bình Tĩnh Để Suy Xét" đăng trong *Trung Bắc Chủ Nhật* số 245, ra ngày 20 tháng Năm 1945, toàn bài được trích in ở cuối sách, sau ngày 9 tháng Ba "Ván cờ chưa tàn, thế cờ còn xoay, ta cần phải làm sao để phòng đừng vào tình thế trước: Thế cờ xoay sao mặc dầu, cần là cần sự tổ chức của ta, sự phòng thủ của ta để thế cờ đừng hỗn loạn". Nhà vua ở vào vị thế bắt buộc, chẳng đặng đừng, không trốn tránh được, nhưng Học Giả Trần Trọng Kim và những người khác vẫn còn có thể chọn lựa. Họ đã có đủ khôn ngoan, tinh thần yêu nước, phục vụ đất nước và sự dũng cảm để chọn lựa theo lương tâm và trách nhiệm của kẻ sĩ dầu cho là kẻ sĩ của thời đại mới. Cách nhìn của họ cũng giống như cách nhìn của Bác Sĩ Chương: Thế cờ như thế, người đánh cờ phải đi như thế nào? Vấn đề là làm sao giành phần thắng cho mình và cho phe mình, trong đó có việc "đuổi bọn Pháp ra khỏi bộ máy hành chính" như chủ trương của Phan Anh khi ông tham gia chính quyền. Họ đã làm được chuyện này.

Chưa hết, đa số đã ở lại với nhiệm vụ của mình cho đến những ngày giờ chót, khi có người khác từ lâu muốn và sẵn sàng thay thế. Một lý do khác là vì họ là trí thức thực sự nên có khả năng ý thức được sự nguy hiểm của chế độ quân phiệt của người Nhật, nếu họ không ra nhận lãnh trách nhiệm, bên cạnh danh dự của dân tộc như Vua Bảo Đại nhận định, khi ông cố gắng thuyết phục Trần Trọng Kim đứng ra lập chính phủ và câu trả lời sau đây của Trần Trọng Kim:

> *Vua Bảo Đại: Trước kia người mình chưa độc lập. Nay có cơ hội, tuy chưa phải độc lập hẳn, nhưng mình cũng phải tỏ ra có đủ tư cách để độc lập. Nếu không có chính phủ thì người Nhật bảo mình bất lực, tất họ lập ra cách cai trị theo thể lệ nhà binh rất hại cho nước ta. Vậy ông nên vì nghĩa vụ cố lập thành một chính phủ để lo việc nước.*
>
> *Tôi thấy vua Bảo Đại thông minh và am hiểu tình thế, nên tâu rằng: Nếu vì quyền lợi riêng tôi không dám nhận chức gì cả, xong Ngài nói vì nghĩa vụ đối với nước, thì dù sao tôi cũng cố hết sức. Vậy xin Ngài cho tôi vài ngày để tôi tìm người, hễ có thể được tôi xin tâu lại.* [4]

Cuối cùng, vì lịch sử không thể chỉ bao gồm việc làm của các vua chúa, quan lại, nói cách khác là của giới cầm quyền mà là cuộc sống chung của mọi người trong nước nên tôi cũng dành một phần để nói tới phản ứng và đời sống của quần chúng, đặc biệt là của giới thanh niên qua những cuộc tụ họp của họ ở Hà Nội, Saigon và luôn cả kinh đô Huế nơi bình thường là êm đềm, vắng lặng mà báo chí đương thời đã tường thuật.

Vì đây là một giai đoạn còn tương đối gần với thời điểm tập sách này được viết, nên người đọc và người viết có thể có những nhận định khác nhau, nhiều khi mâu thuẫn với nhau nên trong cách trình bày, bên cạnh và ngay sau các sự kiện, tác giả lựa ghi liền các tài liệu và chứng cớ liên hệ để bạn đọc có thể trực tiếp tự đọc và suy luận theo sự hiểu biết và phán đoán riêng của mình hay tìm hiểu xa hơn nữa ngay khi tiếp xúc với sự kiện, không cần phải mất thì giờ đi tìm xuất xứ, đặc biệt là đối với các bạn sinh viên, học sinh không có nhiều thì giờ, hay các bạn ở xa những nơi có chứa các tài liệu nguyên bản, đôi khi khó kiếm ngay lập tức. Không những thế, tự mình trực tiếp đọc các lời chứng hay ý nghĩ của người đương thời liên hệ tới sự kiện, người đọc có thể có ngay nhận định riêng của mình. Những nhận định này rất có thể khác với nhận định của tác giả nhưng đó là một nhu cầu cần thiết cho sự tiến gần tới sự thực hơn. Nói cách khác, đây cũng là một cách trình bày lịch sử bằng hay qua tài liệu rất cần thiết trong lớp học nhằm phát triển tinh thần suy tư có phê phán (critical thinking), chấp nhận thảo luận và chấp nhận ý kiến của người khác, rất phổ biến trong lối học hiện đại, nhất là khi người dạy không chủ trương bắt buộc người học phải học theo mình hay theo sách, mà khuyến khích người học tự mình tìm kiếm sự thật ngay tại chỗ hay sau này khi có thể. Lý do là vì sử học là một khoa học và là một khoa học gián tiếp. Nhà nghiên cứu không thể trực tiếp nhìn thấy hay nghe thấy các sự kiện, các biến cố vì tất cả đều đã xảy ra. Ông chỉ thấy lại tất cả qua các dấu tích mà người đương thời còn để lại, các tài liệu, nên mọi chuyện luôn luôn thay đổi, luôn luôn tiến bộ tùy theo những khám phá mới. Những gì được biết và được coi là đúng ngày hôm nay có thể trở thành không đúng, không đủ cho ngày mai, một khi người ta tìm ra được những tài liệu mới hay phát hiện ra được những gì mới kể cả từ cùng một tài liệu mà vì lý do này hay lý do khác, người này đọc mà không thấy, người sau lại thấy. Chưa kể cùng một người đọc, cùng một tài liệu, lúc này không thấy nhưng lúc sau lại thấy. Vì vậy cởi mở, thành thực và khiêm tốn là ba trong những đức tính cần phải có ở nhà sử học và người học sử trên đường tìm sự thực. Mọi sự cạnh tranh, thù nghịch, kỳ thị đều không thể chấp nhận được.

Cũng nhằm những mục tiêu kể trên, tập tài liệu này được trình bày làm ba phần:

Phần thứ nhất là phần chính viết về Hoàng Đế Bảo Đại và Chính Phủ Trần Trọng Kim, chính phủ đầu tiên và duy nhất của Đế Quốc Việt Nam trong thời gian đế quốc này tồn tại cùng với những thành quả mà chính phủ này đạt được. Tới một giới hạn nào đó, người ta có thể nói Vua Bảo Đại, Chính Phủ Trần Trọng Kim và Đế Quốc Việt Nam tuy ba nhưng là một.

Phần thứ hai gồm một số bài liên hệ mà tác giả đã viết từ trước hay mới viết thêm, nhằm bổ khuyết và soi sáng thêm cho phần thứ nhất.

Phần thứ ba là phần tài liệu và hình ảnh về sự thu hồi, đúng hơn sự trở về với lãnh thổ chung của tổ quốc của xứ Nam Kỳ và người dân xứ Nam Kỳ, và ba ngày đại hội lịch sử quan trọng nhất của Thủ Đô Saigon với sự hiện diện của Cựu Hoàng Bảo Đại, coi như thành công lớn nhất và quan trọng nhất của ông và của dân tộc Việt Nam trong thế kỷ 20.

Vì nhằm tìm hiểu nhiều khía cạnh khác nhau của cuộc sống của con người, kể cả con người bình dân bình thường trong một giai đoạn lịch sử, không riêng về quan điểm, việc làm và thành tích của giới cầm quyền, và được soạn thảo trong một hoàn cảnh đặc biệt với quá nhiều khó khăn, nên những gì tác giả viết ra không thể không chứa đựng những thiếu sót, sai lầm, lệch lạc cần được điều chỉnh. Ước mong quý vị độc giả vui lòng chỉ giáo và bổ khuyết cho, để chính tác giả hay các nhà nghiên cứu sau này có thể sửa chữa, tăng bổ theo tinh thần vô tư và khoa học. Tác giả xin được vô cùng cảm tạ. Điều tác giả luôn luôn lấy làm tiếc là đã không bắt đầu và thực hiện việc nghiên cứu về đề tài này sớm hơn khi các nhân chứng và người dân bình thường đã sống trong thời đại này còn sinh tiền mà chỉ khởi sự từ năm 1995 nhân dịp tưởng niệm nạn nhân của Trận Đói Tháng Ba Năm Ất Dậu. Bây giờ tất cả đều qua đi, hầu như không còn tang tích, kể cả một số những bạn cuối cùng thuộc "thế hệ *Quốc Văn Giáo Khoa Thư*", những người đã tham dự các kỳ thi Sơ Học Yếu Lược và Sơ Học Bổ Túc mùa hè 1945, những người đã từng "gân cổ" hát bài *Tiếng Gọi Thanh Niên, Trên Sông Bạch*

Đằng, Bạch Đằng Giang, Hội Nghị Diên Hồng...dưới sự hướng dẫn của những sinh viên Đại Học Hà Nội tản cư tránh bom Mỹ về các miền quê, hay các thày giáo địa phương trong một tinh thần vô cùng phấn khởi cho đến bây giờ nhiều người vẫn còn nhắc lại. Phải chăng quan niệm cho rằng học sử và nghiên cứu sử là phải giữ cho "cái đầu hoàn toàn lạnh" như tác giả đã từng viết trong một bài viết năm 1966 trên *Tập San Sử Địa* xuất bản ở Saigon, từ đó tránh né thời mình đang sống không phải luôn luôn là quan niệm lý tưởng trên đường tìm sự thật. Có chăng là tinh thần tự do, độc lập, thái độ thận trọng, cởi mở, tôn trọng sự khác biệt, tôn trọng người khác và tôn trọng sự thực, tác giả xin được nhắc lại.

Vì là người đã từng hơn nửa thế kỷ, liên tục đứng trên bục giảng, làm bạn với phấn trắng bảng đen ở trong nước cũng như ở ngoài nước, khi viết những dòng này, tôi không khỏi không nghĩ tới những thế hệ trẻ Việt Nam hiện thời và sẽ tới, trong đó có người có thể sẽ đọc sách hay những bài tôi viết. Họ có quyền và có trách nhiệm tìm hiểu quá khứ và quá khứ đích thực của dân tộc mình, trong đó có rất nhiều người thắc mắc tại sao cũng bị chia đôi, Đông Đức, Tây Đức không gây chiến với nhau, Bắc Hàn, Nam Hàn tránh được chiến tranh, Trung Hoa Đại Lục và Đài Loan cũng vậy, rồi tại sao Nam Hàn lại có thể phát triển để trở thành một cường quốc kinh tế lớn vào bậc nhất của thế giới hiện tại? còn Việt Nam và người Việt thì sao? Tại sao Đại Hàn làm được như vậy mà Việt Nam không làm được? Tại sao người Đại Hàn làm được mà chúng tôi không làm được? Một câu hỏi giống như câu hỏi Vua Bảo Đại đã hỏi 70 năm trước: *"Điều mà Nhựt làm được, tại sao chúng tôi không làm?"* Nhưng đó là chuyện của quá khứ. Hiện tại mọi chuyện đã hoàn toàn thay đổi trong đó quan trọng nhất là sự hình thành của khối người Việt Nam ở Hải Ngoại. Chúng ta đang sống ở Thế Kỷ 21, Thiên Niên Kỷ Thứ Ba trong đó dân tộc Việt Nam không còn chỉ cư ngụ trên một mảnh đất nhỏ hẹp ở phía Nam nước Tàu mà đã trải rộng khắp nơi trên thế giới. Nếu trong Thế Kỷ 19 một học sinh người Anh có thể hãnh diện khi được học rằng mặt trời không bao giờ giờ lặn trên Đế Quốc Anh thì sang Thế Kỷ 21 chỉ có các học sinh Việt Nam là có thể học rằng mặt trời không bao giờ lặn trên những miền đất có người Việt Nam cư ngụ. **Một Siêu Quốc Gia Việt Nam** từ đó đã có cơ thành hình và phát triển. Tại sao chúng ta "*không làm*" cho nó hình thành và phát triển để cho dân tộc Việt Nam trở thành một trong những dân tộc lớn của nhân loại? Có điều người ta phải phân biệt người Anh hồi Thế Kỷ 19 với người Việt ở Thế Kỷ 20 và Thế Kỷ 21. Người Anh xây dựng đế quốc của họ bằng bạo lực, bằng gươm đao, súng đạn, bằng chiếm đóng, bằng đô hộ, áp bức; còn người Việt Nam đã tìm được những mảnh đất dung thân cho mình và con cháu mình bằng máu và nước mắt của chính mình, bằng đau thương, tủi nhục và bằng tình thương và lòng trắc ẩn của đồng loại. Sự có mặt khắp nơi này cho phép họ có cơ may học hỏi những gì là tinh hoa của nhân loại và học tới nơi, tới chốn, bằng những phương tiện của chính người bản địa, như người bản địa, từ đó sử dụng cho những mục tiêu cao cả mà họ lựa chọn sau khi đã nhìn lại quá khứ của mình, của dân tộc mình và của các dân tộc khác.

Cuối cùng tác giả xin được tri ân các vị huynh trưởng, các thân hữu và các bạn trẻ, trong một thời gian rất dài, đã luôn luôn thúc đẩy, khuyến khích, chia sẻ sự hiểu biết, đóng góp ý kiến, tìm kiếm và gửi cho tài liệu. Không có sự góp phần của quý vị tập sách này chắc chắn không thể nào hoàn thành được. Tuy nhiên tác giả vẫn luôn luôn là người cuối cùng chịu trách nhiệm về những gì sai lầm, thiếu sót, nếu có và chắc chắn là phải có, một lần nữa, xin quý vị độc giả vui lòng lượng thứ và chỉ giáo cho để tác giả có thể hoàn chỉnh khi tái bản.

Huntington Beach, California, Hoa Kỳ
Khởi viết Tháng Tám 1995, hoàn tất lần thứ nhất
Mùa Giáng Sinh, Tết Dương Lịch, và Tết Đinh Dậu
2016-2017
Phạm Cao Dương

PHẦN THỨ NHẤT

Chính Phủ Trần Trọng Kim Chính Phủ Đầu Tiên của Nước Việt Nam Độc Lập

Chính Phủ Trần Trọng Kim hay Nội Các Trần Trọng Kim được Hoàng Đế Bảo Đại thành lập sau ngày 9 tháng 3 năm 1945, ngày Nhật đảo chính Pháp. Đây là chính phủ đầu tiên và hợp pháp của nước Việt Nam độc lập, dù "chưa phải độc lập hẳn" [5], sau một thời gian dài bị Pháp đô hộ. Chính phủ này chỉ tồn tại trong một thời gian ngắn, rất ngắn, từ ngày 17 tháng 4 năm 1945, ngày Trần Trọng Kim đệ trình lên nhà vua danh sách các bộ trưởng, đến ngày 23 tháng 8 năm 1945, ngày Nội Các họp phiên họp cuối cùng, kể cả thời gian để các bộ trưởng qui tụ đầy đủ về Huế để tham dự buổi họp đầu tiên vào ngày 4 tháng 5 và để chính thức trình diện ngày 8 tháng 5, với những phương tiện giao thông, liên lạc hết sức giới hạn đương thời, trong hoàn cảnh chiến tranh và thời gian xử lý thường vụ. Tổng cộng hơn bốn tháng nếu tính từ ngày 17 tháng 4 và ba tháng mười lăm ngày nếu tính từ ngày 8 tháng 5, một thời gian nhiều khi không đủ để cho một thủ tướng mới được chỉ định, trong những điều kiện bình thường, kiếm đủ người cộng tác trong một chế độ dân chủ sau này.

Chính Phủ Trần Trọng Kim thường bị những người Cộng Sản và luôn cả các tác giả các sách giáo khoa hay những nhà nghiên cứu chuyên môn ở miền Bắc thời trước năm 1975 và sau này trên toàn quốc Việt Nam trực tiếp hay gián tiếp gọi là bù nhìn, là Việt gian, là tay sai của Nhật.[6] Đinh Xuân Lâm, Nguyễn Xuân Minh và Trần Bá Đệ thì nặng nề hơn, ngoài các tiếng bù nhìn, thân Nhật, còn dùng thêm các tiếng "Việt gian", "tay sai bỉ ổi", "giả nhân, giả nghĩa"..., mặc dầu tác phẩm của ba ông là sách giáo khoa dùng cho năm cuối của bậc Trung Học và do Bộ Giáo Dục và Đào Tạo xuất bản. Riêng Giáo Sư Đinh Xuân Lâm còn là một trong những sử gia nổi tiếng nhất ở miền Bắc đương thời.[7] Nhiều học giả ngoại quốc cũng gọi theo như vậy hay cố tình không nói tới chính phủ này.[8] Các tác giả của miền Nam và ở hải ngoại, trừ Huỳnh Kim Khánh, người đã dùng nhóm chữ *độc lập bánh vẽ* hay khi dùng chữ *independent* để nói về Chính Phủ Trần Trọng Kim đã để những chữ này vào trong ngoặc kép [9], trái lại, đã tỏ ra thận trọng và có cảm tình hơn. Vũ Ngự

Chiêu, một nhà văn, một tiến sĩ sử học được huấn luyện ở Hoa Kỳ, tác giả của nhiều công trình nghiên cứu quan trọng về lịch sử Việt Nam hiện đại, qua tác phẩm song ngữ Anh Việt: *The Other Side of the 1945 Revolution: The Empire of Viet-Nam (3-8/1945), A new Interpretation - Phía Bên Kia Cuộc Cách Mạng 1945: Đế Quốc Việt-Nam (3-8/1945)* ,[10] và Lê Xuân Khoa, một cựu giáo sư triết học Đại Học Văn Khoa Saigon trước năm 1975 và một chuyên gia về người Việt tị nạn ở Hoa Kỳ sau này, qua tác phẩm *Việt Nam, 1945-1995: Chiến Tranh, Tị Nạn, Bài Học Lịch Sử*, Tập I, [11] là hai trường hợp điển hình cần được ghi nhận.

Hơn bảy mươi năm đã trôi qua, đã đến lúc người ta phải nhận định lại bản chất và vai trò của chính phủ này cũng như những người đứng đầu nó là Hoàng Đế Bảo Đại và Thủ Tướng Trần Trọng Kim cùng với những người cộng tác với hai nhân vật lịch sử này cho chân thật và rõ ràng hơn, kèm theo những thành quả, dầu cho là giới hạn của nó. Đây là những nhận thức căn bản người muốn tìm hiểu lịch sử Việt Nam hiện đại, cần phải có trước khi nói tới biến cố tiếp theo là Cách Mạng Tháng Tám hay Việt Minh Cướp Chính Quyền năm 1945. Sau đó là hai bản *Tuyên Ngôn Độc Lập* được chính thức công bố vào năm 1945, với bản đầu tiên là của Hoàng Đế Bảo Đại và bản thứ hai là của Chủ Tịch Chính Phủ Lâm Thời Việt Nam Dân Chủ Cộng Hoà, Hồ Chí Minh. Cuối cùng là những nhận định của những người trong cuộc về biến cố này. Phần thứ nhất này bao gồm cả thảy mười chương mang những nhan đề sau đây:

1. Thành lập, những ưu thế và những khó khăn
2. Hoạt động và thành tích: Những việc làm có tính cách biểu trưng cho khả năng, tinh thần độc lập và thống nhất đất nước
3. Hoạt động và thành tích: cứu đói, một việc làm tối khẩn cấp
4. Hoạt động và thành tích: giáo dục và thanh niên
5. Hoạt động và thành tích: thâu hồi Xứ Nam Kỳ và các thành phố Hà Nội, Hải Phòng, Đà Nẵng về cho lãnh thổ quốc gia
6. Hoạt động và thành tích: đặt nền tảng cho việc xây dựng một chế độ mới
7. Chính Phủ Trần Trọng Kim từ nhiệm
8. 19 tháng 8: Cách Mạng hay Việt Minh Cướp Chính Quyền?
9. Hoàng Đế Bảo Đại thoái vị
10. Di sản của Đế Quốc Việt Nam

Thay cho Kết Luận

Chú Thích

[1] Tây Hồ Bùi Tấn Niên dịch. Saigon, Phủ Quốc vụ Khanh Đặc Trách Văn Hóa Xuất Bản, 1971.

[2] Tonnesson, Stein. *The Vietnamese Revolution of 1945, Roosevelt, Ho chi Minh, de Gaulle in a World at War*. London: SAGE Publications, 1991, tr. 288.

[3] Vũ Ngự Chiêu, *Phía Bên Kia Cuộc cách Mạng 1945: Đế Quốc việt Nam (3-8/1945), The Other Side of the 1945 Vietnamese Revolution: The Empire of Vietnam (3-8/1945), A New Interpretation.* Houston: Văn Hoá, 1996, tr. 110.

[4] Trần Trọng Kim, Một Cơn Gió Bụi. Saigon: Vinh Sơn, 1969, tr. 51.

[5] Trần Trọng Kim, như trên.

[6] Điển hình, người viết xin đơn cử những tác phẩm được soạn thảo như là những sách giáo khoa sau đây:

Nguyễn Khánh Toàn, Nguyễn Công Bình, Văn Tạo, Phạm Xuân Nam, Bùi Đình Thanh. *Lịch Sử Việt Nam, tập II.* Hà Nội: Nhà Xuất Bản Khoa Học Xã Hội, 1989., tr. 337.

Lương Minh, Nguyễn Cảnh Minh, Nguyễn Ngọc Cơ, Trần Bá Đệ, Trịnh Vương Hồng, Chương Thâu, *Lịch Sử Việt Nam Giản yếu.* Hà Nội: Nhà Xuất Bản Chính Trị Quốc gia, 2000, tr. 490.

Dương Trung Quốc, *Việt Nam: Những Sự Kiện Lịch Sử (1919-1945).* Hà Nội: Nhà Xuất Bản Giáo Dục, 2002.

Đinh Xuân Lâm, Nguyễn Xuân Minh, Trần Bá Đệ. *Lịch Sử 12, Tập Hai (Tái bản lần thứ chín).* Thành Phố Hồ Chí Minh: Bộ Giáo Dục và Đào Tạo, Nhà Xuất bản Giáo Dục, 2001.

Vũ Dương Ninh, *Việt Nam-Thế Giới và Sự Hội Nhập (Một Số Công Trình Tuyển Chọn).* Hà Nội: Nhà Xuất Bản Giáo Dục, 2007, tr. 143.

Nguyễn Quang Ngọc (chủ biên), Vũ Ninh Giang, Đỗ Quang Hưng, Nguyễn Thừa Hỷ, Nguyễn Đình Lê, Trương Thị Tiến, Phạm Xanh. *Tiến Trình Lịch Sử Việt Nam (Tái Bản Lần Thứ Chín).* Hà Nội: Nhà Xuất Bản Giáo Dục, 2009.

Trần Bá Đệ, *Lịch Sử Việt Nam Từ 1858 Đến Nay.* Hà Nội: Nhà Xuất Bản Đại Học Quốc Gia Hà Nội, 2008, tr. 195.

Những tác phẩm này đều được xuất bản sau năm 1975. Trước đó là các tác phẩm của Trần Huy Liệu, nguyên Bộ Trưởng Tuyên Truyền trong Chính Phủ Lâm Thời của Hồ Chí Minh. Các tác giả của hai tác phẩm đầu tiên và hai tác phẩm cuối cùng đã trực tiếp dùng hai chữ "bù nhìn" để chỉ Nội Các Trần Trọng Kim. Trần Huy Liệu thì dùng hai chữ này ngay trong nhan đề của một bài viết của ông. Đinh Xuân Lâm, Nguyễn Xuân Minh và Trần Bá Đệ thì nặng nề hơn, ngoài các tiếng bù nhìn, thân Nhật, còn dùng thêm các tiếng *"Việt gian", "tay sai bỉ ổi", "giả nhân, giả nghĩa"*..., mặc dầu tác phẩm của ba ông là sách giáo khoa dùng cho năm cuối của bậc Trung Học và do Bộ

Giáo Dục và Đào Tạo xuất bản và Giáo Sư Đinh Xuân Lâm là một trong những sử gia nổi tiếng nhất ở miền Bắc đương thời. Riêng Sử Gia Dương Trung Quốc thì tỏ vẻ thận trọng và dè dặt hơn khi ông đưa ra nhận xét: *"Nội Các Trần Trọng Kim với thành phần là những trí thức tên tuổi, lại chưa hề làm quan, cùng với hứa hẹn "phấn đấu cho Việt Nam thành một quốc gia độc lập", "giải quyết nạn đói", "thống nhất chủ quyền lãnh thổ"...* phần nào có là cho một bộ phận dân chúng bị ảo tưởng về nền độc lập trao trả cho Bảo Đại." Nhưng ông vẫn gián tiếp qua lời của tác giả Tân Trào trong tờ *Cờ Giải Phóng,* số 13, dùng hai chữ *"bù nhìn"* và thêm vài hai chữ *"thân Nhật"*. các trang 394, 399, 400. 394. Đi xa hơn, các tác giả Nguyễn Đình Lễ, Bùi Thị Thu Hà, Vũ Thị Hoà, Nguyễn Thành Phương, Lê Văn Đạt của bộ *Tri Thức Lịch Sử Phổ Thông gồm 4 tập,* do Nhà Xuất Bản Trẻ ấn hành năm 2008 ở Thành Phố Hồ Chí Minh, trong Tập 4, *Từ 1930 đến Nay*, trang 47, không hề nói tới chính phủ này. Thay vào đó các vị này viết: *"Để phá vỡ âm mưu của thực dân Pháp ở Đông Dương sẽ nổi dậy tiến công quân Nhật, khi Đồng Minh đổ bộ vào Đông Dương, tới ngày 9-3-1945, Nhật làm cuộc đảo chính lật đổ Pháp và hoàn toàn nắm quyền độ hộ Việt Nam."* Phải chăng đây là một hình thức để tránh dùng hai chữ bù nhìn của các tác giả? Về số lượng thì tác phẩm sau cùng do Giáo Sư Nguyễn Quang Ngọc chủ biên, tr. 292, chỉ dành đúng một câu nguyên văn: *"Về chính trị, phát xít Nhật bày trò trao trả độc lập cho chính phủ bù nhìn Trần Trọng Kim nhưng vẫn giữ nguyên bộ máy cai trị của Pháp, thay người Nhật vào vị trí người Pháp"* với hai chữ độc lập để trong ngoặc kép.

[7] *đã dẫn.*

[8] Đặc biệt là các tác giả người Mỹ. Tiếng *puppe*t hay pro-Japanese puppet đã được họ dùng một cách máy móc, không giải thích, không chú thích. Trong số này quen thuộc với độc giả người Việt có William J. Duiker, tác giả của *Ho Chi Minh, A Life*. New York: Hyperion,2000. *Xin đọc* tác phẩm *Vietnam: Revolution in Transition. Boulder, Co: Westview 1995,* được dùng như sách giáo khoa bậc đại học, tr. 45. *Cũng vậy, D.R. SarDesai, trong Vietnam, Past and Present (cùng nhà xuất bản Westview, 1995), tr.58.*

[9] Huỳnh Kim Khánh, *Vietnamese Communism 1925-1945.* Ithaca: Cornelll University Press, 1982, tr. 294 và 301.

[10] Houston: Văn Hóa, 1996. Vũ Ngự Chiêu cũng là người chủ trương dùng sự thực lịch sử như một con đường ngắn nhất dẫn tới đoàn kết dân tộc. Xem: *Văn Học,* số 225, tháng 5 và 6, 2005, tr. 164-194, xuất bản tại Hoa Kỳ. Ngoài tác phẩm song ngữ này, để được đầy đủ hơn độc giả nên đọc thêm bài khảo cứu bằng Anh ngữ của ông nhan đề "The Other Side of the 1945 Vietnamese Revolution: The Empire of Việt Nam (March – August (45)" đăng trong *Journal of Asian Studies,* vol.XLV, No. 2, February 1986, tr. 293 – 328.

[11] Bethesda, Maryland: Tiên Rồng, 2004.

CHƯƠNG 1

Thành Lập, Những Ưu Thế và Những Khó Khăn

Trước kia người mình chưa độc lập. Nay có cơ hội, tuy chưa phải độc lập hẳn, nhưng mình cũng phải tỏ ra có đủ tư cách để độc lập. Nếu không có chính phủ thì người Nhật bảo mình bất lực, tất họ lập cách cai trị theo thể lệ nhà binh rất hại cho nước ta. Vậy ông nên vì nghĩa vụ cố lập thành một chính phủ để lo việc nước...

[...]

Cụ cũng như mấy người quốc gia, các anh cứ đòi độc lập, bây giờ Nhật nó cho các anh độc lập thì cứ tuyên bố độc lập, rồi sau này nó ủng hộ. Mình không làm cái gì thì rồi nó coi mình ra cái gì, ra sao?

Lời Vua Bảo Đại nói với Thủ Tướng
Trần Trọng Kim

Tôi thấy vua Bảo Đại thông minh và am hiểu tình thế, liền tâu rằng: Nếu vì quyền lợi riêng tôi không dám nhận chức gì cả, song Ngài nói vì nghĩa vụ đối với nước, thì dù sao tôi cũng cố hết sức. Vậy xin Ngài cho tôi vài ngày để tôi tìm người, hễ có thể được tôi xin tâu lại."

Thủ Tướng Trần Trọng Kim

I. "Tai nạn lịch sử" hay cái thế "chẳng đặng đừng" - Bước đầu tiến tới dân chủ

1. Tai nạn lịch sử

Tai nạn lịch sử là chữ của Vũ Ngự Chiêu [12]. Vũ Ngự Chiêu dùng nhóm chữ này để gọi chính phủ Trần Trọng Kim vì theo nhà nghiên cứu này nó được khai sinh do nhu cầu quân sự của Nhật. Nhận định này không những chỉ đúng với hoàn cảnh đương thời mà đúng luôn cả cho hoàn cảnh, tâm tư của chính Trần Trọng Kim và luôn cả vị hoàng đế lúc đó là Vua Bảo Đại. Cả hai người, Trần Trọng Kim và Bảo Đại, đều bị đặt vào thế chẳng đặng đừng, nói theo lối của người miền Nam. Cả hai đều không trông đợi và không được tự mình lựa chọn nhưng vẫn không thể trốn tránh không làm mà làm thì phải làm hết mình.

2. Bước đầu tiến tới dân chủ, nhân quyền: Dụ Số 1 và khẩu hiệu Dân Vi Quý

Đối với Vua Bảo Đại, tuy là bất đắc dĩ, chưa phải lúc, tình thế này vẫn là một dịp để cho vị Hoàng Đế trẻ tuổi, thông minh, có kiến thức, được huấn luyện trong cả hai môi trường văn hoá Đông–Tây để đóng vai trò nguyên thủ quốc gia, có thêm một dịp chính thức cầm quyền dù cho là còn rất giới hạn, rất dễ bị mang tiếng là bù nhìn và không phải là không nguy hiểm, sau cố gắng thâu hồi lại những quyền hạn của mình theo đúng Hòa Ước 1884 khi mới lên ngôi nhưng đã bị người Pháp ngăn cản hơn mười năm trước đó. Không nhận không được và nhận là phải làm và làm cho hợp thời, cho tốt đẹp, làm hết mình như đã nói phía trên. Thái độ này đã được nhà vua thể hiện và nói rõ trong Dụ Số 1 ban hành ngày 17 tháng 3 năm 1945: *"Chế độ chính trị từ nay căn cứ vào khẩu hiệu* ***Dân Vi Quí****"*[13], *nguyên văn như sau:*

Dương lịch ngày 17 tháng 3 năm 1945

Nước Nhật muốn hoàn toàn thực hiện chương trình sây nền thịnh vượng chung ở Đại-Đông-Á đã giải phóng cho nước Nam ta, và trẫm tuyên bố Việt Nam độc lập rồi.

Nay trẫm có trách nhiệm đối với lịch sử và thần dân, nên tự cầm lấy quyền để bảo vệ quyền lợi cho Tổ quốc và giáng dụ rằng:

1) Chế độ chính trị từ nay căn cứ vào khẩu hiệu "DÂN VI QUÍ"

2) Trong chính giới sẽ chiêu tập các nhân tài đích đáng để chỉnh đốn lại nền tảng quốc gia cho xứng đáng là một nước độc lập chân chính có thể hợp tác với Đại -Nhật-Bản trong công cuộc kiến thiết Đại-Đông-Á.

3) Trẫm sẽ tái định và tuyên bố các cơ quan chính trị để ban hành những phương pháp hợp với nguyện vọng của Quốc dân.

Khâm thử

Phụng ngự ký: Bảo Đại [14]

Về nguồn gốc của đạo Dụ này, Phạm Khắc Hoè, với tư cách Ngự Tiền Tổng Lý văn phòng của Bảo Đại và là người được Bảo Đại giao cho việc soạn thảo đạo dụ này, trong hồi ký của ông, tỏ ý ngạc nhiên và "phấn khởi' trước việc làm bất ngờ này của nhà vua, cho rằng đó là "sự nghiệp lớn lao" và Dụ Dân Vi Quý là "con đẻ" của mình. Nguyên văn trong hồi ký, Phạm Khắc Hoè viết:

Sáng 17 tháng 3, tôi vào Văn phòng làm việc thì nghe nói nhà Vua vừa hỏi tôi. Tôi qua Phòng Phê, thì Bảo Đại đã ngồi ở bàn giấy rồi. Tôi tới gần thấy trên bàn có một tờ giấy với những dòng chữ viết rất to tự tay Bảo Đại viết. Nhà Vua cầm tờ giấy ấy đưa cho tôi và nói: "Ông theo ý như đây mà thảo một đạo Dụ".

Tôi cầm tờ giấy càng đọc càng ngạc nhiên, một thứ ngạc nhiên không sao tả nổi. Vì trong giấy Bảo Đại viết rằng: từ nay Trẫm sẽ tự cầm quyền và chế độ chính trị sẽ căn cứ vào khẩu hiệu "Dân vi quý". Lạ lùng thật: Tôi chưa bao giờ thấy Bảo Đại tự mình viết được một câu quốc văn nào! Tất cả những lời phê của Bảo Đại vào các văn bản bất cứ ngắn hay dài đều do Ngự tiền văn phòng tổng lý chuẩn bị viết sẵn vào một mảnh giấy đưa cho Bảo Đại xem. Nếu Bảo Đại đồng ý (thường là đồng ý" thì ông ta "cốp" lại, theo đúng nguyên văn rồi ký tên, còn mảnh giấy mẫu thì phải đốt ngay trước mặt ông ta, vì đó là một "bí mật quốc gia" lớn vào bậc nhất!! Phương tiện "vật chất kỹ thuật" để bảo đảm "bí mật quốc gia" đó là một tập giấy trắng tinh cỡ 0m20 x 0m05 và một cái đèn hoa kỳ xinh xắn nhỏ ngọn đặt trên hai góc bàn của nhà Vua, tập giấy ở góc phải và cái đèn ở góc trái.

Hàng ngày tiếp xúc với một sự thật oái oăm như vậy, tôi không thể không tự hỏi: Ai đã mớm cho Bảo Đại việc tự cầm quyền và nhất là khẩu hiệu "Dân vi quý"? Vì sao lại có chuyện "mớm" như vậy?? Phải chăng Bảo Đại đã hỏi phụ đạo Lê Nhữ Lâm, và ông này vốn là một nhà thâm nho đã gà cho Bảo Đại làm như vậy để khỏi mang tiếng là hết làm bù nhìn cho Tây lại đến làm bù nhìn cho Nhật? Hay là Bảo Đại đã cho Y-o-ko-y- a- ma, người rất thạo tiếng Pháp biết tất cả những câu chuyện tôi đã bàn với ông ta và chính Yo-ko-y-a-ma đã mớm cho Bảo Đại một số ý kiến tiến bộ để hòng lừa bịp nhân dân??

Dù sao tôi cũng cho rằng sự vận động của mình đã có kết quả tốt và khẩu hiệu "Dân vi quý" đã làm cho tôi rất phấn khởi trong việc thảo ra đạo Dụ số một ngày 17 tháng 3 năm 1945

[...]

Khi đạo Dụ này được Bảo Đại ký rồi, tôi có ảo tưởng là mình đã làm được một "sự nghiệp lớn lao". Tôi gọi nó là đạo Dụ "Dân vi quí" và coi đó như con đẻ của mình.

Sự thực ra sao đến nay ta chưa được rõ và có lẽ chẳng bao giờ được rõ. Điều nên để ý là Phạm Khắc Hoè tuy làm Ngự Tiền Tổng Lý Văn Phòng cho Vua Bảo Đại và rất được Nhà Vua và Nam Phương Hoàng Hậu tin cậy nhưng lại không ưa Bảo Đại, đã luôn luôn đánh giá vị hoàng đế này rất thấp, luôn luôn nói xấu Nhà Vua, sau này lại hoạt động cho Việt Minh, vận động và thúc đẩy cho Bảo Đại tự ý thoái vị nhường quyền cho Việt Minh trước khi quân Đồng Minh kéo vào. Chuyện ông kể cũng có những điểm không được ổn cần phải xét lại. Chẳng hạn chuyện xấp giấy trắng và ngọn đèn Hoa Kỳ chắc đâu là chỉ bắt đầu có từ thời Bảo Đại mà có nguồn gốc xưa hơn nhiều, kể cả thời trước khi người Pháp đến và nhằm bảo mật cho nhiều thứ, nhiều người, chứ không phải chỉ riêng lời phê của nhà vua. Rồi chuyện lời phê của Bảo Đại, lời phê này cần phải được Nhà Vua cân nhắc kỹ càng dựa trên văn kiện và hoàn cảnh, không thể sơ suất được vì nó phản ảnh ý kiến và quyết định tối cao của nhà vua; quyết định dân chủ hóa là của riêng Bảo Đại hay của Phạm Khắc Hoè và tại sao Phạm Khắc Hoè lại không tâu trực tiếp cho Nhà Vua mà lại đem bàn với người ngoài là Yokoyama, rồi lại nghĩ rằng Yokoyama đã "mớm" cho Bảo Đại với ẩn ý là để "lừa bịp nhân dân", để cuối cùng "rất phấn khởi" trong việc thảo đạo Dụ. Tất cả mọi giải thích và kết luận nếu có chỉ là những giả thuyết. Điều đáng nói ở đây là sự thực thực sự và cụ thể đã xảy ra là **Dụ Số 1, Dân Vi Quý,** hay nói cách khác dài dòng hơn: **Do quyết định của Vua Bảo Đại ngày 17 tháng 3 năm 1945 Dụ Số 1 Dân Vi Quý đã được ban hành, mở đầu cho những chương trình dân chủ hóa đất nước sau này**. Đây là quyết định và hành động tích cực đầu tiên Vua Bảo Đại đã làm, nhằm hướng tới một nước Việt Nam mới, một sự kiện đã thực sư xảy ra, không ai có thể chối cãi được. Nó đã được toàn thể quốc dân hoan nghênh. Chính vì vậy Phạm Khắc Hoè đã nhận ngay đó là công lao, là con đẻ của chính mình mà không đưa ra bằng chứng nào hết. Một chi tiết khác là Vua Bảo Đại hôm đó đã dạy sớm và đến phòng làm việc sớm, trước cả Phạm Khắc Hoè. Người ta không rõ là sớm là từ bao giờ nhưng khi Phạm Khắc Hoè sang thì Nhà Vua đã ngồi ở bàn giấy rồi và những ý kiến căn bản cho đạo Dụ đã được ông ghi ra giấy rồi. Điều này chứng tỏ rằng bản thân Bảo Đại, Nhà Vua đã rất quan tâm tới quyết định này và có thể đã không ngủ đêm trước

Còn đối với Trần Trọng Kim, vị thủ tướng thực sự bất đắc dĩ này đã tỏ ra chẳng bao giờ mong đợi, nếu không nói là không muốn với tuổi ngoài sáu mươi của ông thời đó, thời giữa thập nên 1940, thời sáu mươi tuổi được mọi người coi là thọ. Ông lại mắc bệnh cao áp huyết. Với bản chất là một nhà giáo, vị học giả này được người ta biết tới nhiều hơn qua những bộ sách *Giáo Khoa Thư* rất được phổ biến ở khắp cả ba miền Trung Nam Bắc trước đó và luôn cả cho đến hiện tại, [15] , cộng thêm với bản chất của một nhà nghiên cứu lịch sử, tôn giáo và triết học, một dịch giả của thơ Đường, đặc biệt là *Việt Nam Sử Lược*. Đây là một tác phẩm vừa là giáo khoa, vừa là nghiên cứu phổ thông đã được chính Hồ Chí Minh sau này tìm cho các cán bộ lãnh đạo đọc [16]... Ít nhất Trần Trọng Kim đã hai lần từ chối để nhường chỗ cho Ngô Đình Diệm, một nhân vật rất nổi tiếng đương thời, nguyên Thượng Thư Bộ Lại thời cải cách đầu thập niên 1930, và đã một lần từ chức nhưng luôn luôn ở vào thế chẳng đặng đừng, phải chấp nhận đứng ra lập chính phủ hay ở lại để xử lý thường vụ cho đến những ngày chót, trong tất cả mọi giới hạn, phức tạp và nguy hiểm, lúc nào cũng sẵn sàng chờ đợi, của hoàn cảnh đương thời, đúng theo truyền thống không riêng những người có học mà bất cứ một người Việt Nam nào cũng biết: "Quốc gia hưng vong, thất phu hữu trách". Sau này trong hồi ký của mình, vị thủ tướng bất đắc dĩ này đã kể lại rằng sau gần mười ngày chờ đợi và cứ cách ba bốn hôm ông lại đến gặp cố vấn tối cao Nhật để hỏi tin tức về ông Diệm để được trả lời hoặc là chưa biết ông Diệm ở đâu, hoặc là ông Diệm đau chưa về được. Cuối cùng, vì Bảo Đại *"sốt ruột, triệu tôi (*Trần Trọng Kim*) vào bảo chịu khó lập chính phủ mới..."* khiến ông đã phải nhận lời nhà vua đứng ra lập chính phủ. Tâm sự của hai người đã được Trần Trọng Kim sau này kể lại trong hồi ký của mình như sau:

> *Ngài* (Vua Bảo Đại) *nói:*
>
> *- Trước kia người mình chưa độc lập. Nay có cơ hội, tuy chưa phải độc lập hẳn, nhưng mình cũng phải tỏ ra có đủ tư cách để độc lập. Nếu không có chính phủ thì người Nhật bảo mình bất lực, tất họ lập cách cai trị theo thể lệ nhà binh rất hại cho nước ta. Vậy ông nên vì nghĩa vụ cố lập thành một chính phủ để lo việc nước.*
>
> *Tôi thấy vua Bảo Đại thông minh và am hiểu tình thế, liền tâu rằng: Nếu vì quyền lợi riêng tôi không dám nhận chức gì cả, song Ngài nói vì nghĩa vụ đối với nước, thì dù sao tôi cũng cố hết sức. Vậy xin Ngài cho tôi vài ngày để tôi tìm người, hễ có thể được tôi xin tâu lại."* [17]

Xin để ý mấy chữ "vì nghĩa vụ" và "để lo việc nước" nhà vua dùng ở đây để thuyết phục Trần Trọng Kim.

Về sự kiện này Hoàng Xuân Hãn, Bộ Trưởng Bộ Giáo Dục và Mỹ Thuật, người đã cộng tác với Trần Trọng Kim từ những ngày đầu cho đến những ngày cuối, kể lại như sau:

Lúc ấy ông Bảo Đại cuống lên, bảo mình đã có cái dụ số 1 để lập nội các, mà rồi bây giờ Ngô Đình Diệm không về thì làm thế nào? Nhất định ông ấy níu lấy cụ Kim: Bây giờ có cụ ở đây, và cụ là người nhiều tuổi hơn cả. Cụ lại có tiếng từ trước đến giờ, ai cũng trọng cụ, cụ tạm lập cho cái nội các. Cụ do dự; sau rồi cụ hỏi ý tôi. Lúc ấy các anh kia đi vắng cả, chỉ có mình tôi và cụ ở Huế. Tôi khuyên cụ: Cái chuyện bất đắc dĩ thì cụ cũng phải nhận chứ không thể bỏ rơi như thế. Hai nữa ông Bảo Đại có nói: Cụ cũng như mấy người quốc gia, các anh cứ đòi độc lập, bây giờ Nhật nó cho các anh độc lập thì cứ tuyên bố độc lập, rồi sau này nó ủng hộ. Mình không làm cái gì thì rồi nó coi mình ra cái gì, ra sao? Đến lúc cụ nể, và hai nữa vì cái thế không thể từ chối được, cụ nói: Thế để cụ chịu khó lập cái nội các. [18]

Cuối cùng là Vua Bảo Đại. Trong hồi ký của mình, nhà vua ghi lại:

Khi ông (Trần Trọng Kim) *tới, tôi liền trao cho nhiệm vụ thành lập chính phủ đầu tiên của nước Việt Nam độc lập. Tôi cũng không dấu ông ta rằng, nhiệm vụ mà tôi trao này, chỉ là nhiệm vụ chuyển tiếp, và chính phủ của ông sẽ bị hy sinh ngay sau thời gian tạm chiếm của Nhựt. Trong thời gian chờ đợi này, cần phải giữ lấy nền độc lập cho quốc gia và thực hiện nền thống nhất đất nước.*

Rất thẳng thắn, Trần Trọng Kim liền trình bày với tôi về thái độ quá khứ của ông ta. Mặc dù theo ngoài mặt, ông ta không tin rằng Nhựt sẽ thắng trận. Ngược lại, thấy cần phải tránh mọi cách có thể khiến kẻ xâm lăng tìm cớ nắm lấy chính quyền. Theo nhãn quan ấy, ông ta bằng lòng lập tân chính phủ.

Lập tức, ông đã hội được một số người giá trị, đều xuất thân từ nền văn hoá Pháp và ngày 17 tháng 4, ông trình với tôi chính phủ do ông thành lập. Đây là lần đầu tiên mà nước Việt Nam có được một tổ chức như vậy. [19]

Tưởng cũng nên để ý là Bảo Đại lúc đó ở vị thế của người cầm quyền tối cao, có sứ mạng, có trách nhiệm, lại là người có căn bản học vấn về chính trị học mà ông đã hấp thụ được ở một học viện chính trị học danh tiếng ở Thủ Đô Paris, đã có kinh nghiệm với người Pháp trước đó, nên ông hiểu cái thế phải làm, điều cần phải làm – "*giữ lấy nền độc lập cho quốc gia và thực hiện nền thống nhất đất nước*" - chưa kể tới hiểm họa của một chế độ quân phiệt do quân đội ngoại quốc lập ra trên đất nước mình là như thế nào. Cái nhìn của ông khác với cái nhìn của những nhà tranh đấu bình thường, những người chủ trương cách mạng, nhất là cách mạng bằng bạo lực, hay của những người làm chính trị khác ở vào thời điểm này và còn kéo dài nhiều năm nữa. Độc lập đối với những vị này phải là độc lập hoàn toàn và tức khắc, không thể có giai đoạn chuyển tiếp để nắm bắt thời cơ, không thể tiếp nhận một phần độc lập khi không làm hơn được rồi từ từ hoàn tất. Cái éo le là Trần Trọng Kim và những người tham gia nội các của ông cũng vậy. Bình thường không ai dại gì ra lãnh trách nhiệm khi biết tất cả chỉ là tạm thời, là chuyển tiếp và có thể bị hy sinh hay ít ra là bị mang tiếng thân Nhật, vào lúc người nào cũng biết là người Nhật sắp thua trận, là sự chiếm đóng của người Nhật chỉ tạm thời, như cả Vua Bảo Đại và Trần Trọng Kim đều nói, nhưng họ vẫn phải chấp nhận. Sự chấp nhận một cách bất đắc dĩ ở thời điểm tháng Tư năm 1945 này chắc chắn là phát xuất từ tinh thần truyền thống, tinh thần trách nhiệm, tinh thần của kẻ sĩ, của giới sĩ phu Nho học với quan niệm "quốc gia hưng vong, thất phu hữu trách" còn sót lại của thời xưa, không còn nguyên nhân nào khác. Xin được nhắc lại.

II. Từ Nội Các Phạm Quỳnh đến Chính Phủ Trần Trọng Kim

1. Con đường mới, Nội Các mới? Nội Các Phạm Quỳnh từ chức

Một vấn đề không kém quan trọng là chuyện gì đã xảy ra ở chung quanh Hoàng Đế Bảo Đại trong thời gian một tuần lễ kể từ ngày Bản *Tuyên Ngôn Độc Lập* của nhà vua được ban hành, từ ngày 11 tháng 3 đến ngày 19 tháng 3 năm 1945, ngày Phạm Quỳnh và các thượng thư khác, mà người ta thường quen gọi là Cơ Mật Viện hay Hội Đồng Thượng Thư hay Nội Các Phạm Quỳnh tùy theo từng sách và tùy theo hình thức sinh hoạt, có vua tham dự hay không có vua tham dự, từ chức và nhà vua tuyên bố đích thân điều khiển việc nước, sau đó là quyết định thành lập chính phủ mới? Theo Bảo Đại qua hồi ký sau này của nhà vua thì một ngày sau khi Bản *Tuyên Ngôn Độc Lập* được ban hành, ngày 12 tháng 3, nhà vua có triệu Đại Sứ Yokoyama vào cung để trao bản *Tuyên Ngôn Độc Lập* này. Trong buổi gặp gỡ này Bảo Đại đã đặt vấn đề xứ Nam Kỳ và trước khi cáo lui Yokoyama với giọng như dò hỏi và nhẹ nhàng gợi ý là giữa lúc Việt Nam đi vào con đường mới, nhà vua có định thành lập một chính phủ hợp bởi những người mới để đáp ứng nhu cầu của một nước Việt Nam mới hay không? Trước câu hỏi này, Bảo Đại chỉ cười mà không trả lời, nhưng trong hồi ký, ông viết thêm là "*Trao sự điều khiển quốc gia cho những người mới...Một trong những mục tiêu mà tôi nhắm tới vào lúc tôi mới lên ngôi*" [20] Những người mới này là những người hoàn toàn mới hay là luôn cả những người có thể được coi là mới vì mới được nhà vua đưa vào làm việc khi ông mới lên ngôi trong đó có Phạm Quỳnh và Ngô Đình Diệm? Câu hỏi được đặt ra không phải chỉ vì Bảo Đại không trực tiếp trả lời Yokoyama mà chỉ mỉm cười mà là vì lời chứng của Phạm Khắc Hoè, đương thời là Ngự Tiền Tổng Lý Văn Phòng của nhà vua, người vốn đã là một cảm tình viên của Việt Minh, nằm vùng ngay trong Đại Nội bên cạnh nhà vua và Nam Phương Hoàng Hậu, nhân chứng người ngoài duy nhất có mặt trong Đại Nội trong những ngày này. Trong hồi ký của Phạm Khắc Hoè, Phạm Khắc Hoè đã ghi rằng sáng ngày 12 tháng 3, một ngày sau khi *Bản Tuyên Ngôn Độc Lập* được công bố, nhà vua có bảo ông thảo một "đạo dụ" cử Phạm Quỳnh làm người thay mặt cho Chính Phủ Việt Nam Độc Lập để giao thiệp với người Nhật. Sự kiện này chứng tỏ là vào lúc đó Bảo Đại vẫn còn tín nhiệm Phạm Quỳnh hay ít ra là muốn dùng Phạm Quỳnh trong thời gian chuyển tiếp, một thời gian vô cùng quan trọng cho một vị nguyên thủ quốc gia, sau một biến cố vô cùng trọng đại và bất ngờ xảy ra cho đất nước mình và cho chính mình là Đảo Chính 9 tháng 3 năm 1945, làm chủ được vị thế của mình, đồng thời lượng định được tình hình rồi mới đi đến những quyết định cuối cùng hay thực hiện những thay đổi có tính cách lâu dài hơn mà không gây xáo trộn. Điều này cũng được Hoàng Xuân Hãn kể lại khi nhân chứng đáng tin cậy này được Nhà Văn Thụy Khuê phỏng vấn như sau:

> *Rồi đến lúc đảo chính Nhật, một hôm tôi ở Hà Nội, nghe tin radio biết rằng ông ấy (*Vua Bảo Đại*) giao cho ông Phạm Quỳnh liên lạc với người Nhật để đổi mới gì gì đấy. Đợi mãi hơn một tuần không có tin gì mới hết cả. chúng tôi nhiều người nóng ruột lắm. Chính ở Bắc, anh em có mượn một người đi vào Huế dò tin tức, người ta đi xe đạp từ Hà Nội về Huế, lúc ấy tầu hỏa bị đứt đoạn, đi lại khó lòng lắm. Đến lúc trở về đây thì cũng chỉ biết tin vừa vừa thôi, rằng hình như ông ấy giao cho Phạm Quỳnh, nhưng Phạm Quỳnh không làm gì cả.* 21

Nhưng Phạm Quỳnh đã từ chức và lịch sử đã chuyển sang một hướng khác. Theo Phạm Khắc Hoè thì việc từ chức của Nội Các Phạm Quỳnh và sự chấp thuận sự từ chức này của Vua Bảo Đại là do chính Phạm Khắc Hoè gợi ý và chủ động. Thay vì tuân lệnh của Bảo Đại là soạn thảo một đạo dụ theo ý muốn của nhà vua, Phạm Khắc Hoè đã quay sang nói xấu Phạm Quỳnh và khuyên nhà vua không nên dùng Phạm Quỳnh nữa. Câu chuyện hôm đó kéo dài hơn nửa giờ và Bảo Đại thay vì chính thức cử Phạm Quỳnh làm người thay mặt cho Chính Phủ Việt Nam để liên lạc với người Nhật đã chỉ quyết định "*tạm cử*" ông này "*cho dễ liên lạc với Nhật đã rồi sau sẽ hay" mà thôi.* Nguyên văn lời kể của Phạm Khắc Hoè như sau:

> *Sau một đêm thao thức, suy nghĩ về những chuyện trên, sáng ngày 12 tháng 3, tôi vào Đại Nội làm việc với ý định nêu vấn đề cải tổ Viện Cơ Mật lại với Bảo Đại. Nhưng chưa biết bắt đầu như thế nào?*
>
> *Tôi đang ngồi bóp trán suy nghĩ thì một người thị vệ vào nói: "Dạ bẩm, Hoàng đế ban Cụ qua chầu có việc gấp". Tôi liền sang Phòng Phê thì Bảo Đại bảo thảo một đạo Dụ cử Phạm Quỳnh làm người thay mặt Chính phủ Việt Nam độc lập giao thiệp với tối cao Cố vấn Nhật và các nhà chức trách Nhật nói chung. Thấy tôi làm thinh, tỏ vẻ không thông mệnh lệnh ấy, Bảo Đại nói thêm: Nếu ông thấy có chi khó khăn thì cứ đi bàn với ông Lại mà làm cho kịp thời". Sau phút ngập ngừng, tôi nói toạc ra với Bảo Đại rằng: "Phạm Quỳnh là một người xấu, bị mọi từng lớp nhân dân oán ghét và giới nhân sĩ trí thức khinh bỉ, mặc dầu ai cũng biết ông ta học rộng, nói hay cả tiếng Việt lẫn tiếng Pháp. Cho nên nếu nhà vua thực tâm vì dân, vì nước thì không nên dùng Phạm Quỳnh nữa". Câu chuyện kéo dài hơn nửa giờ và cuối cùng Bảo Đại nói: "Thôi! Hãy tạm cử Phạm Quỳnh cho dễ liên lạc với Nhật đã, rồi sau sẽ hay".*
>
> *Tôi trở về văn phòng thảo ngay một tờ Chỉ cử Lại Bộ Thượng Thư Phạm Quỳnh tạm thời làm nhiệm vụ liên lạc giữa Chính phủ Việt Nam độc lập với các nhà chức trách Nhật, đem lên cho Bảo Đại ký rồi sao lục ngay cho các Bộ và Tối cao cố vấn Nhật. Làm như vậy, tôi chắc rằng những chữ chỉ, tạm thời, và liên lạc thế nào cũng làm cho Phạm Quỳnh căm thù mình! Ấy thế nhưng sáng ngày 14 tháng 3, khi gặp tôi trong buổi lễ cáo yết Liệt Thánh, Phạm Quỳnh đã tỏ ra ngọt ngào với tôi hơn bao giờ hết. Và lúc buổi lễ kết thúc, ông ta thiết tha căn dặn*

tôi chiều hôm ấy trên đường đi vào Đại Nội, ghé qua Bộ Lại nói chuyện.

Đúng hai giờ chiều, tôi ghé qua Bộ Lại, Phạm Quỳnh đón tiếp tôi niềm nở hơn trước nhiều và giữ lại nói chuyện hơn một tiếng đồng hồ. Nội dung câu chuyện xoay quanh tương lai tốt đẹp của Tổ quốc và tiền đồ vẻ vang của những người trí thức Âu-Á kiêm thông. [22]

Đoạn hồi ký này rất quan trọng. Nó cho người ta thấy Hoàng Đế Bảo Đại lúc đầu chưa có ngay ý định thay thế Phạm Quỳnh và lập một chính phủ mới. Không những thế, ngay sau ngày 11 tháng 3, nhà vua đã có ý định bổ nhiệm Phạm Quỳnh chính thức thay mặt Chính Phủ Việt Nam độc lập trong việc giao thiệp với Tối Cao Cố Vấn Nhật và các giới chức Nhật khác **bằng một đạo Dụ**. Ông đã tới văn phòng làm việc rất sớm, tới trước cả Phạm Khắc Hoè, để thực hiện quyết định này. Nhưng Phạm Khắc Hoè đã phá hỏng tất cả khiến cho ít ra một thời kỳ chuyển tiếp đã không được thực hiện và một tình trạng không chính phủ đã xảy ra từ ngày 19 tháng 3, ngày sáu vị thượng thư từ chức và được chấp nhận cho đến ngày 8 tháng 5, ngày Nội Các Trần Trọng Kim họp phiên họp đầu tiên với đầy đủ các nhân sự để nhận lãnh công tác và Vua Bảo Đại có lúc "*đã cuống lên*" vì không kiếm ra được người lập nội các như lời kể của Hoàng Xuân Hãn trên đây, trong khi tình hình đất nước vô cùng nghiêm trọng, có nhiều việc cấp bách cần phải làm và làm trong hoàn hoàn cảnh bình thường như cứu đói các dân miền Bắc chẳng hạn. Điều này chứng tỏ sự nằm vùng hay tự động nằm vùng để phá hoại của Phạm Khắc Hoè quả thật là vô cùng lợi hại và nguy hiểm như người ta sẽ thấy sau này. Đồng thời người ta cũng thấy được sự khác biệt về tư cách giữa hai nhân vật này cũng như sự quan tâm đối với vận mệnh của đất nước. Một bên là thù hận, nhỏ nhen, ghen ghét cá nhân còn một bên là "*tương lai tốt đẹp của Tổ quốc và tiền đồ vẻ vang của những người trí thức Âu-Á kiêm thông*".

Thành công bước đầu, Phạm Khắc Hoè sau đó đã làm một **"tờ *chỉ*"**, *một* văn kiện kém quan trọng hơn, để cử Phạm Quỳnh vào vai trò tạm thời này thay vì một **"đạo *dụ*"** nhằm hạ thấp vai trò của Phạm Quỳnh. Cho là chưa đủ, có lẽ vì cho tới thời điểm đó Phạm Khắc Hoè chỉ mới hành động do ý riêng của cá nhân mình do sự ghen ghét với Phạm Quỳnh sau "*một đêm thao thức suy nghĩ..*", Phạm Khắc Hoè sau đó một mặt hỏi ý kiến Tôn Quang Phiệt, một đảng viên Tân Việt kỳ cựu thân Việt Minh ở Huế đương thời, người sau này, khi Việt Minh cướp chính quyền, đã trở thành Chủ Tịch Ủy Ban Nhân Dân Cách Mạng đầu tiên của tỉnh Thừa Thiên rồi Chủ Tịch Ủy Ban Hành Chính Thừa Thiên, mặt khác vận động với các Thượng Thư Bùi Bằng Đoàn và Ưng Úy để hai vị này thuyết phục Bảo Đại loại bỏ Phạm Quỳnh và "*vận động toàn thể Cơ Mật Viện từ chức*".[23] Kết quả là sáng sớm ngày 17, Bảo Đại đã cho gọi Phạm Khắc Hoè qua phòng làm việc của mình, Phòng Phê, và ra lệnh cho ông này soạn thảo một đạo dụ theo đó "*từ nay trẫm sẽ tự cầm quyền và chế độ chính trị sẽ căn cứ vào khẩu hiệu **Dân vi quý***". Dụ này mang tên là Dụ Số 1, được ban hành ngày 17 tháng 3 năm 1945 nguyên văn như sau:

Dương Lịch ngày 17 tháng 3 năm 1945

Nước Nhật muốn hoàn toàn thực hiện chương trình sây nền thịnh vượng chung ở Đại-Đông-Á đã giải phóng cho nước Nam ta, và Trẫm tuyên bố Việt Nam độc lập rồi.

Nay Trẫm có trách nhiệm đối với lịch sử và thần dân, nên tự cầm lấy quyền để bảo vệ lấy quyền lợi cho Tổ-quốc và giáng dụ rằng

1) Chế độ chính trị từ nay căn cứ vào khẩu hiệu "DÂN VI QUÍ'
2) Trong chính giới sẽ chiêu tập các nhân tài đích đáng để chỉnh đốn lại nền tảng Quốc gia cho xứng đáng là một nước độc lập chân chính có thể hợp tác với Đại-Nhật-Bản trong công cuộc kiến thiết Đại-Đông-Á.
3) Trẫm sẽ tài định và tuyên bố các cơ quan chính trị để ban hành những phương pháp hợp với nguyện vọng của Quốc dân.

Nhận định về đạo dụ này, Nguyễn Tường Phượng trong bài "Một Đạo Dụ, Một Chế Độ" đăng trên *Tri Tân Tạp Chí* ngày 20 tháng 4 năm 1945, trên trang đầu, đã viết như sau:

> *Ba điều ban bố trên đáng ghi vào lịch sử xứ này, thật là trên thuận lòng giời, dưới đẹp lòng dân, quốc dân rất trông mong ở sự thi hành triệt để khác nào như đói mong ăn và khát mong uống vậy.*
>
> *Nếu một khi nhà nước dùng được người tài, đức vẹn hai ra gánh vác, đảm đương những trọng trách, lại thêm vào đấy cái chính sách thân dân, thế tất đến dân nguyện thời nền tảng quốc gia xứ này có thể phục hưng.*

Được như vậy, đạo dụ ngày 17 tháng ba đáng ghi vào trang đầu lịch sử của nước Việt-Nam độc lập.

Còn Luật Sư Bùi Tường Chiểu, trong bài "Đạo Dụ Số 1 Của Đức Bảo Đại Hoàng Đế" đăng trên *Thanh Nghị*, số 107, "Số Đặc-San Chính Trị", ra ngày 5 tháng 5 năm 1945, cũng nhấn mạnh đến tầm quan trọng đặc biệt của đạo dụ này. Ngay những dòng mở đầu ông viết:

Đạo dụ trên đối với chế độ chính trị nước ta sau này có một tính cách quan trọng đặc biệt mà ta có thể nói rằng đạo dụ này đã nêu lên một cách tóm tắt những quả quyết rõ ràng những nguyên tắc kiến thiết chính thể nước Việt-Nam sau này.

rồi nhấn mạnh hơn đến ba chữ Dân Vi Quý, ông phân tích:

Nay đạo Dụ số 1 đã nêu lên khẩu hiệu Dân vi quí có nghĩa là đức Bảo-Đại đã hủy bỏ cái lý thuyết cũ mà đến nay hầu hết các nước văn minh đã cho là không hợp thời. Đã lấy dân làm trọng, đã lấy quyền lợi dân để trên tất cả thì vua tất chỉ là một cơ quan tối cao trong nước điều khiển những cơ quan chính trị khác để phụng vụ quốc gia, tìm những phương pháp hợp với nguyện vọng của cả quốc dân mà thi hành. Như thế là trong nền chính trị đức Bảo-Đại Hoàng-Đế đã định đặt quốc dân ta đi vào một con đường mới.

Cuối cùng đi xa hơn nữa, vị luật gia này còn nói tới hiến pháp. Theo ông:

Xong chúng ta có thể căn cứ vào điều thứ 3 của bản Dụ mà nói rằng đức Bảo-Đại sẽ tuyên bố các cơ quan chính trị mới mà trong câu cơ quan ấy sẽ có một cơ quan có quyền lập pháp. Muốn tổ chức một cách phân minh các cơ quan hành chính, lập pháp và tư pháp, tất nhiên phải có một đạo hiến-luật để ấn định rõ ràng những quyền hành của các cơ quan chính trị.

Tiếp theo đó là *"Khoảng 10 giờ sáng ngày 19 tháng 3, cả sáu vị Thượng thư vào yết kiến nhà vua đưa đơn xin từ chức"* và đã được Bảo Đại chấp thuận.[24] Cũng nên để ý là, theo hồi ký của Bảo Đại, trước đó Phạm Quỳnh có báo cáo cho nhà vua biết về những phản ứng xảy ra trong Hội Đồng, hiểu theo nghĩa ở đây là Hội Đồng Thượng Thư, theo đó người ta sợ hoặc là người Nhật sẽ đổi ý, hoặc là người Pháp sẽ trở lại, hoặc là Vua Duy Tân hay Hoàng Thân Cường Để sẽ trở về... Điều này cho phép người ta suy đoán rằng tình trạng hoang mang của các vị thượng thư này, ngoài những tin tức liên quan đến tình hình thời đó, phần nào còn là do Phạm Khắc Hoè tạo ra qua hai Thượng Thư Bùi Bằng Đoàn và Ưng Úy. Tuy nhiên, để trả lời Phạm Quỳnh, nhà vua đã dứt khoát bảo với ông này với nguyên văn: *"Ông liệu mà bảo họ chấm dứt những chuyện ăn nói lung tung và mưu mô đó đi... Hoàng đế là Trẫm! Bảo họ đừng quên điều đó. Nếu ngày nào Trẫm phải ra đi, ngày đó sẽ không còn Đế Quốc Việt Nam này nữa!"* [25] Những sự kiện này và câu nói của Bảo Đại cho ta thấy một điều là ngay từ những ngày đầu nhà vua đã phải đương đầu với hoạt động của những người Cộng Sản xuyên qua người nằm vùng của họ, ngay trong Đại Nội bên cạnh nhà vua, là Phạm Khắc Hoè, nạn chống đối nhau trong nội bộ các quan lại cao cấp trong triều, đồng thời sự hiểu biết và thái độ cương quyết của ông. Câu hỏi được đặt ra là tại sao Phạm Khắc Hoè lại thù ghét và chống lại Phạm Quỳnh như vậy? Trong hồi ký của ông, Phạm Khắc Hoè không cho biết lý do mà chỉ nói rằng Phạm Quỳnh là một người *"bản chất xấu xa và nguy hiểm"* [26] nhưng người ta có thể suy đoán hai điều. Trước nhất là sự ghen tị của Phạm Khắc Hoè đối với Phạm Quỳnh. Sự ghen tị này bắt nguồn từ sự kiện là cả hai người đều là thân cận của Bảo Đại ở vào thời điểm này. Thêm vào đó, Phạm Khắc Hoè có gốc quan trường, được huấn luyện theo đường lối chính thống để làm công chức, quan lại với chức vụ trước đó là Quản Đạo Đà Lạt, một chức vụ cũ của Ngô Đình Diệm, còn Phạm Quỳnh không có gốc quan trường mà xuất thân là một nhà báo, một học giả tiếng tăm, được nhiều người trên toàn quốc biết tới, bất ngờ được chuyển sang làm Ngự Tiền Văn Phòng rồi Thượng Thư Bộ Lại của Vua Bảo Đại. Tại sao lại cứ là Phạm Quỳnh mà không phải là Phạm Khắc Hoè? Thứ hai, Phạm Khắc Hoè vốn cùng quê với Tôn Quang Phiệt và có liên lạc với Tôn Quang Phiệt từ trước nên đã chịu ảnh hưởng của Tôn Quang Phiệt, do đó đã trở thành nằm vùng cho Tôn Quang Phiệt. Nhất cử nhất động của vua Bảo Đại cũng như những gì xảy ra ở trong Đại Nội đều được Phạm Khắc Hoè kể cho Tôn Quang Phiệt nghe và hỏi ý Tôn Quang Phiệt hết. Sự kiện Phạm Quỳnh bị loại bỏ do đó phần nào có thể là do chủ trương và vận động của những người Cộng Sản hay thiên Cộng ở Huế lúc bấy giờ hay xa hơn nữa, y hệt như trường hợp của Trường Thanh Niên Tiền Tuyến do Phan Anh thành lập mà ta sẽ tìm hiểu sau này. Phạm Khắc Hoè chỉ là một nhân vật bị Cộng Sản lợi dụng qua Tôn Quang Phiệt mà thôi.[27] Nhưng dù đúng dù sai, hành động gièm pha, ngăn cản Vua Bảo Đại chính thức chỉ định Phạm Quỳnh vào chức vụ mới bằng một đạo Dụ và thay bằng một tờ Chỉ, rồi sau đó vận động với các nhân vật tai mắt ở Huế lúc đó, tiếp tục lung lạc nhà vua dẫn đến việc sáu vị thượng thư từ chức và tình trạng vô chính phủ sau đó, đã khiến cho lịch sử Việt Nam diễn tiến theo một chiều hướng khó có thể định trước. Đây là khúc quanh thứ nhất trong thời gian ngắn ngủi chưa tới 4 tháng của năm 1945. Không có sự thay đổi này, guồng máy hành chánh của Chính Phủ Nam Triều vẫn tiếp tục hoạt động bình thường, không bị xáo trộn và người dân không bị hoang mang trong thời gian chuyển tiếp như Hoàng Xuân Hãn đã kể, chưa nói tới sự kiện Phạm Quỳnh đã bộc lộ thái độ lạc quan về ***"tương lai tốt đẹp"*** của Tổ Quốc và ***'tiền đồ vẻ vang"*** của những người trí thức Âu Á kiêm thông vì đây là dịp tốt cho nhà học giả dầy kiến thức và kinh nghiệm và có lập trường rõ ràng này, thực hiện những gì từ lâu ông vẫn mong đợi, xuyên qua những bài viết của ông, không phải cho riêng cá nhân ông mà cho cả đất nước và dân tộc của ông. Thời gian chuyển tiếp với người Nhật thay thế người Pháp ở chính quyền bảo hộ sẽ chấm dứt sớm hơn và triều đình Huế có cơ hội nắm vững quyền hành hơn, trước khi tình thế bất ngờ thay đổi.

Phạm Quỳnh

2. Việc làm dân chủ đầu tiên: Thăm dò ý kiến một số các nhân vật

Nhằm thành lập một chính phủ mới, ngay từ chiều ngày 19 tức mười ngày sau khi Nhật đảo chánh Pháp và tám ngày sau khi tuyên bố Việt Nam độc lập, Bảo Đại đã họp với Phạm Khắc Hoè, lúc này là người thân cận duy nhất bên cạnh nhà vua, để *"bàn việc chiêu tập nhân tài một cách cụ thể."* Phạm Khắc Hoè, sau khi đã trao đổi ý kiến với Tôn Quang Phiệt, Tạ Quang Bửu, Bùi Bằng Đoàn và Ưng Úy, đã đề nghị lên nhà vua một danh sách 14 nhân vật sau đây:

- Nhà cách mạng lão thành Huỳnh Thúc Kháng (Huế)
- Giáo Sư Tôn Quang Phiệt (Huế)
- Bác Sĩ Trần Đình Nam (Đà Nẵng)
- Giáo Sư Lê Ấm (Qui Nhơn)
- Bác Sĩ Hồ Tá Khanh (Phan Thiết)
- Kỹ Sư Cầu Cống Lưu Văn Lang (Saigon)
- Luật Sư Vương Quang Nhường (Saigon)
- Ô. Ngô Đình Diệm, nguyên Thượng Thư Bộ Lại (Saigon)
- Giáo Sư Thạc sĩ Toán Học Hoàng Xuân Hãn (Hà Nội)
- Luật Sư Vũ Văn Hiền (Hà Nội)
- Luật Sư Phan Anh (Hà Nội)
- Ô. Trịnh Văn Bính, tốt nghiệp Cao Học Thương Mại Pháp (Hà Nội)
- Ô. Hoàng Trọng Phu, nguyên Tổng Đốc Hà Đông
- Ô. Trần Văn Thông, nguyên Tổng Đốc Nam Định

Sau gần một giờ bàn thảo, 8 người đã được Bảo Đại lựa chọn. Tám người này gồm có:

- Trần Đình Nam (bác sĩ)
- Hồ Tá Khanh (bác sĩ)
- Lưu Văn Lang (kỹ sư)
- Hoàng Trọng Phu (nguyên Tổng Đốc Hà Đông)
- Trần Văn Thông (nguyên Tổng Đốc Nam Định)
- Hoàng Xuân Hãn (thạc sĩ toán Học)

- Phan Anh (luật sư)
- Vũ Văn Hiền (luật sư) hay Trịnh Văn Bính (tốt nghiệp Cao Học Thương Mại Pháp) tùy theo Hoàng Xuân Hãn lựa chọn vì Bảo Đại chỉ quen Hoàng Xuân Hãn trong số những người ở Pháp về.[28]

Điều cần để ý ở đây là tất cả các vị này đều là những cựu quan lại hay những trí thức hay chuyên viên nổi tiếng đương thời và có gốc từ cả ba miền Nam, Trung, Bắc, thay vì chỉ có hai miền Trung và Bắc theo đúng như thẩm quyền của nhà vua ở thời điểm này vì xứ Nam Kỳ chưa được người Nhật trao trả. Các nhà hoạt động chính trị, kể cả những người được coi là thân Nhật đều không có tên trong danh sách này. Sự kiện này cho phép người ta nghĩ rằng quyết định và sự lựa chọn các nhân vật để tham khảo ý kiến kể trên của Vua Bảo Đại và phía người Việt là hoàn toàn do nhà vua quyết định, không có sự can thiệp của người Nhật vì chỉ có hai người hiện diện là chính nhà vua và Phạm Khắc Hoè. Không những thế, tinh thần và ý chí thống nhất ba miền đã luôn luôn được nhà vua tôn trọng. Ngoài ra ta cũng nên để ý tới nhận xét của Luật Sư Bùi Tường Chiểu về ý nghĩa và tầm quan trọng của cuộc tham khảo ý kiến này khi ông viết trong bài tham luận kể trên.

Cũng nên để ý thêm là những cuộc tiếp xúc kể trên chỉ là những cuộc tiếp xúc với những nhân vật tên tuổi, có chức vị đương thời. Ngoài những người này, Bảo Đại, cũng qua Phạm Khắc Hoè, còn mời gặp thêm nhiều nhân vật khác nữa trong đó có Tôn Quang Phiệt, Tạ Quang Bửu, Đào Duy Anh, Hoàng Sử, Nguyễn Lân...Tất cả, theo hồi ký của Trần Thị Như Mân (Bà Đào Duy Anh), đều đã *"có vào"* và Tôn Quang Phiệt có được cử *"nói lên lời chúc mừng nước nhà độc lập và hứa nếu cần gì thì chúng tôi sẽ giúp không công cho nhà vua"*. Phạm Khắc Hoè không nói tới chuyện có vào này. Nói là giúp không công cho nhà vua như vậy nhưng sau này trong hồi ký của mình, Tôn Quang Phiệt lại ghi thêm là "Cũng nói thế thôi, chứ trong bụng thì đã có kế hoạch." [29] Tuy nhiên dù thế nào đi chăng nữa đây cũng là một bằng chứng cụ thể của thiện chí dân chủ hoá đất nước của Hoàng Đế Bảo Đại.

3. Giải pháp Ngô Đình Diệm

Trong hồi ký của Phạm Khắc Hoè, Phạm Khắc Hoè chỉ nói tới hai cuộc tiếp kiến của Nhà Vua với các nhân vật kể trên.

Cuộc tiếp kiến thứ nhất là với Trần Đình Nam từ Đà Nẵng ra vào chiều tối ngày 21 tháng 3. Trước khi vào yết kiến Bảo Đại, Trần Đình Nam đã gặp Phạm Khắc Hoè và đã đưa ra nhận xét là *"tình hình thế giới luôn luôn biến chuyển, chưa chắc Nhật đã đứng vững được lâu. Cho nên bây giờ chơi với Nhật thì chỉ nên ra những lá bài thân Nhật, cụ thể là nên giao cho Ngô Đình Diệm thành lập một nội các hẹp, ba bốn người thôi, không nên đốt cháy những lá bài khác."* [30] Bảo Đại đã đồng ý với nhận xét này và Phạm Khắc Hoè đã lập tức đánh điện cho Ngô Đình Diệm lúc đó đang ở Saigon.

Cuộc tiếp kiến thứ hai dành cho năm người từ Hà Nội vào. Đó là Hoàng Trọng Phu, Trần Văn Thông, Hoàng Xuân Hãn, Vũ Văn Hiền và Phan Anh. Kết quả, theo nhận xét của Bảo Đại thì *"Hai ông quan già chẳng có ý kiến gì hay ho. Còn ba anh trẻ từng du học ở Pháp, thì đều đồng ý giải pháp nội các hẹp với Ngô Đình Diệm."* Bảo Đại còn nói thêm "*Phan Anh là người thông minh hơn cả bọn.*"[31]

Cuối cùng giải Pháp Ngô Đình Diệm đã không thực hiện được vì vị cựu thượng thư này, như trên đã nói, không bao giờ nhận được điện tín của nhà vua cả và Trần Trọng Kim đã được lựa chọn để thay thế. Nên để ý là trong thời gian này Ngô Đình Diệm được coi là người của Hoàng Thân Cường Để, người từ lâu đã lưu vong sang Nhật. Buổi đầu người ta nghĩ là người Nhật sẽ dùng Cường Để để thay thế Bảo Đại nhưng sau vì họ muốn giữ nguyên trạng nên đã đổi ý. Sự kiện Ngô Đình Diệm không nhận được thư của Bảo Đại phù hợp với những gì được Trần Trọng Kim kể lại trong hồi ký của ông, theo đó hai người có gặp nhau ở Saigon và câu chuyện được trao đổi như sau:

> *Ông Diệm hỏi tôi: "Cụ mới về đây à? Cụ có biết tin gì không?" Tôi đáp: "Tôi mới về, chưa biết gì cả, chắc có tin gì thì ông biết trước tôi." "Người Nhật lạ quá, họ chẳng cho chúng tôi biết gì cả. Tôi vừa thấy trong Tư Lệnh nói ở Huế các bộ thượng thư đã từ chức rồi. Vua Bảo Đại gọi ông Hoàng Trọng Phu vào bàn việc*

lập chánh phủ mới." "'Thế à? Sao người Nhật không cho tôi biết?"

[...]

Cho đến ngày nay, tôi vẫn chưa hiểu rõ tại sao bọn ông Diệm là người của ông Cường Để ủy quyền cho tổ chức việc lập chính phủ khi có đảo chính ở Đông Dương, và lại có một số người Nhật ủng hộ mà chính phủ Nhật lại bỏ rơi. Chỉ có một cách giải thích cái thái độ ấy là những người Nhật cầm quyền lúc đó, sau khi đánh quân Pháp rồi họ sợ đem ông Cường Để về có điều bất tiện, để vua Bảo Đại về đường chính trị lại có lợi hơn. Đã không dùng quân cờ Cường Để thì tất nhiên phải để bọn ông Diệm ra ngoài cuộc. Đó là theo ý tôi hiểu, còn lẽ gì khác nữa, tôi không biết.[32]

Nhưng mặt khác, theo hồi ký của Trung Tá Nhật Hidezumi Hayashi, người phụ trách về chính trị vụ ở Tổng Hành Dinh Quân Đội Nhật thì ngày 9 tháng 4 khoảng một tuần lễ sau khi Trần Trọng Kim về tới Huế, Ngô Đình Diệm ở Saigon đã được thông báo về lời mời của Bảo Đại nhưng ông đã không nhận lời và ngày 11, Hayashi đã báo cáo cho Tối Cao Cố Vấn ở Huế và Cố Vấn Chính Trị của Trung Tướng Tsuchihashi Yuitsu về sự từ chối này. Nhưng chỉ ít ngày sau, Ngô Đình Diệm đã đổi ý và đã chuyển cho Hayashi một danh sách những nhân vật cho nội các của ông, đồng thời gợi ý về một sự hợp tác giữa Bảo Đại và Cường Để. Tất cả đều đã trễ vì Trần Trọng Kim đã được mời để thay thế. Khi được tin này, Ngô Đình Diệm rất bực tức và đã than phiền với Hayashi là Nội Các Trần Trọng Kim gồm những người thân Pháp và chống lại chế độ quân chủ. Để giải thích những sự kiện này Sử Gia Na Uy Stein

Tonnesson cho rằng Ngô Đình Diệm muốn làm thủ tướng và Trung Tá Hayashi có thảo luận với ông về vấn đề này, nhưng ông đã tính sai khả năng của mình khi từ chối lời mời đầu tiên của Bảo Đại. Cũng theo Tonnesson sự thay đổi này có thể cũng phù hợp với ý muốn của tướng Tsuchihashi, còn theo hồi ký của Hayashi, người ta có cảm tưởng là vấn đề liên hệ tới Ngô Đình Diệm vẫn chưa được giải quyết cho tới ngày 10 tháng 4.[33]

Nhân chứng cuối cùng và đáng tin cậy là Hoàng Xuân Hãn, người đã có mặt rất sớm ở Huế trong thời gian này, đồng thời cũng là người sau này đã gặp lại Tướng Tsuchihashi Yuitsu nhiều lần ở Hà Nội sau khi viên tướng này bị Pháp đem trở lại Đông Dương để xử như một tội phạm chiến tranh và được trắng án vì có công che chở cho người Pháp sau đảo chính 9 tháng 3, 1945. Nguyên văn lời kể của Hoàng Xuân Hãn như sau:

> *Ông* (Tsuchihashi*) gặp tôi nhiều lần lắm ở Hà Nội, ông kể chuyện, từ trước, về chính trị của Nhật, ông cho biết là chính ông phản đối lại chuyện Cường Để về Việt Nam. Bởi vì ông có trách nhiệm giữ ở bên Đông Dương cho yên ổn. Nếu người Mỹ họ đổ bộ vào thì để cho binh đội Nhật rảnh tay chống lại quân Mỹ, chứ họ không muốn có chuyện gì lôi thôi hết cả. Cho nên sợ ông Cường Để về thì sẽ chống lại Pháp, sẽ gây khó khăn cho Nhật Bổn. Nhật Bổn giải giáp người Pháp, nhưng không muốn kiếm chuyện gì với người Pháp cả.*
>
> *"Cho nên chuyện Cường Để không về là vì thế. Ngô Đình Diệm không lên là vì thế. Sau Tsuchihashi cho tôi biết thế."*[34]

Mặt khác, cũng theo Hoàng Xuân Hãn, sau khi Nội Các Trần Trọng Kim được thành lập, vào khoảng tháng 6 năm 1945, Vũ Văn An, một trong năm người ký tên *"cam đoan ủng hộ Đức Cường Để"* từ Nhật về có ghé qua Huế. Hai người đã gặp nhau và Vũ Văn An có đưa cho Hoàng Xuân Hãn xem tờ cam kết này. *"Lúc ấy chúng tôi mới hiểu tại sao ông Diệm, khi trước mời, Nhật nó không chuyển thư vì nó biết ông Diệm ủng hộ ông Cường Để, và nếu ông về thì sợ ông ấy với ông Bảo Đại không ăn ý với nhau,"* Hoàng Xuân Hãn kết luận.[35]

Vấn đề tại sao Ngô Đình Diệm không nhận được lời mời của Vua Bảo Đại và không trở thành thủ tướng sau ngày 9 tháng 3 năm 1945 như vậy kể như đã sáng tỏ.

Cũng nên biết thêm là mục tiêu của Vũ Văn An khi vào Huế là để vận động cho Kỳ Ngoại Hầu Cường Để hồi hương và có một vai trò trong chính quyền đương thời. Trần Trọng Kim có trình vấn đề này lên Vua Bảo Đại và Bảo Đại trả lời rằng: *"Về thì ông có tước vương hồi xưa, và giao cho ông như là một người tối cao cố vấn, bên kia có tối cao cố vấn Nhật thì bên này mình cũng có tối cao cố vấn Việt."*[36] Cụ thể là *"Lúc đó người ta đang sửa nhà cửa của Tráng Cử con Cường Để ở bên đập Đá và chữa đường để đón Cường Để về"*[37], trong khi phía Việt Minh thì ngược lại, họ nhờ Tôn Quang Phiệt thảo truyền đơn *"chửi Cường Để thân Nhật"*[38] cho rải ở Huế. Sự kiện này phù hợp bản tin của cơ quan thông tấn Domei ngày 30 tháng 7 năm 1945, theo đó Cường Để đang trên đường trở về Việt

Nam do lời mời của Vua Bảo Đại với lời chú thích của Chính Đạo tức Tiến Sĩ Vũ Ngự Chiêu là ông sẽ nắm chức Cơ Mật Viện Trưởng.[39] Trước đó báo *Hương Việt* trích đăng "Một bức thơ của Đức Kỳ Ngoại Hầu Cường Để" đề ngày 20 tháng 5 năm 1945, theo đó mục đích của ông là khôi phục độc lập cho Tổ Quốc, mưu hạnh phúc cho dân tộc chứ không vì ngôi đế vương, đồng thời kêu gọi mọi người yểm trợ cho Nippon (Nhật) chống lại mối lo Anh-Mỹ.[40] Cuối cùng thì sự hồi hương của ông đã không thành vì không có phi cơ và sau đó thì Nhật đầu hàng.[41]

Và cũng cuối cùng thì Trần Trọng Kim đã được lựa chọn.

III. Chính Phủ Trần Trọng Kim được thành lập

Tất cả những vị này đều là những nhà ái quốc chân thành. Họ không có hận thù gì với nước Pháp. Trẻ tuổi, can đảm, ý thức được nhiệm vụ ngắn ngủi của mình, họ muốn rằng chủ quyền quốc gia được đánh dấu khởi đầu từ họ.

Hoàng Đế Bảo Đại

Nội các Trần trọng Kim với Hoàng xuân Hãn, Hồ tá Khanh, Phan Anh v..v... có thể tạm thâu góp được gần hết tinh hoa trong giới trí thức ba kỳ. Với dĩ vãng, ta chắc đó là những người từ trước đến nay lúc nào cũng cương quyết thờ một chính kiến rõ rệt, lúc nào cũng nhẫn nại, mài rũa học vấn để chờ thời. Thời cơ đã đến. Ta chớ quá hoài nghi, ta có thể tin được. Người đã dám giả nhời nguyên soái Mordant hồi 1944: "nguyện vọng duy nhất của chúng tôi là được độc lập" tất sẽ có can đảm đối phó với tình thế, không làm việc gì trái với lương tâm.

Phạm Hữu Chương
Trung Bắc Tân Văn (Chủ Nhật),
Số 245, Ngày 20 Tháng Năm năm 1945

Mấy người bạn lại không quên kiêu ngạo kể cho tôi nghe sự thành kính của dân chúng mỗi sáng tới dự lễ chào cờ ở trước dinh thủ tướng, của đám thính giả một buổi lễ đã đứng dậy khi thấy ông tổng trưởng vi hành tới dự. Họ không quên chỉ cho tôi xem những ông bộ trưởng dạn dĩ, gọn gàng mặc âu phục đi xe đạp tới bộ, những phòng giấy các bộ dọn vào những tòa nhà to tát đồ sộ.

Mai Anh, *Tuần Báo Thanh Nghị*

1. Học thức, tư tưởng và đức hạnh hay là "hiền giả tại vị, năng giả tại chức"

Là một nhà giáo và một nhà nghiên cứu thuần túy, không đảng phái, không bè cánh, không quảng giao nên không có sẵn người cộng tác, Trần Trọng Kim đã dựa theo tiêu chuẩn nào để lựa chọn người cho nội các của mình? Trong hồi ký của ông, người chính trị gia bất đắc dĩ kiêm học giả, gốc nhà giáo này đã cho biết là người được chọn phải có đủ học thức và tư tưởng về mặt chính trị, phải có đức hạnh chắc chắn để dân chúng kính phục. Đây là ba phẩm chất quan trọng mà những người muốn đứng ra làm việc nước phải có theo quan niệm đương thời. Nhận xét về danh sách mà vị thủ tướng được chỉ định trình cho mình vào sáng ngày 17 tháng 4, Bảo Đại phê là *"Được"*, còn Tối Cao Cố Vấn Nhật Yokohama thì chúc mừng là "*cụ đã chọn được người rất đứng đắn*". [42]

Sau này trong hồi ký của Bảo Đại, nhà vua đã viết: *"Tất cả những vị này đều là những nhà ái quốc chân thành. Họ không có hận thù gì với nước Pháp. Trẻ tuổi, can đảm, ý thức được nhiệm vụ ngắn ngủi của mình, họ muốn rằng chủ quyền quốc gia được đánh dấu khởi đầu từ họ. Sự thất trận của Nhựt đang hiện lên rõ rệt. Người Mỹ đã tái chiếm Okinawa ngày 1 tháng 4 và từ ngày ấy, phi cơ Mỹ ném bom hàng ngày lên các thành phố lớn của Nhựt. Tiềm lực kinh tế Nhựt bị tan nát."*[43]

Còn Bác Sĩ Nguyễn Xuân Chữ, người phần nào trên thực tế đã thay thế Khâm Sai Phan Kế Toại trong mấy ngày cuối cùng của Chính Phủ Trần Trọng Kim tại miền Bắc, thì đã dùng các thành ngữ "hiền giả tại vị" và "năng giả tại chức" để nói về nội các này. Ông viết:

> *Về thành phần chính phủ thì đấy là những nhân vật được coi là những trí thức ưu tú đương thời và được quốc dân quý mến. Trần Thủ Tướng lại được quốc dân coi là một nhà ái quốc và một nhà đạo đức. Còn là một nhà học giả cổ kim, đông tây. Một chính phủ như thế, tất được lòng tin. Những sắc lệnh đầu tiên lại gây được một xúc động tâm lý không nhỏ. Sự bổ nhiệm một vài đại quan mà quốc dân từng nghe tên tuổi vào những địa vị của bậc hiền giả, hiền giả tại vị, sự triệt hồi một số quan lại mang tiếng xấu trong dân, đã làm hài lòng quốc dân*

theo gương xưa: làm tội bốn kẻ bất nhân mà thiên hạ đều phục, tứ tội nhi thiên hạ hàm phục. Đức thanh liêm trong quan trường, do đó, đã được nêu cao. Bộ trưởng Bộ Thanh Niên Phan Anh, lại là người xứng đáng với địa vị năng giả tại chức. Phong trào thanh niên, với Phan Bộ trưởng, càng thêm bồng bột. Các quan lại còn được lưu tại chức rất lo ngại về sự trừng phạt và rất chú ý đến hoạt động của thanh niên." [44]

Một cử nhân luật trẻ lúc đó còn đang tập sự ở Phủ Toàn Quyền chờ bổ nhiệm làm tri huyện, sau này là Giáo Sư và Khoa Trưởng Đại Học Luật Khoa Saigon là Giáo Sư Vũ Quốc Thúc thì nhận xét:

> Trở lại vào lúc đó, vấn đề đang gây sôi nổi trong dư luận là vấn đề tân chính phủ của nước Việt Nam độc lập. Như ta đã biết cụ Trần Trọng Kim đã được Hoàng đế Bảo Đại bổ nhiệm làm Thủ tướng. Cụ là một học giả uyên thâm Nho học, là tác giả cuốn *Việt Nam Sử Lược* ai nấy đều biết, cụ rất có uy tín. Cụ đã lập một nội các trong đó có một số các nhân vật tên tuổi được công chúng tín nhiệm. Chẳng hạn luật sư Vũ Văn Hiền và luật sư Phan Anh. Việc hai vị này được bổ nhiệm làm bộ trưởng đã mang lại một uy tín lớn cho tân chính phủ. [45]

Những nhận xét này phải được coi là đúng vì trong suốt thời gian kế tiếp người ta thấy hầu như rất ít, nếu không nói là không có, người than phiền về các bộ trưởng của Nội Các Trần Trọng Kim này cả. Hiện tượng các vị bộ trưởng dùng xe đạp đi làm hay đến dự những buổi họp mặt của quần chúng, có lúc ngồi lẫn trong đám đông, đã gây ấn tượng sâu xa trong lòng người dân xứ Huế đương thời. Cuối cùng, nhưng không phải là hết, là nhận định của Đặng Văn Việt, một cựu sinh viên của Trường Thanh Niên Tiền Tuyến do Bộ Trưởng Phan Anh sáng lập ở Huế, một thứ trường võ bị trá hình nhằm huấn luyện các sĩ quan cho Quân Đội Quốc Gia Việt Nam tương lai, sau này nổi danh là Con Hùm Xám Đường Số 4 trong Chiến Dịch Cao Bắc Lạng thời Chiến Tranh Việt Minh-Pháp khi ông tham chiến với tư cách là Trung Đoàn Trưởng Trung Đoàn 274. Theo Đặng Văn Việt *"Chính Phủ này tập hợp nên bởi những trí thức yêu nước có xu hướng quốc gia, muốn lợi dụng Đồng minh đang thắng thế, lúc phe trục đang xuống dốc, lúc Pháp đang bị hất cẳng khỏi Đông dương, ra điều hành đất nước, dựa vào Nhật, đợi thời cơ".*[46] Đây là một nhận định nhiều phần phản ảnh thực tế nhất và có thể Đặng Văn Việt đã trực tiếp nghe được từ phía các nhà lãnh đạo Trường Thanh Niên Tiền Tuyến, trong đó có Tạ Quang Bửu và Phan Anh.

Cũng cần phải để ý là trong những ngày đầu này, người đã cộng tác chặt chẽ với Trần Trọng Kim là Hoàng Xuân Hãn, một giáo sư khoa học, sau này là một học giả chuyên về lịch sử và văn hóa nước nhà [47] và cũng là người được sự kính phục và quý mến của hầu hết các trí thức trẻ, các học sinh, sinh viên đương thời, đồng thời có liên hệ tương đối gần gũi với Hoàng Đế Bảo Đại từ khi hai người còn du học ở bên Pháp. Mối liên hệ giữa Trần Trọng Kim và Hoàng Xuân Hãn tất nhiên là dễ hiểu. Hai nhà giáo bất đắc dĩ phải làm chính trị, vốn quen nhau từ trước, cộng tác chặt chẽ với nhau để cùng nhau lo việc nước theo quan điểm của các nhà trí thức còn mang nặng ảnh hưởng của Nho Giáo đương thời là một chuyện tự nhiên. Nó cũng là một dữ kiện cần thiết giúp ta giải thích tại sao chính phủ Trần Trọng Kim lại chú trọng nhiều đến các công tác văn hóa, giáo dục và thanh niên, nhất là giáo dục, mà thành quả đã tồn tại đến tận ngày nay và có thể rất lâu về sau này. Một chi tiết khác không kém quan trọng là trong thời gian Bảo Đại du học ở Paris, Hoàng Xuân Hãn là người đã kèm nhà vua về môn toán rồi sau này khi về nước họ Hoàng đã ít nhất hai lần vào cung thăm Bảo Đại. Sự quen biết này chắc chắn có ảnh hưởng tới những sự lựa chọn cũng như quyết định của nhà vua trong thời gian này.

Người thứ ba là Phan Anh, một luật sư đã từng cãi cho nhiều thân chủ là các đảng viên Đảng Cộng Sản. [48] Phan Anh là một trong năm người chủ trương báo *Thanh Nghị,* cơ quan ngôn luận của giới "trí thức trẻ nhưng đã trưởng thành và có lý tưởng đương thời" với nhiều bài viết về các thể chế chính trị, về tình trạng văn hóa, kinh tế, xã hội của nước nhà, trong đó có những bài đặc biệt về hiến pháp. Phan Anh làm Bộ Trưởng Thanh Niên trong Chính Phủ Trần Trọng Kim. Ông đã tích cực hoạt động cho chính phủ này cho đến tận những ngày cuối của Chính Phủ Trần Trọng Kim. Sau này mặc dầu không bao giờ gia nhập đảng Cộng Sản, Phan Anh đã nhận làm Bộ Trưởng Bộ Quốc Phòng rồi Bộ Trưởng Bộ Kinh Tế cho Chính Phủ Liên Hiệp và Chính Phủ Cải Tổ do Chủ Tịch Hồ Chí Minh lãnh đạo. Ông được vua Bảo Đại đánh giá cao và rất quý trọng. Như đã trích dẫn ở trên, chính nhà vua đã nói với Phạm Khắc Hoè sau khi tiếp xúc với một số các quan lại và trí thức được mời từ Bắc vào rằng "*Phan Anh là người thông minh hơn cả bọn."*[49] Tác giả sẽ nói nhiều hơn về Phan Anh trong bài viết riêng về ông này, qua cái nhìn của chính ông và của Hoàng Xuân Hãn về Chính Phủ Bảo Đại-Trần Trọng Kim. Sự thông minh, năng động, lý tưởng và hiểu biết cũng như ảnh hưởng của ông đối với các thanh niên đương thời và những nỗ lực cuối cùng của ông trên đường ra Bắc mang thông điệp của chính phủ cho các nhân vật đại diện cho tất cả các giới và các địa phương, mời họ vào Huế để nghiên cứu vấn đề thành lập một chính phủ mới sau khi Nhật đầu hàng, kể luôn cả việc ông tới gặp và thuyết phục Tôn Quang Phiệt tham gia chính phủ với tư cách bộ trưởng bộ nội vụ thay thế Trần Đình Nam trong những ngày cuối[50], khiến cho người ta không khỏi không nghĩ rằng ông có thể sẽ là vị thủ tướng kế vị Trần Trọng Kim như một lẽ tất nhiên của tình thế. Nên biết thêm là trên đường ra Bắc ông đã bị Việt Minh chặn bắt coi như là một "đại Việt gian!"

Chính phủ đầu tiên của nước Việt Nam độc lập này gồm có một thủ tướng với danh xưng Nội Các Tổng Trưởng và mười bộ trưởng với hai người là nhà giáo, bốn người là y sĩ, bốn người là luật sư và một người là kỹ sư. Đây là lần đầu tiên danh xưng bộ trưởng đã được dùng thay thế cho danh xưng thượng thư, cùng với sự xuất hiện của nhiều bộ mới như ngoại giao, thanh niên, y tế, tiếp tế... nhằm đáp ứng nhu cầu của thời cuộc, thay vì chỉ có lục bộ như thời trước. Trong số các bộ, không có bộ quốc phòng. Trần Trọng Kim trong hồi ký của ông có giải thích điều này bằng nhiều lý lẽ. Phan Anh thì nói rõ là để giữ thế trung lập với người Nhật trong thời gian chiến tranh mà ta sẽ xét kỹ hơn sau này. Sau đây là danh sách các bộ trưởng:

- Trần Trọng Kim, giáo sư,
  Nội Các Tổng Trưởng (Thủ Tướng)
- Trần Văn Chương, luật sư, Ngoại Giao sau
  là Nội Các Phó Tổng Trưởng
  (Phó Thủ Tướng)
- Trần Đình Nam, y sĩ, Nội Vụ
- Trịnh Đình Thảo, luật sư, Tư Pháp
- Hoàng Xuân Hãn, thạc sĩ toán học,
  Giáo Dục và Mỹ Thuật
- Vũ Văn Hiền, luật sư, Tài Chánh
- Phan Anh, luật sư, Thanh Niên
- Nguyễn Hữu Thí, y sĩ, Tiếp Tế
- Vũ Ngọc Anh, y sĩ, Xã Hội
- Hồ Tá Khanh, y sĩ, Kinh Tế
- Lưu Văn Lang, kỹ sư, Công Chánh

Nhìn chung danh sách này, người ta thấy nó bao gồm những trí thức có tiếng của thời này. Có tiếng không phải chỉ vì họ có bằng cấp cao mà vì gốc gác gia đình và những thành tích mà họ đã đạt được từ hồi còn đi học coi như một phần của hạnh kiểm và đạo đức hay sau khi đã thành tài. Đây là những giá trị quan trọng của một xã hội chịu ảnh hưởng của Khổng Giáo, những giá trị đã tồn tại từ nhiều thế kỷ, qua đó mọi người coi trọng sự học, lấy học hành thi cử làm đường tiến thân và coi quan niệm "quốc gia hưng vong, thất phu hữu trách" là quan niệm hàng đầu trong bổn phận và trách nhiệm của người dân đối với đất nước và dân tộc, thay vì quyền lợi của cá nhân hay đảng phái. Điều này giải thích lý do họ đã ở lại với chính quyền cho đến giờ phút chót nhưng sẵn sàng rút lui khi có người có khả năng và muốn thay thế như Trần Trọng Kim tuyên bố trong cuộc họp báo ở Phủ Khâm Sai Bắc Bộ khi ông ra Bắc vào cuối tháng 7 sau này. Ngoài ra chắc chắn họ cũng biết vai trò của học chỉ là tạm thời và có thể bị thay thế như Hoàng Đế Bảo Đại đã nói trước cho Trần Trọng Kim biết. Nhưng họ vẫn nhận trách nhiệm và bổn phận của mình, đúng như quan niệm của những kẻ sĩ.

Về gốc gác, hầu như tất cả đều là con cháu các nhà Nho, dù cho là đã hiển đạt và giữ những chức vụ quan trọng trong chính phủ Nam Triều (Trần Văn Chương, Vũ Ngọc Anh có cha làm tổng đốc, Trần Đình Nam có cha làm đốc học),[51] hay những nhà Nho không hiển đạt hoặc bỏ đường khoa cử (Phan Anh, Vũ Văn Hiền, Hồ Tá Khanh, Hoàng Xuân Hãn).[52]

Về học hành thì dù là con quan hay thuộc những gia đình nhà nho thanh bạch, khi còn đi học, tất cả đều là những học sinh hay sinh viên học hành chăm chỉ, xuất sắc dù là học ở trong nước hay ở bên Pháp hay thuộc địa của Pháp. Trần Trọng Kim [53] học Trường Thông Ngôn ở Hà Nội và Trường Sư Phạm bên Pháp, Trần Văn Chương học trung học và đại học ở Algérie trước khi qua Pháp, Hoàng Xuân Hãn đậu tú tài ở Việt Nam trước khi qua Pháp học Trường Bách Khoa rồi Cầu Cống và Cao Đẳng Sư Phạm, đậu Thạc Sĩ Toán Học, một học vị ít người đạt được ở thời ông, kể cả người Pháp, sau này bị người ta đánh giá sai và lạm dụng, [54] Vũ Văn Hiền đậu tú tài bản xứ ở Hà Nội, thủ khoa cử nhân luật Đại Học Hà Nội năm 1937, sau qua Pháp lấy tiến sĩ, Phan Anh cũng đậu cử nhân luật năm 1937, năm sau qua Pháp học tiến sĩ nhưng chưa kịp trình luận án thì chiến tranh bùng nổ, phải về nước. Các người khác cũng đều xuất thân là y sĩ hay tốt nghiệp đại học. Hồ Tá Khanh tham gia lễ truy điệu Phan Chu Trinh bị đuổi học, trốn sang Pháp tiếp tục học, đậu tú tài, học y khoa ở Paris, tốt nghiệp y khoa bác sĩ và về nước hành nghề..., thay vì bỏ học dở dang đi làm chánh trị và cách mạng, được huấn luyện để trở thành những người làm cách mạng quốc tế chuyên nghiệp.

Sau khi thành tài, lấy được bằng cấp, kiếm được việc làm tốt trong chính quyền bảo hộ, hay đi dạy học, một nghề còn rất được xã hội trọng vọng và không phải là không kiếm được tiền, họ đã không ngừng ở đấy. Thay vì hưởng thụ họ đã tiếp tục tìm tòi, học hỏi thêm để sửa soạn cho một cơ hội mới của dân tộc và đã hoàn thành được những công trình nghiên cứu có giá trị cao về chuyên môn, được học giới, kể cả học giới người Pháp, ghi nhận, hay hướng vào quảng đại quần chúng nhằm nâng cao sự hiểu biết và cuộc sống của đồng bào, đồng thời gián tiếp đề cao truyền thống dân tộc, lòng ái quốc và tinh thần trách nhiệm, đặc biệt là khi Thế Chiến Thứ Hai bùng nổ và khi quân Nhật vào Đông Dương. Họ đã giữ đúng thiên chức của người trí thức theo quan niệm mới và truyền thống đạo đức của kẻ sĩ của những thế hệ đã đi trước hay nói theo Vũ Văn Hiền "*người trí thức yêu nước*" có "*tinh thần trách nhiệm*".[55] Phan Anh, Vũ Văn Hiền và Nhóm Thanh Nghị có thể được coi là một thứ *"think tank"* của thời này bên cạnh nhóm *Tri Tân* thuộc thành phần cựu học. Họ không phải là những người làm cách mạng hay những chính trị gia chuyên nghiệp đầy thủ đoạn mà chỉ là những công dân trí thức tha thiết với tiền đồ của đất nước và của giống nòi. Điều khác biệt giữa những trí thức đã tương đối lớn tuổi và đã trưởng thành này với những trí thức trẻ còn đang theo học ở Đại Học Hà Nội thời đó, thời mà sinh viên rất được xã hội trọng vọng và tin tưởng, mà đại diện là Dương Đức Hiền, Hội Trưởng Tổng Hội Sinh Viên Đại Học này, là họ *"đã qua bước sôi nổi của thời sinh viên rồi"*, nói theo lời Vũ Đình Hoè, một trong năm người sáng lập nên Nhóm Thanh Nghị và chủ trương tờ *Thanh Nghị* [56] và qua nhận định của Phan Anh trong một buổi họp của năm người này để bàn về quyết định ra báo của Nhóm vào khoảng đầu năm 1940, một ngày giáp Tết Âm Lịch: "*Chúng ta, cả nhóm Dương Đức Hiền lẫn bọn ta, ai chẳng sốt ruột trước khói lửa ngùn ngụt của chiến tranh. Ai chẳng muốn lao vào hành động. Cho thỏa chí, phải không? Nhưng lao vào hành động, - nghĩa là cụ thể làm gì? Đối với những nước tham chiến phải đối chọi với Hitler thì dễ trả lời quá? Nhưng đối với những dân tộc phụ thuộc vào những nước ấy, Việt Nam, thì sao? Có thể có những nhóm người nào đó muốn nhân cơ hội này dứt khoát vùng lên đòi độc lập, nghĩa là đương đầu ngay với mẫu quốc. Làm thế liệu có ổn không, về mặt sách lược? Kẻ thù dân tộc là thành viên của khối đồng minh chống phe phát xít quốc tế cơ mà. Thử nghĩ xem. Vấn đề không đơn giản chút nào."* [57] Đây là một nhận định chứa đựng nhiều viễn kiến mà chỉ những người có kiến thức, đã trưởng thành và đủ trầm tĩnh, có theo dõi thời cuộc và biết suy nghĩ mới có được. Thực tế sau này đã chứng minh điều ấy.

Sự kết hợp giữa các vị này và Hoàng Đế Bảo Đại, nếu ở vào thời điểm bình thường có thể đã đem lại những thành quả vô cùng tốt đẹp và cho tương lai lâu dài của đất nước. Lý do là vì Bảo Đại là một vị vua mang bản chất trí thức, đã từng du học ở Pháp trong khi vẫn tiếp tục được thường xuyên dạy dỗ về những truyền thống văn hoá Đông Phương qua một người thày riêng do triều đình chỉ định cho ông là Cử Nhân Lê Như Lâm, người đã giữ các chức vụ giảng tập từ năm 1918 đến năm 1922 rồi phụ đạo từ năm 1922 đến năm 1932, trong suốt thời gian từ khi nhà vua còn nhỏ ở trong cung rồi sau đó là du học tại Pháp.[58] Người ta có thể cho là thày trò có thể đồng lõa với nhau, chơi nhiều hơn học mà quên một điều là người đỡ đầu cho Bảo Đại và giám sát việc học của nhà vua trong suốt thời gian nhà vua du học bên Pháp là Cựu Khâm Sứ Charles, một viên chức thuộc địa đã nhiều năm phục vụ cạnh Triều Đình Huế. Nhiều người thường đơn giản cho rằng nhiệm vụ của Charles là đào tạo cho Bảo Đại thành một ông vua ăn chơi, bù nhìn cho chính quyền Pháp nhưng đó chỉ là một sự suy luận đơn giản, máy móc không bằng chứng. Chưa hết, ở trình độ cao hơn, nhà vua được học những điều căn bản về chính trị học tại Học Viện Chính Trị Học Paris. Tình trạng bình thường rất tiếc đã không xảy ra và lịch sử của dân tộc Việt Nam đã chuyển sang một hướng hoàn toàn khác mà hậu quả như thế nào, sáu bảy mươi năm sau người ta mới thấy.

Về tuổi tác, người lớn tuổi nhất là Trần Trọng Kim, sinh năm 1883, [59] sau là Trần Văn Chương, sinh năm 1897 và Nguyễn Hữu Thí, sinh năm 1899, những người khác đều sinh trong hai thập niên đầu của thế kỷ hai mươi, thời điểm Nho Giáo chưa hoàn toàn bị phai nhạt, trong khi một nền giáo dục mới đã bắt đầu thành hình để đến thập niên ba mươi những sản phẩm đầu tiên của một nền giáo dục Pháp-Việt đã bắt đầu xuất hiện bên cạnh những gì nền giáo dục từ chính quốc mang lại. Đây mới là những thành phần nòng cốt của Nội Các Trần Trọng Kim. Họ là những người đã chấp nhận dấn thân "làm việc nước" theo đúng nghĩa của lối nói này trong tiếng Việt truyền thống, một cách có suy nghĩ, có ý thức và có chủ đích rõ ràng. Họ đã sớm bắt tay vào việc để thực hiện những gì họ đã từng mơ ước, thai nghén, bàn bạc, nghiên cứu, biểu lộ qua ngòi bút và đã ở lại với việc làm mình đã nhận cho đến những giờ phút cuối cùng. Hoàng Xuân Hãn, Vũ Văn Hiền và Phan Anh là ba trường hợp điển hình cùng với sau lưng họ, *Nhóm Thanh Nghị,* đã nói ở trên. Trung tâm sinh hoạt của họ là Trường Đại Học Đông Dương với Đại Học Xá của Đại Học này ở Hà Nội. Họ đã lớn lên, trưởng thành và bắt tay hoạt động hướng vào tiền đồ của dân tộc vào lúc tình hình thế giới cũng như đất nước của họ vô cùng sôi động, đặc biệt là sau khi Thế Chiến Thứ Hai bùng nổ, nước Pháp bị quân Đức chiếm đóng, Chính Phủ Vichy được thành lập và quân Nhật kéo vào Đông Dương. Nhuần thấm tư tưởng về kẻ sĩ của những thế hệ đi trước, lại được hấp thụ những tư tưởng mới của văn hóa Tây Phương và ít nhiều ảnh hưởng của những biến đổi lớn đã xảy ra ở Trung Hoa và Nhật Bản, họ đã tự coi mình như những nhà trí thức có trách nhiệm trước thời cuộc. Nói theo Vũ Đình Hoè, một trong năm sáng lập viên của tờ *Thanh Nghị* "*…vấn đề tiền đồ của tổ quốc làm họ nhức nhối. Họ muốn tìm một cách gì phục vụ đất nước còn chìm đắm trong cảnh nô lệ, trước một thế giới sắp đổi đời.*" [60] đúng như xã hội đương thời tôn trọng và đặt kỳ vọng vào họ theo như nhận xét về giới sinh viên đương thời, của Nguyễn Minh Hoài Việt, bút hiệu của Bác Sĩ Phan Văn Đương, một cựu sinh viên y khoa thời đó, sau là Chủ Tịch Đoàn Sinh Viên Đại Học Hà Nội di cư vào Saigon thời năm 1954:

> *Tiêu biểu nhất cho sự thức tỉnh và trỗi dậy của tinh thần quốc gia, dân tộc trong những năm cuối cùng của đệ nhị thế chiến là phong trào sinh viên của giới thanh niên đại học thời bấy giờ……*
>
> *Giới thanh niên đại học có một địa vị đặc biệt trong xã hội Việt Nam thời đó, một địa vị mà chắc khó bao giờ họ có thể chiếm lại. Hồi trước tháng 8 năm 1945, xã hội Việt Nam trong bao nhiêu thế kỷ thấm nhuần tư tưởng Khổng Giáo, trọng văn học và suy tôn lớp sĩ phu lên làm giai tầng lãnh đạo. "Sĩ, nông, công, thương, binh": sĩ đứng đầu, hạng nhất. Sang đến thời Pháp thuộc, nước Pháp là nước có truyền thống văn hóa lâu dài và rất tự hào về nền văn học của mình nên có chung với xã hội Việt Nam sự kính nể các "giá trị tinh thần", các người có học.* [61]

Giới hạn trong phạm vi âm nhạc, khi viết về Lưu Hữu Phước và Tổng Hội Sinh Viên, Nhạc Sĩ Lê

Thương, tác giả của Trường Ca *Hòn Vọng Phu* đương thời rất được phổ biến, cũng nhận định như sau:

Về sinh hoạt văn nghệ từ 1943 đến 1945 thì Tổng Hội Sinh Viên đã chế ngự phong trào Tân nhạc và gây những ảnh hưởng sâu đậm chưa từng có.

Nhóm khởi trong nhóm sinh viên Đại học ở Hà Nội, trong đó các sinh viên gốc miền Nam tỏ ra có nhiều khả năng nhạc nghệ. Tổng Hội Sinh Viên chú trọng đặc biệt đến việc dùng Tân nhạc trong cuộc tranh đấu, chánh trị chống thế lực ngoại bang thời đó là Pháp - Nhật.

Từ ý định tổ chức Quán trọ thanh niên (Auberges de la Jeunesse) không thành, đến hoạt động diễn thuyết về lịch sử, lập trại thanh niên, hội đã gây tình thân yêu mãnh liệt trong dân chúng, nhất là đám học sinh.

Với một lập trường quốc gia cấp tiến và những đoàn viên trẻ tuổi hăng say, hội đã đem Lưu Hữu Phước lên một cao độ sáng tác qui mô, bền bỉ, soạn lời ca và nghiên cứu đề tài cho thành một quán quân vô địch trong một thời sôi động lịch sử, những năm từ 1943 đến 1945. [62]

Cùng với nhiều phong trào hướng vào đám đông được dấy lên ở thời đó như Hướng Đạo, Thanh Niên Thể Thao, Truyền Bá Quốc Ngữ, Nhà Ánh Sáng…họ cũng tự mình nghiên cứu, tìm hiểu những vấn đề trọng yếu của đất nước hay thực tế hơn, cũng theo Vũ Đình Hoè, *"những vấn đề do đời sống đặt ra"* trên nhiều địa hạt khác nhau từ chính trị, kinh tế, tài chánh đến xã hội, giáo dục và *"bằng sở học của mỗi người đã tích lũy được, theo sở trường đã có thể nghiệm trong thực tiễn hành nghề"* [63] và phổ biến trên tờ *Thanh Nghị*. Vũ Văn Hiền và Phan Anh là hai cây viết nòng cốt của báo này. Những bài viết của Phan Anh về các thể chế chính trị, về hiến pháp bên cạnh những bài của Vũ Văn Hiền về kinh tế, tài chánh, về sinh hoạt xã thôn cũng như công trình điển chế các danh từ chuyên môn trong tác phẩm *Danh Từ Khoa Học* của Hoàng Xuân Hãn phải được coi là những sự sửa soạn trước cho những vai trò trọng yếu mà họ sẽ đảm nhận trong Nội Các Trần Trọng Kim, xuyên qua những công trình Việt Nam hóa giáo dục, tổ chức sinh hoạt thanh niên, lập trường Thanh Niên Tiền Tuyến và các trường huấn luyện thanh niên khác, thiết lập các hội đồng cải tổ sinh hoạt chính trị, hành chánh…Riêng *Danh Từ Khoa Học*, mặc dù chỉ là công trình soạn thảo những danh từ mới nhằm mục tiêu giáo dục, tác phẩm này đã được hoan nghênh nhiệt liệt, coi như một đóng góp đáng kể *"vì ngoài giá trị thuần túy về văn hoá, nó biểu lộ tinh thần tự chủ của giới trí thức Việt Nam."* [64] Nói cách khác, họ không phải là những người bỏ học nửa chừng đi làm cách mạng hay những chính trị gia chuyên nghiệp đầy thủ đoạn nhằm thực hiện mơ ước riêng của mình, hay những nông dân ngây thơ, vô học mà chỉ là những công dân có trí tuệ, có kiến thức, tha thiết với tiền đồ của đất nước và của giống nòi từ lâu đã quan tâm suy tư, học hỏi, viết báo, viết sách sửa soạn cho tương lai hoạt động cho riêng họ và cho mọi người về sau này, thay vì lao ngay vào hành động. Đây là thái độ thận trọng *"của những người đã qua bước sôi nổi của thời sinh viên rồi,"* theo lời phát biểu của Vũ Đình Hoè trong một buổi họp của năm người sáng lập nên nhóm Thanh Nghị và báo *Thanh Nghị* như đã nói ở trên, khi các vị này họp bàn về thái độ phải có trước tình thế được coi là *"cơ hội ngàn năm một thuở"* và phải lựa chọn hoặc là phải *"nhân cơ hội dứt khoát vùng lên đòi độc lập, nghĩa là đương đầu ngay với mẫu quốc"* hoặc là theo những tổ chức cách mạng đã có sẵn là Việt Nam Quốc Dân Đảng hay Đông Dương Cộng Sản Đảng như đã có dịp đề cập.

Về thái độ chính trị, sự cẩn trọng của các vị này đã được Vũ Đình Hoè kể lại trong *Hồi Ký Thanh Nghị* của ông về cuộc gặp gỡ giữa Dương Đức Hiền, Chủ Tịch Tổng Hội Sinh Viên đương thời và là người đã sớm ngả theo Việt Minh,[65] và Phan Anh như sau:

> *Anh Phan Anh kể rằng anh Dương Đức Hiền cách đây mấy hôm đến trình bày với anh hướng hoạt động của nhóm sinh viên yêu nước muốn lao hẳn vào phong trào cách mạng, chiến đấu dưới sự lãnh đạo trực tiếp của Đảng Cộng Sản, trong khi nhiều nhóm sinh viên khác lại muốn đi theo ông Cường Để, Đảng Đại Việt quốc gia liên minh của cụ Nguyễn Hải Thần hoặc những phe đảng thân Nhật, thân De Gaulle, số lớn sinh viên còn lại thì kiên trì đến cùng thái độ độc lập. Dương Đức Hiền yêu cầu anh Phan vừa lấy tư cách là nguyên Hội trưởng Tổng hội sinh viên, vừa lấy tình bạn thân giúp đỡ ý kiến. Đồng thời Dương Đức Hiền hỏi Phan Anh tại sao nhóm ta không tỏ xu hướng chính trị gì rõ rệt: lúc này không hành động mà lại định ngồi viết báo?*
>
> *Phan Anh trả lời: rất hoan nghênh nhiệt tình yêu nước sôi nổi của đám sinh viên trẻ tuổi dám chọn con đường chiến đấu ngay từ giờ. Còn mấy cựu sinh viên đứng tuổi đã vào đời rồi thì sao? Anh Phan kể lại cho Dương Đức Hiền nghe cuộc thảo luận hai tháng trước giữa "5 bạn nối khố". Cuối cùng nhấn thêm ý này như của riêng anh suy nghĩ: có lẽ trong hoàn cảnh Việt Nam*

hiện nay, có nhiều nhóm khác nhau về chính kiến, về phương thức hoạt động là một hiện tượng tốt. Miễn là tất cả đều chân thành và hướng vào cùng một mục tiêu phụng sự tổ quốc. Tất cả các con sông to hay nhỏ, dài hay ngắn, đều đổ ra bể, chỉ làm cho sóng biển càng mạnh...."[66]

Những nhận định trên đây đã phần nào giải thích sự thiếu vắng những chính trị gia chuyên nghiệp hay những người của các đảng phái như đã nói ở trên và Trần Trọng Kim không phải là không có lý khi ông nhận định như sau:

> *Những người làm chính trị nói huyên thuyên thì nhiều, song người chín chắn biết suy nghĩ và biết cách đối lại với dân chúng cho êm ái thì ít. Việc chính trị là một việc rất phức tạp, cần phải có nhiều lịch duyệt và tài cán mới làm được.* [67]

Sự kết hợp giữa họ và Hoàng Đế Bảo Đại, một vị vua như đã nói ở trên, bản chất không đến nỗi hôn mê, đần độn, nếu không nói là thông minh theo nhận xét của Trần Trọng Kim và nhiều người khác cả Việt Nam lẫn ngoại quốc [68], tuy được gửi sang du học ở Pháp từ nhỏ nhưng vẫn được một nhà Nho đi theo làm phụ đạo, mang bản chất trí thức và hiểu rõ giá trị của trí thức vào thời điểm này, người viết xin được phép lập lại, thêm kinh nghiệm thất bại trong cuộc cải cách đầu thập niên 1930 và thời gian suy tư, cô đơn không làm gì, ngoài vào rừng, đi săn, đọc sách báo và nghe radio..., có thể đem lại những thành quả tốt trong một diễn tiến bình thường của thời cuộc. Tình trạng này đã không xảy ra và lịch sử của dân tộc Việt Nam đã chuyển sang một hướng hoàn toàn khác, mà hậu quả vô cùng bi thảm đã ngay ít tháng sau đó và kéo dài sang tận đầu Thế Kỷ 21, khi tài liệu này được viết, vẫn chưa có dấu hiệu gì là sẽ chấm dứt.

Điều ta cần phải để ý, như trên đã dẫn, là Trần Đình Nam trước đó đã đưa ra gợi ý là tình hình luôn biến chuyển, Nhật chưa chắc đã đứng vững được lâu nên chỉ đưa ra những lá bài thân Nhật, cụ thể là Ngô Đình Diệm với một nội các hẹp, ba bốn người thôi, không nên đốt cháy những lá bài khác. Câu hỏi được đặt ra ở đây là với nhận xét như vậy, tại sao Trần Đình Nam lại nhận tham gia nội các của Trần Trọng Kim và hơn thế nữa lại tham gia với tư cách Bộ Trưởng Bộ Nội Vụ? Quyết định này dẫn xuất từ tinh thần trách nhiệm của một trí thức trước một tình thế vô cùng bức bách, không nhận không được mà nhận thì chỉ là tạm thời và dễ bị mang tiếng, kể cả nguy hiểm, như của Phan Anh, Vũ Văn Hiền và luôn cả với Trần Trọng Kim, nếu người ta coi điều Trần Trọng Kim nói với Vua Bảo Đại trước khi nhận lời lập chính phủ là đúng với sự thực hay là do một nguyên cớ nào khác? Ở đây người viết muốn nói tới ảnh hưởng của Phạm Khắc Hoè và xuyên qua Phạm Khắc Hoè là Tôn Quang Phiệt và qua Tôn Quang Phiệt là những nhân vật của Việt Minh và qua Việt Minh là những người Cộng Sản mà chính ông Phiệt cũng chỉ biết lờ mờ. Lý do là vì nhận xét của Trần Đình Nam đã được Trần Đình Nam nói với Phạm Khắc Hoè trước khi họ Trần vào gặp Hoàng Đế Bảo Đại. Còn Phạm Khắc Hoè thì thường trực gặp và hỏi ý kiến Tôn Quang Phiệt. Cả ba người đều là gốc Nghệ

An. Nếu nguyên cớ thứ hai là đúng thì những gì Trần Đình Nam đã làm trong những ngày cuối của Nội Các Trần Trọng Kim là có thể giải thích được. Ta sẽ tìm hiểu kỹ hơn trong bài kế tiếp.

2. Một Chính Phủ Bù Nhìn?

Lấy tư cách là thành viên của chính phủ Trần Trọng Kim tôi nói với ông rằng chúng tôi tuyệt đối không có ảo vọng về người Nhật. Tình thế đã dứt khoát rồi. Phải là kẻ điên mới đi hợp tác với người Nhật. Có những người điên, nhưng chúng tôi là trí thức, chúng tôi tham gia chính phủ là để phụng sự. Chính với chính sách ấy mà chúng tôi thành lập chính phủ với khẩu hiệu như vừa nói là: Đuổi cổ bọn Pháp và nắm lấy độc lập."

Bộ Trưởng Thanh Niên Phan Anh,

Chính Phủ Trần Trọng Kim chỉ tồn tại có hơn bốn tháng, một thời gian vô cùng ngắn ngủi so với hoàn cảnh và những nhu cầu vô cùng cấp bách, vô cùng lớn lao và quan trọng mà chính phủ này phải làm cũng như được Hoàng Đế Bảo Đại và mọi người trông đợi phải làm, trong đó có những việc bình thường một chính phủ mới ở một nước dân chủ ngày nay khi nhận quyền hành không phải làm. Chẳng hạn như tổ chức các cơ sở và văn phòng trung ương và kiếm toàn bộ nhân sự để bổ nhiệm thay thế cho các cơ sở, văn phòng và nhân sự cũ của lục bộ trước kia của Chính Phủ Nam Triều. Chưa hết, họ còn phải thâu tóm quyền hành chánh địa phương các cấp kỳ, tỉnh, phủ, huyện...trước kia phụ thuộc người Pháp sau đó là người Nhật về cho chính quyền trung ương ở Huế và giữ cho sinh hoạt được điều hoà [69]...nhằm đưa mọi chuyện đến chỗ bất khả đảo ngược cho đến các việc thâu hồi lại xứ Nam Kỳ và các nhượng địa khác như Hà Nội, Hải Phòng, Đà Nẵng và cấp bách hơn nữa, đặc biệt hơn nữa mà một chính phủ bình thường hầu như không bao giờ phải làm là đối phó với nạn đói lúc đó đang hoành hành dữ dội ở Miền Bắc với không biết bao nhiêu là khó khăn do tình trạng chiến tranh gây ra. Một lần nữa ta cũng cần để ý thêm là tuy tổng cộng hơn bốn tháng nhưng đó chỉ là tính từ ngày chính phủ này được thành lập tức là ngày 17 tháng 4 năm 1945. Trên thực tế, do tình hình bất ổn, sự liên lạc và đi lại khó khăn, các bộ trưởng chỉ họp mặt đầy đủ trong một phiên họp đầu tiên và chính thức vào ngày 4 tháng 5 và ra làm lễ bái mạng tức lễ tựu chức ngày 8 tháng 5 hay 3 tuần lễ sau đó [70] kể cả thời gian xử lý thường vụ. Đây là những yếu tố vô cùng quan trọng mà người muốn tìm hiểu phải chú ý tới khi thẩm định những thành tích của chính phủ này, đặc biệt là khi so sánh những thành tích này với những thành tích của những chính phủ kế tiếp kể cả các chính phủ của cả hai miền Bắc, Nam thời chia cắt và các chính phủ của nước Việt Nam thống nhất dưới chế độ Cộng Sản thời sau năm 1975, trong đó có việc bài trừ tệ nạn tham nhũng và cấp cứu các nạn nhân thiên tai bão lụt mà sau bốn chục năm cầm quyền trên toàn thể đất nước Việt Nam và sáu chục năm ở Miền Bắc, khi những dòng này được viết, với tất cả mọi phương tiện có được, kể cả hoà bình và toàn quyền cai trị, người ta đã không giải quyết được, trái lại tất cả đã càng ngày càng trở nên trầm trọng hơn, đặc biệt là về xã hội và giáo dục. Ngoài ra, người ta cũng cần phải đặt trọng tâm vào thời điểm 1945, thời điểm của chiến tranh và những phương tiện từ nhân sự tới tài chánh, các phương tiện giao thông liên lạc và vận tải... mà chế độ này có thể sử dụng được. Bỏ qua những yếu tố này mọi nhận định sẽ không thể nào chính xác được. Một cách tóm tắt, Trần Trọng Kim và các đồng sự của ông đã gặp phải rất nhiều trở ngại do hoàn cảnh của đất nước đương thời gây ra, trong đó có nạn đói, có chiến tranh, có quân đội Nhật chiếm đóng và chiếm đóng vào lúc họ gần bị thất trận, có nạn máy bay Mỹ thường xuyên bắn phá, oanh tạc, có sự thiếu thật tình của người Nhật trong việc trao trả chính quyền cho người Việt, có kinh tế khó khăn, có những sự chống đối trong nội bộ, có sự chỉ trích của dư luận do trình độ hiểu biết còn thấp kém, do sự nông nổi nhất thời hay bị tuyên truyền sai lạc, bị doạ nạt bằng bạo lực và ghen tị, quan trọng nhất là thiếu nhân sự, nhất là ở các địa phương [71] và các phương tiện để duy trì an ninh và trật tự. Nhưng nguy hiểm hơn cả là sự phá hoại của Đảng Cộng Sản. Đảng này đã được người Mỹ, dù chỉ là nhất thời và rất giới hạn nhằm mục tiêu tình báo ở mức độ địa phương, qua hoạt động của các nhân viên cấp thấp của Sở Công Tác Chiến Lược OSS (Office of Strategic Services), tiền thân của Cơ Quan Tình Báo Trung Ương CIA (Central Intelligence Agency) sau này của họ ở Trung Hoa, rõ hơn là ở Trùng Khánh và Côn Minh trong những năm cuối của Thế Chiến Thứ Hai phần nào hỗ trợ.[72] Đảng này hoạt động ngụy trang dưới danh hiệu Việt Minh với mục tiêu duy nhất là cướp chính quyền ngay từ đầu và độc quyền cướp chính quyền bằng đủ mọi cách để từ đó thiết lập chế độ vô sản và thực hiện xã hội chủ nghĩa trên đất nước Việt Nam. Từ ngữ bù nhìn đã được họ sử dụng để chỉ cả Bảo Đại lẫn Nội Các Trần Trọng Kim. Điển hình là qua tờ *Cờ Giải Phóng* thời đó, tác giả Tân Trào đã viết *"Thân phận bù nhìn nó* (chính phủ Trần Trọng Kim) *chỉ có thể giữ việc bù nhìn... nhiệm vụ của nó là bọc nhung vào cái ách của Nhật, đầu độc đồng bào, thái độ của nó là ca ngợi Nhật, vào hùa với Nhật áp bức bóc lột nhân dân."*[73] Đây là đoạn văn đã được Sử Gia Dương Trung Quốc trích dẫn trong tác phẩm của ông với lời ghi chú tiếp theo về thái độ của những người cách mạng: *"Thái độ của những người cách mạng là cương quyết vạch trần bản chất của nội các Trần Trọng Kim, thức tỉnh những người có ảo tưởng về bánh vẽ độc lập của Nhật và vạch rõ chỉ có một con đường duy nhất là tiến tới thành lập một chính quyền cách mạng của nhân dân như chỉ thị của Tổng Bộ Việt Minh đã đưa ra ngay trước ngày nội các này thành lập không để cho nó có thì giờ hoạt động."*[74] Xin đọc kỹ tám chữ sau cùng: "*ngay trước khi nội các này thành lập, không để cho nó có thì giờ hoạt động*." Xin thêm mấy chữ "thay vì để cho nó có thời gian hoạt động, căn cứ vào và đánh giá những thành quả nó đạt được." Nói theo ngôn ngữ thông thường, Chánh Phủ Trần Trọng Kim đã bị họ đánh phủ đầu và phá hoại ngay từ rất sớm, "*không cho có thì giờ hoạt động*". Không cho có thời giờ hoạt động nhưng đã lên án ngay trước là "vào hùa với Nhật áp bức bóc lột nhân dân", để rồi sau đó đã từ chối mọi sự cộng tác dù cho Trần Trọng Kim qua Phan Kế Toại, đã cho người móc nối và chính Trần

Trọng Kim đã trực tiếp gặp đại diện của họ không phải một lần mà nhiều lần mà người viết sẽ trình bày chi tiết hơn trong một bài kế tiếp. Một điều tất nhiên và dễ hiểu: theo những người Cộng Sản, Đảng Cộng Sản từ đầu đến cuối phải là đảng cầm quyền và duy nhất cầm quyền nhằm mục tiêu thực hiện Cách Mạng Vô Sản và Chủ Nghĩa Xã Hội của riêng họ mà phải có quyền lực trong tay là một nhu cầu đầu tiên và tất yếu, độc lập chỉ là cái cớ. Thay vì căn cứ vào thực tế đã xảy ra, người ta đã đặt tiền đề trước hết và lên trên hết. Sau này các sử gia Cộng Sản hay sống dưới chế độ Cộng Sản cũng vẫn giữ nguyên quan điểm này. Theo các vị này, Chính Phủ Trần Trọng Kim trong bản chất của nó là một chính phủ bù nhìn, tay sai của Nhật hay ít ra là thân Nhật và thoát thai từ chính quyền quân chủ tồn tại từ thời Pháp thuộc, từ đó bất lực không đáp ứng được những nhu cầu của đất nước, nhất là sau khi Nhật Bản đầu hàng, quân Đồng Minh kéo vào và cần phải được thay thế. Lịch sử ở đây đã được sử dụng để biện minh cho hành động cướp chính quyền của Đảng Cộng Sản ngày 19 tháng 8 sau đó. Các vị này, cho đến những ngày hiện tại tức thập niên thứ hai của thế kỷ 21 vẫn không thoát khỏi tình trạng phải lập luận như vậy. Điển hình là Phạm Hồng Tung, một sử gia thuộc thế hệ trẻ, với học vị tiến sĩ từ một đại học ở Đức Quốc, giáo sư Sử Học Đại Học Quốc Gia Hà Nội, trong tác phẩm xuất bản năm 2009, nhan đề *Nội Các Trần Trọng Kim: Bản Chất, Vai Trò và Vị Trí Lịch Sử*. Mặc dầu ở nhiều điểm sử gia này đã chứng tỏ được sự công bằng với Trần Trọng Kim cũng như với Hoàng Đế Bảo Đại nhưng mặt khác ông vẫn xoáy mạnh vào những sự kiện liên hệ tới sự giao thiệp giữa Trần Trọng Kim và người Nhật từ trước khi học giả họ Trần được người Nhật đưa sang Singapore để tránh bị người Pháp bắt, việc vị thủ tướng này được người Nhật đưa về Saigon, rồi Huế và đặc biệt là bản "Tuyên Cáo" của Nội Các của ông để chứng minh Trần Trọng Kim là tay sai của Nhật. Không những thế, tác giả này còn nêu lên việc Trần Trọng Kim đã có những dự tính làm chuyện này chuyện khác trong thời gian chờ đợi để cuối cùng tóm tắt và khẳng định trước khi nhìn vào việc làm của Trần Trọng Kim và chính phủ của ông sau này như sau:

> *Tóm lại, với việc công khai xác nhận gắn chặt với kẻ thống trị ngoại bang và chế độ quân chủ, Nội các Trần Trọng Kim ngay từ đầu đã tự mình lộ rõ bản chất của một chính phủ bù nhìn.* [75]

Lập luận như vậy mới xem có vẻ thuyết phục nhưng nếu nhìn kỹ hơn người ta thấy có nhiều điểm cần phải được xét lại:

Thứ nhất: Việc người Nhật liên lạc với các học giả Việt Nam trong giai đoạn họ có mặt ở nước ta là một việc họ phải làm, không riêng để tìm hiểu văn hoá Việt Nam và con người Việt Nam mà luôn cả tình hình Việt Nam và ngược lại. Với tư cách là một học giả, Trần Trọng Kim chấp nhận gặp họ cũng là một chuyện bình thường, không nhất thiết là để hợp tác hay làm tay sai cho họ như phía bên Việt Minh chỉ trích. Điều sau này khi người Việt có dịp giao thiệp nhiều hơn với thế giới bên ngoài từ hậu bán thế kỷ hai mươi và hiện tại dưới chế độ Cộng Hoà Xã Hội Chủ Nghĩa, khi những dòng này được viết, cho người ta thấy điều này. Xa hơn một bước nữa là trong nỗ lực giải phóng dân tộc, dựa vào một nước khác không phải là nước Pháp để giành lại độc lập cho nước mình là một điều nhất thời người ta có thể nghĩ tới, có thể làm hay phải chấp nhận làm tùy theo hoàn cảnh. Đó là điều Bùi Viện đã làm hồi cuối Thế Kỷ XIX khi ông sang Mỹ, Phan Bội Châu và các nhà Nho trong Phong Trào Đông Du đã làm hồi đầu Thế Kỷ XX khi các vị này sang Nhật, các lãnh tụ người Việt đã làm khi hoạt động bên Tầu sau đó. Cũng vậy, Hồ Chí Minh với người Nga và người Tầu, đặc biệt là người Tầu hồi đầu thập niên 50 của thế kỷ XX và trong suốt Cuộc Chiến Ba Mươi Năm (1945-1975) trong lịch sử Việt Nam thế kỷ trước. Tất nhiên hoàn cảnh mỗi thời mỗi khác không hoàn toàn giống nhau. Điều quan trọng là trong mọi trường hợp người lãnh trách nhiệm lãnh đạo đất nước có lo bảo vệ lãnh thổ và chủ quyền của quốc gia, tôn trọng và giữ gìn mạng sống và tài sản của người dân và quyền lợi của đất nước nhất là một khi đã nắm được chính quyền hay không. Người ta phải phân biệt ở đây cá nhân của Trần Trọng Kim cùng nội các của ông trong đó có Bộ Trưởng Bộ Thanh Niên Phan Anh, về sau này. Những người này có chủ trương và từ đó giữ được vị thế độc lập của mình, có những cố gắng để thu hồi lại chủ quyền và lãnh thổ của dân tộc, có lo lắng cho miếng ăn và từ đó mạng sống của đồng bào mình trong thời buổi chiến tranh, đói kém hay quyền lợi của đồng bào mình trong thời bình hay không là những câu hỏi phải được đặt ra. Riêng sự kiện người Pháp nghi ngờ Trần Trọng Kim và tính bắt ông có thể là điều có thật và tình báo Nhật biết điều đó nên tìm cách cứu ông rồi đưa ông ra khỏi nước. Điều này cũng phù hợp với lời ông, khi ông tâm sự về thời gian ông phục vụ như là một công chức trong thời thuộc địa dù là chỉ phục vụ trong ngành giáo dục:

> *Sau 31 năm làm việc trong giáo giới, trải làm giáo sư ở trường Trung Học Bảo hộ và trường Sĩ Hoạn, kế lại sung chức Bắc Kỳ Tiểu học Thanh Tra rồi về giữ chức Giám đốc trường Nam tiểu học Hà-Nội, đến năm 1942 mới được về nghỉ ngơi cho trọn tuổi già.*
>
> *Bởi vì trong một đời có nhiều nỗi uất ức sầu khổ về tình thế nước nhà, về lòng hèn hạ đê mạt của người đời, thành ra không có gì là vui thú. Một mình chỉ cặm cụi ở mấy cuốn sách để tiêu khiển. Đó là tâm tình và thân thế của một người ngậm ngùi trong cái hoàn cảnh éo le và trong một bầu không khí lúc nào cũng rất khó thở...*
>
> *Thường tôi gặp người Pháp, tôi cũng nói thẳng rằng: nếu trong cái hoàn cảnh này, người Pháp hiểu rõ tình thế mà buông tha chúng tôi ra thì không những là nước Pháp không thiệt thòi mấy về phương diện kinh tế mà về đường văn hóa và thực tế lại có phần lợi vì đã làm một cái ơn lớn cho cả một dân tộc. Mà thực tế nếu được như vậy thì dân Việt Nam không bao giờ quên được cái ơn ấy mà vui lòng hợp tác với nước Pháp. Song đó là một cái mộng tưởng không thể có ở trong đời này, là đời đầy những* ***tham, sân, si,*** *cho nên nhân loại đã phải chịu bao nhiêu nỗi đau buồn khổ não. Mà còn phải chịu không biết đến bao giờ mới thôi!*

Là một nhân vật nổi tiếng, có tinh thần quốc gia lại mang tâm sự u uất như vậy nên bình thường Trần Trọng Kim khó mà không bị người Pháp nghi ngờ và theo dõi được, nhất là vào lúc tình hình chiến sự và chính trị thay đổi. Nhưng cũng có thể là người Nhật đã ngụy tạo ra tin này để giữ ông trong ảnh hưởng của họ mà Trần Trọng Kim không hề hay biết. Một chi tiết ít người biết tới là, theo tờ *Ngày Nay,* số ấn hành tháng 5 năm 1945, trích dẫn bởi Bruce McFarland Lockhart, có nói tới sự kiện là Trần Trọng Kim đã hai lần từ chối không nhận huy chương người Pháp muốn trao tặng cho ông.[76] Thái độ này của ông hoàn toàn khác với thái độ chung của đa số các công chức người Việt đương thời và có thể là một trong nhiều lý do khiến người Pháp nghi ngờ ông từ trước khi người Nhật xuất hiện. Nên nhớ là cùng được người Nhật đưa sang Chiêu Nam Đảo với Trần Trọng Kim còn có Dương Bá Trạc,[77] một nhà cách mạng thuộc thời Đông Kinh Nghĩa Thục. Liên hệ tới sự kiện này, Trần Trọng Kim ghi lại trong hồi ký của ông, nguyên văn như sau:

> *Đã từ mấy tháng trước, có nhiều người bị bắt vì sự giao thông với người Nhật, như Trương Kế An khai với người Pháp rằng y ra Hà Nội có gặp tôi và ngủ ở nhà tôi một đêm. Đó thật là một việc bịa đặt, vì tôi không quen biết người ấy bao giờ và cũng không bao giờ gặp y.*
>
> *Ở Hà Nội thường cũng có sự bắt bớ như thế, nhất là vào khoảng tháng mười năm 1943 có mấy người đi làm với phái bộ Nhật Bản bị bắt, người trong thành thị nhao cả lên.*[78]

Về chuyện người Nhật tiếp xúc với ông và khuyên ông nên vào trú ẩn ở Sở Hiến Binh Nhật, Trần Trọng Kim kể:

Chiều ngày 27 tháng mười, cũng như mọi ngày, tôi về đến đầu phố Nhà-Rượu thì thấy người nhà chạy tất tả đến nói rằng không biết có việc gì mà có mấy người Nhật bảo đi tìm ông. Tôi nghĩ bụng: Lại mấy người mọi khi đến quấy rối chứ còn việc gì nữa. Tôi về đến nhà thì thấy mấy người hiến binh Nhật với một người Nhật quen từ trước ngồi chờ. Họ thấy tôi liền hỏi ngay rằng:

- Ông có biết ông Nguyễn Trác và ông Trần-Văn-Lai đã bị bắt từ lúc 1 giờ rưỡi rồi không?

- Tôi không biết.

- Người Pháp sắp bắt ông đấy.

- Bắt thì bắt, làm thế nào được.

- Ông nên vào hiến binh Nhật mà lánh đi mấy ngày.

- Tôi có làm gì với người Nhật mà chạy vào hiến binh Nhật?

- Ông không thấy lính mật thám rình chung quanh nhà ông hay sao?

- Tôi vẫn biết nhưng tôi không làm điều gì đáng lo sợ.

- Ông nên nghĩ đến tương lai nước ông mà tạm lánh đi mấy ngày.

- Tôi chẳng đi đâu cả!

Mấy người Nhật thấy tôi nói thế, tỏ vẻ tức giận đứng dậy ra về. Còn người Nhật quen ở lại, nói rằng:

- Ông không vào hiến binh Nhật thì thôi, nhưng tôi sợ đêm nay người Pháp sẽ đến bắt ông. Chi bằng ông hãy sang ở tạm bên nhà tôi gần đây. Nếu mai không có việc gì, thì ông lại về.

Lúc ấy tôi nhìn ra cửa thấy hai người giống như mật thám đứng ở ngoài dòm vào. Tôi nghĩ bụng ta hãy lánh đi một đêm cũng không sao. Tôi nhận lời sang ngủ bên nhà người Nhật quen. [79]

Một trường hợp khác tương tự nếu không nói y hệt là trường hợp của Bác Sĩ Nguyễn Xuân Chữ,[80] sau này là Chủ Tịch Ủy Ban Giám Đốc Chính Trị Miền Bắc, người bị coi như thay thế Khâm Sai Phan Kế Toại đại diện cho Chính phủ Trần Trọng Kim và phải trực diện với cuộc biểu tình ngày 17 tháng 8 năm 1945. Bác Sĩ Chữ đương thời cũng được người Nhật tiếp xúc và gợi ý đưa ông vào tị nạn ở căn cứ của quân đội Nhật. Trong hồi ký của mình, Bác Sĩ Chữ viết:

> *Sau khi đã mời được hai họ Dương rồi, Trần đi rồi, hiến binh Nhật đến nhà mỗ y sĩ, có ý mời mỗ y sĩ và một người bạn vào trú ẩn nơi quân đội Nhật. Bạn nói đây là nhân vật số 3 của Việt Nam Ái Quốc Đoàn, sau mỗ y sĩ và Vũ Đình Dy. Bạn cũng là một y sĩ. Mỗ y sĩ giả lời là không thấy sự vào trú ẩn cần thiết.*
>
> *- Các ông không thấy đồng nghiệp của các ông bị bắt và bị đầy hay sao?*
>
> *- Có biết, nhưng chúng tôi vẫn cần ở ngoài hoạt động.*
>
> *- Người Pháp sẽ bắt ông bất kỳ ngày nào.*
>
> *- Khi ấy chúng tôi sẽ vào nhà lao và hoạt động trong nhà lao.*
>
> *- Người Pháp có thể bắn các ông.*
>
> *- Dân Việt nam không phải chỉ có hai anh em chúng tôi làm cách mệnh.*
>
> *Viên quan hiến binh tỏ vẻ bất mãn và có những lời trong đó mỗ y sĩ cảm thấy một ý như buộc tội thân Pháp chống Nhật.*
>
> *- Các ông tin rằng người Pháp sẽ không bắt, nhưng chúng tôi vẫn phải đề phòng và muốn cấp cho mỗi ông một minh chứng bảo đảm.*

- Chúng tôi cũng không muốn làm phiền các ông về điều ấy. Xin để cho chúng tôi tự nhiên.

Hồi ấy, những người đi lại với hiến binh Nhật đều có một tờ chứng chỉ của cơ quan ấy."[81]

Thứ hai: Việc người Nhật đưa Trần Trọng Kim từ Singapore về Saigon rồi đưa ông ra làm thủ tướng, nếu có, cũng chỉ là một chuyện bình thường nếu họ muốn một người như ông thay vì những người thân Nhật hay thuộc nhóm những người ủng hộ Hoàng Thân Cường Để, người họ ủng hộ từ lâu nhưng cuối cùng đã bị họ loại bỏ. Nhưng theo Hoàng Đế Bảo Đại thì việc này là do chính nhà vua yêu cầu người Nhật làm. Trong hồi ký của mình, Hoàng Đế Bảo Đại viết:

> *Chính tại Singapour, theo lời yêu cầu của tôi, cơ quan tình báo Nhựt đã tìm ra ông* (Trần Trọng Kim*), rồi cũng không cho ông biết là đưa đi đâu, đã đem ông tới Huế qua ngả Rangoon và Bangkok.*
>
> *Khi ông tới, tôi liền công khai trao nhiệm vụ thành lập chính phủ đầu tiên của nước Việt Nam độc lập. Tôi cũng không dấu ông ta rằng, nhiệm vụ mà tôi trao này, chỉ là nhiệm vụ chuyển tiếp, và chính phủ của ông sẽ bị hy sinh ngay sau thời gian tạm chiếm của Nhật. Trong thời gian chờ đợi này, cần phải giữ lấy nền độc lập quốc gia và thực hiện nền thống nhất đất nước.*
>
> *Rất thẳng thắn, Trần Trọng Kim liền trình bày với tôi về thái độ quá khứ của ông ta. Mặc dầu theo ngoài mặt, ông ta không tin rằng Nhựt sẽ thắng trận. Ngược lại, ông thấy cần phải tránh mọi cách có thể khiến kẻ xâm*

lăng tìm cớ nắm lấy chính quyền. Theo nhãn quan ấy, ông ta bằng lòng lập tân chính phủ." [82]

Người đọc cần chú ý đến hai câu *"chính phủ của ông sẽ bị hy sinh ngay sau thời gian tạm chiếm của Nhật"* và *"Mặc dầu theo ngoài mặt, ông ta không tin rằng Nhựt sẽ thắng trận"*. Hai câu này chứng tỏ cả hai người, Vua Bảo Đại và Thủ Tướng Trần Trọng Kim không phải là không hiểu rõ tình hình, thế bấp bênh, nhất thời và sự nguy hiểm chung và của riêng mình.

Trước đó về cá nhân Trần Trọng Kim, nhà vua viết: *"Tôi hiểu ngay sự ngăn cách ấy* (giữa người Nhật và Ngô Đình Diệm). *Giới thân cận của tôi đề nghị nên gọi Trần Trọng Kim, tuổi đã sáu mươi, vị sử gia này tỏ ra là người liêm khiết, một nhà hiền giả chưa từng quan tâm đến chính trị. Ái quốc chân thành, ông ta nhờ người Nhựt đưa đi lánh nạn ở Singapour do bị chính phủ Pháp đe dọa."* [83] Rất tiếc là nhà vua đã không nói rõ giới thân cận của ông là ai. Phải chăng đó là Hoàng Xuân Hãn? Lý do là vì Bảo Đại đã từng được họ Hoàng dạy kèm về toán hồi còn du học ở bên Pháp và sau đó vị giáo sư này đã vào cung nhiều lần để gặp nhà vua để thăm hỏi hay đưa quà của Cựu Khâm Sứ Charles gửi cho ông, đồng thời có lần thúc đẩy nhà vua phải có hành động nhằm đáp lại lòng mong mỏi của mọi người.[84] Cũng nên nhớ là trước khi vào cung gặp Bảo Đại để lãnh nhiệm vụ, Trần Trọng Kim cũng đã gặp và hỏi ý Hoàng Xuân Hãn.[85]

Thứ ba: Xuất thân là một nhà giáo, một học giả nặng lòng với đất nước, Trần Trọng Kim trước kia chỉ chuyên tâm vào việc giáo dục, đọc sách và viết sách. Trong những ngày lánh nạn, ngồi chờ thời, không biết làm gì, lại có dịp tiếp xúc với thực tế của đất nước và cùng với những nhân vật như Dương Bá Trạc, Trần Văn Ân …gặp gỡ, trao đổi với nhau hàng ngày, lưu tâm toan tính chuyện này, chuyện khác để làm cho đất nước cũng là một chuyện bình thường đối với tác giả của một tác phẩm như *Việt Nam Sử Lược* và của đa số người Việt Nam đương thời qua câu nói cửa miệng *"quốc gia hưng vong, thất phu hữu trách"*.

Lịch sử đối với các sử gia Mácxít cuối cùng vẫn là nhị nguyên với hai yếu tố đối nghịch nhau, không có yếu tố nào là đứng giữa. Đối với các vị này chỉ có hoặc là yêu nước, hoặc là Việt gian, hoặc là cách mạng hoặc là phản động, hoặc là chống Pháp, chống Mỹ để cứu nước hoặc là ngụy không thể cùng lúc là cả hai. Một điều các sử gia này đã không nói tới hay đã ít ra là coi nhẹ là chủ trương và đường lối mà Bảo Đại đã xác định trong những đạo dụ mà ông đã ban hành trong đó có sự đồng tâm hiệp lực trong toàn thể quốc dân, có chủ trương chính phủ không phục vụ một cá nhân hay một đảng phái nào, có nhu cầu về một bản hiến pháp, có những cơ quan cố vấn ở trung ương cũng như ở địa phương… và sự tin tưởng vào khả năng của dân tộc để đi tới địa vị một dân tộc hùng cường trong thế giới… Ngoài ra người ta cũng cần phải để ý tới một sự kiện quan trọng khác là trong Chính Phủ Trần Trọng Kim không có bộ quốc phòng. Đây là một chủ trương của chính phủ này và có thể là do Phan Anh đề xướng vì sau này khi được sử gia Na Uy Stein Tonnesson phỏng vấn, Phan Anh đã giải thích như sau:

> *Trong chính phủ Trần trọng Kim có một bộ mà chúng tôi phải suy nghĩ nhiều. Bộ quốc phòng hay bộ quân lực hoặc bộ chiến tranh. Chính vì muốn giữ thế trung lập mà chúng tôi đã quyết định không có bộ quốc phòng. Người Nhật muốn có bộ ấy để lôi chúng tôi đi với họ. Thay bộ ấy, chúng tôi lập bộ Thanh Niên.*[86]

Dự đoán và quyết định của Phan Anh là đúng vì sau này, khi tình hình hoàn toàn bất lợi cho người Nhật và khi Tướng Tsuchihashi vào Huế gặp Bảo Đại, viên tướng này có yêu cầu nhà vua ra lệnh tổng động viên. Vua Bảo Đại đã từ chối. Nhà vua đã kể lại sự kiện này như sau:

> *Tôi tiếp ông cùng toàn thể bộ Tham mưu tại điện Thái Hòa, nhưng không có Đại Sứ Yokoyama đi cùng. Viên Tướng nói:*
>
> *- Tâu Hoàng Thượng, nước Nhựt đang đi đến một chỗ ngoặt về chiến tranh. Đây đã đến lúc mà nước Việt Nam chứng tỏ sự quan tâm đến nền thịnh vượng chung của khối Đại Đông Á, bằng cách đem toàn dân hợp tác với Thiên Hoàng của chúng tôi. Nước Việt Nam cần phải đứng sát với chúng tôi để chiến đấu do Nhựt điều khiển. Xin Đức Hoàng Đế ra lệnh tổng động viên toàn quốc.*
>
> *Thực sự, nước Nhựt đang bị xuống dốc đậm, và tôi chẳng khứng một tí nào về đề nghị của viên Tư lệnh này. Vì thế, tôi chỉ có thể dùng một hình thức ngoại giao:*
>
> *- Nền độc lập của Việt Nam còn phôi thai, thưa Đại tướng, và chính phủ chưa nắm vững toàn thể dân*

chúng để có thể động viên họ được. Tất nhiên là chúng tôi đã độc lập, nhưng cuộc chiến này chẳng phải là cuộc chiến của chúng tôi. Như tôi đã từng báo cho Đại sứ của quí quốc, tôi vẫn hoàn toàn tự do để quyết định về quyền lợi của nước tôi, và của dân tộc tôi.

Hơn nữa, nước Nhựt hiện đang sử dụng tất cả các căn cứ quân sự ở Việt Nam, thì sự tham gia của chúng tôi cũng chẳng đưa đến một sự giúp đỡ lớn lao gì. Nước Việt Nam không có quân đội, giờ phải tổ chức toàn diện, từ trang bị đến đội ngũ hóa, huấn luyện, tất cả đều đòi hỏi rất nhiều chi tiết tỉ mỉ, như vậy thì sự dự chiến cũng là vô ích do quá chậm. [87]

Đây cũng là một bằng chứng chứng tỏ tính cách không lệ thuộc vào người Nhật hay thân Nhật của không riêng Chính Phủ Trần Trọng Kim mà còn là của cả Hoàng Đế Bảo Đại nữa. Đồng thời nó cũng cho người ta thấy sự hiểu biết và khả năng suy tư và đối đáp của vị hoàng đế trí thức này.

Trở lại với Phan Anh, vì nhân chứng ở đây là Phan Anh, người sau này đã hai lần làm bộ trưởng kể cả bộ trưởng quốc phòng trong chính phủ Hồ Chí Minh mặc dầu ông không bao giờ là đảng viên Đảng Cộng Sản cả. Trả lời Stein Tonnesson trong cuộc phỏng vấn của sử gia Na Uy này, Phan Anh đã giải thích thêm cho Tonnesson về thái độ của ông nói riêng và của những nhà trí thức đã tham gia Chính Phủ Trần Trọng Kim đối với người Nhật vào thời điểm này như sau:

Lấy tư cách là thành viên của chính phủ Trần Trọng Kim tôi nói với ông rằng chúng tôi tuyệt đối không có ảo vọng về người Nhật. Tình thế đã dứt khoát rồi.

Phải là kẻ điên mới đi hợp tác với người Nhật. Có những người điên, nhưng chúng tôi là trí thức, chúng tôi tham gia chính phủ là để phụng sự. Chính với chính sách ấy mà chúng tôi thành lập chính phủ với khẩu hiệu như vừa nói là: Đuổi cổ bọn Pháp và nắm lấy độc lập. [88]

Bọn Pháp đây là những công chức Pháp còn được người Nhật cho tiếp tục làm việc trong guồng máy hành chánh thời đó như ở Phủ Toàn Quyền, Phủ Thống Sứ vân..vân… Những người Pháp này đã mất vai trò chính trị nhưng chấp nhận làm việc với người Nhật để chờ thời khiến cho giới trí thức Việt Nam thời đó rất bất bình và không tin tưởng vào người Nhật. Nên để ý, xin được nhắc lại, là Phan Anh sau này đã hai lần làm bộ trưởng kể cả bộ trưởng quốc phòng trong chính phủ Hồ Chí Minh mặc dầu ông không bao giờ là đảng viên Đảng Cộng Sản cả. Tình trạng này cũng được Đoàn Thêm, một công chức trẻ đương thời đã kể lại trong hồi ký của ông như sau:

Để phòng ngừa mọi sự khó khăn, họ (người Nhật) lấy lòng công chức Việt tỏ vẻ rất lễ độ, gặp các đại diện Việt thì cúi đầu chào trước, khuyên nên cố gắng vì từ nay người Việt Nam làm cho nước Việt Nam, và chẳng bao lâu nữa trách nhiệm và quyền hành sẽ được trao lại hoàn toàn.

Tuy nói thế, họ vẫn chẳng tin người Việt. Họ thường bảo như ở tòa Đại Sứ: cho tới nay, nhân viên Việt chỉ giữ việc thừa hành, chưa đủ kinh nghiệm để thay Pháp mà đảm đương trọng trách. Vả lại họ còn phải chờ chánh phủ Nhật xác định chánh sách cần áp dụng: hoặc đưa người Việt lên, hay tước khí giới Pháp rồi ủy Pháp quản lý Đông Dương.

Cho nên công chức Pháp vẫn lù lù ở các công sở. Tình trạng mập mờ này khiến nhân viên Việt Nam khó chịu và khiếu nại nhiều lần. Nhật an ủi rằng: chỉ tạm lưu Pháp ít ngày vì nhân đạo, để cho lãnh lương mà sống, rồi sẽ cho nghỉ hẳn hoặc trục về Âu Châu. Pháp cũng biết thân phận: nếu cố nán lại chỉ thiệt cho họ mà thôi; không những họ sẽ bị người Việt tẩy chay, mà còn mắc tội hợp tác với địch, chính quyền Pháp rồi sẽ trừng phạt. Nên chỉ trong vòng một tuần hoặc mười hôm họ xin rút lui hết; Nhật thuận ngay, vì không phải can thiệp mà vấn đề tự giải quyết. [89]

Qua hồi ký của Đoàn Thêm, ta cần phải để ý hai điều sau đây:

Thứ nhất: Người Nhật vào thời điểm này *"còn phải chờ chánh phủ Nhật xác định chánh sách cần áp dụng: hoặc đưa người Việt lên, hay tước khí giới Pháp rồi ủy Pháp quản lý Đông Dương"*. Sự kiện này nếu đúng thì chủ trương của Phan Anh và các đồng sự của ông là *"đuổi cổ bọn Pháp và nắm lấy độc lập"* là một nhu cầu cần thiết để thành lập chánh phủ vì từ chỗ người Pháp được ủy quyền quản lý Đông Dương đến chỗ họ lật ngược thế cờ khi Nhật Bản đầu hàng là một chuyện không phải là không xảy ra được khi quân Đồng Minh đổ bộ, vì lúc đó họ sẽ nhân danh chính quyền hợp pháp đương nhiệm của người Pháp tiếp đón quân Đồng Minh thay vì một chính quyền hợp pháp của người Việt. Nếu quả như vậy thì đây là một cái nhìn rất sáng suốt của những người hiểu luật.

Thứ hai: Những người Pháp được giữ lại ở đây chỉ là ở mức độ thừa hành. Ở mức độ cao hơn, người Nhật đã thay thế người Pháp nắm giữ các chức vụ quan trọng trong chính quyền và trực tiếp điều hành guồng máy chính trị và hành chánh của toàn xứ Đông Dương. Tướng Tsuchihashi Yuitsu tự đảm nhiệm chức vụ Toàn Quyền, Tổng Lãnh Sự Konagaya thay thế Phó Toàn Quyền Gautier, Nishimura Kumao làm Thống Sứ Bắc Kỳ, Minoda Fujio làm Thống Đốc Nam Kỳ và Yokoyama làm Cố Vấn Tối Cao cho Hoàng Đế Bảo Đại ở Trung Kỳ sau được đổi thành Đại Sứ. Sự trực tiếp nắm quyền của các viên chức người Nhật này đã bị Việt Minh dùng để tuyên truyền, đánh phủ đầu và gọi nền độc lập do người Nhật đảo chánh người Pháp trao trả là "độc lập bánh vẽ". Nhiều tác giả sau này cũng đưa ra lập luận tương tự. Thực sự thì những sự bổ nhiệm này đã được Tsuchihashi công bố rất sớm, từ ngày 13 tháng 3, bốn ngày sau Đảo Chánh [90] và hơn một tháng trước khi Chính phủ Trần Trọng Kim được thành lập, ngót hai tháng khi chính phủ này chính thức trình diện nhà vua và ra mắt quốc dân, một việc không thể không làm được vào lúc cả ba chính phủ độc lập của các xứ Đông Dương chưa được thành lập còn Chính phủ Nam Triều thì cho đến thời điểm này chỉ giữ vai trò thừa hành ở hai xứ Bắc Kỳ và Trung Kỳ mà thôi. Nam Kỳ vẫn còn là xứ ngoại vi. Ngoài ra người ta cũng cần phải để ý là vào lúc này, sự bại trận của người Nhật đã gần kề, Đồng Minh có thể đổ bộ bất cứ lúc nào nên những mục tiêu quân sự mới là những mục tiêu chính yếu của người Nhật. Bảo đảm sinh hoạt bình thường trong sinh hoạt của quần chúng và giữ vững an ninh hậu cứ là điều họ phải làm và Phủ Toàn Quyền vẫn là cơ quan quản lý chung của toàn xứ Đông Dương với tất cả các nha, sở điều hành sinh hoạt chung của cả ba xứ Việt, Miên và Lào chứ không chỉ riêng Việt Nam. Đây là một thực tế lịch sử người tìm hiểu thời này không thể không biết trước khi đưa ra bất cứ lập luận nào, đồng thời đó cũng là một lý do khiến người Nhật chần chờ khi quyết định trao trả Phủ Toàn Quyền cho Việt Nam sau này.

Riêng Trần Trọng Kim, trong hồi ký của ông, ông cũng nói về vấn đề bù nhìn hay không bù nhìn này. Ông viết:

> *Sau thấy có người, hoặc vì tuyên truyền, hoặc vì không biết rõ sự thực nói: Chánh Phủ Trần Trọng Kim là một chánh phủ bù nhìn, ý nói là chúng tôi ra làm việc để bọn Nhật sai khiến. Tôi dám cả tiếng bác lời nói đó.*[91]

Và ông kể thêm:

> *Lúc đầu người Nhật có ý muốn đòi khi chính phủ Việt Nam có làm việc gì quan hệ, phải hỏi trước Tối Cao Cố Vấn có thuận mới được làm. Tôi bác đi, viện lẽ việc nội trị là việc chúng tôi, lẽ nào lại phải xin phép rồi mới được làm. Người Nhật đã đứng vào địa vị cố vấn, khi nào có việc hệ trọng, chúng tôi sẽ cho biết là đủ. Lúc ấy cũng được ông YOKOYAMA người thạo việc ngoại giao và am hiểu tình thế, nên mọi việc đều được êm ái và ổn thỏa.*[92]

Về sự lựa chọn các bộ trưởng, Trần Trọng Kim cho biết là ông được hoàn toàn tự do lựa chọn, người

Nhật không bao giờ hỏi ông là những ai được lựa. Vì vậy khi ông vào cung trình danh sách các vị này lên Hoàng Đế Bảo Đại, gặp Yokoyama ở đó, Yokoyama đã xin được xem danh sách. Điều này chứng tỏ viên Tối cao Cố Vấn Nhật này chưa được biết trước danh sách này gồm những ai.[93] Phạm Khắc Hoè, trong hồi ký của ông này cũng kể lại tương tự nhưng với ngụ ý cho đó là một sự tình cờ cố ý của Yokoyama nhằm kiểm soát lại.[94] Có điều nếu mãi đến lúc đó và sau khi danh sách đã được trình lên và đã được Hoàng Đế chấp thuận rồi, Yokoyama mới xin xem thì đã quá trễ vì trước mặt nhà vua viên Đại Sứ này khó có thể đòi thay đổi được. Hơn ai khác, Yokoyama phải hiểu điều này. Người ta cũng cần phải nhớ là, như đã nói ở trên và sẽ nói lại trong bài kế tiếp, Phạm Khắc Hoè lúc đó đã ngả theo Việt Minh và đã hoạt động cho tổ chức này rồi. Cũng theo Trần Trọng Kim, Vua Bảo Đại sau này đã nói với một phóng viên người Pháp là: *"Người Nhật thấy chúng tôi ương ngạnh quá, tỏ ý tiếc đã để chúng tôi ra làm việc."*[95] Một nhân chứng có thẩm quyền khác cũng cho biết về sự tự do lựa chọn của Trần Trọng Kim và sự không can thiệp của người Nhật. Nhân chứng này là Hoàng Xuân Hãn. Trả lời câu hỏi: *"..ai là người trách nhiệm những tên có trong danh sách nội các?"* của Nhà Văn Thụy Khuê, Hoàng Xuân Hãn nói: *"Thực ra Cụ Trần Trọng Kim với tôi trách nhiệm những tên có trong nội các."* Và ông giải thích thêm:

> *Tôi chọn trong đám những người tôi quen, và với cái ý là người Nam, người Bắc, người lương, người công giáo, không kể dân Tây, dân ta, không lấy những người*

cũ, đời xưa. Những ý ấy thì ông Bảo Đại thích lắm, đúng ý của ông ấy hết cả. Nội các có ông Lưu Văn Lang hồi ấy tôi suggérer ông Lang làm bộ công chính. Ông Lưu Văn Lang dân Tây, người Việt dân Tây cũng không nề hà gì cả. Cho nên Trần Văn Chương dân Tây, ở Bộ Ngoại Giao, Docteur Anh ở Bộ Y Tế [96]*, hình như cũng dân Pháp. Còn ông Lưu Văn Lang dân Pháp thì tôi biết. Chỉ có mình ông ấy từ chối, không về, vì ông ấy nói nhiều tuổi rồi. Sự thực thì ông ấy cũng nhiều tuổi.*

Cũng nên biết thêm là những người này được mời theo lối khẩn cấp từ phía nhà vua, cũng theo lời kể của Hoàng Xuân Hãn về sự diễn biến của công việc thành lập nội các này. Nguyên văn như sau:

Đến lúc lập nội các, định đặt những ai, ai... thì vấn đề đặt ra là thì giờ. Mời chúng tôi vào ngày 1 Avril [1945] mà đến bấy giờ đã gần ba tuần rồi, gần 20 Avril mà cũng không có nội các gì cả. Cụ Kim bàn với tôi: Bây giờ mà hỏi ý kiến từng người một, cái thì giờ người ta trả lời, lại có người nhận, người không, kéo chưa biết đến lúc nào. Bây giờ dùng một cách d'urgence gọi là ông Bảo Đại lập nội các, có những tên này, tên này. Rồi ai từ lúc ấy từ sau."[97]

Chuyện người Nhật can thiệp hay không vào việc lập nội các Trần Trọng Kim như vậy là quá rõ ràng. Cũng vậy, với sự kiện Trần Văn Chương được chỉ định làm Phó Thủ Tướng hay Nội Các Phó Tổng Trưởng. Sự chỉ định này theo Trần Trọng Kim được căn cứ trên tuổi tác vì ông này là người lớn tuổi hơn cả và được cả nội các ưng thuận chứ không phải do "người Nhật bắt" như lời đồn.[98]

Cuối cùng, một nguồn tài liệu khác có thể cho người ta biết ít nhiều về dư luận của người trong nước đối với Bảo Đại, Trần Trọng Kim và chính phủ của hai ông. Đó là báo chí đương thời. Xuất bản ở miền Bắc như các tờ *Đông Phát, Ngày Nay, Thanh Nghị, Tri Tân, Trung Bắc Chủ Nhật, Hải Phòng Nhật Báo, Dân Mới, Dân Sinh, Tân Việt Nam, Quốc Gia,..*trong thời gian này đều có những tin tức hay bài nhận định có tính cách tích cực và thuận lợi về Bảo Đại, Trần Trọng Kim và chính phủ của ông. Nguồn tài liệu này cho tới khi những dòng này được viết chưa được khai thác triệt để, dầu cho Bruce Mcfarland Lockhart đã dành riêng một mục dưới tiêu đề "Bảo Đại, Trần Trọng Kim, and the Press" trong Chương Tám trong tác phẩm của ông, qua những bài viết rất thuận lợi cho chính phủ đương thời. Riêng Bảo Đại, theo Mcfarland Lockhart, còn được một bài báo ca tụng như một minh quân.[99] Ở đây người viết chỉ nêu thêm một vài trường hợp điển hình qua các tuần báo chính có giá trị lâu dài của thời bấy giờ là *Trung Bắc Chủ Nhật, Thanh Nghị và Tri Tân.*

Trước hết là tờ *Trung Bắc Chủ Nhật*, số 243, ra ngày 8 tháng năm 1945, ngày Chính Phủ Trần Trọng Kim chính thức trình diện ở Huế, đã ấn hành một số đặc biệt với hình một cuộc biểu tình mừng độc lập của Võ An Ninh đăng trên trang nhất và năm bài với nhan đề "Một Kỷ Nguyên Mới", "Nội Các Trần Trọng Kim, Nội Các Đầu Tiên Của Nước Việt Nam Độc Lập", "Chính Kiến của Ông Trần Trọng Kim Học Giả Có Khác Với Chính Kiến Của Ông Trần Trọng Kim Tổng

Lý Nội Các Không?" "Một Quốc Gia Mới Thành Lập Cần Phải Được Thừa Nhận", "Trưng Cầu Ý Kiến Về Việc Tổ Chức Chính Thể Việt Nam" kèm theo ảnh của Trần Trọng Kim và của ba bộ trưởng Phan Anh, Vũ Văn Hiền và Hồ Tá Khanh. Không cần đọc chi tiết, những đề tài được lựa chọn đã cho người ta thấy thái độ tích cực nhưng dè dặt và thận trọng của tờ báo đối với nền độc lập của quốc gia ở thời điểm này với Nội Các Trần Trọng Kim và cá nhân của vị Nội Các Tổng Trưởng.

Rõ ràng hơn nữa là tờ *Ngày Nay*, Số 1, Kỷ Nguyên Mới, ra ngày 5 tháng 5 năm 1945, tái bản sau 5 năm vắng mặt, qua bài xã luận nhan đề "Nội Các Trần Trọng Kim Bắt Đầu Làm Việc" của Hoàng Đạo. Trong bài này, tác giả của *Bùn Lầy Nước Đọng, Trước Vành Móng Ngựa, Mười Điều Tâm Niệm*... viết:

> *Ông Trần Trọng Kim là một bậc lão thành, các vị thượng thư mới lại là những người thượng lưu trí thức, có bằng cấp cao, có tài cán nhiều, Nội các đầu tiên của nước Việt ta có cơ vững lái chèo trong cơn sóng gió.*

và ông kết luận:

> *Công việc to tát, nhiệm vụ nặng nề, nhưng khắp nước Việt không một người dân Việt nào không đặt hết hy vọng vào Nội Các để Nội Các làm trọn được phận sự thiêng liêng trong giờ khắc nghiêm trọng này, không một người dân Việt nào không ủng hộ và tín nhiệm Nội Các và ai nấy cũng trông thấy rõ ràng hiện giờ nhiệm vụ thiêng liêng của quốc dân Việt-Nam là tước bỏ hết những*

chia rẽ nhỏ để đoàn kết chặt chẽ thành một khối không có sức mạnh nào phá nổi.

Trước đó, ngay ở trang đầu, cột đầu, bên cạnh lời cáo bạch "*Ngày Nay* Sống Lại", khi tóm tắt những biến cố chính liên hệ tới nền độc lập của Việt Nam, tạp chí này đã nhắc tới lời tuyên bố ngày 11 tháng 3 năm 1945 của Thủ Tướng Nhật Bản Koiso: "Nước Nhật sẽ hết sức giúp đỡ dân tộc Việt Nam để thực hiện nền độc lập", thông cáo ngày 12 tháng này của Nội Các Nhật: "Chính Phủ Nhật không có một tham vọng về đất đai nào đối với Đông Dương và sẽ giúp đỡ Đông Dương được theo lý thuyết tuyên bố trên tờ thông cáo chung cho các nước Đại Đông Á" và tuyên bố ngày 22 tháng 4 của Hội Nghị Đại Đông Á "sẽ tận lực giúp đỡ các dân tộc Việt Nam, Cao Mên và Ai Lao thực hiện nền độc lập". Ngoài ra, để gợi ý cho chính quyền mới, cũng tác giả Hoàng Đạo, trong mục "Vấn Đề", nhà văn này đã đưa ra ba công tác hệ trọng cần phải được làm là:

Thứ nhất: Thống nhất nước Việt Nam, đúng hơn là thống nhất lãnh thổ

Thứ hai: Củng cố địa vị quốc tế của nước Việt. Ở đây là làm sao Việt Nam được nhiều nước khác công nhận là một nước độc lập, bắt đầu bằng một hiệp ước giao hữu giữa ta và Nhật. Tiếp theo là thiết lập bang giao với các nước láng giềng đã được độc lập và đặt các toà lãnh sự ở Thái Lan, Miến Điện, Phi Luật Tân, Trung Hoa, Mãn Châu…

Thứ ba: Ở trong nước, nhiệm vụ hệ trọng nhất của Nội Các là thực hành khẩu hiệu "Dân Vi Quý" mà *"Đức Bảo Đại đã nêu cao trong đạo dụ số 1 của ngài"* bằng cách *"chiêu tập một Đại hội nghị toàn quốc để đi*

đến một Hiến pháp". Trong thời gian chờ đợi mà ông cho là khá lâu dài và còn nhiều khó khăn, Nội Các có nhiệm vụ phác họa những chương trình kiến thiết và cải cách, "dựa vào quyền tối cao của Đức Vua và những nhu cầu xác đáng của dân chúng", để trình Đại hội nghị.

Cuối cùng là việc tiếp tế gạo ăn cho dân chúng từ Vinh trở ra, "một vấn đề cần được giải quyết trước mọi vấn đề khác, cả vấn đề chính trị và văn hoá".

Tờ Tri Tân, hai số 185-186 hợp làm một, ra ngày Thứ Năm 10-5-1945, hai ngày sau khi Nội Các Trần Trọng Kim được chính thức trình diện, dưới hình thức một đặc san, *Đặc San Tri Tân,* với chủ đề "Việt Nam Giải Phóng" được in lớn như tên của một cuốn sách, đã đăng bài gửi độc giả, xác định rõ lập trường đóng góp của mình như sau:

> Đến nay đứng trước thời cuộc ngoài việc ÔN CỐ chúng tôi cũng cần phải làm việc TRI TÂN để hưởng ứng với việc giải phóng mà quân đội Nhật bản đã vì chủ nghĩa Đại-Đông-Á giúp nước Việt-Nam mở một giai đoạn mới trong lịch sử.
>
> Bản chí đã có chút an ủi là việc làm của mình có lẽ đã được đôi chút ảnh hưởng vì từ Nam ra Bắc phong trào lịch sử thật đã bồng bột khác nào như ngọn lửa bùng cháy vậy.
>
> Căn cứ vào cái đích mà chúng tôi đã nhằm trong bao năm, ngày nay bản chí sẽ theo một thể tài mới để phụng sự Tổ quốc, làm tên phu gánh gạch, khiêng vôi trong việc sây đắp nền tảng độc lập.
>
> Bản chí xin trông mong ở lòng tín nhiệm và sự cộng tác của các bậc trí thức cùng các nhà ái quốc để làm hết phận sư một cơ quan mà tôn chỉ là "phụng sự Tổ quốc".

Những bài khác có nội dung khác nhau nhưng cùng hướng về chủ đề "Việt Nam Giải Phóng", góp phần xây dựng một cách vô cùng tích cực, như "Ngày Xưa, Khi Mới Độc Lập Nước ta sắp Đặt Công Việc ra Thế Nào?" của Ứng Hoè Nguyễn Văn Tố thuộc Trường Viễn Đông Bác Cổ, " Cuộc Phỏng Vấn Của Tri Tân: Ông Nhượng Tống với Việt Nam Quốc Dân Đảng" của Phạm Mạnh Phan, "Lời Chào Cờ" của Thi Nham, "Thanh Niên Trước Cuộc Giải Phóng Của Đất Nước" của Phạm Mạnh Phan, "Việc Học Độc Lập" của Nguyễn Phường... Những bài viết không chỉ để ca tụng việc giải phóng mà còn hướng tới việc củng cố, xây dựng nền độc lập và tương lai lâu dài của dân tộc.

Riêng trong bài phỏng vấn Nhượng Tống, nhà lãnh đạo Việt Nam Quốc Dân Đảng đã cho biết lập trường của đảng trong giai đoạn mới này như sau:

> - Ngày trước người Pháp đàn áp chúng tôi, thì chúng tôi phải lẩn trong bóng tối. Nay chúng tôi được tự do hành động.
>
> Công việc của đảng chúng tôi mong hợp nhất với đảng quốc gia để lãnh đạo cho quần chúng trong công việc nhận biết lấy nghĩa vụ và quyền lợi của một người công dân, để giúp đỡ chính phủ quốc gia cùng giám đốc các quan lại trong mọi công việc kiến thiết.
>
> Làm như vậy để mong nâng cao được trình độ sinh hoạt và tinh thần của đại đa số dân chúng.
>
> Việc hợp nhất ấy cơ hồ đã thành sự thực. Một dân tộc khi phục sinh, bao giờ cũng trông ở một quốc hồn mạnh mẽ. Khi quốc hồn đã mạnh mẽ thì sự đồng tâm sẽ được hết thảy các con nước...

> Nói đến đây ông căn dặn:
> - Ông nhớ gạch chữ con nước.
> Rồi ông tiếp:
> - Hết thảy các con nước coi là thiêng liêng. Cho nên trông thấy sự hy sinh, sự cố gắng, sự một lòng một dạ của các anh em chân chính ái quốc đứng trước công việc lợi ích chung trong lúc này, tôi rất lấy làm lạc quan. Tôi quả quyết tin rằng với sự đồng tâm ấy, dân tộc Việt Nam ta đã bước sang một giai đoạn mới trên đường tiến hóa. [100]

Qua những câu trả lời của Nhượng Tống, ta thấy rõ ràng là khác với Việt Minh là đảng ngay từ đầu, chưa biết ất giáp gì, đã chống lại chính quyền của Triều Đình Huế và Nội Các Trần Trọng Kim, bằng cách đánh phủ đầu, buộc tội cả hai là Việt Gian, tay sai của Nhật, Việt Nam Quốc Dân Đảng đã chủ trương tích cực hơn, xây dựng hơn nhằm "hợp nhất với đảng quốc gia để lãnh đạo cho quần chúng trong công việc nhận biết lấy nghĩa vụ và quyền lợi của một người công dân, để giúp đỡ chính phủ quốc gia cùng giám đốc các quan lại trong mọi công việc kiến thiết". Nói cách khác Chính Phủ Trần Trọng Kim tuy không có sự trực tiếp tham gia của các chính đảng nhưng gián tiếp đã được Việt Nam Quốc Dân Đảng, chính đảng có uy tín nhất đương thời từ phía nhân dân ủng hộ.

Tờ *Thanh Nghị* cũng ra "Số Đặc San Chính Trị" thay cho số 107, ngày 5 tháng 5, 1945, một ngày sau khi Nội Các Trần Trọng Kim họp phiên họp đầu tiên với đầy đủ các bộ trưởng, ba ngày trước ngày nội các này ra mắt quốc dân với nội dung tập trung vào các vấn để xây dựng nền độc lập, với các bài căn bản như bài xã luận "Những Điều Kiện Để Xây Dựng Nền Độc Lập" ký tên Thanh Nghị tức tên tờ báo, "Nhiệm Vụ Của Chính Đảng Trong Việc Xây Dựng Nền Độc Lập" của Vũ Đình Hoè, "Công Dụng Chính Trị Của Nghiệp Đoàn" của VH, "Nạn Dân Đói" của Nghiêm Xuân Yêm, "Nhiệm Vụ Của Thanh Niên Với Tổ Quốc" của Đinh Gia Trinh, "Nội Các Đầu Tiên Của Nước Việt Nam Độc Lập" của VH, "Đạo Dụ Số 1 Của Đức Bảo Đại Hoàng Đế" của Luật Sư Bùi Tường Chiểu...Ngoài ra tờ báo còn cho đăng bản tuyên ngôn của Tân Việt Nam Hội.

Qua những bài viết kể trên, ta thấy các tác giả nhấn mạnh đến việc làm chính mọi người phải làm là củng cố nền độc lập bằng cách *"hăng hái và quả quyết muốn độc lập"*, *"hăng hái và quả quyết phấn đấu để được trao giả những quyền hành đã rời ở tay quân thù nhưng hiện ta chưa nhận được"*. Muốn vậy cũng theo các tác giả có ba công tác trọng yếu cần phải làm. Ba công tác này gồm có:

> **Thứ nhất**: Tổ chức sự đoàn kết của dân chúng bằng cách *"thành lập các chính đảng"* và đoàn kết trong phạm vi nghề nghiệp dưới hình thức *"các nghiệp đoàn"*.
>
> **Thứ hai**: Phải có một chính phủ độc lập để *"rứt hẳn chế độ cũ, để trên trường quốc tế chấm một dấu đoạn tuyệt với chính sách thực dân tàn bạo của người Pháp, để xóa hết hoài nghi trong những bộ óc nhu nhược và gây cho mọi người sự quả quyết tiến bước trên con đường giải phóng."* Mặt khác *"Chiến sự có thể rồn rập, một cách nhanh chóng và đột ngột. Nếu ta không có một cơ*

quan chính thức sẵn sàng để lúc ấy có đủ tư cách ngoại giao mà lên tiếng (dầu là tiếng nhỏ bé) trong các hội nghị quốc tế thì quyền lợi của ta có thể bị quên lãng và hy sinh." Nói cách khác cần phải có một chính phủ hợp pháp để có thể đối phó với tình thế khi chiến tranh đột ngột chấm dứt, Nhật bị bại trận, quân Đồng Minh kéo vào và người Pháp trở lại.

Thứ ba: Tổ chức thanh niên để *"gây một lực lượng phấn đấu có thể bảo vệ nền độc lập trong những tai biến không biết chúng sảy ra lúc nào và để luyện một bọn "tướng sĩ" sẽ cầm đầu công cuộc cải tạo quốc gia sau này".*

Chính phủ hợp pháp ở đây là chính phủ nào, nếu không phải là Chính Phủ Trần Trọng Kim mà hai luật sư Phan Anh và Vũ Văn Hiền sẽ bảo vệ sau này? Để kết luận tờ báo viết:

Hiện ta đã có một chính phủ, hiện ta cũng đã có những nhóm chính trị, và một vài giới đã họp thành nghiệp đoàn. Đó là những dấu hiệu có thể gây mối lạc quan. Nhưng mọi tổ chức thấy đều mới thành lập và mới bắt đầu hoạt động. Con đường còn dài và đầy khó khăn. Mọi người, chính phủ và các đoàn thể dân chúng, phải quả quyết và bền chí, nỗ lực bước dấn.[101]

Những bài viết kể trên cho người ta thấy phần nào sự hiểu biết, tầm nhìn, viễn kiến và quan điểm chung của giới trí thức trẻ nhưng đã trưởng thành đương thời về những công việc mọi người phải làm vào lúc đất nước bất ngờ được độc lập và còn phải trải qua nhiều chông gai, nguy hiểm khó lường mà người thường nhất thời không thấy được. Điều khác hẳn với cách nhìn của Việt Minh và các người Cộng Sản, luôn

luôn không chấp nhận chế độ hiện hữu và chủ trương lật đổ nó bằng bất cứ giá nào để **cướp chính quyền.**

Về phía các tác giả Việt Nam ở Hải Ngoại, Vũ Ngự Chiêu là người đầu tiên nghiên cứu về thời kỳ này tương đối kỹ càng và có phương pháp dựa trên các tài liệu đủ loại nhất là các tài liệu lấy từ văn khố Pháp hay các sách báo đương thời, thay vì chỉ sử dụng những tài liệu mang nặng tính cách tuyên truyền. Theo ông:

> *Tài liệu chính thức của Cộng sản Việt Nam và các học giả thường hạ thấp giá trị những kế hoạch của chính phủ Kim như cải cách giấy, hay độ lượng hơn, chỉ thuần là những tuyên cáo về ý định của chính phủ. Từ thời điểm này của lịch sử nhìn lại, trong bốn tháng cầm quyền, chính phủ Kim chỉ có thì giờ ban hành hết dụ này qua sắc luật khác, và những cuộc cải cách ấy có rất ít ảnh hưởng đến đám đông. Tuy nhiên, các kế hoạch của Kim xứng đáng được nghiên cứu đầy đủ hơn những lời nhận định sơ sài trên. Các kế hoạch của chính phủ Kim phản ảnh quan điểm tổng quát của giới thượng lưu và trí thức về một nước Việt Nam không-ảnh-hưởng Pháp ở cao điểm của chủ thuyết Đại Á và tinh thần quốc gia Việt Nam. Hơn nữa, trái ngược với niềm tin phổ quát, Kim và các cộng sự viên phần nào thực hiện những chương trình trên. Bởi thế các kế hoạch của Kim xứng đáng được nghiên cứu vào sâu chi tiết, và trên vị thế lịch sử của chúng.*[102]

Tuy nhiên một điều ta cần để ý là các văn bản chánh trị, hành chánh như các dụ, sắc, chỉ … đều là những mệnh lệnh của nhà vua trong chế độ quân chủ chuyên chế có hiệu lực tức thì mà mọi người, bất kể ai, đều phải long trọng đón nhận và tuân hành. Không tuân hành là mang tội nặng. Tùy theo bản chất đó có thể là những đạo luật làm căn bản cho mọi sinh hoạt liên hệ ở trong nước và tồn tại lâu dài như Dụ Số 10 của Quốc Trưởng Bảo Đại sau này.

Đi xa hơn, Lê Xuân Khoa đã khẳng định là không riêng Trần Trọng Kim mà luôn cả Bảo Đại "*không phải là bù nhìn của Nhật và nền độc lập của Việt Nam, dù chưa hoàn toàn, vẫn là một thực tại chứ không phải bánh vẽ, nhất là so với những điều kiện của một quốc gia tự do và viễn tượng thống nhất mơ hồ như trong hiệp định sơ bộ 6 tháng Ba 1946 mà Chủ tịch Hồ Chí Minh phải ký kết với Cao Ủy Bollaert.*" [103]

IV. Những khó khăn phải đương đầu

Dù người trong nước, mười phần chết mất chín, chúng tôi sẽ lập một xã hội mới với một thành phần còn lại, còn hơn với chín phần kia.

…. Lịch sử sẽ phán xét công việc của chúng tôi

Đại Diện Việt Minh nói với Thủ Tướng Trần Trọng Kim
Tháng 7 năm 1945

Tương lai còn dài, các ông nhận lấy trách nhiệm đối với quốc dân và lịch sử.

Thủ Tướng Trần Trọng Kim trả lời

Với những di sản tệ hại của thời Pháp và phần nào Nhật thuộc và do tình hình phức tạp của những tháng cuối cùng của Thế Chiến Thứ Hai, khi sự bại trận của người Nhật đã gần kề, đặc biệt là những hoạt động tuyên truyền, phá hoại của Đảng Cộng Sản ẩn sau Mặt Trận Việt Minh, ngay từ những ngày đầu Chính Phủ Trần Trọng Kim đã phải đối phó với rất nhiều khó khăn không dễ dàng vượt nổi, trong đó ta có thể kể:

1. Thứ nhất: Người Nhật do hoàn cảnh và nhu cầu cấp thời vẫn phải nắm giữ những chức vụ quan trọng trong guồng máy cai trị

Ít ra là trong những ngày đầu, vào lúc chính phủ của nước Việt Nam độc lập chưa được thành lập, trong khi Việt Minh đã đánh phủ đầu ngay bằng cách tuyên truyền cho rằng nền độc lập này chỉ là "bánh vẽ", tình trạng này đã xảy ra dù người Nhật cố ý hay không cố ý. Họ đã nắm giữ những chức vụ trọng yếu trong chính quyền hành chánh của thời thuộc địa. Các công chức cả người Pháp lẫn người Việt đều được yêu cầu ở lại làm việc. Bên cạnh các chức vụ cao cấp này, các nha sở trực thuộc Phủ Toàn Quyền như công an, tuyên truyền, học chánh, tư pháp, bưu điện công chánh, tài chánh cũng đều nằm trong tay người Nhật.[104] Điều người ta có thể hiểu là một biện pháp cấp thời của họ nhằm đáp ứng cho nhu cầu của tình thế nhằm bảo đảm sự an toàn của chính họ trên lãnh thổ Đông Dương chứ không riêng cho ba xứ Việt Nam, Miên và Lào, trước sự đe dọa của Đồng Minh và nhu cầu điều hòa mọi sinh hoạt trong xứ vào lúc các chính phủ độc lập của ba nước này chưa được thành lập để thay thế cho các chính quyền cũ của người Pháp, chưa kể, vì không biết trước và không được sửa soạn các nhân viên bản xứ cũng không thể ngay lập tức thay thế ngay được. Nói cách khác, sự thay thế người Pháp nắm giữ các chức vụ cao cấp hoàn toàn không có nghĩa là người Nhật muốn vĩnh viễn thay thế người Pháp thống trị xứ Đông Dương trong đó có Việt Nam như họ đã xác định. Chủ đích của họ là quân sự nhiều hơn là chính trị. Tất cả đã xảy ra ngay sau khi đảo chánh, từ hơn một tháng trước khi Nội Các Trần Trọng Kim được thành lập và hơn hai tháng khi chính phủ này được trình diện. Sau đó không lâu các chức vụ, cơ sở và quyền hạn này đã được trao trả lại cho Chính Phủ Việt Nam khi được yêu cầu. Có điều nó vẫn là một trở ngại cụ thể cho chính phủ mới. Lý do là dựa trên tình trạng này và qua sự tuyên truyền của Việt Minh và Đảng Cộng Sản, nền độc lập vừa mới được vua Bảo Đại tuyên bố đã bị gọi ngay là "*độc lập bánh vẽ*".[105] Còn một số quần chúng nhất là những quần chúng còn trẻ tuổi, vì thiếu hiểu biết và nông nổi, vì quá nóng lòng muốn nước nhà độc lập hoàn toàn, độc lập ngay lập tức nên sẵn sàng nghe theo lời tuyên truyền này. [106] Về phía Vua Bảo Đại, tưởng cũng cần phải nhắc lại là nhà vua và cạnh ông là Thủ Tướng Trần Trọng Kim, cả hai đều đã ý thức được sự giới hạn của nền độc lập này nhưng cả hai và luôn cả các bộ trưởng trong chính phủ của hai ông đều phải tạm thời chấp nhận vì không còn phương cách nào khác trong một thế "chẳng đặng đừng", không làm không được, với một chủ trương rõ rệt là lợi dụng tình thế để từng bước một thâu hồi nền chủ quyền cho quốc gia, đồng thời tránh nạn quân phiệt của người Nhật mà nhà vua cho là "rất có hại cho nước ta". Giới trí thức đã trưởng thành hay các nhà cựu học, xuyên qua hai tờ *Tri Tân* và *Thanh Nghị* hay tổ chức Tân Việt-Nam Hội đều lên tiếng ủng hộ quan điểm này.

Gần đây khi phong trào báo mạng được phổ biến mạnh, nhiều bài viết về Bảo Đại và Trần Trọng Kim đã được phổ biến trong đó có bài của Trần Văn Chánh nhan đề "Học Giả Trần Trọng Kim". Bằng một thái độ và một giọng văn nghiêm chỉnh, nhà nghiên cứu này đã đưa ra một bảng tóm tắt gọn gàng và đầy đủ về những nhận định khác nhau của các tác giả ngoại quốc cũng như Việt Nam về Chính Phủ Trần Trọng Kim kèm theo với những dẫn chứng trích từ các sách của họ. Trong số các trích dẫn này có phần của Trần Văn Giàu, người được coi là lý thuyết gia quan trọng đương thời. Khác với các tác giả khác, Trần Văn Giàu không chỉ lên án chính phủ này là bù nhìn không mà thôi mà còn giải thích lý do tại sao Việt Minh chống lại nó từ đầu cho đến cuối. Đó là vì sự hoạt động của Chính Phủ Trần Trọng Kim "***nhằm cản trở phong trào cách mạng do Đảng Cộng Sản lãnh đạo, nhằm tranh thủ quần chúng với Mặt Trận Việt Minh***". Điều này ta có thể hiểu là Chính Phủ Trần Trọng Kim có khả năng và có thể làm được. Đây cũng là lý do tại sao Việt Minh đã chống lại chính phủ này ngay từ đầu và liên tục sau đó. Nguyên văn Trần Văn Giàu viết:

Vẫn biết một ít nhân vật trong đó có ý muốn làm cho nước nhà được giải phóng thực sự, nhưng không thể phủ nhận rằng sự tổ chức, sự hoạt động của Chính Phủ Trần Trọng Kim nhằm cản trở phong trào cách mạng do Đảng Cộng Sản lãnh đạo, nhằm tranh thủ quần chúng với Mặt trận Việt Minh; sở dĩ họ không đạt mục đích của họ ,không phải là họ thiếu ý thức giai cấp và thiếu hoạt động , vì trước hết thời gian không ủng hộ họ, vì tình hình quốc tế bất lợi cho họ, vì hoạt động giỏi của Đảng Cộng sản và Mặt trận Việt Minh không cho phép họ. [107]

2. Thứ hai: Thiếu nhân sự cho chính quyền tự chủ mới nhận được

"Những người làm chính trị nói huyên thuyên thì nhiều, song người chín chắn biết suy nghĩ và biết cách đối lại với dân chúng cho êm ái thì ít"

Thủ Tướng Trần Trọng Kim

Sự thiếu vắng nhân sự cho một guồng máy chính trị và hành chánh mới thay thế cho hệ thống quan lại và các công chức người Pháp của thời thuộc địa cũ, nhất là các quan lại bị coi là tham nhũng, là một khó khăn khác cho việc tiếp nhận ngay lập tức nền độc lập được trao trả. Sự thay thế này, ngay cả khi có người cũng phải tìm ra, sắp xếp và làm thủ tục bổ nhiệm. Đây là một thực tế mà những người chỉ quen chỉ trích không biết tới hay cố tình không biết tới. Tất cả cần phải có thời gian tối thiểu nào đó mới có thể thực hiện được. Nhận định về khó khăn này Trần Trọng Kim đã viết trong hồi ký của ông như sau:

Quan lại ở các tỉnh, phần nhiều là những tham quan ô lại chỉ quen sự thi hành mệnh lệnh của người Pháp, chứ không mấy người có đủ tư cách làm người công chức một nước tự chủ. Muốn thay đổi các quan lại là một điều rất khó. Những người làm chính trị nói huyên thuyên thì nhiều, song người chín chắn biết suy nghĩ và biết cách đối lại với dân chúng cho êm ái thì ít. Việc chính trị là một việc rất phức tạp, cần phải có nhiều lịch duyệt và tài cán mới làm được. Nay muốn thay đổi các quan lại, thì phải từ từ lựa chọn nhân viên cho xứng đáng, chứ đem người mới làm việc lại dở hơn người cũ thì chỉ làm rối việc, chứ không có ích gì. Tuy thế, những chỗ nào có viên tỉnh trưởng bất lực lắm, chúng tôi cố tìm trong những nhân vật mới, xem ai có thể làm được đem thay. Hãy làm thử như thế một vài nơi xem hiệu quả thế nào. Nhưng xét ra hiệu quả mong đợi cũng không được mỹ mãn lắm.

Chính sách của chúng tôi lúc bấy giờ, vì tình thế chưa được vững chắc nên phải đi từ từ, không làm điên đảo hết cả, sợ gây ra rối loạn. [108]

Đó là về chính trị ở cấp cao. Về hành chánh ở các cấp thừa hành, việc kiếm người mới với tinh thần mới cũng không phải là dễ. Báo *Ngày Nay*, số 15, ra ngày 11 tháng 8 năm 1945 qua một bài viết nhan đề "Một Trạng Thái Đáng Buồn", trang 6 cho biết:

Trong nhiều công sở, tự trị nay đã lấy lại được. Ta có thể tưởng rằng về phương diện quốc gia, về phương diện danh dự, giới công chức đã được toại nguyện và sẽ bắt đầu chuyên chú vào công việc làm tròn nhiệm vụ để dự một phần vào công cuộc kiến thiết quốc gia.

Có lẽ quốc dân cũng tin như vậy. Nhưng sự thật cần phải nói, thì trái hẳn.

Tự trị chưa được bao ngày thì trong một vài công sở đã thấy diễn ra những cảnh tranh dành địa vị giữa cá nhân và dành quyền lợi giữa các ngạch.

Những viên chức xưa kia xu nịnh người Pháp, nay thấy không được đi trọng nhậm ở một tỉnh lớn hay không được giữ một địa vị quan trọng ở trung ương vì thiếu công tâm và tài cán, lấy làm bất bình và chểnh mảng việc công, hô hào chia rẽ. Một số đông viên chức thuộc một ngạch dưới muốn được đặc cách chuyển lên một ngạch trên, không kể gì đến khả năng học thức do luật lệ hiện hành ấn định, không kể gì đến quyền lợi của công chúng, của những người ngoài sở có đủ điều kiện để được bổ hoặc thi vào ngạch ấy (thí dụ ngạch Hạ sĩ quan Thương chính – sous-brigradiers des Douanes). "Độc lập phải được cái gì chứ!", "Độc lập mà không được gì à!"[109]

Trên đây chỉ là nói ở hai xứ Bắc và Trung Kỳ. Ở xứ Nam Kỳ tình trạng còn khó khăn hơn và phức tạp hơn gấp bội vì xứ này trước đó là thuộc địa của người Pháp, từ đó nằm ngoài ảnh hưởng của Triều đình Huế từ cả tám mươi năm trước. Việc thâu hồi và hội nhập xứ này vào sinh hoạt chung của cả quốc gia hoàn toàn không phải là đơn giản, dễ dàng như ở Bắc Kỳ và Trung Kỳ. Vua Bảo Đại đã hoàn toàn có lý khi ông giải thích chủ trương của ông là phải tuần tự giải quyết, không thể vội vã được.

3. Thứ ba: Thiếu các phương tiện để làm việc và hoạt động.

Đầu tiên là các trụ sở. Các dinh thự, các cơ sở của lục bộ thời trước "đều chật hẹp, dột nát, dơ bẩn, không ở và làm việc được".[110] Một số khác thì do người Nhật chiếm giữ, cần có thời gian thu hồi. Điển hình là việc đòi lại Tòa Khâm Sứ cũ của người Pháp để làm Phủ Thủ Tướng. Công việc cũng không đơn giản. Trần Trọng Kim đã kể lại như sau:

> Ngay từ lúc đầu, khi mới lập xong nội các, tôi đi với ông Hoàng Xuân Hãn sang phòng làm việc của viên Tối Cao Cố Vấn Nhật, gặp ông Yokohama, để đòi lại Dinh Khâm Sai, Dinh Khâm Sứ cũ của Pháp, để làm Dinh của Nội Các Tổng Trưởng. Ông Yokohama lúc đầu còn do dự và thấy những công chức Nhật muốn cản trở. Tôi quả quyết nói: Nếu các ông không trả chúng tôi dinh ấy và các phòng làm việc của viên khâm sứ thi chúng tôi thôi ngay. Vì không phải chúng tôi muốn ở dinh lớn nhưng đó là biểu hiệu quyền tự chủ của nước Việt Nam theo lời hứa hẹn của người Nhật sau cuộc đảo chính ngày mồng 9 tháng ba. Những dinh thự ấy bây giờ là của Việt Nam. Ông Yokohama thấy tôi nói thế, liền nhận lời trả ngay, và xin để riêng mấy phòng trên lầu của Phủ Khâm Sứ cũ để cho nhân viên sở tối cao cố vấn làm việc vì ở ngoài phố không có nhà khác.
>
> Từ đó về sau, khi có việc gì, tôi gọi điện thoại mời viên tối cao sang bên dinh Nội các Tổng-Trưởng nói chuyện chứ tôi không sang bên ấy. Việc ấy ở Huế ai cũng biết.[111]

Ở đây ta thấy thêm một sự kiện vô cùng quan trọng: Đó là cách thức tranh đấu. Vì là một trí thức, một học giả đã về hưu, lại không tha thiết với danh lợi, địa vị và quyền thế, nên Trần Trọng Kim, cũng như các bộ trưởng trong nội các của ông, những nhà trí thức chuyên môn có nghề nghiệp riêng, tự mình có thể đứng vững, đã dùng được ưu thế này để làm áp lực với người Nhật nhằm tranh đấu cho chủ quyền độc lập cho Việt Nam nói chung và chính phủ của các ông, nói riêng, không giống như những người làm chính trị khác.

Tiếp theo là các phương tiện giao thông, liên lạc, tiếp tế vốn đã bị giới hạn, lại bị chiến tranh cản trở, máy bay Mỹ thường xuyên oanh tạc, đã không cung ứng đầy đủ cho những nhu cầu cấp thiết, đặc biệt là cho việc cứu trợ nạn đói đang hoành hành dữ dội ở miền Bắc. Các điện tín muốn đánh đi đều phải nhờ người Nhật, kể cả điện tín nhà vua gửi cho ông Ngô Đình Diệm. Cuối cùng, và đương nhiên là chưa hết, là các phương tiện tài chánh, trong đó có Ngân Hàng Đông Dương. Thâu hồi tất cả lại cho quốc gia và điều hòa mọi sinh hoạt cho một chính quyền độc lập đòi hỏi nhiều điều kiện và nhiều thời gian, *"không nói là công việc của cả một thế hệ"* như lời của Khâm Sai Phan Kế Toại[112] thay vì chỉ vài ngày, vài tuần lễ và ngay cả vài tháng như người ta tưởng, đặc biệt là trong thời chiến. Ưu tiên mọi thứ là phải dành cho chiến tranh. Những người chỉ trích chính quyền Trần Trọng Kim đương thời trong đó có Việt Minh phần lớn chỉ là "nói huyên thuyên thì nhiều, song người chín chắn biết suy nghĩ" thì ít như đã dẫn trên đây. Người học sử, đặc biệt là nghiên cứu Sử Học phải hiểu rõ điều này thay vì kết luận một cách vội vã.

4. Thứ tư: Sự tuyên truyền, khủng bố, phá hoại và xâm nhập của Việt Minh do Đảng Cộng Sản lãnh đạo

Tất cả các nỗ lực của Việt Minh trong thời này là nhằm lật đổ và cướp chính quyền cho Đảng Cộng Sản. Chủ trương này, họ đã có từ trước, xuyên qua những đội Tuyên Truyền Giải Phóng Quân do Võ Nguyên Giáp thành lập nhưng còn giới hạn trong những vùng rừng núi mà họ kiểm soát được. Từ sau ngày Nhật đảo chính Pháp, vì sự theo dõi và đàn áp của người Pháp không còn nữa, các hoạt động này mới được họ bành trướng mạnh xuống các miền đồng bằng và luôn ở các thành thị trong đó có Hà Nội, Hải Phòng, nhắm vào các hoạt động của giới trí thức, trong đó có các hội đoàn, điển hình là Hội Truyền Bá Quốc Ngữ, tổ chức Hướng Đạo và đặc biệt là Tổng Hội Sinh Viên Đại Học Hà Nội. Nhưng quan trọng hơn nữa là họ đã gài người vào ngay trong Đại Nội, bên cạnh Vua Bảo Đại, trong Nội Các Trần Trọng Kim, ở Phủ Khâm Sai Bắc Bộ, hay các cơ quan địa phương khác trong đó có thành Phố Hải Phòng mà chi tiết sẽ được trình bày trong bài kế tiếp. Phương pháp mà họ áp dụng là tuyên truyền, đe dọa và khủng bố. Trần Trọng Kim và tiếp theo là Nguyễn Xuân Chữ [113] rồi Nguyễn Tường Bách,[114] Vũ Trọng Khánh, Thị Trưởng Hải Phòng đương thời [115] là những nhân chứng có thẩm quyền ghi nhận về những hoạt động này.

Trước hết là Trần Trọng Kim. Trong hồi ký của mình, vị thủ tướng này viết:

> *Ở Bắc Bộ một mặt họ sai những người táo tợn đi đánh phá các nơi, hễ đâu có ai ra mặt chống họ, họ bắt đi hay giết chết, làm cho dân chúng khiếp sợ, mặt khác họ cho người đi diễn thuyết và tuyên truyền rằng đảng Việt Minh đã có các nước đồng minh là Tàu, Mỹ và Nga ủng hộ và giúp cho binh khí để đánh bọn độc tài Pháp và Nhật. Họ lại nói rằng quân Việt Minh đã đánh lấy được mấy tỉnh ở mạn thượng du Bắc Bộ rồi.*
>
> *Vào khoảng tháng năm, năm 1945, người Nhật thấy Việt Minh có thế mạnh, tưởng là một đảng theo chủ nghĩa Quốc Gia, bèn cho người đi tìm cách điều đình. Đến ngày mùng chín tháng năm, hai người Nhật và một người Việt-Nam làm thông ngôn lên đến Kỳ Phú gần huyện Đại Từ, thuộc Thái Nguyên, đều bị quân Việt Minh giết cả. Việt Minh lại sai người về ám sát mấy người sĩ quan Nhật ở giữa Hà Nội và cho người đi đánh phá phủ nọ huyện kia, các quan phủ huyện, người thì bị bắt, người thì chạy trốn, dân tình nôn nao cả lên. Những thanh niên Việt Nam lúc ấy phần nhiều cũng theo Việt Minh và đi tuyên truyền rầm rĩ.* [116]

Sự kiện "hai người Nhật và một người Việt Nam làm thông ngôn" bị giết kể trên cũng đã được Nguyễn Xuân Chữ trong hồi ký của ông nhắc tới, nguyên văn như sau:

> *Ở chiến khu có những vụ giết người Việt Nam lên đấy mà nghi làm gián điệp cho người Nhật và giết cả người Nhật lên thương thuyết mà nghi là lên do thám.* [117]

Một trong hai người Nhật này là Harada Toshiaki. Ông này vào năm trước cầm đầu Trung Tâm Kinh Tế Đông Dương của Nhật, có văn phòng lúc nào cũng chật ních các khách người Việt, sau được chuyển sang cơ quan tình báo đặc biệt Yasutai phụ trách liên lạc với Việt Minh ở Thái Nguyên và bị Việt Minh giết chết.[118]

Vụ Nhạc Sĩ Văn Cao bị lôi cuốn vào các hoạt động ám sát và nhất là vào vụ ám sát Đỗ Đức Phin, một nhân vật bị coi là thân Nhật ở Hải Phòng đương thời cũng là một trường hợp điển hình và được Vũ Trọng Khánh, Thị Trưởng Hải Phòng thời Chính Phủ Trần Trọng Kim và Bộ Trưởng Tư Pháp trong Chính Phủ Lâm Thời Hồ Chí Minh nói tới trong hồi ký của ông.[119]

Riêng Nguyễn Tường Bách, một lãnh tụ Đại Việt Dân Chính đương thời, đã kể lại kinh nghiệm cá nhân của ông khi ông cùng với Nhà Văn Khái Hưng đến gặp Dương Đức Hiền, lãnh đạo Đảng Dân Chủ, lúc đó đã gia nhập Việt Minh. *"Nếu các anh cứ lừng khừng như thế mãi, thì có ngày Nhật sẽ beng đầu các anh, mà nếu không thì cách mạng sẽ beng đầu các anh!"* [120] là nguyên văn câu Dương Đức Hiền nói với Khái Hưng và Nguyễn Tường Bách nhằm thuyết phục hai người phải dứt khoát gia nhập Việt Minh. Tất nhiên hai người không sợ, nhưng với những người khác thì sợ, nhất là những người có dính dáng tới chính quyền Pháp hay quân đội Nhật trước và trong thời đó, đúng như Nguyễn Xuân Chữ phân tách về thành phần những người theo Việt Minh trong hồi ký của ông:

Trong hạng người ủng hộ vì sợ này một số đông là những người trước kia thân Pháp, kể cả những người tai mắt trong chính quyền. Khi ông hai Bảo An Binh xin phép cho đi biểu tình mà nói "Người ta cũng là quốc gia cả" có thể ông tin Việt Minh là quốc gia, cũng có thể ông sợ hơn là có một tâm thành. Những người có lỗi ở thời Pháp thuộc, nay muốn chuộc lại thường bảo hoàng hơn ông hoàng cho nên những tín nhiệm phiếu của Việt Minh đã bán được nhiều và có khi với giá đặc biệt hãnh diện.[121]

Nên để ý là Võ Nguyên Giáp trong *Tổng Tập Hồi Ký* của ông, trang 42, khi nói về việc huấn luyện và những vũ khí mà các tự vệ quân thuộc hai đội vũ trang được thành lập ở Cao Bằng năm 1941 theo chỉ thị của Hồ Chí Minh mà mỗi đội viên phải "tự sắm" để tự trang bị cho mình, có câu "Mỗi đội viên tự vệ lại phải có một cuộn dây thừng để bắt Việt gian". Tại sao lại bắt "Việt gian"? Chi tiết này cho thấy rõ hơn chiến thuật khủng bố của Việt Minh và chủ trương chiến thuật này phát xuất từ đâu và khởi sự từ bao giờ, nhắm vào thành phần nào. Nên để ý thêm là các lãnh đạo của Việt Minh hồi đó như Hồ Chí Minh, Phạm Văn Đồng và Võ Nguyên Giáp đều viết những tài liệu huấn luyện về chiến tranh du kích dựa theo tài liệu của Cộng Sản Tầu và của Nga. 122

Về các hoạt động khủng bố này, chính Báo cáo của Ủy Ban Nghiên Cứu Lịch Sử Đảng Thành Ủy Hà Hội, nhan đề "Cuộc Vận Động Cách Mạng Tháng Tám ở Hà Nội", in trong *Tổng Khởi Nghĩa Tháng 8-1945 tại Hà Nội: Việt Minh Hoàng Diệu,* do Nguyễn Văn Khoan chủ biên, đã viết về chủ trương khủng bố của đảng trong thời gian này như sau:

> Thi hành *Nghị quyết của Hội nghị Thường vụ Trung ương ngày 12 -3, Nghị quyết Hội nghị quân sự cách mạng Bắc kỳ tháng 4 và Nghị quyết Hội nghị Xứ ủy Bắc kỳ tháng 5, Trung ương đã giao cho Xứ ủy lập Đội danh dự trừ gian* để trừng trị một số tên mật thám tay sai lợi hại của phát xít Nhật, để cảnh cáo bọn chạy theo chúng, để đánh mạnh vào xu hướng thân Nhật. Đối với những tên Việt gian tay sai khác của Nhật, ta đều chủ trương cảnh cáo, thuyết phục và chỉ sau khi cảnh cáo thuyết phục, ta mới quyết định trừng trị. Về phía Thành ủy, các đồng chí không chủ trương lập đội trừ gian riêng mà giao nhiệm vụ này cho các tổ chức tự vệ chiến đấu của các đoàn thể cứu quốc nòng cốt trong Mặt trận.
>
> Ngày 18 tháng 6, tên phó trưởng đoàn Thanh niên ái quốc, tay sai của Nhật, bị đội tự vệ của công nhân bắn chết, ở ngã tư phố Giắc-canh – La-vơ-răng (Ngô Thì Nhậm – Lê Văn Hưu). Ngày 19 tháng 6 một tên tay sai khác của Nhật bị đội danh dự xử bắn ở dốc Hàng Kèn nay là dốc Bà Triệu. Tiếp theo đó, một tên mật thám của Nhật trà trộn vào trong tổ chức cứu quốc cũng bị trừng trị ở ngay khu Thái Hà ấp. Tên phó thanh tra mật
>
> Thám cũng bị đền tội trên đường Ngã tư sở - Cầu mới… Những hoạt động trừ gian trên đây được tuyệt đại đa số nhân dân tán thưởng. Hành động của các chiến sĩ Việt Minh được nhân dân ủng hộ. Bọn tay chân của phát xít Nhật run sợ không dám ngang nhiên hoạt động như trước nữa. [123]

Nên để ý là đây chỉ là phần nào những gì xảy ra ở Hà Nội được người ta hay ít ra là Đảng biết tới. Ở các nơi khác, đặc biệt là ở nhưng nơi thôn quê hẻo lánh thì khó mà biết hết được, chưa kể tới những trường hợp vì tư thù và đối lập. Chủ trương này đã cho phép người ta bắt người, thủ tiêu và giết người có lý do chính đáng: trừng phạt và tiễu trừ Việt Gian, sẽ kéo dài rất lâu về sau này.

Về cách thức hoạt động của Việt Minh, Trần Trọng Kim nhận xét:

> *Đảng Việt Minh cộng sản có tổ chức rất chu mật và theo đúng phương pháp khoa học. Trong khi ông Hồ Chí Minh ở bên Tàu chờ đợi thời cơ, ở trong nước đâu đâu cũng có cán bộ, ngầm ngấm hành động và tuyên truyền rất khôn khéo. Họ lợi dụng lòng ái quốc của dân chúng mà tuyên truyền Việt Minh không phải là đảng cộng sản chỉ là một mặt trận gồm tất cả các đảng phái lấy lại độc lập cho nước nhà, vậy nên từ Bắc chí Nam đâu đâu cũng có người theo.*
>
> *Cách hành động của họ, thì bất cứ công sở hay tư sở hễ đâu có một tổ chức làm việc là có người của họ chen lấn vào, hoặc để tuyên truyền, hoặc để hoạt động theo chủ nghĩa của họ. Đảng viên Cộng sản lại biết giữ kỷ luật rất nghiêm và rất chịu khó làm việc. Xem như hội truyền bá quốc ngữ khi mới lập thành ở Hà Nội, là có ngay người cộng sản vào hội rồi, và những người nhận đi dạy học rất chăm, không quản công lao gì cả. Một tổ chức có tổ chức và chịu khó làm việc như thế, làm gì mà không mạnh.*[124]

Một trong những hoạt động có tính cách phá hoại của Việt Minh được ghi nhận trong thời gian này là việc họ cướp hay xúi bẩy dân chúng cướp các kho thóc ở các địa phương, lăng nhục các viên chức có trách nhiệm hay các người cầm đầu các hội chẩn tế, cướp các thuyền chở gạo từ Nam ra Bắc, cung cấp tin tức cho các phi vụ oanh tạc của Mỹ nhắm vào các trục giao thông khiến cho nỗ lực cứu đói của Chính Phủ Trần Trọng Kim bị trở ngại rất nhiều. [125]

5. Thứ năm: Không có lực lượng an ninh để bảo vệ

Các lực lượng an ninh nhằm bảo vệ chính quyền ở trung ương cũng như ở địa phương quá yếu kém về cả ba phương diện quân số, vũ trang và tinh thần phục vụ, nói cách khác hầu như là không có. Điều này dễ hiểu vì hai lý do:

Thứ nhất: trong suốt thời Pháp Thuộc các quyền hành về quân sự là do người Pháp nắm hết, Chính Phủ Nam Triều chỉ còn giữ được phần nào quyền hành chánh mà thôi.

Thứ hai: tình hình an ninh trong nước vào thời điểm này tương đối ổn định. Bằng chứng là đêm Nhật đảo chánh Pháp, Vua Bảo Đại nửa đêm từ Quảng Trị về bằng xe hơi không có hộ tống mà vẫn bình yên. Tuy nhiên, khi nhắm hướng tới một mục tiêu lâu dài, Trần Trọng Kim, trong hồi ký của ông, đã nhận xét như sau:

Việc binh bị trong nước là việc quan trọng đến vận mệnh cả nước, mà lúc ấy quân lính và súng ống không có. Ở kinh đô Huế có tất cả hơn một trăm lính

Bảo An tức lính khố xanh cũ và sáu bảy chục khẩu súng cũ đạn cũ, bắn mười phát thì năm sáu phát không nổ.

Ở các tỉnh cũng vậy, mỗi tỉnh có độ 50 lính Bảo An, các phủ huyện thì độ chừng vài chục người. Việc phòng bị do quân Nhật Bản đảm nhiệm hết. Vì lẽ đó và các lẽ khác nữa mà lúc đầu chúng tôi không đặt Bộ Quốc Phòng. Một là khi quân Nhật đang đóng ở trong nước, nếu mình đặt Bộ Quốc Phòng thì chỉ có danh mà không có thực, và người Nhật có thể lợi dụng bắt người mình đi đánh giặc với họ. Hai là trước khi mình có đủ binh lính và binh khí, ta hãy nên gây cái tinh thần binh bị, thì rồi quân đội mình mới có khí thế.

Nhiều người ở ngoài không hiểu ý chúng tôi buông lời bài xích rằng sao có chính phủ mà lại không có Bộ Quốc Phòng. Họ không rõ tình thế lúc bấy giờ bắt chúng tôi phải trù tính mọi việc cho chu đáo tránh làm những việc hớ hênh có thể hại cho dân cho nước. Không có Bộ Quốc Phòng nhưng lại có Bộ Thanh Niên, lập ra các đạo thanh niên tiền tuyến, để một ngày kia thành những đội quân có tinh thần mạnh mẽ."[126]

Có điều là ngay những thanh niên Tiền Tuyến này cũng bị Việt Minh tuyên truyền và không thể tin cậy được, đúng như lời của Trung Úy Phan Tử Lăng, người chỉ huy của họ nói với Trần Trọng Kim khi được hỏi: "*Tôi có thể nói riêng về phần tôi thì được. Còn về các thanh niên tôi không dám chắc.*" [127]

6. Thứ sáu: Thời gian hoạt động quá ngắn

Tiếng rằng được thành lập từ ngày 17 tháng 4 nhưng thực sự thời gian hoạt động của Chính Phủ Trần Trọng Kim chỉ có hơn ba tháng, từ ngày 8 tháng 5, 1945, ngày chính thức trình diện đến ngày 19 tháng 8, 1945, ngày Việt Minh cướp chính quyền ở Hà Nội và 25 tháng 8, 1945, ngày Vua Bảo Đại thoái vị. Thời gian này, trong điều kiện bình thường, chỉ đủ cho Thủ Tướng tìm kiếm các bộ trưởng và các bộ trưởng tìm kiếm và sắp xếp nhân sự, thiết lập những cơ quan hay chức vụ mới, bổ nhiệm người và tiếp nhận quyền hành trong nội bộ của bộ mình. Ở đây cả thủ tướng lẫn các bộ trưởng phải làm tất cả mọi việc từ đầu, bên cạnh những việc cấp thiết phải được thực hiện ngay lập tức trong những điều kiện vô cùng khó khăn do chiến tranh, do sự hiện diện của người Nhật, do những sự tuyên truyền và các hoạt động phá hoại nhằm cướp chính quyền của Việt Minh gây ra. Thời gian, nói như Vũ Ngự Chiêu, đã không đứng về phía Trần Trọng Kim và chính phủ của ông. [128] Mặc dầu vậy, vị thủ tướng bất đắc dĩ này và các cộng sự viên của ông đã cố gắng rất nhiều và đã đạt được nhiều thành tích đáng kể mà người viết sẽ trình bày trong những chương kế tiếp.

Chú Thích

[12] *The Other Side....Phía Bên Kia..., đã dẫn, tr. 29 và 32.*

[13] Nguyên văn: "Dân vi quí, xã tắc thứ chi, quân vi khinh". Đoàn Trung Còn dịch là:'Trong nước, dân là quí trọng hơn hết, kế đó là thần đất và thần lúa thóc (cũng có nghĩa; nền xã tắc), còn ngôi vua là nhẹ hơn hết trong ba điều ấy." *Đoàn Trung Còn, dịch giả. Tứ Thư: Đại Học, Trung Dung, Luận Ngữ, Mạnh Tử.* Huế: Nhà Xuất Bản Thuận Hóa, 2000. Mạnh Tử (Tập Hạ), Quyển Bảy, Chương Sau, "Tận Tâm, tr. 263. Xem thêm: *Chu Hy, Tứ Thư Tập Chú.* Nguyễn Đức Lân dịch và chú giải. Hà Nội: Nhà Xuất Bản Văn Hóa Thông Tin, 1998, phần Mạnh Tử, Chương XIV: Tận Tâm, Chương Cú Hạ, tr.1346-1347.

[14] Bùi Tường Chiểu, *Đạo Dụ Số 1 của Đức Hoàng Đế Bảo Đại,* trong *Thanh Nghị, Số Đặc-San Chính Trị*, ngày tháng Năm 1945.

[15] Trần Văn Chi. *Tình Nghĩa Giáo Khoa Thư.* Garden Grove: Xưa và Nay, 2005. Sơn Nam, trước đó, trong *Hương Rừng Cà Mau* cũng viết một truyện ngắn cùng nhan đề, rất được mọi người ưa thích. Bộ sách giáo khoa mang nhan đề "Giáo Khoa Thư" như *Quốc Văn Giáo Khoa Thư, Luân Lý Giáo Khoa Thư, Sử Ký Giáo Khoa Thư...* này do Nha Học Chính Đông Pháp "giao cho các ông Trần Trọng Kim, Nguyễn Văn Ngọc, Đặng Đình Phúc, Đỗ Thuận biên soạn" và cũng do Nha này xuất bản, đã được Nhà Xuất Bản Xuân Thu tái bản dưới nhan đề *Quốc văn Giáo Khoa Thư* ở Los Alamitos, California, Hoa Kỳ năm 1996 ; Nhà Xuất Bản Thanh Niên, TP Hồ Chí Minh, tái bản ở trong nước năm 2000. Về những giá trị của bộ sách này, người đọc có thể đọc thêm bài "Đọc Tình nghĩa giáo khoa thư Nghĩ Về Quyển Sách Dạy Văn Cách Nay Hơn Nửa Thế Kỷ" của Lý Việt Thái, đăng trong *Tạp Chí Xưa Và Nay,* số 328, tháng 3 năm 2009, tr. 41. So sánh Quốc Văn Giáo Khoa Thư với các sách dạy Văn cấp I ở thời điểm 2009, tác giả Lý Việt Thái viết: *"Sau một thời gian ồn ỹ, bàn luận về nội dung sách giáo khoa, cách dạy và học môn Văn trong nhà trường phổ thông, đợt cải cách giáo khoa môn Văn nhìn chung đã có những tiến bộ rõ rệt. Tuy nhiên, vì nội dung sách giáo khoa môn Văn ở cấp I, so với quyển sách dạy văn các nay hơn nửa thế kỷ: Quốc văn giáo khoa thư (Việt nam Tiểu học Tùng thư xuất bản 1948) thì vẫn còn thua xa".* Chi tiết này cho ta thấy ảnh hưởng của Trần Trọng Kim trong quần chúng Việt nam thời ấy như thế nào và người ta có thể nói rằng hầu như những ai đã từng cắp sách đến trường và phần nào trưởng thành lúc học giả này được Vua Bảo Đại chọn làm Thủ Tướng cho chính phủ độc lập đầu tiên của Việt Nam đều đã học sách của ông. Phải chăng đây cũng là một yếu tố khiến ông được lựa chọn, chưa kể tới những công trình về Phật Giáo, Nho Giáo, thơ Đường, văn phạm tiếng Việt khác của ông. Trở lại với thời điểm

1945, trong *Trung Bắc Chủ Nhật* số 243, ra ngày 8 tháng 5 năm 1945, ngày Nội Các Trần Trọng Kim trình diện ở Huế, tác giả Hồng Lam, trong bản tin chính nhan đề "Nội Các Trần Trọng Kim, Nội Các Đầu Tiên Của Nước Việt Nam Độc Lập, có thêm một phần trích dẫn những gì Trần Trọng Kim viết trong các tác phẩm của ông dưới nhan đề "Chính Kiến Của Ông Trần Trọng Kim Học Giả Có Khác Chính Kiến Của Ông Trần Trọng Kim Tổng Lý Nội Các Không?" với lời mở đầu như sau:

"Chúng tôi chưa được hân hạnh tiếp chuyện ông Trần Trọng Kim về chính trị nhưng thường khi đọc kỹ các tác phẩm của ông ai cũng có thể lĩnh hội được một vài chính kiến.

"Ông là người tinh thông cả Pháp văn và Hán học nên tư tưởng không mới quá mà cũng không hủ quá.

"Lúc nào ông cũng theo đạo trung dung."

[16] "Thày giáo Võ Nguyên Giáp qua con mắt ông Dương Trung Quốc" trong *Giáo Dục Việt Nam,* http://giáodục.net.vn, Chủ Nhật 01/05/2011. Nguyên văn: *"Ông kể rằng, đứng trước khả năng phải bắt buộc cầm súng đánh thực dân, Bác Hồ sai người đi tìm cuốn "Việt Nam sử lược" của Lệ thần Trần Trọng Kim, khi đó là cuốn sách duy nhất biên soạn mạch lạc về lịch sử nước nhà để cho trao các vị lãnh đạo cuộc kháng chiến đọc. Không chỉ chí khí của người xưa, mà nhiều bài học về cách đánh và cách thắng của ông cha chúng ta đem lại những tri thức rất bổ ích cho cuộc chiến đấu ở thế kỷ XX".* - Dương Trung Quốc, "Võ Nguyên Giáp: một con người làm nên lịch sử", trong *Xưa Và Nay,* Số 386 (8-2011), tr. 3-5.

[17] *Một Cơn Gió Bụi, đã dẫn,* tr. 50-51.

[18] Thuỵ Khuê, *Nói Chuyện Với Hoàng Xuân Hãn và Tạ Trọng Hiệp. Westminster, CA, Nhà Xuất Bản Văn Nghệ, 2002, tr. 134-135.*

[19] S.M. Bao Dai. *Le Dragon D'Annam. Paris: Plon, 1980, tr.107;* Bảo Đại, *Con Rồng Việt Nam, Hồi ký chánh trị 1913-1987.* Nguyễn Phước Tộc Xuất Bản, Nhà Sách Xuân Thu, Los Alamitoas, CA, phát hành, 1990, tr.166.

[20] S.M. Bao Dai, *Le Dragon d'Annam*, tr.105; *Bảo Đại, Con Rồng Việt Nam*, tr.163.

[21] Thụy Khuê, *Nói Chuyện với Hoàng Xuân Hãn..., đã dẫn, tr. 128.*

[22] Phạm Khắc Hoè, *Từ Triều Đình Huế đến Chiến Khu Việt Bắc, Hồi Ký (in lần thứ ba, có sửa chữa và bổ sung)*. Huế, Nhà Xuất Bản Thuận Hóa, 1987, tr. 18-19.

Nguyên văn lời kể của Phạm Khắc Hoè như sau:

... sáng 12 tháng 3, tôi vào Đại Nội làm việc với ý định nêu vấn đề cải tổ Viện Cơ Mật lại với Bảo Đại. Nhưng chưa biết bắt đầu như thế nào?

Tôi đang ngồi bóp trán suy nghĩ thì một người thị vệ vào nói: "Dạ, bẩm, Hoàng Đế ban Cụ sang chầu có việc gấp". Tôi liền sang Phòng Phê thì Bảo Đại bảo thảo một đạo dụ cử Phạm Quỳnh làm người thay mặt Chính Phủ

Việt Nam độc lập giao thiệp với tối cao Cố Vấn Nhật và các nhà chức trách Nhật nói chung. Thấy tôi làm thinh tỏ vẻ không thông mệnh lệnh ấy, Bảo Đại nói thêm: "Nếu ông thấy có gì khó khăn thì cứ đi bàn với ông Lại mà làm cho kịp thời. Sau một phút ngập ngừng, tôi nói toạc ra với Bảo Đại rằng Phạm Quỳnh là một người xấu bị mọi từng lớp nhân dân oán ghét.

[23] *-nt-,* tr. 20 và 24.

[24] *-nt-, tr. 25.*

[25] *Le Dragon d'Annam*, tr. 105; *Con Rồng Việt Nam,* tr. 164.

[26] Phạm Khắc Hoè, đã dẫn, tr. 20-21.

[27] Tôn Quang Phiệt (1900-1973), học Cao Đẳng Sư Phạm Đông Dương, năm thứ hai, theo Tân Việt, bị đuổi, sang Trung Quốc cùng với Trần Phú, Vương Thúc Oánh…, bị Pháp bắt giam ở Hà Nội, sau được thả, trở thành đảng viên Cộng Sản và dạy ở trường Thăng Long ở Hà Nội, rồi Thuận Hóa ở Huế. Chính trong thời gian này Phạm Khắc Hoè đã được móc nối để trở thành nằm vùng trong Đại Nội. Nguyễn Quyết Thắng và Nguyễn Bá Thế. *Từ Điển Nhân vật Lịch Sử Việt Nam.* Hà Nội: Nhà Xuất Bản Văn Hóa, 1999.

[28] Phạm Khắc Hoè, đã dẫn, tr. 25-26.

[29] Tôn Quang Phiệt, "Tôi Tham Gia Cách Mạng Tháng Tám ở Huế", trong *Xưa & Nay,* Cơ Quan Hội Khoa Học Học Lịch Sử Việt Nam, Số 410, Tháng 8-2012, tr. 6. - Trần Thị Như Mân, *Sống Với Tình Thương, Hồi Ký.* Hà Nội: Nhà Xuất Bản Thanh Niên, 1988, tr. 49.

[30] *-nt-*, tr. 26.

[31] -nt-. Tr. 26-27.

[32] *Một Cơn Gió Bụi, đã dẫn, tr. 44-45.*

[33] Tonnesson, Stein. *The Vietnamese Revolution of 1945, Roosevelt, Ho Chi Minh and de Gaulle in a World at War.* London: Sage Publications, 1991, tr. 285.

[34] Thụy Khuê. *Nói Chuyện Với Hoàng Xuân Hãn Và Tạ Trọng Hiệp. Westminster, CA: Văn Nghệ, 2002, tr. 145.*

[35] *-nt-* , tr. 142-144.

[36] *-nt-*

[37] Tôn Quang Phiệt, "Tôi Tham Gia Cách Mạng Tháng Tám ở Huế", trong *Xưa & Nay,* đã dẫn.

[38] - nt- .

[39] Chính Đạo, *Việt Nam Niên Biểu 1939 – 1975 (Tập A: 1939-1946), tr.236.*

[40] -nt-, tr. 238.

[41] Chánh Đạo.*Việt Nam Niên Biểu, Tập III: Nhân vật Chí. Houston, TX, 1997. tr. 74.*

[42] Trần Trọng Kim. *Một Cơn Gió Bụi, đã dẫn, tr. 53.*

[43] Bảo Đại. *Con Rồng Việt Nam, đã dẫn*, tr. 167. *Le Dragon d'Annam, tr. 107.*

[44] Nguyễn Xuân Chữ, *Hồi Ký Nguyễn Xuân Chữ, Những Bài Học Quí Báu của Một Nhà Ái Quốc Liêm Chính, Nhưng Biết Phùng Thời.* Houston, Texas: Văn Hóa, 1996, tr. 264. Nguyễn Xuân Chữ sinh năm 1898 tại Phù Long, Nam Định, cựu học sinh trường Bưởi, tốt nghiệp Y Sĩ Đông Dương năm 1925 và hành nghề ở nhiều tỉnh miền Bắc. Từ năm 1930 đến năm 1940 ông tham gia sinh hoạt của nhóm Nguyễn Đắc Lộc, Vũ Đình Dy và báo *L'Effort* rồi trở thành lãnh tụ của Việt Nam Ái Quốc Đảng, cùng với Lê Toàn, Nguyễn Đắc Lộc, Vũ Đình Dy ủng hộ Cường Để. Ông là một trong 5 ủy viên của Ủy Ban Giám Đốc Chính Trị miền Bắc cùng với bốn người kia là Phan Kế Toại, Trần Văn Lai, Đặng Thái Mai (chữ Thái ở thời điểm 1945 được viết có dấu sắc, theo người đương thời và luôn cả các văn kiện chính thức, thay vì Thai không có dấu sắc sau này) và Nguyễn Tường Long tức Nhà Văn Hoàng Đạo và là người đã trao Bắc Bộ Phủ cho Việt Minh. Ngoài hồi ký của Nguyễn Xuân Chữ, độc giả có thể xem thêm Chính Đạo, *Việt Nam Niên Biểu, Tập III: Nhân Vật Chí,* đã dẫn.

[45] Vũ Quốc Thúc, *Thời Đại Của Tôi. Cuốn II, Đời Tôi đã Trải Qua Các Thời Biến.* Westminster, Caliornia: Người Việt, 2010, tr. 214.

[46] *Người Lính Già Đặng Văn Việt, Chiến Sĩ Đường Số 4 Oai Hùng (Hồi Ức).* Thành Phố Hồ Chí Minh: Nhà Xuất Bản Trẻ, 2004, tr. 104.

[47] Hoàng Xuân Hãn có thể được coi như nhà giáo, nhà khoa học, nhà khảo cứu về lịch sử và văn học Việt Nam xuất sắc và nổi tiếng nhất trong thời này. Ông sinh năm 1909 tại làng Yên Hồ, huyện La Sơn, tỉnh Hà Tình, cha là một tú tài Hán Học, học sinh xuất sắc ở hai trường Trung Học Bảo Hộ (Trường Bưởi) và Trường Albert Sarraut ở Hà Nội, được học bổng sang Pháp du học, trúng tuyển vào các trường Cao Đẳng Sư Phạm (École Normale Supérieure) và trường Bách Khoa (École Polytechnique) và đã lựa trường Bách Khoa, sau đó là trường Cầu Cống (École des Ponts et Chaussées) là những Trường Lớn (Grandes Écoles) ở bên Pháp và đậu Cử Nhân Toán năm 1935 và Thạc Sĩ Toán năm 1936. Về nước, ông được bổ nhiệm về dạy ở Trường Bưởi, Trường Nông Lâm, Trường Cán Sự Công Chánh và vào năm 1943 ở Đại Học Khoa Học ở Hà Nội. Ngoài việc dạy học, ông cũng được bổ nhiệm làm hội viên Thượng Hội Đồng Nghiên Cứu Khoa Học Đông Dương (Conseil Supérieur des Recherches Scientifiques d'Indochine). nhưng quan trọng hơn cả là những công trình nghiên cứu về lịch sử và và văn học Việt Nam của ông. Ngoài những tác phẩm chính như *Lý Thường Kiệt, La Sơn Phu Tử,* Hoàng Xuân Hãn còn chú giải nhiều tác phẩm cổ của Việt Nam như *Đại Nam Quốc Sử Diễn Ca, Bích Âu Kỳ Ngộ, Mai Đình Mộng Ký* …Nhưng có ảnh hưởng lâu dài và rộng rãi hơn cả là tập *Danh Từ Khoa Học*, nỗ lực đầu tiên của người Việt trong việc Việt Nam hóa các chương trình học và giảng dạy các môn toán và khoa học ở các trường trung học và luôn cả ở bậc đại học về sau này. Xin xem: Hữu Ngọc - Nguyễn Đức Hiền. *La Sơn Yên Hồ Hoàng Xuân Hãn, Tập Một: Con Người và Trước Tác, (phần I*). Hà Nội: Nhà Xuất

Bản Giáo Dục, 1998, tr. 9-12; Thụy Khuê. *Nói Chuyện Với Hoàng Xuân Hãn Và Tạ Trọng Hiệp*, đã dẫn, tr. 23-27; *Souverains et Notabilités d'Indochine. Éditions du Gouvernement Général de l'Indochine.* Hanoi: IDEO, 1943, tr. 28; Nguyễn Q. Thắng - Nguyễn Bá Thế. *Từ Điển Nhân Vật Lịch Sử Việt Nam.* Hà Nội: Nhà Xuất Bản Văn Hóa, 1999, tr. 1165-1167.

[48] Đinh Xuân Lâm, "Lời Giới Thiệu", trong Nhiều Tác Giả, *Trường Thanh Niên Tiền Tuyến, Một Hiện Tượng Lịch Sử, Trí Thức và Cách Mạng.* Hà Nội: Nhà Xuất Bản Công An Nhân Dân, 2008, tr. 9.

[49] Phạm Khắc Hoè, *đã dẫn,* tr. 26-27. Nguyên văn lời kể của Phạm Khắc Hoè và lời nhận xét của Bảo Đại như sau:

"Chiều 28 tháng 3, sau khi tiếp xong người cuối cùng là Phan Anh, Bảo Đại cho tôi biết: Hai ông quan già chẳng có ý kiến gì hay ho. Còn ba anh trẻ, đã từng ở Pháp, thì đều đồng ý giải pháp nội các hẹp với Ngô Đình Diệm. Bảo Đại còn nói thêm: Phan Anh là người thông minh hơn cả."

[50] Tôn Quang Phiệt, "Tôi Tham Gia Cách Mạng Tháng Tám Ở Huế". *Xưa & Nay,* số 410 (8-2012), tr. 5.

[51] Trần Văn Chương, luật sư Toà Thượng Thẩm Hà Nội, hội viên và phó chủ tịch Đại Hội Đồng Kinh Tế Tài Chánh Đông Dương, hội viên Thượng Hội Đồng Cố Vấn Giáo Dục Công lập và Hội Đồng Liên Bang Đông Dương, gốc Nam Kỳ, nguyên quán tại Biên Hoà, sinh năm 1898 ở Nam Định nơi thân phụ ông là Tổng Đốc Trần Văn Thông trọng nhiệm, học bậc trung học ở Algérie, và đại học ở Pháp, đậu tiến sĩ luật khoa tại Đại Học Paris năm 1922, con rể của Đông Các Đại Học Sĩ Thân Trọng Huề.

Vũ Ngọc Anh sinh năm 1901, con trai của Tổng Đốc Vũ Ngọc Hoánh, học sinh xuất sắc của trường Albert Sarraut, học y khoa ở Đại Học Hà Nội và Đại Học Paris, tốt nghiệp tiến sĩ y khoa với hạng tối danh dự năm 1922, trúng tuyển hạng nhì trong số 40 thí sinh trong một kỳ thi tuyển y sĩ cho Đại Học Paris, hạng nhì trong số 6 thí sinh dự thi trong kỳ thi tuyển y sĩ phục vụ ở Đông Dương tổ chức ở Bordeaux. Luận án của ông là về tục ăn trầu ở Đông Dương. Luận án này được đề nghị giải thưởng của Đại Học Paris. Ông cũng là tác giả của nhiều bài khảo cứu chuyên môn khác. Cũng giống như Trần Văn Chương, ngoài vai trò y sĩ, Vũ Ngọc Anh cũng là hội viên Đại Hội Đồng Kinh Tài Đông Dương và dân biểu Bắc Kỳ. Ông bị máy bay Mỹ bắn chết khi đi công tác ngày 23 tháng 7 năm 1945.

Trần Đình Nam (1896-1974), nguyên quán Nghệ An, sinh ở Quảng Nam, con Đốc Học Trần Đình Phong, tốt nghiệp y sĩ Đông Dương Đại Học Hà Nội.

[52] Phan Anh sinh năm 1912 tại Hà Tĩnh, con của Cụ Đồ Phan Điện, đậu cử nhân luật ở Hà Nội năm 1937, sau sang Pháp học tiếp nhưng chưa kịp trình luận án thi Thế Chiến Thứ Hai xảy ra, ông phải về nước và làm nghề luật sư. Ngoài nghề luật sư, hồi còn đi học ông làm nghề dạy học và dạy ở hai trường trung học Thăng Long và Gia Long là hai trường tư thục nổi tiếng ở

Hà Nội đương thời. Trước khi tham chính, Phan Anh nổi tiếng nhờ những bài ông viết trên báo Thanh Nghị mà ông là một trong những người sáng lập bên cạnh Vũ Văn Hiền, Vũ Đình Hoè...Ông rất giỏi chữ Hán, ham đọc các sách về triết học, văn học và sử học nhất là Sử Trung Hoa trong đó có Tứ Thư, Ngũ Kinh, các tân thư, các tác phẩm của Khang Hữu Vi, Lương Khải Siêu. Về luật pháp ông chuyên về công pháp và đặc biệt chú trọng về luật hiến pháp. Chính vì thế khi tham gia Chính Phủ Trần Trọng Kim, ông còn được Vua Bảo Đại bổ nhiệm làm hội viên kiêm thuyết trình viên Hội Đồng Soạn Thảo Hiến Pháp. Sau Chính Phủ Trần Trọng Kim, năm 1946 Phan Anh tham gia Chính Phủ Liên Hiệp với tư cách Bộ Trưởng Bộ Quốc Phòng, rồi Bộ Trưởng Bộ Kinh Tế năm 1948, và Bộ Trưởng Bộ Công Thương năm 1954 của Hồ Chí Minh. Phan Anh là người được Vua Bảo Đại đanh giá là người thông minh nhất trong số tám người được nhà vua tiếp xúc để thành lập một chính phủ mới thay thế nội các Phạm Quỳnh. Nguyễn Q. Thắng-Nguyễn Bá Thế, *Từ Điển Nhân Vật Lịch Sử Việt Nam, đã dẫn;1308-1310;* Vũ Đình Hoè, *Thanh Nghị, Hồi Ký.* Hà Nội: Nhà Xuất Bản Văn Học, 1999, tr. 23-39; Phạm Khắc Hoè, *Từ Triều Đình Huế..., đã dẫn.*

Vũ Văn Hiền (1911-1963), Tiến Sĩ Luật Khoa, quê ở huyện Ân Thi, tỉnh Hưng Yên, viết báo đề tên thật hay lấy bút hiệu là Tân Phong. Xuất thân từ một gia đình bần Nho, cha mất sớm, mẹ "cầy thuê, vá mướn, xay xát, không chu cấp được cho con ăn học, nhưng may được một ông bạn của bố nhận làm con nuôi" và cho ăn học đến tú tài bản xứ để đủ sức nuôi thân và học tiếp. Vừa đi học, vừa đi làm nhưng nhờ học rất chăm, Vũ Văn Hiền là một trong những sinh viên xuất sắc đương thời. Ông đậu đầu Cử Nhân Luật năm 1937 và được học bổng sang Pháp học tiếp lấy bằng tiến sĩ với luận án về công điền, công thổ ở các làng Bắc Kỳ. Về nước, ông làm phụ tá cho Giám Đốc Nha Tài Chánh Đông Dương một thời gian, sau làm luật sư. Về sinh hoạt văn hóa, ông được mọi ngươòi biết tới qua các bài biết về các định chế kinh tế, tài chánh của Việt Nam thời xưa và là một trong những người chủ trương Nhóm Thannh Nghị. Nguyễn Q. Thắng- Nguyễn Bá Thế, *Từ Điển Nhân Vật Lịch Sử,* đã dẫn, tr. 1369; Vũ Đình Hoè, *Thanh Nghị,* đã dẫn, tr. 21-23. Xem thêm: Vũ Văn Hiền, "Les institutions annamites depuis l'arivée des Francais; l'impôt personnel et les corvées de 1862 à 1036". trong *Revue indochinoise juridique et économique,* 1940, No. 1, tr. 84-107.

Hồ Tá Khanh (1908-1996), Bác Sĩ Y Khoa, nguyên quán Phong Điền, Thừa Thiên, trú quán Phan Thiết, Bình Thuận. Sinh trưởng trong một gia đình có truyền thống Nho học nhưng theo Tân học, thuở nhỏ Hồ Tá Khanh theo học ở Saigon. Vì tham dự lễ truy điện Phan Chu Trinh, ông bị đuổi học phải trốn sang Pháp học tiếp, đậu tú tài rồi Bác Sĩ Y khoa. Về nước ông không làm công chức mà mở phòng mạch riêng và hoạt động cùng với nhóm

Phan Văn Hùm, Nguyễn Văn Sâm, Nguyễn Văn Tạo. Hồ Tá Khanh có liên lạc mật thiết và chịu ảnh hưởng của Trần Văn Giầu trước khi nhận lời làm bộ trưởng trong Chính Phủ Trần Trọng Kim. Chính vì vậy ông đã cùng với Trần Đình Nam và Nguyễn Hữu Thi đưa ra những đề nghị tiêu cực trong những ngày cuối của Chính Phủ Trần Trọng Kim và bắt ép Vua Bảo Đại nhượng bộ Việt Minh rồi thoái vị. Điều sau này đã khiến ông hối hận. Tác giả sẽ trình bày chi tiết sau. Nguyễn Q. Thắng, sách đã dẫn, tr. 1155-1156; Hoàng Cơ Thụy, *Việt Sử Khảo Luận, Cuốn 4, Từ Đế Quốc Việt Nam đến Trận Điện Biên Phủ (3-1945/7-5-1954). Paris: Nam Á (Sudestasie), 2002, tr. 1953.*

[53] Trần Trọng Kim (1882 hay 1887-1953) quê làng Đan Phố, huyện Nghi Xuân tỉnh Hà Tĩnh, tốt nghiệp hạng ưu Trường Thông Ngôn (Collège des Interprètes) Hà Nội và Trường Sư Phạm (École Normale des Instituteurs) Melun (Seine et Marne) bên Pháp, từng giảng dạy tại Trường Trung Học Bảo Hộ (Collège du Protectrat) và Trường Sư Phạm Hà Nội, sau làm thanh tra các trường tiểu học Pháp-Việt. Ngoài tư cách là một nhà giáo có uy tín nhất đương thời, Trần Trọng Kim còn là một nhà nghiên cứu. Ông là tác giả của *Việt Nam Sử Lược, Nho Giáo, Phật Giáo Thuở Xưa và Phật Giáo Ngày Nay, Đường Thi* và là đồng tác giả của bộ *Giáo Khoa Thư (Quốc Văn GKT, Sử Ký GKT, Luân Lý GKT...)* rất có ảnh hưởng với giới trẻ đương thời và cả sau này nữa. *Souverains et Notabilités, đã dẫn, tr.43; Nguyễn Q. Thắng và Nguyễn Bá Thế, đã dẫn, tr. 894-895.*

[54] Danh từ *thạc sĩ* trong tiếng Việt dùng để dịch danh từ agrégé trong tiếng Pháp chỉ là một danh vị dành cho người đậu kỳ thi tuyển (agregation) các giáo sư dạy bậc trung học hay một vài ngành bậc đại học như y khoa, luật khoa...Những kỳ thi tuyển này rất khó và chỉ có trong hệ thống giáo dục Pháp. Hiện tại người ta dùng danh từ *thạc sĩ* với ý nghĩa của một văn bằng để gọi các bằng Master hay cao học hay những người có các văn bằng này. Điều này không đúng, dễ gây hiểu lầm và cần phải được xét lại.

[55] Vũ Đình Hoè, *Thanh Nghị, Hồi Ký*, đã dẫn, tr. 34.

[56] -nt-, tr. 37. Nên biết Vũ Đình Hoè sau này là Bộ Trưởng Bộ Tư Pháp trong Chính Phủ Lâm Thời Hồ Chí Minh rồi sau là Bộ Trưởng Bộ Quốc Gia Giáo Dục trong Chính Phủ Liên Hiệp. Cùng với Vũ Văn Hiền và Phan Anh, ông là ba trong năm người thành lập Nhóm Thanh Nghị; hai người kia là Hoàng Thúc Tấn và Lê Huy Vân. Nguyên văn lời ông viết như sau: *"Có lẽ Dương Đức Hiền sẽ quyết định dứt khoát nhanh hơn ta. Thế là phải, phải ở hoàn cảnh các anh ấy. Còn chúng ta thì đã qua bước sôi nổi của thời sinh viên rồi. Sôi nổi và liều mạng. Liều có khi hay. Và đến khi nào đó rồi cũng phải liều thôi. Nhưng lúc này chưa phải. Lịch sử phong trào nước ta đã dạy ta những bài học xương máu. Gần đây đấy thôi. Anh Vân chắc còn nhớ rõ lắm. Tất cả năm chúng ta đây, không một ai sợ hy sinh đâu. Nhưng hy sinh để gây thêm sức cho phong trào, chứ không phải để hao sức chung, vô ích, vô duyên... Tôi thông cảm với tâm trạng bồn chồn của anh Vân. Tôi đề nghị nếu*

chúng ta có tán thành phương án tạm thời là hãy làm báo đã, thì cũng phải khẩn trương chuẩn bị điều kiện để chuyển sang hành động càng sớm càng tốt. Thời cục không chờ ta đâu. Chần chừ lỡ cơ hội là có tội."

[57] *-như trên-,* tr. 35.

[58] Lê Nhữ Lâm sinh năm 1881 tại làng Vân Trình tỉnh Thừa Thiên, trong một gia đình Nho học, cử nhân Hán học năm 1906, cha làm án sát, tòng sự tại Bộ Hộ và Nội Các Viện trước khi được lựa chọn là giảng tập cho Vua Bảo Đại khi nhà vua còn là Đông Cung Thái Tử năm 1918 đến năm 1922 ở Huế, rồi từ năm 1922 đến năm 1932 ở Pháp, tổng cộng 14 năm. Khi về nước ông được bổ nhiệm làm Tổng Tài Quốc Sử Quán kiêm Giám Đốc Thư Viện Bảo Đại từ năm 1933 cho đến khi về hưu năm 1939. Tác phẩm ông góp phầm soạn thảo là Đại Nam Thực Lục triều Khải Định. *Souverains et Notabilités,* đã dẫn, tr. 46-47.

[59] 1887 theo Souverains et Notabilités, đã dẫn, còn theo hai tác giả Nguyễn Q. Thắng và Nguyễn Bá Thế thì đó là năm Nhâm Ngọ, 1882; nhưng theo chính lời ông thì đó là năm Quý Mùi, 1883.

[60] Vũ Đình Hoè, *đã dẫn*, tr. 16.

[61] Nguyễn Minh Hoài Việt, "Nhớ Quê Hương", trong *Quang Phục*, Houston, Texas, USA, do tác giả gửi tặng, không rõ ngày.

[62] Lê Thương, "Thời Tiền Chiến Trong Tân Nhạc (1938 – 1946)", trong *Nhạc Tiền Chiến, Tuyển Tập 2.* San Francisco, California: Hương Xưa, Không đề năm xuất bản.

[63] Vũ Đình Hoè, *đã dẫn*, tr. 16.

[64] *-như trên-,* tr.77.

[65] Dương Đức Hiền (1917-1971), con một công chức Sở Lao Động thời Pháp thuộc, cựu học sinh Trường Trung Học Bảo Hộ (trường Bưởi) và Trường Luật Đại Học Hà Nội, Cử Nhân Luật, Chủ Tịch Tổng Hội Sinh Viên Đại Học Hà Nội, tham gia Nhóm Thanh Nghị nhưng chịu ảnh hưởng của Việt Minh, sáng lập Đảng Dân Chủ, dự Đại Hội Tân Trào, ủy viên của Ủy Ban Dân Tộc Giải Phóng, Bộ Trưởng Bộ Thanh Niên trong Chính Phủ Lâm Thời, đại biểu Quốc Hội, tham gia soạn thảo Hiếp Pháp 1946. Vũ Đình Hoè, *-mt-*, tr. 35; Nguyễn Quyết Thắng - Nguyễn Bá Thế, *Từ Điển Nhân Vật Lịch Sử..., đã dẫn, tr. 1123-1124.*

[66] *-như trên-,* tr. 42.

[67] Trần Trọng Kim, *Một Cơn Gió Bụi, đã dẫn*, tr. 95.

[68] Xem chú thích số 9.

[69] Trong hồi ký sau này của Ông Trần Trọng Kim đã giải thích như sau:

"*Lúc chính phủ chúng tôi mới lập ra, bao nhiêu chính quyền của người Pháp giữ nước* (trước*?) và việc cai trị ở các tỉnh đều do viên tối cao cố vấn Nhật tạm thời quyết định. Những văn thơ và tờ trình báo, các cơ quan tỉnh đều gửi qua bên phòng tối cao cố vấn.*

"Những dinh thự của các Bộ Trưởng Thượng Thư cũ đều chật hẹp, dột nát, dơ bẩn, không ở và làm việc được. Vậy trước hết phải lo tìm nhà ở và các sở làm việc.

Khi còn chính phủ bảo hộ thì có hai chính phủ, mọi việc quan hệ đến chính trị trong nước thi do chính phủ bảo hộ định đoạt, chính phủ Nam Triều có vua và triều đình nhưng chỉ đặt ra để thi hành những mệnh lệnh của chính phủ bảo hộ mà thôi, chứ không có quyền hành gì cả. Nay phải hợp nhất cả hai chính phủ này, bắt các quan ở các tỉnh chỉ được trực tiếp với chính phủ Việt Nam mà thôi và cấm không cho gửi văn thư về sở tối cao cố vấn Nhật nữa...

"Đem lại sự thống nhất trong việc cai trị như thế mà cũng mất hơn một tháng mới xong. Ấy là chỉ nói việc sửa đổi cai trị thôi, còn các cơ quan trọng yếu về chính trị như công an, sở tuyên truyền, công văn hãy còn ở trong tay người Nhật cả." Một Cơn Gió Bụi, tr.55-56.

[70] Marr, David G. *Vietnam 1945, The Quest for Power.*Berkeley: University of California Press, 1995,
tr. 118; Phạm Khắc Hoè, *Từ Triều Đình Huế…*, đã dẫn, tr. 31.

[71] Về khía cạnh này, Trần Trọng Kim đã ghi lại như sau:

"Quan lại ở các tỉnh, phần nhiều là những tham quan ô lại, chỉ quen sự thi hành mệnh lệnh của người Pháp, chứ không mấy người có đủ tư cách làm người công chức một nước tụ chủ. Muốn thay đổi các quan lại là một việc rất khó. Những người làm chính trị nói huyên thuyên thì nhiều, song người chín chắn biết suy nghĩ và biết cách đối lại với dân chúng cho êm ái thì ít. Việc chính trị là một việc rất phức tạp, cần phải có nhiều lịch duyệt và tài cán mới làm được. Nay muốn thay đổi các quan lại thì phải từ từ lựa chọn các nhân viên cho xứng đáng, chứ đem người mới làm việc lại dở hơn người cũ, thì chỉ làm rối việc, chứ không có ích gì. Tuy thế, những chồ nào có viên tỉnh trưởng bất lực lắm, chúng tôi cố tìm trong những nhân vật mới, xem ai có thể làm được đem ra thay. Hãy làm thử như thế một vài nơi xem hiệu quả thế nào. Nhưng xét ra hiệu quả mong đợi cũng không được mỹ mãn lắm.

"Chính sách của chúng tôi lúc bấy giờ, vì tình thế chưa được vững chắc nên phải đi từ từ, không làm điên đảo hết cả, sợ gây ra rối loạn." *Một Cơn Gió Bụi, tr. 56-57.*

[72] Chi tiết liên hệ tới vấn đề này có thể đọc trong các tài liệu căn bản sau đây:

Bartholomew-Feis, Dixee R. *The OSS and Ho Chi Minh, Unexpected Allies in the War Against Japan.* Lawrence, Kansas: University of Kansas, 2006. Bản dịch tiếng Việt của Lương Lê Giang nhan đề *OSS và Hồ Chí Minh, Đồng Minh Bất Ngờ trong Cuộc Chiến Chống Phát Xít Nhật, Tư Liệu của Mỹ Lần Đầu Tiên Được Công Bố tại Việt Nam.* Hà Nội: Nhà Xuất Bản Thế Giới, 2006.

Fenn, Charles, *Ho Chi Minh, A Bibliographical Introduction by Charles Fenn*. New York: Charles Scribner's Sons, 1973.

Patti, L.A. Archimedes, *Why Viet Nam? Prelude to America's Albatross*. Berkeley: University of California Press, 1980.

[73] Dương Trung Quốc, *Việt Nam: Những Sự Kiện Lịch Sử (1919-1945)*, đã dẫn, tr. 394.

[74] *-như trên-*

[75] Phạm Hồng Tung, *Nội Các Trần trọng Kim: Bản Chất, Vai Trò và Vị Trí Lịch Sử*. Hà Nội: Nhà Xuất Bản Chính Trị Quốc Gia, 2009, tr. 195.

[76] Lockhart, Bruce McFarland, *The End of the Vietnamese Monarchy*. New Haven, CT: Yale Universty, Southeast Asia Studies, Lạc Việt Series, 1993, tr. 145 và 225.

[77] Dương Bá Trạc (1884-1944), người làng Phú Thị, huyện Khoái Châu, tỉnh Hưng Yên, đậu cử nhân năm 17 tuổi nhưng không ra làm quan mà hoạt động cách mạng, đặc biệt là cho trường Đông Kinh Nghĩa Thục. Năm 1908 ông bị người Pháp bắt, xử 15 năm tù và đầy ra Côn Đảo. Năm 1912 được thả về nội địa an trí ở Long Xuyên cho đến năm 1917 thì được về Bắc trở lại. Trong thời gian sau đó ông cộng tác với các tờ *Nam Phong, Trung Bắc Tân Văn* và chủ trương tờ *Văn Học*. Ngày 28 tháng 10 năm 1943 ông được người Nhật đưa sang Singapore cùng với Trần trọng Kim và mất vì bệnh phổi ở đây ngày 10 tháng 12 năm 1944. Dương Bá Trạc có một người em là Dương Quảng Hàm, tác giả của nhiều sách giáo khoa về văn chương Việt Nam, đặc biệt là *Việt Nam Văn Học Sử Yếu*, tác phẩm về lịch sử văn học đầu tiên bằng tiếng Việt. Chính Đạo, *Việt Nam Niên Biểu, tập III: Nhân vật Chí*. Houston, TX: Văn Hóa, 1997, tr. 76; Nguyễn Q. Thắng - Nguyễn Bá Thế, *Từ Điển Nhân Vật Lịch Sử Việt Nam, đã dẫn, tr. 94.*

[78] *Một Cơn Gió Bụi, đã dẫn,* tr. 14-15

[79] *-như trên-,* tr. 15-16.

[80] Nguyễn Xuân Chữ (1898 – 1967), quán tại Phù Long, tỉnh Nam Dịnh, tốt nhiệp y sĩ Đông Dương năm 1925, lãnh tụ *Việt Nam Ái Quốc Đoàn* cùng với Vũ Đình Dy, Lê Toàn, Vũ Văn An…, ủng hộ Cường Để. Cuối tháng 8 năm 1944, do gợi ý của Sở Hiến Binh Nhật từ trước mà ông đã từ chối, Nguyễn Xuân Chữ vào trú ẩn trong sở này, sau đó được đưa vào Saigon. Tại đây, ông gặp Ngô Đình Diệm và cùng với Ngô Đình Diệm, Vũ Đình Dy, Lê Toàn, Vũ Văn An thành lập *Ủy Ban Kiến Quốc* ủng hộ Cường Để. Sau đảo chính 9/3/1945, ông trở ra Bắc và ngày 16 tháng 8 được Chính Phủ Trần Trọng Kim bổ nhiệm vào chức vụ Chủ Tịch Ủy Ban Giám Đốc Chính Trị Miền Bắc, thay thế cho chức vụ Khâm Sai Bắc Bộ, cùng với bốn người khác là Phan Kế Toại, Trần Văn Lai, Đặng Thái Mai và Nguyễn Tường Long tức nhà văn Hoàng Đạo; nhưng trước tình hình vô cùng nghiêm trọng lúc đó, Phan Kế Toại đã bỏ trốn, Trần Văn Lai bận việc bên Toà Thị Chính Hà Nội mà ông này là Thị Trưởng, Nguyễn Tường Long bị ốm thương hàn, Đặng

Thái Mai theo Việt Minh không đến nhận chức, một mình Nguyễn Xuân Chữ phải đương đầu với cuộc biểu tình của quần chúng ngày 17 tháng 8 và phải nhượng bộ, giao Bắc Bộ Phủ cho Việt Minh. Sau Hiệp Định Genève 1954, Nguyễn Xuân Chữ di cư vào Nam và hai lần từ chối lới mời tham chính của Thủ Tướng Ngô Dình Diệm, lần đầu với tư cách phó thủ tướng kiêm bộ trưởng quốc phòng. Sau năm 1963, năm 1964 ông được cử vào Thượng Hội Đồng Quốc Gia và Quyền Chủ Tịch của hội đồng này khi Chủ Tịch Phan Khắc Sửu được bầu làm Quốc Trưởng. Để phản đối chính phủ Trần Văn Hương, ông lại từ bỏ chức vụ này và thành lập *Hội Đồng Dân Tộc Cách Mạng Quốc Gia,* qui tụ trên 10 chính đảng với ông làm chủ tịch. Nguyễn Xuân Chữ mất ngày 4/12/1967 và được coi như một nhà ái quốc liêm chính, nhưng bất phùng thời. Chính Đạo, Việt *Nam Niên Biểu, Tập III, đã dẫn*, tr. 411-412.

[81] *Hồi Ký Nguyễn Xuân Chữ, Những Bài Học Quí Báu của Một Nhà Ái Quốc Liêm Chính Nhưng Bất Phùng Thời*, Nguyên Xuân Phác và Chính Đạo hiệu đính. Houston, Texas: Văn Hóa, 1996, tr. 236.

[82] Bảo Đại, *Con Rồng Việt Nam*, *đã dẫn,* tr. 166; S.M. Bao Dai, *Le Dragon d'Annam, đã dẫn, tr. 106-107;* Trần Mỹ Vân, A Vietnamese Royal Exile in Japan, Prince Cường Để (1882-1951). New York: Routlege, 2005, tr. 173.

[83] *Con Rồng Việt Nam, tr. 165; Le Dragon d'Annam, tr. 106.*

[84] Thụy Khuê, *Nói Chuyện với Hoàng Xuân Hãn và Tạ Trọng Hiệp.* Westminster, California: Văn Nghệ, 202, tr.126-128; *La Sơn Yên Hồ Hoàng Xuân Hãn.* Hữu Ngọc- Nguyễn Đức Hiền Sưu Tập và Biên Soạn. Hà Nội: Nhà Xuất Bản Giáo Dục, 1998, tr. 463-464.

[85] Thụy Khuê, *Nói Chuyện với…*, tr. 132- 133*, La Sơn Yên Hồ ...*, tr. 466-467.

[86] Thụy Khuê, *-như trên-*, Phụ Lục A,"Một Nhà Trí Thức Trong Cách Mạng và Trong Đổi Mới", tr. 174-175.

[87] S.M. Bao Dai, *Le Dragon d'Annam…*, pp. 108-109; Bảo Đại, *Con Rồng Việt Nam, đã dẫn,* tr. 169-170.

[88] Thụy Khuê, -nt-, tr. 174; Phạm Cao Dương, "Sáu Mươi Năm Nhìn Lại, Viết Thêm Về Hai Ngày 19 Tháng 8 và 2 Tháng 9, 1945: Hai Ông Hoàng Xuân Hãn và Phan Anh Đã Nói Gì Về Bảo Đại, Trần Trọng Kim và Chính Phủ Của Hai Ông Này", trong *Dòng Sử Việt, Số Ra Mắt, Năm Thứ Nhất, Tháng 9-11 Năm 2006, tr. 47.*

[89] Đoàn Thêm, *Những Ngày Chưa Quên, Ký Sự.* Saigon: Nam Chi Tùng Thư Xuất bản, không rõ năm. Glendale, California: Đại Nam, tái bản tại Hoa Kỳ, không đề năm, tr. 36.

[90] Marr, David G. *Vietnam 1945, The Quest for Power*, đã dẫn tr. 107; Tonnesson, *The Vietnamese Revolution of 1945*, đã dẫn, tr. 283-284.

[91] Trần Trọng Kim, *Một Cơn Gió Bụi, đã dẫn*, tr. 95.

[92] *-như trên-*, tr. 56, 96.
[93] *-như trên-,* tr. 82-83.
[94] Phạm Khắc Hoè, *Từ* Triều Đình Huế... đã dẫn, tr.50-51.
[95] Trần Trọng Kim, *Một Cơn Gió Bụi, đã dẫn*, tr. 56.
[96] Thụy Khuê, *đã dẫn,* tr. 135-136.
[97] *-như trên-,* tr. 135.
[98] Trần Trọng Kim, *Một Cơn Gió Bụi, tr.53-54.*
[99] Lockhart, Bruce McFarland, *The End of the Vietnamese Monarchy.* New Haven: Yale University, Southeast Asia Studies, Lac Việt Series, 1993, tr. 142-147.
[100] Phạm Mạnh Phan, "Cuộc Phỏng Vấn Của Tri Tân: Ông Nhượng Tống Với Việt Nam Quốc Dân Đảng", trong *Tri Tân,* số 185-186, *Đặc san Tri Tân, Việt Nam Giải Phóng*, ngày Thứ Năm 10-5-1945, tr. 256.
[101] Thanh Nghị, "Những Điều Kiện Để Sây Dựng Nền Độc Lập", trong *Thanh Nghị, Số Đặc San Chính Trị,* ngày 5 tháng Năm 1945, tr. 6.
[102] Vũ Ngự Chiêu, *The Other Side...Phía Bên Kia..., đã dẫn,* tr. 87.
[103] Lê Xuân Khoa, *Việt Nam, 1945-1995, đã dẫn, tr. 59. Ở đây Lê Xuân Khoa đã lẫn tên người đại diện nước Pháp. Đó là Sainteny chứ không phải Bollaert.*
[104] Trần Trọng Kim, *Một Cơn Gió Bụi*, tr. 64.
[105] Phạm Hồng Tung, *Nội Các Trần Trọng Kim, đã dẫn, tr. 202;* Huỳnh Kim Khánh, *Vietnamese Communism, 1925-1945.* Ithaca, New York: Cornell University Press, 1982, tr.294.
[106] Đoàn Thêm, *Những Ngày Chưa Quên.* Saigon: Nam Chi Tùng Thư,?, Đại Nam tái bản tại Hoa Kỳ, tr. 38-42.
[107] Trần Văn Chánh, "Học Giả Trần Trọng Kim". Mạng *Nghiên Cứu Quốc Tế, http://. Org/2016/11/27/hoc-gia-tran-trong-kim/*
[108] Trần Trọng Kim, *Một Cơn Gió Bụi, đã dẫn, tr. 56-57.*
[109] "Thanh Minh Một Trạng Thái đáng buồn", trong *Ngày Nay,* Số 15, ngày 11 tháng 8 năm 1945, tr. 6.
[110] *-như trên-,* tr. 55.
[111] *-như trên-,* tr.95.
[112] "Trách Nhiệm Nặng Nề của Ông Khâm Sai Bắc Kỳ Trong Lúc Này", trong *Trung Bắc Chủ Nhật,* số 244, ngày 13 Tháng Năm 1945.
[113] Nguyễn Xuân Chữ, *Hồi Ký Nguyễn Xuân Chữ,* đã dẫn, tr. 270.
[114] Nguyễn Tường Bách, *Việt Nam, Một Thế Kỷ Qua, Hồi Ký Cuốn Một, 1916-1946.* Santa Ana, California: Nhà Xuất Bản Thạch Ngữ, 1998, tr. 174.
[115] Vũ Trọng Khánh, "Tôi Làm Thị Trưởng Hải Phòng", trong Vũ Đình Hoè, *Hồi Ký Thanh Nghị.* Hà Nội: Nhà Xuất Bản Văn Học, Trung Tâm Văn Hóa Ngôn Ngữ Đông Tây, 1999, tr. 502-503.
[116] *Một Cơn Gió Bụi,* tr. 76-77.

[117] Nguyễn Xuân Chữ, *Hồi Ký Nguyễn Xuân Chữ, đã dẫn, tr. 270.*

[118] Chính Đạo, *Việt Nam Niên Biểu, Tập III: Nhân Vật Chí.* Houston, TX: Nhà Xuất Văn Hóa, 1997, tr. 149.

[119] Vũ Trọng Khánh, "Tôi Làm Thị Trưởng Hải Phòng" trong Vũ Đình Hoè, *Thanh Nghị, Hồi Ký.* Hà Nội: Nhà Xuất Bản Văn Học, tr. 501. Chi tiết liên hệ tới vụ ám sát Đỗ Đức Phin này được nhiều người kể lại dựa theo các nhân chứng đương thời như Nhà Văn Vũ Bằng (trong "Văn Cao: Một Nghệ Sĩ Tài Hoa", in trong *Văn Cao: Cuộc Đời và Tác Phẩm,* Lữ Huy Nguyên Tuyển Chọn, Hà Nội, 1998, tr. 178-179), Nguyễn Thụy Kha (trong "Văn Cao, Người Viết Quốc Ca") cũng in trong *Văn Cao: Cuộc Đời Và Tác Phẩm,* tr. 404.

[120] Nguyễn Tường Bách, *Việt Nam, Một Thế Kỷ Qua*, Tập I, đã dẫn, tr. 174.

[121] Nguyễn Xuân Chữ, *Hồi Ký, đã dẫn, tr. 284-285.*

[122] Đại Tướng Võ Nguyên Giáp, *Tổng Tập Hồi Ký.* Hà Nội: Nhà Xuất Bản Quân Đội Nhân Dân, 2006, tr. 42.

[123] Nguyễn Văn Khoan, *Tổng Khởi Nghĩa Tháng 8-1945 tại Hà nội: Việt Minh Hoàng Diệu.* Thành Phố Hồ Chí Minh: Nhà Xuất Bản Thành Phố Hồ Chí Minh, 2000, tr. 45.

[124] *Sách đã dẫn*, tr. 73-74.

[125] Vũ Ngự Chiêu, *Phía Bên Kia Cuộc Cách Mạng...,* tr. 96-97 và "The Other Side of the 1945 Vietnamese Revolution…" trong Journal of Asian Studies, đã dẫn, tr. 308.

[126] *Một Cơn Gió Bụi, đã dẫn, tr. 57-58.*

[127] -như trên-, tr. 92.

[128] Vũ Ngự Chiêu, *Bài khảo cứu đã dẫn*, tr. 305.

CHƯƠNG 2

Hoạt động và thành tích: Những việc làm có tính cách biểu trưng cho khả năng, tinh thần độc lập và thống nhất đất nước.

Một cách tổng quát, người ta có thể nói rằng: Vượt qua tất cả mọi khó khăn và chỉ trong vòng bốn tháng trên lý thuyết và hơn ba tháng hay 109 ngày, trên thực tế, Trần Trọng Kim và các cộng sự viên của ông đã vạch ra được những mục tiêu và chương trình hành động có thể nói là cụ thể và thực tế, để đối phó với hoàn cảnh đương thời. Từ những việc làm có tính cách tượng trưng nhằm biểu lộ tinh thần quốc gia độc lập và thống nhất như đổi quốc hiệu, lựa chọn quốc kỳ, duyệt lại quốc ca..., người ta có thể chú trọng đến những việc làm cấp thời như cứu đói, thay thế một số quan lại tham nhũng…hay lâu dài hơn như lấy lại xứ Nam Kỳ và các thành phố đã nhượng cho người Pháp cho lãnh thổ quốc gia, thu hồi quyền quản trị hành chánh, bắt các quan lại ở các tỉnh phải trực tiếp liên lạc với chính phủ Việt Nam và cấm họ không được liên lạc trực tiếp với người Nhật như họ vẫn liên lạc với người Pháp trước kia mà phải qua cấp trên người Việt của họ, Việt Nam hóa nền giáo dục, cải tổ thuế má, tư pháp, vận động thanh niên sinh viên và cả quần chúng nói chung tham gia sinh hoạt chánh trị, xã hội, lập các hội đồng tư vấn địa phương và vận dụng mọi khả năng để thực hiện một mục tiêu xa hơn nữa là dân chủ mà chính Vua Bảo Đại đã nhắm tới qua khẩu hiệu *"Dân Vi Quý"* của ông như triệu tập quốc hội và soạn thảo hiến pháp. Những thành quả này đã được báo chí đương thời ca ngợi và hưởng ứng, các sách vở của phía những người không Cộng Sản sau này nói tới với nhiều thiện cảm. Vũ Ngự Chiêu, người đầu tiên nghiên cứu tương đối kỹ càng và có phương pháp về Trần Trọng Kim và chính phủ của nhà giáo kiêm học giả này dựa trên các tài liệu đủ loại, nhất là các tài liệu lấy từ văn khố Pháp hay các sách báo đương thời, thay vì chỉ sử dụng những tài liệu mang nặng tính cách tuyên truyền đã nhận định:

> *Tài liệu chính thức của Cộng sản Việt Nam và các học giả thường hạ thấp giá trị những kế hoạch của chính phủ Kim như cải cách giấy, hay độ lượng hơn, chỉ thuần là những tuyên cáo về ý định của chính phủ. Từ thời điểm này của lịch sử nhìn lại, trong bốn tháng cầm*

quyền, chính phủ Kim chỉ có thì giờ ban hành hết dụ này qua sắc luật khác, và những cuộc cải cách ấy có rất ít ảnh hưởng đến đám đông. Tuy nhiên, các kế hoạch của Kim xứng đáng được nghiên cứu đầy đủ hơn những lời nhận định sơ sài trên. Các kế hoạch của chính phủ Kim phản ảnh quan điểm tổng quát của giới thượng lưu và trí thức về một nước Việt Nam không-ảnh-hưởng Pháp ở cao điểm của chủ thuyết Đại Á và tinh thần quốc gia Việt Nam. Hơn nữa, trái ngược với niềm tin phổ quát, Kim và các cộng sự viên phần nào thực hiện những chương trình trên. Bởi thế các kế hoạch của Kim xứng đáng được nghiên cứu vào sâu chi tiết, và trên vị thế lịch sử của chúng."[129]

Đi xa hơn, Lê Xuân Khoa đã khẳng định là không riêng Trần Trọng Kim mà luôn cả Bảo Đại đều không phải là bù nhìn của Nhật và nền độc lập của Việt Nam, dù chưa hoàn toàn vẫn là một thực tại chứ không phải bánh vẽ:

Trong một thời gian quá ngắn phục vụ đất nước, chính phủ Trần trọng Kim không mắc phải sai lầm nào đáng bị chỉ trích, trái lại, đã thực hiện được nhiều thành tích đáng kể, nhất là việc lấy lại được miền Nam và ba nhượng địa ở miền Bắc, hoàn thành việc thống nhất đất nước như đã nói ở trên. Tất cả những điều đó cho thấy Bảo Đại và chính phủ Trần trọng Kim không phải là bù nhìn của Nhật và nền độc lập của Việt Nam, dù chưa hoàn toàn, vẫn là một thực tại chứ không phải bánh vẽ, nhất là so với những điều kiện của một quốc gia tự do và viễn tượng thống nhất mơ hồ như trong hiệp định sơ bộ 6 tháng Ba 1946 mà Chủ tịch Hồ Chí Minh phải ký kết với Cao Ủy Bollaert" [130]

Trở lại với Phan Anh, người trong cuộc, Phan Anh đã giải thích cặn kẽ quan điểm và hành động của ông và những người mà ông cộng sự với, qua những lời lẽ người viết xin một lần nữa nhắc lại như sau:

> *Tôi với tư cách người yêu nước, tôi đã quan sát tình hình ấy. Chúng tôi không muốn bị cả người Pháp lẫn người Nhật đánh lừa mình. Nhóm trí thức chúng tôi không phải là một đảng mà là một nhóm, chúng tôi nghĩ rằng nhiệm vụ cấp bách là phải đuổi bọn Pháp ra khỏi bộ máy hành chính. Chúng tôi huy động sinh viên, thanh niên, công chức làm việc đó.*
>
> *Khẩu hiệu thứ hai của chúng tôi là tạm thời ngồi làm việc với người Nhật, nhưng không là đồng tác giả (co-auteurs), không phải là "kẻ hợp tác" với họ; phải giữ thế trung lập.* [131]

Sau đây là những việc làm chính yếu và có giá trị lâu dài cần được ghi nhận:

Thứ nhất: Những việc làm có tính cách biểu trưng cho tinh thần độc lập và thống nhất đất nước.

Thứ hai: Cứu đói.

Thứ ba: Việt Nam hóa nền giáo dục quốc gia.

Thứ tư: Vận dụng, tổ chức và huấn luyện thanh niên.

Thứ năm: Thâu hồi xứ Nam Kỳ, các nhượng địa Hà Nội, Hải Phòng, Đà Nẵng và các cơ quan thuộc Phủ Toàn Quyền Đông Pháp cũ.

Thứ sáu: Đặt nền tảng cho việc xây dựng chế độ mới và sửa soạn cho những công trình tái thiết đất nước lâu dài.

Trong những trang kế tiếp, tác giả xin được lần lượt đi sâu hơn vào chi tiết.

I. Quốc hiệu, quốc kỳ và quốc ca

Tháng giêng một buổi bình minh,
Ngày hai mươi sáu Pháp binh cuốn cờ,
Trả lại chỗ cho cờ Nam Việt,
Trước kỳ đài lẫm liệt uy nghi.
Thi Nham "*Lời Chào Cờ*"
Tạp Chí Tri Tân,
Số Đặc Biệt, *Việt Nam Giải Phóng*, 10-5-1945

Quốc hiệu: Danh xưng Việt Nam, hay đầy đủ hơn như được in trên các giấy tờ chính thức ở thời này là Đế Quốc Việt Nam, đã được dùng hay đúng hơn được dùng lại làm quốc hiệu. Sự trở lại với danh xưng Việt Nam này là một việc làm nhằm biểu lộ ý muốn thu hồi xứ Nam Kỳ và ý chí thống nhất lãnh thổ. Đồng thời đó cũng là ước vọng và chủ trương lớn nhất của Vua Bảo Đại, của Chính Phủ Trần Trọng Kim và của chung của toàn thể người Việt đương thời. Lý do là vì hai chữ Việt Nam đã có từ thời Vua Gia Long với ý nghĩa bao gồm toàn thể lãnh thổ nước Việt Nam từ Ải Nam Quan đến Mũi Cà Mau. Trong suốt thời kỳ Pháp Thuộc vì nước Việt Nam thống nhất của các vua nhà Nguyễn không còn nữa, danh xưng này đã không được sử dụng. Thay vào đó là ba danh xưng mới là Bắc Kỳ, Trung Kỳ và Nam Kỳ tương xứng với ba miền Bắc, Trung, Nam, mỗi miền có một chế độ cai trị khác nhau. Bắc Kỳ và Trung Kỳ là các xứ bảo hộ với mức độ can dự khác nhau của người Pháp, còn Nam Kỳ là đất Việt Nam đã nhượng đứt cho nước Pháp, là thuộc địa của Pháp. Kèm theo đó, cũng nhằm chủ trương thống nhất này, các tên Bắc Kỳ, Trung Kỳ, Nam Kỳ cũng được đổi thành Bắc Bộ, Trung Bộ và Nam Bộ coi như ba bộ phận không thể tách rời của đất nước Việt Nam thống nhất. Nên để ý là vì tất cả những danh xưng này đã được Chính Phủ Hồ Chí Minh sau đó và các chính phủ kế tiếp chính phủ của họ Hồ duy trì cho đến tận ngày nay khiến nhiều người đã hiểu sai các danh xưng này, cho rằng đó là danh xưng do Việt Minh đặt ra. Chính vì vậy, khi Quốc Gia Việt Nam của Cựu Hoàng Bảo Đại được thành lập, rồi sau này dưới thời Việt Nam Cộng Hoà ở Miền Nam, người ta không dùng nữa. Thay vào đó là các danh xưng Bắc Phần, Trung Phần, Nam Phần hay Bắc Việt, Trung Việt, Nam Việt. Ngoài ra danh xưng Việt Nam cũng được dùng để gọi chung người của cả ba xứ. Danh xưng người Việt Nam, tiếng Pháp là Vietnamien và tiếng Anh là Vietnamese đã được dùng để thay thế cho danh xưng người An Nam trong tiếng Việt, và Annamite hay đôi khi Annamese trong tiếng Pháp và tiếng Anh, một danh xưng bị coi là mang nặng quá khứ nô lệ. Riêng danh xưng Đế Quốc trong Đế Quốc Việt Nam, cần phải được hiểu theo nghĩa đơn giản, bình thường. Đó là tên gọi một nước do một hoàng đế trị vì, ở đây là Vua Gia Long và những người kế vị Vua Gia Long, trong đó có Hoàng Đế Bảo Đại, một danh xưng mang nhiều ý nghĩa nhân văn hơn là quân sự. Nó phản ảnh một thực tế là Việt

Nam là một nước qui tụ nhiều dân tộc khác nhau trong đó có người Kinh và các sắc dân thiểu số của các miền núi hay cao nguyên và luôn cả ở các miền đồng bằng như người Việt gốc Miên, người Chàm, Người Việt gốc Hoa..., không hề mang ý nghĩa bá quyền, liên hệ tới chiến tranh, xâm lăng, đô hộ và bạo lực. Điều này có thể đã phản ảnh cảm tình, chủ trương và chính sách của Hoàng Đế, sau này là Cựu Hoàng Bảo Đại thời ông làm Quốc Trưởng của Quốc Gia Việt Nam, khi ông đặt tên cho các Cao Nguyên Miền Nam là Hoàng Triều Cương Thổ hay, hiểu rộng hơn, cho tất cả những khu vực có các đồng bào thiểu số miền núi cư ngụ, kể cả ở Bắc Bộ. Nó cũng khiến người ta nghĩ tới chính sách hòa thân của các triều đại trước, đặc biệt là Triều Đại Nhà Lý đối với các dân tộc Miền Núi. Sự kiện này, tuy nhiên, còn cần phải được nghiên cứu nhiều hơn nữa. Có điều về phía những người Cộng Sản hay các sử gia thuộc chế độ này hai chữ Đế Quốc đã được diễn giải như là một biểu hiệu của sự thân Nhật và phụ thuộc vào người Nhật của Chính Phủ Trần Trọng Kim, từ đó nó đã được các phần tử thân Việt Minh dùng để đe dọa vua Bảo Đại và các nhân vật trong Chính Phủ Trần Trọng Kim khi người Nhật bị Đồng Minh đánh bại và phần nào đã khiến nhà vua thoái vị sau đó.

Quốc Kỳ và Quốc Ca: *Cờ Quẻ Ly* nền vàng đậm (chính hoàng) với ba vạch đỏ thẫm (chính xích), hai vạch trên và dưới liền, vạch giữa đứt đoạn đã được lựa chọn làm quốc kỳ và bài *Đăng Đàn Cung* tạm thời được duy trì làm quốc ca. Tất cả đã được Hoàng Đế Bảo Đại ký dụ số 52 ngày 12 tháng 6 năm 1945 ban hành.[132] Về ý nghĩa của những sự lựa chọn này, trong hồi ký của ông, Trần Trọng Kim đã giải thích như sau:

> *Nước Việt Nam là một nước tự chủ, thì phải có quốc kỳ và quốc ca. Bài quốc ca thì từ trước vẫn dùng bài "Đăng Đàn" là bài ca rất cổ, mà âm điệu nghe nghiêm trang. Chúng tôi nghĩ trước khi có bài nào hay hơn thì hãy cứ dùng bài ấy.*
>
> *Còn lá quốc kỳ, mỗi người bàn một cách, chúng tôi định đem hỏi mọi người trong nước và ai có ý kiến gì, thì vẽ kiểu gửi về. Có kiểu là cờ vàng có quẻ ly ở giữa là có ý nghĩa hơn cả. Chúng tôi định lấy kiểu ấy làm quốc kỳ.*
>
> *Lá cờ vàng là từ xưa nước ta vẫn dùng. Trong sách Quốc Sử Diễn Ca nói khi bà Triệu Ẩu nổi lên đánh quân Tàu, đã dùng cờ ấy khởi nghĩa nên có câu rằng: "Đầu voi phất ngọn cờ vàng". Vậy lấy sắc vàng là hợp với cái ý cách mệnh của tổ quốc, lấy dấu hiệu quẻ ly là vì trong lối chữ tối cổ của ta có tám chữ viết bằng vạch liền (dương) và những vạch đứt (âm) để chỉ tám quẻ, chỉ bốn phương chính và bốn phương bàng, nói ở trong kinh dịch, mà quẻ LY chỉ phương Nam. Chữ LY còn có nghĩa là lửa, là văn minh, là ánh sáng phóng ra bốn phương.*
>
> *Lấy sắc vàng là hợp với lịch sử, lấy quẻ ly là hợp với vị trí nước nhà, lại có nghĩa chỉ một nước văn hiến như ta thường tự xưng. Như thế là lá cờ vàng quẻ ly có đủ ý nghĩa.*
>
> *Song có người nói: cờ quẻ LY là một điềm xấu cho nên thất bại, vì ly là lìa. LY là lìa là một nghĩa khác chứ không phải là nghĩa của chữ là quẻ. Và việc làm của một chính phủ là cốt ở cái nghĩa lý, chứ không phải sự tin nhảm vô ý thức.*
>
> *Việc thất bại là vì tình thế chứ không phải vì lá cờ. Giả sử dùng lá cờ khác mà trong hoàn cảnh lúc ấy có thể thay đổi được gì không?*

Đến ngày 1 tháng 7 năm 1945, theo lệnh của Khâm Sai Đại Thần Bắc Bộ, các địa phương phải làm lễ thượng kỳ để tượng trưng cho sự xác lập nền độc lập của quốc gia. [133] Lá cờ quẻ ly này đã không tồn tại lâu dài. Nó đã chính thức bị Võ Nguyên Giáp với tư cách là Bộ Trưởng Bộ Nội Vụ trong Chính Phủ Lâm Thời Hồ Chí Minh, bằng một nghị định bãi bỏ ngày 5 tháng 9 năm 1945, sau khi Vua Bảo Đại thoái vị, nhưng ít năm sau đã được biến thể để trở thành cờ quẻ càn, nền vàng ba sọc đỏ liền, là cờ của Quốc Gia Việt Nam và của Việt Nam Cộng Hòa, sau này là của Người Việt ở Hải Ngoại.

Điều nên biết, đúng như Trần Trọng Kim giải thích, là ở vào thời điểm năm 1945, sự cần có một lá cờ để làm quốc kỳ là một nhu cầu thực sự cần được đáp ứng của người Việt đương thời. Đoàn Thêm đã nói đến nhu cầu cần phải có quốc kỳ và sự đáp ứng nhu cầu này trong hồi ký *Những Ngày Chưa Quên* của ông, khi tác giả này viết về "cuộc biểu tình khổng lồ" vào một buổi chiều chủ nhật hạ tuần tháng ba, tức vài tuần lễ sau ngày Hoàng Đế Bảo Đại tuyên bố độc lập, trước Đại Học Xá Bạch Mai Hà Nội, với hàng vạn sinh viên, học sinh, công chức, thợ thuyền vân, vân, … tham dự như sau:

> *Tiếc thay, trong một buổi họp có tính cách lịch sử như vậy, mà chẳng biết lấy gì tượng trưng cho tổ quốc: mỗi đoàn mỗi nhóm tự may cờ, chỗ này vải xanh sao trắng, chỗ kia mảnh lụa vàng loè, không hiểu định nói lên ý-nghĩa gì? Hình như quốc hồn lạc ngót trăm năm, mới*

trở về mà chưa tìm thấy quốc huy để hiển hiện với bóng dáng thiêng liêng của núi, của sông, của một sức sống muốn vươn cao và toả mạnh. Đáng tiếc nữa, là một khí thế dào dạt như lớp trào dâng, mà không được ai hướng theo một đường lối nào rõ-rệt tới một mục tiêu nào đích xác.[134]

Điều cần để ý là thời điểm xảy ra sự kiện hàng vạn người tụ tập này là hạ tuần tháng ba năm 1945, ngày đó Vua Bảo Đại mới tuyên bố Việt Nam độc lập và Chính Phủ Trần Trọng Kim chưa được thành lập. Một sự kiện khác cũng xảy ra cùng ngày và ở cùng địa điểm. Đó là *"Hàng vạn sinh viên, học sinh, công chức, thợ thuyền, theo tiếng hô hào của P.M.* trường Luật [135], hát vang bài *Tiếng Gọi Sinh Viên của Lưu Hữu Phước, và sau ngót một thế kỷ ngậm miệng, lần đầu được hoan hô muôn năm đất nước Lạc Hồng."* [136] P.M. là tên tắt của Phan Mỹ, là em của Bộ Trưởng Thanh Niên, Phan Anh, là người đã ngả theo Việt Minh. Chi tiết này cần được để ý vì nó liên hệ tới nguồn gốc của bài quốc ca của Quốc Gia Việt Nam của Quốc Trưởng Bảo Đại và của Việt Nam Cộng Hòa sau này. *Tiếng Gọi Sinh Viên*, tới một giới hạn nào đó theo như lời kể của nhiều người đương thời, phần nào đã được quần chúng chọn hát như là quốc ca bán chính thức của nước Việt Nam độc lập mà không do chính quyền quyết định. Sự kiện mọi người cùng hát bài *Tiếng Gọi Sinh Viên* này cũng đã xảy ra trong ngày kỷ niệm mười ba liệt sĩ Việt Nam Quốc Dân Đảng và ngày biểu tình của Tổng Hội Công Chức ngày 17 tháng 8 cùng năm cùng với rất nhiều dịp khác ở khắp trong nước, kể cả ở Nam Kỳ, trước khi biến cố 19 tháng 8, Việt Minh Cướp Chính

Quyền, xảy ra. Riêng trong chương trình định sẵn của cuộc biểu tình ngày 17 tháng 8, bài này đã được chính thức ghi rõ sau phần chào cờ là "Toàn thể quốc dân hát bài Tiếng Gọi Thanh Niên". Nên để ý "Tiếng Gọi Thanh Niên" thay vì "Tiếng Gọi Sinh Viên". [137] Cũng vậy, hai chữ "giải phóng" cũng đã được dùng ngay từ những ngày này, thay vì phải đợi đến thời Quốc Gia Việt Nam, thời cuối thập niên 1940.

Trở lại vói những ngày đầu tháng năm 1945, trên số báo ra ngày 10 tháng 5 năm này của tờ *Tri Tân Tạp Chí,* qua chủ đề in lớn, lớn hơn cả tên tờ báo, "Việt Nam Giải Phóng", tác giả Thi Nham đã cho đăng nguyên một bài thơ nhan đề "Lời Chào Cờ" với những câu như sau:

Nhờ Hiệp khách! Ra tay giúp sức;
Và thanh niên tận lực hy sinh,
Tháng giêng một buổi bình minh,
Ngày hai mươi sáu Pháp binh cuốn cờ,
Trả lại chỗ cho cờ Nam Việt,
Trước kỳ đài lẫm liệt uy nghi.
Huy hoàng một sắc vàng tươi,
Phất phơ cùng với "mặt trời" tung cao.
Hăm nhăm triệu đồng bào tổ quốc,
Xin cùng nhau đứng trước kỳ đài,
Trung thành muôn miệng một lời:
Tung hô cờ Việt muôn đời dài lâu.
Xin phút nguyện cùng nhau gắng sức,
Ủng hộ nền độc lập Việt Nam
Sao cho nòi giống da vàng,
Mai sau cùng bước lên đàng thịnh chung.

Bài này không lâu sau đó đã được các thày giáo dùng làm bài học thuộc lòng và cho đến khi những dòng này được viết nhiều người thuộc thế hệ học sinh thời đó vẫn còn thuộc.

II. Đặt tên tiếng Việt cho các đường phố và đập bỏ các tượng đài do người Pháp dựng, Trường Bưởi trở thành Trường Trung Học Chu Văn An

Tên các đường phố cũng được thay đổi từ tiếng Pháp sang tiếng Việt. Các tượng đài mang dấu tích của thời kỳ lệ thuộc như tượng Bà Đầm Xoè, tượng Paul Bert… cũng bị đập bỏ. Quyết định này đã được mọi người hưởng ứng, ngay cả gợi ý thêm, đặc biệt là trên báo chí mà điển hình là *Tri Tân Tạp Chí.* Trong số 197, ra ngày 26 tháng 7 năm 1945, qua bài viết dài non ba trang của Nguyễn Tường Phượng, trong mục *Tạp Ghi*, nhan đề "Góp Ý Kiến Vào Việc Sửa Đổi Tên Các Phố Trong Tỉnh Hà-Nội" nhân dịp thành phố này cùng với hai thành phố khác là Hải Phòng và Đà Nẵng xưa kia là nhượng địa của người Pháp được chính quyền đương thời thu hồi về cho đất nước Việt Nam và Trần Văn Lai được cử làm thị trưởng *"kể từ 13 giờ 30 phút trưa ngày 20 tháng bẩy dương lịch tức là 12 tháng Sáu năm Ất Dậu"*. Tác giả của bài báo đã căn cứ vào các sự kiện và tài liệu lịch sử đưa ra những nhận định về ý nghĩa và sự quan trọng của việc đổi tên này, đồng thời gợi ý về một số tên và đường phố và địa điểm chính yếu. [138] Trước đó ngày 12 tháng 6, Khâm Sai Bắc Bộ Phan Kế Toại đã ra nghị định đổi tên Trường Trung Học Bảo Hộ (Lycée du Protectorat) hay Trường Bưởi, thành Quốc Học Trung Học Học Hiệu Chu Văn An.[139] Đây là những hoạt động mang tính cách tượng trưng cho tinh thần độc lập và tự chủ của dân tộc Việt Nam trong ngày đầu mới được độc lập này. Nó đã được các chính quyền ở cả hai phía Quốc, Cộng sau này liên tục duy trì. Điều đáng chú ý là cách đặt tên đường phố theo gợi ý của Nguyễn Tường Phượng cũng như cách dùng ở thời này chú trọng tới tính cách lâu dài của lịch sử dân tộc chứ không phản ảnh các biến cố nhất thời.

III. Thâu hồi guồng máy cai trị ở Trung Bộ và Bắc Bộ

Thâu hồi ở đây là thâu hồi từ tay người Nhật vì, như đã nói ở trên, sau khi đảo chính người Pháp và trước khi Chính Phủ Trần Trọng Kim được thành lập, người Nhật nhất thời, do tình thế bắt buộc, đã thay người Pháp nắm giữ những chức vụ quan trọng trong chính quyền bảo hộ cũ của người Pháp như Toàn Quyền, Thống Sứ, Khâm Sứ, Thống Đốc và kiểm soát các tổng nha, các nha, các sở của Phủ Toàn Quyền, cơ quan hành chánh cao cấp nhất chung cho cả năm xứ Đông Dương thuộc Pháp chứ không riêng ba xứ Việt Nam.

Mở đầu là quyền cai trị xứ Bắc Kỳ. Ngay từ ngày 27 tháng 4, Vua Bảo Đại đã cử Phan Kế Toại làm Khâm Sai Bắc Kỳ [140] và ông này đã chính thức nhậm chức vào ngày 5 tháng 5. Hành động này nhằm chứng tỏ xứ Bắc Kỳ là thuộc quyền của nhà vua và của Chính Phủ Việt Nam độc lập mới được thành lập, chứ không còn thuộc người Pháp hay người Nhật nữa. Các quan lại ở các địa phương cũng được lệnh phải liên lạc với hay phúc trình lên thượng cấp người Việt của họ thay vì với người Nhật, như trước kia với người Pháp, khi còn hệ thống các công sứ, thống sứ hay khâm sứ của thời Pháp thuộc hay trong những ngày đầu sau Đảo Chính 9 tháng 3 năm 1945. Tiếng Việt cũng được dùng để thay thế cho tiếng Pháp trong sinh hoạt hành chánh. Các danh xưng tổng đốc hay tuần phủ cũng được thay thế bằng danh xưng tỉnh trưởng. Đây là một việc làm thoạt nhìn có vẻ đơn giản dễ dàng nhưng thực tế không phải vậy. Do sự thiếu nhân sự cần thiết, do thực tế chiến tranh, do nạn đói hoành hành và những thủ tục từ lâu đã trở thành nền nếp quen thuộc, người ta không thể một sớm, một chiều Việt hóa cả một hệ thống bao gồm hai chính phủ, một bên là Nam Triều với các quan lại của nhà vua Việt Nam và một bên và Phủ Toàn Quyền của người Pháp với các nha, các sở mà thẩm quyền cai trị, như đã nói ở trên, không chỉ riêng ba xứ của Việt Nam mà luôn cả Cao Miên và Lào ở trung ương và các Toà Khâm Sứ ở Trung Kỳ và Thống Sứ ở Bắc Kỳ nữa. Cũng may là người Nhật lúc đó chú trọng nhiều hơn đến những mục tiêu quân sự và cũng không rành tiếng Việt cũng như các thủ tục hành chánh đương thời nên đã không gây ra những khó khăn cho việc chuyển tiếp này.

Ngoài những điều kể trên, trong chủ trương bài trừ tham nhũng và bất lực trong hàng ngũ quan lại mà mọi người trông đợi, coi như là một việc làm cấp thiết sau công tác cứu đói, Bộ Trưởng Nội Vụ Trần Đình Nam trong một chuyến kinh lý các tỉnh Trung Bộ đã huyền chức 5 vị tỉnh trưởng. Mặt khác khi tới thăm hai tỉnh Nghệ Tĩnh, vị Bộ Trưởng này còn đi xa hơn nữa trong tiến trình dân chủ hóa bằng cách đưa ra quyết định là chức vụ tỉnh trưởng không nhất thiết phải là một vị quan có chức phẩm và *"nếu vị quan này nhu nhược hoài nghi làm cho cuộc trị an rối loạn* ***thì dân trong tỉnh có quyền bầu một ông khác có tín nhiệm hơn bất cứ ở giới nào lên****, miễn là viên đó được toàn thể dân chúng mến phục..."*. [141] Sau đó đến lượt Khâm Sai Bắc Bộ Phan Kế Toại, Ông này đã triệu hồi 6 vị tỉnh trưởng bên cạnh việc đào thải các công chức người Pháp để thay thế bằng các công chức người Việt. Ngoài ra Bộ Tư Pháp cũng ra thông tư gửi cho các tỉnh, phủ huyện, đạo, nha... nghiêm cấm các quan lại không được "mày mày tao tao" với dân chúng bất cứ dân già hay dân trẻ. [142] Những việc làm này vô cùng quan trọng. Chúng đã giúp người ta điều chỉnh được những nhận định của các tác giả viết về thời này, trong đó có Đoàn Thêm, vì tất cả đã được làm trong một thời gian ngắn trên dưới một tháng với con số 11 tỉnh trưởng ở Trung Kỳ và Bắc Kỳ cùng với việc lựa chọn các người đứng đầu các thành phố mới thu hồi được sau này. Chỉ việc tìm người thay thế 11 tỉnh trưởng đã là cả một vấn đề không phải dễ dàng rồi.

Chú Thích

[129] *Phía Bên Kia..., đã dẫn, tr. 87.*

[130] Lê Xuân Khoa, *sách đã dẫn, tr.59*. Thực ra tên của người ký kết hiệp định này về phía người Pháp là Sainteny chứ không phải là Bollaert. Lê Xuân Khoa đã ghi lộn.

[131] Thụy Khuê, *Nói Chuyện Với Hoàng Xuân Hãn và Tạ Trọng Hiệp, đã dẫn,* Phụ Lục A, Stein Tonesson, "Một nhà trí thức trong cách mạng và trong đổi mới", tr. 174.

[132] Dương Trung Quốc, *Việt Nam: Những Sự kiện Lịch Sử, đã dẫn, tr. 398-399.*

Về ý nghĩa của những sự lựa chọn này, trong hồi ký của ông, Trần Trọng Kim đã giải thích như sau:

"*Nước Việt Nam là một nước tự chủ, thì phải có quốc kỳ và quốc ca. Bài quốc ca thì từ trước vẫn dùng bài "Đăng Đàn" là bài ca rất cổ, mà âm điệu nghe nghiêm trang. Chúng tôi nghĩ trước khi có bài nào hay hơn thì hãy cứ dùng bài ấy.*

"Còn lá quốc kỳ, mỗi người bàn một cách, chúng tôi định đem hỏi mọi người trong nước và ai có ý kiến gì, thì vẽ kiểu gửi về. Có kiểu là cờ vàng có quẻ ly ở giữa là có ý nghĩa hơn cả. Chúng tôi định lấy kiểu ấy làm quốc kỳ.

"Lá cờ vàng là từ xưa nước ta vẫn dùng. Trong sách Quốc Sử Diễn Ca nói khi bà Triệu Ẩu nổi lên đánh quân Tàu, đã dùng cờ ấy khởi nghĩa nên có câu rằng:' Đầu voi phất ngọn cờ vàng" Vậy lấy sắc vàng là hợp với cái ý cách mệnh của tổ quốc, lấy dấu hiệu quẻ ly là vì trong lối chữ tối cổ của ta có tám chữ viết bằng vạch liền (dương) và những vạch đứt (âm) để chỉ tám quẻ, chỉ bốn phương chính và bốn phương bàng, nói ở trong kinh dịch, mà quẻ LY chỉ phương Nam. Chữ LY còn có nghĩ là lửa, là văn minh, là ánh sáng phóng ra bốn phương.

"Lấy sắc vàng là hợp với lịch sử, lấy quẻ ly là hợp với vị trí nước nhà, lại có nghĩa chỉ một nước văn hiến như ta thường tự xưng. Như thế là lá cờ vàng quẻ ly có đủ ý nghĩa.

"Song có người nói: cờ quẻ LY là một điềm xấu cho nên thất bại, vì ly là lìa. LY là lìa là một nghĩa khác chứ không phải là nghĩa của chữ là quẻ.

Và việc làm của một chính phủ là cốt ở cái nghĩa lý, chứ không phải sự tin nhảm vô ý thức.

"Việc thất bại là vì tình thế chứ không phải vì lá cờ. Giả sử dùng lá cờ khác mà trong hoàn cảnh lúc ấy có thể thay đổi được gì không?". Trần Trọng Kim, *Một Cơn Gió Bụi, đã dẫn, tr. 60-61.*

[133] Dương Trung Quốc, *-như trên-*.

[134] Đoàn Thêm, *Những Ngày Chưa Quên,* đã dẫn, *tr. 37-38.*

[135] Phan Mỹ, em ruột Bộ Trưởng Bộ Thanh Niên Phan Anh trong Chính Phủ Trần Trọng Kim.

[136] *-như trên-,* tr. 37.

[137] Đỗ Sâm, "Vai Trò Quần Chúng Trong Cuộc biểu Tình Ngày 17/81945 Tại Hà Nội, trong *Tạp Chí Xưa Và Nay*, số 412, tháng 9-2012, tr. 4.

[138] Nguyễn Tường Phượng, "Góp Ý Kiến Vào Việc Sửa Đổi Tên Các Phố Trong Tỉnh Hà-Nội", trong *Tri Tân,* Số 197, ngày 26 tháng 7 năm 1945, tr. 463-465.

[139] Dương Trung Quốc, *sách đã dẫn*, tr. 399. Chính Đạo, *Việt Nam Niên Biểu, 1939-1975 (Tập A: 1939-1946)*. Houston, Texas, Văn Hóa, 1996, tr. 227.

[140] Tonnesson, Stein, *The Vietnamese Revolution of 1945..., đã dẫn,* tr.289-290; Đoàn Thêm, *Hai Mươi Năm Qua, 1945-1964, Việc Từng Ngày.* Saigon, 19 ? (Ất Tỵ), Los Alamitos, California: Xuân Thu tái bản tại Hoa Kỳ, không đề năm tái bản, tr. 6; Dương Trung Quốc, *Việt Nam, Những Sự Kiện Lịch Sử,* đã dẫn, tr. 394.

[141] Nguyễn Tường Bách, "Công Việc Của Nội Các", trong *Ngày Nay,* Số 4, Kỷ Nguyên Mới, ngày 26-5-1945.

[142] Khái Hưng, "Tiếng Vang" , trong *Ngày Nay, Số 8, Kỷ Nguyên Mới, Ngày 23-6-1945, tr.9.*

CHƯƠNG 3

Hoạt động và thành tích: Cứu đói, một việc làm tối khẩn cấp

Đói đây là "Trận Đói Tháng Ba Năm Ất Dậu, 1945" nói như người đương thời, một trận đói khủng khiếp chưa từng có trong lịch sử Việt Nam với hàng triệu người đã bị bỏ mạng, đồng thời cũng là nguyên nhân chính đã đưa tới biến cố 19 tháng Tám 1945 - Việt Minh Cướp Chính Quyền.

Đây cũng là một trang sử bất cứ người Việt Nam nào cũng nên đọc, tìm hiểu và ghi nhớ. Không đọc, không hiểu và không ghi nhớ trang sử này, người ta sẽ không hiểu được bản chất của Cách Mạng 19 Tháng Tám và biến cố Việt Minh Cướp Chính Quyền sau đó.

Những câu hỏi cần phải được đặt ra là do đâu có nạn đói này? Nạn đói đã diễn ra như thế nào và được người Việt đương thời kể lại ra sao? Và Cộng Sản Việt Minh đã thực sự làm gì trước tình cảnh thê thảm của đồng bào của họ thời đó?

I. Do đâu có nạn đói này?

Xảy ra dưới thời Vua Bảo Đại và Chính Phủ Trần Trọng Kim nhưng thực sự trận đói này đã có nguồn gốc từ lâu trước đó và Chính Phủ Trần Trọng Kim, một cách oan khuất, đã phải lãnh tất cả mọi hậu quả và nhất là bị trách cứ là tay sai của Nhật, là bất lực. Trong khi đó Việt Minh, dưới sự lãnh đạo của Đảng Cộng Sản, đã nhân cơ hội này tuyên truyền, xách động quần chúng cướp các kho thóc rồi sau này cướp chính quyền khi Nhật Bản đầu hàng. Nói rằng trận đói này đã có nguồn gốc từ lâu là vì đồng bằng Bắc Việt và ba tỉnh Thanh Nghệ Tĩnh dân số vốn dĩ đã đông, lại tăng thêm nhiều trong những năm cuối thập niên 1930, đầu thập niên 1940, trong khi diện tích canh tác lúa gạo hầu như không thay đổi, kỹ thuật sản xuất cho tới thời điểm này vẫn còn lạc hậu, sản lượng lúa gạo trong những năm bình thường chỉ vừa đủ cho người dân sống dưới khẩu phần trung bình cần thiết cho mỗi cá nhân. Ngô, khoai, sắn, đậu... phải được dùng để ăn độn thêm; nhiều khi những thứ này không còn đủ, họ phải ăn cám.

Tại sao lại phải ăn độn thêm? Ta có thể giải thích dựa theo những con số do Y. Henry và De Visme cung cấp. Theo hai tác giả này, nếu khẩu phần trung bình cần thiết cho một người trong một năm là 337 kg thóc, tương xứng với 223 kg gạo thì người nông dân Việt Nam trong suốt thời kỳ Pháp thuộc không bao giờ có được khẩu phần này. Đây chỉ là những con số tính chung cho toàn cõi Đông Pháp. Ở những nơi đông dân như Bắc Kỳ và miền Bắc Trung Kỳ, tình trạng thiếu ăn này còn trầm trọng hơn nhiều. Khoảng năm 1937, khẩu phần trung bình ở Bắc Kỳ chỉ có 217 kg thóc, tương đương với 143,5 kg gạo và ở Trung Kỳ là 223 kg thóc hay 154 kg gạo một năm.[143]

Về phía người Việt Nam, Nghiêm Xuân Yêm, một chuyên gia nông nghiệp tốt nghiệp trường Cao Đẳng Nông Lâm đương thời, sau này là bộ trưởng canh nông của Chính Phủ Việt Nam Dân Chủ Cộng Hoà trong các thập niên 1950, 1960, trong một bài viết đăng trên tờ *Thanh Nghị,* số 107, ra ngày 5 tháng Năm 1945, nhan đề "Nạn Dân Đói, Một Vài Nhận Xét và Thiển Kiến Về Vấn đề Thóc Gạo" cũng đưa ra nhận xét tương tự. Ông viết:

> *Toàn xứ chỉ có ba tỉnh dưới đây là đại khái có thóc gạo vừa vặn đủ ăn không thừa để bán sang địa hạt tỉnh khác và cũng không phải đong thêm ở các tỉnh lân cận nào:*
>
> *1)Bắc Ninh sản xuất: 800.000 tạ thóc, dân số: 480.000 người, mỗi miệng ăn cả năm được 192 kg thóc.*
>
> *2)Phú Thọ sản xuất: 494.000 tạ thóc, dân số: 203.000 người, mỗi miệng ăn cả năm được 187 kg thóc.*

3)Sơn Tây sản xuất 528.000 tạ thóc, dân số: 270.000 người, mỗi miệng ăn cả năm được 195 kg thóc.

Chung bình, cả 3 tỉnh, mỗi người dân 191 kg thóc một năm, vào khoảng 840 gr gạo một ngày.

Sở dĩ dân 3 tỉnh ấy đủ no với số gạo 840 gr một ngày là vì 3 tỉnh ấy giồng giọt được nhiều hoa mầu ngô, khoai, sắn... Còn các tỉnh khác đều kém ruộng trồng mầu cả. Vậy nếu ta căn cứ vào 3 tỉnh đủ ăn ấy, ta nhận thấy rằng: dù kể cả ngô khoai, sắn ăn lẫn với gạo thì theo sức sản xuất của mọi giồng giọt, mỗi người dân xứ ta vẫn còn cần phải được ít ra 191 kg thóc. Nghĩa là nếu ở toàn xứ, mọi sự trồng trọt hoa mầu dầu được tương tự bằng ở 3 tỉnh Bắc Ninh, Phú Thọ, Sơn Tây để có thể có đủ thức ăn độn thì 9 triệu dân cũng cần phải có tới 17.000.000 tạ thóc để ăn. Tóm lại đổ đồng hàng năm ta vẫn còn thiếu mất: 17.000.000 – 14.500.000 = 2.500.000 tạ thóc. Nhưng sự thực dân ta vẫn còn bị thiếu hơn vì các tỉnh khác có trồng được ngô khoai tương tự bằng 3 tỉnh kể trên đâu. Vậy ta có thể quả quyết nói rằng mỗi năm xứ Bắc này thiếu mất 3.000.000 tạ thóc là ít.

Tôi xin nhắc lại rằng vì trong quá nửa nồi cơm của dân quê ta có chộn ngô khoai nên trên đây chúng ta mới tính thấy dân chỉ thiếu có ngần ấy thóc, chứ tôi chắc ai ai cũng biết rằng ăn độn ngô, khoai là một việc bất đắc dĩ. Vì ở các nước ngoài, những thứ kể trên thường chỉ dành riêng cho ngựa, bò hay lợn ăn thôi và gượng gạo dân quê ta thực trạng vẫn sống không bằng đàn gia súc của người ngoài.

Bởi vì bình thường dân ta cũng đã thiếu ăn như thế nên hễ rủi gặp trận bão lụt... ắt nạn đói bùng lên nhất là từ hồi người Pháp mượn cớ chiến tranh lập ra chính sách thu thóc một cách tàn ác thái quá thì ròng rã mấy năm nay nông dân mỗi ngày một lâm vào cảnh cơ cực cùng quẫn và đến nỗi ở khắp đồng nội, thành thị ngày nay mới thấy những thảm trạng thây chết nằm ngổn ngang và người sống vất vưởng nheo nhóc như những hồn ma xuất hiện.

Hàng triệu sinh linh ngày nay tranh ăn hết phần của súc vật. Cám, bã đậu phụ, rau chuối, củ chuối... là những thức ăn của lợn. Bây giờ dân ăn cơm độn với cám, ăn bánh đúc cám và cháo cám. Củ chuối ở trung châu bị đào, ngoáy lên chừng sắp hết nên có người đã buôn củ chuối từ trung du về suôi với cái giá 150$00 một tạ. Vì người ta tranh ăn hết phần của chúng, nên lợn, chó, gà, vịt đều phải chết, và thịt thà trở nên một ngày một khan.[144]

Riêng chuyện ăn cám đã được Nhà Văn Lãng Nhân ghi trong một bài viết đăng trong *Đông Dương Tạp Chí,* ngày 13 tháng 11 năm 1937, nhan đề "Lời Người Bán Cám" nguyên văn như sau:

Trong mấy năm nay, từ khi xảy ra nạn kinh tế đến giờ, chúng tôi buôn cám thật chạy tay. Những người đến mua không phải là mua về cho lợn, họ mua về để ăn. Gạo đắt quá, ngô khoai cũng đắt, nhiều người nhà quê phải đành ăn cám. Miễn là đầy bụng thì thôi. Mà ông lại nên biết rằng ăn cám cũng chia làm ba hạng người: Một hạng kiếm được dăm ba xu một ngày, mua cám về nấu lên với rau mà ăn, như lối ăn của lợn nhà giàu. Hạng nữa kiếm được hai ba xu một ngày chỉ chộn cám với nước lã rồi ăn như lối ăn của lợn nhà nghèo. Còn hạng thứ ba là gồm có những người như ông vừa thấy đó, nghĩa là những người không kiếm được xu nào cả, ngày hai buổi đi ngang qua giãy hàng cám, dừng lại mỗi nhà một lúc, mặc cả một đôi câu rồi vốc lấy ít cám bỏ mồm làm như để nếm. Cứ thế vừa đi hết giãy là no.

Ở thành Nam là nơi không lụt lội mà còn bao nhiêu người ăn cám, không biết ở nơi bèo trôi sóng vỗ người ta được ăn những gì?

Xét ra người nhà quê phần nhiều phải ăn cám cũng là lẽ tất nhiên. Đi gặt hái một ngày chỉ kiếm được ba xu, khi không phải mùa gặt hái thì đi đánh giậm, một buổi khéo lắm được mười xóc cua, đem bán ba xu. Ba xu mà nuôi cha già, con dại, ba xu mà vợ đẻ con sài, ba xu mà đóng góp với làng, thật là ăn cám cũng không xong. Nào có được đâu một "số lương ít nhất" như thợ thuyền. Nào có được như thợ thuyền làm có giờ, chơi có buổi! Lại cũng không họp được đoàn thể mà yêu cầu, không đình công được mà phản kháng. Quan bắt đi đê thì phải bỏ hết mà ra đê, có "cụ" nào về kinh lý thì lại phải đẵn tre, vác cờ đi hàng chục cây số để bầy hương án, kết cổng chào, tỏ lòng khuất phục! Bấy nhiêu việc đều là không công." [145]

Tình trạng bấp bênh, trên bờ vực của đói kém này dễ trở thành trầm trọng hơn khi có những đại nạn bất ngờ xảy ra như hạn hán, lụt lội, bão táp [146], côn trùng… phá hại mùa màng hay giặc giã cướp phá trong đó có sự cướp phá các kho thóc gạo hay chặn bắt các thuyền chở thóc gạo từ Nam ra Bắc để đem lên chiến khu của Việt Minh làm mất an ninh. Tất cả những tác tố này đã xảy ra từ những năm trước năm 1945 và đã trở thành trầm trọng hơn với sự bùng nổ của Thế Chiến Thứ Hai và sự hiện diện của quân đội Nhật. Nhu cầu tiêu thụ của quân đội Nhật, sự cưỡng bách người dân nộp và tích trữ gạo của cả người Nhật lẫn người Pháp, việc người Nhật ép buộc người dân phải bỏ ruộng trồng lúa để trồng đay, trồng thầu dầu hay đậu phọng và sản xuất thêm rượu do nhu cầu của chiến tranh, nạn máy bay Mỹ oanh tạc đường biển và đường xe lửa Bắc-Nam hàng ngày khiến gạo từ miền Nam không chở ra để tiếp tế cho miền Bắc như trong những năm bình thường [147], nạn lũng đoạn của gian thương, nhất là gian thương người Tàu là những nguyên nhân chính yếu đã được ghi nhận, đặc biệt là từ sau năm 1943.

II. Diễn tiến và thảm cảnh của trận đói

Bắt đầu từ mùa đông năm 1944 nạn đói đã lan rộng và trở nên trầm trọng. Từ miền quê nạn khan hiếm gạo đã lan đến các thành thị và luôn cả Thủ Đô Hà Nội. Đoàn Thêm, một công chức trẻ của Phủ Toàn Quyền đương thời, một trong số rất nhiều nhân chứng sống đã ghi lại hiện tượng này ở ngay Hà Nội như sau:

> *Từ tháng Chạp (1944) không thấy bóng chị hàng sáo quen vẫn quảy gạo trắng từ ngoại-ô vào Hà-nội bán cho gia đình tôi; nghe nói thôn-quê không còn dư để cung cấp cho thành-phố nữa. Nên người nhà tôi phải đi đong gạo tiếp-tế vừa đỏ vừa rắn, lại phải mang thẻ phân phối đứng nối đuôi dài trước tiệm buôn lẻ và chầu chực hàng giờ; có khi đợi lâu quá, đành trả một vài hào (cắc) cho người đến trước để được nhường chỗ. Chỗ đứng cũng bị đầu-cơ do những kẻ chuyên đi choán sớm để buộc người nóng ruột bỏ tiền ra mua quyền ưu-tiên.* [148]

Nhưng đó chỉ là buổi đầu, sau đó là dân quê rủ nhau tới các thành phố để kiếm ăn, vì tưởng ở đây thừa gạo dự trữ để cứu trợ, cũng theo lời kể của Đoàn Thêm:

Các hội thiện phải lập những trại tạm-trú ở quanh thành phố, như tại xã Giáp-nhất, Giáp-nhì, Giáp-bát, bãi cát Phúc-xá bên sông Nhị-hà: hàng ngàn người cầu thực được chứa tại đó, và cấp cháo nấu bằng gạo lạc-quyên. Nhưng số người cứ tăng mãi, cứu tế làm sao cho đủ? Bao hành khất hốc-hác như bộ xương ma, được đồng tiền không lấy, chỉ xin cơm. Một ông già đã quá đuối sức vừa nhận nắm xôi chưa kịp bỏ vào mồm, đã lăn ra tắt thở. Nhiều thây gục chết ở đầu hè, góc chợ, được chở ra Nhà xác thủ-đô.

Ở nhiều vùng dân chết cả nhà, cả xóm, hay gần cả làng. Hết gạo, hết khoai, hết chó mèo, hết chim, hết chuột, hết củ chuối, người ta làm thịt... con nít. Sự thảm khốc này dĩ nhiên là khó tin. Nhưng tới năm 1947, nhân dịp chạy tản cư về hạt Xuân-trường tỉnh Nam Định, tôi đã có lần bước vào một ngôi nhà trống. Hỏi vì sao nơi đây hoang vắng, thì được mách rằng không ai dám đến ở, vì cả gia đình khổ-chủ đã chết từ năm 1945 sau khi nấu một đứa con nhỏ làm món nhựa mận ăn cho đỡ đói. [149]

Chưa hết, bên cạnh cái đói là cái rét. Chưa bao giờ miền Bắc lại rét như vậy. Ngày Tết Nguyên Đán năm Ất Dậu (13/2/1945) nhiệt độ được ghi nhận là 4 độ ở Hà Nội. [150] Ngay cả Văn Cao, tác giả của bài *Tiến Quân Ca,* nhạc phẩm sau này trở thành quốc ca của Việt Nam Dân Chủ Cộng Hoà rồi tiếp theo của Cộng Hoà Xã Hội Chủ Nghĩa Việt Nam hiện tại và của rất nhiều bài hát trữ tình nổi tiếng nhất Việt Nam đương thời và sau này, cũng đã là nạn nhân của cả hai nạn đói và rét này. Người nhạc sĩ được nhiều người kính trọng và yêu mến này đã kể lại hoàn cảnh của chính ông như sau:

Năm ấy rét hơn mọi năm. Tôi ngủ mặc nguyên quần áo. Có đêm phải đốt dần bản thảo và ký họa để sưởi. Đêm năm ấy cũng dài hơn mọi năm. Những ngày đói của tôi bắt đầu...

với những gì ông nhìn thấy ở Hà Nội, chung quanh ông:

Bên một gốc cây bóng những người đói khổ trần truồng loang trên mặt hồ lạnh. Họ đang đun một thứ gì trong một cái vỏ sữa bò. Ngọn lửa tím sẫm bập bùng trong những hốc mặt. Có một đứa bé gái. Nó khoảng lên ba. Tôi ngờ ngợ như gặp lại cháu tôi. Đôi mắt nó giống như mắt con mèo con. Cháu bé không mảnh giẻ che thân. Nó ngồi ở xa nhìn mấy người lớn sưởi lửa. Cháu tôi. Nó đã chết thật rồi. Có thể nó đã nằm trong số người chết dọc đường Nam Định - Hải Phòng. Tôi bỗng trào nước mắt và quay đi.
Tin từ Nam Định lên cho biết mẹ tôi và các em đã về quê và đang đói. Họ đang phải tìm mọi cách để sống qua ngày như mọi người đang chờ một cái chết thật chậm, tự ăn mình như ngọn nến. [151]

Chính trong hoàn cảnh bi đát này, Vũ Quí, một cán bộ Cộng Sản, vốn đã theo dõi hoạt động của Văn Cao từ lâu, đã xuất hiện, đưa Văn Cao vào một tiệm ăn và người nhạc sĩ này đã nhận "thoát ly" gia nhập Việt Minh, sáng tác bài *Tiến Quân Ca* và tham gia Đội Danh Dự, nhận một khẩu súng, ám sát Đỗ Đức Phin...như sẽ được trình bày trong một bài sau. Tất cả chỉ vì "đói" và bắt đầu từ "đói".

Cũng trong năm 1945 này, Nhà Văn Nguyễn Huy Tưởng, ngày 8 tháng 4, đã ghi trong nhật ký của ông khi ông lên thăm Tô Hoài và Nam Cao như sau:

> *Dọc đường toàn những cảnh đói. Tiếng khóc như đám ma. Những bà cụ méu máo, những trẻ trần truồng rúc đầu góc tường, hay nằm trong chiếu, những đôi bố con cũng trần truồng nằm vệ đường, những thây chết cong queo, những cái thai trong bụng mẹ, giơ tay một cách dọa nạt. Muốn chụp ảnh.* [152]

rồi non một tháng sau, ngày 12 tháng 5, ông ghi thêm:

> *Nhiều cảnh ăn thịt người. Cảm thấy như mang lỗi khi làm tiểu thuyết giữa lúc số phận đất nước đang nguy ngập chưa biết định đoạt ra sao* [153]

Vũ Đình Hoè, một trong năm người sáng lập và chủ chương tờ *Thanh Nghị* đã nói ở trên cũng cho biết:

> *Các báo hàng ngày luôn luôn phản ảnh bức tranh vô cùng ảm đạm của cảnh chết đói đầy đường ở nông thôn các tỉnh đồng bằng Bắc Kỳ và Bắc Trung Kỳ. Từng bọn người rách rưới, thân hình khô đét, đen thủi; vợ chồng con cái dắt díu đi ăn xin ở đường phố Hà Nội, hoặc lê la vào các chợ nhặt lá bánh từ các đống rác đầy ruồi nhặng. Xe bò của các Hội từ thiện mỗi buổi sáng đi nhặt xác chết, sau khi đã phân phát hết những nắm cơm nhão, những bát cháo loãng chở trên xe cho những người còn lết đi được hoặc còn thoi thóp.* [154]

Đói từ đó đã trở thành đề tài cho văn chương, thi ca và âm nhạc của Việt Nam đương thời và sau này. Điển hình là các bài *Con Đò Đưa Xác* của Ngọc Bích,

Chiếc Xe Xác Qua Phường Dạ Lạc của Văn Cao, *Đói* của Bàng Bá Lân…

Con số nạn nhân được hầu hết mọi người nói tới là hai triệu. Hai triệu trong số non mười triệu người bị coi là một con số khủng khiếp vì nó tương đương với 20% dân số của miền Bắc và của hai tỉnh Thanh Nghệ đương thời. Con số này, tuy nhiên bị nhiều người trong đó có Sử Gia Mỹ David G. Marr và Sử Gia Na Uy Stein Tonnesson cho là phóng đại bởi những nhà tuyên truyền Việt Minh. Ngay Hồ Chí Minh trong bản *Tuyên Ngôn Độc lập* của ông cũng đưa ra không những con số hai triệu mà còn hơn hai triệu. Thực sự người ta không biết con số nạn nhân là bao nhiêu vì thống kê chính xác và đầy đủ không có. Các quan lại cai trị địa phương do hoàn cảnh vô cùng nhiễu nhương, giao thông trở ngại khó mà làm chủ được tình hình. Những con số người ta có được chỉ là vụn vặt của một số phủ, huyện, tỉnh gửi về Phủ Khâm Sai Bắc Bộ chứ không phải của toàn thể các tỉnh miền Bắc, chưa kể Thanh Hóa và Nghệ An. David G. Marr cho rằng con số đáng tin cậy hơn là một triệu, con số theo ông đã khủng khiếp lắm rồi vì nó tương đương với mười phần trăm dân số trong vùng cho một thời gian ngắn ngủi, vỏn vẹn có năm tháng. Sử gia này cũng viện dẫn những con số trích từ tài liệu dùng cho các viên chức của Chính Phủ Hồ Chí Minh thời đó như một triệu người ở miền Bắc và ba trăm ngàn ở miền Trung. Còn Stein Tonnesson thì ước lượng thấp hơn, từ nửa triệu đến một triệu.[155] Các sử gia khác như Philippe Devillers thì con số là gần một triệu,[156] Joseph Buttinger là từ một triệu đến 2 triệu, còn dẫn theo Toàn Quyền Jean Decoux, là một triệu.[157] Sau này Fredrik Logeval, dẫn theo tài liệu của nhà cầm quyền đương thời, có lẽ là thời Chính Phủ Trần Trọng Kim, vào tháng 5 năm 1945, vào lúc nạn đói đã giảm bớt là 380.969 cho miền đồng bằng Bắc Kỳ, và sau một năm với các dữ liệu đầy đủ hơn là một triệu người cho miền Bắc và khoảng 300.000 cho miền bắc Trung Kỳ. Trong những năm sau nữa con số leo lên tới hai triệu người cho khoảng thời gian là năm tháng của năm 1945. [158] Có điều con số hai triệu hay hơn hai triệu đã trở thành chính thức được công bố và được ghi trong sử sách của chính quyền Việt Minh thời đó, coi như tội ác gây ra bởi Thực Dân Pháp và Phát Xít Nhật, một mục tiêu tuyên truyền nhằm thúc đẩy quần chúng nổi lên chống lại không chỉ hai thế lực thống trị Việt Nam thời đó mà luôn cả chính quyền Bảo Đại-Trần Trọng Kim sau này, một chính quyền bị họ tuyên truyền là bù nhìn, là Việt gian, tay sai của cả Pháp lẫn Nhật, nổi lên giúp họ cướp chính quyền ngày 19 tháng 8 sau đó.[159] Thuật vận động của tổ chức Việt Minh này là "***bám vào nạn đói kém**, chính sách thu thóc, thu hạt dầu mà gây lòng phẫn uất của nhân dân, làm cho họ giác ngộ Nhật không giải phóng cho ta đâu, do đó đưa nhân dân ra đường tranh đấu...*" [160] Tất cả là nhằm vào mục tiêu chính yếu là cướp chính quyền như họ sẽ thực hiện về sau này, kể cả sau khi Nhật Bản đã đầu hàng và Chính Quyền Bảo Đại - Trần Trọng Kim đã đương nhiên trở thành một chính quyền hoàn toàn độc lập mà tác giả sẽ viết thêm trong những phần liên hệ kế tiếp.

Cứu đói và luôn cả cứu rét do đó trở thành hai công tác vô cùng khẩn cấp mà Chính Phủ Trần Trọng Kim phải làm và được mọi người trông đợi phải làm ngay từ khi mới được thành lập vì, như đã nói ở trên, nạn đói đã lên đến cực điểm vào tháng Ba năm đó, hai tháng trước khi Chính Phủ Trần Trọng Kim được chính thức thành lập, đúng như tên nó được mọi người đương thời gọi: *Trận Đói Tháng Ba Năm Ất Dậu"* và vì "tháng Ba bà già chết rét".

Hành động đầu tiên của chính phủ này ngay khi mới nhận lãnh trách nhiệm là yêu cầu người Nhật bãi bỏ sự cưỡng bách bán gạo của họ ở miền Trung và miễn bán cho những ai có dưới 3 mẫu ruộng ở miền Bắc. Mặt khác, một Ủy Ban Trung Ương Tiếp Trợ Nạn Nhân Miền Bắc do Từ Cung Hoàng Thái Hậu, thân mẫu của Hoàng Đế Bảo Đại, làm Chủ Tịch danh dự, Bộ Trưởng Hồ Tá Khanh làm Phó Chủ Tịch, trụ sở đặt ở số 43 đường Paul Bert, Hà Nội. [161] Tiếp theo, ngày 7 tháng 6, Khâm Sai Bắc Bộ Phan Kế Toại ra nghị định bãi lệ nộp thóc cho chánh quyền, đồng thời cấm tích trữ quá 2 tấn thóc hoặc 1 tấn gạo, cho hàng sáo chuyên chở và bán gạo tự do, giá thóc cũng được ấn định từ 100$ đến 130$ mỗi tạ, giá gạo từ 150$ đến 225$ mỗi tạ, so với giá gạo chợ đen ở Hà Nội hồi tháng 5 trước đó là 600$ một tạ gạo xấu, 800$ một tạ gạo tốt. [162] Mặt khác, ngày 14 tháng 6, Bộ Trưởng Bộ Tiếp Tế Nguyễn Hữu Thí được đặc phái vào Saigon thu xếp việc vận chuyển gạo từ Nam ra Bắc.[163] Đây không phải là một việc làm dễ dàng vì cả ba đường, đường xe lửa, đường bộ và đường biển đều bị không quân Mỹ thường xuyên oanh tạc.

Người ta đã phải dùng các hải cảng nhỏ khác thay vì Saigon và các thuyền mành của tư nhân để chuyên chở thóc gạo ra Bắc.

III. Việt Minh và những cuộc chặn bắt các thuyền chở gạo từ Nam ra Bắc và chiến khu ở thượng du Bắc Bộ

Nỗ lực chở gạo từ Nam Ra Bắc này tuy nhiên đã không mang lại được những kết quả mong muốn vì nó nằm ngoài tầm tay của người Việt, chưa kể sự phá hoại của chính Việt Minh mà Sử Gia Mỹ David G. Marr đã ghi trong tác phẩm của ông căn cứ vào tài liệu của huyện Sơn Tịnh thuộc tỉnh Quảng Ngãi, theo đó Việt Minh đã chặn bắt nhiều thuyền chở gạo từ Nam ra Bắc, lấy hết gạo, đem giấu đi hay chở lên núi cho du kích của họ. [164] Điều này phù hợp với những gì xảy ra ở miền Bắc mà hai tác giả Trần Hữu Đính và Lê Trung Dũng ghi trong *Cách Mạng Tháng Tám 1945, những Sự Kiện Lịch Sử* như sau:

> *Ở các tỉnh miền núi Bắc Bộ như Cao Bằng, Sơn la, Thái Nguyên, Yên Bái, trong khi các lực lượng vũ trang cùng quần chúng nhân dân khởi nghĩa đánh đồn, chiếm huyện thì đều tiến hành phá các kho thóc, muối chia cho dân, hoặc* ***tích trữ cho bộ đội, du kích.*** [165]

Mục tiêu sau, mục tiêu **"tích trữ cho bộ đội, du kích"** hầu như ít khi được các tác giả viết về hiện tượng Việt Minh xúi dân phá các kho thóc, gạo nhắc đến mặc dầu ai cũng biết nhu cầu tích trữ thóc gạo để dùng trong các chiến khu của Việt Minh để nuôi cán bộ và du kích ngay từ những ngày đầu là một mục tiêu tối cần thiết bên cạnh các mục tiêu kinh tài khác mà Nguyễn Lương Bằng, từ năm 1943, được Trường Chinh trao cho trách nhiệm. Sự kiện này đã được chính người sau này sẽ là Chủ Tịch nước Việt Nam Dân Chủ Cộng Hoà kể lại và được Thép Mới ghi lại như sau:

> *Tôi từ làng Thượng Cát chỉ huy các mối buôn, thôi thì buôn đủ thứ, buôn gạo, buôn khô dầu, buôn dầu ve, dầu trẩu, buôn bè, buôn mật Mai Lĩnh bán vào Hà Nội, buôn gỗ trai làm lược bán về dưới chợ Bằng.* [166]

Nên để ý là Việt Minh ở các chiến khu hồi này rất cần tiền để duy trì và phát triển các sinh hoạt của họ vì, cũng theo Nguyễn Lương Bằng qua hồi ký kể trên, vào khoảng cuối năm 1943, đầu năm 1944, khi được Trường Chinh và Hoàng Quốc Việt phân công *"phụ trách dân vận một bộ phận an toàn khu, phụ trách binh vận và phục trách về tài chính"*, ông có hỏi *"quỹ của Đảng ta còn bao nhiêu tiền"* thì được Trường Chinh trả lời *"Tất cả còn hai mươi bốn đồng."*[167] Hai mươi bốn đồng cho ngân sách của một mặt trận có phạm vi hoạt động bao trùm các tỉnh miền thượng và trung du Bắc Bộ và đang mạnh mẽ bành trướng xuống miền đồng bằng đủ nói lên nhu cầu kiếm tiền của Việt Minh là cần thiết đến mức độ nào.

Câu hỏi được đặt ra ở đây là những hoạt động kinh tài này có ảnh hưởng gì tới sự gia tăng của giá bán và nạn khan hiếm lúa gạo hay không và lượng gạo do những tổ chức của Nguyễn Lương Bằng bán ra có phải là gạo cướp từ các kho chứa của nhà nước đương thời hay không? Câu trả lời phần nhiều là có. Vậy thì bên cạnh việc người Nhật thu mua thóc gạo, người ta không thể không nói tới chủ trương cướp phá các kho thóc gạo của Việt Minh rồi đem lên núi làm lương thực cho bộ bội, du kích, cán bộ của họ hay phương tiện kinh tài và lũng đoạn kinh tế, xã hội, như là những nguyên do của Trận Đói Năm Ất Dậu. Đây cũng là một khía cạnh tàn bạo đối với chính đồng bào của mình, coi họ như là một phương tiện không hơn không kém của những người Cộng Sản Việt Nam.

Tác giả Vũ Ngự Chiêu trong bài viết đã dẫn của ông cũng nhắc tới sự cản trở của Việt Minh khi ông nói về việc tổ chức này cung cấp tin tình báo cho các oanh tạc cơ Mỹ vào lúc lực lượng này gia tăng hoạt động nhắm vào các đường giao thông khiến cho Chính Phủ Trần Trọng Kim phải dùng xe đạp để chuyển tin tức. Sử gia này cũng nhắc tới sự kiện Bộ Trưởng Xã Hội Vũ Ngọc Anh bị máy bay Mỹ bắn chết ngày 23 tháng 7 và việc Việt Minh xúi giục nông dân phá các kho thóc ở các địa phương. [168] Sự thực thì hành động xúi bẩy dân chúng phá các kho thóc ở các địa phương này nằm trong chủ trương của Việt Minh. Bằng chứng là trong *Lời Kêu Gọi của Việt Nam Độc Lập Đồng Minh Chống Nạn Cứu Đói* với nguyên văn "*...ai là người đương đói khổ, phải rủ nhau kéo đến phủ huyện, tỉnh trưởng, đốc lý đòi phát gạo;* ***chẹn các xe lương và phá những kho thóc của giặc Nhật mà ăn…***" hay "*Đói! Đói! Phải giữ lấy thóc gạo. Phải phá những kho thóc gạo của giặc*" hay *"Đói! Đói! Phải đánh đuổi Nhật Pháp mới khỏi đói"* [169] Hiện tượng phá các kho thóc gạo từ tháng 3 đến tháng 7 năm 1945 do Việt Minh xúi bẩy và được Mặt Trận ghi nhận như những thành tích lớn lao của họ đã xảy ra ở rất nhiều nơi và được đăng trên các báo *Cứu Quốc* và *Cờ Giải Phóng.* Một vài trường hợp điển hình người ta có thể kể là ở huyện Hiệp Hoà, tỉnh Đề Thám (tức Bắc Giang) ngày 13 tháng 3, phủ Thuận Thành, tỉnh Ngô Gia Tự (tức Bắc Ninh) ngày 15 tháng 3, tỉnh Tán Thuật (tức Hưng Yên) liên tiếp các ngày 9, 10, 12, 14 tháng 5 và 8 tháng 6, tỉnh Vĩnh Phúc ngày 16 tháng 5, tỉnh Nguyễn Thái Học (tức Vĩnh Yên) ngày 13 tháng 6 …[170]

Hành động thúc đẩy dân chúng hay tự mình phá kho thóc, kèm theo với sự xúi bẩy dân chúng không nộp thuế, đòi phát gạo…này đã được Việt Minh *"kết hợp với phong trào đấu tranh vũ trang trong* toàn *quốc"*. Thay vì gây khó khăn cho người Nhật hay người Pháp, họ đã gây ra rất nhiều khó khăn và nguy hiểm cho các nhà cầm quyền địa phương đương thời, đặc biệt là các tổng lý và các tri phủ, tri huyện là những người trực tiếp lo việc thâu mua và coi giữ các kho thóc gạo trong địa phương của họ, từ đó cho Chính Phủ Trần Trọng Kim. Nhiều người đã bị bao vây, đánh đập hay bị giết vì đằng sau những người dân thuần túy là những "đội danh dự", những cán bộ và những tự vệ, những du kích võ trang Việt Minh, những người luôn luôn mang theo mình *"một cuộn dây thừng để bắt Việt gian"*.[171] Mặt khác, khi xúi người dân đi cướp các kho thóc này, Việt Minh đã biến những người dân thật thà, vô tội thành những kẻ phạm tội và bị truy tố. Không còn cách nào để trốn tránh pháp luật, những con người khốn khổ và ngây thơ này đã phải bỏ lên chiến khu cùng với những gì họ cướp được. Chiến dịch xúi dân cướp phá các kho thóc gạo của Việt Minh như vậy còn đem thêm lợi ích khác cho họ là được thêm người gia nhập hàng ngũ du kích của họ. Trường hợp của "chú Thấu" trong hồi ký của Nhà Văn Vũ Thụy Hoàng là một trường hợp điển hình.[172] Cũng cần phải để ý là các tỉnh có các kho thóc bị cướp kể trên không phải là những tỉnh ở đồng bằng Bắc Bộ như Nam Định, Thái Bình, Hà Đông…, nơi nạn đói hành hoành mà là các tỉnh ở miền trung du không xa các cứ địa của Việt Minh là mấy. Người dân bị đói nhiều ngày, lê không nổi, nằm chết dọc đường khi kéo nhau lên các tỉnh hay phủ huyện lỵ ở miền xuôi để kiếm ăn, sức đâu mà kéo lên các địa điểm ở tít trên các miền trung du này để cướp phá các kho thóc như được kể. Họ cũng không thể lên đó để lãnh thóc, gạo, cơm, hay cháo từ tay các cán bộ. Việt Minh cũng khó có thể đem thóc hay gạo xuống các tỉnh miền xuôi để phát cho họ. Trường Chinh sau này khi viết về hiện tượng cướp các kho thóc gạo cũng đã đưa ra những con số và hình ảnh mà người đọc không thể không nghĩ là ông đã phóng đại: *"Hàng nghìn kho thóc của Nhật ở Bắc-bộ và Bắc Trung-bộ bị quần chúng chiếm chia cho dân nghèo. Nạn đói được giải quyết bằng phương pháp cách mạng. Nông dân Bắc-giang, Thái-nguyên, Bắc-cạn v.v... nổi dậy chiếm đồn điền của Pháp, Nhật và tiến hành chia đất."*[173] Câu hỏi được đặt ra một lần nữa ở đây là những thóc gạo cướp được đã được chở đi đâu? Nếu không phải là lên chiến khu như trường hợp xảy ra ở Quảng Ngãi cho thóc gạo chở từ Nam ra Bắc để cứu đói hồi còn chiến tranh như đã nói ở trên và sau này, sau biến cố 19 tháng 8 vào những ngày đầu của tháng 9 cùng năm mà tác giả David G. Marr đã nêu lên trong tác phẩm thứ hai viết về giai đoạn này của ông. [174]

Nó cũng là một cái cớ được Việt Minh triệt để khai thác nhằm lên án sự bất lực của chính phủ đương thời hầu xách động quần chúng nông thôn nổi lên cướp chính quyền khi cơ hội đến với họ. Một hành động "vừa ăn cướp, vừa la làng".

Sự thực thì nạn đói đã không kéo dài. Ngay từ tháng 5 nhờ vụ lúa chiêm được mùa và với nhu cầu lương thực không còn nhiều như trước do con số quá cao người chết, nạn đói đã giảm dần để sang đến tháng 6 thì gần như không còn nữa.[175] Tất cả đã xảy ra trước khi Việt Minh cướp chính quyền hay nói cách khác, Việt Minh không những không đóng góp được gì vào nỗ lực cứu đói trong thời gian này mà còn xúi bẩy, góp tay, thúc đẩy và cản trở trầm trọng những hoạt động của chính phủ cũng như của các nhà cai trị địa phương.

IV. Nỗ lực của các đoàn thể tư nhân

Nỗ lực cứu đói dưới thời Chính Phủ Trần Trọng Kim sẽ không thể được coi là đầy đủ nếu ta không nói tới sự đóng góp của các đoàn thể tư nhân ở cả ba miền Nam, Trung, Bắc. Lý do là vì chính phủ chỉ có thể vận động bãi bỏ nạn thu mua thóc gạo, cho phép chuyên chở, buôn bán tự do, cấm tích trữ, điều hoà giá cả… nhưng không thể trực tiếp vận động quần chúng đóng góp tài nguyên, vật lực, nhân lực … để cứu trợ nạn nhân ở các địa phương cấp thời phải được giải cứu. Chính quyền có thể lập ra các trại để quy tụ các dân đói từ các làng quê kéo lên tỉnh như trại Giáp Bát ở Hà Nội nhưng chính quyền không thể quyên góp tiền bạc, thóc gạo hay nhưng loại thực phẩm khác, không thể nấu cơm, nấu cháo… để rồi trực tiếp phân phát cho các nạn nhân. Công việc này là do các tư nhân tự nguyện đứng ra làm dưới danh nghĩa các hội thiện. Rất đông các hội thiện đã xuất hiện và hoạt động vô cùng tích cực trong thời gian này, trong đó người ta phải kể tới hội Hướng Đạo, tới những đoàn Thanh Niên Khất Thực... Ở Bắc Bộ các hội thiện này sau đó đã quy tụ thành Tổng Hội Cứu Trợ Nạn Nhân Nạn Đói dưới sự điều hợp của học giả Nguyễn Văn Tố thuộc Trường Viễn Đông Bác Cổ. Tổng Hội này trong thời gian từ tháng 3 đến tháng 5 năm 1945 đã quyên được 783.403 đồng. Trong khi đó ở trong Nam hơn hai mươi hội đã được thành lập với sự vận động tích cực của Bác Sĩ Nguyễn Văn Thinh, người sau này đã sáng lập và là thủ tướng của Chính Phủ Tự Trị Nam Kỳ. Số tiền các hội thiện ở miền Nam thu được lên tới 1.677.886 đồng, bao gồm luôn cả 481.570 đồng dùng để mua 1.592 tấn gạo gửi ra Bắc cho các nạn nhân. [176] Tất cả các nỗ lực này đã góp phần rất lớn vào tinh thần thống nhất dân tộc của cả ba miền và đã ảnh hưởng không nhỏ đến những vận động chính trị, văn hoá, xã hội khác về sau này. Riêng trường hợp Bác Sĩ Nguyễn Văn Thinh, những hoạt động tích cực hướng vào việc cứu đói đồng bào Miền Bắc của ông phải được chú trọng tới, khi người ta tìm hiểu quan điểm của ông khi ông thành lập Chính Phủ Nam Kỳ Tự Trị sau này của ông vì một khi đích thân tham gia cứu đói như vậy, ông không thể nào chủ trương ly khai và kỳ thị Nam Bắc được. Hơn nữa bên cạnh Nguyễn Văn Thinh còn có Nhà Văn Hồ Biểu Chánh làm chánh văn phòng cho ông. Đây cũng là một trường hợp oan khuất cần được lịch sử soi sáng. Mặt khác, tác giả Lê Mạnh Hùng trong tác phẩm *Nhìn Lại Sử Việt, Nhà Nguyễn Gia Miêu Từ Gia Long Đến Cách Mạng 19/8*, khi nói về hoạt động của Tổng Hội Cứu Trợ Nạn Nhân Nạn Đói của Học Giả Nguyễn Văn Tố có nhắc tới sư kiện là tổng hội này đã *"mua được một lượng gạo đáng kể tại các tỉnh miền núi đem về cứu trợ cho đồng bằng."*[177] Sự kiện có thể coi là trái khoáy này rất quan trọng vì nó mang nhiều ý nghĩa liên hệ tới phong trào cướp các kho thóc gạo của người Nhật và của chính quyền đương thời do Việt Minh gây ra. Câu hỏi được đặt ra là những lượng gạo mà tổng hội này mua được có thực sự là do miền núi sản xuất hay xuất phát từ các kho bị Việt Minh cướp từ miền trung du hay từ miền đồng bằng mang lên, giống như những thóc gạo từ trong Nam được chở ra Bắc bị người của mặt trận Việt Minh chặn cướp khi đi qua Quảng Ngãi trước và sau Cách Mạng Tháng Tám đã được đề cập tới ở trên? Nếu quả đúng như vậy thì chủ trương cướp phá các kho thóc gạo ở Miền Bắc của Việt Minh có tầm chiến lược quan trọng và lớn hơn, đồng thời nhằm nhiều mục tiêu hơn người ta tưởng rất nhiều. Cứu đói rất có thể chỉ là cái cớ bề ngoài, tạo khó khăn cho chính quyền đương nhiệm để cướp chính quyền cho mình nhằm làm Cách Mạng Vô

Sản Xã Hội Chủ Nghĩa mới là chính. Nói cách khác, sự kiện Việt Minh xúi dân hay tự họ cướp phá các kho thóc gạo rất có thể chỉ là để làm cho tình hình thêm trầm trọng hầu họ có thể dễ dàng kích động người dân nhằm cướp chính quyền sau đó. Mạng sống của con người đối với họ không quan trọng. Điều này đã được Lê Trọng Nghĩa, đại diện Việt Minh khi gặp Thủ Tướng Trần Trọng Kim, xác quyết: *"Dù người trong nước, mười phần chết chín, chúng tôi sẽ lập một xã hội mới với một thành phần còn lại, còn hơn với chín phần kia."* [178] mà người viết sẽ trình bày chi tiết hơn trong bài kế tiếp.

Chú Thích

[143] Henry, Yves and de Visme. *Documents de démographie et riziculture en Indochine.* Hanoi: Publication du Bulletin Économique de l'Indochine, 1928, tr. 332 và kế tiếp. Xem thêm cùng tác giả, Économie agricole de l'Indochine. Hanoi: IDEO, 1932 và Phạm Cao Dương, *Vietnamese Peasants under French Domination, 1961-1945,* Monograph Series No. 24. Lanham, MD: University Press of America, 1985, tr.125 và *Thực Trạng Của Giới Nông Dân Việt Nam Dưới Thời Pháp Thuộc.* Saigon: Nhà Sách Khai Trí, 1967, tr.185-186.

[144] Nghiêm Xuân Yêm, "Nạm Dân Đói, Một Vài Nhận Xét và Thiển Kiến về Vấn Đề Thóc Gạo", trong *Thanh Nghị,* số 107, ngày 5 tháng Năm 1945.

[145] Lãng Nhân. "Lời Người Bán Cám", trong *Đông Dương Tạp Chí,* No. 27, Samedi 13 Novembre 1937, Mục "Chuyện Vô Lý", tr. 10; Phạm Cao Dương, *Thực Trạng của Giới Nông Dân..., tr. 186-187.*

[146] Nguyễn Thế Anh, "Chính Sách Thực Phẩm của Người Nhật và Nạn Đói Vĩ Đại Năm 1945 tại Đông Dương (Japanese Food policies and the Great Famine in Indochina)". Trong *Việt Học Tạp Chí Phổ Thông, Số 2, Năm Thứ Nhất, Westminster, California, tr. 45.*

[147] *-như trên-,* tr. 46.

[148] Đoàn Thêm, *Những Ngày Chưa Quên, đã dẫn, tr. 28.*

[149] *- như trên-, tr. 29.*

[150] Đoàn Thêm. *1945-1954, Việc Từng Ngày, Hai mươi Năm Qua. Saigon, ?, Los Alamitos, California: Xuân Thu tái bản tại Hoa Kỳ, không đề năm, tr. 3.*

[151] Văn Cao. "Tôi Viết Tiến Quân Ca", trong *Một Chặng Dường Văn Hóa, Tập Hồi Ức và Tư Liệu về Đề Cương Văn Hóa Của Đảng và Đời Sống Tư Tưởng Văn Nghệ, 1943-1948,* Hà Nội: Nhà Xuất Bản Tác Phẩm Mới, 1985, tr. 109-111.

[152] Nguyễn Huy Tưởng. "Nhật Ký Nguyễn Huy Tưởng", trong *Một Chặng Đường Văn Hóa..., như trên, tr. 125.*

[153] *- như trên ,* tr. 129.

[154] Vũ đình Hoè. "Những Ngày Tháng 8 ở Hà Nội", trong Nguyễn Văn Khoan (Chủ Biên). *Tổng Khởi Nghĩa Tháng 8-1945 Tại Hà Nội, Việt Minh Hoàng Diệu.* Thành Phố Hồ Chí Minh: Nhà Xuất Bản Thành Phố Hồ Chí Minh, 2001, tr. 255.

[155] Marr, David G. *Vienam 1945...,* đã dẫn, tr. 104; Tonnesson, Stein. *The Vietnamese Revolution of 1945..., đã dẫn, tr. 293.*

[156] Devillers, Philippe. *Histoire du Vietnam de 1940 à 1952.* Paris: Editions du Seuil, 1952, tr. 131

[157] Buttinger, Joseph. *Vietnam: A Dragon Embattled.* Vol. 1, New York: Praeger, 1967, tr. 240.

[158] Logevall, Fredrik. *Embers of War: The Fall of an Empire and the Making of America's Viênam.* New York: Random House, 2012, tr 81.

[159] Marr, đã dẫn, tr. 104.

[160] Nguyễn Văn Khoan. *Tổng Khởi Nghĩa Tháng 8-1945...,* đã dẫn, tr. 37.

[161] Chính Đạo, *Việt Nam Niên Biểu, 1939-1975 (Tập A: 1939-1946, tr. 221.*

[162] Đoàn Thêm, *1945-1954, Việc Từng Ngày....* đã dẫn, tr. 6 – 7.

[163] Chính Đạo, *Việt Nam Niên Biểu, đã dẫn, tr. 277. Marr, Vietnam 1945..., đã dẫn, tr. 102.*

[164] Marr. *Vietnam 1945...,* đã dẫn, tr. 102-103.

[165] Trần Hữu Đính và Lê Trung Dũng. *Cách Mạng Tháng Tám 1945, Những Sự Kiện Lịch Sử.* Hà Nội: Nhà Xuất Bản Khoa Học Xã Hội, Trung Tâm Khoa Học Xã Hội và Nhân Văn Quốc Gia, Viện Sử Học, 2000, tr. 206.

[166] Nhà Xuất Bản Hội Nhà Văn, *Hồi Ký Cách Mạng.* Hà Nội: Nhà Xuất Bản Hội Nhà Văn, 1995, tr. 125.

[167] - *như trên* -, tr. 123.

[168] Vũ Ngự Chiêu. "The Other Side of the Vietnamese Revolution", đã dẫn, tr. 308.

[169] Trần Huy Liệu và Văn Tạo, *Cao Trào Đấu Tranh Tiền Khởi Nghĩa",* Tài Liệu Tham Khảo Lịch Sử *Cách Mạng Cận Đại Việt Nam*, Tập XI. Hà Nội: Nhà Xuất Bản Văn Sử Địa, 1957, trang 97 và kế tiếp.

[170] - *như trên* -, tr. 103 và kế tiếp.

[171] Đại Tướng Võ Nguyên Giáp, *Tổng Tập Hồi Ký.* Hà Nội: Nhà Xuất Bản Quân Đội Nhân Dân, 2006, tr. 42.

[172] Vũ Thụy Hoàng, "Đêm Hà Nội Nổ Súng, Chiến Tranh Việt Pháp bùng nổ 50 năm trước", Hồi Ký, trong *Thế Kỷ 21,* Năm Thứ Tám, số 92, December 1996, tr. 35.

[173] Trường Chinh, *Cách Mạng Dân Tộc Dân Chủ Nhân Dân Việt-Nam, Tác Phẩm Chọn Lọc, Tập I.* Hà Nội: Nhà Xuất Bản Sự Thật, 1975, tr. 346.

[174] Marr, David G, *Vietnam, State, War, and Revolution (1945-1946).* Berkeley: University of California Press, 2013, tr. 321. Theo tác giả này, trong những ngày đầu tháng 9 năm 1945, ở Hà Nội người ta nhận được tin là 150 thuyền chở 4.850 tấn gạo ra Hải Phòng để rồi một tuần sau đó được biết thêm là nhiều thuyền trong số các thuyền này bị chặn cướp bởi những nhóm người không rõ nguồn gốc. Khi bị khiển trách, các ủy ban nhân dân liên hệ đã trả lời một cách không mấy thuyết phục là các cán bộ địa phương tưởng những gạo này là của người Nhật.

[175] Vũ Ngự Chiêu, "The Other Side of the Revolution", đã dẫn, tr. 308.

[176] - như trên -, tr. 308.

[177] Lê Mạnh Hùng, *Nhìn Lại Sử Việt, Nhà Nguyễn Gia Miêu: Từ Gia Long đến Cách Mạng 19/8.* Arlington, VA: Tổ Hợp Xuất Bản Miền Đông Hoa Kỳ, 2013, tr. 592.

[178] Trần Trọng Kim, *Một Cơn Gió Bụi, đã dẫn, tr. 87.*

CHƯƠNG 4

Hoạt động và thành tích: Giáo Dục và Thanh Niên

I. Việt Nam hóa nền giáo dục quốc gia

Trong số tất cả những thành quả kể trên, chủ trương và nỗ lực Việt Nam hóa nền giáo dục quốc gia của Chính Phủ Trần Trọng Kim qua "chương trình Hoàng Xuân Hãn" là thành quả nổi bật nhất, được mọi người ủng hộ nhất và tồn tại lâu dài nhất. Chủ trương này đã được thực hiện ngay từ những tháng cuối cùng của năm học 1944-1945. Đây là một thời gian đầy những biến cố lớn lao, vô cùng sôi nổi, làm thay đổi hoàn toàn tình hình và cuộc sống ở trong nước, nhưng người ta vẫn chú trọng tới sự thành công của một kỳ thi tiểu học đầu tiên, trên toàn quốc, hoàn toàn bằng tiếng Việt vào cuối niên khoá này. Đây là một bằng chứng cụ thể của sự thành công không thể chối cãi được của không riêng gì Trần Trọng Kim, Hoàng Xuân Hãn mà còn là của chung của các phụ huynh và các nhà giáo đương thời. Chủ trương có tính cách cấp thời mang nặng tinh thần quốc gia độc lập này đã mở đầu cho một bước ngoặt mới trong lịch sử giáo dục Việt Nam. Nó đã tồn tại và phát triển liên tục trên toàn quốc Việt Nam, bất kể là quốc gia hay cộng sản cho đến tận ngày nay. Nên để ý là ở thời điểm này nền giáo dục ở Việt Nam chưa được phát triển lắm và các kỳ thi ở cấp tiểu học như Sơ Học Yếu Lược, Sơ Học Bổ Túc đều là bắt buộc và vô cùng quan trọng và do Nha Học Chính tổ chức rất nghiêm chỉnh. Đậu được những bằng này người ta đã ăn khao, đóng khung văn bằng để treo ở trong nhà và có thể ra làm hương sư, tổng sư hay các chức sắc trong làng rồi.

Báo *Tri Tân* số 188, ra ngày Thứ Năm, 24/5/1945, trong bài xã luận nhan đề "Ý kiến chúng tôi đối với Lệnh Dùng Toàn Tiếng Việt-Nam trong kỳ thi Sơ-Học Bổ-Túc sắp tới", trang 2, đã viết nguyên văn như sau:

> *Nội Các Tổng Trưởng vừa ra lệnh cho dùng toàn tiếng Việt-Nam trong kỳ thi Sơ-Học Bổ-Túc sắp tới.*
>
> *Tức thời các cơ quan giáo dục, đoàn phụ huynh học sinh, và toàn thể báo giới miền Bắc đều nhiệt liệt hoan nghênh và tán thành.*

Nay dịp giải phóng đã đến, Nội Các Trần Trọng Kim đã ra lệnh cho dùng toàn tiếng Việt-Nam trong kỳ thi sơ học sắp tới, thực là khiến cho việc học của dân ta tiến được một bước dài, tuy mới là bước đầu tiên trên con đường giải phóng.

Cái ách Pháp thuộc đã thoát, các vết tích Pháp thuộc cần phải tẩy trừ cho hết. Nếu kỳ thi tới đây mà còn bắt trẻ em thi bằng tiếng Pháp thì có phải là tự mình đem cái ách đó quàng vào cổ một lần nữa không? Vả chăng bây giờ còn một số người vẫn hoang mang, sợ hãi sự quay lại của người Pháp, nếu họ thấy học trò vẫn còn phải dùng tiếng Pháp trong một kỳ thi bậc sơ học thì cái óc sẽ lập tức đi từ chỗ hoang mang đến chỗ tin chắc chắn là người Pháp còn quay lại.

Báo *Thanh Nghị*, số 109 ra ngày 19 tháng 5 năm 1945, trong mục "Đời Sống Đông Dương" qua nhan đề "Việc dùng tiếng Việt-Nam trong các kỳ thi" cũng loan tin này kèm theo với tin về lệnh bãi bỏ kỳ thi Sơ Học Yếu Lược, một kỳ thi bắt buộc ở cuối lớp Sơ Đẳng hay lớp Ba trước khi học sinh được lên lớp Nhì Năm Thứ Nhất mà báo này cho là bớt đi cho các học sinh nhỏ một gánh nặng không ích gì mà chỉ làm chậm thêm việc học hành và làm cho trẻ em thêm ốm yếu vì lo lắng. *Thanh Nghị* viết như sau:

Việc thứ hai đáng chú ý hơn là vì sự dùng tiếng Việt Nam trong các kỳ thi là nguyện vọng chung của toàn thể quốc dân Việt-Nam trong lúc này và nó là một tượng trưng rõ rệt hơn hết của nền độc lập Việt Nam trong thời kỳ phôi thai.

Không chỉ riêng hai tờ *Tri Tân, Thanh Nghị* mà hầu như toàn thể các báo chí đương thời ở Miền Bắc đã đồng loạt hoan nghênh việc làm này. Bằng cớ là *"theo lời hiệu triệu của Ủy Ban Quản Trị trong đoàn nhà văn nhà báo, 30 đại biểu của 18 tờ báo hàng ngày, hàng tuần và tạp chí"* đã họp một phiên họp bất thường vào đêm 14 tháng 5, từ 19 giờ đến 23 giờ và đánh điện vô Huế *"hoan hô nhiệt liệt việc dùng toàn tiếng Việt Nam trong kỳ thi Sơ học bổ túc này."* [179]

Các nhà giáo cũng chứng tỏ được nhiệt tâm của mình. Trong bài tạp ghi nhan đề "Việc Học Độc lập", Nguyễn Phường, sau khi đã nhấn mạnh đến nhu cầu phải có tinh thần độc lập, trong đó cốt lõi là giáo dục độc lập, và định nghĩa thế nào là việc học độc lập, đã kể lại chuyện một ông giáo *"ngay sau khi đảo chính, đã dịch các bài học ra tiếng Việt cho các học trò mình học ngay, trong khi các bạn còn hồi hộp, dặt dè đợi lệnh."* Bài "Lời Chào Cờ", đã trích dẫn trên đây, ngay từ thời này đã trở thành bài học thuộc dùng cho học sinh tiểu học cũng nằm trong nỗ lực cấp thời này. Chưa hết, Nguyễn Tường Phượng còn đưa ra cả một đề nghị qui mô *"kêu gọi các nhà sư phạm dịch ngay những môn mình phải dạy ra tiếng Việt. Ngày nào dịch bài ấy ngay từ tối hôm trước, rồi đến lớp dạy cho học trò chép."* Tác giả cũng đề nghị lập ban tu thư với nhiều tiểu ban, mỗi tiểu ban chuyên về một môn và những phương thức ấn hành và phổ biến. Tưởng cũng cần phải để ý là chủ trương dùng tiếng Việt làm chuyển ngữ trong giáo dục đã được Hoàng Xuân Hãn sửa soạn từ lâu khi ông soạn thảo bộ *Danh Từ Khoa Học* của ông. [180] Phải chăng đây cũng là một phương sách thực tế kiện toàn và "giữ vĩnh viễn nền độc lập nước nhà", được toàn dân nhiệt liệt chào đón mà Chính Phủ Trần Trọng Kim thực hiện được, không hề có sự can thiệp của người Nhật, không thể đảo ngược được, nếu người Pháp có trở lại?

II. Vận dụng, tổ chức và huấn luyện thanh niên: Tổ Chức Thanh Niên Phan Anh và Trường Thanh Niên Tiền Tuyến Huế

Vận nước mai sau là cốt ở thanh niên bây giờ cho nên chính phủ rất chú trọng đào tạo những người mạnh mẽ, khí khái, có nghề nghiệp, có tổ chức, có huấn luyện, để bảo vệ nền độc lập đương gây.

Thủ Tướng Trần Trọng Kim

Việc huấn luyện hai hạng Thanh Niên Tiền Tuyến và Thanh Niên Xã Hội có một mục đích chung giữ vĩnh viễn nền độc lập nước nhà.

Thanh niên phải có kỷ luật, có phương châm, phải biết bền gan chờ đợi, phải biết hy sinh.

Bộ Trưởng Thanh Niên Phan Anh

Kèm theo với giáo dục là sự vận dụng và tổ chức hàng ngũ thanh thiếu niên đương thời, hướng tới ý thức trách nhiệm và những hành động cụ thể để đầu tiên là đáp ứng những nhu cầu cấp bách của xã hội và của dân tộc như cứu đói, giữ gìn an ninh, chống nạn mù chữ, giúp đỡ anh em đồng bào ở thôn quê về những việc đồng áng, bài trừ hủ tục..., sau đó là sửa soạn cho sự thành hình của một quân đội quốc gia, nhất thời vì nhiều lý do chưa thể có ngay được, nhằm bảo vệ nền độc lập vừa mới giành được trước mưu toan trở lại của người Pháp mà đương thời nhiều người e ngại. Nói như Đinh Gia Trinh, trong một bài viết đăng trên tờ *Thanh Nghị* trong thời này: *"Sửa soạn để chiến đấu "Thanh Niên Tiền Tuyến" và cả "Thanh Niên Xã Hội" nữa sẽ làm lực lượng duy trì sự sống còn của quốc gia ở những giờ phút khó khăn sau này."* [181] Về phía chính phủ, nhằm giải thích chủ trương này, Bộ Trưởng Phan Anh, trong buổi đại hội của hơn 20.000 thanh niên ngày 11 tháng 6 năm 1945, trước Nhà Hát Lớn Thành Phố Hà Nội, đã nói rõ dụng ý của các nhà cầm quyền thời đó như sau:

> *Tổ chức thanh niên mới một ngày kia, lúc quốc gia hữu sự, tất cả thanh niên Việt Nam sẽ đứng dậy, lấy võ lực đối phó với hoàn cảnh, quyết gìn giữ cái của báu độc lập mà ta đã đoạt lại được, nhờ ở hành động của quân đội Nhật."* [182]

Về phía Thủ Tướng Trần Trọng Kim thì ngay trong *Lời Tuyên Cáo Trước Quốc Dân* của ông, nhà giáo kiêm học giả này cũng viết:

> *Vận nước mai sau là cốt ở thanh niên bây giờ cho nên chính phủ rất chú trọng đào tạo những người mạnh mẽ, khí khái, có nghề nghiệp, có tổ chức, có huấn luyện, để bảo vệ nền độc lập đương gây.* [183]

1. Thanh Niên Tiền Tuyến hay Thanh Niên Phan Anh

Tổ chức Thanh Niên Tiền Tuyến, còn gọi là Thanh Niên Phan Anh, nhắm vào quần chúng và Trường Thanh Niên Tiền Tuyến Huế nhắm vào việc huấn luyện những cán bộ nồng cốt cho tổ chức Thanh Niên Tiền Tuyến là hai tổ chức đã hình thành trong thời gian này. Cả hai đều nhận được phản ứng thuận lợi của người dân và của báo chí. Điển hình là cuộc biểu tình trước Nhà Hát Lớn Hà Nội ngày 11 tháng 6 năm 1945 kể trên. Cuộc biểu tình này đã quy tụ được trên hai mươi ngàn người. Kèm theo là nhiều buổi hội họp khác nhằm kỷ niệm các biến cố lịch sử ở Hà Nội hay ở nhiều nơi trong đó có Đại Học Xá Đông Dương. *"Danh từ thanh niên đã được phổ biến khắp chợ cùng quê."* [184]

Câu hỏi được đặt ra ở đây là do đâu phong trào thanh niên kể trên đã được phổ biến và phát triển mạnh mẽ và mau lẹ như vậy? Để trả lời câu hỏi này người ta không thể không nghĩ tới một phong trào thanh niên khác đã xuất hiện trước đó. Đó là Phong Trào Thanh Niên Thể Thao do người Pháp phát động dưới sự lãnh đạo của Hải Quân Đại Tá Pháp Maurice Ducoroy thời Toàn Quyền Jean Decoux hồi đầu thập niên bốn mươi. Mặc dầu nhằm những mục tiêu chính trị và có phạm vi hoạt động trên toàn cõi Đông Pháp, Phong Trào Thanh Niên Ducoroy đã được giới trẻ Việt Nam nồng nhiệt hưởng ứng nhờ ở sự khuyến khích mọi người tập thể dục và rèn luyện thân thể và tinh thần cho khoẻ mạnh, bền bỉ, tham gia các môn thể thao như chạy bộ, bơi lội, đá bóng, đấu võ, đua xe đạp. Những cuộc Đua Xe Đạp Vòng Quanh Đông Dương, qua đó Vũ Văn Thân, Lê Thành Các đã trở thành quen thuộc qua các danh hiệu Hùm Xám, Phượng Hoàng từ Nam chí Bắc. Các cuộc chạy bộ, rước đuốc, cắm trại v..v… đã được tổ chức bởi nhà cầm quyền trung ương hay địa phương, dưới sự chủ tọa của Hoàng Đế Bảo Đại và Nam Phương Hoàng Hậu, Quốc Vương Norodom Sihanouk, Quốc Vương Ai Lao hay Toàn Quyền Decoux, đã lôi cuốn được hàng chục ngàn thanh thiếu niên tới dự. Các trường đào tạo huấn luyện viên thanh niên như ở Phan Thiết cũng được thành lập. Tất cả đều có ảnh hưởng rất lớn tới giới trẻ đương thời. Tuy nhiên Bộ Trưởng Phan Anh, vào khoảng cuối năm 1989 sau này, khi được nhà sử học Na Uy Stein Tonnesson hỏi về vai trò của phong trào thanh niên thể thao Ducoroy đối với phong trào thanh niên do ông phát động mà Tonnesson gợi ý cho rằng *"Bằng cách nào thì ông* (tức Phan Anh) *cũng đã thừa kế phong trào của đại tá Pháp Ducoroy"*, đã phủ nhận vai trò Phong Trào Thanh Niên Thể Thao Ducoroy. Phan Anh đã khẳng định là ông đã *"không thừa kế cái gì của Ducoroy cả"* và *"tuyệt đối không"*. Có điều nếu đọc kỹ phần trả lời của Phan Anh, người ta thấy ông muốn nhấn mạnh tới nguyên nhân sâu xa của phong trào thanh niên ở thời ông cầm quyền và muốn nhấn mạnh tới *"hoài bão độc lập của thanh niên"* thời ấy coi như động cơ chính yếu khiến cho họ nồng nhiệt tham gia các sinh hoạt do nhà cầm quyền tổ chức hay khuyến khích tổ chức. Nói cách khác, Phan Anh đã không coi những gì thuộc phạm vi tổ chức, những cơ sở mà Phong

Trào Ducoroy đã thiết lập ở cả hai chiều dọc và ngang, cũng như hệ thống nhân sự mà Ducoroy và nhà cầm quyền Pháp cũng như Việt đã tạo dựng được là trọng tâm của câu hỏi. Ông đã nói đúng khi nhấn mạnh đến tinh thần yêu nước và hoài bão độc lập của giới trẻ thời bấy giờ. Bằng chứng là cả một phong trào trở về nguồn với những cuộc thăm viếng các di tích, các địa điểm lịch sử hay các thắng cảnh của đất nước cũng như phong trào sáng tác và hát tập thể các bài ca lịch sử của các sinh viên, học sinh và các hướng đạo sinh ở không riêng miền Trung và miền Bắc mà luôn cả ở miền Nam, với vai trò tiên phong của các sinh viên Đại Học Hà Nội trong đó các sinh viên gốc miền Nam như Lưu Hữu Phước, Mai Văn Bộ, Nguyễn Tôn Hoàn với sự tham dự của hai nữ sinh Nguyễn Thị Thiều và Phan Thị Bình, sau này là vợ Bác Sĩ Nguyễn Tôn Hoàn, lãnh tụ Đại Việt, những người lần đầu tiên đã hát bài Sinh Viên Hành Khúc, trong buổi Đại Nhạc Hội sáng Chủ Nhật ngày 15 tháng 3 năm 1942 do Tổng Hội Sinh Viên Đông Dương tổ chức tại Đại Giảng Đường Đại Học Hà Nội, đóng vai trò khởi xướng. Nhưng Phan Anh đã không trả lời thẳng vào câu hỏi của Tonnesson, phải chăng vì chỉ trả lời cách này ông mới có thể nhắc tới *"một phong trào yêu nước mà người khởi xướng là Nguyễn Ái Quốc"* để từ đó nói được những chuyện khác mà ông muốn nói. Sự thực thì nếu không dựa vào những gì Ducoroy và phong trào của ông này đã tạo sẵn cả về tổ chức lẫn nhân sự, với cạnh đó là phong trào Hướng Đạo, cũng như cuộc sống liên hệ của giới thanh niên Việt Nam trong những năm trước đó, chưa kể tới sinh hoạt xã thôn trước đó của người Việt, Phong Trào

Thanh Niên Phan Anh khó có thể phát triển nhanh chóng và phát triển ngay từ đầu như người ta ghi nhận được. Đây chẳng qua chỉ là một khía cạnh của sự liên tục không thể tránh được trong lịch sử mà thôi. Vậy thì sự khác biệt giữa phong trào do Ducoroy phát động và lãnh đạo với Phong Trào Thanh Niên Phan Anh nằm ở chỗ nào? Để trả lời câu hỏi này, người ta không thể không nghĩ tới nhận định của các nhà chủ trương *Tạp Chí Tri Tân,* một tạp chí do các nhà thiên về cựu học chủ trương, trong đó có Học Giả Nguyễn Văn Tố. Trong *"Đặc San Tri Tân",* số 185-186, ra ngày Thứ Năm 10-5-1945 tức hai ngày sau ngày Nội Các Trần Trọng Kim chính thức trình diện, trong thư gửi độc giả đã viết *"Đến nay đứng trước thời cuộc ngoài việc ÔN CỐ, chúng tôi cũng cần phải làm việc TRI TÂN để..."* [185]. Nói cách khác, từ tư duy đến hành động, thanh niên thời Phan Anh đã không còn như thời Ducoroy nữa. Nếu ở thời Ducoroy người ta chỉ mới hướng về quá khứ oai hùng của dân tộc, coi như một việc làm ôn cố, bằng cách sáng tác và hát những bản hùng ca, thăm viếng các địa điểm và các di tích lịch sử, lo luyện tập thân thể cho khoẻ mạnh, bồi dưỡng tinh thần cho minh mẫn, tham gia hay theo dõi các phong trào thể thao... như đã nói ở trên không mà thôi, thì ở thời Phan Anh những giới hạn của thời trước không còn nữa. Người thanh niên đã có thể tham gia vào mọi sinh hoạt từ chính trị, văn hoá đến cứu tế xã hội, trong đó có kiện toàn và "giữ vĩnh viễn nền độc lập nước nhà" và thực hiện sự thống nhất dân tộc, điều trước đó người ta không được phép làm. Tất cả một mặt bắt nguồn từ truyền thống yêu nước, thương nòi và lý tưởng của những thời xa xôi trước đó và sinh hoạt xã thôn, mặt khác từ cơ hội mới của một dân tộc mới thoát vòng nô lệ, bắt đầu được độc lập và còn phải tiếp tục đấu tranh để giữ vững được nền độc lập và biến nền độc lập còn bị giới hạn lúc ban đầu này thành độc lập thực sự và hoàn toàn với sự khuyến khích của chính quyền, của báo chí đương thời và của xã hội. Nói theo Đinh Gia Trinh thì trong hoàn cảnh mới này *"Thanh niên tiền tuyến và cả thanh niên xã hội sẽ phải làm lực lượng duy trì sự sống còn của quốc gia ở những giờ phút khó khăn này"* [186]

Ba sinh hoạt cấp thời thanh niên ở giai đoạn này đã tham gia hay được thúc đẩy tham gia mạnh mẽ là cứu tế, bảo an và chống nạn thất học. Hai sinh hoạt trên là do tình hình mới đòi hỏi. Lý do là thời Chính Phủ Trần Trọng Kim cầm quyền là thời kỳ nạn đói hoành hành dữ dội nhất và chính quyền trung ương không thể trực tiếp đảm đương tất cả mọi việc. Trực tiếp cứu trợ đồng bào cũng như quyên góp, phát chẩn và mai táng nạn nhân xấu số phải trông cậy ở các tổ chức của chính người dân địa phương. Bên cạnh đó là tình hình bất an ở các thôn quê do nạn trộm cướp gia tăng, vượt khỏi khả năng của các tuần tráng các làng. [187]

Tất nhiên trong buổi đầu, vì sự bồng bột, thiếu sửa soạn, thiếu huấn luyện, thiếu những người trực tiếp hướng dẫn, những thanh niên của thời này không khỏi không mắc phải những thiếu sót hay bị lợi dụng mà Đinh Gia Trinh gọi là "không chính đáng", đặc biệt là ở thôn quê. Theo tác giả này, ở một vài nơi thanh niên hoặc là không biết làm gì hoặc là muốn tham dự vào tất cả mọi việc trong đó có việc cải cách các tục lệ ở hương thôn với sự bồng bột, nông nổi của mình, từ đó gây mâu thuẫn với các vị kỳ cựu trong làng hay làm rối trật tự, kể cả những hành vi bất hợp pháp qua những việc làm không thuộc phạm vi riêng của mình mà là của chung của cả xã hội và của chính quyền, điển hình là việc đi bắt những đám bạc. Thanh niên đã đột nhập vào các tư gia, khám xét, phá phách đồ đạc, một việc làm lẽ ra thuộc nhà chức trách sở tại. [188]

2. Trường Thanh Niên Tiền Tuyến Huế

Trường Thanh Niên Tiền Tuyến được thành lập ở Huế, một mặt nhằm đáp ứng nhu cầu lãnh đạo kể trên, mặt khác đào tạo các cấp chỉ huy cho quân đội Việt Nam trong tương lai mà nhất thời Chính Phủ Trần Trọng Kim chưa thực hiện được. Nói cách khác, trường này được thành lập nhằm mục tiêu "huấn luyện" đã được Trần Trọng Kim đề ra trong lời tuyên cáo của chính phủ ông và được Bộ Thanh Niên thực hiện. Ba nhân vật đóng vai trò chủ chốt trong việc thành lập và điều hành trường này [189] là các ông Phan Anh, Tạ Quang Bửu và Phan Tử Lăng. Phan Anh là Bộ Trưởng Thanh Niên mà ta đã biết. Tạ Quang Bửu là huynh trưởng Hướng Đạo ở miền Trung và là Đặc Vụ Ủy Viên của Phan Anh, người được coi là có sáng kiến thành lập trường. Phan Tử Lăng tốt nghiệp thủ khoa trường Võ Bị Tông thời Pháp, cùng khóa với Đại Tướng Dương Văn Minh của miền Nam sau này và là

Trung Úy chỉ Huy Trưởng Bảo An Huế đương thời. Trường khai giảng ngày 2 tháng 7 trước Ngọ Môn với 43 sinh viên cho khóa 1 và cũng là khóa duy nhất, vì sau đó, do biến cố 19 tháng 8, trường không còn hoạt động nữa. Những sinh viên này phần lớn là từ Đại Học Đông Dương Hà Nội quê ở miền Trung, phần vì nghỉ hè, phần vì trường đóng cửa phải về nhà. Chỉ có hai người gốc miền Nam và hầu như không có người miền Bắc.

Vì nhằm gián tiếp đào tạo cấp chỉ huy cho quân đội Việt Nam tương lai nên ngoài việc tập luyện thân thể, học lái xe, học nghề …, những gì người thanh niên cần phải biết để góp phần xây dựng đất nước mà Thủ Tướng Trần Trọng Kim đã nói trong lời tuyên cáo của ông, sinh viên còn phải học tác chiến và chỉ huy dành cho các sĩ quan cấp dưới, chương trình học còn bao gồm luôn cả binh pháp, trong đó có cả binh pháp Tôn Tử. [190]

Với mục tiêu chính yếu là "*rèn luyện thanh niên phụng sự tổ quốc*" nói chung này, những người sáng lập cũng như trực tiếp điều khiển nhà trường đã để cho các sinh viên hoàn toàn tự do không áp đặt một chủ trương chính trị nào ngoại trừ mục tiêu phụng sự tổ quốc hiểu theo nghĩa cao quý và thiêng liêng nhất. [191] Sau đó ai về nhà nấy, không bắt buộc phải phục vụ chính quyền. Nhưng ngay từ những ngày đầu, Việt Minh đã xâm nhập và tuyên truyền để từ đó hướng các sinh viên đi theo đường lối riêng của họ. Sở dĩ ta có thể nói như vậy vì khi mới khai giảng, trong số 43 sinh viên chỉ có 5 người theo Việt Minh [192] nhưng khi biến cố 19 tháng 8 bùng nổ thì hầu như toàn thể đã bị Việt Minh hóa và những người này đã trở thành lực lượng võ trang nòng cốt đi tiên phong trong việc giúp Việt Minh cướp chính quyền ở kinh đô Huế. Nói như người sau này là Trung Tướng Lê Tự Đồng *"chính lực lượng Bảo an binh của Phan Tử Lăng và anh em sinh viên Thanh Niên Tiền Tuyến dưới quyền chỉ huy của anh Phan Tử Lăng đã đóng góp đáng kể vào việc giành chính quyền ở Huế".* [193] Một cách tổng quát, các sinh viên của trường Thanh Niên Tiền Tuyến đã góp phần thực hiện ít nhất 10 công tác sau đây cho biến cố 19 tháng 8 và sau đó cho Chính Phủ Việt Minh:

1. Hạ cờ Quẻ Ly và treo cờ đỏ sao vàng lên kỳ đài trước Ngọ Môn ngày 21 tháng 8 năm 1945.
2. Bảo vệ quần chúng trong cuộc biểu tình giúp Việt Minh cướp chính quyền ở Huế.
3 Bảo vệ các cuộc tuần hành ở Huế, bảo vệ hoàng cung và các cơ quan công quyền.
4. Tổ chức vây bắt 6 sĩ quan Pháp nhảy dù xuống Hiền Sĩ ngày 29 tháng 8 năm 1945 và 4 sĩ quan khác đổ bộ lên Thuận An sau đó
5. Hộ tống Cựu Hoàng Bảo Đại từ Huế ra Hà Nội làm Cố Vấn Tối Cao cho Chủ Tịch Hồ Chí Minh
6. Tổ chức 25 trung đội Giải Phóng Quân đầu tiên của tỉnh Thừa Thiên
7. Tổ chức các đơn vị đầu tiên vô Nam kháng chiến chống Pháp

8. Tham gia Tây Tiến sang Lào giúp tổ chức Lào Cộng của Souphanouvong
9. Tổ chức và tham gia huấn luyện tại trường Quân Chính Quảng Ngãi
10. Tham gia huấn luyện tại trường Lục Quân Trần Quốc Tuấn Sơn Tây

Với những thành tích kể trên, với khả năng và kiến thức của riêng mình, các sinh viên Trường Thanh Niên Tiền Tuyến sau này đã đóng những vai trò tích cực trong quân đội cũng như trong nhiều sinh hoạt khác, phần lớn là ở miền Bắc nhưng cũng có một số ở miền Nam. Ở miền Bắc 8 người đã lên tới cấp tướng trong quân đội, nhiều người là đại tá, những người khác là giáo sư đại học. Ở miền Nam ông Nguyễn Hữu Hanh làm Thống Đốc Ngân Hàng, Đặng Văn Châu làm giám đốc một công ty thủy sản… Có điều 5 người cũng đã hy sinh khi được gửi sang Lào làm nghĩa vụ quốc tế giúp cho Pathet Lào của Hoàng Thân Souphanouvong hay vô Nam chống Pháp ở Nam Kỳ như các ông Lê Thiệu Huy, con của Giáo Sư Lê Thước chết ở Lào khi lấy thân che chở cho Hoàng Thân Souvanaphouma năm 1946, Lương Phan Ngọc bị thương ở Lào và chết ở Vinh năm 1946, Nguyễn Văn Tài chết ở Nam Bộ, năm 1947, Võ Ngân ở Quảng Nam năm 1947, Nguyễn Trung Lập ở Cao Nguyên Trung Bộ năm 1950.

Câu hỏi được nhiều người nêu lên là tại sao Trường Thanh Niên Tiền Tuyến, với những vai trò quan trọng và những thành tích và hy sinh như vậy lại được ít người ngoài biết đến và được sách vở hay sách báo ghi nhận? Phải chăng tại vì trường này được thành lập dưới thời Chính Phủ Trần Trọng Kim, bởi Chính Phủ Trần Trọng Kim, một chính phủ bị coi là bù nhìn, thân Nhật và là tay sai của Nhật, bị Việt Minh lật đổ để thay thế? Hay phải chăng là vì các sinh viên trường này phản ảnh giai cấp tiểu tư sản từ gốc gác tới phong cách, tinh thần và lý tưởng? Cả hai nghi vấn đều có nhiều phần đúng nhất là bản chất tiểu tư sản của nhân sự của trường này, từ người chủ trương, người điều khiển đến sinh viên của trường. Một câu hỏi khác cũng được đặt ra là tại sao những sinh viên của trường với thời gian và kiến thức về quân sự học được không được là bao nhiêu lại được chọn và gửi ngay sang Lào, một nước hoàn toàn xa lạ để làm nghĩa vụ quốc tế hay vô Nam để chiến đấu chống lại người Pháp thay thế cho những người đã dầy kinh nghiệm chiến trường ở các chiến khu Việt Bắc hay Ba Tơ trong những năm trước đó? Phải chăng vì họ là những trí thức tiểu tư sản? Và sự kiện các nhà lãnh đạo Việt Minh gửi họ sang Lào hay tiên phong vô Nam kháng chiến cũng giống như việc các nhà lãnh đạo này đã làm với các Tự Vệ Thành khi những thanh niên tiểu tư sản thành thị này bị bỏ lại các thành phố miền Bắc để ngăn chặn bước tiến của quân Pháp khi Chiến Tranh Pháp-Việt Minh mới bắt đầu trong khi quân chính quy của Việt Minh cũng như chính quyền của Chủ Tịch Hồ Chí Minh đã rút đi từ trước để được bảo toàn lực lượng. Nên nhớ là các Tự Vệ Thành này phần lớn cũng là học sinh, sinh viên. Họ tự sắm quần áo, tự sắm hay được đồng bào gửi tặng các đồ võ trang cho mình. Vì xuất thân từ các gia đình tiểu tư sản thành thị, còn trẻ tuổi và bồng bột, họ rất hãnh diện khi mặc những đồ này, y hệt các sinh viên Trường Thanh Niên Tiền Tuyến đã làm trước đó với mũ ca-lô đội lệch, chân đi ủng… Nên biết thêm là Hà Thúc Ký, cựu sinh viên nông lâm Đại Học Hà Nội, sau này là lãnh tụ Đại Việt, anh hay em của Hà Thúc Kỷ, sinh viên của trường này, cũng tham gia cuộc Tây tiến. Còn ở Bắc Bộ thì Lê Tuấn, cháu nội của Phạm Văn Toán, một vị tướng của Thống Chế Hoàng Kế Viêm cũng được chỉ định cầm đầu một trung đội hay chi đội gồm "hầu hết là sinh viên, học sinh Hà Nội "mới được "huấn luyện cấp tốc về quân sự" [194] ở Hà Đông được phân công vào tiếp quản Sầm Nứa. Hậu quả là, về phía các cựu sinh viên Trường Thanh Niên Tiền Tuyến, Sinh Viên Lê Thiệu Huy, con của một vị Giáo Sư nổi tiếng đương thời là Giáo Sư Lê Thước, đã bị bắn tử thương khi ông lấy thân mình che chở cho Hoàng Thân Lào Issarak Souphanouvong, khi ông này vượt sông Cửu Long sang Thái Lan lánh nạn. [195] Còn đơn vị của Lê Tuấn với ngót 150 người đã mất 130 người, chỉ còn 18 người cả kinh lẫn Thổ khi được đơn vị khác đến thay thế. [196] Cũng nên biết thêm là chiến đấu trên đất Lào là một cuộc chiến đấu vô cùng khó khăn và gian khổ mà các binh sĩ Việt Nam phải đương đầu, ngay cả trong những năm về sau này. Những khó khăn và gian khổ này đã được phản ảnh trong thơ của Quang Dũng, qua bài "Tây Tiến", với những câu như:

Dốc lên khúc khuỷu dốc thăm thẳm
Hiu hắt cồn mây súng ngửi trời.
Ngàn thước lên cao ngàn thước xuống...

hay

Chiều chiều oai linh thác gầm thét

Đêm đêm Mường Hịch cọp trêu người...

hay:

Tây tiến đoàn quân không mọc tóc
Quân xanh màu lá dữ oai hùm.

Anh bạn dãi dầu không bước nữa
Gục lên súng mũ bỏ quên đời!

hay

Rải rác biên cương mồ viễn xứ
Chiến trường đi chẳng tiếc đời xanh.

hay:

Áo bào thay chiếu anh về đất
Sông Mã gầm lên khúc độc hành.

Đó là môi trường chiến đấu của những cựu sinh viên Trường Thanh Niên Tiền Tuyến nói riêng và của các cựu học sinh, sinh viên Hà Nội, nói chung trên đất Lào xa lạ mà họ được gửi tới. Tại sao, người viết xin lập lại, lại là những thanh niên xuất thân tiểu tư sản thành thị này mà không phải là những cựu chiến sĩ của các chiến khu Ba Tơ hay Việt Bắc, những người đã quen với các vùng đồi núi hay rừng rậm và đã từng chiến đấu từ nhiều năm trước đó? Câu hỏi một lần nữa được lập lại ở đây và cần được các sử gia sau này giải đáp.

Chú Thích

[179] *Thanh Nghị*, số 109, ngày 19 tháng 5 năm 1945, tr.27; *Tri Tân*, số 188, ngày 24 tháng năm 1945, tr.14.

[180] *Tri Tân,* số đặc biệt Việt Nam Giải Phóng, 185-186, tr. 250 và kế tiếp.

[181] Đinh Gia Trinh, "Nguyên Tắc Hoạt động của Thanh Niên", trong *Thanh Nghị*, số 114, ngày 23 tháng Sáu 1945, tr. 3 và kế tiếp

[182] - như trên -

[183] Trần Trọng Kim, *Một Cơn Gió Bụi, đã dẫn, tr. 194.*

[184] Đinh Gia Trinh, như trên.

[185] "Cùng Các Độc Giả Thân Yêu", trong *Tri Tân* số đặc biệt đã dẫn, trang đầu.,

[186] Đinh Gia Trinh, "Nguyên Tắc Hoạt Động Thanh Niên, đã dẫn.

[187] Đinh Gia Trinh, "Điều Tra về Tổ-chức Thanh Niên ở Hoài-Đức Từ Sau Ngày Đảo Chính Tới Nay", trong *Thanh Nghị*, số 115. Về tình trạng an ninh, Đinh Gia Trinh viết: *Cuộc sinh hoạt khó khăn đã làm tăng số những kẻ trộm cướp, khiến sự trị an và bảo vệ tài sản của người dân quê đòi hỏi một tổ chức khẩn bách. Nạn cướp đáng ghê sợ hơn lên khi một số gian phi đã nhân cuộc giao tranh của quân đội những ngày 9 và 10 tháng 3 chiếm đoạt được một ít súng đạn để dùng trong trong công việc đạo thiết của chúng. Hoa mầu bị bới trộm, hái trộm từ khi còn non (khoai lang, cà, ngô). Về vụ ngô vừa rồi, ở nhiều nơi tuần tráng và dân làng đã phải canh phòng cả ngày lẫn đêm mà cũng không cấm được bao niêu vụ ăn trộm, ăn cướp ngô sẩy ra hàng ngày. Tuần tráng mà các làng vẫn có tỏ ra bất lực trước tình trạng mới (số tuần rất ít, tuần tráng không đủ khoẻ mạnh và siêng năng),... nên sự lập các đoàn thể bảo an để bảo vệ tài sản của dân trong làng là một điều rất cần thiết."*

[188] Đinh Gia Trinh, "Nguyên Tắc Hoạt Động của Thanh Niên", trong *Thanh Nghị*, số 114, ngày 23 tháng Sáu 1945, tr. 3 và kế tiếp.

[189] Lê Duy Thước, "Những điều tôi biết về trường Thanh Niên Tiền Tuyến Huế", trong Nhiều Tác Giả *Trường Thanh Niên Tiền Tuyến, Một Hiện Tượng Trí Thức và Cách Mạng*. Hà Nội: Nhà Xuất Bản Công An Nhân Dân, 2008, tr. 50 và kế tiếp.

[190] Nguyễn Phước Hoàng, "Vài kỷ niệm về những ngày học tại trường Thanh Niên Tiền Tuyến", trong *Trường Thanh Niên Tiền Tuyến..., tr.164.*

[191] Giáo Sư Đinh Xuân Lâm, "Lời Giói Thiệu", trong *Trường Thanh Niên Tiền Tuyến.., tr. 9.*

[192] Đỗ Sâm, "Nguyễn Thế Lâm - vị Tướng Lưu Động", trong *Trường Thanh Niên Tiền Tuyến, tr. 113.* Năm người này bao gồm các ông Nguyễn Kèn hay Lâm Kèn, sau này đổi tên là Nguyễn Thế Lâm, Thiếu Tướng Tư Lệnh Pháo Binh và Tư Lệnh Thiết Giáp trong Quân Đội Nhân Dân, Lê Khánh Khang, một trong 3 trợ lý huấn luyện viên thể dục thể thao của Trung Úy Phan Tử Lăng, Phan Hàm sau là Thiếu Tướng , Đặng Văn Việt sau này là Trung Đoàn Trưởng Trung Đoàn 274, nổi tiếng dưới danh hiệu Hùm Xám Đường Số 4 trong Trận Chiến Cao Bắc Lạng và Võ Quang Hồ sau này là Thiếu Tướng Tổ Nghiên Cứu Chiến Lược Bộ Tổng Tham Mưu Quân Đội Nhân Dân. *Người Lính Già Đạng Văn Việt, Chiến Sĩ Đường Số 4 Anh Hùng (Hồi Úc), đã dẫn, tr. 105.* Theo Đặng Văn Việt thì lúc đầu có 4 người là Lâm Kèn, Phan Hàm, Võ Quang Hồ và Đặng Văn Việt là sinh viên cứu quốc từ Hà Nội vào nằm vùng, với Lâm Kèn làm tổ trưởng, có nhiệm vụ làm đầu mối liên lạc với Hoàng Anh, Bí Thư Tỉnh Ủy Thừa Thiên Huế. Nhiệm vụ của nhóm này là vận động tuyên truyền, Việt Minh hóa các học viên Trường Thanh Niên Tiền Tuyến.

[193] TS Nguyễn Văn Khoan, "Phan Tử Lăng, một người con yêu của Hà Tĩnh trong mùa thu cánh mạng Huế 1945", trong Trường Thanh Niên Tiền Tuyến…, tr. 61.

[194] Lê Tuấn, *Từ Sở Công An Bắc Bộ Ra Đi, Hồi Ký.* Thành Phố Hồ Chí Minh: Nhà Xuất bản Công An Nhân Dân, 2006, tr. 29-30.

[195] Tôn Thất Hoàng và Nguyễn Phước Hoàng "Những điều biết về bạn tôi: Liệt Sĩ Lê Thiệu Huy", trong *Trường Thanh Niên Tiền Tuyến...,* tr. 72 và kế tiếp; Hà Thúc Ký, *Sống Còn Với Dân Tộc, (Hồi Ký Chính Trị).* Hoa Kỳ: Phương Nghi, 2009, tr. 103. Theo Hà Thúc Ký thì "Chính tôi là người đã bố trí đưa các anh qua sông Mekong. Đến giữa sông anh Huy bị lính Pháp bắn chết. Hai anh kia thoát được." Hai anh kia ở đây là Hoàng Xuân Bình, em ruột Giáo Sư Hoàng Xuân Hãn, Bộ Trưởng Bộ Giáo Dục và Mỹ Thuật trong Chính Phủ Trần Trọng Kim, một sinh viên Trường Thanh Niên Tuyền Tuyến khác và Nguyễn trọng Thường. Hoàng Xuân Bình sau đã được chỉ định làm vệ sĩ cho Bảo Đại khi Cựu Hoàng ra Hà Nội.

[196] Lê Tuấn, *Từ Sở Công An Bắc Bộ Ra Đi,* tr. 41.

CHƯƠNG 5

Hoạt động và thành tích: Thâu hồi xứ Nam Kỳ và các Thành Phố Hà Nội, Hải Phòng, Đà Nẵng về cho lãnh thổ quốc gia

Sau khi quân đội Nhật bản tước khí giới quân đội Pháp, Trẫm đã định tâm tuyên bố toàn cõi Việt Nam độc lập và lấy lại chủ quyền tất cả lãnh thổ mà nước Pháp xưa đã chiếm của dân ta. Nhưng vì tình thế, Trẫm phải tuần tự hành động.

Tuyên Chiếu của Hoàng Đế Bảo Đại

Chúng tôi bao giờ cũng định trả lại các lãnh thổ Việt Nam cho chánh phủ Việt Nam. Nhưng vì sợ các ông chưa xếp đặt được sẵn sàng, nên còn trì hoãn lại ít lâu.

Tổng Tư Lệnh kiêm Toàn Quyền Tsuchihashi Yuitsui

Đây không chỉ là nguyện vọng riêng của Vua Bảo Đại và Chính Phủ Trần Trọng Kim mà là nguyện vọng chung của cả dân tộc Việt Nam trong lịch sử hiện đại kể từ khi Việt Nam mất ba tỉnh miền Đông xứ Nam Kỳ năm 1862 và sự thất bại của Phái Bộ Phan Thanh Giản, Phạm Phú Thứ, Ngụy Khắc Đản nhằm chuộc lại ba tỉnh miền Đông Nam Kỳ năm 1963. Ngay khi tiếp kiến Đại Sứ Nhật Yokoyama lần đầu tiên sau Đảo Chính 9 tháng 3, nhà vua đã đặt vấn đề này nhưng Yokoyama đã tránh không trả lời và lảng sang chuyện khác. [197] Đó cũng là lý do tại sao trong bản Tuyên Ngôn Độc Lập sau đó, Vua Bảo Đại chỉ tuyên bố hủy bỏ các hoà ước 1883, 1884 mà không nói gì đến các hòa ước 1862 và 1874. Vấn đề thâu hồi xứ Nam Kỳ và các nhượng địa khác vẫn còn đọng lại. Chính Phủ Trần Trọng Kim đã phải lãnh sứ mạng thực hiện nguyện vọng này theo *Tuyên Chiếu* ngày 11 tháng 6 năm 1945, tức ngày 21 tháng 5 âm lịch, năm Bảo Đại thứ 20, ngày lễ Việt Nam Thống Nhất Đại Khánh, nguyên văn như sau:

TUYÊN CHIẾU

Sau khi quân đội Nhật bản tước khí giới quân đội Pháp, Trẫm đã định tâm tuyên bố toàn cõi Việt Nam độc lập và lấy lại chủ quyền tất cả lãnh thổ mà nước Pháp xưa đã chiếm của dân ta. Nhưng vì tình thế, Trẫm phải tuần tự hành động.

Sau khi khôi phục xứ Trung-kỳ và một phần lớn xứ Bắc-kỳ, bây giờ đã đến lúc Trẫm phải thi hành sự độc lập và thống nhất cho cả toàn quốc. Nhưng Trẫm vẫn hành động thận trọng và tuần tự.

Vì vậy hôm nay nhân ngày Việt nam Thống-nhất Đại khánh lễ, Trẫm ban truyền chính phủ phải dự bị cho xong công cuộc tổ chức việc cai trị các lãnh thổ được phục hồi và thực hành chủ quyền của chính phủ ta trên các lãnh thổ ấy.

Nhân dịp vui mừng này, Trẫm ngỏ lời thành thực cảm ơn quan chức Nhật bản đã tạm cai quản những lãnh thổ kia từ ngày mồng chín tháng ba dương lịch, và đã sẵn sàng chỉ đợi chính phủ tuân theo ý Trẫm, dự bị hoàn toàn, là sẽ trả lại quyền cai trị tất cả đất nước Việt-nam cho chính phủ Việt-nam.

Khâm thử
Phụng ngự ký: BẢO ĐẠI
Làm tại lầu Kiến Trung ngày
Ngày 21 tháng 5 năm Bảo-Đại
thứ 20 (Dương lịch 11.6. 1945)[198]

Nếu chỉ căn cứ vào bản Tuyên Chiếu này thì ngay từ ngày 9 tháng 3, người Nhật đã *"sẵn sàng chỉ đợi chính phủ tuân theo ý Trẫm, dự bị hoàn toàn, là sẽ trả lại quyền cai trị tất cả đất nước Việt Nam cho Chính Phủ Việt Nam."* Lý do của sự chậm trễ là vì nhà vua chủ trương hành động *"thận trọng và tuần tự"*, để cho *"chính phủ dự bị cho xong công cuộc tổ chức việc cai trị các lãnh thổ đã được phục hồi và thực hành chủ quyền của chính phủ ta trên các lãnh thổ ấy"* trước. Phải chăng đây cũng là một quyết định hợp lý, vì chưa nắm vững được chủ quyền ở các lãnh thổ mới được phục hồi là Bắc Kỳ và Trung Kỳ, người ta chưa thể nào lãnh thêm xứ Nam Kỳ là một miền đất đã mất từ lâu, nơi Chính Phủ Nam Triều cho đến thời điểm đó hoàn toàn không có chủ quyền cai trị trên lý thuyết cũng như trên thực tế.

I. Diễn tiến của các cuộc điều đình - Thủ Tướng Trần Trọng Kim ra Bắc

Cuộc điều đình, được khởi sự bởi Bộ Trưởng Ngoại Giao Trần Văn Chương nhưng không thành công nên đích thân Thủ Tướng Trần Trọng Kim đã phải ra Bắc gặp Quyền Toàn Quyền Nhật là Tướng Tsuchihachi Yuitsui. Cùng đi với ông có Tối Cao Cố Vấn Nhật Yokoyama và ba bộ trưởng là các ông Bộ Trưởng Giáo Dục và Mỹ thuật Hoàng Xuân Hãn, Bộ Trưởng Tài Chánh Vũ Văn Hiền và Bộ Trưởng Thanh Niên Phan Anh. Thời gian là vào khoảng trung tuần tháng 7. Cuộc hành trình vô cùng vất vả, ngày đi đêm nghỉ vì máy bay Mỹ liên miên bắn phá. Tuy vậy, ra đến Hà Nội ngày hôm trước thì ngày hôm sau Trần Trọng Kim đã gặp ngay Tsuchihashi. Lý do là vì ngoài vấn đề các nhượng địa, Trần Trọng Kim còn muốn thâu hồi lại các cơ quan thuộc Phủ Toàn Quyền, đòi Nhật trả lại các sĩ quan Việt Nam trước ở trong quân đội Pháp, xin khí giới để lập đội Bảo An, can thiệp cho các thanh niên mới bị người Nhật bắt vì theo Việt Minh gây rối loạn…

II. Thâu hồi ba Thành Phố Hà Nội, Hải Phòng, Đà Nẵng và bổ nhiệm các thị trưởng người Việt

Cuộc thảo luận diễn ra tay đôi giữa Thủ Tướng Trần Trọng Kim và Tướng Tsuchihashi với Yokoyama làm thông ngôn sang tiếng Pháp, bắt đầu bằng vấn đề ba thành phố Hà Nội, Hải Phòng và Đà nẵng. Nội dung cuộc thảo luận này đã được Trần Trọng Kim kể lại nguyên văn như sau:

Trước hết tôi nói: "Quân đội Nhật đã đánh quân đội Pháp và công nhiên hứa hẹn trả quyền tự chủ cho nước Việt Nam. Bởi vậy tôi không quản tuổi già và sự khó khăn của hoàn cảnh mà đứng ra lập chính phủ. Tôi làm việc một lòng giúp nước tôi, cũng như các ông lo việc giúp nước Nhật, thế mà thấy nhiều người nói nọ nói kia rất khó chịu. Nếu các ông cho là tôi làm việc cho nước Nhật, việc ấy không phải là phận sự của tôi, tôi sẵn lòng rút lui."

Tổng Tư Lệnh nói:

-Bao giờ người Nhật cũng giữ lời hứa hẹn nên những việc nội trị trong nước Việt-Nam là không can thiệp đến. Còn những việc chưa giải quyết được là vì cần phải có thì giờ để thu xếp cho ổn thỏa. Cụ đừng nghe những người Nhật hay người Việt Nam nói nhảm không có căn cứ gì. Vả tôi phụng mạng Thiên Hoàng sang đây, việc gì cũng trách cứ ở tôi, cụ đừng ngại.

- Ngài đã nói thế phận sự của Chính Phủ chúng tôi là phải thu lại mấy thành thị Hà-Nội, Hải-Phòng, Đà-Nẵng và toàn hạt đất Nam Bộ cho nước Việt Nam. Nếu việc ấy không xong, thì chúng tôi đối với quốc dân chúng tôi không có nghĩa lý gì cả.

- Chúng tôi bao giờ cũng định trả lại các lãnh thổ Việt Nam cho chánh phủ Việt Nam. Nhưng vì sợ các ông chưa xếp đặt được sẵn sàng, nên còn trì hoãn lại ít lâu.

- Chúng tôi sẵn sàng về việc ấy chỉ còn đợi sự quyết định của các ông mà thôi.

- Vậy thì cụ định bao giờ lấy lại ba thành thị kia?

- Nếu ngài bằng lòng thì tôi xin lấy lại ngay từ bây giờ.

Viên Tổng Tư Lệnh Nhật nghĩ một lúc rồi nói:

-Vậy xin để đến sáng ngày kia vào 11 giờ cụ cho làm lễ thu nhận ba thành thị ấy. Còn Nam Bộ thì có nước Cao Mên còn lôi thôi về mấy tỉnh biên giới. [199]

Ở đây một lần nữa Trần Trọng Kim lại dùng cách dọa từ chức để điều đình và ông đã thành công.

III. Vấn đề Xứ Nam Kỳ và Vấn đề Phủ Toàn Quyền phức tạp hơn nhiều

1. Xứ Nam Kỳ

Qua cuộc đối thoại trên đây, người ta thấy hai bên đã xác định lập trường của nhau trong tinh thần tương kính, trách nhiệm, tin cậy, thành thực và cởi mở. Thái độ và cách hành xử này đã mở đường cho những cuộc đàm phán có tính cách quyết định quan trọng kế tiếp vì đây là một cuộc họp thượng đỉnh giữa hai nhà lãnh đạo có toàn quyền. Trần Trọng Kim đã đạt được những thành quả ông trông đợi. Tsuchihashi, sau khi đã đồng ý trao trả các thành phố Hà Nội, Hải Phòng và

Đà Nẵng một cách nhanh chóng và dễ dàng, dù cho không khỏi không suy nghĩ, đã dùng dằng trước vấn đề trao trả xứ Nam Kỳ. Lý do vị Tổng Tư Lệnh kiêm Quyền Toàn Quyền này viện dẫn là tranh chấp biên giới Miên-Việt mà ta phải hiểu là với tư cách Quyền Toàn Quyền Đông Pháp cũ, ông là người có trách nhiệm phải giải quyết các vấn đề khác liên hệ tới toàn bộ ba xứ Việt Mên Lào chứ không phải chỉ riêng Việt Nam. Đây không phải chỉ là một cái cớ mà Trần Trọng Kim đã biết trước qua những cuộc thương thuyết trước đó giữa Bộ Trưởng Ngoại Giao Trần Văn Chương và các nhà cầm quyền Nhật Bản khác. Để hiểu rõ những khúc mắc của vấn đề này và những lý lẽ mà Trần Trọng Kim đưa ra, ta cũng nên đọc lại lời kể của Trần Trọng Kim, sau khi Tsuchihashi nói tới sự tranh chấp biên giới giữa hai xứ Cao Miên và xứ Nam Kỳ như một trở ngại trong việc trao trả Nam Kỳ cho Việt Nam, nguyên văn như sau:

> *Tôi nói:*
>
> *- Việc ấy hiện bây giờ không thành vấn đề được, vì địa giới Nam Bộ ngày nay với Nam Bộ ngày trước không có gì thay đổi. Vậy phận sự của chúng tôi là phải lấy lại toàn lãnh thổ của Tổ Quốc. Còn như Cao Mên có muốn nói chuyện gì về việc ấy, thì sẽ nói chuyện với chúng tôi về sau. Vả theo ý tôi, thì nước Cao Mên muốn thừa cơ chiếm lấy một ít đất của Nam Bộ, như thế làm mất cái thân thiện của hai nước lân bang, và không đời nào dân Việt Nam chịu.*
>
> *Tổng Tư lệnh Nhật cứ viện hết lý do nọ đến lý do kia, thành ra cứ bàn cãi đến một ngày mới chịu nhận lời trả lại Nam Bộ. Có một điều nên biết, là từ ngày tôi ra*

Hà Nội, người Nhật nói chuyện rất hòa nhã và có vẻ cung kính, chứ không có điều gì trịch thượng hay gai ngạnh. [200]

Vấn đề đòi lại xứ Nam Kỳ như vậy không phải là đơn giản, dễ dàng so với việc đòi lại ba thành phố Hà Nội, Hải Phòng và Đà Nẵng. Trần Trọng Kim đã thành công nhờ ông nắm vững vấn đề và lập luận rõ ràng, vững chãi, nhưng cũng nhờ ở chỗ người đối thoại với ông có đủ thẩm quyền quyết định ngay tại chỗ. Cũng có thể, như Trần Trọng Kim nhận xét sau đó là "*vì người Nhật tự biết họ sắp thua, nên họ đổi thái độ để mua chuộc lòng người. Hay họ có ý gì không thể biết được.*" [201]

2. Vấn đề Phủ Toàn Quyền

Sau vấn đề Nam Kỳ là vấn đề Phủ Toàn Quyền và các cơ quan trực thuộc phủ này. Vì Phủ Toàn Quyền do người Pháp thiết lập, tuy đóng ở Hà Nội nhưng có thẩm quyền cai trị trên toàn cõi Đông Pháp nên các cơ quan trực thuộc Phủ này quản trị phần vụ của mình không chỉ riêng ở Việt Nam mà luôn cả ở Cao Miên và Ai Lao. Nói cách khác Phủ Toàn Quyền là của chung của cả ba xứ Việt, Mên, Lào chứ không phải của riêng Việt Nam và bình thường tới một giới hạn nào đó, giải quyết vấn đề Phủ Toàn Quyền là giải quyết vấn đề chung cho cả ba xứ. Tsuchihashi với tư cách là Toàn Quyền chắc chắn phải đứng trên quan điểm này. Trong khi đó chủ trương của Trần Trọng Kim là "*phải bỏ chế độ phủ toàn quyền cũ, mới hợp cái chủ nghĩa tự chủ của ba nước trong xứ Đông* Dương". Ông lý luận: *"Các ông đã đánh đổ các thuộc địa của Pháp, đã nhận cho Việt Nam, Cao Mên và Ai Lao được tự chủ thì các công sở ấy lẽ tất nhiên là phải trả lại cho các nước ấy. Còn sự giao thiệp về quyền lợi riêng của mấy nước, chúng tôi sẽ theo tình thân thiện mà bàn định với nhau."* [202]

Sau hơn một ngày đàm phán gay go, cuối cùng người Nhật đã bằng lòng trao trả hết các công sở thuộc Phủ Toàn Quyền cũ của Pháp, chỉ xin để riêng mấy phòng cho họ hợp tác với người Việt Nam vì lý do còn chiến tranh. Trần Trọng Kim, vì còn nhiều khó khăn phải đối phó, nên phải tạm thời ưng thuận. [203]

TRI-TÂN TẠP-CHI

MỤC LỤC SỐ 192

***

GIÁ BÁO

Một năm	55$00
Sáu tháng	30,00
Ba tháng	15,00
Một số	1,20

***

TÒA BÁO

95 — 97 phố Chanceaulme — Hà-nội

***

Đại lý Uỷ Viên ở các tỉnh

Quảng-vạn-T ành 51, phố Cầu- ất — Hải-phòng
Vũ-ngọ -Cừ 40, phố Đông kiều — Hải-dương

TUYÊN CHIẾU

Sau khi quân đội Nhật bản tước khí-giới quân đội Pháp, Trẫm đã định tâm tuyên bố toàn cõi Việt-nam độc lập và lấy lại chủ-quyền tất cả lãnh thổ mà nước Pháp xưa đã chiếm của dân ta. Nhưng vì tình thế, Trẫm phải tuần tự hành động.

Sau khi khôi phục xứ Trung-kỳ và một phần lớn xứ Bắc-kỳ bây giờ đã đến lúc Trẫm phải thi hành sự độc lập và thống nhất cho cả toàn quốc. Nhưng Trẫm vẫn hành động thận trọng và tuần tự.

Vì vậy, hôm nay nhân ngày Việt-nam Thống-nhất Đại khánh lễ, Trẫm ban truyền chính-phủ phải dự bị cho xong công cuộc tổ-chức việc cai-trị các lãnh-thổ được phục-hồi và thực hành chủ quyền của chính-phủ ta trên các lãnh-thổ ấy

Nhân dịp vui mừng này, Trẫm ngỏ lời thành thực cảm ơn quan chức Nhật-bản đã tạm cai quản những lãnh thổ kia từ ngày mồng chín tháng ba dương lịch, và đã sẵn sàng chỉ đợi chính phủ tuân theo ý Trẫm, dự bị hoàn toàn, la sẽ trả lại quyền cai trị tất cả đất nước Việt-nam cho chính phủ Việt-nam.

Khâm Thử
Phụng ngự ký : « BẢO ĐẠI
Làm tại lầu Kiến-trung ngày
mồng 2 tháng 5 năm Bảo-Đại
thứ 20 (Dương lịch 11 6 45

BÁ CÁO CẦN KÍP

Các ngài mua báo xin cho tiền trước.

Từ I-VII-1945 chỉ gửi báo cho những vị đã giả tiền rồi. T. T.

Tuyên Chiếu của Hoàng Đế Bảo Đại ngày 11 tháng 6 năm 1945 về việc thu hồi Xứ Nam Kỳ, thống nhất đất nước. Nguồn: báo *Tri Tân* số 192.

IV. Vấn đề các sĩ quan và binh sĩ Việt Nam còn bị Nhật giam giữ

Đàm phán tiếp theo là đề nghị Nhật trả lại cho Chính Phủ Việt Nam những sĩ quan và quân lính Việt Nam trong Quân Đội Pháp mà quân đội Nhật còn giam giữ để Chính phủ Việt Nam tổ chức các đội Bảo An và giúp trang bị súng ống cho họ. Tsuchihashi đều đồng ý.

V. Can thiệp cho các thanh niên theo Việt Minh, bị bắt

Cuối cùng là vấn đề các thanh niên mới bị Nhật bắt vì theo Việt Minh, gây bạo động. Sau khi kiểm điểm, một số khoảng sáu chục người đã được thả. Điều này, thêm vào những gì chính phủ ông đã làm trước đó, cho ta thấy Trần Trọng Kim đã hoàn toàn vô tư, coi những người theo Việt Minh đều là người Việt Nam bất chấp chủ trương riêng của đảng này, đảng ngay từ đầu đã chống lại triều đình và chính phủ của ông mà không phải là ông không biết. Chủ trương này đã khiến cho chính phủ của ông phải lãnh chịu những hậu quả vô cùng tai hại vì nó đã cung cấp cho Việt Minh một số không nhỏ những người lãnh đạo nồng cốt cho biến cố 19 tháng Tám về sau này.

Nói tóm lại chuyến ra Bắc của Trần Trọng Kim đã hoàn toàn thành công. Việc thâu hồi các thành phố

Hà Nội, Hải Phòng, Đà Nẵng và xứ Nam Kỳ đã hoàn toàn đạt được. Các nha sở trước kia thuộc Phủ Toàn Quyền của người Pháp đã được trao trả cho Chính Phủ Việt Nam vào ngày 15 tháng 8, từ đó phủ này không còn nữa. [204] Chính quyền thuộc địa của người Pháp đã hoàn toàn cáo chung. Việc bổ nhiệm các nhân viên người Việt vào các chức vụ quan trọng đã được thực hiện ngay sau đó và tình trạng này không còn có thể đảo ngược được nữa dù người Pháp có trở lại. Các sĩ quan và binh sĩ Việt Nam trong quân đội Pháp trước kia còn bị quân đội Nhật giam giữ được trả lại cho Chính Phủ Việt Nam để Chính Phủ Việt Nam thành lập các đội Bảo An với vai trò gìn giữ an ninh trong nước. Các thanh niên bị người Nhật bắt giữ vì theo Việt Minh có những hành vi bạo động, giết người cũng phần nào được thả. Ngày 20 tháng 7 năm 1945, Bác Sĩ Trần Văn Lai [205] chính thức nhiệm chức Thị Trưởng Thành Phố Hà Nội, chấm dứt giai đoạn thành phố này thuộc chủ quyền của người Pháp. Hai thành phố Hải Phòng và Đà Nẵng cũng có thị trưởng Việt Nam với hai ông Vũ Trọng Khánh [206] cho Hải Phòng và Nguyễn Khoa Phong cho Đà Nẵng. Để chính thức thâu hồi lại xứ Nam Kỳ, Trần Trọng Kim dự trù sẽ đích thân vào Saigon dự lễ bàn giao vào ngày 8 tháng 8. Tsuchihashi cũng quyết định đi theo. Tiếc rằng mọi chuyện đã diễn ra không kịp với thời cuộc. Vì tình hình không thuận tiện và vì chia rẽ nội bộ, chuyến đi Nam của Thủ Tướng Chính Phủ đã không thực hiện được, ngoại trừ việc Nguyễn Văn Sâm được bổ nhiệm làm Khâm Sai Nam Bộ. Xứ Nam Kỳ chỉ chính thức trở lại với Tổ Quốc Việt Nam ngót bốn năm sau, trong ba ngày đại lễ ở Saigon, ngày 13, 14, 15 tháng 6 năm 1949, do Bảo Đại, lúc này là Cựu Hoàng chủ tọa. Sau này, khi viết hồi ký, Trần Trọng Kim, sau khi tổng kết về những thành quả thâu lượm được trong chuyến ra Bắc này của mình, đã tiết lộ là: *"Lúc ấy chúng tôi còn dự định làm nhiều việc khác, nhất là chương trình cải tổ quân đội, luyện tập quân lính đề phòng khi hữu sự. Nếu có thì giờ thi hành được, thì độ năm bảy tháng hay độ một năm, sẽ có kết quả khả quan. Song người định thế, mà trời không cho, là sao?"* [207] Biến cố 19 tháng 8 xảy ra trên dưới một tháng sau đã chấm dứt tất cả. Lịch sử đã chuyển sang một hướng khác nói theo lời của Bộ Trưởng Phan Anh sau này.

Riêng về việc thu hồi Thành Phố Hà Nội Giáo Sư Nguyễn Tường Phượng trong mục "Tạp Ghi" trên báo Tri Tân cho biết vắn tắt như sau:

> *Kể từ 13 giờ 30 phút chưa ngày 20 tháng bẩy dương lịch, tức là ngày 12 tháng Sáu năm Ất-Dậu thành phố Hà -nội xưa kia là nhượng địa theo hiệp ước 1883 được hoàn toàn thu hồi về đất nước Việt-nam ông Trần Văn Lai đã nhậm chức thị trưởng.* [208]

Tác giả không cho biết thêm về lễ nhậm chức, nhưng ở một trang khác, báo này đã đăng lời cảm ơn của ông Trần Văn Lai gửi các cư dân thành phố này. Nguyên văn lời cảm ơn như sau:

> *Nhân việc tôi có lời thành thực cảm ơn bà con các giới đã tỏ ý muốn tổ chức một cuộc đón tiếp xứng đáng, nhưng hiện thời trong nước còn nhiều việc khó khăn nên*

tôi có yêu cầu bà con hãy hoãn việc ấy và quây quần làm việc đừng chia đảng phái để chẳng bao lâu Hà-nội yêu quí của chúng ta sẽ to, đẹp như kinh đô các đại cường quốc.

Chúng ta nên tiệt trừ những sự đầu cơ, trộm cắp, hành khất, hối lộ, xú nịnh và hủy bỏ đi những di tích xấu xa mà trong quá nửa thế kỷ nay chúng ta đã phải yếm tế. Chúng ta sẽ phải sát cánh làm việc cho xứng đáng là dân Việt Nam, không hổ với tổ tiên trong những thời oanh liệt mà cũng chẳng di hận cho con cháu về sau. [209]

Phải chăng những lời lẽ trong thư đã nói lên ưu điểm của những con người thời đó là ưa đơn giản không thích những nghi lễ rườm rà, chỉ biết "sát cánh làm việc" để phục vụ. Điều này cũng thấy rõ qua lời chia buồn với Nội Các Trần Trọng Kim của báo Tri Tân về cái chết của Bác Sĩ Vũ Ngọc Anh, Bộ Trưởng Bộ Y Tế và Cứu Tế, ở cuối trang, vỏn vẹn bẩy dòng, nửa cột, bằng một phần mười bốn trang báo, góc cuối cùng bên mặt của tờ báo, không có nhan đề, nguyên văn như sau:

Bác sĩ Vũ Ngọc Anh, Bộ trưởng bộ y tế và Cứu tế hiện đang công cán ở Bắc bộ bị nạn máy bay đã tạ thế ngày 23 tháng bẩy dương lịch.

Trong dịp buồn này, bản chí xin có lời kính viếng ông Bộ trưởng Vũ ngọc Anh và chia buồn cùng nội các Trần Trọng Kim.

Thật là giản dị hết chỗ nói cho cái chết của một vị bộ trưởng so với những thời sau này ở trong nước cũng như ở hải ngoại. Báo *Thanh Nghị* cũng vậy.

BAO THANH - NGHỊ

THÔNG HIỂU SỰ VẬT VÀ TƯ TƯỞNG — THU NHẶT TÀI LIỆU ĐỂ GÓP VÀO VIỆC GIẢI QUYẾT NHỮNG VẤN ĐỀ QUAN HỆ ĐẾN ĐỜI SỐNG CỦA DÂN TỘC VIỆT-NAM — PHỤNG SỰ MỘT NỀN NGHỆ THUẬT CHÂN CHÍNH

Trong số ngày 4 tháng 8 1945

— Cuộc cải cách giáo-dục ở nước Áo.	NGUYỄN XIỂN
— Các cách đã dùng để trị thủy ở Bắc-bộ.	LỖ XUÂN DUNG
— *Đời sống Đông-dương*: Ngân sách Trung bộ.	* * *
— Hai quyển sách nói về bệnh lao.	NGUYỄN ĐÌNH HÀO
— Một tâm hồn nghệ sĩ (*Tiếp theo*)	LÊ ĐÌNH CHÂN dịch
— *Ý kiến bạn đọc*; Mấy vấn đề về Tiểu công nghệ Việt-Nam	B. T. Y.

TIN BUỒN CHUNG

Bác-sỹ Vũ Ngọc Anh, Bộ-trưởng bộ Y-tế và Dân-Sinh, và ông Đinh Viết Trị, Thanh niên lao-công, bị nạn máy bay đã tạ thế ngày 23 tháng Bảy dương lịch ở Bắc-bộ. 1945

Trong dịp buồn này, Thanh-Nghị xin có lời kính viếng ông Bộ-trưởng Vũ Ngọc Anh với ông Đinh Viết Trị, chia buồn cùng Chính-phủ và gia-quyến hai ông.

Chú Thích

[197] S.M. Bao Dai, *Le Dragon d'Annam, đã dẫn, tr. 102;* Bảo Đại, *Con Rồng Việt Nam,* đã dẫn, tr. 159.

[198] "Tuyên Chiếu", trong *Tri Tân Tạp Chí,* Số 193, Thứ năm, 25 tháng Sáu 945, tr. 382.

[199] Trần Trọng Kim, *Một Cơn Gió Bụi, đã dẫn, tr. 78-80.*

[200] *-như trên-,* tr. 80.

[201] *-như trên-*, tr. 83

[202] *-như trên-*, tr. 81.

[203] *-như trên-,* tr. 81- 83.

[204] *-như trên-,* tr. 82.

[205] Sinh năm 1894 tại Hà Nội trong một gia đình làm nghề khảm trai có tiếng ở thủ đô miền Bắc này nhưng ông lại không theo nghề này mà chuyển sang học y khoa rồi làm ở Nhà Thương Phủ Doãn. Vì chủ trương chống Pháp nên đã có thời ông bị giam ở nhà tù Sơn La và Hỏa Lò. Thời gian làm Thị Trưởng Hà Nội của ông chưa tới một tháng, từ ngày 20 tháng 7 đến ngày 19 tháng 8 năm 1945. Khi Việt Minh cướp chính quyền, ông bị bắt và bị đưa đi giam ở nhiều nơi trong các vùng lân cận thủ đô cùng với Bác Sĩ Nguyễn Xuân Chữ khoảng hai tháng sau mới được thả. Thành tích ông thực hiện được trong thời gian làm Thị Trưởng Hà Nội là dùng tên các danh nhân Việt Nam để đổi tên các đường phố hay trả lại tên truyền thống của các phố cổ từ tiếng Pháp sang tiếng Việt một cách có hệ thống khác với các thành phố khác kể cá sau này. Cùng với việc phá bỏ các tượng đài do người Pháp dựng, việc đặt tên mới này đã được người ta nhắc tới như một đánh dấu thời làm thị trưởng của ông. Nó gắn liền với lịch sử của Thủ Đô Hà Nội.

[206] Sinh năm 1912 tại làng Cự Đà, phủ Thanh Oai, tỉnh Hà Đông, học Trung Học Pháp Albert Sarraut, rồi Luật ở Hà Nội, Cử Nhân Luật năm 1936, hoạt động trong Tổng Hội Sinh Viên, sau làm luật sư, Vũ Trọng Khánh được cử làm Thị Trưởng Hải Phòng khi thành phố này được Nhật trả lại cho Chính Phủ Trần trọng Kim và rời bỏ chức vụ này khi Việt Minh cướp chính quyền và tham gia Chính Phủ Lâm Thời với tư cách là Bộ Trưởng Bộ Tư Pháp. Ông có ra ứng cử Quốc Hội ở Hải Phòng năm 1946 nhưng vì với tư cách tự do nên không trúng cử. Sau này khi có bầu cử bổ túc, Hồ Chí Minh đề nghị ông ra ứng cử ở Hà Đông, ông từ chối, sau đó ông chỉ phục vụ trong ngành tư pháp. Trong thời gian làm bộ trưởng, theo lời kể của Cựu Hoàng Bảo Đại, ông là người thường trò chuyện thân mật với Cựu Hoàng hơn những nhân viên chính phủ khác.

[207] *-như trên-*, tr. 83.

[208] *Tri Tân*, số 197, ngày 26 tháng 7, 1945, tr. 463.

[209] *-như trên-,* tr. 462.

CHƯƠNG 6

Hoạt động và thành tích: Đặt nền tảng cho việc xây dựng chế độ dân chủ, tự do

Từ nay trẫm sẽ tự cầm quyền và chế độ chính trị sẽ căn cứ vào khẩu hiệu dân vi quí.

Hoàng Đế Bảo Đại, Dụ Số 1

I. Thành lập các hội đồng cải cách

Đây là bước tiến thứ hai trong tiến trình xây dựng chế độ dân chủ, tự do, rõ hơn là chế độ quân chủ lập hiến, bằng cách tạo dịp cho người dân mà đại diện là các nhân sĩ, trí thức và chuyên viên các ngành được tham gia việc nước, đồng thời thực hiện khẩu hiệu Dân Vi Quý của Hoàng Đế Bảo Đại. Bước đầu tiên là việc Vua Bảo Đại tham khảo ý kiến các quan lại, trí thức nhằm thành lập chính phủ đầu tiên cho nước Việt Nam độc lập thay thế cho Nội Các Phạm Quỳnh mà người viết đã trình bày ở trên. Với bước tiến thứ hai này, vào khoảng từ trung tuần tháng sáu đến thượng tuần tháng bảy, vừa nhằm chiêu dụ nhân tài, vừa nhằm tạo cơ hội cho người dân được góp phần vào việc đặt nền tảng và thiết lập các cơ chế căn bản cho mọi phạm vi sinh hoạt lâu dài của đất nước, bốn hội đồng đã được thành lập qua ba đạo dụ và một đạo sắc. Bốn hội đồng này gồm có:

1. Hội Đồng Dự Thảo Hiến Pháp
2. Hội Đồng Cải Cách Cai Trị, Tư Pháp và Hành Chính,
3. Hội Đồng Cải Cách Giáo dục
4. Hội Đồng Thanh Niên

1. Hội Đồng Dự Thảo Hiến Pháp

Do Luật Sư Phan Anh làm Thuyết Trình Viên, hội đồng này gồm có các ông Phan Anh, Hoàng Đạo tức Nguyễn Tường Long, Vũ Đình Hoè, Huỳnh Thúc Kháng, Hồ Tá Khanh, Nguyễn Huy Lai, Đặng Thái Mai (tác giả viết chữ Thái với dấu sắc như người đương thời gọi hay viết tên ông này) [210], Vương Quang Nhường, Tôn Quang Phiệt, Nguyễn Văn Sâm, Nhượng Tống, Hồ Hữu Tường, Nguyễn Văn Thinh và Nguyễn Trác (Dụ số 60 ngày 7 tháng 7 năm 1945. Dụ này được đăng trong *Việt Nam Tân Báo* số ra ngày 7 tháng 7 năm 1945).

2. Hội Đồng Cải Cách Cai Trị, Tư Pháp và Hành Chính

Hội đồng này do Luật Sư Vũ Văn Hiền làm Thuyết Trình Viên và gồm có các ông Vũ Văn Hiền, Trần Văn Ân, Trần Văn Chương, Phạm Khắc Hoè, Lê Quang Hộ, Nguyễn Văn Huyên, Nguyễn Văn Khoát, Trần Văn Lý, Trần Đình Nam, Nguyễn Khắc Niêm, Đặng Như Nhơn, Dương Tấn Tài, Nguyễn Hữu Tảo, Trịnh Đình Thảo và Phan Kế Toại (Dụ số 70 ngày 30 tháng 6 năm 1945. Dụ này được đăng trong *Việt Nam Tân Báo* số ra ngày 9 tháng 7 năm 1945).

3. Hội Đồng Cải Cách Giáo dục

Thuyết Trình Viên của hội đồng này là Giáo Sư Hoàng Xuân Hãn. Các hội viên gồm có Bà Hoàng Thị Nga, các ông Hoàng Xuân Hãn, Tạ Quang Bửu, Kha Vạng Cân, Nguyễn Văn Chi, Hoàng Minh Giám, Nguyễn Thành Giung, Ngụy Như Kontum, Bùi Kỷ, Hồ Văn Ngà, Nguyễn Quang Oánh, Ưng Quả, Nguyễn Mạnh Tường, Hồ Đắc Thắng, Nguyễn Văn Thích, Hoàng Đạo Thúy và Nguyễn Xiển (Dụ số 71 ngày 30 tháng 6 năm 1945. Dụ này được đăng trong *Việt Nam Tân Báo* số ra ngày 10 tháng 7 năm 1945).

4. Hội Đồng Thanh Niên

Hội Đồng này gồm có:
Chủ Tịch: Hoàng Đạo Thúy
Phó Chủ Tịch: Trần Duy Hưng, Bắc Chi Bộ
Phó Chủ Tịch: Tạ Quang Bửu, Nam Chi Bộ
Cố Vấn Bắc Chi Bộ: Bà Nguyễn Thị Thục Viên, các ông Nguyễn Xiển, Phạm Thành Vinh, Vũ Văn Cẩn, Nguyễn Đăng Thục, Nguyễn Mạnh Hà, Vũ Xuân Phương, Trần Văn Quý, Phan Huy Quát, Ngụy Như Kon-tum, Phạm Ngọc Khuê, Nguyễn Tường Bách.

Cố Vấn Nam Chi Bộ: Bà Nguyễn Đình Chi, các ông Phạm Ngọc Thạch, Nguyễn Văn Thủ, Tôn Quang Phiệt, Kha Vạng Cân, Nguyễn Tư Vinh, Huỳnh Văn Tiếng , Nguyễn Văn Thích, Nguyễn Kinh Chi và Thái Can (Sắc chỉ số 65 ngày 15 tháng 6 năm 1945) [211]

Khi đọc danh sách các hội viên được đề nghị tham gia các hội đồng kể trên để trình lên Hoàng Đế Bảo Đại phê duyệt, Phạm Khắc Hoè tỏ ý thắc mắc là có tên những người ông "chưa từng thấy bao giờ" nên đã hỏi Trần Trọng Kim và được Trần Trọng Kim cho biết là các danh sách này "đã được toàn thể Nội Các và nhất là các ông bộ trưởng thuyết trình viên đồng ý cả rồi, tuy chưa hỏi được ý kiến của tất cả những người hữu quan, song chắc họ vui lòng nhận cả, vì lúc này ai mà chẳng sẵn sàng ra thờ vua giúp nước" và nói thêm "Vậy ông chịu khó xin Hoàng Đế phê chuẩn đi cho kịp thời, đừng nên hỏi đi hỏi lại nữa." Kết quả, theo lời Phạm Khắc Hoè, là "chỉ mấy phút sau, bốn dự thảo của nội các trở thành ba đạo dụ và một đạo sắc chính thức." [212] Những lời đối thoại này cho ta thấy tính cách hữu hiệu và làm việc chạy theo thời gian của Trần Trọng Kim và nội các của ông dù đó mới chỉ là ban hành được những đạo dụ hay đạo sắc để làm nền tảng pháp lý cho những bước kế tiếp trong tương lai. Nó cũng nói lên tính cách hữu hiệu của chế độ quân chủ chuyên chế và sự tin tưởng của Hoàng Đế Bảo Đại vào vị thủ tướng và nội các đương thời của ông, vì bình thường những quyết định liên hệ đến thể chế và những cơ chế tương lai trong một quốc gia dân chủ không thể nào có thể thực hiện được trong vòng trên dưới hai tháng tính từ ngày Nội Các Trần Trọng Kim họp phiên họp đầu tiên, ngày 8 tháng 5, đến ngày 10 tháng 7, ngày đạo dụ cuối cùng trong bốn đạo sắc dụ này được đệ trình, rồi được vị nguyên thủ quốc gia phê chuẩn trong có "mấy phút sau". Một thời gian kỷ lục. Cũng nên để ý là các vị bộ trưởng được Trần Trọng Kim nói đến ở đây là Bộ Trưởng Thanh Niên Phan Anh, Bộ Trưởng Tài Chánh Vũ Văn Hiền và Bộ trưởng Giáo Dục và Mỹ thuật Hoàng Xuân Hãn. Cả ba, ngoài bằng cấp chuyên môn, đều là những chuyên viên hàng đầu trong mỗi ngành của Việt Nam thời đó. Họ là những người từ lâu đã tìm hiểu, nghiên cứu và viết những những bài tham khảo bàn về những lãnh vực riêng của mình và là những cây bút nòng cốt của tờ Thanh Nghị, một thứ "think tank" của chính phủ đương thời. Đây cũng là dịp để họ thi thố tài năng và thực thi hoài bão mà từ lâu họ đã từng thai nghén, ôm ấp.

Điển hình là trường hợp của Phan Anh qua vai trò vừa là bộ trưởng trong chính phủ, vừa là thuyết trình viên của Hội Đồng Dự Thảo Hiến Pháp. Khi được phóng viên báo *Ngày Nay* phỏng vấn ngay sau khi Hội Đồng này được thành lập, Phan Anh đã cho thấy ông nắm vững vấn đề và có sẵn ý tưởng về thể chế tương lai của đất nước với tổ chức chính quyền và chương trình làm việc rất rõ ràng. Theo ông Hiến Pháp sẽ được Hội Nghị Hiến Pháp Quốc Gia do dân bầu ra soạn thảo. Hội Nghị này sẽ được triệu tập sau khi chiến tranh kết liễu nhưng sẽ họp được sớm ngày nào hay ngày ấy. Thời gian và cách thức bầu cử là do Hội Đồng Dự Thảo Hiến Pháp hoàn toàn tự do bàn thảo và quyết định, *"chỉ cần phải căn cứ vào lời tuyên chiếu của đức Kim thượng, những nguyên tắc mà ngài đã tuyên bố: quân dân cộng tác, tự do chính trị, nghiệp đoàn v..v..." "Chính Phủ không có định kiến gì."*

Một cách tổng quát, theo Thuyết trình Viên Phan Anh, Việt Nam tương lai sẽ là một nước Quân Chủ Lập Hiến với nhà Vua là *"đại biểu của quốc gia, phải đứng trên những trách nhiệm, những thay đổi chính trị, vua chỉ có trách nhiệm tinh thần đối với quốc gia..."* Quyền Hành Pháp sẽ là quyền của Nội Các chịu trách nhiệm với Nghị Viện, nhưng vị Thủ Tướng thì sẽ có trách nhiệm vừa đối với Vua, vừa đối với Nghị Viện và phải có một quyền hạn đặc biệt trong một thời hạn khá dài. Quyền Lập Pháp thuộc Nghị Viện giống như ở các nước Quân Chủ Lập Hiến đã có trước. Phan Anh cũng phác họa ra một tổ chức hành chánh mới. Lãnh thổ sẽ được chia thành tỉnh và tỉnh trực thuộc trung ương, ba bộ Bắc, Trung, Nam không còn nữa cùng với các chức khâm sai. Việc lựa chọn nhân viên hành chánh phải dựa trên hai nguyên tắc bầu cử và chính phủ bổ dụng tùy theo cơ quan thuộc trung ương hay địa phương. Về kinh tế và xã hội ông đề cập tới chủ trương xã hội hoá những ngành kỹ nghệ lớn, tới quyền lợi của nông dân và thợ thuyền, khuyến khích tổ chức nghiệp đoàn, bảo hiểm tai nạn lao động...Cuối cùng là quyền bầu cử. Bầu cử sẽ là phổ thông hay hạn chế? Vấn đề này theo Phan Anh cần phải thảo luận nhiều, nhưng ông gợi ý là phải hạn chế dựa trên nguyên tắc là không tổn hại đến sự công bằng và căn cứ vào hai điều kiện là nghề nghiệp và học thức. Ông giải thích rằng phải có nghề, phải là một người dân có ích cho quốc gia mới có quyền bầu cử và phải có một học thức tối thiểu. Chỉ có hai điều kiện này thôi. Quyền bầu cử sẽ không căn cứ vào tài sản được.

Cũng nên nhớ là thành ngữ "thờ vua giúp nước" cho đến thời điểm này vẫn chưa trở thành lạc hậu. Thế nhưng các vị này vẫn bị Phạm Khắc Hoè cản trở và mỉa mai. Phạm Khắc Hoè đã gọi việc làm của Trần Trọng Kim và các cộng sự viên của ông là "*chạy theo những việc như trên*" khi nói tới công cuộc kháng Nhật của Việt Minh và việc thành lập Giải Phóng Quân của tổ chức này. [213] Có điều là Phạm Khắc Hoè đã không biết hay cố tình không biết là sự bại trận của Nhật Bản không phải là do Việt Minh gây ra mà là do Đồng

Minh, đặc biệt là Hoa Kỳ phản công trên khắp Thái Bình Dương và ngay trên đất Nhật, không phải trên lãnh thổ Việt Nam. Dù sao thì điều đáng tiếc là biến cố 19 tháng 8 đã xảy ra hơn một tháng sau nên mọi người không có cơ hội thực hiện hoài bão của mình và đáp ứng điều toàn thể quốc dân mong đợi.

II. Những thành tích đáng ghi nhận khác: "Tuần lễ của các Tự Do"

Đây là sự ban hành một số những đạo dụ ấn định những nguyên tắc liên hệ đến các quyền tự do căn bản của người dân. Ba đạo dụ sau đây đã được báo *Thanh Nghị* số 117, ra ngày 21 tháng Bảy năm 1945 [214] ghi nhận theo thứ tự thời gian gồm có:

1. Dụ số 73, ngày 26 tháng 5 năm Bảo Đại thứ 20 tức ngày 5 tháng 7 dương lịch năm 1945 về tự do lập nghiệp đoàn.
2. Dụ số 78, ngày 1 tháng 6 năm Bảo Đại thứ 20 tức ngày 9 tháng 7 năm 1945 về tự do lập hội.
3. Dụ số 79, ngày 1 tháng 6 năm Bảo Đại thứ 20 tức ngày 9 tháng 7 năm 1945 về tự do hội họp.

Cả ba đạo dụ này đã được ban hành trong một thời gian ngắn là thượng tuần tháng bảy năm 1945 và *Thanh Nghị* đã gọi tuần lễ này là **"Tuần lễ của các Tự Do."**

Về chi tiết, báo *Thanh Nghị* tóm tắt như sau:

1. Tự do lập hội

Từ nay phàm người công dân Việt Nam ai nấy đều có quyền lập những hội có mục đích chính trị, văn hóa, tôn giáo hay xã hội, ngoài những hội có mục đích kiếm lợi. Chỉ cần mục đích của hội không trái với pháp luật, luân lý hoặc là có hại đến nền duy nhất và sự toàn vẹn của lãnh thổ quốc gia. Nhưng cần phải báo trước với nhà chức trách ít nhất là 30 ngày trước khi hoạt động

Muốn phân biệt các hội do đạo Dụ số 78 với các hội có mục đích kiếm lợi phải xét xem các hội viên có chia lãi cho nhau hay không? Nếu chia lãi thì tất phải theo những luật lệ hiện hành về các hội buôn.

Nhiều người hội họp với nhau nhiều lần cũng lại không họp thành một hội vì không có điều lệ để hội viên theo. Cho nên trong tờ khai phải đính theo cả bản điều lệ của hội mình định sáng lập.

Hội có thể tự giải tán (theo điều lệ hay theo ý muốn toàn thể hội viên) hay bị toà án giải tán, nếu mục đích trái với pháp luật, luân lý, hại tới quốc gia, nếu không khai báo cho đúng thể lệ (chưa kể những sự trừng phạt về tội hình những người có trách nhiệm). Tài sản của hội khi đó sẽ phân phát theo điều lệ của hội, theo quyết định của đại hội đồng của hội hay theo lệnh của toà.

Có hai thứ hội: hội thường và hội được Hội Đồng Nội Các công nhận là một hội có ích lợi chung. Hội thường có quyền tố tụng, thu nhập tiền đóng góp của hội viên, có quyền mua, quyền sở hữu và quản lý nhà hội quán, quản trị những bất động sản mà bộ Nội Vụ và Tài Chính cho phép mua. Còn hội được chính quyền công nhận là có ích lợi chung thì ngoài những quyền này còn có quyền được nhận những tặng dữ. Đây rõ ràng là một sự tiến bộ đáng chú ý ở một nước như Việt Nam ở thời điểm 1945 so với sinh hoạt hội đoàn ở các nước tiền tiến sau này. Một điều phi những người đã bỏ thi giờ nghiên cứu, tìm hiểu từ trước, không thể biết ngay được.

2. Tự do hội họp

Người dân được quyền tự do hội họp, nhưng Dụ số 79 phân biệt hai thứ hội họp là hội họp trong tư gia có tính cách gia đình hay lễ nghi và các hội họp ở những nơi công cộng.

Đối với các hội họp trong gia đình hay lễ nghi hay những hội họp của các hội tư nhóm họp trong tư gia với số người tham dự không quá 30 người, người triệu tập không cần phải khai báo. Các cuộc hội họp khác cũng được tự do nhưng phải khai báo với nhà chức trách. Tất cả các cuộc hội họp ở các nơi công cộng như họp ở ngoài đường phố, trong các công viên hay các thị xã đều phải xin phép trước. Giờ họp không được quá 12 giờ đêm trừ khi có phép riêng. Ngoài ra một nhân viên hành chánh hay tư pháp cũng có quyền tới dự.

3. Tự do lập nghiệp đoàn

Việc lập nghiệp đoàn cũng được coi như quyền tự do của người dân với những quy luật được ấn định trong Dụ số 73, theo đó, để tránh không cho những hội kiếm lợi giả danh làm nghiệp đoàn với mục tiêu trốn thuế, các nghiệp đoàn bị cấm không được chia lời cho các đoàn viên và khi giải tán thì của cải không được đem chia cho các đoàn viên. Đồng thời để bảo vệ những người trong nghề, dụ này cấm không cho nghiệp đoàn cưỡng ép những người này phải gia nhập hay bắt đoàn viên phải ở lại trong nghiệp đoàn vĩnh viễn nhưng ngược lại cho phép nghiệp đoàn được từ chối không nhận một người làm đoàn viên theo điều lệ của mình. Mặt khác, nghiệp đoàn có tư cách pháp nhân trong việc bảo vệ các quyền lợi của mình, có quyền sở hữu các động sản hay bất động sản nếu xin phép, có quyền liên kết với nhau để thành lập các liên đoàn và về phía chính quyền, chính quyền có quyền cử người kiểm soát việc quản lý tài chánh của nghiệp đoàn hay liên đoàn. Cuối cùng vì nghiệp đoàn là một tổ chức có thể dùng để tranh đấu nên người sáng lập bắt buộc phải có quốc tịch Việt Nam và phải ở trong nghề ít nhất một năm.

Vì ba đạo luật kể trên đã được ban hành trong thượng tuần tháng 7 năm 1945 nên tác giả của bài báo gợi ý gọi tuần lễ này là **"Tuần Lễ Của Các Tự Do"**. Mặt khác nếu người ta theo dõi những cuộc hội họp của người dân ở cả hai miền Trung và Bắc đã diễn ra liên tiếp từ ngày 10 tháng 3, sau ngày Nhật đảo chánh Pháp, đặc biệt là ở Huế và Hà Nội với hàng vạn người tham dự một cách tự do, thoải mái, thì sự ban hành các đạo dụ này *"đã làm hợp pháp một tình trạng riêng của các tỉnh ở Bắc Bộ Việt Nam vì từ sau ngày 9 tháng 3 các hội, các đoàn mọc lên như nấm, các cuộc hội họp công khai tự do vô cùng".* [215]

Nên để ý là trái với những gì Trần Trọng Kim và Nội Các của ông làm, ngay sau khi tuyên bố độc lập và thiết lập thể chế dân chủ cộng hòa chưa được ba tuần lễ, ngày 22 tháng 9 năm 1945, Hồ Chí Minh với tư cách Chủ Tịch Chính Phủ Lâm thời Việt Nam Dân Chủ Cộng Hòa, đã ký sắc lệnh "bãi bỏ các nghiệp đoàn trên toàn cõi Việt Nam" [216] và vấn đề tự do nghiệp đoàn cho đến tận hơn 70 năm sau vẫn chưa được giải quyết. Đồng thời, ngày 24 cùng tháng Bộ Trưởng Bộ Nội Vụ Võ Nguyên Giáp đã ký nghị định giải tán Hội Khai Trí Tiến Đức, trong khi lại cấp năng lực pháp luật, tức tư cách pháp nhân, cho hội "Văn Hóa Cứu Quốc" và thiết lập các tòa án quân sự ngày 13 tháng 9 năm 1945. Điều này cho ta hiểu rõ tinh thần tự do dân chủ của chính quyền Bảo Đại - Trần Trọng Kim là như thế nào.

Chú Thích

[210] Về tên Đặng Thái Mai, người viết lựa chọn chữ Thái có dấu sắc, chép theo đúng danh sách Phạm Khắc Hoè ghi trong hồi ký của ông này và theo như người đương thời gọi đương sự ở thời điểm 1945, thay vì là Thai, không có dấu sắc như sau này đương sự sửa lại. Ngoài ra các sách như sách của Nguyễn Vỹ, bạn thân của Võ Nguyên Giáp và Đặng Thái Mai (*Tuấn, Chàng Trai Nước Việt, Chính Tích Thời Đại Từ 1900 đđến 1970. Fort Smith, AZ: Sống Mới Tái Bản ở Hoa Kỳ,? tr. 386 và kết tiếp)* và Nguyễn Xuân Chữ, người thay Phan Kế Toại ở Hà Nội (trong *Hồi Ký Nguyễn Xuân Chữ.* Houston, TX, 1995, tr. 280, đều ghi chữ Thái có dấu sắc. Lê Trọng Nghĩa trong hồi ký của ông cũng ghi Đặng Thái Mai với chữ Thái có dấu sắc. Cuối cùng là trong Nghị Định của Bộ Quốc Gia Giáo Dục ngày 7/11/1945 bổ nhiệm các giáo sư ban Văn Khoa, Đại Học Hà Nội sau này là Trường Đại Học Văn Khoa, tên Đặng Thái Mai cũng được ghi với dấu sắc. Xin xem Lê Mậu Hãn, "Sự Ra Đời và Phát Triển Của Đại Học Văn Khoa Hà Nội", trong *Nghiên Cứu Lịch Sử,* số 11 (354), 2005, tr. 8. Đây chỉ là một sự tôn trọng sự kiện lịch sử theo đúng vị trí thời gian của nó mà thôi. Chữ Thai, không có dấu sắc là dành cho sau này. Vấn đề này cũng giống như vấn đề tên của Hồ Chí Minh rất nên được chú ý vì chính ông đã bỏ không dùng tên quen thuộc với mọi người là Đặng Thái Mai mà lại đổi thành Đặng Thai Mai sau một thời gian dài như vậy. Lý do tại sao? Sự kiện này có liên hệ với Đặng Thái Thân hay do một nguyên do khác?

[211] Phạm Khắc Hoè, *Từ Triều Đình Huế..., đã dẫn, tr. 41-43.*

[212] *- như trên -,* tr. 41.

[213] *- như trên-,* tr. 45.

[214] Trong mục "Đời Sống Đông Dương qua bài báo nhan đề "Mấy Đạo Dụ về Tự Do", trong *Thanh Nghị,* số 117, ngày 21 tháng Bảy 1945, tr. 23-25.

[215] *- như trên-,* tr. 25

[216] *Việt Nam Dân Quốc Công Báo*, Số 2, 6 Tháng Mười 1945. Hà Nội, 1945.

CHƯƠNG 7

Chính Phủ Trần Trọng Kim Từ Nhiệm

Ông đang làm được việc, sao lại xin thôi, và ông thôi lấy ai thay?

Hoàng Đế Bảo Đại
nói với Thủ Tướng Trần Trọng Kim

Tôi đã lầm một cách đau đớn!... Tôi chuẩn bị lần lần cuộc nắm chính quyền cho Hồ Chí Minh.

Bộ Trưởng Kinh Tế Hồ Tá Khanh

Sự kiện Nội Các Trần Trọng Kim từ nhiệm đã xảy ra một cách bất ngờ, không phải là do tình hình nghiêm trọng đòi hỏi mà là vì rạn nứt nội bộ do những thành phần thân Việt Minh nằm vùng hay bị ảnh hưởng tuyên truyền của Việt Minh gây ra và đòi hỏi. Tất cả nằm trong chủ trương của những người này ngay từ đầu. Người trực tiếp đứng sau họ ở Huế là Tôn Quang Phiệt và những người thực thi là Tổng Lý Phạm Khắc Hoè và ba Bộ Trưởng Trần Đình Nam, Hồ Tá Khanh và Nguyễn Hữu Thí.

I. Rạn nứt nội bộ - Buổi họp ngày 3 tháng 8 năm 1945

Người ta không rõ sự rạn nứt nội bộ trong Nội Các Trần Trọng Kim đã xảy ra từ bao giờ vì cho tới nay. không có tài liệu nào cho biết điều này. Nhưng căn cứ vào hồi ký của Trần Trọng Kim và của Phạm Khắc Hoè thì mâu thuẫn đã xảy ra trong buổi họp của Nội Các ngày 3 tháng 8 năm 1945, ngay sau khi Trần Trọng Kim từ Bắc Bộ về và sau khi ông vào cung gặp Vua Bảo Đại để tâu trình kết quả của chuyến đi của mình. Sở dĩ ta cần phải để ý tới thời điểm của buổi họp này là vì nó đã xảy ra vào lúc Trần Trọng Kim vừa mới đạt được những thành quả quan trọng trong chuyến ra Bắc, những thành quả đã mang lại uy tín cho chính phủ mà báo chí miền Bắc ca ngợi, đồng thời tình hình chưa có gì gọi là trầm trọng, nhu cầu "cứu nước" là hoàn toàn chưa có và thế lực của Việt Minh cũng chưa có gì gọi là mạnh đến độ đe dọa sự tồn tại của chính quyền trung ương.

Rạn nứt thứ nhất xảy ra giữa Thủ Tướng Trần Trọng Kim và Bộ Trưởng Ngoại Giao Trần Văn Chương sau khi Trần Trọng Kim tường trình kết quả của chuyến đi của ông. Sự kiện này đã được cả Trần Trọng Kim và Phạm Khắc Hoè kể rõ trong hồi ký của hai ông, theo đó, ngay khi Trần Trọng Kim tường trình xong thì Trần Văn Chương nói ngay: "Cụ ra Hà Nội lần này thành công là nhờ sự điều đình của tôi, khi tôi ra Hà Nội lần trước." và Trần Trọng Kim đã trả lời ngay là chuyến đi của Trần Văn Chương ra Hà Nội "chỉ là con số không" vì trong bức thư ông nhận được từ viên Trung Tướng Tham Mưu Trưởng Bộ Tư Lệnh Nhật ở Đông Dương cho biết điều đó, thêm chi tiết là Trần Văn Chương "không biết giao thiệp làm mếch lòng người Nhật". Bức thư đã được Trần Trọng Kim đưa cho Vũ Văn Hiền đọc cho mọi người nghe khiến cho Trần Văn Chương không trả lời được, lặng lẽ đi ra và buổi họp tạm ngưng.

II. Hồ Tá Khanh và Trần Đình Nam đề nghị Nội Các rút lui nhường chỗ cho Việt Minh

Trong phần thứ hai của buổi họp, mâu thuẫn nặng nề hơn, trầm trọng hơn đã xảy ra với sự tham gia của Bộ Trưởng Nội Vụ Trần Đình Nam, Bộ Trưởng Kinh Tế Hồ Tá Khanh và Bộ Trưởng Tiếp Tế Nguyễn Hữu Thí. Trần Đình Nam và Hồ Tá Khanh là chính. Ba vấn đề cấp bách đã được Trần Trọng Kim đưa ra để thảo luận là tổ chức trọng thể lễ thâu hồi các nhượng địa, cử Khâm Sai Nam Bộ và cử người thay thế Khâm Sai Phan Kế Toại ở Bắc Bộ. Việc cử Khâm Sai Nam Bộ, Trần Trọng Kim đề nghị Nguyễn Văn Sâm. Không ai phản đối. Nhưng sang đến việc cử phái đoàn gồm Thủ Tướng Chính Phủ và hai bộ trưởng Trịnh Đình Thảo và Hồ Tá Khanh vô Nam dự lễ thì sóng gió nổi lên. Theo nguyên văn lời kể của Phạm Khắc Hoè thì ngay khi *Trần Trọng Kim chưa nói dứt lời, Hồ Tá Khanh đã đứng dậy nói ngay:*

> *- Phong trào Việt Minh ngày càng mạnh. Cả Nội các chúng ta nên rút lui để cho Việt Minh lên làm việc may ra họ cứu được đất nước. Không ai rút thì một mình tôi, tôi cũng xin rút, cho nên tôi không đi Saigon với cụ Tổng Trưởng.*
>
> *Trần Trọng Kim:*
>
> *-Tôi muốn thân hành vào "lấy lại Nam Bộ' cho tròn bổn phận mới yên tâm. Xong rồi, tôi sẵn sàng rút lui ngay.*
>
> *Trần Đình Nam:*
>
> *- Hai chữ xong rồi của cụ làm tôi giật mình! Lấy lại Nam Bộ chỉ bằng hình thức cử một ông Khâm sai và tiến hành một buổi lễ long trọng thì giản đơn thôi, song cũng chưa chắc cụ đã làm được. Huống chi lấy lại Nam Bộ một cách thật sự thì phải có lực lượng. Đây là một việc khó khăn hơn rất nhiều, chúng ta không làm được đâu! Vậy tôi cũng đồng ý là chúng ta nên rút lui nhường chỗ cho Việt Minh càng sớm càng tốt.*
>
> *Trần Trọng Kim, bộ mặt tái nhợt đứng dậy nói:*
>
> *- Chúng ta phải giải quyết những vấn đề khẩn cấp trước đã, còn vấn đề ai từ chức sẽ bàn sau. Việc cả phái đoàn Chính phủ vào Saigon tôi đã hứa với Tổng tư lệnh quân đội Nhật rồi! Nay các ông không đồng ý thì*

thôi, tôi không đi cũng được, nhưng thế nào cũng phải cử một viên Khâm sai cho Nam Bộ.

Tôi đề nghị cử ông Nguyễn Văn Sâm mà tôi biết rất rõ. Tôi tin chắc ông ấy có đủ khả năng đảm đương chức vụ ấy trong tình hình khó khăn hiện nay. Các ông có đồng ý không?

Mọi người im lặng. Trần Trọng Kim nói tiếp:

- Im lặng có nghĩa là đồng ý. Vậy xin bàn sang vấn đề cử người thay thế ông Khâm sai Bắc Bộ Phan Kế Toại. Ông này nhát gan, sợ hãi, chán nản, cứ năn nỉ xin từ chức! Tôi có gặp bác sĩ Nguyễn Xuân Chữ là một người có nhiều nghị lực và rất đứng đắn. Lúc đầu ông ta nhận lời nhưng sau lại thay đổi ý, nói xin để thong thả.

Hồ Tá Khanh:

– Thái độ của các ông Phan Kế Toại và Nguyễn Xuân Chữ càng nói rõ sức mạnh càng và ảnh hưởng của phong trào Việt Minh. Chúng ta phải rút lui để họ lên cầm quyền.

Trần Trọng Kim:

- Khi vui thì vỗ tay vào, đến khi hoạn nạn ào ào chạy ra!! Trốn trách nhiệm, chạy dài như thế mà không xấu hổ à?

- Trách nhiệm của chúng ta lúc này là - Hồ Tá Khanh nói – là rút lui, chứ không phải là bám lấy! Bám lấy mới *là xấu hổ!!*

– Hoan hô ông bạn Hồ Tá Khanh - Nguyễn Hữu Thí vỗ tay rất to...

Không khí buổi họp trở nên căng thẳng. Trịnh Đình Thảo đề nghị nghỉ họp, mai sẽ họp lại. Mọi người đồng ý và hội nghị giải tán.

Những lời lẽ và luôn cả cử chỉ (vỗ tay thật to) quả thật là nặng nề, thiếu thận trọng của những bộ trưởng cho một phiên họp nội các và hướng vào vị thủ tướng vốn được mọi người kính trọng của mình. Sau này Hồ Tá Khanh, khi thốt ra câu "*Tôi đã lầm một cách đau đớn!*", đã nói lên sự hối hận sâu xa nó đã dằn vặt ông như thế nào trong suốt bốn chục năm sau đó, sẽ nói thêm ở đoạn sau.

Trong hồi ký của ông, Trần Trọng Kim, ngoài những chi tiết tương tự, còn nói thêm là Hồ Tá Khanh sau đó có đưa thư nói đại ý *"Phong Trào Việt Minh mạnh lắm, nội các Trần Trọng Kim nên thôi đi để họ làm việc may ra họ cứu được nước."* và Trần Trọng Kim trả lời rằng: *"Sự tôi thôi, thì tôi đã dự định nhưng để lấy lại đất Nam Bộ cho trọn công việc của mình, tôi thôi ngay."* Nên để ý tới hai chữ "cứu nước" hay nhóm các chữ "may ra cứu được đất nước" hay "Phong Trào Việt Minh mạnh lắm" hay "Việt Minh càng ngày càng mạnh" mà nhóm Hồ Tá Khanh dùng ở đây coi như luận cứ căn bản của họ thực sự chỉ là những lối nói khác của hai chữ *"cứu quốc"* mà Việt Minh dùng để gọi vô số những phong trào, những đoàn thể ngoại vi mà họ đặt ra nhằm hỗ trợ cho họ.

III. Tại sao Hồ Tá Khanh, Trần Đình Nam và Nguyễn Hữu Thí thay đổi thái độ? Vai trò của Phạm Khắc Hoè và Tôn Quang Phiệt

Cho câu hỏi này, câu trả lời phải chăng chỉ đơn giản là do ba ông bộ trưởng kể trên *"khi vui thì vỗ tay vào, đến khi hoạn nạn ào ào chạy ra!!"* như Trần

Trọng Kim nhận định trong buổi họp, vì tình hình đã trở thành khẩn trương như cá nhân những người này nghĩ? Sự thực không phải thế mà sâu xa, phức tạp hơn nhiều. Lý do là vì ở thời điểm ngày 3 tháng 8 mọi việc chưa có gì là nguy hiểm đến độ có thể đe dọa sự tồn vong của đất nước Việt Nam nói chung cũng như sự tồn tại của Vua Bảo Đại, Nội Các Trần Trọng Kim và Đế Quốc Việt Nam nói riêng. Trái lại là đằng khác. Trái lại là vì chuyến ra Bắc của Thủ Tướng Trần Trọng Kim đã đem lại thắng lợi lớn cho Vua Bảo Đại và đất nước Việt Nam, cho cá nhân ông và cho cả nội các của ông và vì ở thời điểm này chuyện Nhật Bản đầu hàng còn là một chuyện chưa có gì báo trước là sẽ xảy ra nhanh như sau này mà mọi người, kể cả Việt Minh và những người Cộng Sản, không ai có thể ngờ tới. Bằng cớ là Việt Minh và Đảng Cộng Sản còn đang dốc toàn lực lo tổ chức Đại Hội Tân Trào vào giữa tháng này và bỏ trống các địa phương, kể cả Hà Nội cho các cán bộ địa phương cấp dưới và chỉ dám "tiến về thủ đô" cả tuần lễ sau khi cướp được chính quyền. Riêng Bộ Trưởng Thanh Niên Phan Anh, khi tới gặp Tôn Quang Phiệt để "rủ" ông này làm Bộ Trưởng Bộ Nội Vụ thay thế Trần Đình Nam, đã cảnh cáo họ Tôn là *"lực lượng võ trang Việt Minh chưa có gì đáng kể, cho nên cần phải rất thận trọng."* [217] Nên để ý là Phan Anh vốn là luật sư, đã từng cãi cho nhiều đảng viên Cộng Sản, thuộc nhóm Thanh Nghị ở Hà Nội, trong đó có Vũ Đình Hoè, Đỗ Đức Dục, hai người có liên lạc với Việt Minh và tham gia Đại Hội Tân Trào nên biết rõ Việt Minh hơn ai hết. Không những thế, ông lại là Bộ Trưởng Bộ Thanh Niên nên xuyên qua các tổ chức thanh niên ông cũng biết thêm được nhiều điều mà người khác không biết. Còn ở Nam Bộ, Luật Sư Huỳnh Văn Phương, thuộc nhóm Đệ Tứ, lúc đó là Tổng Giám Đốc Công An, thì báo cáo cho Khâm Sai Nam Bộ Nguyễn Văn Sâm, khi đón ông này ở Xuân Lộc, là lực lượng võ trang của Việt Minh không đáng kể và ông nắm vững tình hình. Tác giả sẽ trình bày chi tiết trong phần nói về xứ Nam Kỳ sau này. Vậy muốn tìm câu trả lời, ta cần phải trở lại những ngày đầu khi Nội Các Trần Trọng Kim còn đang được thành lập. Người ta không rõ trường hợp của Nguyễn Hữu Thí ngoại trừ việc sau này ông bị tố cáo là tham nhũng gạo khi làm bộ trưởng bộ tiếp tế nhưng trường hợp của hai ông Trần Đình Nam và Hồ Tá Khanh thì đã rất rõ. Ta sẽ lần lượt xét đến sau đây.

1. Trường hợp của Hồ Tá Khanh: "*Tôi đã lầm một cách đau đớn! Tôi chuẩn bị lần lần cuộc nắm chính quyền cho Hồ Chí Minh.*"

Như đã trình bày trên đây, theo Phạm Khắc Hoè kể lại, Hồ Tá Khanh là người đầu tiên lên tiếng ngay khi buổi họp ngày 3 tháng 8 kể trên mới bắt đầu. Ông đòi Nội Các phải rút lui nhường chỗ cho Việt Minh và nói thẳng ra là "*Không ai rút thì một mình tôi, tôi cũng xin rút, cho nên tôi không đi Saigon với cụ Tổng Trưởng*".

Nhận định về sự kiện này, Tôn Quang Phiệt qua hồi ký sau này của mình, đã cho Hồ Tá Khanh là "*nông nổi*". [218] Sự thực không hoàn toàn như vậy. Hồ Tá Khanh đã chịu ảnh hưởng của những người Cộng Sản ngay từ trước khi còn ở Nam Kỳ và nhận cộng tác với họ trước khi ông ra Huế nhận chức bộ trưởng trong Chính Phủ Trần Trọng Kim. Điều này đã được chính Hồ Tá Khanh sau này kể lại trong một bài báo nhan đề "Nguyễn Ái Quốc là ai?", đăng trên tờ *Quê Mẹ* của Võ Văn Ái, số Xuân Bính Dần, 1985 và được tác giả Hoàng Cơ Thụy trích in trong tác phẩm *Việt Sử Khảo Luận* của ông, nguyên văn như sau:

> *Một hôm vào cuối tháng tư 1945, trong một cuộc dội bom của B29, Trần Văn Giàu đến tìm tôi ở hầm trú ẩn:*
>
> *- Anh có biết rằng Trần Trọng Kim sắp lập chính phủ ở Huế và định mời anh ra?*
>
> *– Không.*
>
> *– Anh sẽ giữ bộ kinh tế! – Trên bảng danh sách còn có Trần Đình Nam và Hoàng Xuân Hãn là mấy người anh biết.*
>
> *- Tôi nhận sao được, vì thuở nào cha tôi và tôi vẫn nghịch với triều đình Huế, vì ý chí Dân quyền, Dân chủ.*
>
> *- Đành rồi, nhưng ngày nay* ***đây là cơ hội tốt cho mình đặt người của mình có địa vị cao trong các giới chính thức; như vậy ta có tay trong, tay ngoài. Anh không nên từ chối.*** (Tác giả PCD đánh máy đậm)
>
> *Thật ra, có Trần Đình Nam trong đó thì tôi an tâm lắm rồi, nên tuy chẳng vui lòng cho lắm.* [219]

Độc giả nên để ý tới các chữ *"cho mình"*, *"của mình"* và *"ta có"* trong câu trả lời của Trần Văn Giàu: *"...đây là cơ hội tốt cho mình đặt người của mình có địa vị cao trong các giới chính thức; như vậy ta có tay trong, tay ngoài.”* Những chữ này cho ta thấy Trần Văn Giàu coi Hồ Tá Khanh là người thuộc cùng phe, cùng nhóm với mình, nói theo Hoàng Cơ Thụy, Trần Văn Giàu *“gài hạt nhân”* tức một người *“thiên cộng nằm vùng”* vào trong nội các Trần Trọng Kim ngay từ đầu để chờ cơ hội phá hoại làm lợi cho Cộng Sản. Ta cũng cần phải để ý tới hoàn cảnh Trần Văn Giàu tìm gặp Hồ Tá Khanh. Đó là vào lúc Saigon đang bị phi cơ Mỹ oanh tạc. Điều này chứng tỏ nhu cầu gặp Hồ Tá Khanh đối với Trần Văn Giàu để thuyết phục ông này nhận lời tham gia Nội Các Trần Trọng Kim là vô cùng cần thiết phải làm ngay trước khi họ Hồ có thể từ chối không nhận làm bộ trưởng cho Trần Trọng Kim. Lý do là vì Hồ Tá Khanh cũng như thân phụ của ông là Hồ Tá Bang chủ trương Dân quyền Dân chủ, không ưa Triều Đình Huế, đồng thời Hồ Tá Khanh là người *“nông nổi”*. Sau này, ngót bốn mươi năm sau, khi viết cuốn “biên ký” *Thông Sử Công-Ty Liên Thành*, Hồ Tá Khanh có lập lại lý do khiến ông từ chức là *“Nội các bất lực trước tình thế nguy nan nên ngày 4 tháng 8, trước khi Đồng minh dội bom nguyên tử khiến Nhật phải đầu hàng tôi cùng Bác sĩ Trần Đình Nam nhứt quyết từ chức Bộ trưởng, nhường chỗ cho các nhà cách mạng thiện nghệ.”* [220] Đồng thời trong bài viết về Nguyễn Ái Quốc kể trên, ông đã bày tỏ sự hối hận cùng cực của ông khi ông viết **“Tôi đã lầm một cách đau đớn…”** Nguyên văn đầy đủ như sau:

> *Tôi lầm rằng Hồ chí Minh vẫn là Nguyễn Ái Quốc, chắc cũng nghĩ như tôi; mục đích là giải phóng đất*

nước, thuyết mác-xít chỉ là phương tiện. Vì e ngại quân Pháp trở lại, sự hợp nhất mọi lực lượng quốc gia là điều cần thiết và Hồ chí Minh phải tạo dựng ra cuộc liên hiệp (Mặt trận Việt Minh phổ biến tư tưởng ấy). Tôi chuẩn bị lần lần cuộc nắm chính quyền cho Hồ Chí Minh và ông ta sẽ tiêu biểu cho tinh thần quốc gia...

Than ôi, ảo vọng! Tôi đã lầm một cách đau đớn... Tôi đã có một phần trách nhiệm vì nhận định sai lầm về bọn môn đệ của Xít-ta-lin và về Hồ Chí Minh. Tôi xin thú nhận. (Paris, tháng hai, 1985, Hồ Tá Khanh). [221]

Qua lời thú nhận trên đây của chính Hồ Tá Khanh, việc từ chức của ông như vậy kể như là đã rõ. Nó nằm trong kế hoạch đã có từ trước của Đảng Cộng Sản qua Trần Văn Giàu từ Saigon. Điều này còn giúp ta giải thích lý do khiến Hồ Tá Khanh và Trịnh Đình Thảo không chịu vô Saigon cùng với Thủ Tướng Trần Trọng Kim để tiếp nhận sự trở về của Xứ Nam Kỳ với lãnh thổ của chung của dân tộc Việt Nam, bên cạnh sự ngăn cản của Trần Đình Nam. Người đọc cũng cần phải để ý là thu hồi được Xứ Nam Kỳ về cho Việt Nam dù thế nào đi chăng nữa cũng là một thành công lớn mà Hoàng Đế Bảo Đại, triều đình và mọi người dân trong nước từ lâu mong đợi. Một lễ bàn giao chính thức với sự hiện diện của Thủ Tướng Trần Trọng Kim ở Saigon sẽ là một biểu tượng cụ thể nhất của sự thành công này. Điều những người Cộng Sản không bao giờ muốn xảy ra. Lý do là vì người Cộng Sản muốn giữ độc quyền và độc công giải phóng và thống nhất dân tộc. Chính vì sự ngăn cản này, với biết bao xương máu, người dân Nam Kỳ đã phải đợi thêm bốn năm nữa mới có được biến cố quan trọng này.

Tuy nhiên, Tôn Quang Phiệt cũng có thể có lý khi ông cho Hồ Tá Khanh là "nông nổi". Lý do là vì Hồ Tá Khanh là người đầu tiên lên tiếng trong buổi họp, lại còn nói thẳng ra đề nghị Nội Các rút lui nhường chỗ cho Việt Minh. Chưa hết ông lại còn nói thêm là "*Không ai rút thì một mình tôi, tôi cũng xin rút*", thay vì hai người kia, Trần Đình Nam hay Nguyễn Hữu Thí, có thể khôn ngoan hơn, thâm trầm hơn.

Một câu hỏi khác cũng cần phải được đặt ra là tại sao ở tít trong Nam, trong hoàn cảnh liên lạc khó khăn, Trần Văn Giàu lại biết rõ chuyện xảy ra ở Huế trước cả người trong cuộc là Hồ Tá Khanh như vậy? Câu trả lời phải chăng nằm trong câu chuyện trao đổi giữa tác giả Hoàng Cơ Thụy và Cựu Bộ Trưởng Hồ Tá Khanh sau đây:

> *Chúng tôi (Hoàng Cơ Thụy) nói: "Bọn Đệ Tam giỏi tình báo thật! Chuyện kín của Quân đội Nhật mà Giàu cũng biết ngay..." Cụ Khanh trả lời: "Sau tôi mới được biết rằng bọn Đệ Tam có liên lạc với bọn Kháng chiến Gô-lít (Gaullistes). Giàu biết là nhờ tên **Duchêne**" – "Phải chăng tên Duchêne là của mật vụ Pháp-Gaulliste đang lén lút hoại động ở Saigon hồi tháng 4/1945?" – "Tôi chỉ nghe nói".*

2. Trường hợp của Trần Đình Nam

Trường hợp của Trần Đình Nam phức tạp hơn với lập trường không nhất định của ông, từ chủ trương chỉ lập một nội các giới hạn và tạm thời với Ngô Đình Diệm đến chỗ nhận lời tham gia chính phủ và tham gia với tư cách bộ trưởng bộ nội vụ là một trong những bộ quan trọng nhất. Cũng nên để ý ông là người gốc Nghệ An, cùng quê với Phạm Khắc Hoè và Tôn Quang Phiệt. Sau đây là chi tiết:

"Không nên đốt cháy những lá bài khác" là nhận định đầu tiên của Trần Đình Nam. Ông đã chia sẻ nhận định này với Phạm Khắc Hoè và sau đó tâu lên Hoàng Đế Bảo Đại khi ông được Phạm Khắc Hoè đưa vô yết kiến nhà vua. Nguyên văn lời Trần Đình Nam đã được họ Phạm ghi lại như sau:

> *Tình hình thế giới luôn luôn biến chuyển, chưa chắc Nhật đã đứng vững được lâu. Cho nên bây giờ chơi với Nhật thì chỉ nên ra những lá bài thân Nhật, cụ thể là nên giao cho Ngô Đình Diệm thành lập một nội các hẹp, ba bốn người thôi, không nên đốt cháy những lá bài khác.* 222

Câu hỏi được đặt ra ở đây là biết trước Nội Các đang được thành lập chỉ là tạm thời và người được ra có thể bị đốt cháy, tại sao sau đó chính đương sự, Trần Đình Nam, lại nhận gia nhập và nhất là gia nhập với tư cách Bộ Trưởng Bộ Nội Vụ? và tại sao Hồ Tá Khanh lại ghi trong bài viết sau này của mình là *"có Trần Đình Nam trong đó thì tôi an tâm lắm rồi"*.

Việt Minh móc nối. - Các câu hỏi kể trên có thể được giải đáp bằng hồi ký của Nhà Giáo Ưu Tú Ngô Thị Chính, người đã tham gia tổ chức Phụ Nữ Cứu

Quốc ở Huế và nhận nhiệm vụ vận động phụ nữ ở hai trường Đồng Khánh và Nữ Thành Nội. Theo bà Chính thì bà đã cùng với một phụ nữ khác, Nguyễn Khoa Bội Lan, *"mang một bức thư đến đưa cho ông Trần Đình Nam, lúc đó là Bộ trưởng Bộ Nội vụ trong Nội các Trần Trọng Kim. Tôi không nhớ rõ bức thư ấy của ai và nội dung như thế nào. Sau này chị Bội Lan nhắc cho biết là thư của Tổng bộ Việt Minh gửi vận động nội các này từ chức."* [223] Nên để ý là hai phụ nữ này đã tổ chức canh gác cho một số thanh niên Tiền Tuyến in tài liệu ở nhà thờ họ Nguyễn Khoa và trong họ Nguyễn Khoa còn có Nguyễn Khoa Diệu Hồng là người đã đọc lời kêu gọi khởi nghĩa của Việt Minh sau khi Việt Minh cướp ngang cuộc biểu tình ủng hộ Chính Phủ Trần Trọng Kim ngày 17 tháng 8 năm 1945 ở Hà Nội. Nguyễn Khoa Diệu Hồng gốc Đảng Dân Chủ, sau trở thành Chủ Tịch Hội Liên Hiệp Phụ Nữ Hà Nội. [224] Sự thay đổi lập trường và hành động của Trần Đình Nam như vậy là đã rõ rệt.

3. Trường hợp của Nguyễn Hữu Thí

Hiện thời ta không có được nhiều chi tiết liên quan đến cá nhân ông này cũng như trường hợp ông tham chính hay những gì ông làm trong thời gian tham chính, ngoại trừ chuyện ông vô Nam vận động chở gạo ra Bắc cứu đói và được giới thanh niên đón tiếp nồng nhiệt hay sau này ông bị lên án là nhân vụ cứu đói *"thừa dịp làm tiền"* hay *"Bộ trưởng đầu cơ"*. Sự kiện sau này đã khiến nhiều người cho là lý do khiến ông tìm cách "chạy làng" nhưng những lời kết án này không có bằng chứng gì cụ thể, đáng tin cậy. Vấn đề do đó cần phải được tìm hiểu mặc dầu những chi tiết này được Bùi Nhung, em của Phó Bảng Bùi Kỷ, em vợ của chính Thủ Tướng Trần Trọng Kim viết trong hồi ký *Thối Nát* của ông này [225]. Có thể vị bộ trưởng này thay đổi chỉ vì không có lập trường vững chắc và bị ảnh hưởng của những vị kia, đúng như Thủ Tướng Trần Trọng Kim nhận định là "khi vui thì vỗ tay vào" mà thôi?

4. Vai trò của Tôn Quang Phiệt

Nhân vật cuối cùng người ta phải nghĩ tới là Tôn Quang Phiệt, người được coi là người đứng đằng sau tất cả bốn người, từ Ngự Tiền Tổng Lý Phạm Khắc Hoè đến ba vị bộ trưởng kể trên trong suốt thời gian tồn tại của Nội Các Trần Trọng Kim. Tất cả đã được chính Tôn Quang Phiệt kể lại trong hồi ký của ông: Đó là do chủ trương và vận động của nhóm đảng viên Cộng Sản hay những người theo hay thân Việt Minh tạo ra trong những ngày cuối cùng của nội các này, trước khi Việt Minh cướp chính quyền. Điều trước đó không hề có. Trước đó họ Tôn không phải là đảng viên của Đảng Cộng Sản và cũng không hề có cuộc tiếp xúc nào với những người lãnh đạo Việt Minh và Đảng Cộng Sản cả. Ông chỉ là một trí thức nổi tiếng ở Huế, gốc Nghệ An, chủ trường Thuận Hoá, một trường trung học tư thục ở Huế, đồng thời cũng là một cựu sinh viên Trường Cao Đẳng Sư Phạm ở Hà Nội, học dở dang bị đuổi vì theo

Đảng Tân Việt, làm cách mạng và bị bỏ tù. Sau đó ông được người Pháp phóng thích, về Huế dạy học. Nhờ sự nổi tiếng này, ông đã được nhiều người quan tâm tới thời cuộc đến thăm để hỏi ý kiến. Trong số những người này có Phạm Khắc Hoè, người cùng quê với ông và đang là Ngự Tiền Tổng Lý Văn Phòng của Vua Bảo Đại. Qua Phạm Khắc Hoè, Tôn Quang Phiệt đã trở thành người trực tiếp đứng phía sau ba vị bộ trưởng kể trên. Tất cả chỉ có thế. Tôn Quang Phiệt không hề có quan hệ gì với Việt Minh cả. Mãi đến những ngày cuối cùng ông mới tiếp xúc được với những người đại diện của tổ chức này và của Đảng Cộng Sản và lãnh chỉ thị của họ. Đây là một điều đã được ông nóng lòng mong đợi từ lâu và được ông diễn tả như là *"bắt được mối Việt Minh rồi mà đó là bắt được mối Đảng rồi"*. Sau đó ông đã bí mật *"họp liên miên ở một nhà trên đoạn Bến Ngự"* với các cán bộ địa phương do Hoàng Anh, đảng viên thực sự của đảng này triệu tập. Hoàng Anh lúc đó mới được ra tù nhờ sự can thiệp của Trần Trọng Kim trong chuyến ra Bắc điều đình với người Nhật của vị thủ tướng này. Những phiên họp này có sự tham dự của Tố Hữu do Trung ương phái vào làm Chủ tịch Ủy Ban Khởi Nghĩa và Nguyễn Duy Trinh, một đảng viên khác cũng mới được ra tù... Qua những buổi họp này, Tôn Quang Phiệt được giao hai nhiệm vụ quan trọng. Thứ nhất *là "chạy xuống các huyện, vận động bọn tri huyện mà phần lớn tôi quen biết, giao lại chính quyền cho Việt Minh"*. Thứ hai là *"vận động cho Bảo Đại thoái vị và Chính Phủ Trần Trọng Kim từ chức"*.[226] Nhiệm vụ thứ hai này, tuy nhiên, chỉ là chính thức. Trên thực tế Tôn Quang Phiệt đã có những móc nối, theo dõi để ngầm phá hoại từ lâu, nếu không nói là ngay tự ngày đầu như ta đã biết, qua sự tiếp xúc chặt chẽ giữa đương sự và Phạm Khắc Hoè, người thân cận nhất với Hoàng Đế Bảo Đại và là người đóng vai trò trung gian giữa Nhà Vua và Nội Các.

Qua hồi ký của Tôn Quang Phiệt, người đọc cần phải để ý ba điều:

Thứ nhất là hai họ Tôn và Phạm này, cũng như nhiều người khác làm công chức ở Huế, có gốc Nghệ An, Hà Tĩnh. Họ đã lập ra một hội đồng hương lấy tên là Nghệ Tĩnh Châu Phổ làm chỗ gặp gỡ nhau. Các nhân vật Cộng Sản như Nguyễn Tân, Lê Khánh Khang đều ở trong ban trị sự cả. Phạm Khắc Hoè vì làm lớn bên cạnh nhà vua nên được bầu làm hội trưởng. Nhóm người này sau đã đóng vai trò quan trọng trong biến cố tháng Tám năm 1945 ở Huế.

Thứ hai, Tôn Quang Phiệt trong suốt thời gian này, ít ra là cho tới khi những người như Hoàng Anh, Nguyễn Duy Trinh được mới ra tù hay Tố Hữu được trung ương Việt Minh phái vào làm nhiệm vụ lãnh đạo, không hề có liên hệ trực tiếp với trung ương Việt Minh bao giờ cả, từ đó không có lập trường rõ ràng hay cùng lắm chỉ là cảm tình viên của Việt Minh mà thôi. Không những thế, trong những ngày đầu, sau khi Nhật đảo chánh Pháp và Vua Bảo Đại tuyên bố Việt Nam độc lập, Tôn Quang Phiệt đã tham gia ký tên trong số những người thành lập Tân Việt Nam Hội. Hội này nhằm ba mục tiêu là giữ vững nền độc lập và thống nhất quốc gia Việt Nam trong phạm vi Đại Đông Á, đoàn kết các giới trong xã hội và các khuynh hướng chính trị nhằm sửa soạn việc kiến thiết Quốc Gia Việt Nam độc lập. Những mục tiêu này đi ngược với chủ trương của Đảng Cộng Sản và Việt Minh nên ông đã bị Việt Minh, qua tờ *Cờ Giải Phóng*, "*công kích tuy không công kích mạnh như đối với Trần Trọng Kim, Phan Anh nhưng cũng đã bị sắp vào hạng Việt gian thân Nhật rồi.*" Điều này đã làm cho Tôn Quang Phiệt e ngại. Ông viết: "*Nghĩ mà ức. Mấy lâu nay mình đã ghét cay ghét đắng Nhật mà nay lại mang tiếng là thân Nhật? Nhưng thôi! Ở đời biết bao nhiêu người bị công kích oan và cũng bao người bị chết oan nữa! Thế rồi tôi tránh tiếng không muốn dính với ai hoạt động, sợ người ta lại nghĩ.*"

Thứ ba, về việc thành lập Hội Tân Việt Nam, Tôn Quang Phiệt kể là chính ông là người đã đã được "một số anh em" thúc đẩy đứng ra thành lập hội này ở Huế. Nguyên văn ông viết:

> *Sau khi Nhật Bản đảo chính Pháp tháng 3-1945, được sự thúc đẩy của một số anh em trí thức ở Huế, tôi đã đứng ra tổ chức Hội Tân việt Nam với mong muốn đóng góp một phần vào công việc cứu tế, trị an và dạy chữ quốc ngữ. Nhưng sau khi ra Vinh xem xét tình hình, thì được biết phong trào do Việt Minh lãnh đạo đã phát triển mạnh mẽ ở ngoài Bắc, thậm chí có người lãnh đạo còn đánh giá Tân Việt Nam là tổ chức thân Nhật. Thấy vậy tôi trở về Huế bàn với một số anh em, trình bày tình hình và giải tán Tân Việt Nam.*

Tôi giải tán Tân Việt Nam định ngồi yên một lúc xem sao. Không phải tôi không muốn hoạt động. Trái lại tôi rất nóng ruột, nhất là mình đã bắt được mối Việt Minh rồi, mà đó là bắt được mối đảng rồi. Chắc anh Diệm Quảng Bình cũng thế, nên không hoạt động cho Tân Việt Nam nữa.

Nhưng theo bản thông báo chính thức của Tân Việt Nam Hội đăng trên báo *Thanh Nghị,* số 107 ra ngày 5 tháng năm 1945 thì tên Tôn Quang Phiệt chỉ là một tên trong số 34 tên *"những nhân viên sáng lập và trong Ủy ban trung ương"* và đứng hàng thứ 20 trong bảng tên này. Điều này chứng tỏ ông chỉ là một trong số những người sáng lập ra Hội Tân Việt Nam chứ không phải là người *"được sự thúc đẩy của một số anh em trí thức ở Huế"*, đứng ra sáng lập nên hội này hoặc cùng lắm ông chỉ có thể đứng ra lập chi nhánh của hội này ở Huế mà thôi. Nên để ý là, cũng theo thông báo kể trên, trụ sở trung ương của hội là số 24, Hàng Da Hà Nội, chứ không phải ở Huế. Về ngày giải tán hội cũng vậy. Tôn Quang Phiệt không cho biết rõ ngày, dù là đại khái, mà chỉ nói mơ hồ là *"sau khi ra Vinh xem xét tình hình"*. Chi tiết này chứng tỏ sự kiện ông giải tán hội, *"Tôi giải tán xong Tân Việt Nam"*, chỉ xảy ra sau này mà thôi chứ trong thời gian dài buổi đầu, ít ra cho đến ngày ông ra Vinh và được biết tờ *Cờ Giải Phóng* lên án ông là thân Nhật, ông đã hoạt động cho hội. Điều này phù hợp với ngày Tân Việt Nam Hội tuyên bố tự giải tán ngày 22 tháng 7. [227] Về mục đích của hội, Tôn Quang Phiệt chỉ ghi ba mục đích vô hại là cứu tế, trị an và dạy chữ quốc ngữ chứ không nói tới những mục tiêu lớn hơn liên hệ tới vận mệnh và tương lai của quốc gia mà bản thông báo thành lập hội đã nói rõ là:

1. Giữ vững nền Độc lập và thống nhất quốc gia Việt Nam trong phạm vi Đại-Đông-Á;
2. Đoàn kết hết thảy các giới trong xã hội và các khuynh hướng chính trị;
3. Sửa soạn việc kiến thiết Quốc Gia Việt Nam.

Đây là những mục tiêu chắc chắn Việt Minh và Đảng Cộng Sản không thể nào chấp nhận được, do đó Phan Anh và những người khác trong đó có Tôn Quang Phiệt bị đưa ra công kích.

Một câu hỏi khác được đặt ra là phải chăng ở thời điểm này đã có hai hội Tân Việt Nam đã được thành lập trong thời gian này, một ở Hà Nội do nhóm Vũ Đình Hoè với tờ *Thanh Nghị* chủ trương và một ở Trung Kỳ do Tôn Quang Phiệt làm *"lãnh tụ"?* Hội thứ nhất bao gồm các thành phần trí thức có phạm vi hoạt động trên toàn quốc Việt Nam. Hội thứ hai gồm có các nhân vật hoạt động ở các tỉnh Bắc Trung Kỳ, chủ cốt là Nghệ Anh và Hà Tĩnh. Theo Tôn Quang Phiệt, mâu thuẫn giữa hai hội đã xảy ra vì Vũ Đình Hoè lãnh tụ của hội Hà Nội chỉ coi hội của Tôn Quang Phiệt là một hội địa phương mà thôi. Đây là một vấn đề quan trọng liên hệ tới không riêng cho giai đoạn này mà chung cho cả lịch sử Việt Nam, người đọc cần phải tìm hiểu kỹ hơn. Tuy nhiên việc Tôn Quang Phiệt bị tờ *Cờ Giải Phóng* công kích và Tôn Quang Phiệt e ngại nếu không nói là e sợ là có thực vì đây chính là mục đích của Việt Minh để uốn nắn lại lập trường và việc làm của ông sau đó.

IV. Cuộc gặp mặt giữa Phạm Khắc Hoè và ba vị bộ trưởng

Cuộc gặp gỡ này theo Phạm Khắc Hoè là tình cờ xảy ra giữa ông, Trần Đình Nam, Hồ Tá Khanh và Nguyễn Hữu Thí buổi tối ngày 20 tháng 7 năm 1945 ở nhà Trần Đình Nam. Nội dung buổi họp lúc đầu chỉ là chuyện phiếm nhưng sau đã biến thành *"một cuộc kiểm điểm công tác của Nội các Trần Trọng Kim trong hai tháng vừa qua"* với nhận định của Hồ Tá Khanh là *"dân chúng đòi hỏi và chờ mong rất nhiều ở Chính phủ mà Chính phủ chưa làm được gì đáng kể cho dân chúng cả. Thật là sốt ruột thấy sự bất lực của Nội các trước sự biến chuyển mau lẹ của tình hình trong nước và trên thế giới. Cần phải có một Nội các mạnh dạn hơn, tả hơn nữa mới được "*[228]. Đây phải chăng cũng là một bằng chứng chứng tỏ Hồ Tá Khanh là một người *"nông nổi"*, đúng như nhận xét của Tôn Quang Phiệt đã nói ở trên.

V. Chính Phủ Trần Trọng Kim từ nhiệm

Do những mâu thuẫn kể trên và sau khi đã có được sắc chỉ bổ nhiệm Nguyễn Văn Sâm làm Khâm Sai Nam Bộ, ngày 5 tháng 8, Trần Trọng Kim và toàn thể nội các đã dâng lên nhà vua tờ phiến với nội dung nguyên văn như sau để xin từ chức:

Vì các ông Bộ trưởng bộ Nội vụ Trần Đình Nam, Bộ trưởng bộ Kinh tế Hồ Tá Khanh, Bộ trưởng Bộ Tiếp tế Nguyễn Hữu Thí xin từ chức, Bộ trưởng Bộ Y tế - Cứu tế Vũ Ngọc Anh không may bị máy bay Mỹ bắn chết, nội các chúng tôi xét không thể tiếp tục đảm nhận trách nhiệm Hoàng đế đã ủy thác cho chúng tôi nữa. Vậy toàn thể Nội các chúng tôi xin Hoàng đế xét cho từ chức.

Đơn xin đã được chấp nhận và Trần Trọng Kim được giao cho việc thành lập nội các mới.

VI. Trần Trọng Kim và nỗ lực thành lập Nội Các Mới – Ngô Đình Diệm đáp lời mời, từ Saigon ra Huế bị Việt Minh chặn ở Nha Trang phải quay về

Viết lại chi tiết về việc xin từ chức này, Trần Trọng Kim cho biết lúc đầu nhà vua không chịu, lấy cớ nội các đang làm được việc và hỏi lấy ai là người thay thế. Trần Trọng Kim tâu lên mấy người nhưng đều không được nhà vua chấp nhận. Tên những người này, ông không nói rõ nhưng cho biết là ông có nghĩ tới những người thuộc các đảng phái như Ngô Đình Diệm,

Nguyễn Xuân Chữ, Lê Toàn, Tạ Thu Thâu, Hồ Hữu Tường, Đặng Thái Mai, v..v…đã có tiếng hoạt động về chính trị, để vào lập nội các mới. Để thực hiện điều này, một mặt ông cho đánh điện đi các nơi mời mọi người vào Huế, mặt khác cho chắc ăn, ông nhờ Phan Anh ra Bắc, Hồ Tá Khanh vô Nam đích thân gặp mọi người trình bày chi tiết mọi chuyện. Hai vị này đã không làm trọn được sứ mạng của mình vì Phan Anh ra đến Phủ Diễn và Hồ Tá Khanh vô đến Quảng Ngãi đều bị Việt Minh giữ lại. Các điện tín đánh đi cũng không mang lại kết quả. [229] Theo lời giải thích của Bảo Đại thì có lẽ các điện tín này đã bị người Nhật chặn lại vì những người được Trần Trọng Kim mời đều rất "cách mạng, rất tả." [230] Riêng trường hợp của Ngô Đình Diệm thì theo hồi ký của Trần Văn Ân, Ngô Đình Diệm đã cùng với Trần Văn Ân và Vũ Đình Dy (mới từ Tokyo về) và Lê Toàn đã từ Saigon đi bằng công xa mang số *PI (Palais Imprérial)* ra Huế nhưng đến Nha Trang ngủ đêm bị "chích xẹp vỏ" và bị *"Mấy trăm lính Việt Minh có súng bao vây phòng ngủ"*, lại được tin Tạ Thu Thâu bị giết ở Quảng Ngãi phải quay về. [231] Sự kiện này cũng được Nguyễn Kỳ Nam ghi lại trong hồi ký của ông, theo đó khi ông này vô Nam, tháp tùng Khâm Sai Nguyễn Văn Sâm, khi Nguyễn Văn Sâm vô Saigon nhậm chức. Đến Khánh Hoà, cả hai người cùng với Diệp Ba, một đảng viên Cộng Sản bị Việt Minh chận bắt và được cán bộ chỉ huy toán lính Việt Minh cho biết. Câu chuyện được Nguyễn Kỳ Nam nghe kể lại khi ông bị giam trong một trại lính, nguyên văn như sau:

Trời hừng sáng, thình lình quân lính lập binh trước sân trại và coi bộ như chuẩn bị một việc gì gấp rút và quan trọng lắm. Tôi và Diệp Ba nép mình sau cửa sổ, để nghe anh Thủ - lãnh của họ, nói:

- Đấy! mỗi người giữ 5 bì, để phòng hờ thôi. Chừng nào tôi ra lịnh, mới được sử dụng...

Thì ra anh Thủ - lãnh trao cho mỗi người lính 5 bì, súng "mút". Họ giàn binh, lập trận rất nghiêm trang... rồi kéo ra khỏi trại.

Tôi không biết họ đi đâu mà lòng lại lo sợ. Vì trong thời kỳ cách mạng này, việc gì mà không dám làm?

- Đi tấn công Pháp ư?

Pháp đã đầu hàng Nhựt từ bốn tháng trước rồi mà! Hay là Pháp hay tin Nhựt đầu hàng nên từ trong rừng họ kéo ra tấn công?

- Hay là đi đánh một nhóm đối lập nào chống lại Việt Minh?

Lại càng vô lý hơn nữa! Vì Khánh-hòa lúc đó không có đảng chánh trị nào..

Tôi nghĩ vơ vẩn đến...Khâm –sai Nam Bộ.

- Không lẽ có lực lượng nào giải thoát cho Khâm-sai, nên họ đem binh đến ngừa trước?

Bao nhiêu sự lo nghĩ đều trật hết: mãi đến 10 giờ, tốp lính hồi sáng mới kéo về trại. Tôi chờ họ cất súng đi mới tìm cách hỏi thăm.

Anh Thủ-lãnh của họ mới kể chuyện:

- Có một nhóm chính trị gia ở Saigon đi xe hơi tới hồi khuya. Họ nghỉ ở khách sạn. Không biết họ mưu tính việc gì nên chúng tôi được lệnh bao vây nhà ngủ.

Tôi gợi câu chuyện lần lần... mới biết rõ nhóm chính trị đó có Ngô-đình-Diệm... và nhiều người nữa, từ Saigon ra Huế, vì có lời mời các nhân sĩ Nam Trung Bắc của Chánh-phủ Trần-trọng-Kim đặng lập Chánh-phủ Liên-hiệp. Tôi hỏi:

- Kết quả như thế nào mà các anh rút về trại?

- Các "anh lớn" nói chuyện xong rồi, và họ đưa ra khỏi biên giới, đặng trở về Saigon...

- Tại sao không để họ ra Huế?

- Mấy "anh lớn" giải thích rằng: cuộc cách-mạng đã nổi lên khắp nơi...Bảo Đại đã bỏ ngôi. Họ ra đó làm gì nữa mà không về Saigon? [232]

Đây là một chi tiết quan trọng ít được mọi người biết tới vì nếu những nhân vật này ra được Huế, tình hình chắc chắn sẽ đổi khác vì cả ba người đều theo Cường Để và thân Nhật nên dễ nói chuyện với Nhật hơn chưa kể người cháu của Ngô Đình Diệm làm bí thư cho Đại Sứ Nhật. Riêng chuyện ba vị này ra Huế bằng công xa mang số PI (Palais Impérial) cũng gây không ít thắc mắc. Xe này từ đâu ra? Từ Huế mới được gửi vô đón Ngô Đình Diệm hay đã được dùng từ trước và hư để lại? hay do các vị này tự ý cho mang số này? Tất cả dù sao đều chỉ là thắc mắc, giả dụ và mang những ý nghĩa riêng.

VII. Buổi họp ngày 17 tháng 8: Việt Minh được mời lập nội các

1. Diễn biến của tình hình

Diễn biến của tình hình đã trở nên nhanh hơn, phức tạp hơn và có lợi cho phía Việt Minh hơn khi Phạm Khắc Hoè được dự tính bổ nhiệm làm Tổng Đốc Thanh Hóa, bên cạnh sự kiện ông này tình cờ khám phá ra những cuộc gặp mặt giữa Vua Bảo Đại, Phạm Quỳnh và Trần Văn Chương ở văn phòng của Bảo Đại, sau khi Trần Trọng Kim tỏ rõ quan điểm về trách nhiệm của mình và của Nội Các vào lúc Hồ Tá Khanh, Trần Đình Nam và Nguyễn Hữu Thí vì tình thần bị chao đảo cổ võ cho hành động trao quyền cho Việt Minh với sự ngầm hỗ trợ của Phạm Khắc Hoè như một nhân vật nằm vùng.

2. Buổi họp sáng ngày 17 tháng 8

Buổi họp khởi sự lúc 8 giờ và diễn ra ở Phòng Phê tức phòng làm việc của Hoàng Đế Bảo Đại và ngày 17 tháng 8 cũng là ngày Tổng Hội Công chức tổ chức biểu tình ở Hà Nội nhằm ủng hộ Chính Phủ Trần Trọng Kim, mở đầu cho biến cố 19 tháng 8, hai ngày sau đó.

Buổi họp do chính Hoàng Đế Bảo Đại chủ tọa, có sự hiện diện của Thủ Tướng Trần Trọng Kim, các Bộ Trưởng Trần Văn Chương, Trần Đình Nam, Hồ Tá Khanh, Phan Anh, Vũ Văn Hiền, Trịnh Đình Thảo và Nguyễn Hữu Thí.

Đây là buổi họp vô cùng quan trọng, do Trần Đình Nam chủ động qua Phạm Khắc Hoè với mục đích tạo cơ hội cho Trần Đình Nam *"đặt vấn đề toàn thể nội các và nhà Vua rút lui nhường hẳn quyền lại cho Việt Minh."* [233] Lý do của sự triệu tập, ngoài chuyện tình hình cấp bách do tin Nhật Bản đã đầu hàng gây ra, chuyện Phạm Khắc Hoè có thể được cử làm Tổng Đốc Thanh Hóa và cuối cùng việc Phạm Khắc Hoè khám phá ra một cuộc họp giữa Bảo Đại, Phạm Quỳnh, Trần Văn Chương và Bộ Trưởng Đại Nội Nguyễn Duy Quang tại văn phòng của Nhà Vua chiều ngày 15 tháng 8 mà Phạm Khắc Hoè nghi hay vu là có âm mưu cản trở việc làm của viên Ngự Tiền Tổng Lý này với phía sau đương sự là Tôn Quang Phiệt, âm mưu mà Phạm Khắc Hoè và Trần Đình Nam, trong buổi họp ở nhà Trần Đình Nam tối cùng ngày đồng ý cho là *"một âm mưu phản quốc đã được hình thành ngay trong phòng làm việc của Bảo Đại"* [234] .

Theo Phạm Khắc Hoè thì *"Mở đầu buổi họp, Trần Văn Chương đọc các bản dự thảo thông điệp của nhà vua kêu gọi sự giúp đỡ của Tổng Thống Tơ-ru-man, Vua Anh Gióc-giơ VI, Thống chế Tưởng Giới Thạch và Đại Tướng Đơ-Gôn, để bảo vệ nền độc lập giành được từ trong tay Nhật." Tất cả đều được mọi người "nhiệt liệt hoan nghênh trừ Trần Đình Nam và Hồ Tá Khanh"*. Lý do được hai ông này nêu lên là *"Đã kêu gọi các nước Đồng minh giúp đỡ, thì phải kêu gọi cả Nga Xô nữa, chớ sao lại hạn chế vào bốn nước Anh, Mỹ, Pháp, Tàu mà thôi."* Chi tiết này cho thấy rõ ảnh hưởng của Việt Minh qua Tôn Quang Phiệt đối với Phạm Khắc Hoè là quan trọng và được cập nhật hóa như thế nào. Cuộc thảo luận diễn ra rất sôi nổi với sự ngầm ủng hộ của Phạm Khắc Hoè cho Trần Đình Nam khiến Bảo Đại khó chịu phải can thiệp, nói lên ý kiến của mình bằng câu *"Trẫm đồng ý với ông Kim và ông Chương, ông Nam và ông Khanh đừng nói nữa"*.

Sang phần thứ hai của buổi họp, phần đối nội, không khí lại còn căng thẳng và nặng nề hơn nữa với lời phát biểu đầu tiên và đi thẳng vào đề của Trần Đình Nam. Ông này đã không dài dòng mà đề nghị không riêng gì mọi người mà luôn cả Nhà Vua nên rút lui, nhường chỗ cho Việt Minh. Để người đọc hiểu rõ quan điểm của từng người, người viết xin trích nguyên văn các lời phát biểu và không khí buổi họp theo lời kể của Phạm Khắc Hoè như sau:

- Đối nội thì điều quan trọng nhất - Trần Đình Nam nói – là toàn dân thắt chặt đoàn kết chung quanh tổ chức mạnh nhất, hăng hái nhất, tức là Việt Minh, làm cho nước ngoài không thể giở thủ đoạn "chia để trị" ra nữa. Vậy, tôi đề nghị chúng ta rút lui ngay, nhường hẳn quyền bính cho Việt Minh. Theo tôi nghĩ thì cả Hoàng đế cũng nên rút lui.

Câu nói cuối cùng này làm cho Trần Trọng Kim nhảy người lên, nghiêm khắc lên án Trần Đình Nam dám đòi Nhà Vua bỏ ngôi báu. Một cuộc tranh luận sôi nổi dấy lên:

Luật Sư Vũ Văn Hiền, Bộ Trưởng Tài chính nói:
- Trong tình hình trước mắt, vấn đề trước mắt là phải có một chính phủ "hợp pháp" bảo đảm được trật tự và có thẩm quyền ăn nói để khi Đồng Minh vào họ không thể mượn cớ để giúp cho thực dân Pháp quay trở lại. Muốn đạt mục đích ấy, thì tuy về mặt thực tế phải giao quyền hành cho Việt Minh nhưng về mặt hình thức vẫn phải giữ chính thể quân chủ với một nội các Việt Minh thì mới "hợp pháp."

Ý kiến ấy của Vũ Văn Hiền được các luật sư Trịnh Đình Thảo, Trần Văn Chương và Phan Anh phân tích tỉ mỉ làm "sáng tỏ" thêm nên cuối cùng đã được toàn thể nội các tán thành và giao cho tôi trách nhiệm phải thảo xong đạo Dụ cần thiết ngay trong giờ giải lao. Thế là 15 phút sau triều đình lại có thêm một đạo Dụ nữa. Đó là đạo Dụ 105 ngày 17 tháng 8 năm 1945, gồm hai điểm chính: Điểm thứ nhất: nhà Vua sẵn sàng giao chính quyền cho Việt Minh là tổ chức đã đấu tranh nhiều nhất cho quyền lợi của nhân dân và mời các lãnh tụ Việt Minh về Huế thành lập Nội các. Điểm thứ hai: vấn đề chính thể sẽ do nhân dân quyết định sau, nhà Vua cam đoan sẽ làm theo ý chí của nhân dân." [235]

Cuộc thảo luận trên đây cho ta thấy hai quan điểm đối nghịch nhau của một bên là Trần Đình Nam, Hồ Tá Khanh, Nguyễn Hữu Thí, những người chịu ảnh hưởng tuyên truyền của Tôn Quang Phiệt và Việt Minh, và bên kia là các bộ trưởng gốc luật sư, Vũ Văn Hiền, Phan Anh, Trần Văn Chương, Trịnh Đình Thảo. Bên Trần Đình Nam dựa trên tình hình mà họ cho là nguy ngập do người Pháp mưu toan trở lại và đề nghị "toàn dân thắt chặt đoàn kết *chung quanh tổ chức mạnh nhất, hăng hái nhất, tức là Việt Minh, làm cho nước ngoài không thể giở thủ đoạn chia để trị ra nữa*" và đề nghị mọi người, luôn cả Hoàng Đế *"rút lui ngay, nhường hẳn quyền bính cho Việt Minh"*. Bên các bộ trưởng gốc luật sư thì muốn giữ nguyên nhà vua và chế độ quân chủ nhằm bảo vệ tính cách *"hợp pháp"* của chính quyền để *"bảo đảm được trật tự và thẩm quyền ăn nói để khi Đồng minh vào họ không thể mượn cớ để giúp cho thực dân Pháp quay trở lại"* bằng cách *"giao quyền hành cho Việt Minh nhưng về mặt hình thức vẫn phải giữ chính thể quân chủ với một nội các Việt Minh thì mới hợp pháp."* Nhận định của các bộ trưởng gốc luật sư này - cần có một chính quyền hợp pháp - mới nghe có vẻ lý thuyết nhưng thực sự thì không phải là không thực tế vì không lâu sau đó người Pháp đã theo quân Anh trở lại Nam Kỳ và đã được người Anh giao cho việc giữ trật tự. Việc họ trở lại Bắc Kỳ một cách hợp pháp, do quyết định của Đồng Minh cũng có thể xảy ra. Mặt khác nó cũng dự trù cho những cuộc đàm phán có tính cách ngoại giao thay vì chỉ có bạo lực mà sau này chính Hồ Chí Minh cũng đã sử dụng với tư thế yếu hơn vào đầu tháng 3 năm 1946. Cuối cùng thì người Pháp vẫn trở lại và chiến tranh đã xảy ra.

Chưa hết. Sau khi Bảo Đại hạ bút phê chuẩn Dụ số 105 này và cử Phan Anh ra Bắc vận động thi hành ngay lập tức, Trần Đình Nam, do đã định sẵn, đề nghị Nhà Vua hạ chiếu *"kêu gọi động viên toàn dân.. đứng dậy tỏ quyết tâm giữ vững nền độc lập"* mà ông cho là *"quan trọng hơn, có ý nghĩa thiết thực hơn là những thông điệp gửi cho các cường quốc trên thế giới."* Chiếu này đã được Trần Đình Nam nhờ Phạm Khắc Hoè thảo sẵn với đoạn ba là đoạn quan trọng nhất với câu *"Trẫm ưng làm dân một nước độc lập hơn làm Vua một nước nô lệ"* đã luôn luôn được mọi người nhắc tới khi nói về Vua Bảo Đại, nguyên văn như sau:

Muốn củng cố nền độc lập của nước nhà và bảo vệ quyền lợi của dân tộc, Trẫm sẵn sàng hy sinh về tất cả các phương diện. Trẫm để hạnh phúc của dân Việt Nam lên trên ngai vàng của Trẫm. Trẫm ưng làm dân một nước độc lập hơn

làm Vua một nước nô lệ. Trẫm chắc rằng toàn thể quốc dân cũng một lòng hy sinh như Trẫm...[236]

Đoạn này đã được bàn cãi rất sôi nổi qua sự phản đối của Trần Trọng Kim và Trần Văn Chương. Hai ông này cho rằng *"mạnh quá, tả quá, buộc Hoàng đế một cách chặt chẽ quá!"* và đề nghị *'nên nói một cách dè dặt hơn, có mức độ hơn"*. Cuối cùng Bảo Đại bầy tỏ ý kiến là ông *"thích nói như vậy"* và ra lệnh cho văn phòng làm văn bản để ông ký [237] và văn bản vô cùng quan trọng này đã được Nhà Vua ký vào đúng 4 giờ chiều cùng ngày mở đầu cho hành động thoái vị của vị Hoàng Đế cuối cùng của Nhà Nguyễn và cũng là vị vua cuối cùng của chế độ quân chủ ở Việt Nam sau này. [238]

Chú Thích

[217] Tôn Quang Phiệt, "Tôi Tham Gia Cách Mạng Tháng Tám ở Huế", trong *Xưa & Nay,* số 410 (8-2012, tr. 5.

[218] *- như trên -*

[219] Hoàng Cơ Thụy, *Việt Sử Khảo Luận, Cuốn 4.* Paris: Nam Á (Sudasie), 2002, tr. 1953.

[220] Hồ Tá Khanh, *Lịch Trình Tranh Đấu Của Các Nhà Cách Mạng Quốc Gia Chân chính Đầu Thế Kỷ XX: Thông Sử Công Ty Liên Thành,* Paris: Liên Thành, 1984, tr. 136.

[221] Hoàng Cơ Thụy, *Việt Sử Khảo Luận,* tr. 1952.

[222] Xin xem chú thích 25.

[223] Nhà Giáo Ưu Tú Ngô Thị Chính, "Hậu Cần những Ngày Đầu Giải Phóng Quân Huế", trong *Trường Thanh Niên Tiền Tuyến Huế 1945: Một Hiện Tượng Trí Thức Và cách Mạng, 63 Năm Từ Trường ĐH Đông Dương*

Đến Cố Đô Huế. Nhiều Tác Giả. Hà Nội: Nhà Xuất Bản Công An Nhân Dân, 2008, tr. 286.

[224] Đỗ Sâm, "Vai Trò Quần Chúng Trong Cuộc Biểu Tình Ngày 17/8/1945 Tại Hà Nội", trong *Tạp Chí Xưa & Nay*, số 412 (9-2012), tr. 3-7.

[225] Bùi Nhung, *Thối Nát.* Houston, Texas: Xuân Thu, ?, tr. 52 và 66.

[226] *-như trên-*

[227] Dương Trung Quốc, *Việt Nam Những Sự Kiện Lịch Sử (1919-1945),* đã dẫn, tr. 397.

[228] Phạm Khắc Hoè, *Từ Triều Đình Huế*, tr. 44.

[229] Trần Trọng Kim, *Một Cơn Gió Bụi*, tr. 91.

[230] Phạm Khắc Hoè, *Từ Triều Đình Huế,* tr. 58.

[231] Theo hồi ký của Trần Văn Ân, chưa xuất bản.

[232] Nguyễn Kỳ Nam, *Hồi Ký "1925-1964", Tập II: 1945-1954.* Saigon: Nhựt Báo Dân Chủ Mới xuất bản, 1964, tr. 40

[233] Phạm Khắc Hoè, *Từ Triều Đình Huế…*, đã dẫn, tr. 60.

[234] *-như trên.*

[235] - *như trên-* , tr. 63

[236] - *như trên-* , tr. 65.

[237] *-như trên-* , tr.65.

[238] *"Trẫm ưng làm dân một nước độc lập hơn làm vua một nước nô lệ".* Câu này sau đã trở thành rất nổi tiếng được nhiều người nhắc đến khi nói tới Vua Bảo Đại. Theo Phạm Khắc Hoè Bảo Đại "miệng cứ đọc đi, đọc lại câu này" và chỉ ký sau một cái nhún vai nhè nhẹ, -nt- , tr. 65.

CHƯƠNG 8

19 Tháng 8, 1945: Cách Mạng hay Việt Minh Cướp Chính Quyền?

Dù trong nước mười phần chết chín, chúng tôi sẽ lập một xã hội mới với một thành phần còn lại còn hơn với chín phần kia.

Chúng tôi sẽ cướp quyền để tỏ cho các nước đồng minh biết chúng tôi mạnh, chứ không chịu cho ai nhường.

Lời của Đại Diện Việt Minh Lê Trọng Nghĩa nói với Thủ Tướng Trần Trọng Kim

Tương lai còn dài, các ông nhận lấy trách nhiệm đối với quốc dân và lịch sử.

Trả lời của Thủ Tướng Trần Trọng Kim

Cách Mạng Tháng Tám năm 1945 là một sự kiện vĩ đại trong lịch sử dân tộc Việt Nam. Cuộc cách mạng oai hùng đó đã phá tan xiềng xích nô lệ của thực

dân Pháp, kéo dài hơn 80 năm, và của phát xít Nhật, đồng thời lật nhào chế độ quân chủ chuyên chế tồn tại ngót ngàn năm. Với thắng lợi của Cách mạng tháng Tám, nước ta từ một nước thuộc địa đã trở thành một nước độc lập dưới chế độ dân chủ cộng hòa, nhân dân ta từ thân phận nô lệ đã trở thành người dân độc lập, tự do làm chủ nước nhà.

Nhà giáo nhân dân – GS Sử học Đinh Xuân Lâm
Phó Chủ tịch Hội Khoa Học Lịch Sử Việt Nam
TS. Nguyễn Văn Khoan – HKHLS Việt Nam
Trích Lời Giới Thiệu tác phẩm *Cách Mạng Tháng Tám, Những Giờ Phút Lịch Sử*

Gọi là cách mạng trước hết là không chính xác… Sau 70 năm, nhìn lại không thể gọi biến cố đó là Cách Mạng Tháng Tám. Gọi vậy là "ngoa ngôn", là "đại ngôn", …

Bùi Tín, Cựu Đại Tá Quân Đội Nhân Dân Việt Nam,nguyên Phó Tổng Biên Tập *Nhật Báo Nhân Dân*

"*Cách Mạng Tháng Tám hay Việt Minh Cướp Chính Quyền*", gọi thế nào cho đúng? là câu hỏi liên hệ đến biến cố 19 tháng 8 năm 1945 và luôn khoảng thời gian kéo dài cho đến hiện tại. Chúng phản ảnh sự khác biệt về quan điểm giữa hai thành phần Quốc Gia và Cộng Sản và sau này giữa người Việt ở trong nước và người Việt ở Hải Ngoại. Khác biệt này không những được thấy rõ trong sinh hoạt chánh trị, truyền thông mà luôn cả trong chương trình học và các sách giáo khoa nữa.

Ở miền Bắc thời trước năm 1975 và trên toàn thể Việt Nam sau năm 1975, *"19 Tháng Tám 1945 là ngày cách mạng hay ngày tổng khởi nghĩa, ngày kết thúc hơn 80 năm thống trị của thực dân Pháp và hàng nghìn năm áp bức của vua chúa phong kiến. Nó đã đưa nhân dân Việt-nam từ địa vị nô lệ lên địa vị làm chủ nước nhà"*. Đó là nhận định người ta có thể thấy trong các sách xuất bản ở Hà Nội. Tuy nhiên bên cạnh các từ ngữ cách mạng hay tổng khởi nghĩa, từ ngữ "cướp" cũng đã được dùng để chỉ biến cố này và dùng không riêng trong ngôn ngữ nói mà luôn cả trong sách vở, báo chí và các văn kiện chính trị *"qua các bài viết của Trường Chinh, Phạm Văn Đồng, Võ Nguyên Giáp... còn lưu giữ không sao kể hết"* [239], luôn cả trong các văn kiện chính thức của Đảng Cộng Sản. *Hiệu Triệu Của Tổng Bộ Việt Minh* ngày 14 tháng 8 năm 1945 [240] là trường hợp điển hình. Tiếp theo là trong ngôn từ của giới viết sử chính thức của Chính Quyền Miền Bắc qua hai tác giả Trần Huy Liệu và Văn Tạo của Viện Sử Học Hà Nội[241]. Cuối cùng là Lê Trọng Nghĩa, một người trong cuộc, một nhân chứng có thẩm quyền, người đã đại diện cho Việt Minh gặp Thủ Tướng Trần Trọng Kim, Khâm Sai Phan Kế Toại, Giáo Sư Hoàng Xuân Hãn và Bác Sĩ Nguyễn Xuân Chữ để giải quyết tình hình ít ngày trước biến cố 19 tháng 8 năm 1945 ở Hà Nội. Trong hồi ký của mình, đăng trên *Tạp Chí Xưa & Nay,* cơ quan của Hội Khoa Học Lịch Sử Việt Nam, số 5 (06), VIII, 1994, tr. 4-6 và số 6 (7), IX, 1994, tr. 9-1, Lê Trọng Nghĩa đã nhiều lần dùng nhóm chữ *"cướp chính quyền"* để chỉ mục tiêu chính yếu của Việt Minh trong biến cố quan trọng này.

Ở miền Nam và sau này ở các cộng đồng người Việt Hải Ngoại, đó là ngày Việt Minh cướp chính quyền không hơn, không kém. Nó đã mở đầu cho những ngày đen tối nhất của lịch sử Việt Nam hiện đại. Nhiều người khác cũng dùng nhóm chữ Cách Mạng Tháng Tám nhưng lại thêm năm chữ *"Việt Minh cướp chính quyền"* đi kèm: *"Cách Mạng Tháng Tám - Việt Minh Cướp Chính Quyền"*. Nhiều người thay vì chỉ ghi nhận một cách vắn tắt, lại đi sâu hơn vào chi tiết và chứng minh là cả cách mạng lẫn cướp chính quyền của Việt Minh và luôn cả bản *Tuyên Ngôn Độc Lập* ngày 2/9/1945 của Hồ Chí Minh đều không cần thiết nếu người ta chỉ nhìn tới nhu cầu độc lập của dân tộc mà thôi. Đây là những nhận xét quan trọng mà người viết sẽ chú trọng tới nhiều hơn trong bài này, đồng thời đối chiếu với những tài liệu mới được phổ biến so với thời trước năm 1975.

I. Biến cố 19/8/1945 và bản Tuyên Ngôn Độc Lập của Hồ Chí Minh là không cần thiết cho dân tộc Việt Nam

Lập luận này được dựa trên sự kiện là người Pháp đã bị người Nhật loại khỏi chính trường Đông Dương từ sau cuộc đảo chính ngày 9/3/45 và Vua Bảo Đại đã tuyên bố hủy bỏ các hòa ước đã được triều đình

Huế ký kết vào cuối thế kỷ XIX. Sau đó đến lượt người Nhật đầu hàng. Cả hai mục tiêu đánh Tây, đuổi Nhật đều không còn nữa và Việt Nam đương nhiên đã trở thành hoàn toàn độc lập.

Duy nhất còn lại ở thời điểm 19 tháng 8, 1945, là Vua Bảo Đại và Chính Phủ Trần Trọng Kim như là những cơ chế hợp pháp hiện diện trên lãnh thổ Việt Nam, trong khi Việt Minh và Đảng Cộng Sản chưa được bất cứ một thế lực nào thừa nhận, nếu không nói chỉ là những nhóm phiến loạn, bất hợp pháp có những hành vi khủng bố, tự ý cho mình quyền giết người, tịch thu, cướp bóc bừa bãi của họ. Vua Bảo Đại và Chính Phủ Trần Trọng Kim, do đó đã trở thành mục tiêu cuối cùng cần phải loại bỏ của hai tổ chức này. Tại sao cần phải loại bỏ? Tại vì Vua Bảo Đại và Chính Phủ Trần Trọng Kim đang ở vị thế cầm quyền và Đảng Cộng Sản theo lý thuyết của họ phải là đảng cầm quyền và duy nhất cầm quyền với mục tiêu tối hậu của họ không phải là để giành độc lập mà là để thiết lập chế độ chuyên chính vô sản và từ đó xây dựng xã hội chủ nghĩa. Giành độc lập chỉ là bước đầu. Người ta cũng có thể lấy cớ Chính Phủ Trần Trọng Kim là do người Nhật lập ra, do đó thân Nhật và sẽ không được Đồng Minh chấp nhận, chưa kể có thể bị trừng phạt. Điều này không đúng vì quân Đồng Minh kéo vào hay đổ bộ lên Việt Nam ở thời điểm này chỉ là để giải giới Quân Đội Nhật chứ không phải là để lùng bắt và xử những người bản xứ theo hay thân Nhật. Lập luận có thể bị Đồng Minh trừng phạt này chỉ là để tuyên truyền, hù dọa mọi người để mọi người tự nguyện rút lui và mở đường cho Việt

Minh cướp chính quyền mà thôi. Nên để ý là sau này khi Hoàng Đế Bảo Đại thoái vị rồi, nhà vua đã được Hồ Chí Minh đưa ra Hà Nội làm Cố Vấn Tối Cao, rồi đi đâu cũng đưa ông đi theo, để ngồi cạnh hay đứng bên mình như là một biểu trưng để chứng minh sự kế thừa hợp pháp của Việt Minh và vai trò chủ tịch của mình, kể cả để cho nhà vua thay thế ông đọc diễn văn khai mạc Tuần Lễ Vàng nhằm lôi cuốn quần chúng nữa.

Một câu hỏi cần được đặt ra ở đây là Chính Phủ Trần Trọng Kim có bao giờ tiếp xúc với Việt Minh và đề nghị họ tham chính không? Nếu có, những người Cộng Sản đã trả lời những đề nghị này như thế nào và đã làm gì trước khi họ cướp chính quyền? Để trả lời những câu hỏi này trước kia người ta chỉ có những tài liệu của phía những người quốc gia, chính yếu là tập hồi ký của chính Trần Trọng Kim, nhan đề *Một Cơn Gió Bụi (Kiến Văn Lục)* [242] mà thôi, nhưng hiện tại chúng ta có thêm hồi ký của nhân vật đại diện của Mặt Trận Việt Minh, công cụ chính yếu của Đảng Cộng Sản, Lê Trọng Nghĩa, người đã gặp Khâm Sai Phan Kế Toại, Thủ Tướng Trần Trọng Kim [243], Giáo Sư Hoàng Xuân Hãn và người cuối cùng đại diện cho chính phủ Trần Trọng Kim ở Phủ Khâm Sai Hà Nội, Bác Sĩ Nguyễn Xuân Chữ [244], nếu chỉ kể những tài liệu quan trọng nhất do những người trực tiếp liên hệ tới biến cố quan trọng này để lại.

II. Năm lần tiếp xúc và mời Việt Minh hợp tác đều bị từ chối

Trước ngày 19 tháng 8, có ít nhất năm lần chính phủ Trần Trọng Kim đã tiếp xúc với đại diện Việt Minh để mời hợp tác. Những chi tiết liên quan tới các cuộc tiếp xúc này đã được những nhân vật chính trong các biến cố này là Phan Kế Toại, Trần Trọng Kim, Hoàng Xuân Hãn và Nguyễn Xuân Chữ thuộc chính phủ của nhà vua đương thời và Lê Trọng Nghĩa, tự xưng là giáo sư Lê Ngọc trong thời gian tiếp xúc, người đại diện cho Việt Minh trong tất cả các buổi họp mặt kể lại trong hồi ký của các ông. Sau đây là một số chi tiết được chính các đương sự ghi lại.

Trần Trọng Kim, như đã nói ở trên, từ trung tuần tháng 7 đến thượng tuần tháng 8, đã ra Bắc với mục đích đòi trả lại các thành phố Hà Nội, Hải Phòng, Đà Nẵng và xứ Nam Kỳ cùng các cơ sở mà người Nhật còn chiếm giữ cho chính phủ Việt Nam, trong đó có việc bãi bỏ Phủ Toàn Quyền Đông Dương, vốn có từ trước, từ thời Pháp thuộc, đồng thời đòi trả tự do cho các thanh niên theo Việt Minh đi tuyên truyền bị Nhật bắt rất nhiều ở Hà Nội. Phan Kế Toại là Khâm Sai Bắc Bộ lúc đầu, từ chức vào những giờ phút chót và được thay thế một cách không chính thức bởi Bác Sĩ Nguyễn Xuân Chữ, người được coi như chủ tịch của Ủy Ban Giám Đốc Chính Trị Miền Bắc. Ủy ban này gồm có năm người, bốn người kia là Phan Kế Toại, Trần Văn Lai (lúc đó là thị trưởng Hà Nội), Đặng Thái Mai, nhà giáo, và Nguyễn Tường Long tức nhà văn Hoàng Đạo. Lê Trọng Nghĩa, người có lẽ là đảng viên đảng Dân Chủ của hai ông Dương Đức Hiền và Vũ Đình Hòe, lúc đó đã trở thành đảng viên Đảng Cộng Sản, mới vượt nhà pha Hỏa Lò ra và được Trung Ương của Đảng Cộng Sản điều động về công tác Mặt Trận và được giao cho phụ trách khối Dân Chủ trong Mặt Trận Việt Minh ở Hà Nội và một số thành phố miền Bắc, trên lý thuyết dưới quyền Tổng Thư Ký Dương Đức Hiền nhưng trên thực tế là dưới quyền của Lê Đức Thọ, người vừa thay mặt Trung Ương Đảng Cộng Sản vừa thay mặt Tổng Bộ Việt Minh. Cả hai người này, Dương Đức Hiền và Lê Đức Thọ, lúc đó đều đi họp ở Tân Trào nên không có mặt ở Hà Nột trong thời gian tiếp xúc.

1. Cuộc họp lần thứ nhất

Cuộc họp này có tính cách sơ khởi và bí mật giữa Khâm Sai Phan Kế Toại và đại diện Việt Minh Lê Trọng Nghĩa. Thời gian là vào một buổi sáng không rõ ngày nào nhưng có lẽ vào cuối tháng bảy vì theo Lê Trọng Nghĩa, nó chỉ cách buổi móc nối tiếp theo nhằm dẫn tới cuộc tiếp xúc của ông với Thủ Tướng Trần Trọng Kim ít ngày sau đó. Địa điểm họp là Dinh Khâm Sai, trong giờ làm việc. Trong buổi họp này đại diện Việt Minh Lê Trọng Nghĩa đã trình bày chủ trương và hoạt động chống Nhật của bên mình, cục diện chiến tranh, chuyện Hoa quân nhập Việt và đồng minh có thể đổ bộ. Phan Kế Toại thì lắng nghe, hỏi và đề nghị tiếp tục giữ mối quan hệ, liên lạc nhưng "chú ý giữ kín đáo"

[245]...Bốn chữ "chú ý giữ kín đáo" cho phép người ta nghi rằng cuộc tiếp xúc này của Phan Kế Toại là của riêng cá nhân ông.

2. Cuộc tiếp xúc lần thứ hai

Cuộc tiếp xúc này quan trọng hơn, nếu không nói là quan trọng nhất trong cả năm lần tiếp xúc vì đó là do sáng kiến của chính Thủ Tướng Trần Trọng Kim. Cả hai nhân vật chủ cốt trong trong cuộc gặp gỡ này, Thủ Tướng Trần Trọng Kim và đại diện Việt Minh Lê Trọng Nghĩa, đều đã kể lại chi tiết trong các hồi ký của mình. Thời gian gặp gỡ là đầu tháng 8, người móc nối cho cuộc gặp gỡ là Phan Kế Toại và địa điểm là phòng khách của Phủ Khâm Sai Bắc Bộ. Vì đây là một cuộc tiếp xúc quan trọng, nó phản ảnh quan điểm của cả hai phía, có những chi tiết trùng hợp và những chi tiết khác biệt, nên người viết thấy cần phải ghi lại đầy đủ theo lời của các nhân chứng, kể cả lý do của cuộc tiếp xúc để người đọc có thể đối chiếu và thấy rõ nội dung của cuộc trao đổi như thế nào.

Theo Trần Trọng Kim thì:

Đảng Việt Minh lúc ấy rất hoạt động, đánh huyện này, phá phủ kia, lính Bảo An ở các nơi, phần nhiều bị Việt Minh tuyên truyền, tuy chưa theo hắn, nhưng không chống cự nữa. Nhân dân bấy giờ rất hoang mang, một đường có chính phủ quốc gia, nhưng vì thời gian eo hẹp, chưa kịp sắp đặt gì cả, công việc thấy có nhiều sự khốn khó mà thường nghe sự tuyên truyền của Việt Minh nói họ đã có các nước đồng minh giúp đỡ cho nước Việt Nam hoàn toàn độc lập. Dân ta từ khi bị người Pháp sang cai trị, cứ khao khát độc lập, nay nghe Việt Minh nói như thế, ai nghe nói đảng Việt Minh lên cầm quyền, dân không phải đóng thuế nữa, được hoàn toàn tự do và có nhiều hạnh phúc, thành ra ai cũng tin theo. Ngay những đạo thanh niên tiền tuyến do Bộ Thanh Niên lập ra, cũng có ý ngả về Việt Minh.

Tôi thấy tình thế ấy, tôi bảo ông Phan Kế Toại đi tìm một vài người Việt Minh đến nói chuyện, vì lúc ấy tôi còn tưởng đảng Việt Minh dù theo chủ nghĩa cộng sản, nhưng chắc cũng nghĩ đến tương lai nước nhà. Hôm sau ông Toại đưa một thiếu niên Việt Minh đến, tôi nói "chúng tôi ra làm việc chỉ vì nước mà thôi, chứ không có ý cầu danh lợi gì cả, tôi chắc đảng của các ông cũng vì nước mà hành động. Nếu vậy chúng ta tuy đi con đường khác nhau, nhưng cũng cùng một mục đích như nhau, các ông thử xem ta có thể hợp tác với nhau, kẻ ở trong người ở ngoài để cứu nước được không?"

Người ấy nói:

- Sự hành động của chúng tôi đã có chủ nghĩa riêng và có chương trình nhất định để đem nước đến chỗ hoàn toàn độc lập. Chúng tôi có thể làm lấy được.

- Sự mưu cầu cho nước được độc lập cũng là mục đích của chúng tôi nhưng vì đi đường thẳng có nhiều sự khó khăn, nên chúng tôi phải uyển khúc mà đi từ từ có lẽ chắc chắn hơn.

- Chúng tôi chỉ có một con đường thẳng để đi đến hoàn toàn độc lập chứ không có hai.

-Theo như ý của các ông như thế, tôi sợ rất hại cho dân, mà chưa chắc đã thành công được.

- Chúng tôi chắc thế nào cũng thành công. Nếu có hại cũng không cần, có hại rồi mới có lợi. ***Dù trong nước mười phần chết chín, chúng tôi sẽ lập một xã hội mới với một thành phần còn lại còn hơn với chín phần kia.*** *(*PCD đánh máy đậm)

Rồi người ấy đọc một bài hình như đã học thuộc lòng để kể những công việc của đảng Việt Minh. Tôi thấy thái độ người ấy như thế tôi biết không thể lấy nghĩa lý nói chuyện được.

Tôi nói:

- Nếu các ông chắc lấy được quyền độc lập cho nước nhà, các ông vào chính phủ làm việc, cần gì phải đánh phá cho khổ dân?

- Chúng tôi sẽ cướp quyền để tỏ cho các nước đồng minh biết chúng tôi mạnh, chứ không chịu cho ai nhường. (PCD đánh máy đậm).

- Các ông chắc là các nước đồng minh tin ở sức mạnh của các ông không?

- Chắc lắm. Chắc trăm phần trăm.

- Tương lai còn dài, các ông nhận lấy trách nhiệm đối với quốc dân và lịch sử. [246]

Đại diện Việt Minh Lê Trọng Nghĩa cũng mở đầu hồi ký của ông bằng chuyến ra Bắc của Thủ Tướng Trần Trọng Kim với những mục tiêu tương tự nhưng thêm mục tiêu là để xem xét tình hình sau vụ Việt Minh đánh đồn Bần Yên Nhân. Ông viết trong hồi ký của mình:

Ngay từ phút đầu, qua thái độ và vẻ mệt nhọc, hơi khô khan của ông Kim, khi nghe ông Toại giới thiệu, tôi linh cảm thấy như cuộc gặp gỡ và cá nhân tôi không được coi trọng đúng mức. Phải chăng vì mình quá trẻ và lại chỉ đến đây có một mình, đã không có được những hình ảnh như ý ông Thủ Tướng trông đợi.

Với ý thức là một cán bộ của Mặt Trận VM, tôi đàng hoàng trình bày ngắn gọn chương trình hành động của Mặt trận, nêu lên cái ưu thế của VM là đã cùng đứng về phía Đồng Minh chống lại phát xít Nhật ngay từ nhiều năm... Ông nghe, tôi thấy cũng có vẻ chú ý nhưng không hỏi gì thêm. Rồi đến lượt ông phác ra điều mà chính phủ ông chủ trương, đã và đang làm: chương trình xây dựng một nước Việt Nam mới, chống thực dân và thống nhất... Đoạn, không đi xa thêm như lúc đầu tôi tưởng, ông lại lạnh lùng nói một cách trống không nhưng mà là để kết luận "Lịch sử sẽ phán xét công việc của chúng tôi". Những câu nói này đã gợi cho tôi nhớ ngay đến quyển Việt Nam sử lược Trần Trọng Kim thời đi học. [247]

So sánh các chi tiết được hai bên kể lại, người ta thấy phần quan trọng nhất của buổi họp với những lời lẽ được trao đổi liên quan tới lập luận của hai bên về đường lối đi tới hoàn toàn độc lập, những tai hại mà người dân phải lãnh chịu, đặc biệt gợi ý của Trần Trọng Kim mời Việt Minh vào chính phủ làm việc đã được Trần Trọng Kim tường thuật đầy đủ, trong khi Lê Trọng Nghĩa thì hoàn toàn không nói tới. Trái lại, người đại diện Việt Minh này lại khẳng định là Trần Trọng Kim đã không đề nghị gì cả qua câu ông viết: *"Đoạn, không đi xa thêm như lúc đầu tôi tưởng, ông lại lạnh lùng nói một cách trống không nhưng là để kết luận: "Lịch sử sẽ phán xét công việc của chúng tôi!"* Giữa hai tường thuật này, người viết nghĩ rằng Trần Trọng Kim đã nói thật và đầy đủ vì bản chất của ông là một nhà giáo đã lớn tuổi, một sử gia, lại chịu ảnh hưởng của Khổng Mạnh và phần nào Phật Giáo, với tư cách người có thẩm quyền cao nhất, đồng thời ông viết hồi ký của mình vào lúc về già, chưa kể tới sự mệt mỏi sau một chuyến đi dài và muốn rút lui của ông vào lúc hai bên gặp nhau. Chính người đại diện cho Việt Minh cũng nhận thấy sự mệt mỏi này của vị thủ tướng ngay lúc mới vào họp. Không những thế, mục tiêu chính yếu của Trần Trọng Kim khi yêu cầu Phan Kế Toại móc nối và cho mời đại diện Việt Minh vào gặp ông ở Dinh Khâm Sai trong chuyến ra Bắc với rất nhiều việc phải làm trong lúc tình hình vô cùng cấp bách không thể chỉ là để tìm hiểu suông. Cuối cùng là trong câu *"Lịch sử sẽ phán xét công việc của chúng tôi!"* hai chữ "chúng tôi" hoàn toàn lạc lõng không hợp với toàn thể mạch văn. Chúng phải là "các ông" như trong câu của Trần Trọng Kim và cả phần đối thoại với những lời căn vặn được lập đi, lập lại như Trần Trọng Kim thuật lại mới hợp lý.

Nếu ta tin rằng Trần Trọng Kim đã nhớ đầy đủ và đã tường trình trung thực về cuộc gặp gỡ này thì câu hỏi tiếp theo sẽ là tại sao Lê Trọng Nghĩa lại nói ngược lại: Trần Trọng Kim đã không đi xa hơn nữa? Ta có thể có hai giải thích. Thứ nhất, Lê Trọng Nghĩa sống trong chế độ cộng sản khi viết hồi ký này, do đó đã bị cấm hay không dám viết hết sự thực, nhất là sự thực về bản chất luôn luôn tìm cách chiếm đoạt và sau đó là giữ độc quyền lãnh đạo đất nước bằng mọi giá, mọi phương tiện kể cả những phương tiện bất nhân tàn bạo nhất qua câu nói *"mười phần chết mất chín, chúng tôi sẽ lập một xã hội mới với một phần còn lại, còn hơn với chín phần kia"*, một câu nói không một nhân vật nào dám nói trong suốt lịch sử dân tộc kể cả vào những lúc nguy nan nhất. Một câu nói có thể là do tuổi trẻ bồng bột nhưng cũng có thể ông đã được nghe trong khi được các lãnh tụ Cộng Sản huấn luyện. Nên nhớ là theo Lê Trọng Nghĩa, Lê Đức Thọ là cấp trên trực tiếp của ông, từ đó ông chỉ là kẻ thừa hành. Giải thích thứ hai là Lê Trọng Nghĩa mang mặc cảm bị coi thường vì còn quá trẻ trước một vị giáo sư già và nổi tiếng đương thời. Sự kiện còn quá trẻ của người đại diện Việt Minh được cả hai bên ghi nhận. Trần Trọng Kim gọi Lê Trọng Nghĩa là thiếu niên (ông Toại đưa một thiếu niên đến), còn chính đương sự thì dùng chữ quá trẻ (Phải chăng vì mình quá trẻ). Trần Trọng Kim chỉ kể như vậy thôi, không nói thêm gì về yếu tố này mà chuyển ngay sang phần nội dung của cuộc trao đổi. Còn Lê Trọng Nghĩa thì ngay từ lúc đầu đã cho biết là ông linh cảm thấy như cuộc gặp gỡ và cá nhân ông không được coi trọng đúng mức. *"Phải chăng vì mình quá trẻ và lại đến đây có một mình, đã không có được những hình ảnh như ý ông thủ tướng trông đợi..... Lúc ấy, tôi đã cảm thấy hơi nóng nóng mặt"*. Những chi tiết này cho phép ta đặt giả thuyết rằng phải chăng ngay từ phút đầu tiên, người thiếu niên đại diện cho Mặt Trận Việt Minh đã bị mặc cảm quá trẻ, bị coi thường, từ đó phần nào mất bình tĩnh, không còn nghe rõ và nghe hết những gì người mà ông có dịp gặp gỡ đã đề nghị hay vặn hỏi, để chỉ còn trả lời ngang bướng như đã được học và như một thiếu niên còn nông nổi, ở tuổi trên dưới hai mươi mà thôi. Cuối cùng với tâm trạng đầy bất mãn, bực tức và mặc cảm, ông đã kết luận rằng *"từ đó tôi cảm thấy không hào hứng và quan tâm nhiều lắm nữa đến mối liên lạc với các lãnh đạo cao cấp chóp bu của chính quyền để dồn hết tâm sức đẩy nhanh việc xây dựng lực lượng -* ***mà tôi thấy rõ lúc đó còn đuối*** (PCD đánh chữ đậm) - *để chuẩn bị gấp cho cuộc võ trang khởi nghĩa như chỉ thị của trung ương đã nêu và tình hình đang thôi* *thúc...*" và tất cả những gì ông nói với hay trả lời Trần Trọng Kim đều là dựa theo cấp trên của ông hay xa hơn, chỉ thị của Trung Ương Đảng Cộng Sản và những gì ông được học tập trước đó. Điều này cũng cho thấy là trong thời gian này Lê Trọng Nghĩa hoạt động một mình; các người trực tiếp lãnh đạo của ông như Lê Đức Thọ, Dương Đức Hiền đều đã đi họp ở Tân Trào. Những người khác đứng sau lưng ông lúc đó cũng chưa nhận được chỉ thị nào rõ rệt. Ta cũng nên để ý là trong phần trình bày hoạt động của Việt Minh, Lê Trọng Nghĩa có "*nêu lên cái ưu thế của VM là đã cùng đứng về phía Đồng Minh chống lại phát xít Nhật ngay từ nhiều năm*"... Đây là một yếu tố quan trọng trong sách lược tuyên truyền của Việt Minh đương thời được nhiều người nhắc tới và tin tưởng mà Lê Trọng Nghĩa đã học thuộc lòng.

3. Cuộc tiếp xúc lần thứ ba: Việt Minh đòi Phan Kế Toại từ chức trao chính quyền cho mình

Cuộc họp này xảy ra vào buổi sáng ngày 16 tháng 8 tại Dinh Khâm Sai và cũng do Phan Kế Toại đứng ra móc nối. Người được tìm kiếm cũng là Giáo Sư Lê Ngọc, bí danh của Lê Trọng Nghĩa. Về chi tiết của cuộc tiếp xúc này, ta chỉ có bài hồi ký của ông này. Phan Kế Toại không để lại hồi ký và luôn cả truyện kể cho người thứ ba. Viên chánh văn phòng và hai hay ba cộng sự viên của ông cũng như các nhân vật mang tên

Khang và Trần Đình Long cũng vậy. Ông Khang lúc ấy đã chính thức trở thành Chủ Tịch Ủy Ban Quân Sự Cách Mạng Hà Nội, còn Trần Đình Long là một thứ cố vấn mới được xứ ủy Đảng Cộng Sản cử đến. Lần này có lẽ vì tình hình khẩn trương hơn trước và vì tổ chức của Việt Minh và Đảng Cộng Sản ở Hà Nội đã rõ ràng, kèm theo với các nhân sự với những chức vụ đứng đầu, đồng thời rút kinh nghiệm lần trước, bên phía Việt Minh có tới ba đại diện, thay vì một người. Nội dung của cuộc trao đổi cũng đã được Lê Trọng Nghĩa tường thuật chi tiết và đầy đủ hơn có lẽ là vì sự có mặt của nhiều người nên không còn sợ như trước. Nguyên văn lời kể như sau:

> *Hai bên đều nhấn mạnh đến tình hình khẩn cấp, lợi ích cao cả của đất nước, vận mệnh dân tộc... Ông Khâm sai chính thức mời Mặt trận Việt Minh cộng tác với Chính phủ cụ Trần và vui lòng chờ Mặt trận cử người tham gia Chính phủ. Từ tốn, lịch sự, anh Khang đã thẳng thắn đáp lại là* ***tốt nhất ông Toại nên từ chức*** (PCD đánh chữ đậm), *trao chính quyền lại cho VM, chúng tôi đã đủ danh nghĩa và đã sẵn sàng. Anh còn đề xuất thêm việc chuyển số vũ khí nghe nói Nhật sắp giao cho Phủ Khâm sai... để chống thực dân đang lăm le đe dọa.*

Phát biểu của đại diện Việt Minh cho ta thấy rõ chủ tâm từ đầu đến cuối của họ trong thời gian này là phải cướp toàn bộ quyền hành thay vì chỉ tham gia chính phủ đúng với chủ trương căn bản của họ: Đảng Cộng Sản phải là đảng cầm quyền và duy nhất cầm quyền. Đồng thời họ cũng muốn có thêm võ khí do người Nhật cung cấp để dùng vào các cuộc bạo động khi cần. Người chủ động cho phía Việt Minh kỳ này không còn là Lê Trọng Nghĩa mà là Nguyễn Khang.

4. Cuộc tiếp xúc lần thứ tư: Việt Minh nắm các vùng nông thôn để cho Chính Phủ quản lý các thành phố lớn mà nói chuyện với Đồng Minh không thì nguy cả

Cuộc tiếp xúc này xảy ra vào lúc 8 giờ sáng ngày 18 tháng 8, một ngày trước khi xảy ra biến cố 19 tháng 8 và đại diện cho phía chính phủ là Bộ Trưởng Giáo Dục và Mỹ Thuật Hoàng Xuân Hãn, một nhà giáo, đồng thời cũng là một nhà nghiên cứu về lịch sử và văn hóa Việt Nam có uy tín, một học giả lỗi lạc, bậc thày đáng kính (lời của Lê Trọng Nghĩa) nhất đương thời. Vào lúc này tình thế đã không còn như trước nữa vì từ ngày hôm trước, ngày 17, Việt Minh đã cướp ngang được cuộc biểu tình của Tổng Hội Công Chức để mừng đất nước được hoàn toàn độc lập sau khi Nhật Bản đã đầu hàng và để ủng hộ Nhà Vua và chính phủ Trần Trọng Kim. Chi tiết về cuộc biểu tình và chuyện Việt Minh cướp máy vi âm để biến tất cả thành của Việt Minh đều đã được các sách giáo khoa cũng như các sách khác ở trong vùng Quốc Gia hay ở Miền Nam nói tới đầy đủ, còn các sách ở miền Bắc trước kia và luôn cả hiện tại đã nói rất sơ lược hay không hề đả động tới. Đồng thời Việt Minh cũng đột nhập vào tòa soạn báo *Tin Mới,* dùng võ lực bắt ép báo này phải loan những tin tức có lợi cho họ. Khâm Sai Phan Kế Toại thì đã bỏ nhiệm sở. Địa điểm của cuộc tiếp xúc lần này là ngôi nhà số 101 đường Gambetta, nay là đường Trần Hưng Đạo, một biệt thự của Nguyễn Bá Chính một công chức cao cấp, thân thuộc của Tổng Đốc Hoàng Trọng Phu, từ lâu đã để cho Việt Minh sử dụng như trụ sở chính của họ ngay tại Hà Nội. Lê Trọng Nghĩa, tác giả của hồi ký duy nhất có nói về cuộc gặp gỡ này và cũng là người duy nhất đã tiếp chuyện Hoàng Xuân Hãn vì hai thượng cấp của ông Nghĩa, người mang tên Khang (đúng hơn là Nguyễn Khang) bận ở phòng bên cạnh (hay không muốn tiếp, hay thấy không cần tiếp nữa) đã kể lại như sau:

Đúng hẹn 8 giờ sáng, ông Hãn một mình đến, được mời vào phòng giữa, phòng khách của gia đình trước bố trí bộ xa lông gụ đen, nửa cổ nửa kim mà ông chủ nhà tốt bụng còn để nguyên lại đó. Ông ăn mặc chỉnh tề (so với chúng tôi quần dài, sơ mi vắn tay) trông vẻ hiền lành nhưng không giấu được những cử chỉ hấp tấp của người đang xúc động. Tôi trịnh trọng mời. Ông cũng không chờ thêm, tự giới thiệu ngay là người đại diện cao cấp nhất của Thủ tướng Chính phủ tại Hà Nội lúc đó, đến để thông báo một tin, đúng hơn là những tin thực hết sức bất ngờ:

Ông cho biết ông Khâm sai Phan Kế Toại ngay từ đêm 17 (!) đã từ bỏ nhiệm vụ và rời nhiệm sở (Dinh Khâm sai). Chính phủ Nhà Vua hôm nay, 18, đã cử bác sĩ Nguyễn Xuân Chữ, Chủ tịch UB Chính trị kiêm nhiệm thay... Tôi nghe mà giật mình. Ông lại chầm chậm tiếp, đại ý nói Việt Minh các ông chắc đã kiểm soát được tất cả thôi. Nhưng chúng tôi biết chắc chắn có tin quân đội Đồng minh đã bắt đầu lên đường chia nhau vào chiếm nam, bắc vỹ tuyến 16 nước ta rồi. Ông ngừng lấy hơi rồi rồi như tự than: đất nước đang có nguy cơ đe dọa lại bị xâm chiếm và chia cắt một lần nữa thôi! Tôi như ù tai, nhưng cũng còn nghe ông nói: Chúng ta hãy tiếp tục thương thảo, nói chuyện với nhau. Ông gợi ý luôn: Việt Minh các ông cứ nắm tất cả các vùng nông thôn nhưng để cho Chính phủ quản lý một số thành phố lớn, cốt để có danh nghĩa mà nói chuyện với Đồng Minh trong lúc này, không thì nguy cả...

Lời tường thuật kể trên cho ta thấy trái với chủ trương duy nhất là cướp chính quyền của Việt Minh, chủ trương của Hoàng Xuân Hãn, người đại diện cho Chính Phủ Trần Trọng Kim, là làm tất cả những gì có thể làm được để đối phó với tình hình nguy ngập ở thời điểm này bằng cách giữ chính phủ hợp pháp để "có danh nghĩa mà nói chuyện với Đồng Minh" bảo vệ đất nước, tránh "bị xâm chiếm và chia cắt một lần nữa", "không thì nguy cả".

5. Cuộc tiếp xúc lần thứ năm: chỉ là để do thám tình hình

Đây là cuộc tiếp xúc cuối cùng, trước khi xảy ra cuộc "***cướp chính quyền***", chữ Lê Trọng Nghĩa dùng trong hồi ký của ông. Cuộc tiếp xúc này cũng xảy ra vào ngày 18 tháng 8, vào lúc 2 giờ chiều. Người đại diện cho Chính Phủ là Bác Sĩ Nguyễn Xuân Chữ, và đại diện cho Việt Minh vẫn là Lê Trọng Nghĩa và địa điểm là Dinh Khâm Sai. Lần này sáng kiến đã đến bất ngờ và từ phía Việt Minh, và nhằm do thám tình hình chứ không phải là để đối thoại hợp tác.

Theo Lê Trọng Nghĩa, sau khi gặp Hoàng Xuân Hãn, Lê Trọng Nghĩa đã sang phòng bên gặp thượng cấp của mình để tường trình thì …Ai đó lại lên tiếng ngay: "*Này, cậu phải nhanh chân nữa lên, vào ngay Dinh Khâm Sai xem sao đi, khéo mà họ - tôi nắm bắt được ý là nói đến Đại Việt – nẫng tay trên mất thì toi cả nút đấy!* Cuộc gặp gỡ lần chót này được cả hai phía là Bác Sĩ Nguyễn Xuân Chữ và đại diện Việt Minh Lê Trọng Nghĩa kể lại qua hồi ký của hai người. Điều cần biết là Bác Sĩ Chữ lúc này là Chủ Tịch Ủy Ban Giám Đốc Chính Trị Miền Bắc. Xin được nhắc lại là Ủy Ban này gồm có năm ủy viên là Phan Kế Toại, Trần Văn Lai, lúc đó là Thị Trưởng Hà Nội, Đặng Thái Mai, Nguyễn Tường Long và Nguyễn Xuân Chữ. Nhưng vào thời điểm này Phan Kế Toại đã từ bỏ nhiệm sở, Đặng Thái Mai thì tản cư vào Thanh Hóa chưa về, Nguyễn Tường Long thì bị bịnh thương hàn phải vào nằm bệnh viện, còn Trần Văn Lai thì bận việc bên Tòa Thị Chính nên chỉ có một mình Bác Sĩ Chữ với vị thế không rõ ràng, "*khâm sai không ra khâm sai, chủ tịch không ra chủ tịch*" như nhận định của chính ông, đảm đương mọi chuyện, ra lệnh không ai thi hành. Về buổi họp này, hai hồi ký đã kể lại khác nhau.

Theo Lê Trọng Nghĩa thì "*Mười bốn giờ ngày 18, tôi một mình đạp xe đạp tới Dinh Khâm Sai. Ông Chữ, ông Chương, ông Chánh văn phòng và một số người nữa đã thấy tề tựu, có vẻ nôn nóng chờ.*" Còn theo Bác Sĩ Chữ thì "*Tối thứ Bảy, thanh niên Việt Minh, lần này đến có một người, gặp lại mỗ y sĩ.*" [248] Tại sao lại có sự sai biệt về giờ giấc như vậy và tại sao không hẹn trước khi đến mà khi Lê Trọng Nghĩa tới nơi thì toàn bộ ban tham mưu của Bác Sĩ Chữ đã tề tựu và nôn nóng chờ? Riêng Bác Sĩ Chữ đã dùng hai chữ "lần này" trong lời tường thuật của ông và trong phần trước còn cho biết thêm là trước đó ông đã có dịp gặp người thanh niên ở Phủ Khâm Sai do Phan Kế Toại mời cả hai bên tới. Nhưng dù được tường thuật khác nhau, cuộc gặp gỡ lần cuối này cũng đã không mang lại kết quả gì vì bên Việt Minh đã có mục tiêu tối hậu của họ, có đến chỉ là để do thám tình hình và rất vội vã vì sợ ***"Đại Việt nẵng tay trên thì toi cả nút",*** còn một bên thì vừa mới lãnh trách nhiệm trong cùng ngày, còn rất nhiều do dự, lại biết rõ kẻ địch là Cộng Sản và chỉ muốn cướp chính quyền. Có họp cũng vô ích. Một chi tiết đáng chú ý do Bác Sĩ Chữ ghi lại là trong cuộc gặp này thanh niên có hỏi ông là *"ai đã ra lệnh tăng cường phòng thủ Bắc Bộ Phủ?"* Đây là một câu hỏi liên quan tới một sự kiện sáng hôm sau mới xảy ra mà ngay tối hôm trước Lê Trọng Nghĩa đã biết và vặn hỏi. Điều này chứng tỏ những gì xảy ra ở Bắc Bộ Phủ, Việt Minh đều được mật báo cho biết trước, đồng thời phải chăng khi đặt câu hỏi này, Lê Trọng Nghĩa đã ngầm đe dọa Bác Sĩ Chữ?

Nói tóm lại, trong năm lần gặp gỡ kể trên, ngoại trừ cuộc gặp gỡ lần thứ năm, bốn lần đầu, lần nào phía chính phủ cũng đưa ra những đề nghị mời Việt Minh vào chính phủ làm việc để cứu nước nhưng tất cả đều bị từ chối. Lý do là Việt Minh, với Đảng Cộng Sản đứng đằng sau, đã chủ trương cướp chính quyền để từ đó một mình lãnh đạo đất nước để thực hiện cuộc cách mạng riêng của mình, bất chấp mọi nguy hiểm có thể xảy ra cho dân tộc, phản ảnh qua những câu trả lời của người đại diện Việt Minh cho những câu hỏi do chính Thủ Tướng Trần Trọng Kim đặt ra và kể lại. Biến Cố 19 Tháng Tám do đó đã xảy ra và làm lỡ dở cuộc cách mạng phi bạo lực hướng tới độc lập, thống nhất, tự do và dân chủ từ trên xuống của giới sĩ phu tân học đương thời.

III. Cách Mạng hay Cướp Chính Quyền - Chữ cướp do ai đặt ra?

Việt Nam ta nổi lên
Đạp phăng quân giặc Pháp!
Phá tan lũ cường quyền
Cướp lấy chính quyền!
Một hai ta đi một hai...
Lời một bài hát phổ thông thời năm 1945

Sau 70 năm, nhìn lại không thể gọi biến cố đó là Cách mạng tháng Tám. Gọi vậy là "ngoa ngôn", là "đại ngôn", vì "cách mạng" là phải thay đổi hẳn chế độ cai trị, đổi mới hoàn toàn bản chất chế độ, đem lại dân chủ, tự do cho mọi công dân, quyền tự do bình đẳng trong kinh doanh, cốt lõi là tự do ngôn luận, tự do báo chí.
Bùi Tín, Cựu Đại Tá Quân Đội Nhân Dân Việt Nam, nguyên Phó Tổng Biên Tập *Nhật Báo Nhân Dân*

Từ ngữ cách mạng trong lịch sử Việt Nam hiện đại là một từ ngữ mới, nhưng là một từ ngữ đẹp. Nó liên hệ chặt chẽ với cuộc đấu tranh giành độc lập của dân tộc, sự hy sinh và lòng ái quốc chung của hầu hết mọi người Việt Nam. Điển hình là trường hợp của Nguyễn Thái Học và Việt Nam Quốc Dân Đảng mà chính những người Cộng Sản cũng phải công nhận. Cách Mạng là đánh đuổi người Pháp, giành độc lập cho Việt Nam dù phải hy sinh, kể cả hy sinh hạnh phúc của gia đình mình và luôn cả mạng sống của chính mình. Chính vì vậy có một thời tham gia hoạt động chống Pháp nói chung hay tham gia các phong trào giành độc lập cho đất nước đã được người ta gọi chung là tham gia cách mạng, là làm cách mạng dù là thuộc khuynh hướng nào. Cướp, trái lại, là một từ ngữ xấu, là dùng bạo lực, thường là bất hợp pháp và công khai hay bằng mưu mô, lừa lọc trước đó để giật từ tay người khác cái gì không phải là của mình, đặc biệt là vào những lúc tình hình hỗn loạn, an ninh không được bảo đảm. Hai từ ngữ hoàn toàn không giống nhau nếu không nói là trái ngược nhau đứng trên quan niệm giá trị đạo đức. Điều nghịch lý ở đây là chữ **cướp** đã được chính Việt Minh, những người tạo ra biến cố 19 Tháng Tám Năm 1945 dùng để chỉ việc làm của mình. Bằng chứng là ngay từ trước ngày 19 tháng 8, khi Mặt Trận này, qua những bài hát hay những khẩu hiệu, tuyên truyền thúc đẩy người dân nổi lên chống lại chính quyền đương thời, chính quyền Bảo Đại-Trần Trọng Kim, chữ cướp đã được dùng để diễn tả mục tiêu của các cuộc nổi dậy của mình. Điển hình trong số những bài hát rất phổ thông ở thời này là bài *Một Hai Ta Đi Một Hai* với nguyên văn sau sáu, bảy chục năm nhiều người vẫn còn nhớ:

Một, hai ta đi một hai...

Tiền xưa đã tranh đấu
Còn nhiều con đường máu
Ta xá chi chông gai!
Việt Nam ta nổi lên
Đạp phăng quân giặc Pháp!
Phá tan lũ cường quyền
***Cướp lấy chính quyền**!*
Một hai ta đi một hai...

Tuy nhiên đó chỉ là một bài hát phổ thông. Trên tờ *Việt Nam Độc Lập* cơ quan chính thức của Mặt Trận Việt Minh, Tỉnh Bộ Cao Bằng lúc đầu do chính "đồng chí" Nguyễn Ái Quốc sáng lập và chăm sóc những ngày đầu, trong số 226, đề ngày 20-8-1945 có đăng một bài thơ với nhan đề "**Cướp** Ngay Chính Quyền" với nguyên văn như sau:

"CƯỚP NGAY CHÍNH QUYỀN"

Chính phủ phát xít Nhật hoàng,
Đã vô điều kiện đầu hàng đồng minh.
Thế là kết thúc chiến tranh,
Á châu sẽ lại thái bình từ nay!
Hỡi dân Nam Việt ta đây,
Trong tình thế ấy làm ngay việc cần:
Việt Minh hiệu triệu toàn dân,
Lập ngay chính phủ nhân dân của mình....[249]

Sau này, có lẽ vì thấy chữ "cướp" không được đẹp cho biến cố vô cùng quan trọng trong lịch sử của đảng mình, người Cộng Sản đã thay thế bằng chữ "giành" nhưng ý nghĩa của cả hai chữ trong trường hợp này vẫn là một.

Về phía người Việt không Cộng Sản, việc sử dụng những từ ngữ này thoạt tiên là do những người đương thời có dịp tham gia hay chứng kiến biến cố 19/8/1945 lúc khởi đầu. Họ có thể là những người chống đối ngay từ trước nhưng cũng có thể là những người đã vì lý do này hay lý do khác theo và ủng hộ Việt Minh trong buổi đầu rồi sau đó chuyển hướng, chưa kể tới đa số quần chúng nông nổi, bị hướng dẫn sai lạc và luôn cả hiếu kỳ. Điều cần được ghi nhớ là những người Cộng Sản trong thời gian trước biến cố này đã quyết tâm và dùng đủ mọi thủ đoạn để lôi cuốn quần chúng theo mình trong đó có tuyên truyền, dối trá, dọa dẫm xuyên qua những đội võ trang tuyên truyền của họ. Sự kiện này đã được Trần Trọng Kim và Nguyễn Xuân Chữ nói rõ trong các hồi ký của các ông. Riêng Nguyễn Tường Bách, một lãnh tụ Đại Việt Dân Chính đương thời đã kể lại kinh nghiệm cá nhân của ông khi ông cùng với nhà văn Khái Hưng đến gặp Dương Đức Hiền, lãnh đạo Đảng Dân Chủ, lúc đó đã gia nhập Việt Minh. *"Nếu các anh cứ lừng khừng như thế mãi, thì có ngày Nhật sẽ **beng đầu** các anh, mà nếu không thì **cách mạng sẽ beng đầu các anh**!"* [250] (PCD đánh chữ đậm) là câu nói nguyên văn của Dương Đức Hiền với Nguyễn Tường Bách và Khái Hưng nhằm thuyết phục hai người này phải dứt khoát gia nhập Việt Minh. Tất nhiên là hai người không sợ vì đã có lập trường từ trước, nhưng với những người khác thì sợ, nhất là những người có dính dáng với chính quyền Pháp và quân đội Nhật trước kia và trong thời đó, đúng như phân tích của Nguyễn Xuân Chữ về thành phần của những người theo Việt Minh trong hồi ký của ông. Không sợ sao được khi mình có quá khứ thân hay đã cộng tác với Pháp hay Nhật, khi báo chí bí mật không ngớt nhấn mạnh đến tinh thần triệt để cách mạng và phải thẳng tay trừng trị bọn *"bù nhìn tay sai bán nước"* một cách có phân biệt, luôn cả sự trừng phạt của Đồng Minh. Công tác trừ gian, trừng trị một cách đích đáng, chính xác có chọn lọc "một số tên đầu sỏ" như "trùm mật thám ác ôn" (Phán Sinh, Võ Văn Cầm, Nga Thiên Hương, Đỗ Đức Phin...) đang được đầu óc giầu tưởng tượng của quần chúng thổi phồng lên như những câu chuyện thần thoại. Bằng chứng cụ thể là một truyền đơn ký tên Đội Danh Dự Việt Minh nguyên văn được in trong *Tổng Khởi Nghĩa Tháng Tám, Tài Liệu Tham Khảo Lịch Sử Cách Mạng Cận Đại Việt Nam* do Trần Huy Liệu và Văn Tạo biên soạn như sau:

> *Việt - minh là một đoàn thể cách mạng chân chính yêu nước, đang hô hào dân chúng chống nộp thóc, nộp thuế đi lính, đi phu cho giặc Nhật, đang sửa soạn tổng khởi nghĩa đánh đuổi giặc Nhật, lấy lại nước Việt Nam mưu sung sướng cho nhân dân.*
>
> *Ai vào Việt-minh hoặc ủng hộ Việt-minh là người có công yêu nước, đáng được hoan nghênh.*
>
> *Ai đã hại Việt-minh hay đang mưu hại Việt–minh là có tội với nước,* ***đáng xử tử.***
>
> *[...]* ***Những kẻ đáng bị xử tử như lý trưởng Phách làng Bần-yên-nhân tỉnh Hưng-yên, phó lý Khám làng Vĩnh-lạc, phủ Mỹ Đức tỉnh Hà-đông ức hiếp bóc lột nhân dân, tâng công hãm hại cách mạng, đều đã bị đội danh dự Việt–minh bắn chết. Những tên mật thám thực thụ của Nhật như Nguyễn Thiện Giám (Sơn - tây), Ngô Xuân Điều (Hải - phòng), Hoàng Sĩ Nhu và Cai***

Long (Hà-nội), v.v… cũng đều đã chết không kịp ngáp dưới mũi súng Việt–minh. *(PCD đánh đậm)*

Giặc Nhật sắp chết rồi!

Bạn của Nhật là Đức, Ý đã ngã quỵ, Nhật đang thua liểng xiểng ở Diến-điện, Thái -bình-dương và chính đất Nhật. Việt-minh quyết cùng các bạn Đồng-minh Anh, Mỹ, Trung-hoa, tống cổ Nhật ra khỏi xứ Đông-dương nay mai. Việt-minh quyết lấy lại nền độc lập của dân tộc Việt-nam.

Giặc Nhật chết, bọn tay sai của Nhật tất phải rụng đầu.

Kẻ nào tin Nhật thắng trận cuối cùng là kẻ ngu dân bị nhồi sọ, kẻ nào tin chính phủ Trần Trọng Kim không phản nước hại dân và sẽ đứng vững là những kẻ khờ khạo bị lừa bịp, kẻ nào nghe theo bọn Tân Việt Nam Quốc dân đảng, Đại Việt quốc gia liên minh, Thanh niên ái quốc hội, v.v...là những kẻ tự lao mình xuống hố.

Đội danh dự Việt-minh nhắc cho những kẻ đó mau mau tỉnh ngộ quay về đường đại nghĩa "Kháng Nhật cứu nước" cho xứng đáng là dân tộc Việt-nam.

Đội danh dự Việt-minh cũng cảnh cáo cho những kẻ nào đang manh tâm hại Việt-minh, hại dân hại nước phải mau mau, đổi lại ý nghĩ và hành động mới mong bảo đảm được tính mệnh.

Đội trinh thám Việt-minh luôn luôn để tai mắt vào việc làm của những bọn đó.

Ai muốn có công với nước? Ai muốn có tội với nước?

Công được hoan nghênh!
Tội phải xử tử!

ĐỘI DANH DỰ VIỆT-MINH [251]

Các đội tuyên truyền võ trang do Võ Nguyên Giáp chỉ huy được thành lập chắc chắn cũng để làm những công tác này chứ không phải chỉ là để đánh mấy đồn Nhật. Một trong số những người đã tham gia các đội danh dự này là Nhạc Sĩ Văn Cao. Người ta khó mà hiểu được trường hợp hoàn toàn nghịch lý trong con người của Văn Cao khi đối chiếu những bài hát mang đầy mầu sắc hoài cổ, vô cùng đẹp đẽ và lãng mạn, ở trình độ cao, ông làm trước đó với thái độ của ông khi ông chờ đợi lãnh khẩu súng và tham gia đội vũ trang: *"Hôm nay phố đông người hơn và tôi thấy lòng vui hơn. Tôi đang chờ nhận một khẩu súng và được tham gia vào đội vũ trang"*. [252] Không chỉ dùng thủ đoạn với người khác, các người chủ động còn dùng thủ đoạn với chính đồng bạn của mình. Lê Trọng Nghĩa khi kể lại hoạt động của ông trong ngày 19/8 đã cho biết ông luôn luôn dẫn đầu, còn những nhân vật lãnh đạo của ông mang tên Khang (tức Nguyễn Khang, Xứ Ủy), tên Bình (Trần Tử Bình, cố vấn) thay vì đi trước ông, đã đi theo sau ông cả chục mét cho đến khi tình hình đã rõ rệt, Bác Sĩ Chữ ra, hạ lệnh cho Bảo An mở cổng, mọi người ùa vào, mới "từ dưới vọt lên". Để làm gi? Ai cũng có thể đoán được, y hệt sự kiện xua đàn bà, trẻ con đi trước trong các cuộc biểu tình chống chính quyền ở miền Nam sau này mà báo chí hay nhiều người đã thuật lại.

Câu hỏi tiếp theo là, ngoài chuyện cướp của ai, khi nói tới "cướp", người ta phải hiểu thêm là cướp cho ai? Lê Trọng Nghĩa, cũng trong hồi ký của ông, đã nói rõ *"cướp chính quyền về tay mình"* và để sáu chữ này vào trong ngoặc kép. Để trong ngoặc kép có nghĩa là đó không phải những chữ ông dùng mà là của người khác, rõ hơn là của cấp trên trong đảng Cộng Sản của ông mà ông đã theo lệnh. Chưa đủ, ông còn giải thích trong ngoặc đơn: *(lúc đó có nghĩa là, như là ở một vài nơi đã làm: chiếm cơ quan, huyện, phủ đường và bắt giữ những người đương chức cầm đầu chống đối...)* và hai chữ *"cho mình" ở đây* người ta phải hiểu là cho Việt Minh, cho Đảng Cộng Sản, ở thời điểm cuối tháng 8 đầu tháng 9 năm 1945. [253]

Danh từ cách mạng còn được hiểu là thay thế cái cũ tệ hại bằng một cái mới tốt hơn, trong chính trị là thay một chế độ với những nhân vật tồi tệ, bất nhân bằng một chế độ tốt hơn, với những nhân vật tốt hơn, có khả năng hơn, hợp thời thế hơn và đạo đức hơn, đặc biệt là trong một xã hội chịu ảnh hưởng của học thuyết Khổng Mạnh với phần nào của quan niệm về Thiên Mạng của nhà vua nhằm thay thế một hôn quân, bạo chúa. Áp dụng nhận định này vào biến cố 19 tháng 8, bình thường người ta phải suy luận là chính phủ Trần Trọng Kim phải là một chính phủ ác ôn, tệ hại, là Việt gian, bù nhìn, tay sai, thân Pháp, thân Nhật. Điều này như người viết đã trình bày ở trên là hoàn toàn không đúng. Ngoài những lý do đã được nêu, ngay chính người đại diện Việt Minh, Lê Trọng Nghĩa, cũng phải công nhận là chính phủ này *"vẫn còn có sức thu hút"* trong những ngày cuối của nó, khi ông nói tới một buổi họp đầy xúc động của nhiều nhân vật thuộc nhóm Thanh Nghị, có lẽ là buổi họp cuối cùng để chia tay, trong đó chỉ có Vũ Đình Hòe và Đỗ Đức Dục dứt khoát ra chiến khu với Việt Minh. Những người khác đều ở lại. Nguyên văn lời kể của Lê Trọng Nghĩa như sau:

Các anh Vũ Đình Hoè, Đỗ Đức Dục dứt khoát ra chiến khu với Việt Minh. Còn một số các vị, lớp trí thức đàn anh, có người nghỉ, có người lại lên đường trở về với Chính phủ Huế (lúc này là Chính phủ do Trần Trọng Kim làm thủ tướng), nhưng lòng đầy trăn trở.

Nghe anh kể, tôi cảm nhận được là lúc này đương diễn ra một sự kiện khá quan trọng. Nhóm Thanh Nghị vốn là một nhóm trí thức nhân sĩ có tiếng, có uy tín và được nhiều giới mến phục ở thủ đô, cũng như ở miền Bắc và miền Trung, nổi lên trong và sau thời kỳ Nhật - Pháp cấu kết với nhau, khủng bố dữ dội phong trào dân chủ yêu nước những năm 42, 43... Trong Thanh Nghị có các nhà trí thức được coi vào lớp đàn anh như ông luật sư Phan Anh hùng biện và các vị trong nhóm "Trois H" (như anh em sinh viên thường gọi): Hoàng Xuân Hãn, Vũ Văn Hiền, Nguyễn Văn Huyên.

Nhưng qua đó tôi lại thấy được rằng Chính phủ của nhà học giả Trần Trọng Kim, đang bị khủng hoảng nghiêm trọng, nhưng vẫn còn có sức thu hút và đang được người Nhật hỗ trợ nhằm tập hợp lực lượng để vươn lên trong tình hình mới. [254]

Nhóm Thanh Nghị và rộng ra là Hội Tân Việt Nam ở thời điểm này, một hội được thành lập theo Dụ số 7 của Vua Bảo Đại, đã thu hút được rất đông trí thức tên tuổi đương thời. Hội đã dùng tờ *Thanh Nghị* làm cơ quan ngôn luận để phổ biến tư tưởng trong giới trí thức, thanh niên, sinh viên. Các nhân vật tham gia vận động thành lập buổi đầu gồm có các trí thức nổi tiếng đương thời như các ông Đào Duy Anh, Phan Anh, Phạm Đỗ Bình (tức Nhật Trương), Đỗ Đức Dục, Ngô Thúc Địch, Trần Khánh Giư (tức Khái Hưng), Ngô Tử Hạ, Vũ Văn Hiền, Vũ Đình Hòe,, Nguyễn Văn Huyên, Trần Duy Hưng, Ngụy Như Kontum, Nguyễn Lân, Vũ Đình Liên,

Phạm Lợi, Nguyễn Ngọc Minh, Nguyễn Quang Oánh, Tôn Quang Phiệt, Phạm Khắc Quảng, Phan Huy Quát, Ngô Bích San, Nguyễn Hữu Tảo, Hoàng Thúc Tấn, Nguyễn Đình Thụ, Hoàng Phạm Trân (tức Nhượng Tống), Bùi Như Uyên, Lê Huy Vân, Nguyễn Xiển, Nghiêm Xuân Yêm, và do Vũ Đình Hòe làm tổng thư ký. Cả một nhóm đông như vậy mà chỉ có hai người quyết định ra chiến khu theo Việt Minh chứng tỏ đa số đã đứng về phía chính phủ, ít ra là cho đến thời điểm này, đặc biệt nếu ta để ý tới chủ trương của hội này như giữ vững nền độc lập và thống nhất quốc gia Việt Nam trong phạm vi Đại Đông Á, đoàn kết hết thảy các giới trong xã hội và các khuynh hướng chính trị..., những chủ trương phù hợp với chủ trương của Chính Phủ của Thủ Tướng Trần Trọng Kim và của Hoàng Đế Bảo Đại. Hai chữ *"cách mạng"* trong trường hợp này do đó cần phải được xét lại, ít nhất là bởi các sử gia, những người có trách nhiệm tìm sự thực của quá khứ, nhất là sự thực liên hệ tới Trần Trọng Kim và Hoàng Xuân Hãn, hai nhà nghiên cứu sử học tiền phong của thời hiện đại, đồng thời cũng là hai nhà giáo dục lớn, những người đã đặt những viên đá đầu tiên cho nền giáo dục bằng tiếng Việt Nam của một nước Việt Nam độc lập.

Ngày 19/8 mở đầu cho một khúc quanh đầy nguy hiểm và nhiều ngã rẽ trong lịch sử Việt Nam và đám đông người Việt vì quá bồng bột, kém cỏi, vừa quá nóng lòng, quá tha thiết với nền độc lập của dân tộc mình, lại chưa có đủ những kiến thức và kinh nghiệm cần thiết để lựa chọn trong khi thời gian không cho phép. Ngày 2/9 do đó là một hậu quả tất nhiên của ngày 19/8. Nó chấm dứt một giai đoạn ngắn và mở đầu cho một giai đoạn khác dài hơn, nhiều biến cố hơn, nhiều bi thảm hơn và nhiều oan khuất hơn, kéo dài ít ra là cho đến tận khi những dòng chữ này được viết. Người viết sẽ viết thêm trong những bài kế tiếp.

Cuối cùng ta cũng nên để ý tới hai nhận định về biến cố 19 tháng 8 này của chính những người đã từng đóng vai trò quan trọng trong chế độ Cộng Sản, Người thứ nhất là Trường Chinh, nguyên Tổng Bí Thư Đảng Cộng Sản Đông Dương, lý thuyết gia chính trong buổi đầu của đảng này, trong tác phẩm *Cách Mạng Dân Tộc, Dân Chủ Nhân Dân Việt-Nam, Tác Phẩm Chọn Lọc, Tập I, xuất bản năm 1975 tại Hà Nội.* [255] Người thứ hai là Cựu Đại Tá Quân Đội Nhân Dân Việt Nam Bùi Tín, nguyên Phó Tổng Biên Tập của tờ *Nhân Dân* kiêm Tổng Biên Tập của tờ *Nhân Dân Chủ Nhật*, qua bài ông viết, nhan đề "Cướp" đăng trên trang mạng của Đài Tiếng Nói Hoa Kỳ, VOA, ra ngày 27 tháng 8 năm 2015.

Trong tác phẩm của mình, Trường Chinh viết:

> *Tháng Tám năm 1945, bị Quân đội xô-viết đánh bại, phát xít Nhật đầu hàng không điều kiện. Dưới sự lãnh đạo của Đảng cộng sản Đông-dương đứng đầu là Chủ tịch Hồ-Chí-Minh, Mặt trận Việt-minh cùng toàn thể nhân dân Việt-nam tổng khởi nghĩa, lật đổ ách thống trị của phát xít Nhật, thiết lập chính quyền nhân dân trong toàn quốc.*

Đoạn văn ngắn ngủi, vỏn vẹn có hai câu, nhưng chứa đựng những sai lầm căn bản về lịch sử do tác giả vì không biết hay cố tình bóp méo sự thật nhằm hướng dẫn sai lạc người đọc. Có hai sự kiện:

Thứ nhất: Nhật Bản không đầu hàng vì bị "Quân đội xô-viết đánh bại" mà vì bị Hoa Kỳ phản công và đẩy lui trên khắp các mặt trận ở Thái Bình Dương và Đông Nam Á và cuối cùng vì hai quả bom nguyên tử được bỏ xuống Hiroshima và Nagazaki. Điều này ai cũng biết.

Thứ hai: Cuộc biểu tình ngày 17 tháng 8 năm 1945 không phải do Mặt Trận Việt Minh tổ chức mà là của Tổng Hội Công Chức nhằm ủng hộ Chính Phủ Trần Trọng Kim vào lúc Nhật Bản đã đầu hàng. Việt Minh chỉ lợi dụng sự sơ hở của ban tổ chức để làm có một việc là cướp ngang cuộc biểu tình này rồi sau đó mới cướp chính quyền mà thôi. Điều quan trọng ở đây là biến cố Nhật Bản đầu hàng đã xảy ra quá nhanh chóng và bất ngờ đối với Đảng Cộng Sản Đông Dương và Mặt Trận Việt Minh vào lúc tất cả các nhà lãnh đạo cao cấp nhất của đảng này đều đang họp Đại Hội Tân Trào. Họ đã không biết gì rõ ràng về những biến chuyển đang đồng thời xảy ra ở Hà Nội và ở các địa phương khác. Tất cả những gì xảy ra ở thủ đô miền Bắc này đều do một nhóm nhỏ ở địa phương gồm có Nguyễn Khang và Trần Tử Bình, đại diện Xứ Ủy Bắc Kỳ. Những người này đã phải tự mình quyết định, từ việc thành lập Ủy Ban Khởi Nghĩa Hà Nội với 5 ủy viên gồm Nguyễn Khang chủ tịch, Nguyễn Huy Khôi

(Trần Quang Huy), Nguyễn Duy Thân Lê Trọng Nghĩa, Nguyễn Quyết, với Trần Đình Long làm cố vấn (chiều ngày 15), đến cách thức đối phó với cuộc biểu tình ngày 17 tháng 8 của Tổng Hội Công Chức, việc lựa chọn ngày 19 tháng 8 cùng các chi tiết của ngày cướp chính quyền này. Hồ Chí Minh, Võ Nguyên Giáp, Trường Chinh… chỉ về đến Hà Nội ngày 29 tháng 8, mười ngày sau đó, sau khi đã *"thẩm tra chắc chắn"* tin *"Hà Nội khởi nghĩa thành công"*. Nhóm đảng viên địa phương này cũng bị ngạc nhiên không kém. Họ cũng không ngờ sự ủng hộ quần chúng dành cho Chính Phủ Trần Trọng Kim lại *"lên cao quá sức tưởng tượng"* đến độ *"các anh linh cảm thấy tình huống có thể trở thành cực kỳ nghiêm trọng"* và phải đổi thái độ từ *"phá cuộc biểu tình"* sang *"đồng ý để tổ chức"* nhưng phải *"biến cuộc mít tinh thành cuộc biểu tình của quần chúng cách mạng ủng hộ mặt trận Việt Minh"* và *"làm xong phải kịp thời rút ngay, không để quân Nhật, lúc ấy còn đang mạnh, gây thiệt hại"*. [256] Một chi tiết khác, riêng tờ *Đông Phát,* số 6095, ra ngày 18/8/1945, trên trang đầu, có bài viết nhan đề "Một Cuộc biểu Tình Khổng Lồ Tại Thăng Long" tường thuật cuộc biểu tình ngày 17 tháng 8 nhằm ủng hộ Chính Phủ Trần Trọng Kim ngày hôm mà Đỗ Sâm, người viết những câu trích dẫn kể trên ghi lại, nguyên văn như sau:

> *20 vạn dân Việt Nam biểu hiện tình đoàn kết và lòng quả quyết chống giữ đất nước đối với bọn thực dân. Một điều đáng ghi nhất trong lịch sử, một số đông phụ nữ đủ các giới, vừa già vừa trẻ, cùng sát cánh làm phận sự của dân nước, hưởng ứng tiếng gọi thiêng liêng của Tổ quốc.*

Tiếng kèn gọi thiêng liêng của Tổ quốc trong lúc nguy biến hiện thời, chiều hôm qua đã hấp dẫn tới trước và quanh rạp hát thành phố cùng phố Tràng Tiền và các phố lân cận một bể người, tới biểu lộ lòng nhiệt liệt, lòng hăng hái quả quyết bảo vệ nền độc lập và nền tự do của nước Việt Nam. Cái rừng người có một không hai trong lịch sử, người ta ước lượng con số 20 vạn không phải là ngoa. Dân chúng đủ các giới, đủ cả nam, phụ, lão, ấu ở Thăng Long, Gia Lâm, Hà Đông cùng ở các tỉnh lân cận đều kéo tới, sát vai cùng nhau, áo nâu pha lẫn áo màu của phụ nữ, ô xen với nón lá, trí thức xen với lao động thành một cảnh tượng vô cùng cảm động. Cảm động hơn nữa là khi anh chị em nắm tay nhau giơ lên trời thề: "cùng giữ nền độc lập cho non sông bất diệt" hoặc hô "Đoàn kết" "Chiến đấu", "Hy sinh"... Sau trên một tiếng đồng hồ, biển người ấy trước nhà hát lớn mới đi diễu qua các phố, trời mưa tầm tã nhưng mặc, anh chị em vẫn vừa hô vừa đi, một lần nữa tỏ lòng quả quyết chống giữ đất nước. [257]

Nói cách khác, vì mắc kẹt Đại Hội ở Tân Trào, Hồ Chí Minh, Võ Nguyên Giáp, Trường Chinh và các nhà lãnh đạo tối cao của Đảng Cộng Sản hoàn toàn không có quyết định gì hay vai trò gì trong biến cố 19 tháng 8 năm 1945 ở Hà Nội. Nói cách khác, tất cả ngay từ đầu, từ việc tiếp xúc với Khâm Sai Phan Kế Toại, Thủ Tướng Trần Trọng Kim, Bộ Trưởng Hoàng Xuân Hãn, Bác Sĩ Nguyễn Xuân Chữ... đến việc thành lập Ủy Ban Khởi Nghĩa Hà Nội, lựa chọn ngày "khởi nghĩa", lựa chọn mục tiêu, hoạch định kế hoạch cho ngày này..., tất cả đều do nhóm lãnh đạo trẻ ở tuổi trên hai mươi ở địa phương tự quyết định và tự thực hiện không có chỉ thị nào đến từ lãnh đạo cấp trung ương của Đảng. Vì vậy các vị lãnh đạo cao cấp này đã hoàn toàn bỡ ngỡ trước chuyển biến quá mau chóng và mười ngày sau, ngày 29 tháng 8, mới về đến Hà Nội.

Về phía những người tổ chức cuộc biểu tình ngày 17 tháng 8 của Tổng Hội Công Chức, họ cũng nói tương tự. Theo họ cuộc biểu tình này không do chính quyền trung ương từ Huế, không do Phủ Khâm Sai Bắc Bộ hay Ủy Ban Giám Đốc Chính Trị Miền Bắc tổ chức hay ra chỉ thị yêu cầu tổ chức, mà là do các công chức qua Tổng Hội của họ làm với mục tiêu để mừng độc lập hoàn toàn và thực sự nên được quần chúng nhiệt tình ủng hộ. Chính vì vậy sau này nguyên Chủ Tịch Trần Ngọc Sâm của Tổng Hội đã tâm sự với bạn bè và cho rằng *"Đây là cuộc biểu tình của những người yêu nước chứ không như có người cho đây là biểu tình của chính phủ bù nhìn"*. Sau này ngày 17/8/1994, Ông Sâm cũng đã gửi thư cho Tổng Bí Thư Đỗ Mười và Bí Thư Thành Ủy Hà Nội Phạm Thế Duyệt để yêu cầu đính chính chuyện này và cho biết sự thực. Ông viết: *"Năm 1971, thấy thông tin đại chúng khẳng định cuộc mít tinh ngày 17/8/1945 do bù nhìn mà cấp ủy Đảng ta ở Hà Nội đã quyết định cho đi phá rối biến thành tuần hành của Việt Minh... Ngay khi thấy tài liệu đó, tôi viết thư ngày 19/8/1971 gửi đồng chí Trường Chinh, Tổng Bí Thư Trung Ương Đảng kiêm Trưởng ban Nghiên cứu lịch sử Trung ương đề nghị cho nghiên cứu lại vấn đề ngày 17/8/1945..."* [258]. Ông Trần Ngọc Sâm không nói tới mục tiêu thứ hai sau mục tiêu mừng độc lập thực sự và hoàn toàn vì hoàn cảnh không cho phép, nhưng người đọc phải hiểu là còn mục tiêu ủng hộ chính phủ hợp pháp đương thời là Chính Phủ Trần Trọng Kim nữa.

Ngoài ra qua những lời viết kể trên, người ta thấy các nhóm chữ "*bảo vệ nền độc lập và nền tự do*", "*cùng giữ nền độc lập*" đã được dùng. Điều này chứng tỏ là ở thời điểm này độc lập và tự do là đã có nên mới phải bảo vệ và cùng giữ, ít nhất là theo người phát biểu.

Bảy mươi năm sau, đến lần mình, sau khi định nghĩa từ ngữ "cướp", nguyên đại tá Bùi Tín, trong bài viết trên trang mạng của ông, dẫn trên, đã đặt vấn đề nghiên cứu sâu thêm sự kiện lịch sử này để trả lời câu hỏi Tổng Khởi Nghĩa hay Cách Mạng Tháng Tám, hay Cướp Chính Quyền, gọi sao cho chính xác? Đặt câu hỏi nhưng ông đã lập tức trả lời ngay sau câu hỏi do ông đặt ra và trả lời một cách khẳng định:

> *Sau 70 năm, nhìn lại không thể gọi biến cố đó là Cách mạng tháng Tám. Gọi vậy là "ngoa ngôn", là "đại ngôn", vì "cách mạng" là phải thay đổi hẳn chế độ cai trị, đổi mới hoàn toàn bản chất chế độ, đem lại dân chủ, tự do cho mọi công dân, quyền tự do bình đẳng trong kinh doanh, cốt lõi là tự do ngôn luận, tự do báo chí.*

Ông lý luận nguyên văn như sau:

> *Gọi là cách mạng trước hết là không chính xác. Cách mạng là một cuộc thay đổi chế độ trong đấu tranh quyết liệt, thường có bạo lực chống đối, giằng co nhau, có đổ máu, như cách mạng ở Pháp, ở Hoa Kỳ mà ông Hồ chí Minh đã dẫn ra trong bản Tuyên ngôn Độc lập ngày 2/9/1945.*
>
> *Biến cố gọi là Cách mạng tháng Tám 1945 ở Việt Nam hoàn toàn không đổ máu, không có đấu tranh giằng co bằng bạo lực quyết liệt. Chính quyền thực dân Pháp*

đã bị phát xít Nhật lật đổ ngày 9/3/1945 trong một cuộc đảo chính nhẹ nhàng. Trước đó cả Đông dương thuộc Pháp đã đầu hàng phát xít Đức, Việt Nam trở thành thuộc địa của nước Pháp thua trận đã đầu hàng phát xít, cho nên bị khối Đồng minh xếp vào loại bị quân Đồng minh là quân đội Anh và quân đội Trung Hoa Dân quốc chiếm đóng để giải giáp quân đội Nhật đã đầu hàng Đồng minh. Quân đội Trung Hoa vào miền Bắc, quân Anh vào miền Nam.

Việt Nam trở thành đất trống về quyền lực cai trị, chính phủ Trần Trọng Kim vừa thành lập được 6 tháng còn non yếu, tuy về danh nghĩa đã giành được nền độc lập từ tay phát xít Nhật đã buông súng đầu hàng Đồng minh. Do sức ép của quần chúng xuống đường theo lời hiệu triệu của Mặt Trận Việt Minh do đảng CS Đông Dương tổ chức ra. Vua Bảo Đại thoái vị nhanh chóng, bày tỏ niềm vui "từ bỏ ngai vàng để trở thành một công dân tự do".

Bây giờ nói tới bản *Tuyên Ngôn Độc Lập* của Hồ Chí Minh. Bản tuyên ngôn này cũng bị nhiều người coi là không cần thiết vì từ ngày 11/3 trước đó, Hoàng Đế Bảo Đại, với tư cách nguyên thủ quốc gia và là người thừa kế Vua Tự Đức, đã tuyên bố hủy bỏ hết các hòa ước bảo hộ 1883 và 1884 mà Vua Tự Đức và những người kế vị ông đã ký kết với người Pháp rồi và Hồ Chí Minh đã làm một việc thừa, không cần thiết. Có người cho là bản tuyên ngôn độc lập của Vua Bảo Đại không thể coi là tuyên ngôn độc lập được vì bản này được công bố vào lúc Việt Nam chưa hoàn toàn độc lập mà phải đợi sau này mới có. Điều này cần phải được xét lại vì thứ nhất một bản tuyên ngôn chỉ là một bản tuyên ngôn, không hơn, không kém với mục đích là để nói lên nhận định, từ đó lập trường, chủ trương và ý định của một người hay một nhóm người về một sự kiện, một biến cố hay một vấn đề gì. Thứ hai là nếu căn cứ vào trường hợp của bản Tuyên Ngôn Độc Lập của Hoa Kỳ trước đó thì bản tuyên ngôn này đã được công bố năm 1776, trong khi Hoa Kỳ chỉ thực sự độc lập từ năm 1783, bảy năm sau đó, khi Thỏa Ước Versailles được ký kết, mà thôi. Nhưng bản tuyên ngôn của Hoa Kỳ này vẫn có giá trị riêng của nó. Ngoài ra, vì là tuyên ngôn nên một văn kiện thuộc loại này mang nặng tính cách chủ quan, từ đó người ta không thể đòi hỏi hay cho nó một giá trị hợp với công pháp quốc tế được. Đi sâu hơn vào chi tiết, người ta thấy Bảo Đại và những vị thượng thư của ông đã tỏ ra rất thận trọng và cân nhắc từng câu, từng chữ để chỉ nói lên những gì cần phải nói và nói một cách rõ ràng từ phía mình, còn bản tuyên ngôn của Hồ Chí Minh thì dài lòng thòng, mang nặng tính cách kể công và xách động quần chúng. Ngay cả những tư tưởng chủ cốt liên hệ tới độc lập, tự do cũng phải đi vay mượn của người Mỹ hay người Pháp. Có điều là Hồ Chí Minh có những chủ trương riêng của ông. Chủ trương đó không đơn thuần là độc lập, tự do cho tổ quốc Việt Nam mà là Cách Mạng Vô Sản theo chủ nghĩa Cộng Sản, là Xã Hội Chủ Nghĩa. Nhưng đây chỉ là nhận định tổng quát, người học sử cần phải đọc kỹ hơn trước khi đối chiếu hai văn bản. Người viết sẽ xin trình bày chi tiết hơn trong một bài riêng khác trong phần thứ hai của tác phẩm này.

IV. Ba cách nhìn điển hình về ngày 19 tháng 8 từ phía quần chúng tham dự: "Tưởng là biểu tình ủng hộ Trần Trọng Kim!" – "Bọn thanh niên chúng tớ ngơ ngác về chính trị, cứ thấy Mít tinh là ào ào đổ ra đường chẳng hiểu ai lãnh đạo."

Cách nhìn thứ nhất là của Đoàn Thêm, cách nhìn thứ hai là của Nhạc Sĩ Tô Hải và cách nhìn thứ ba của Luật Sư Trần Thanh Hiệp.

1. Đoàn Thêm.

Đoàn Thêm sinh năm 1915, lúc đó 30 tuổi, cử nhân luật khoa, công chức cao cấp của Phủ Toàn Quyền trước đó và là tác giả của hồi ký *Những Ngày Chưa Quên,* xuất bản năm 1969 tại Saigon, đã được trích dẫn trong những bài trước, người đã trực tiếp tham gia cuộc biểu tình vào lúc 3 giờ chiều ngày 17 tháng 8 năm 1945 ở Hà Nội do Tổng Hội Công Chức tổ chức nhằm mừng độc lập hoàn toàn, thâu hồi toàn vẹn lãnh thổ và ủng hộ Chính Phủ Trần Trọng Kim.

Sau đây là nguyên văn lời tường thuật về những gì đã xảy ra trong cuộc biểu tình ngày 17 tháng 8 năm 1945 của Đoàn Thêm 24 năm sau:

Trước Nhà Hát Lớn, 15 giờ ngày 17-8, trời kéo con mưa, nhưng hàng vạn công chức đã sắp thành đoàn đứng chặt đường Paul Bert, kéo dài suốt Hàng Trống. Dân chúng tới xem, chen chúc trên các ngả phụ cận, Bobillot, Amiral Courbet.

Trên bao-lan Nhà Hát, cờ ba vạch gãy Quẻ Ly được từ từ đưa lên, trong tiếng đồng ca vang dội Tiếng gọi Thanh-Niên... Mây xám giãn dần; chợt thấy giọng ai như của L. béo ngập ngừng qua ống phóng thanh: "mặt trời tỏ, một điềm vui... Hôm nay chúng ta họp mặt tại đây để mừng cho chủ- quyền đã thâu hồi toàn-vẹn, và hoan hô Chánh-phủ Trần-Trọng-Kim..."

Hoan-hô! V.N. độc-lập muôn năm!
Hoan-hô VM!
Những tiếng sau là của kẻ nào lén vào hàng ngũ công-chức. Những người quanh đó sửng-sốt ngơ-ngác... Còn đa-số vẫn mải reo to: Hoan hô V.N. muôn năm

Rồi đoàn biểu-tình được lịnh chuyển bước tuần-hành qua nhiều đường lớn, nhưng mỗi lúc những tiếng lạ tai khi nãy lại được gào thét nhiều hơn. Tới ngã sáu Cửa-Nam, vài anh áo cộc quần đen, chắc chắn không phải là công-chức, vừa chạy vừa phất là cờ đỏ giữa có ngôi sao vàng, anh khác giơ một vật ít thấy có thời đó là khẩu súng lục, bắn vài phát chỉ-thiên như để thị-uy: anh em hãy cùng chúng tôi hô Mặt Trận Giải Phóng muôn năm!

Vài công-chức, có lẽ hoảng sợ quá, đành "muôn năm" theo một các gượng-gạo và máy-móc. Mấy cảnh binh đứng cạnh dọc đường lấm lét hỏi nhau với vẻ kinh ngạc, nhưng không can thiệp, tuy nhiều đám người khác trên các vỉa hè cũng nắm tay giơ chào như Phát-xít Ý, và hoan hô một đoàn-thể mà nhân-viên công-lực cũng không biết là gì.

Nhưng cần chi biết? Hàng chục, hàng trăm, rồi hàng ngàn người cứ việc "muôn năm" mãi cho tới khi giải-tán, vào khoảng sáu bảy giờ chiều.

Ông tham Đ dừng lại hỏi ông phán N: tưởng là biểu-tình hoan-hô Trần-Trọng-Kim, mà chẳng thấy ai kêu cụ Trần cả? V.N. chứ sao lại mặt-trận VM? Một số ông nữa xen vào câu chuyện: ai bảo hoan-hô như thế, bây giờ còn băn khoăn? Người ta hô, thì làm sao khác được? – Thôi, nó bắn, ông mất hết vía rồi!

Mất vía còn ít. Như thế này thì mất cả những gì đáng quí hơn tâm hồn tham phán. Đó là cảm-tưởng sám ngắt như trời mây phủ, nó theo đuổi tôi trên lối về nhà. Đêm hôm ấy, tôi trằn trọc khó ngủ, vì đầu óc rối ren như cảnh đã mục-kích ban trưa, và như cảnh hỗn độn mà tôi ngại cho những ngày sắp tới. [259]

2. Nhạc Sĩ Tô Hải:

Cách nhìn thứ hai là của Nhạc Sĩ Tô Hải, sinh năm 1927, tác giả bài ca *Nụ Cười Sơn Cước* và *Hồi Ký của Một Thằng Hèn* . Ở vào thời điểm tháng Tám 1945, Tô Hải 18 tuổi, mới qua tuổi thiếu niên, bước sang tuổi thanh niên và đã có bằng tú tài. Mãi 64 năm sau, đến ngày 19 tháng 8 năm 2009 người nhạc sĩ này mới có dịp ghi lại những gì ông còn nhớ và ghi trên trang mạng riêng của mình, trong tuần ký số 17, với tiểu đề "Tớ đúng là một tên gà mờ", nguyên văn xin được trích như sau:

Như tớ đã thú thật, trong tuần ký số 16 là tớ chỉ viết về những gì tớ đã tham gia hoạt động thật sự cho những tổ chức có thật trong những ngày nhốn nháo tù mù đó. Cho nên do không được hân hạnh có nhiều tư liệu như các friends, tớ chỉ mong muốn các nhà viết sử sẽ dựa vào những tư liệu có thật, không phán đoán, phê phán vô bằng cớ, không cắt gọt xuyên tạc... cùng tớ bạch hoá cái chặng đường từ 9/3/45 đến ngày ra mắt chính phủ Cách Mạng lâm thời Việt Nam Dân Chủ Cộng Hoà thì chính phủ có cái cờ vàng, quẻ ly đó mà chính bản thân tớ và cả các ông "to" trong chính phủ từng cất cao, với câu ca "Này thanh niên ơi!" nó... biến đi đâu? Nhìn ra đường phố, hôm nay 19/8/2009 ai cần biết cần hát cái bài "Mười chín tháng tám! Chớ quên là ngày khởi nghĩa" nữa rồi!

Thế đấy! chỉ qua những tài liệu văn bản thu thập được chỉ trong có một tuần, so với lúc tớ viết tuần kí số 16, thì tớ đã tự trả lời được rất nhiều câu hỏi, để cỏ thể đủ khả năng kết luận vì sao? Tai ai? Cụ thể là:

Chỉ đơn cử 2 ngày 17 và 19/8/1945 là đã có sự lẫn lộn rồi. Thì ra 17/8 là cuộc Mít tinh của công chức biểu tình ủng hộ chính phủ Trần Trọng Kim. Còn ngày 19/8 là ngày Mít tinh ủng hộ Việt Minh. Bọn thanh niên chúng tớ ngơ ngác về chính trị, cứ thấy Mít tinh là ào ào đổ ra đường chẳng hiểu ai lãnh đạo? Ai hô thế nào thì hô theo thế ấy. Cờ vàng, cờ đỏ chẳng có gì quan trọng. Miễn là đi qua trại lính Nhật chẳng thấy đứa nào dám nổ súng dù có hô to "Đả đảo Phát xít Nhật!" "Việt Nam muôn năm!" Cả hai cuộc mít tinh nói trên đều có mặt cái thằng tớ. Cũng may là tớ chẳng vướng vào các cuộc mít tinh có lính Tầu Tưởng đứng gác ở chợ Đồng Xuân để bị nghe "Tỉu cái là ma lồng pào!" khi bị Việt Minh giải tán!....[260]

3. Luật Sư Trần Thanh Hiệp, từ Paris 55 năm sau:

Luật Sư Trần Thanh Hiệp là một luật gia, một nhà nghiên cứu về nhân quyền và tranh đấu cho nhân quyền cho Việt Nam. Trong một tiểu luận nhan đề *Việt Nam Trên Đường Đi Tới Tương Lai Dân Chủ Hóa,* khi viết về Cách Mạng Tháng Tám, để trả lời câu hỏi mà ông đặt ra là Cách Mạng Hay Cướp Chính Quyền và sau đó Cách Mạng Tháng Tám thành công như thế nào? Ông viết nguyên văn như sau:

> Chính biến mùa Thu năm 1945 đúng ra là đã không mang lại một thành công cách mạng nào, dù cách mạng dân chủ nhân dân hay cách mạng xã hội chủ nghĩa. Vì chúng chưa bắt đầu. Nói là Cách mạng tháng Tám "thành công" là để tuyên truyền. Thật ra bản thân chính biến này cũng không mang dự án cách mạng mà cộng sản đã vạch ra trước. Do đó nó chỉ là một vụ "cướp chính quyền" để Đảng làm Cách mạng. Trường Chinh gọi đó là "tổng khởi nghĩa". Người thầy của cách mạng cộng sản Việt Nam, Hồ Chí Minh, trong thư gửi đồng bào nhân dịp tổng khởi nghĩa này cũng chỉ thúc dục tiến lên dưới lá cờ Việt Minh, không đả động gì tới cách mạng cộng sản: "*Hỡi đồng bào yêu quý! Giờ quyết định cho dân tộc đã đến. Toàn quốc đồng bào hãy đem sức ta mà giải phóng cho ta. Nhiều dân tộc bị áp bức đang đua nhau tiến bước giành quyền độc lập. Chúng ta không hề chậm trễ. Tiến lên! Tiến lên! Dưới lá cờ Việt Minh, đồng bào hãy dũng cảm tiến lên!*
>
> Vậy nói Cách mạng tháng Tám đã thành công thì chỉ có thể là vì nó đã cướp được chính quyền cho đảng. Thế thôi. Nhưng nếu vậy thì tất lại phải đặt ra những vấn

đề mới. Cướp chính quyền cho ai? Cướp chính quyền sau đó sẽ làm gì? Và những việc làm này có giải quyết được vấn đề tiến bộ hay không?

Thực tế chính trị hơn nửa thế kỷ qua đã trả lời câu hỏi thứ nhất là *"cướp cho Đảng Cộng Sản"*. Thực tế này cũng trả lời câu hỏi thứ hai: để Đảng thiết lập *"chuyên chính"* dưới nhiều hình thức (chuyên chính công, nông, chuyên chính vô sản mà chuyên chính là cưỡng đoạt nhân quyền). Câu hỏi thứ ba muốn trả lời phải vượt ra khỏi hệ thống tư tưởng cộng sản. Nếu không câu trả lời đã có sẵn rồi và sẽ là "có tiến bộ". Lập luận như vậy không rút ra được những bài học của quá khứ. [261]

V. Những giờ phút cuối cùng ở Phủ Khâm Sai theo Bác sĩ Nguyễn Xuân Chữ

1. Ủy Ban Giám Đốc Chính Trị Miền Bắc, Vai trò của Bác Sĩ Nguyễn Xuân Chữ

Bác Sĩ Nguyễn Xuân Chữ là chủ tịch của Ủy Ban Giám Đốc Chính Trị Miền Bắc, một cơ quan mới được Chính Phủ Trần Trọng Kim thành lập ít ngày trước khi Việt Minh nổi lên cướp chính quyền và sau khi Khâm Sai Phan Kế Toại ngỏ ý với Thủ Tướng Trần Trọng Kim xin từ chức trong thời gian Thủ Tướng ra Bắc và theo đề nghị của Bộ Trưởng Hoàng Xuân Hãn lúc đó là Đặc Ủy Viên của Chính Phủ ở Miền Bắc nhằm đối phó với tình hình. Ngày thành lập không được Nguyễn Xuân Chữ nói rõ là ngày nào, nhưng theo Sử Gia Vũ Ngự Chiêu là ngày 16 tháng 8. [262] Ủy ban này, xin được nhắc lại, gồm có 5 người là Phan Kế Toại, Trần

Văn Lai, Đặng Thái Mai (sau này đổi sang Đặng Thai Mai), Nguyễn Tường Long tức Nhà Văn Hoàng Đạo và Bác Sĩ Nguyễn Xuân Chữ với Nguyễn Xuân Chữ làm chủ tịch. Vào thời điểm này, Trần Văn Lai bận việc bên toà thị chánh, Đặng Thái Mai chưa hề có mặt, Nguyễn Tường Long bị đau nằm bệnh viện và Phan Kế Toại thì tránh mặt ngay sau khi Ủy Ban được thành lập nhưng chỉ gửi thư cho các ủy viên khác thông báo từ chức vào ngày chót, ngày 19 tháng 8. Cuối cùng thì chỉ còn một mình Bác Sĩ Chữ là có mặt tại Phủ Khâm Sai khi đám đông kéo tới và Việt Minh cướp chính quyền. Ông bị kẹt trong một hoàn cảnh vô cùng bất lợi. Lý do là vì ngoài vị thế là chủ tịch mà chỉ có một mình lãnh nhiệm vụ, một bất lợi khác vô cùng quan trọng mà Bác Sĩ Nguyễn Xuân Chữ gặp phải là thời gian không đứng về phía ông: tất cả đã xảy ra vào những ngày chót khiến ông không có thì giờ sửa soạn. Sắc lệnh bổ nhiệm mà ông nhận được tới tay ông ngày 16 tháng 8 và tất cả các biến cố quan trọng đưa tới sự xụp đổ của Đế Quốc Việt Nam đã xảy ra liên tiếp trong ba ngày sau đó. Không có lễ bàn giao hay nhiệm chức khiến nhân viên dưới quyền không ý thức được là họ đã có người lãnh đạo mới. Tất cả chỉ vắn tắt qua điện tín với vai trò và nhiệm vụ không rõ ràng. Chức vụ khâm sai của Phan Kế Toại trong Ủy Ban Giám Đốc Chính Trị không được định rõ. Có thể chức khâm sai này không còn nữa và cũng có thể chức này vẫn còn những được đặt dưới quyền của Ủy Ban và cũng có thể cả hai đều song hành tồn tại và Ủy Ban được đặt ra để trợ lực cho khâm sai. [263]

2. Khâm Sai Phan Kế Toại Từ Chức:

Tình trạng kể trên chỉ chấm dứt khi các vị trong Ủy Ban Giám đốc nhận được thư thông báo xin giải nhiệm và giao quyền của Khâm Sai Phan Kế Toại. Thư đề ngày 19 tháng 8, nguyên văn thư này như sau:

Hanoi 19-6-1945
Thưa các ngài,

Đứng trước tình-hình nghiêm-trọng này, có nhiều đảng phái trong nước không ủng hộ và muốn đánh đổ tôi, như những việc xảy ra trong cuộc biểu tình ngày hôm qua, và các việc làm rối cuộc trị an và khủng bố từ đêm đến giờ.

Tôi tự xét bất-lực để đối phó với tình thế, nên tôi đã đánh điện vào Kinh-đô xin giải chức và nay tôi xin đem chức-vụ của tôi giao lại Ủy-ban chỉ-huy chánh-trị đảm-nhận đợi lịnh nội-các.

Ký tên

Phan-Kế Toại [264]

Nguyễn Xuân Chữ đương nhiên ở vào vị thế không nhận vai trò lãnh đạo thay thế Phan Kế Toại là không được vì theo ông không nhận là vô trách nhiệm, mà nhận thì khó mà làm gì được. Lý do: tất cả đều quá trễ, đúng như ông tâm sự trong hồi ký sau này của ông:

Khâm Sai không phải Khâm Sai, Chủ tịch không phải Chủ tịch, mỗ y sĩ ở một địa vị bẽ bàng, làm một chức vụ dở dang, có những quyền hạn không định rõ. Bỏ mà đi nốt là trốn trách nhiệm. Trước có thể từ chối và đã từ chối. Ngày nay bó buộc phải ở chỗ mà tình thế bỗng nhiên đặt vào. Nhưng "chân ướt chân ráo" bước vào địa vị, uy quyền chưa vững, hơn thế chưa có mệnh lệnh được tuân theo.

Khi biết tin Việt Minh treo cờ đỏ sao vàng trên gác chuông nhà thờ lớn và chiếm cứ một nhà in [265], *ra lệnh cho Bảo an binh hạ cờ và trục xuất những người vi phạm. Buổi chiều hỏi lại xem mệnh lệnh đã thi hành chưa thì được trả lời là chưa vì ông Đổng lý văn phòng phủ Khâm sai không cho thi hành.*

Hôm sau một toán đông người không ai ngăn cản, rầm rộ kéo vào tận sân Bắc Bộ Phủ yêu cầu chính quyền bắt nhốt tất cả người Pháp lại. Người Nhật, sau ngày đảo chính không hề nhốt người Pháp, ngoài những nhân vật quan trọng. Chính Việt Minh sau này, khi có chính quyền ở tay, không những không làm việc ấy, còn khuất thân trong những cuộc thương thuyết và điều đình với người Pháp. Nhưng bây giờ thì Việt Minh đòi. Mỗ y sĩ cho biết là chính quyền không thấy cần làm công việc ấy thì ông Đổng lý văn phòng và một bạn khác tự đứng ra giả lời cho đám biểu tình là chính quyền sẽ giải quyết nguyện vọng. [266]

Cũng theo Nguyễn Xuân Chữ, cuộc biểu tình ngày Chủ Nhật, 19 tháng 8 đã được Thị Trưởng Hà Nội Trần Văn Lai, vì có bạn trong hàng ngũ cao cấp Việt Minh, cho phép. Ông kể lại nguyên văn như sau:

Ông Đô trưởng có ít nhiều bạn trong hàng ngũ cao cấp Việt Minh, cho phép Việt Minh biểu tình ngày Chủ nhật, tức ngày 19 tháng 8.

Đây là một điều quan trọng về lịch sử. Không ai không biết rằng Việt Minh sẽ nhân cơ hội cướp chính quyền. Nhiều người đã báo tin cho mỗ y sĩ, chính ông Đặc phái viên họ Hoàng [267] cũng đã cho mỗ y sĩ sĩ biết sự kiện có thể xảy ra và nói thêm là thấy mỗ y sĩ có đủ tư cách đối phó. Ông Đô trưởng đã cho phép vì cảm tình? Vì nhẹ dạ? Sau này, ông đã hối hận. Trước ngày này, công chức cũng tổ chức một cuộc biểu tình lớn. Việt Minh đã nhân cơ hội làm một vài việc thử thách. Trà trộn vào hàng ngũ công chức, chăng những cờ đỏ sao vàng, những biểu ngữ riêng. Cảnh binh không can thiệp, công chức hoan hỉ có sự hiện diện của Việt Minh. [268]

Điều cần để ý qua lời kể trên đây của Nguyễn Xuân Chữ là cuộc biểu tình ngày 19 tháng 8 năm 1945 là do Việt Minh tổ chức nhưng có xin phép trước và đã được Thị Trưởng Hà Nội Trần Văn Lai chấp thuận khiến sau này Trần Văn Lai đã hối hận. Sự kiện này chứng tỏ rằng chính quyền đương thời cho đến giờ phút này vẫn còn tồn tại và được mọi người tôn trọng, kể cả Việt Minh và Dụ mới được ban hành về tự do hội họp đã được mọi người tuân hành chứ không phải chỉ là một quyết định trên giấy.

Câu hỏi được đặt ra là công chức và cấp chỉ huy của họ, những người cầm quyền hành chánh cũng như cảnh sát thì như vậy, quân đội thì sao? Câu trả lời, cũng theo Nguyễn Xuân Chữ, còn tệ hơn, không phải chỉ vì quân số quá ít mà vì các cấp chỉ huy đã bị tuyên truyền và ngả theo Việt Minh gần hết, thậm chí viên trung úy chỉ huy phó Bảo An Binh còn đến xin phép Bác Sĩ Chữ cho đi biểu tình theo lời mời của Việt Minh cùng với ban quân nhạc. [269]

Tình trạng bi đát kể trên sau này Bác Sĩ Chữ tóm tắt như sau:

Ôn lại tất cả các sự kiện kể trên trong tình thế dồn dập để có những nhận xét xác đáng, có thể nêu ra những điều tóm tắt dưới đây, chứng thực câu đã viết "không ở nơi nào thấy một cột nhỏ có thể dựng được" để chống đỡ.

Ông Bộ trưởng, Đặc phái viên họ Hoàng không có thái độ rõ rệt, không dám nói ông có thể liên lạc với Việt Minh.

Phan Khâm Sai đã ngã lòng trước thời cuộc, không dám nói ông đã ngầm đi với Việt Minh.

Trần Đô trưởng không chống lại Việt Minh.

Ông Đổng lý văn phòng phủ Khâm Sai ủng hộ Việt Minh, không dám nói ông có thể đi với hoặc mơn trớn Việt Minh.

Các công chức có cảm tình nồng hậu với Việt Minh.

Các cảnh binh không can thiệp vào những hành động phi pháp của Việt Minh.

Về phía chính quyền dân sự, như vậy, từ trên xuống dưới, dầu không ra mặt ủng hộ Việt Minh cũng ngầm hưởng ứng. Không một nơi nào có sự ra mặt công khai chống Việt Minh.

Về phía quân nhân, các cấp chỉ huy đã theo Việt Minh.

Rút lại, rõ rệt có ý chống đối Việt Minh, cũng lại còn một người, tức mỗ y sĩ. [270]

3. Phản ứng của các đảng phái quốc gia

Nếu "MTĐVQGLM" không đồng ý mà cứ đoạt chính quyền trước, thì "MTVM" cũng sẽ đoạt ngay hết chính quyền ở các tỉnh; đồng thời cho phá vỡ ngay đê sông Hồng cho nước tràn đầy Hà Nội, cô lập hóa Thủ Đô theo kế hoạch đã được bố trí sẵn sàng.

Đại biểu Mặt Trận Việt Minh

"Thì ra đến giờ phút này mà các anh vẫn chưa hiểu rõ Việt Minh Cộng Sản là thế nào cả? Huống hồ là dân chúng!

"Tôi xin nói thẳng mong các anh đừng mếch lòng! Những phần tử CS họ rất sẵn sàng đi đôi với tất cả các thế lực, mặc dầu là thực dân Pháp hay quân phiệt Tầu, nghĩa là tiêu diệt được những những người cách mạng dân tộc chúng ta. Nếu nay để cho CS nắm được chính quyền, họ sẽ đặt tình thế trước sự đã rồi.

Lê Khang, Việt Nam Quốc Dân Đảng

Cũng trong thời gian này, từ bên ngoài, các đảng phái chính trị cũng có những hoạt động hướng vào Phủ Khâm Sai nhưng không phải là để bảo vệ chính quyền mà là để giành chính quyền cho họ. Mở đầu là cuộc tiếp xúc ở Phủ Khâm Sai, có sự tham dự của Bác Sĩ Nguyễn Xuân Chữ. Bác Sĩ Chữ không nói rõ là ngày nào nhưng cho biết là "nội buổi tối" sau khi ông mới nói về chuyện Nhật Hoàng hạ lệnh cho quân đội Nhật giải giáp ở mọi nơi, khiến ta có thể hiểu là tối ngày 15 tháng 8, ông được Phan Kế Toại cho xe ra đón vào Phủ để giải quyết một vấn đề khẩn cấp. *"Đến nơi, thấy trước đại quan có hai người khách ngồi nói chuyện biết đấy là lãnh tụ và phó lãnh tụ của một đảng cách mệnh đã từng cộng tác chặt chẽ với quân đội Nhật thời kỳ đảo chính."* Bác Sĩ Chữ không cho biết tên hai người này nhưng theo tác giả Hoàng Văn Đào vị lãnh tụ này là Nguyễn Xuân Tiếu của Đại Việt Quốc Xã [271] *"là một đảng được người Nhật giúp đỡ nên rất hoạt động trong thời Nhật chiếm đóng. Đảng này công khai hoạt động, có trụ sở ở nhiều nơi và thu hút được khá nhiều thanh niên yêu nước".* [272] Hai nhân vật này đến *"với mục đích ép ông Khâm Sai từ chức để nhường chức cho lãnh tụ đảng".* Vì cho rằng đòi hỏi như vậy là quá đáng, lại ra ngoài pháp lý, Bác Sĩ Chữ yêu cầu được nói chuyện riêng với hai nhà cách mệnh. Cuộc đối thoại giữa hai bên đã được ông kể lại như sau:

Lãnh tụ nói:

- *Người Nhật chỉ tin có chúng tôi và chỉ giao khí giới cho chúng tôi.*
- *Người Nhật cũng đã giao khí giới cho ông Phan Kế Toại ở nơi Bảo Anh Binh.*
- *Nhưng cần phải có tất cả khí giới hiện ở tay người Nhật trước khi quân đội Nhật giải giới*

Mỗ y sĩ ngờ là nhân vật Nhật, đã nói đến nhiều lần, bầy mưu kế cho hai nhà lãnh tụ.

"Nếu người Nhật quả thật chỉ tin có các vị, người Nhật phải chính thức đề đạt các vị nơi Triều đình Huế để Triều đình bổ nhiệm, sau khi đã cất chức ông Phan Kế Toại hoặc bắt họ Phan từ chức. Một đường quan chỉ có thể từ chức trước Triều đình. Chưa bao giờ có chuyện một công khanh từ chức với một người để nhường địa vị cho người ấy. Nếu các vị muốn sung chức Khâm Sai, tất phải làm một cuộc đảo chính, hạ đương sự mà thay thế."

Không biết ông Khâm Sai có từ chức hay không? Nhưng mỗ y sĩ cảm thấy ông không muốn ngồi ở địa vị trước tình thế khó khăn. Cho nên về sau, nhân cơ hội, ông đã lặng lẽ đặt trách nhiệm nặng nề vào mỗ y sĩ. Ngày ấy và cho đến bây giờ người ta vẫn cho rằng mỗ y sĩ đã lĩnh chức Khâm Sai. Sự thực không phải thế [273]

Điều cần để ý ở đây là tại sao hai vị lãnh tụ kể trên lại nêu vấn đề "cần phải có tất cả khí giới ở tay người Nhật trước khi quân đội Nhật giải giới"? *Câu trả lời* đã được Bác Sĩ Chữ gián tiếp cho biết khi ông kể lại sự kiện *"một toán đông người không ai ngăn cản, rầm rộ kéo vào tận sân Bắc Bộ Phủ, yêu cầu chính quyền bắt nhốt tất cả người Pháp lại."* Lý do là vì *"Người Nhật, sau ngày đảo chính không hề bắt nhốt người Pháp, ngoài những nhân vật quan trọng."* [274] Nói cách khác, đó là để chống lại người Pháp nổi dậy tái lập chế độ bảo hộ của họ, điều mọi người Việt Nam ở thời này đều e ngại và đề phòng. Sự kiện này phù hợp với những gì Hoàng Văn Đào ghi rõ hơn trong tác phẩm của ông là sau khi gặp Bác Sĩ Nguyễn Xuân Chữ và bị Bác Sĩ Chữ bác bỏ đề nghị Phan Kế Toại từ chức của Nguyễn Xuân Tiếu, Nguyễn Xuân Tiếu đã quyết tâm đảo chính. Nguyên văn lời viết của Hoàng Văn Đào như sau:

Hôm ấy vào buổi chiều ngày 17 tháng 8, Nguyễn Xuân Tiếu cùng 4 vị sĩ quan Nhật Bản hoá trang, mỗi người vai đeo một khẩu tiểu liên, ngoài phủ chiếc áo dài thâm Việt Nam, hướng dẫn 300 thanh niên võ trang súng trường, không ai ngăn cản, rầm rộ tiến vào Khâm Sai phủ. Một cuộc mà bề ngoài coi như là "Biểu Tình", đòi Chính quyền bắt nhốt hết tất cả người Pháp lại.

Đổng Lý văn phòng Khâm Sai họ Phạm trả lời: "Chính quyền sẽ giải quyết nguyện vọng."

Giữa khi ấy, một cán bộ trong Mặt Trận ĐVQGLM được phái đến mật báo cho ông Tiếu biết rằng" Quân đội Pháp ở trong thành đã đào lấy lên được một số võ khí quan trọng mà chúng đã chôn dấu từ trước, quyết định tối nay tràn ra đánh chiếm Hà Nội yêu cầu tạm lui quân để chặn đánh Pháp trước, rồi sáng mai hãy đoạt chính quyền chưa muộn."

Nguyễn Xuân Tiếu còn đương phân vân chưa quyết định. Lãnh tụ Trương Tử Anh cỡi xe đạp tới, cùng báo mật tin như trên, và yêu cầu giao ngay số 300 thanh niên võ trang lại cho họ Trương, kịp gấp đi bố trí các nơi, phòng bị Pháp quân từ trong thành đánh ra.

Tức thời Trương Tử Anh chỉ huy 300 thanh niên võ trang ra khỏi Khâm Sai phủ. Nguyễn Xuân Tiếu cùng 4 sĩ quan Nhật Bản cùng nhau trở về. Chờ mãi tới đêm 18 rạng ngày 19 mới thấy một số thanh niên trở về báo cho Nguyễn Xuân Tiếu biết: " Lãnh tụ họ Trương đã trao họ cho Trung và Quế tức Cối Kê là Hiến binh Nhật Bản, bị tên Quế tước hết khí giới, rồi đưa đến giữ ở trong trại Bảo An Binh." [275]

So sánh nội dung đoạn sách kể trên với nội dung văn thư Phan Kế Toại gửi cho các Ủy Viên Ủy Ban Giám Đốc Chính Trị thông báo từ chức cũng như lời kể của Nguyễn Xuân Chữ, việc Đại Việt Quốc Gia Liên Minh dự định đảo chính ở Phủ Khâm Sai trước khi Việt Minh cướp chính quyền là có thực. Chi tiết này cũng được Đoàn Thêm ghi vắn tắt mấy chữ: *18-8-1945.- Bắc-bộ-phủ bị quần-chúng ùa tới bao vây, Khâm-Sai Phan-kế-Toại vắng mặt, rồi loan tin từ chức.*[276]

Câu hỏi được đặt ra là tại sao nỗ lực kể trên đã bị đã bị thất bại? Câu trả lời là vì phía những người Quốc Gia không có lập trường dứt khoát và thống nhất, chưa kể tới chủ quan, khinh địch, hiểu sai và coi nhẹ thế lực của Việt Minh và không hiểu rõ vai trò của quân đội Nhật và Đồng Minh ở vào thời điểm này và luôn luôn e ngại bị Đồng Minh cho là thân Nhật. Điều này có thể được thấy rõ qua hai buổi họp là buổi họp chiều ngày 11 tháng 8 năm 1945 của Ban Chấp Hành của Mặt Trận Đại Việt Quốc Gia Liên Minh để quyết định về vấn đề đoạt chính quyền ở Miền Bắc và buổi họp khẩn cấp tối ngày 17 tháng 8 của "Liên Minh Quốc Dân Đảng." Hoàng Văn Đào đã ghi lại các chi tiết sau đây:

Về buổi họp thứ nhất:

> *Trong cuộc thảo luận, hội nghị chia làm hai phái, ý kiến mâu thuẫn nhau. Một phái gồm có Chu Bá Phượng, Trương Tử Anh và đại diện của Nguyễn Tường Long (ông Long bị bệnh thương hàn phải điều trị tại bệnh viện) chủ trương rằng: "Muốn được Đồng Minh công nhận Chính phủ của chúng ta sau này, thì chúng ta không được phép hợp tác với Nhật Bản bất cứ dưới hình thức nào. Nếu hợp tác với họ, đó là chống lại Đồng Minh và đi ngược với trào lưu Quốc Tế, chúng ta tất sẽ bị tiêu diệt. Còn nếu Việt Minh Cộng Sản có cướp chính quyền chăng nữa, cũng chẳng quan ngại gì! Vì lực lượng của phe cách mạng dân tộc chúng ta có thể nói là mạnh gấp bội phe VMCS kể cả về mọi phương diện; chúng ta có đủ sức tiêu diệt họ. Vậy tốt hơn hết là chúng ta hãy nên chờ quân ở Hải ngoại cùng quân đội Đồng Minh sắp nhập cảnh nay mai bằng ba ngả đường Lao Kai, Lạng Sơn và Móng Cái; rồi sẽ liên hiệp lập chính phủ có Đồng Minh đứng sau ủng hộ; đại cuộc của chúng ta tất sẽ thành."*
> Một phái chủ trương nên dựa vào thế lực quân đội Nhật Bản cướp chính quyền ngay. Sau khi đã có quyền, đợi các đồng chí cách mạng từ Hải ngoại về tới, sẽ cùng nhau

lập Chính phủ. Đại biểu cho phái này là Nguyên Xuân Tiếu tức Nguyễn Lý Cao Kha.

Hội nghị đương họp chưa quyết định bề nào, thì đột nhiên Trần Văn Cương cùng Đặng Đức Hinh đại diện nhóm "Phụng Sự Quốc Gia" hướng dẫn Đại Biểu "Mặt Trận Việt Minh" tới, đề nghị không nên đảo chính vội, viện lý do khi quân đội Đồng Minh tới sẽ cho là chính phủ thân Nhật Bản, không có lợi. Nếu "MTĐVQGLM" không đồng ý mà cứ đoạt chính quyền trước, thì "MTVM" cũng sẽ đoạt ngay hết chính quyền ở các tỉnh; đồng thời cho phá vỡ ngay đê sông Hồng cho nước tràn đầy Hà Nội, cô lập hóa Thủ Đô theo kế hoạch đã được bố trí sẵn sàng.

Hội nghị đâm hoang mang rồi giải tán. [277]

Ta thấy ngay là quan điểm của đa số người Việt thời này là sợ mang tiếng thân Nhật khi Đồng Minh tới, trong khi Việt Minh thì được tiếng là chống cả Pháp lẫn Nhật. Những gì xảy ra sau này cho thấy sự thực không hoàn toàn như vậy. Đồng Minh không hề làm khó dễ cho những người bị coi là thân Nhật mà chỉ lo tước khí giới quân đội Nhật mà thôi. Đó không phải là việc làm của Đồng Minh mà chỉ là sự tuyên truyền, hù dọa do Việt Minh gây ra mà thôi.

Buổi họp thứ hai được triệu tập một cách bất ngờ vào buổi tối ngày 17 tháng 8 sau khi cuộc mít-tinh của công chức tại Nhà Hát Lớn Hà Nội bị biến thành cuộc mít-tinh biểu tình của Việt Minh, mà Hoàng Văn Đào ghi lộn là ngày 18 tháng 8. Trong buổi họp này, về phía Việt Nam Quốc Dân Đảng có Chu Bá Phượng, Nguyễn Văn Viễn, Lê Khang, về phía Đại Việt Quốc Dân Đảng có Trương Tử Anh, Phạm Khải Hoàn, và một người được gọi là Đồng Chí Kim… để bàn về việc đoạt chính quyền vào đêm hôm này. Hoàng Văn Đào đã viết nguyên văn về cuộc thảo luận này như sau:

Các đồng chí ĐVQĐD cho rằng: "Cuộc cách mạng nào cũng chỉ đi tới mục đích là giành lại độc lập cho tổ quốc. Thì dẫu Mặt Trận Việt Minh hay đoàn thể nào cũng vậy! VM nắm được chính quyền, chúng ta sẽ tham gia hướng dẫn họ trên công cuộc phụ vụ nhân dân, nếu họ muốn trở mặt, lúc đó chúng ta sẽ lấy nhân dân làm hậu thuẫn mà hạ họ xuống. Vả lại, lực lượng của họ có gì đáng cho chúng ta lo ngại! Nếu nay chúng ta dùng võ lực để đối phó, trong lúc này ắt có cuộc lưu huyết! Cộng Sản chưa thấy đâu mà đã thấy ngay dân chúng bị tàn sát. Sau đây lịch sử sẽ quy tội cho chúng ta là tham cầu địa vị, gây nên cảnh nồi da sáo thịt; tội đó há riêng một cá nhân gánh chịu!

Lê Khang cực lực phản kháng:

"Thì ra đến giờ phút này mà các anh vẫn chưa hiểu rõ Việt Minh Cộng Sản là thế nào cả? Huống hồ là dân chúng!

"Tôi xin nói thẳng mong các anh đừng mếch lòng! Những phần tử CS họ rất sẵn sàng đi đôi với tất cả các thế lực, mặc dầu là thực dân Pháp hay quân phiệt Tầu, nghĩa là tiêu diệt được những những người cách mạng dân tộc chúng ta. Nếu nay để cho CS nắm được chính quyền, họ sẽ đặt tình thế trước sự đã rồi. Chúng ta sẽ đi tới tự sát. CS sẽ áp dụng mọi thủ đoạn để tiêu diệt chúng ta ngay. CS sẽ tuyên truyền công bố ngay với dân chúng: chúng ta là những tên phản động, phản quốc, Việt gian!

"Chúng ta không nên đóng vai trò thụ động, không được phép chờ họ khủng bố rồi mình mới đánh lại; chúng ta nên tấn công họ trước, mới nắm được phần thắng về mình. Tôi khẩn khoản yêu cầu các anh hãy mau

nắm lấy chính quyền, rồi tóm cổ hết những phần tử CS nhốt lại, để trừ mối họa cho dân tộc.

"Chúng ta nắm được chính quyền, chỉ thu số súng đạn của Bảo An Binh cũng có tới 5.000 khẩu, cùng với số súng đủ loại ở kho Ngọc Hà của Pháp trước mà Nhật tước được có trên 20.000 khẩu, mà nay Nhật Bản sẵn sàng trao lại cho chúng ta. Với lực lượng ấy chúng ta có thể lập ba sư đoàn cách mạng quân để đối phó với tình thế, tiến tới một chính quyền thống nhất toàn quốc.

"Nếu các anh cương quyết không chịu nghe ý kiến tôi, thì một ngày rất gần đây khi CS đã nắm vững tình hình, họ sẽ sách động gây nên cuộc giai cấp đấu tranh, hủy diệt Tôn Giáo, tổ chức phong trào đấu tố, thì ngay vợ con các anh sẽ đấu tố các anh là phản động, là...các anh sẽ không còn đất để đứng! Để họ tạo nên một giai cấp quan liêu thống trị mới hưởng mọi đặc ân và sẽ loại trừ hết các đảng phái Quốc Gia, họ sẽ đưa quốc gia ta lệ thuộc vào hàng ngũ Đệ Tam Quốc tế".

Ý kiến của Lê Khang không được hội nghị chấp thuận, bởi Chu Bá Phượng, Nguyễn Văn Viễn... vì quá nhu nhược lừng chừng, thiếu quả quyết.

Thấy cơ hội độc nhất đã lỡ! Vô phương cứu vãn! Lê Khang cùng một số đồng chí lặng lẽ bỏ lên Vĩnh Yên tìm Đỗ Đình Đạo thảo kế hoạch đoạt chính quyền tỉnh Vĩnh Yên làm địa bàn hoạt động.

Các võ trang đảng viên QDĐ được huy động từ chiến khu triệu về tập trung tại trường tiểu học Hàng Kèn, Hà Nội để đợi lệnh đoạt chính quyền cũng thứ tự rút lui [278]

Cũng về biến cố này, Hoàng Tường, một đảng viên Việt Nam Quốc Dân Đảng khác đã kể lại câu chuyện như sau:

Các cán bộ quốc-gia chứng kiến cuộc biểu tình tuần hành của Việt Minh ngạc nhiên tự hỏi: Tại sao VM không chiếm chính quyền ngay chiều hôm 17? Có lẽ chưa được lệnh của thượng cấp? Có lẽ đây chỉ là một cuộc biểu tình để trắc nghiệm xem phản ứng của Nhật bản ra sao, rồi mới đặt kế hoạch? Mãi đến sáng hôm sau họ mới cho loan truyền quyết định tổ chức biểu tình cướp chính quyền vào ngày 19 tháng 8, 1945.

Từ ngạc nhiên đến toan tính: Trung ương Đảng bộ ra lệnh chuẩn bị gấp, đoạt chính quyền tối 18 rạng 19, trước rạng đông. Mọi việc cần phải làm đều được sắp xếp: cờ xí, biểu ngữ, bích chương và tuyên cáo quốc dân. Tất cả cán bộ và đảng viên hiện diện được lệnh chia nhau túc trực ở các cửa ô đợi lệnh. Võ khí tuy chưa có nhiều nhưng theo báo cáo thì "ta" đã có một số anh em binh sĩ trong trại bảo an binh sẵn sàng tiếp tay. Như dự định, anh em cán bộ và đảng viên đã sắp đặt ai nhiệm vụ ấy, kéo đến phủ Khâm sai, nhà máy đèn, đài phát thanh.

Nhưng, lúc ba giờ sáng ngày 19-8-45, không biết vì những lý do gì mà hội nghị cấp lãnh đạo lại hủy bỏ kế hoạch đoạt chính quyền, và ra lệnh cho tất cả phân tán mỏng, ai về nhà nấy, nhường cho Việt Minh làm công cuộc ấy sáng hôm sau, 19-8-45.

Hồi ấy, người viết chỉ là một đảng viên cấp thấp, không được dự hội nghị có tính cách quyết định lịch sử ấy, nên không tường sự việc. Hai hôm sau, người viết hỏi anh Chu Bá Phượng (cũng gọi là anh Hai) thì anh cho biết là theo quyết định của hội nghị, "ta" hãy tạm thời nhường Việt Minh một bước, để sau khi quân Đồng minh vào, sẽ tính. [279]

Nói tóm lại qua những tài liệu kể trên, ta thấy các đảng phái Quốc Gia cũng có kế hoạch cướp chính quyền trước cả Việt Minh, nhưng vì nhiều lý do như thiếu thống nhất, thiếu quyết đoán, coi thường đối thủ, lại sợ bị mang tiếng thân Nhật có hại khi quân Đồng Minh tới, sợ Việt Minh phá đê Sông Hồng để nước tràn vào Hà Nội và Cộng Sản sẽ làm chủ nông thôn, cô lập Hà Nội, cũng như đặt quyền lợi của quốc gia lên trên quyền lợi của phe nhóm, trong đó có Cộng Sản… nên nửa chừng bỏ dở giúp cho Việt Minh nắm được cơ hội cướp được chính quyền trước khiến tình hình sau đó trở thành quá trễ và là thảm họa lớn cho chính họ, đúng như Lê Khang cảnh cáo trước. Nên để ý là Lê Khang hay Lê Ninh ở thời này được coi là một lãnh tụ sáng giá của Việt Nam Quốc Dân Đảng qua câu nói được truyền tụng *"Việt Quốc Lê Ninh, Việt Minh Trần Văn Giàu"*. Ông bị Việt Minh giết sau này.

Cuối cùng, về thái độ của các đảng phái quốc gia trong thời gian này, Nguyễn Tường Bách, trong *Việt-Nam Một Thế-Kỷ Qua, Hồi Ký Cuốn Một 1916-1946,* in năm 1998, 53 năm sau đã viết:

> *Cần phải khách quan để rút kinh nghiệm về những bài học lịch sử. Lực lượng các đảng phái quốc gia Việt Nam thiếu tổ chức có hệ thống chặt chẽ, thiếu lãnh đạo sáng suốt, thiếu võ trang, tuyên truyền trong quần chúng, thiếu khu căn cứ, tới ngày quyết liệt lại không mạnh dạn cướp lấy thời cơ trăm năm có một, kết quả lâm vào thế bị động và nguy nan.*
>
> *Có anh em lại chủ trương không nên xung đột với Việt Minh gây đổ máu giữa người Việt với nhau vô ích, đợi CS lên cầm quyền rồi dần dần nó sẽ lộ chân tướng, và tất sẽ bị nhân dân lật đổ. Một chủ trương quá lý tưởng và quá tin ở người khác. Vì không nghiên cứu kỹ càng về sách lược, chiến thuật nên không hiểu gì về câu châm ngôn của CS "tất cả vì chính quyền" – có chính quyền là có tất cả. Đến bây giờ, người CS vẫn coi trọng*

câu châm ngôn ấy, bám chặt chính quyền là vấn đề số 1 đối với họ. [280]

Chưa hết, về thái độ đối với chính quyền của Hoàng Đế Bảo Đại của các đảng phái quốc gia, tác giả Nguyễn Tường Bách nhận định thêm:

> *Nếu trước kia, các đảng phái quốc gia biết cách hợp tác với chính quyền Bảo Đại, dựng một chính phủ vững mạnh thì đã không những ngăn ngừa được nền chuyên chính của CS, mà còn có thể lãnh đạo toàn dân chống đế quốc Pháp quay trở lại.*
>
> *Bất cứ một chính phủ dân tộc nào lúc đó cũng có khả năng chỉ huy cuộc kháng chiến, cũng như ở nhiều nước khác trên thế giới. Việc đảng CSVN ngụy biện là đã đánh đuổi được hai đế quốc Pháp-Nhật, giải phóng cho dân tộc lúc ấy, chỉ là một tuyên truyền vô căn cứ, để mê hoặc dân chúng. Dựa vào lập luận ngụy biện này, đảng CS đã có thể lôi kéo dân chúng đi theo con đường tai họa xã hội chủ nghĩa và chuyên chính vô sản. Thật ra lúc này Pháp đã bị Nhật tước quyền rồi, mà Nhật lại đã đầu hàng.* [281]

Nhận định của Nguyễn Tường Bách như một người đương thời về chuyện "Nếu trước kia các đảng phái quốc gia biết cách hợp tác với chính quyền Bảo Đại", phần nào tương tự như cái nhìn của Giáo Sư Tiến Sĩ Phạm Hồng Tung thuộc trường Đại Học Quốc gia Hà Nội sau này trong tác phẩm *Nội Các Trần Trọng Kim: Bản Chất, Vai Trò và Vị Trí Lịch Sử* xuất bản năm 2009. Phạm Hồng Tung coi sự thiếu vắng các chính khách chuyên nghiệp là tử huyệt đầu tiên trong hai tử huyệt của Nội Các Trần Trọng Kim. Giáo Sư Phạm Hồng Tung viết:

> *Thứ nhất, tất cả những thành viên của nội các đều không phải là chính khách chuyên nghiệp, không có kinh nghiệm trong hoạt động lãnh đạo, quản lý. Hơn nữa, họ không hề có hậu thuẫn chính trị từ bất kỳ đảng, nhóm chính trị nào. Dù họ có tài năng, học thức, và là người chân thành yêu nước, có đạo đức tốt thì họ cũng chỉ có thể làm tốt vai trò bộ trưởng trong những điều kiện bình thường. Nhưng chắc chắn họ đều không thích hợp cho một chính phủ như nội các Trần Trọng Kim ở vào hoàn cảnh khó khăn, đầy thách thức từ sau cuộc đảo chính Nhật-Pháp cho tới khi Chiến tranh thế giới thứ hai kết thúc.* [282]

Tuy nhiên như đã dẫn ở trên, trong hồi ký của ông, Trần Trọng Kim đã giải thích sự không mời các chính khách chuyên nghiệp là vì *"Những người làm chính trị nói huyên thuyên thì nhiều, song người chín chắn biết suy nghĩ và biết cách đối lại với dân chúng cho êm ái thì ít."* Ngoài ra ta cũng cần phải để ý tới sự khác biệt về chủ nghĩa, về chính kiến, nói riêng, và cách nhìn thời cuộc, nói chung, của các vị này khiến cho từ Vua Bảo Đại đến Thủ Tướng Trần Trọng Kim và luôn cả báo chí, đã luôn luôn kêu gọi mọi người phải đoàn kết, tôn trọng kỷ luật, cùng nhau làm việc, điển hình là Bác Sĩ Phạm Hữu Chương qua bài tường thuật buổi lễ ra mắt của Nội Các Trần Trọng Kim ở Huế đã dùng nhan đề "Bình Tĩnh Để Suy Xét" đăng trong *Trung Bắc Tân Văn* số 245, ngày 20 tháng Năm 1945, để kêu gọi mọi người. Cuối cùng ông viết:

> *Quản ngại chi. Bám chặt lấy rồi sẽ mon men tìm lối lên bờ. Những ai quá nóng nảy hãy nên bình tĩnh xét*

lại thế cờ xem cách chống đỡ có đúng phép hay không? Khi ta đã đồng ý kiến tất con đường đi chung của ta sẽ dễ tìm.

Sau này khi phải đối phó với thực tế trong những ngày trước ngày 19 tháng Tám, các vị này đã cho người ta thấy nhận xét của Thủ Tướng Trần Trọng Kim là đúng.

Có điều "hoàn cảnh khó khăn, đầy thách thức" này không do người ngoại quốc gây ra mà như Nguyễn Tường Bách viết mà là do Việt Minh, qua châm ngôn "*tất cả vì chính quyền*" – có chính quyền là có tất cả, như một mục tiêu giai đoạn nhằm thực thi xã hội chủ nghĩa và chuyên chính vô sản, mục tiêu tối hậu của họ, đặc biệt là trong những ngày cuối của trung tuần tháng 8 năm 1945 vì ở thời điểm này người Nhật đã đầu hàng và Quân Đội Nhật chỉ còn nhiệm vụ do Đồng Minh trao phó là giữ an ninh trật tự cho đến khi Quân Đồng Minh tới. Trong khi đó Chính Phủ Trần Trọng Kim, qua đích thân Thủ Tướng, Khâm Sai Phan Kế Toại và sau cùng là Bộ Trưởng Hoàng Xuân Hãn, như đã nói ở trên, đã cố gắng mời tổ chức này hợp tác nhưng đều bị từ chối.

Chú Thích

[239] Bùi Tín, "Cướp", trang mạng của *VOA, Đài Tiếng Nói Hoa Kỳ,* 27 tháng 8 năm 2015. Tác giả là cựu đại tá của Quân Đội Nhân Dân Việt Nam, Phó Tổng Biên Tập tờ Quân Đội Nhân Dân, viết từ Paris.

[240] "Hiệu Triệu Của Tổng Bộ Việt Minh", trong Trần Huy Liệu và Văn Tạo, *Tổng Khởi Nghĩa Tháng Tám, Tài Liệu Tham Khảo Lịch Sử Cách Mạng Cận Đại Việt Nam.* Hà Nội: Nhà Xuất Bản Văn Sử Địa, 1957, tr. 38.

[241] - *như trên-,* tr. 52, 53, 74, 75.

[242] Saigon: Vinh Sơn, 1959.

[243] Lê Trọng Nghĩa, "Các Cuộc Tiếp Xúc Giữa Việt Minh Với Chính Phủ Trần Trọng Kim, trong *Xưa và Nay, số 5 (6), VII, 1994, tr. 4 – 6; số 6 (7), IX, 1994, tr. 9 – 11*

[244] *Hồi Ký Nguyễn Xuân Chữ, Những Bài Học Quý Báu của Một Nhà Ái Quốc Liêm Chính, Nhưng Bất Phùng Thời.* Houston, TX: Văn Hóa, 1996.

[245] Lê Trọng Nghĩa, "Các Cuộc Tiếp Xúc…, đã dẫn, tr. 4.

[246] Trần Trọng Kim, *Một Cơn Gió Bụi, tr. 86-87.*

[247] Lê Trọng Nghĩa, "Các Cuộc Tiếp Xúc…", đã dẫn, tr. 4.

[248] *Hồi Ký Nguyễn Xuân Chữ,* đã dẫn, tr.283.

[249] Nguyễn Thành, *Báo Chí Cách Mạng Việt Nam 1925-1945.* Hà Nội: Nhà Xuất Bản Khoa Học xã Hội, 1984, tr.282.

[250] Nguyễn Tường Bách, *Việt Nam Một Thế Kỷ Qua, Hồi Ký, phần I, đã dẫn, tr. 154.*

[251] Trần Huy Liệu và Văn Tạo, *Tổng Khởi Nghĩa Tháng Tám, Tài Liệu Tham Khảo Lịch Sử Cách Mạng Cận Đại Việt Nam, Tập XII. Hà-Nội: Nhà Xuất Bản Văn Sử Địa, 1957, tr. 148-150.*

[252] Xin xem hồi ký của nhạc sĩ này trong *Một Chặng Đường Văn Hóa, Tập Hồi Ức và Tư Liệu về Đề Cương Văn Hóa của Đảng và Đời Sống Tư Tưởng Văn Nghệ, 1943-1948.* Thành Phố Hồ Chí Minh: Nhà Xuất Bản Tác Phẩm Mới, Hội Nhà Văn Việt Nam, 1985, tr. 110.

[253] Lê Trọng Nghĩa, "Các Cuộc Tiếp Xúc….", đã dẫn, tr. 9

[254] - như trên -, tr. 4.

[255] NhàXuất Bản Sự Thật, 1975, tr. 61.

[256] Đỗ Sâm, "Vai Trò Quần Chúng Trong Cuộc Biểu Tình Ngày 17/8/1945 Tại Hà Nội", trong *Tạp Chí Xưa & Nay,* Số 412, Tháng 9 – 2012, tr. 4.

[257] - như trên - tr. 5.

[258] - như trên - tr. 6.

[259] Đoàn Thêm, *Những Ngày Chưa Quên,* đã dẫn, tr. 47-48.

[260] Xin xem: Nhạc Sĩ Tô Hải, *Hồi Ký của Một Thằng Hèn.* Falls Church, VA: Nhà Xuất Bản Tiếng Quê Hương, 2009 và trang mạng riêng của ông, tuần ký 17.

[261] Trần Thanh Hiệp, *Việt Nam Trên Đường Đi Tới Tương Lai Dân Chủ Hóa: Thời Đại Mới, Con Người Mới, Tư Tưởng Mới, Xã Hội Mới.* Paris: Tủ Sách Thái Bình Dương, 2012, tr. 15 - 16.

[262] Chính Đạo, *Việt Nam Niên Biểu, 1939-1975 (Tập A: 1939-1946).* Houston, TX, 1996, tr. 243.

[263] *Hồi Ký Nguyễn Xuân Chữ, tr. 280.*

[264] Bùi Nhung, *Thối Nát.* Saigon: Năm Ất Tỵ. Tái bản tại Hoa Kỳ, Houston, TX: Xuân Thu, 1976., tr. 56.

[265] "Đêm 17, trong khi cán bộ lãnh đạo họp ở Dịch Vọng, quần chúng nội thành, có thanh niên, tự vệ cơ sở VM… đã chủ động xông vào và làm chủ các báo Tin Mới, Đông Phát… cho đăng lại lời hiệu triệu của VM và bản tường thuật khẳng định việc ra công khai và dành thượng thế của VM ở Hà Nội". Lê Trọng Nghĩa, "Các Cuộc Tiếp Xúc…", *đã dẫn,* Chú thích số 11, tr. 6

[266] *Hồi Ký Nguyễn Xuân Chữ,* tr. 280-281.

[267] Chỉ Hoàng Xuân Hãn, lúc đó còn ở Hà Nội coi như Đại Diện Chính Phủ.

[268] *-như trên*—tr. 291.

[269] *-như trên-*, tr. 282.

[270] *-như trên-* , tr. 283

[271] Hoàng Văn Đào, *Lich Sử Đấu Tranh Cận Đại 1927-1954: Việt Nam Quốc Dân Đảng.* Saigon, 1964. Garden Grove, CA: Tân Việt tái bản tại Hoa Kỳ, 2006, tr. 210. Nguyễn Xuân Tiếu còn có tên là Nguyễn Cao Kha. Ông thành lập Đại Việt Quốc Gia Xã Hội Đảng từ năm 1936 và đến tháng 2 là Chủ Tịch Ủy Ban Chấp Hành Trung Ương của Đại Việt Quốc Gia Liên Minh. Ủy Ban này gồm có Nguyễn Tường Long, Trương Tử Anh, Ngô Thúc Địch, Bùi Như Uyên, Nguyễn Thế Nghiệp, Nguyễn Ngọc Sơn, Nhượng Tống, Nguyễn Đăng Đệ, Nguyễn Xuân Dương tức Lạc Long. Chính Đạo, *Việt Nam Niên Biểu, Tập III, Nhân Vật Chí.* Hoston, TX: Văn Hóa, 1997, tr. 413.

[272] Nguyễn Khắc Ngữ, *Đại Cương về Các Đảng Phái Chính Trị Việt Nam.* Montréal: Tủ Sách Nghiên Cứu Sử Địa, 1989, tr. 40.

[273] *Hồi Ký Nguyễn Xuân Chữ*, đã dẫn, tr. 276-277.

[274] *-như trên-*, tr. 280-281

[275] Hoàng Văn Đào, tr. 211.

[276] Đoàn Thêm, *Hai Mươi Năm Qua, 1945-1964, Việc Từng Ngày,* tr.11.

[277] Hoàng Văn Đào, tr. 213-214.

[278] -nt- , tr. 215-216.

[279] Hoàng Tường, Việt Nam Đấu Tranh, 1930-54. Westminster, California: Văn Khoa Publishing House, 1987, tr. 67-68.

[280] Nguyễn Tường Bách, *Việt Nam Một Thế Kỷ Qua, Hồi Ký Cuốn Một 1916-1946.* Santa Ana, CA: Nhà Xuất Bản Thạch Ngữ, 1998, tr. 172.

[281] *như trên.*

[282] Phạm Hồng Tung, *Nội Các Trần Trọng Kim, Bản Chất, Vai trò và Vị Trí Lịch Sử.* Hà Nội: Nhà Xuất Bản Chính Trị Quốc Gia, 2009, tr. 187.

CHƯƠNG 9

Hoàng Đế Bảo Đại Thoái Vị

Mặc dầu trẫm hết sức bùi ngùi cho nỗi làm vua trong 20 năm, mới gần gũi quốc dân được mấy tháng chưa làm được gì ích lợi cho quốc dân như lòng trẫm mong muốn, trẫm cũng quả quyết thoái vị để nhường quyền điều khiển quốc dân cho một chính phủ dân chủ cộng hòa.

Trẫm thà làm dân một nước độc lập còn hơn làm vua một nước nô lệ.

Hoàng Đế Bảo Đại
trích *Chiếu Thoái Vị*

Những tin tức liên hệ tới sự kiện Việt Minh cướp chính quyền ở Hà Nội và ở các địa phương khác, đặc biệt là ở các tỉnh miền Bắc Trung Bộ hay ở Quảng Ngãi và luôn cả ở Nam Bộ, dù là với ít nhiều lệch lạc, cuối cùng đều đã đến kinh đô Huế và đến tai Hoàng Đế Bảo Đại vào lúc Trần Trọng Kim, mặc dầu đã được nhà vua chính thức lưu nhiệm, vẫn chưa thành lập lại được Nội Các mới. Bộ Trưởng Phan Anh trên đường ra Bắc bị Việt Minh chận lại ở Quảng Trị và Bộ Trưởng Hồ Tá Khanh trên đường vô Nam bị chận lại ở Quảng Ngãi, trong khi Ngô Đình Diệm, Trần Văn Ân, Vũ Đình Dy, Lê Toàn như đã trình bày ở trên, từ Saigon ra Huế cũng bị đâm thủng vỏ xe và bị hàng trăm lính Việt Minh bao vây tại một khách sạn ở Nha Trang phải quay trở về Saigon. Vua Bảo Đại trở thành bơ vơ trong Đại Nội hoàn toàn vắng lặng với áp lực khuyến cáo hay yêu cầu thoái vị đến từ mọi phía. Sau đây là tóm tắt các sự kiện chính yếu.

I. Từ ngày 17 đến ngày 23 tháng 8: Phạm Khắc Hoè và Tôn Quang Phiệt hoạt động mạnh nhằm thúc đẩy Nhà Vua tự ý thoái vị

Đây là tuần lễ bận rộn, đầy thách thức nhất và có tính cách quyết định cho cả hai nhân vật này nhằm đáp ứng nhu cầu của Việt Minh, hướng về ngai vàng của Nhà Nguyễn. Lý do là vì cho đến thời điểm này Vua

Bảo Đại vẫn chưa biết rõ lãnh tụ Việt Minh là ai, còn Tôn Quang Phiệt thì được Việt Minh trao cho nhiệm vụ là vận động cho Nhà Vua tự ý thoái vị và Chính Phủ Trần Trọng Kim từ chức.

1. Thắc mắc của Vua Bảo Đại: Lãnh tụ Việt Minh là ai?

Đây là thắc mắc lớn lao nhất của Vua Bảo Đại khi ông ký Dụ trao quyền lập chính phủ cho Việt Minh và sau này là thoái vị, một thắc mắc phải nói là hoàn toàn tự nhiên và hợp với lý thuyết về vương quyền của Á Đông. Công tác tìm hiểu vấn đề này đã oái oăm thay lại được nhà vua giao cho Phạm Khắc Hoè làm sau khi ông đã ký Dụ số 105 mời các lãnh tụ Việt Minh về Huế thành lập nội các và *Chiếu hiệu triệu Quốc Dân*. Theo Phạm Khắc Hoè thì chiều ngày 17 tháng 8, sau khi viên Tổng Lý này lấy xong chữ ký của Nhà Vua, đương sự đã *"vô cùng vui mừng, phấn khởi"* và *"vội vàng"* rời Phòng Phê thì bị nhà vua *gọi lại bảo: "Tối nay ông cố đi tìm ông Tạ Quang Bửu và ông Tôn Quang Phiệt hỏi cho ra lãnh tụ Việt Minh là ai."* [283]

Thực sự thì có ít nhất hai lần Phạm Khắc Hoè đã hỏi Tôn Quang Phiệt về vấn đề này nhưng cả hai lần họ Tôn đều đã không trả lời viện cớ là cần giữ bí mật.

Lần thứ nhất là vào ngày 8 tháng 8, ba ngày sau khi Trần Trọng Kim và nội các của nhà học giả này từ chức và được Vua Bảo Đại trao cho trách nhiệm thành lập nội các mới. Lý do được Phạm Khắc Hoè nêu lên là vì trong tờ phiến xin từ chức thủ tướng Trần Trọng Kim có nêu lên vấn đề trách nhiệm với chủ trương của ông là *"trong tình hình nước nhà lúc ấy mà rút lui là trốn trách nhiệm!"* và trách nhiệm ở đây bị Phạm Khắc Hoè giải thích sai đi là để *"đàn áp Cách mạng để giữ vững cuộc trị an và bắt buộc nhân dân ta phải đem hết mồ hôi xương máu ra giúp Nhật Bản theo đuổi cuộc chiến đấu cho đến khi toàn thắng để kiến thiết vùng Đại Đông Á."* Nguyên văn của cuộc trao đổi giữa họ Tôn và họ Phạm đã được Phạm Khắc Hoè ghi lại như sau:

> *Với những ý nghĩ như vậy, sáng hôm 8 tháng 8, tôi đến gặp anh Tôn Quang Phiệt kể chuyện Bảo Đại và Trần Trọng Kim muốn đẩy tôi đi Tổng đốc Thanh Hóa. Tôi mới đề cập vấn đề thì anh Phiệt kêu ngay:*
>
> - *Chết! Chết! Anh nhận đi Thanh Hóa à?*
> - *Không! Tôi không nhận.*
> - *Đáng quá. Anh đi vừa nguy hiểm cho anh, vừa bất lợi cho tôi. Nguy hiểm cho anh, vì khi bão táp cách mạng lên mạnh thì lòng căm thù của nhân dân đối với quan lại sẽ rất dễ biểu hiện bằng hành động bạo lực!! Bất lợi cho tôi là vì chủ trương của cấp trên là phải* ***vận động Bảo Đại tự nguyện thoái vị và giao cho tôi chịu trách nhiệm chính*** *trong vấn đề này. Tôi đã nhận trách nhiệm ấy, vì tôi tin ở anh, tôi chắc rằng thế nào anh cũng thực hiện được chủ trương nhân đạo ấy của Cách mạng một cách tốt đẹp.*
> - *Cấp trên là ai? Anh có thể cho tôi biết được không?*
> - ***Tuyệt đối bí mật là một nguyên tắc lớn của Cách mạng.*** *Tôi mong anh thông cảm cho và*

không vì thế mà kém tận tình trong việc vận động Bảo Đại thoái vị.

- *Tôi sẽ cố gắng và tôi tin là sẽ thành công.* [284]

Về cuộc gặp lần thứ hai, người ta không biết có phải là vào buổi tối hôm Bảo Đại nhờ kiếm Tạ Quang Bửu và Tôn Quang Phiệt hay không và Phạm Khắc Hoè có đi kiếm hai người này hay không, nhưng theo lời của Phạm Khắc Hoè kể lại thì mãi tối ngày 18 đương sự mới gặp được Tôn Quang Phiệt. Khởi đầu câu chuyện, Phạm Khắc Hoè báo cáo về việc vận động Bảo Đại thoái vị và về tình hình phân hóa trong Chính Phủ Trần Trọng Kim. Sau đó ông mới đề nghị Tôn Quang Phiệt cho biết người cầm đầu Việt Minh là ai nhưng cũng như lần trước, Tôn Quang Phiệt lại từ chối *"mà chỉ nhấn mạnh một điểm là* ***nên khuyên Bảo Đại tự nguyện thoái vị đi thôi, chớ không nên nêu vấn đề Vua và Nội các ra nữa".*** [285]

Qua hai lần đề nghị vô hiệu quả của Phạm Khắc Hoè này, đồng thời đối chiếu với những gì Tôn Quang Phiệt đã tiết lộ là trong một thời gian dài, cho đến khi đương sự gặp Hoàng Anh và Tố Hữu ở giai đoạn cuối cùng, người ta có thể chắc chắn là Tôn Quang Phiệt không bao giờ được gặp và cũng không biết gì về những người lãnh đạo Đảng Cộng Sản hay Việt Minh cả mà chỉ được biết lờ mờ về họ mà thôi. Nhưng đối với những người như Phạm Khắc Hoè thì Tôn Quang Phiệt luôn luôn giữ thái độ mập mờ để hù dọa, tạo ảnh hưởng và thực hiện chủ trương của mình. Chẳng hạn như về chuyện Phạm Khắc Hoè được cử làm Tổng Đốc

Thanh Hoá, Tôn Quang Phiệt đã dùng các thành ngữ "*cách mạng*", "*bạo lực cách mạng*", "*lòng căm thù của nhân dân đối với quan lại*", "*hành động bạo lực*" một bên để đe dọa và "*chủ trương nhân đạo của cách mạng*" một bên để trấn an và hứa hẹn. Cuối cùng là để dứt điểm: "*chỉ nhấn mạnh một điểm là nên khuyên Bảo Đại tự nguyện thoái vị đi thôi*".

Thất bại không kiếm được chỉ dẫn từ Tôn Quang Phiệt, ngày 24 tháng 8, Phạm Khắc Hoè quay sang nhờ tới học giả Đào Duy Anh. Nhà học giả này đã *"lục hết tài liệu, sách vở mở ra xem thì cụ Nguyễn Ái Quốc có rất nhiều tên trong quá trình hoạt động cách mạng, nhưng không có tên nào là Hồ Chí Minh cả."* Cuối cùng ông mới sực nhớ tới Vũ Văn Hiền mới từ Bắc về thì được Vũ Văn Hiền xác nhận Hồ Chí Minh chính là Nguyễn Ái Quốc. Đây là một "tin vui" cho Phạm Khắc Hoè vì trước đó ông đã dùng tới bốn câu sấm:

Đụn Sơn phân giải
Bò Đái thất thanh
Nam Đàn sinh Thánh.

để thuyết phục Bảo Đại. Thánh đây được tuyên truyền là Nguyễn Ái Quốc.[286]

2. Tại sao Bảo Đại lại thắc mắc về nhân vật lãnh đạo Việt Minh này?

a. Một thắc mắc bình thường: Thắc mắc, tìm hiểu về người mình phải làm quen, giao thiệp hay cộng tác với, nhất bàn giao công việc mình đang làm cho người đó là một thắc mắc bình thường, trong cuộc sống bình thường, ai cũng phải có, nhưng đó chỉ là thắc mắc cá nhân, chỉ liên hệ tới một cá nhân hay của một nhóm người nhỏ. Đây là một chuyện hoàn toàn khác vì nó liên hệ tới Thiên Mạng của một ông vua bên cạnh những gì hoàn toàn thực tế trước mắt ở thời điểm ông phải đương đầu, mà ông kể lại sau này:

Tôi bỗng nhớ lại chiếc sà rơi và nhớ đến lời tiên tri của mẫu thân tôi: "một chỗ ngoặc trong đời con.."

Những lời bí mật của Tạ Quang Bửu cũng nổi lên trong óc. Mặt Trận Việt Nam Độc Lập Đồng Minh là gì, mà có thể động viên được dân chúng, cụ thể được nguyện vọng của mọi người, và đọc cho tôi đường hướng phải theo?

Tôi không biết một lãnh tụ nào của họ, thế mà họ đã liên lạc được với Đồng minh Trung Hoa, Mỹ, Pháp, trong khi lời kêu gọi của tôi gửi cho Tổng Thống Truman, cho Thống Chế Tưởng Giới Thạch, cho Quốc Vương Anh, cho Tướng De Gaulle lại im lìm, không có hồi âm. [287] *Họ có súng đạn, phương tiện, còn tôi thì không có cả khả năng để tập hợp những bậc trung thần và những người thân cận xưa nay bỗng câm như thóc, hay có âm mưu chống lại tôi... Họ đã chiếm được quyền hành không mất một mảy lông, và tôi bị bơ vơ trong một kinh thành chết.*

Tất cả như tập hợp lại cho họ, đầy bí hiểm. Sự thành công không thể chối cãi này, phải chăng là một dấu hiệu chứng tỏ họ đã nhận được thiên mệnh của Trời? [288]

b. Thiên Mạng không thể trao cho một kẻ vô danh chưa ai biết tới: Trường hợp của Vua Bảo

Đại không nằm trong trường hợp bình thường, của một cá nhân bình thường mà là trường hợp liên quan đến cả một triều đại, một dòng họ và rộng hơn nữa của cả một quốc gia, một dân tộc. Nói cách khác đây là chuyện liên hệ tới Mệnh Trời, do tổ tiên ông truyền lại với những chi tiết chắc chắn ông đã được học do vị phụ đạo của ông, Cử Nhân Lê Nhữ Lâm truyền dạy cho ông trong thời gian ông du học bên Pháp, mà ông đang nắm giữ. Tất cả đã xảy ra trong buổi họp của Nội Các Trần Trọng Kim do chính ông chủ tọa vào ngày 7 tháng 8 và đã diễn ra một cách quá bất ngờ và quá nhanh chóng khiến ngay sau đó ông thấy cần phải xét lại hay ít ra là phải tìm hiểu lại trước khi ông phải làm quyết định hệ trọng hơn rất nhiều là thoái vị. Những quyết định ông làm trong buổi họp này chỉ là bước đầu và nhất thời do áp lực của những người bị tổ chức Việt Minh móc nối, lãnh công tác của Việt Minh, nằm vùng sẵn, tạo ra mà trước đó ít phút, khi buổi họp bắt đầu ông không hề hay biết. Trong thâm tâm của vị hoàng đế này, chắc chắn ông phải cảm thấy mình hồ đồ nhưng vẫn thắc mắc. Chính vì thế ngay sau khi ký tên vào văn bản đạo Dụ do Phạm Khắc Hoè đệ trình chiều ngày 17 tháng 8, ông đã giao cho viên Tổng Lý này việc tìm gặp Tạ Quang Bửu và Tôn Quang Phiệt để hỏi xem lãnh tụ Việt Minh là ai. Chưa hết, qua ngày 19, sau một ngày không thấy Phạm Khắc Hoè trả lời, ông đã bốn lần cho kiếm Phạm Khắc Hoè để biết điều ông muốn biết.

Nhu cầu tìm hiểu gần như cấp bách kể trên của Bảo Đại cho người ta thấy nhà vua đã nghĩ tới nhu cầu quan trọng hơn sớm muộn sẽ phải làm là thoái vị, nhường quyền lãnh đạo đất nước cho người lãnh đạo Việt Minh, một hành động mà các vua Nghiêu, Vua Thuấn trong buổi đầu của lịch sử Á Đông đã làm cả ngàn năm trước, theo như ông được học qua cách sách *Thượng Thư, Mạnh Tử* với khẩu hiệu Dân Vi Quý, khẩu hiệu ông đã lựa chọn làm phương châm của mình không lâu trước đó. Điều trở ngại duy nhất cho Nhà Vua là cho tới giờ phút đó, người lãnh đạo tối cao của Phong Trào Việt Minh vẫn còn là một nhân vật hoàn toàn vô danh chưa được ai biết tới, nhất là người này chưa làm được điều gì có lợi cho đất nước, trong khi Ông Thuấn thì đã phục vụ 28 năm dưới thời Vua Nghiêu và nổi tiếng là một người con có hiếu; còn Ông Vũ thì đã thành công trong công tác vô cùng lớn lao được Vua Thuấn trao phó là trị thủy trong lưu vực Sông Hoàng Hà với truyền thuyết là trong ba năm liên tiếp ngày nào ông cũng đi qua nhà mình khi đi làm mà ông không hề một lần ghé thăm. Chưa hết, các vị vua này còn được lựa chọn là vì Đức lớn Trời ban cho họ. Quan niệm này Bảo Đại không thể nào không được học từ vị thày đã theo nhà vua sang Pháp đã dạy ông, hay ông đã được đọc trong các sách *Mạnh Tử* và *Thượng Thư*. Chẳng hạn về Vua Nghiêu, ngay đoạn đầu trong thiên Nghiêu Điển của Thượng Thư đã ghi: "*Ngài kính cẩn, sáng suốt, văn hoa, ý tứ, êm đềm, thực nhún, biết nhường...Ánh sáng khắp bốn phương ngoài, suốt cả trên dưới! Tỏ rõ được đức lớn, để thân với người chín tộc. Chín tộc thuận rồi, rạng đều ra trăm họ. Trăm họ đã rỡ sáng, hợp hoà muôn nước. Dân đen thấy biến đổi! Đời thì yên vui!*" [289] Còn Vua Thuấn thì: "*quang hoa cũng lại hợp với đức Vua* (Nghiêu) *sâu sắc, khôn ngoan, văn vẻ, sáng suốt, hoà nhã, kính cẩn, đứng đắn, thành thật...".* [290] *Ba năm rồi, ngươi khá lên ngôi vua."* [291] Cuối cùng là ông Vũ, theo lời Vua Thuấn: *"Nạn hồng thủy răn ta! Thành đúng, thành công, chỉ có ngươi là giỏi! Siêng được với nước, sẻn được với nhà; chẳng tự đầy đủ, nghỉ ngơi, chỉ ngươi là giỏi! Bởi ngươi không cậy, dưới trời chẳng ai tranh tài với ngươi! Bởi ngươi không khoe, dưới trời chẳng ai tranh công với ngươi! Ta mến đức ngươi; khen thành tích lớn lao của ngươi. Số lịch của Trời ở mình ngươi. Ngươi phải lên ngôi vua đứng đầu!"* [292] Tất nhiên cả hai nhân vật này đều là huyền thoại nhưng ở thời Nho học thịnh hành và dưới chế độ quân chủ Truyền thống cả ba đều luôn luôn được nhắc tới coi như là khuôn mẫu cho đời sau. Cả hai đều được biết đến từ lâu, không riêng với các nhà Nho có học mà luôn cả giới bình dân, khác hẳn với lãnh tụ Việt Minh của thời Vua Bảo Đại. *"Ngày Nghiêu, tháng Thuấn", "Thời Nghiêu Thuấn", "Vua Nghiêu, dân Thuấn":*

Vua Nghiêu Thuấn, dân Nghiêu Thuấn
Dường ấy ta đà phỉ thửa nguyền [293]

đã trở thánh những thành ngữ quen thuộc trong tiếng Việt và trong văn chương Việt. Cả ba đều được biết đến từ lâu, khác hẳn với lãnh tụ Việt Minh của thời Vua Bảo Đại, người mà sau này Đại Tướng Võ Nguyên Giáp đã ghi lại trong hồi ký của ông khi nói tới ngày 2 tháng 9 năm 1945, nguyên văn:

Ba tiếng HỒ CHÍ MINH không bao lâu đã vang đi khắp thế giới với những truyền thuyết mà người ta thường dành cho các bậc vĩ nhân. Nhưng vào ngày hôm ấy, cái tên mới của Bác vẫn còn mới lạ với nhiều đồng bào. Số người biết Bác chính là đồng chí Nguyễn Ái Quốc khi đó không nhiều. [294]

Sau hết là quyền nhường ngôi. Câu hỏi được đặt ra ở đây là một vị vua có quyền nhường ngôi cho một người khác hay không? Đây là câu hỏi Vạn Chương đặt ra cho Mạnh Tử, nguyên văn cuộc trao đổi giữa hai người được Đoàn Trung Còn dịch như sau:

Vạn Chương hỏi rằng: "Vua Nghiêu đem thiên hạ mà cho ông Thuấn, có phải vậy không?" Mạnh Tử đáp: "Không. Bậc thiên tử chẳng được quyền đem thiên hạ mà cho kẻ khác".

- Như vậy ông Thuấn có thiên hạ. Ai cho Ngài đó?

- Trời cho đó.

- Nếu trời đã đem thiên hạ mà cho ông Thuấn, vậy trời có đinh ninh mà căn dặn những gì không?

- Không, trời chẳng tỏ ra lời. Chẳng qua vì ông Thuấn có đức hạnh và sự nghiệp nên trời ngấm ngầm mà cho vậy thôi.

Vạn Chương hỏi tiếp: "Nhờ đức hạnh và sự nghiệp nên trời ngấm ngầm mà cho, vậy cách cho như thế nào?" Mạnh Tử giải đáp rằng: "Vua Thiên tử có thể tiến cử một người với trời, chớ chẳng có quyền khiến trời phải đem thiên hạ mà cho người ấy..." [295]

Đoạn văn trích trên cho ta thấy là người được truyền ngôi không thể là một kẻ vô danh mà phải được người truyền ngôi và mọi người biết từ trước, đồng thời phải có đức hạnh và sự nghiệp. Vị vua đương nhiệm phải căn cứ vào đó mà tiến cử với Trời. Đây là những điều bình thường ai ở vị thế của Vua Bảo Đại cũng phải quan tâm trước khi đi xa hơn là thoái vị. Trao quyền cho lãnh tụ Việt Minh lập nội các khi mình chưa biết người đó là ai thì còn được, nhưng thoái vị để nhường ngôi Vua cho người ấy thì phải nói là hoàn toàn không được. Hoàng Đế Bảo Đại do đó đã phải tìm hiểu thêm về người ấy. Nhưng tình thế đã không cho phép ông làm và việc ông thoái vị cho người sau này được biết là Hồ Chí Minh là hoàn toàn không phù hợp với truyền thống của các nước Á Đông chịu ảnh hưởng của văn minh Trung Hoa. Cuối cùng, ông đành phải bấu víu vào mấy câu sấm về "Núi Đụn Sơn" và "Hang Bò Đái" và những lời đồn đại về "Thánh Nguyễn Ái Quốc" mơ hồ để tự thuyết phục mình. Giá trị của việc thoái vị của ông do đó cần phải được xét lại. Có điều, phải chăng vì thế mà sau này Hồ Chí Minh, để chứng minh sự chính thống của mình, đã phải chính thức nhờ Vua Bảo Đại làm Cố Vấn Tối Cao, rồi đi đâu cũng mang Cựu Hoàng đi theo hay để ngồi bên cạnh và hầu như buổi họp nội các nào cũng để Cựu Hoàng tham dự. Chính vì nhu cầu cần phải có Bảo Đại ở bên mình để chứng minh sự chính thống của mình trước quốc dân và quốc tế, mà Hồ Chí Minh và Đảng Cộng Sản đã để cho Vua Bảo Đại và Hoàng Gia cũng như các nhân vật trong Chính Phủ Trần Trọng Kim cùng những người thuộc chế độ cũ được yên ổn chứ không phải là vì lý do nhân đạo. Cách Mạng Tháng Tám đã không mang tính cách bạo lực, không đổ máu là vì vậy. Không có vấn đề trừng phạt, không có tàn sát trong thời gian này là vì vậy.

Hơn ai hết, Hồ Chí Minh và Võ Nguyên Giáp hiểu rõ nhu cầu này. Họ cần phải có Bảo Đại.

3. Vận động của Phạm Khắc Hoè

Về phía Phạm Khắc Hoè, hiểu rõ ý của Tôn Quang Phiệt, ngay chiều ngày 8, tháng 8, sau khi gặp Tôn Quang Phiệt và vừa về đến nhà, Phạm Khắc Hoè *"liền đi lục soạn mấy quyển sách lịch sử ra xem để hiểu rõ những trường hợp của vua Lu-y thứ 16 nước Pháp, vua Ni-cô-la thứ hai nước Nga và cả các vua Dục Đức, Hiệp Hoà, Kiến Phúc của Nguyễn Triều. Cộng với những chuyện cũ đó, là trường hợp nóng bỏng trước mắt của Phan Kế Toại đang năn nỉ xin từ chức Khâm sai Bắc bộ mà chưa có ai đảm nhận ra thay thế cả."* [296] Việc làm này của Phạm Khắc Hoè, kèm theo với việc nghe ngóng tình hình lúc đó để có đủ lý lẽ đe doạ và thuyết phục Bảo Đại thoái vị cùng với một kế hoạch để tiếp cận với Bảo Đại, theo lời viên Tổng Lý Đại Thần được nhà vua và Nam Phương Hoàng Hậu tin cẩn này, kéo dài ba ngày liền, mà ta hiểu là các ngày 9, 10 và 11 tháng 8. Tiếp theo là gặp Bảo Đại để làm lung lay tinh thần của nhà vua và những người khác chung quanh Nhà Vua trong các ngày kế tiếp. Đương sự đã thành công như ta đã thấy: Chính Phủ Trần Trọng Kim đã từ nhiệm và Vua Bảo Đại đã phải để cho Việt Minh lập nội các mới, sau đó là thoái vị. Có điều sự kiện lãnh tụ Việt Minh là một nhân vật vô danh, không ai biết cả vẫn là mối ám ảnh của cả Hoàng Đế Bảo Đại và Phạm Khắc Hoè. Vì vậy Phạm Khắc Hoè vẫn phải tiếp tục tìm hiểu. Thất bại không kiếm được chỉ dẫn gì từ Tôn

Quang Phiệt, ngày 24 tháng 8, Phạm Khắc Hoè quay sang nhờ tới học giả Đào Duy Anh. Nhà học giả này đã *"lục hết tài liệu, sách vở mở ra xem thì cụ Nguyễn Ái Quốc có rất nhiều tên trong quá trình hoạt động cách mạng, nhưng không có tên nào là Hồ Chí Minh cả."* [297] Cuối cùng ông mới sực nhớ tới Vũ Văn Hiền mới từ Bắc về thì được Vũ Văn Hiền xác nhận Hồ Chí Minh chính là Nguyễn Ái Quốc. Đây là một "tin vui" cho Phạm Khắc Hoè vì trước đó, xin được nhắc lại, để thuyết phục Bảo Đại, ông đã dùng tới ba câu sấm như đã trích trên đây:

Đụn Sơn phân giái
Bò Đái thất thanh
Nam Đàn sinh Thánh.

Ba câu sấm này được lưu truyền trong vùng Nghệ Tĩnh đã từ lâu và qua đó, nằm trong chính sách tuyên truyền của Đảng Cộng Sản, người ta đã thần thánh hóa Nguyễn Ái Quốc, được Phạm Khắc Hoè giải thích là *"Núi Đụn Sơn tự phân chia ra, Khe Bò Đái mất tiếng đi thì đất Nam Đàn có Thánh ra đời, vì Đụn Sơn và Bò Đái đều nằm trong địa phận huyện Nam Đàn. Nhân dân địa phương thường kể rằng: Câu sấm ấy là do nhà tiên tri Trạng Trình phán ra từ thế kỷ thứ 16. Đến cuối thế kỷ thứ 19 thì Núi Đụn Sơn xưa kia là một hòn nguyên vẹn đã bị chia ra làm hai bằng một đường rạn nứt ở giữa và khe Bò Đái xưa kia nước chảy ầm ầm ngày đêm thì đã không nghe tiếng nữa. Như thế là đã đến lúc Nam Đàn có Thánh ra đời...Thánh đó là ai? Lúc đầu người ta cho đó là Nhà Cách Mạng Phan Bội*

Châu, nhưng khoảng từ năm 1920 trở đi, người ta lại cho đó là người yêu nước Nguyễn Ái Quốc mà hoạt động cách mạng ở Pháp đã bắt đầu vang dội vào trong nước" [298] để thuyết phục Bảo Đại. Cũng theo Phạm Khắc Hoè thì khi nghe được tin Hồ chí chính là Nguyễn Ái Quốc, nhà vua đã bật ngay ra câu tiếng Pháp có nghĩa là *"Như thế thì thật đáng thoái vị" (Ca vaut bien le coup alors).* [299] Nên để ý là ở thời điểm này, và luôn cả sau này nữa, người ta còn rất tin vào sấm, đặc biệt là Sấm Trạng Trình, kể cả Hoàng Đế Bảo Đại, người đã chịu ảnh hưởng của Tây Học. Phạm Khắc Hoè đã đem *"câu chuyện nhuộm màu sắc thần bí" này ra kể cho Bảo Đại và đã được Bảo Đại lắng nghe một cách thích thú say sưa hơn nhiều so với những mẩu chuyện thật tôi kể lúc đầu".* Chưa hết, Bảo Đại còn nhắc tới câu sấm *"Hoành Sơn nhất đái, vạn đại dung thân"* và kể chuyện cây rầm to rơi trong Đại Nội khoảng hai tháng trước đó, trong Ngày Quốc Khánh, đúng chỗ Nhà Vua mới đi qua mấy giây trước để lên kiệu đến Điện Thái Hoà dự lễ với lời tiên đoán của Hoàng Thái Hậu Từ Cung, người chứng kiến biến cố bất thường này: *"Đó là Phật Thánh báo hiệu cho biết một bước ngoặt rất lớn sắp xảy ra trong đời Trẫm, nhưng Trẫm vẫn được an toàn vô sự. Ông có tin như vậy không?"* [300] Bắt được cơ hội này, Phạm Khắc Hoè tấn công thẳng vào mục tiêu. Viên Ngự Tiền Tổng Lý này gợi ý ngay:

- *Tâu. Chúng tôi tin lời Đức Từ đoán là đúng, nhưng vì việc ấy xảy ra đúng vào lúc Ngài Ngự ra dự lễ Quốc Khánh nên chúng tôi muốn đoán rõ thêm: Cái rầm to tướng rơi tức là thực dân Pháp đổ; từ nay không có Tây đứng kèm bên Ngài trong lễ Quốc Khánh nữa, nhưng Ngài vẫn được an toàn vô sự nhờ có sự che chở của cách mạng.*

- *Thế là ông muốn khuyên Trẫm thoái vị nhường tất cả quyền bính cho Việt Minh phải không?*
- *Tâu. Đúng như vậy.*
- *Nếu quả người cầm đầu Việt Minh là "Thánh Nguyễn Ái Quốc" thì tôi sẵn sàng thoái vị ngay.*

Nghe Nhà Vua nói như vậy, Phạm Khắc Hoè "chắp tay cúi đầu vái Nhà Vua một cái quay lưng đi ra *"với một niềm vui sướng, xúc động không sao tả hết"*. [301]

II. Buổi họp cuối cùng của Chính Phủ Trần Trọng Kim: 23 tháng 8 năm 1945, Thủ Tướng và Nội Các ngưng hoạt động

1. Tình hình vô cùng sôi sục ở Huế

Buổi họp này do chính nhà vua triệu tập vào lúc tình hình ở Huế vô cùng sôi động: *"Nhà nào cũng nhộn nhịp may cờ, dán cờ, viết khẩu hiệu; các đoàn thanh niên nam nữ mang gậy gộc, giáo mác bắt đầu từ nông thôn kéo vào thành phố; thanh nhiên tiền tuyến, bảo an binh và cả lính hộ Thành đều đã ngả theo cách mạng. Huế là một thành phố, nhiều người đeo bài ngà nhất trong toàn cõi Việt Nam, mà từ ngày 22 tháng 8 tuyệt đối không thấy một người nào đeo bài ngà đi ngoài phố nữa."* [302] Trong khi đó thì từ chiều hôm trước, 21 tháng

8, cờ vàng của nhà vua đã bị hạ. Công tác này do một nhóm sinh viên thân Việt Minh nằm vùng trong Trường Thanh Niên Tiền Tuyến cầm đầu bởi Đặng Văn Việt, người sau này nổi tiếng là Con Hùm Xám Đường Số 4 trong Chiến Tranh Việt – Pháp, theo lệnh của Trần Hữu Dục lúc đó là Thường Vụ Tỉnh Ủy Tỉnh Thừa thiên và sau này là Chủ Tịch Ủy Ban Khởi Nghĩa Trung Bộ. Đặng Văn Việt đã ghi lại biến cố này như sau:

> *Tôi đang theo học ở lớp Thanh niên tiền tuyến Huế, hoạt động cùng tổ Việt Minh với anh Lâm Kèn, Phan Hàm, Khánh Khang, được lệnh cùng anh Thế Lương (tức Cao Pha), hạ cờ quẻ ly, treo cờ đỏ sao vàng lên cột cờ huế. Lá cờ to rộng bằng cả 2 gian nhà, rải ra trông như một tấm thảm lớn.*
>
> *Bà con đất Thừa Thiên, ai mà chẳng biết Cửa Ngọ Môn, một công trình cổ kính xây trên cổng thành đi vào nội cung. Chính diện trước Cửa Ngọ Môn cách hơn 200m là một cái đài khối khá đồ sộ, biểu tượng cho uy phong của vua quan thời phong kiến. Đó là kỳ đài, là cột cờ. Đài có ba tầng, tường xây to rộng, tạo nên một ba bậc cấp nối tiếp nhau (cao 17m50). Cột cờ là những ống gang, to 2-3 người ôm mới xuể, nối ghép nhau cao vút lên trời xanh (29m52).*
>
> *Bảo vệ kỳ đài là một tiểu đội lính dõng, làm thêm nhiệm vụ đốt pháo lệnh, nhân dân Huế (có cả tôi, gần hai mươi năm lớn lên trên đất này) sống quen với tiếng pháo đùng phát ra từ kỳ đài. Cứ đến 6 giờ, 12 giờ, 18 giờ, mỗi lần 3 phát, làm chấn động cả bầu trời yên tĩnh của cố đô, hòa với nhịp đập của trái tim, hơi thở, nếp sống của từng người dân.*

Anh Thế Lương và tôi nai nịt gọn gàng, trong quân phục chỉnh tề: Calô sừng đội đầu, bêrê kaki kiểu kỵ mã vàng óng, đôi ghệt cao cổ của chàng ngự lâm quân. Tất cả binh hỏa lực để xung trận: "hai đứa tui", là khẩu barillet to bằng bàn tay và 6 viên đạn út. Cuốn trọn lá cờ, gác lên hai chiếc xe đạp, chúng tôi đẩy thẳng tiến về kỳ đài...

Tôi lên gặp chỉ huy truyền lệnh: "Hạ cờ cũ – Treo cờ mới".

Có lẽ uy thế Việt Minh quá mạnh, không gặp một phản ứng nhỏ nào. Vì đằng sau chúng tôi là hàng vạn nhân dân Thừa Thiên-Huế, bừng bừng khí thế như một ngọn sóng thần đang chuẩn bị xông lên lật đổ chế độ quân chủ, lập nên nền cộng hòa Việt Nam.

Theo lệnh tôi:
-5 lính pháo đùng buộc cờ vào giây, qua ròng rọc, đưa cờ đỏ sao vàng từ từ lên cao và cờ nhà vua từ từ hạ xuống.

Anh Cao Pha và 5 lính pháo đùng, xếp hàng ngang, theo lễ nghi quân sự "đưa tay chào".

Hình thức thật đơn sơ, thời gian thật ngắn gọn.
[...]

Tôi còn nhớ hôm ấy, giờ mùi (khoảng 14 giờ), Ất Dậu (tức 21-8-1945 trước 2 hôm ngày giành chính quyền ở Huế (23-8-1945).

Tôi không ngờ là một việc nhỏ đơn sơ ấy, lại mang một ý nghĩa trọng đại "báo hiệu sự chấm dứt một triều đại trị vì của nhà Nguyễn trên 143 năm (1802-1945), kết thúc 4000 năm lịch sử của chế độ phong kiến để chuyển qua một thời kỳ mới của cuộc cách mạng dân tộc, dân chủ nhân dân.” [303]

và đến gần trưa thì nhà vua lại nhận được tối hậu thư của Việt Minh đòi ông phải trả chính quyền cho nhân dân và hứa sẽ bảo đảm tính mạng, tài sản cho hoàng gia với các điều kiện như sau:

Thứ nhất: Nhà Vua phải giao lại cho chính quyền Cách mạng đội lính khố vàng, với tất cả trang bị, vũ khí, đạn dược.

Thứ hai: Nhà Vua phải báo cho Nhật biết là triều đình đã trao tất cả quyền bính cho Chính quyền Cách mạng rồi.

Thứ ba: Nhà Vua phải điện ra lệnh cho tất cả các tỉnh trưởng là phải giao chính quyền cho cách mạng tức là cho Việt Minh.

Cuối cùng là Nhà Vua phải trả lời trước 13 giờ 30 phút ngày 23 tháng 8 năm 1945 và cử Ông Phạm Khắc Hoè làm liên lạc giữa Nhà Vua và Chính quyền Cách mạng.

Bức thư được ghi là của “Thành bộ Việt Minh tỉnh Nguyễn Tri Phương” nhưng không có người ký tên. [304]

2. Mục đích của buổi họp: Trả lời tối hậu thư của Việt Minh và Chính Phủ ngưng hoạt động

Buổi họp bắt đầu lúc 12 giờ 25 phút với mục đích là trả lời tối hậu thư kể trên của Việt Minh và để mọi người góp ý kiến vào việc dự thảo chiếu thoái vị. Nhà Vua đích thân chủ tọa với sự hiện diện của Thủ Tướng Trần Trọng Kim, Phó Thủ Tướng kiêm Bộ Trưởng Bộ Ngoại giao Trần Văn Chương, Bộ Trưởng Nội Vụ Trần Đình Nam, Bộ Trưởng Tư Pháp Trịnh Đình Thảo, Bộ Trưởng Tiếp Tế Nguyễn Hữu Thí. Kết quả là mọi người đều đồng ý chấp nhận các điều kiện của Việt Minh và thông qua bản dự thảo với lời kết luận của Thủ Tướng Trần Trọng Kim mà Phạm Khắc Hoè cho là với một giọng vừa mỉa mài, vừa run sợ: *"Thôi, bây giờ mọi việc đều do ông Hòe làm và chịu trách nhiệm,* ***không cần phải có Nội các nữa***" (PCD đánh đậm). [305]

Qua lời tuyên bố của kể trên của Thủ Tướng Trần Trọng Kim, người ta có thể nói rằng Chính Phủ Trần Trọng Kim đã chấm dứt hoạt động ngay từ sau buổi họp cuối cùng ngày 23 tháng 8 năm 1945 này. Sự kiện này giải thích tại sao Trần Trọng Kim và các vị bộ trưởng của ông đã không có mặt trong Đại Nội, cạnh Nhà Vua trong những ngày chót.

Trong hồi ký của Vua Bảo Đại, người ta không thấy Nhà Vua nói gì đến buổi họp này. Tất cả là do

Phạm Khắc Hoè kể lại và lời tuyên bố kể trên của Thủ Tướng Trần Trọng Kim giống với thái độ buông xuôi của Hoàng Đế Bảo Đại trước đó. Đó là thái độ và lời nói của Nhà Vua với Nguyễn Duy Quang, Bộ Trưởng Đại Nội, Nguyễn Xuân Dương, Chánh Văn Phòng của Trần Đình Nam, Bộ trưởng Bộ Nội Vụ và Phạm Khắc Hoè sau khi ông khiển trách Nguyễn Xuân Dương nhận được tối hậu thư của Việt Minh mà đã đem trình quá trễ khiến cho Nguyễn Xuân Dương lúng túng không trả lời được. Nguyên văn lời kể của Phạm Khắc Hoè như sau:

> *Tôi xem bức thư vừa xong thì Bảo Đại hỏi dồn Nguyễn Xuân Dương: "Tại sao nhận được thư từ sáng mà mãi đến gần 12 giờ mới đưa vào?" Nguyễn Xuân Dương lúng túng. Bảo Đại đứng dậy, quay lưng đi vào nhà và nói:* ***"Thôi mặc kệ các ông, các ông muốn làm chi thì làm!"*** *(* PCD đánh đậm *)*
>
> *Tôi chạy theo Bảo Đại, khuyên* ***ông ta*** *phải bình tĩnh và đề nghị triệu tập Nội các ngay lập tức để bàn hai vấn đề: Một là trả lời tối hậu thư của Việt Minh cho kịp trước 13 giờ 30 phút. Hai là góp ý kiến vào dự thảo Chiếu thoái vị. Bảo Đại đồng ý.* [306]

Câu hỏi được đặt ra ở đây là tại sao một bức thư tối quan trọng như vậy lại không do đích thân Bộ Trưởng Nội Vụ Trần Đình Nam khẩn cấp đệ trình Nhà Vua mà lại do viên chánh văn phòng đem vào và tại sao lại có sự chậm trễ như vậy? Phải chăng Trần Đình Nam đã bỏ thì giờ để suy tính rồi cố tình vắng mặt, để cuối cùng trì hoãn mãi không được, phải nhờ thuộc cấp của mình làm hộ khiến cho người này lúng túng không trả lời được câu cật vấn của Nhà Vua. Sự kiện này, kèm theo với chi tiết trong thư về vai trò của Phạm

Khắc Hoè *"làm liên lạc giữa nhà Vua và Chính quyền cách mạng"* cùng nhiều sự kiện khác đã xảy ra trước đó khiến Nhà Vua không khỏi không thấy rõ những âm mưu của Hoè là như thế nào. Nhưng đã quá trễ. Cũng nên biết là sự nghi ngờ về vai trò nằm vùng của Phạm Khắc Hoè cũng là sự nghi ngờ của Nam Phương Hoàng Hậu sau khi Bà nghe lời chỉ dẫn về những gì Bà được mang theo và những gì không được mang theo khi dời bỏ Hoàng Cung, theo lời kể của chính viên Tổng Lý này, nguyên văn như sau:

> - *Qua những lời ông vừa nói, tôi càng thêm trách ông.*
> - *Tâu, Chúng tôi chưa hiểu ý Ngài muốn nói chi? Nếu chúng tôi có lỗi lầm chi đáng trách thì xin Ngài cho biết rõ để chúng tôi nhận lỗi.*
> - *Tôi muốn nói rằng ông là người của Việt Minh cài vào Đại Nội đã từ lâu. Điều này tối hậu thư ngày 23 tháng 8 của Việt Minh đã cho biết khá rõ. Hôm nay qua cách ông sắp xếp việc bàn giao tài sản cho Việt Minh, tôi càng thấy rõ hơn vai trò của ông. Ấy thế mà ông không hề cho tôi biết trước một chút xíu chi cả. Việc chi cũng phải nước đến chân mới nhảy, bị động hoàn toàn*
> - *Nếu chúng tôi quả thật "là người của Việt Minh cài vào Đại Nội đã từ lâu" thì đó là một vinh dự cho chúng tôi. Chúng tôi can chi mà phải chối. Nhưng sự thật là chúng tôi không có chân trong tổ chức Việt Minh: chúng tôi chỉ làm việc theo tiếng gọi của Tổ quốc, theo sự thúc giục của lương tâm và với tấm lòng thiết tha mong muốn nước nhà có một chế độ mới thay thế chế độ vua quan lỗi thời. Chính vì vậy mà chúng tôi đã tích cực vận động Hoàng đế thoái vị và chúng tôi vô cùng sung sướng khi được Hoàng đế chấp nhận lời khuyên của chúng tôi. Theo lương tâm chúng tôi, thì cuộc vận động ấy kéo dài gần hai tuần lễ là cả một quá trình báo cho Hoàng gia*

"biết trước" những gì sẽ xảy ra để Hoàng gia khỏi bị bất ngờ, tránh được tình trạng nước đến chân mới nhảy. Nếu chúng tôi cứ để cho Hoàng đế ngả theo những người như Phạm Quỳnh, Nguyễn Duy Quang... thì chắc chắn là chúng tôi không có hạnh phúc được ngồi hầu chuyện hai Ngài một cách thân mật và thẳng thắn như hôm nay.

Lắng nghe tôi nói như vậy, Nam Phương và Bảo Đại đều tỏ vẻ cảm động, ngồi nhìn nhau ....[307]

Bị Nam Phương hỏi, Phạm Khắc Hoè đã có thể phần nào nói đúng sự thực vì hai lẽ:

Thứ nhất: Nam Phương Hoàng Hậu là người đã nâng đỡ Phạm Khắc Hoè, đã đưa Phạm Khắc Hoè từ Đà Lạt về Huế và giao cho chức vụ trọng yếu trong triều.

Thứ hai: Ở vào thời điểm này Phạm Khắc Hoè không còn cần phải giấu giếm sự thật này nữa mà trái lại, đây là một dịp để đương sự gián tiếp kể công với cả Hoàng Đế và Hoàng Hậu, sau này là với "Cách Mạng". Trước đó chắc chắn ông không dám nói như vậy. Có điều ông đã không nói hết sự thực vì như đã nói ở trên, Phạm Khắc Hoè không phải là Việt Minh và được Việt Minh cài vào Đại Nội như Hoàng Hậu Nam Phương thắc mắc mà là qua Tôn Quang Phiệt, ông đã tự tìm theo Việt Minh và tự nhận làm nội ứng cho Việt Minh, gây hoang mang và mâu thuẫn trong nội bộ của Chính Phủ Trần Trọng Kim, đặc biệt là trong những ngày cuối với nhiệm vụ dọa dẫm và thuyết phục Vua Bảo Đại tự ý thoái vị. Việc làm này của ông có thể bị coi là trái với quan niệm của các nhà Nho đương thời, từ đó không được nhiều người chấp nhận vì nếu quả tình ông coi chế độ quân chủ là lỗi thời thì tại sao ông lại nhận ra làm quan và làm quan to mà không từ chức để làm cách mạng như nhiều người khác trước ông và đồng thời với ông. Không những thế ông đã ở lại với chức vụ trọng yếu bên cạnh Nhà Vua của mình cho đến phút chót mới công khai phản lại chế độ và những người đã tin cậy và gia ơn cho mình? Phải chăng hành động của ông chỉ là hành động xu thời không hơn, không kém? Hay nói theo Thủ Tướng Trần Trọng Kim là *"Khi vui thì vỗ tay vào đến khi hoạn nạn ào ào chạy ra"* trong buổi họp Nội Các ngày 3 tháng 8. Tuy nhiên trong vai trò nội ứng của ông, ông cũng đã có công thu xếp để Nhà Vua, Hoàng Hậu và Hoàng Gia được an toàn, theo nhận định của Hoàng Xuân Hãn khi vị cựu bộ trưởng này được Nhà Văn Thụy Khuê hỏi về giá trị của tập hồi ký của viên Ngự Tiền Tổng Lý họ Phạm này:

> *Nhưng phải biết rằng nếu không có ông Hoè hồi ấy, thì Triều Đình Huế và nhất là gia đình của ông Bảo Đại, chưa chắc đã hoàn toàn đâu. Có thể nói là ông ấy cứu được ông Bảo Đại, với các gia đình hoàng phái, những người Huế, với lại cái sự hoà giải...*[308]

Điều cần phải để ý là ở thời điểm được Thụy Khuê phỏng vấn này Hoàng Xuân Hãn đã thay đổi thái độ chính trị của ông và tiến gần với chế độ Cộng Sản Hà Nội hơn. Bằng chứng là ông đã không dùng từ ngữ hoàng gia hay hoàng tộc mà dùng hai chữ "gia đình": "gia đình của ông Bảo Đại, các gia đình hoàng phái". Chính vì sự thay đổi này mà Hoàng Xuân Hãn đã bị mất cảm tình của nhiều người, mặc dầu ông đã ở lại với vai trò đại diện cho Chính Phủ đến giờ phút chót thay vì bỏ dở khi tình hình vô cùng nguy ngập cho an ninh của chính ông, khi ông một mình đến điều đình với Việt Minh, khác hẳn với ba vị bộ trưởng khác đã nói ở trên là Trần Đình Nam, Nguyễn Hữu Thí và Hồ Tá Khanh.

3. Bức điện tín của bốn trí thức trẻ từ Hà Nội đánh vào

Bức điện tín này mang tên bốn trí thức trẻ từ Hà Nội được Ủy Ban Giải Phóng Thành Phố Hà nội gửi vô qua đường bưu điện. Bốn trí thức này gồm có các ông Ngụy Như Kontum [309] lúc đó làm Giám Đốc Đại Học Xá Hà Nội, Nguyễn Văn Huyên [310], Hồ Hữu Tường [311] và Nguyễn Xiển [312]. Người ta không rõ bức điện tín này được gửi đi ngày nào nhưng theo Phạm Khắc Hoè thì Bảo Đại nhận được trong đêm ngày 23 tháng 8 và do Ủy Ban Nhân Dân Bắc Bộ từ Hà Nội đánh vào. Còn người đem điện tín này vào trình với Nhà Vua là Chủ Sự Phòng Bưu Điện Huế Ngụy Như Bích, cha đẻ của Ngụy Như Kontum. Toàn văn của điện tín ngắn gọn như sau:

> *Một Chính phủ nhân dân cách mạng lâm thời đã thành lập. Chủ tịch là Cụ Hồ chí Minh. Yêu cầu đức Vua thoái vị ngay để củng cố và thống nhất nền độc lập nước nhà.* [313]

Qua điện tín này, lần đầu tiên Bảo Đại đọc được tên Hồ Chí Minh, lãnh tụ Việt Minh, người sẽ kế vị ông. Điều này, theo Phạm Khắc Hoè, đã làm cho Nhà Vua *"thất vọng và lo buồn"*, vì những câu sấm *"Nam Đàn sinh Thánh"* là sai và câu sấm *"Vạn đại dung thân"* cũng có thể sai. Để trấn an Nhà Vua, Hoè đưa ra nghi vấn Hồ Chí Minh là ai mà lâu nay ở Huế chưa hề nghe tiếng? và biết đâu cụ Hồ Chí Minh và cụ Nguyễn Ái Quốc lại không phải là một? Để làm sáng tỏ chuyện này, như đã nói ở trên, đương sự đã chạy đi kiếm Tôn Quang Phiệt để hỏi nhưng Phiệt đi vắng nên qua nhà Đào Duy Anh. Học giả này *"liền lục hết mọi tài liệu, sách vở giở ra xem thì cụ Nguyễn Ái Quốc có rất nhiều tên trong quá trình hoạt động cách mạng, nhưng không có tên nào là Hồ Chí Minh cả".* [314] Cuối cùng "Sực nhớ tới Vũ Văn Hiền vừa mới ở Hà Nội về thì Vũ Văn Hiền nói ngay:

" Đúng rồi! Hồ Chí Minh là Nguyễn Ái Quốc." Cũng theo Phạm Khắc Hoè thì khám phá này là một sư giải toả cho nỗi thắc mắc của Nhà Vua như đã phân tích trên đây, theo đó ngôi vua không thể trao cho một nhân vật vô danh, không thành tích được. Chính vì vậy mà, theo lời kể của Phạm Khắc Hoè, khi được Phạm Khắc Hoè báo *"tin vui"*, Nhà Vua đã bật ra câu tiếng Pháp *"Ca vaut bien le coup alors"*, *"Như thế thật đáng thoái vị"* [315] và từ đó "Bảo Đại trở lại lạc quan và chuyện trò với tôi thân mật hơn bao giờ hết. Suốt cả buổi sáng ngày 26, câu chuyện của hai chúng tôi toàn xoay quanh vấn đề hết đời sống vua quan nô lệ đến đời sống công dân tự do. Nguyên Bảo Đại có một đồn điền riêng mới bắt đầu trồng chè ở Bờ lao, trên đường quốc lộ 20 từ Đà lạt xuống Sai Gòn. Bảo Đại dự định sẽ về đó trồng chè và làm nghề săn bắn cũng đã sống phong lưu."

Từ phía Hoàng Đế Bảo Đại, trong hồi ký của nhà vua, ông có nhắc tới điện tín của nhóm trí thức trẻ này, nhưng chi tiết hơi khác với nội dung được ông ghi lại như sau:

> *Trước ý chí đồng nhứt của toàn thể dân chúng Việt Nam, sẵn sàng hy sinh tất cả để cứu vãn nền độc lập quốc gia, chúng tôi thành kính xin đức Hoàng đế hãy làm một cử chỉ lịch sử để từ bỏ ngai vàng.* [316]

Trái với bức của Phạm Khắc Hoè, người đọc không thấy tên Hồ Chí Minh được nhắc tới ở đây. Tên này chỉ được Bảo Đại nhắc tới khi ông kể lại chuyện Trần Huy Liệu vào cung trình ông giấy ủy quyền nhận ấn kiếm và bản tuyên ngôn thoái vị với nguyên văn được nhà vua ghi lại như sau:

> *Nhân danh dân tộc Việt Nam, Chủ tịch Hồ Chí Minh của Mặt trận Giải phóng đất nước cho chúng tôi danh dự đến gần Hoàng thượng, để nhận ấn kiếm.*[317]

Nhà vua cũng ghi *thêm "Đó là lần đầu tiên mà tôi nghe thấy tên Chủ tịch Hồ Chí Minh."*

Tại sao lại có sự khác biệt như vậy? và giữa hai bản được hai nhân vật trực tiếp với biến cố này ghi lại, bản nào đúng với sự thật hơn? Đây là những câu hỏi cho tới nay người ta chưa tìm ra câu trả lời. Phải chăng đây chỉ là một vấn đề thuần túy của trí nhớ mà thôi, cũng giống như ngày, giờ nhà vua tiếp kiến Phái Bộ Trần Huy Liệu lần đầu tiên ở Điện Kiến Trung? Bảo

Đại ghi là buổi sáng ngày 25 tháng 8, trong khi đích thực là buổi chiều ngày 29, sai nhau tới 4 ngày.

4. Chủ Tịch Tổng Hội Sinh Viên Phan Thanh Hòa phản đối bức điện tín.

Từ phía các sinh viên Đại Học Hà Nội, việc 4 trí thức trẻ đánh điện yêu cầu Vua Bảo Đại thoái vị không phải là không gặp sự chống đối, đặc biệt là từ phía Chủ Tịch Tổng Hội Sinh Viên Phan Thanh Hoà. Ông này dòng dõi Phan Thanh Giản và là em vợ của Bác Sĩ Nguyễn Tôn Hoàn của Đảng Đại Việt sau này. Bác Sĩ Phan Văn Đương, trong hồi ký của ông nhan đề "Nhớ Quê Hương" ký tên Nguyễn Minh Hoài Việt đã dẫn ở trên, lúc đó mới được người Nhật thả ra khỏi tù sau ngày Nhật Bản đầu hàng, có mặt ở Việt Nam Đại Học Xá, đã kể lại chuyện Việt Minh xâm nhập vào hàng ngũ sinh viên ở đây, khi nói về buổi họp ngày 22 tháng 8 của các trí thức nhằm quyết định việc đánh điện yêu cầu Vua Bảo Đại thoái vị đã viết nguyên văn như sau:

> *Việt Minh len lỏi vào hàng ngũ sinh viên, xâm nhập toà soạn báo tự trị của Tổng Hội, gây mâu thuẫn giữa sinh viên. Hết phát xít Nhật đàn áp, phá hoại, bây giờ lại đến bọn Bôn-sơ-vích tạo ung thối từ bên trong. Trong thời gian dưỡng bệnh, tôi đọc lại báo chí cũ để am hiểu tình hình. Trong buổi giao thời, chính phủ Trần trọng Kim một mặt cố gắng giới hạn can thiệp của người Nhật, mặt khác cố tạo một tình trạng thực tại "bất khả phản hồi" để chặn thực dân Pháp đô hộ trở lại.*

[...] Đau đớn và đáng phỉ nhổ hơn là một cuộc họp mặt của các trí thức danh tiếng miền Bắc tại Việt Nam Đại Học Xá ngày 22 tháng 8: một công điện được đánh đi từ Hà Nội yêu cầu Hoàng Đế Bảo Đại thoái vị để nhường quyền cho một chính phủ mới. Công điện mang chữ ký của Nguyễn Xiển, Nguyễn Văn Huyên, Nguyễn Mạnh Tường (đúng hơn là Hồ Hữu Tường, tác giả Phan Văn Đương ghi lầm), *Ngụy Như Kontum, những khoa bảng, xuất thân từ các trường đại học của Pháp.[.........]*

Trong khi chúng tôi, một số sinh viên đang âm thầm cổ động trong Việt Nam Học Xá sự chống đối việc yêu cầu Hoàng Đế Bảo Đại thoái vị, thì anh đương kim chủ tịch Tổng Hội Sinh Viên Việt Nam có một thái độ tích cực hơn. Đứng trên diễn đàn, trước một đám đông, chủ tịch Phan Thanh Hoà tuyên bố: "Phải để nguyên Hoàng Đế tại vị. Tôi không biết miền Trung và miền Bắc phản ứng ra sao nhưng tôi biết chắc là miền Nam nhất định không theo Cộng Sản. Hoàng đế thoái vị, miền Nam sẽ ly khai." Anh Phan Thanh Hòa là một sinh viên gốc Vĩnh Long, cháu ba đời cụ Phan Thanh Giản. Anh học ngành nha khoa, rất sành về âm nhạc có uy tín nhiều trong giới sinh viên, nên được anh em sinh viên ba kỳ bầu lên làm chủ tịch thay thế anh Phạm Thành Vinh khi anh này bị bắt. Tính anh Hoà rất bộc trực, nóng nảy, tranh đấu chống Việt Minh quyết liệt, từ đó ít lâu anh bị bắt và mất tích luôn. [318]

Tôi đang phẫn nộ và lo buồn về việc mấy nhà "đại trí thức khoa bảng" họp tại Việt Nam Đại Học xá đánh điện vào Huế yêu cầu Hoàng Đế thoái vị thì vài ngày sau đó được tin Vua Bảo Đại chấp nhận từ bỏ ngôi báu. Tuyên cáo thoái vị của nhà vua làm tôi vô cùng xúc động, không cầm được nước mắt. [319]

5. Một điện tín khác: nhà văn, nhà báo, nghệ sĩ?

Tri Tân Tạp Chí, số 202, ra ngày 30 tháng 8, trong một bản tin nhan đề "Toàn thể giới nhà văn, nhà báo và nghệ sĩ nhiệt thành ủng hộ chính quyền cách mạng, đánh điện yêu cầu Vua Bảo Đại thoái vị ngay, sửa soạn tờ thỉnh cầu lên phái bộ đồng minh sắp tới". Buổi họp diễn ra lúc 10 giờ sáng ngày 26 tháng 8 năm 1945 tại trụ sở của Hội Khai Trí Tiến Đức. Buổi họp qui tụ *"đủ mặt đại biểu các báo hàng ngày trừ báo Đông Phát, các báo hàng tuần, các nhà xuất bản, các nhà văn, thi sĩ, kịch sĩ, họa sĩ và các nhà điêu khắc, kiến trúc"*. Người khai mạc buổi họp, mà người ta phải coi là người chủ trương, là Nhà Văn Trương Tửu. Chương trình nghị sự gồm có bốn vấn đề:

1. Tỏ thái độ đối với chính quyền cách mạng
2. Quyết định thái độ đối với triều đình Huế
3. Hô hào thống nhất chính quyền trong toàn cõi Việt Nam
4. Sửa soạn tiếp đón phái bộ đồng minh và đặt lời thỉnh nguyện lên phái bộ.

Trương Tửu được bầu làm chủ tịch buổi họp và Nguyễn Hoạt làm thư ký. Bài báo chỉ ghi là *"Bầu xong hội nghị bắt đầu thảo luận"*, không kể thêm chi tiết và tờ báo cũng không đăng thêm gì khác nữa. Điều ta cần để ý ở đây là ngày giờ họp. Đó là 10 giờ sáng ngày 26 tháng 8 năm 1945 tại trụ sở của Hội Khai Trí Tiến Đức, một tuần lễ sau biến cố 19 tháng 8, ba ngày sau buổi họp của giới trí thức, sinh viên ở Đại Học Xá Đông Dương và điện tín của bốn trí thức trẻ kể trên được gửi vô Huế. Trong khi đó thì ngày 25, phái đoàn Trần Huy Liệu đã rời Hà nội vô Huế rồi. Chuyện đánh điện *"yêu cầu Bảo Đại thoái vị ngay"* đối với Việt Minh không còn cần thiết nữa. Điều này giúp ta giải thích tại sao cả Bảo Đại lẫn Phạm Khắc Hoè đều không nói tới điện tín này trong hồi ký của hai người. Lý do rất đơn giản: điện tín này đã không được gửi đi. Cũng nên để ý là trong thành phần những người tham dự không phải không có người chống đối, rất có thể có cả Khái Hưng của tờ *Ngày Nay*, nên "có nhiều tranh cãi gay gắt" mà người ký giả tường thuật cũng như tờ báo không đăng gì tiếp thêm.

Nam Phương Hoàng Hậu. Nguồn: Hồi Ký của Toàn Quyền Jean Decoux, *À la Barre de l'Indochine.*

Nam Phương Hoàng Hậu trong triều phục

III.- Hoàng Đế Bảo Đại chính thức thoái vị

1. Trả lời tối hậu thư của Việt Minh

Như trên đã nói, sau những biến cố xảy ra trong buổi sáng ngày 23 tháng 8, việc Vua Bảo Đại chấp nhận những điều kiện yêu cầu nhà vua thoái vị theo như lời yêu cầu của Việt Minh trong tối hậu thư kể trên, đã chính thức được quyết định. Phạm Khắc Hoè đã trở thành người liên lạc giữa Đại Nội và Việt Minh. Ngay lập tức, ông này đã ra sân vận động, là nơi đã diễn ra cuộc biểu tình lúc đó, để trả lời cho Việt Minh cho kịp thời hạn 13 giờ 30 trưa. Nhưng tại đây ông đã phải *"chờ đến 4 giờ chiều mới thấy Tôn Quang Phiệt tới. Anh dẫn tôi tới một ngôi nhà phía sau khán đài, gõ cửa một phòng nho nhỏ đưa tôi vào giới thiệu với ông Chủ tịch Ủy ban khởi nghĩa, một người bé nhỏ trẻ măng như một chàng thư sinh."* [320] Người đó sau này ông mới được họ Tôn cho biết là *"thi sĩ cách mạng"* Tố Hữu. Sau này khi viết hồi ký, Phạm Khắc Hoè đã ghi lại cảm tưởng của mình sau khi được Tôn Quang Phiệt đọc cho nghe mấy bài thơ của Tố Hữu như sau:

> *Nghe bài nào tôi cũng thấy mới, thấy thích, nhưng có một bài đã đập rất mạnh vào tim óc tôi và tôi ghi ngay vào sổ tay. Đó là bài "Tiếng hát sông Hương".* [321]

2. Trả lời điện tín của Ủy Ban Nhân Dân Cách Mạng Bắc Bộ

Sáng ngày 24, sau khi tìm ra được tên của người lãnh đạo Việt Minh và giải tỏa được thắc mắc của Vua Bảo Đại về người này, Phạm Khắc Hoè đã gửi ngay cho Ủy Ban Nhân Dân Cách Mạng Bắc Bộ bức điện tín nguyên văn như sau:

> *Khâm phụng, Hoàng đế sắc văn phòng tôi trả lời bức điện số DT của quý Ủy ban rằng: Ngài vui lòng thoái vị ngay và đã sắp đặt sẵn sàng, nhưng có trách nhiệm đối với lịch sử và toàn thể quốc dân và muốn Chính phủ mới chính thức ra mắt quốc dân một cách long trọng, Ngài muốn ông Chủ tịch Chính phủ nhân dân cách mạng lâm thời gấp về Thuận Hóa để Ngài giao chính quyền và Ngài muốn ông cho biết ngày giờ làm lễ ấy. Đồng thời Hoàng đế lại sắc văn phòng tôi sao chuyển bức điện văn này cho nhà đương chức Nhật Bản và Ủy ban nhân dân cách mạng Thuận Hóa biết.* [322]

Qua bức điện tín này, người ta thấy về phía Hoàng Đế Bảo Đại, nhà vua muốn đích thân Hồ Chí Minh vào Huế để dự lễ bàn giao chính quyền và ra mắt quốc dân một cách long trọng. Đây là một vấn đề liên quan tới trách nhiệm mà ông luôn luôn coi trọng, nhưng ông đã không được toại nguyện. Thay vì Hồ Chí Minh lại là Trần Huy Liệu, người sau này nhà vua đã đánh giá thấp và miêu tả như *"là một người gầy còm, có hình thái tiều tụy, đeo đôi kính đen để che cặp mắt lé, mà người ta lấy làm khó chịu khi phải nhìn lâu. Kẻ đồng hành là Cù huy Cận trông thật là vô nghĩa. Tôi không khỏi thất vọng."* [323] Thất vọng là phải nếu người ta hiểu được sự trông đợi của nhà vua trước quyết định tối quan trọng ông đã phải làm ở thời điểm này. Tưởng cũng cần để ý là cho mãi đến tận sau này người Việt

Nam vẫn coi trọng tướng mạo bề ngoài của một người để có thể tin cậy vào người ấy hay không và nhất là để giao phó công việc. Điển hình là câu ca dao:

Trông mặt mà bắt hình dong,
Con lợn có béo thì lòng mới ngon.

Quan hệ hơn nữa, ở đây là chuyện nhường ngôi vua mà Bảo Đại đã nhận được từ tổ tiên ông.

Ngoài ra nhà vua cũng đã có lý khi ông cho việc gửi điện tín trả lời cho "Ủy Ban Nhân Dân Cứu Quốc" chỉ là một việc làm "vu vơ". Lý do là vì ở vào thời điểm này ông cũng như những người chung quanh ông chưa biết ủy ban này thật sự là gì và ở đâu?

Cuối cùng, chiều hôm sau, 25 tháng 8, văn phòng của Phạm Khắc Hoè nhận được điện tín trả lời của Chính phủ nhân dân cách mạng lâm thời với nội dung đòi hỏi nhà vua phải ra dụ chính thức thoái vị, lấy cớ "để yên lòng dân", nhưng thực sự thì để chắc ăn và để đặt những ai còn lưu luyến và hy vọng giữ chế độ quân chủ cũng như Hoàng Đế Bảo Đại trước sự đã rồi, nguyên văn của bức điện tín này như sau:

Hoan nghênh tinh thần dân chủ và đoàn kết, thống nhất của Hoàng đế. Yêu cầu Hoàng đế hạ dụ chính thức thoái vị để yên lòng dân. Đại biểu Chính phủ sắp tới Thuận Hóa. [324]

3. Chiếu thoái vị: Bản Đại Hiến Chương, Magna Carta, của Việt Nam?

Ngay sau đó Phạm Khắc Hoè đã cho niêm yết hai bản *Chiếu Thoái Vị* và *Tuyên Chiếu với Hoàng Tộc* của nhà vua ở Phu Văn Lâu, đồng thời gửi toàn văn *Chiếu Thoái Vị* cho các vị Khâm Sai Bắc bộ và Khâm Sai Nam Bộ cũng như các tỉnh trưởng Trung Bộ. Sự thoái vị của nhà vua như vậy kể như là đã được cả hai bên chấp thuận. Còn lại là một buổi lễ chính thức để nhà vua từ giã thần dân của mình và trao quyền cho đại diện của chính phủ mới.

Sau đây là nguyên văn của hai tờ chiếu:

Chiếu Thoái Vị

Việt Nam Hoàng Đế Ban Chiếu

- Hạnh phúc của dân Việt Nam
- Độc lập của nước Việt Nam

Muốn đạt được mục đích ấy, Trẫm đã tuyên bố: Trẫm sẵn sàng hy sinh hết cả mọi phương diện và cũng vì phương diện ấy nên trẫm muốn sự hy sinh của trẫm phải có bổ ích cho tổ quốc.

Xét thấy điều bổ ích cho tổ quốc lúc này là sự đoàn kết toàn thể quốc dân, Trẫm đã tuyên bố ngày 22 tháng 8 vừa rồi rằng: trong giờ nghiêm trọng này đoàn kết là sống chia rẽ là chết.

Nay thấy nhiệt vọng dân chủ của quốc dân Bắc bộ lên quá cao nên trẫm cứ ngồi yên mà đợi quốc hội thì

không thể nào tránh khỏi nạn Nam, Bắc phân tranh, đã thống khổ cho quốc dân lại thuận tiện cho người lợi dụng.

Cho nên mặc dầu trẫm hết sức đau đớn nghĩ đến công lao liệt thánh, vào sinh ra tử trong gần 100 năm để mở mang giang sơn đất nước từ Thuận-hóa tới Hà-tiên.

Mặc dầu trẫm hết sức bùi ngùi cho nỗi làm vua trong 20 năm, mới gần gũi quốc dân được mấy tháng chưa làm được gì ích lợi cho quốc dân như lòng trẫm mong muốn, trẫm cũng quả quyết thoái vị để nhường quyền điều khiển quốc dân cho một chính phủ dân chủ cộng hòa.

Trong khi trao quyền cho chính phủ mới, trẫm chỉ mong ước có ba điều này:

1.- Đối với Tông-Miếu và Lăng-Tẩm của Liệt Thánh, chính phủ mới nên xử trí thế nào cho có sự thể.

2.- Đối với các đảng phái đã từng tranh đấu cho nền độc lập quốc gia, nhưng không đi sát theo phong trào dân chúng, trẫm mong chính phủ mới sẽ lấy sự ôn hòa xử trí để những phần tử ấy cũng có thể giúp vào việc kiến thiết quốc gia và tỏ rằng chính phủ dân chủ cộng hoà nước ta đã xây đắp trên sự đoàn kết của toàn thể quốc dân.

3. - Đối với quốc dân, trẫm khuyên hết cả các giai cấp, các đảng phái, cho đến cả người Hoàng phái cũng vậy, đều nên hợp nhất mà ủng hộ triệt để chính phủ dân chủ, giữ vững nền độc lập của nước, chứ đừng vì lòng quyến luyến trẫm và Hoàng gia mà sinh chia rẽ.

Còn về phầm trẫm, sau 20 năm ngai vàng bệ ngọc, đã biết bao ngậm đắng nuốt cay. Từ nay trẫm lấy làm vui được làm dân tự do của một nước độc lập, chứ trẫm nhất quyết không để cho ai lợi dụng danh nghĩa của trẫm hay của Hoàng gia mà lung lạc quốc dân nữa.

Việt Nam độc lập muôn năm

Dân chủ cộng hoà muôn năm
Khâm thử
Phụng ngự ký: "Bảo Đại"

Ban chiếu tại lầu Kiến Trung ngày 18 tháng 7 năm Bảo Đại thứ 20
(25 tháng 8 năm 1945), Số hiệu 1871 GT
Ngự tiền văn phòng cung lục
dấu ngự tiền văn phòng [325]

Chiếu Ban Cho Bà Con Trong Hoàng Tộc

Việt Nam Hoàng Đế Ban Chiếu

Kể từ ngày Đức Thái tổ Gia Dũ Hoàng Đế vào trấn ở Thuận Hóa đến nay đã 388 năm.

Trong non 4 thế kỷ Liệt-Thánh chúng ta trước đã trải qua biết bao nhiêu sự gian lao nguy hiểm vì nước vì dân mới truyền ngôi lại cho trẫm được đến ngày nay.

Cái gia tài quí báu di truyền đã gần 400 năm ấy, nay trong giây phút trẫm bỏ hết cả. Bà con trong Hoàng-tộc ai mới nghe cũng phải đau đớn ngậm ngùi.

Song trẫm biết rằng đó chỉ là một cái cảm tình thoáng qua chốc lát mà thôi chớ bà con ai cũng sẵn tính bình tĩnh, sẵn trí sáng suốt để xét gần thấy xa, cho nên sau khi đã chuẩn định lấy ba chữ "Dân vi quí" làm một khẩu hiện của chính thể mới, sau khi đã tuyên bố:

"Để hạnh phúc dân lên trên ngai vàng", "Làm dân một nước độc lập hơn làm vua một nước nô lệ', nay trẫm nhất định thoái vị để giao vận mệnh quốc gia cho một chính phủ có đủ điều kiện huy động hết thảy lực lượng của toàn quốc mà giữ vững nền độc lập của nước, hạnh phúc cho dân.

Độc lập của nước, hạnh phúc của dân, vì tám chữ đó mà trong 80 năm vừa qua biết mấy mươi ngàn vạn đồng bào đã rơi đầu bỏ xác nơi nước thẳm non xa, trong lao đen ngục tối.

Đối với sự hy sinh của những kẻ anh hùng liệt sĩ ấy, của muôn ngàn chiến sĩ vô danh ấy, trẫm cho sự thoái vị của trẫm là thường.

Vậy trẫm chắc rằng bà con trong Hoàng tộc sau khi nghe lời chiếu thoái vị, ai ai cũng vui lòng để nợ nước lên trên tình nhà mà đoàn kết chặt chẽ với toàn thể quốc dân để ủng hộ chính phủ dân chủ, giữ vững nền độc lập cho tổ quốc. Thế mới là một cách chân chính cao thượng, giữ chữ trung với trẫm và chữ hiếu với Liệt-Thánh.

Việt Nam độc lập muôn năm
Dân chủ Cộng Hòa muôn năm

Khâm thử
Phụng Ngự ký: "Bảo Đại"
Ban chiếu tại lầu Kiến Trung này 18 tháng 7 năm Bảo Đại thứ 20 (25 tháng 8 năm 1945)
Số hiệu: 1872 GT
Ngự tiền văn phòng cung lục
dấu ngự tiền văn phòng [326]

Nhận định và đánh giá Chiếu Thoái Vị của Hoàng Đế Bảo Đại cùng với những biến cố liên hệ đã diễn ra trước và sau đó trong lịch sử cận đại Việt Nam, Luật Sư Trần Thanh Hiệp, một nhà tranh đấu cho nhân quyền hiện ở Pháp, trong tập khảo luận ngắn đã dẫn trên đây, đã ví tờ chiếu này với bản **Đại Hiến Chương Magna Carta** mà King John (1199 -1216) của nước Anh, ban hành năm 1215, theo đó nhà vua phải tôn trọng các quyền căn bản, ban đầu là của các quý tộc, sau mở rộng cho mọi người dân, những quyền sau này được người Mỹ đề cao trong cuộc tranh đấu giành độc lập của 13 thuộc địa của người Anh ở Mỹ Châu, nền tảng của Hiến Pháp 1787 của Hoa Kỳ và sau này gián tiếp được chính Chủ Tịch Hồ Chí Minh của Nước Việt Nam Dân Chủ Cộng Hòa nói tới trong bản Tuyên Ngôn Độc Lập ngày 2 tháng 9 năm 1945 của ông. **Magna Carta** ngày nay vẫn còn được coi như biểu tượng quan trọng cho quyền tự do của con người và được các chính trị gia và các nhà vận động cho nhân quyền nhắc tới và được tôn trọng trong thế giới Tây phương.

Coi như một việc làm nhằm trả lại sự thực cho lịch sử trên bình diện pháp lý, phần biện luận của Luật Sư Trần Thanh Hiệp tương đối dài nhưng vì nhu cầu cần phải được trích dẫn đầy đủ, xin quý vị độc giả vui lòng lượng thứ và kiên nhẫn đọc kỹ quan điểm có thể coi là mới và quan trọng này. Nguyên văn như sau:

Việc tìm hiểu tại sao vua Bảo Đại thoái vị không quan trọng bằng việc xác định người vua ấy đã thoái vị như thế nào, đã trao quyền cho ai, và trên những cơ sở gì, với những hậu quả pháp lý ra sao?

Về điểm này, tưởng phải phục hồi giá trị lịch sử cho "Chiếu thoái vị" ngày 25-8-1945 của vua Bảo Đại, một văn kiện lịch sử đã bị chôn vùi một cách vô ý thức, chẳng những bởi những người cộng sản mà cả những người chống cộng sản.

Đối với người Việt Nam, không ai nghĩ rằng Chiếu thoái vị này là một loại Đại Hiến Chương (Magna Carta hay Great Charter) mà ý nghĩa lịch sử cũng như pháp lý cao hơn bản Hiến Chương 1215 của vua Jean-Sans-Terre, một lời cam kết của vị vua này ở Anh quốc chấp nhận nhường một phần vương quyền cho các bá tước người Anh. Vậy mà ngày nay chẳng những riêng người Anh, cả thế giới đều coi nó như một nguồn gốc lịch sử của nhân quyền. Trong khi đó Chiếu Thoái Vị 25 -8-1945 của vua Bảo Đại là một văn bản chính thức và công khai qua trung gian của các đai diện dân chúng nhường không điều kiện toàn bộ vương quyền cho dân chúng. Những người cộng sản cướp chính quyền, theo mẫu âm "la" của Trường Chinh, coi Chiếu Thoái Vị của vua Bảo Đại chỉ là một văn kiện "đầu hàng cách mạng" là điều hiểu được. Nhưng quả thực rất khó hiểu sự kiện đã có không ít những người tự nhận là chống cộng sản, hoặc vì không biết đầy đủ nội dung của nó nên coi nó như không có gì đáng kể, hoặc khiếp đảm vì bạo lực của cộng sản cướp chính quyền, không nhận ra được giá trị của Chiếu Thoái Vị, thậm chí còn nhập nội và lưu truyền mặc cảm tự ti của những người thất trận.

Đã đến lúc phải tái lập sự thật.

Trên bình diện lịch sử, Chiếu Thoái Vị 25-8-1945 của vua Bảo Đại là một sử liệu quý giá đánh dấu sự chấm dứt nền quân chủ cổ truyền để chuyển quyền, không đổ máu từ vua sang dân, trong một tinh thần tự nguyện vì độc lập của đất nước, vì tự do của mỗi người dân và vì đoàn kết của cả dân tộc. Trên bình diện pháp lý, văn kiện này là một bản hợp đồng rất đặc biệt - vừa thành văn vừa không thành văn - ấn định rõ ràng những điều kiện trong đó hành vi trao quyền được thực hiện và những nghĩa vụ mà người nhận quyền phải thi hành. Điều cho đến nay không ai nói tới hoặc không nghĩ tới là bên nhận quyền, những người cộng sản cướp chính quyền năm 1945, đã long trọng cam kết thi hành những nghĩa vụ ấy. Nhưng cộng sản đã bội ước, nhận quyền để thiết lập chuyên chính còn bạo tàn hơn cả quân chủ.

Cũng như trường hợp bản Đại Hiến chương 1215, luật học ngày nay không cần tìm biết vì sao vua Jean-Sans-Terre đã nhường quyền mà chỉ cần biết vị vua này đã nhường những quyền gì, nhường cho ai? Vua Bảo Đại, với tư cách người kế vị vương quyền của dòng họ Nguyễn lưu truyền đã gần 400 năm nay, đã văn kiện hóa hành vi nhường quyền của mình bằng những lời lẽ không thể rõ ràng hơn nữa: vì "hạnh phúc của dân", vì "độc lập của nước", không "ngồi yên mà đợi quốc hội" trước "nhiệt vọng dân cử rất cao của dân chúng miền Bắc, đã "quả quyết thoái vị" để tránh nạn"Nam - Bắc phân tranh" đồng thời " nhượng quyền điều khiển quốc dân lại cho một chính phủ dân chủ cộng hòa". Một trong đòi hỏi của người trao quyền là chính quyền dân chủ sắp được thiết lập phải "lấy sự ôn hòa xử trí" đối với "các đảng phái đã từng tranh đấu cho nền độc lập quốc gia nhưng không đi sát theo phong trào dân chúng để những phần tử ấy cũng có thể giúp vào việc kiến thiết quốc gia và tỏ rằng chính phủ dân chủ cộng hòa nước ta đã xây đắp trên sự đoàn kết của toàn thể quốc dân".

Như vậy là vua Bảo Đại đã sang trang cho lịch sử cả hàng ngàn năm. Và những người nhận quyền từ tay vua Bảo Đại đã giao ước, trước mặt quốc dân, với vua Bảo Đại, sẽ viết những trang sử mới theo đúng lời yêu cầu ghi trong Chiếu Thoái Vị. Giao ước long trọng nhiều lần. Lần thứ nhất, khi vua Bảo Đại gặp các đại diện của Ủy ban Nhân Dân Cứu Quốc tự xưng là đại diện cho tất cả mọi đảng phái và từng lớp dân chúng, sáng ngày 23-8-1945 tới cung điện với giấy ủy quyền nhân danh Việt Năm Độc Lập Đồng Minh (Việt Minh) ở Hà Nội phái vào. Theo tập hồi ký Con Rồng Việt Nam thì phái đoàn đại diện gồm có hai người là Trần Huy Liệu, Phó chủ tịch của ủy ban Nhân dân cứu quốc và Cù Huy Cận, nhưng ký giả Nam Đình Nguyễn Kỳ Nam trong tập hồi ký của ông là còn có cả Nguyễn Lương Bằng, đại diện cho "cách mạng". Cách thức nhận quyền thuộc phần giao ước không thành văn. Người ta đọc thấy trong tập hồi ký Con Rồng Việt Nam rằng Trần huy Liệu xuất trình giấy ủy quyền và tuyên bố: "Nhân danh dân tộc Việt Nam, Chủ Tịch Hồ Chí Minh của Mặt Trận Giải Phóng đất nước cho chúng tôi danh dự đến gần Hoàng thượng đến nhận ấn kiếm". Được vua Bảo Đại trao cho đọc Chiếu Thoái Vị, sau khi đọc xong và, hội ý với Cù huy Cận, Trần Huy Liệu nói: "Thưa Hoàng thượng, nhân danh dân tộc Việt Nam, chúng tôi nhận hết cả bản văn này. Nhưng chúng tôi kính cẩn xin tổ chức một buổi lễ vắn tắt, trong đó xin Hoàng thượng công khai tuyên bố cho mọi người biết". Chiều ngày 23-8-1945, vua Bảo Đại bận triều phục, đọc cho hàng ngàn người tụ họp trước cửa Ngọ môn nghe Chiếu Thoái Vị đề ngày 25-8-1945. Lần đầu tiên nền dân chủ đã trực tiếp ra đời trên đất nước Việt Nam, với một áp âm tươi sáng: "Trẫm lấy làm vui được làm dân tự do của một nước độc lập". Lần thứ hai, sư giao ước - lần này gián tiếp – đã được chính quyền cộng sản trá hình, thay thế triều đình Huế, long trọng tuyên đọc qua bản Tuyên Ngôn Độc Lập ngày 2-9-1945 trong đó có trích dẫn tinh thần dân chủ tự do theo truyền thống phương Tây để được nêu lên như một giá trị quy chiếu. Không biết rằng vô tình hay cố ý, sự giao ước hai bên không được văn kiện hóa để mang hình thức một tài liệu thành văn. Nhưng xét theo tập tục của người Việt Nam vào thời điểm mùa Thu 1945, giữa hai bên "Vua" và "Dân" đã có một sự kết ước với những điều kiện rõ rệt. Ở các chợ miền quê trong cả nước hồi đó, tập tục mua bán trâu bò chỉ cần thỏa thuận miệng và một cử chỉ hai bên vỗ tay nhau là sự kết ước thành tựu. Không một bản văn trọng đại như Chiếu Thoái Vị, được tăng cường thêm bằng những hình thức trọng thể của việc thoái vị và Tuyên ngôn ngày 2-9-1945 thành lập chính quyền Cộng Hòa, lại không có giá trị bằng một lời giao ước miệng mua bán trâu bò ở giữa chợ sao? [327]

Chưa hết, với sự dè dặt của một nhà luật học, Luật Sư Trần Thanh Hiệp vẫn muốn luận cứ của mình được đầy đủ hơn và vững chắc hơn, ông viết để kết luận như sau:

> Trong những năm tới Việt Nam chắc cũng sẽ có những công trình nghiên cứu sử học vô tư – như trong bộ sử hậu-cộng-sản, do giáo sư đại học Nga, Iouri Afanassiev, chủ trì và ấn hành năm 1991 tại Mạc Tư Khoa - để đưa ra trước ánh sáng những thao tác của Đảng Cộng sản Việt Nam trong ý đồ cưỡng hiếp và ngụy tạo lịch sử. Nhưng ngay tự bây giờ người ta cũng đã có cơ sở để dứt khoát kết luận rằng cuộc chính biến mùa thu 45 đã không thể coi là một cuộc cách mạng – dù vô sản hay dân tộc dân chủ nhân dân – mà chỉ là một vụ cướp chính quyền.[328]

Có điều những luận cứ pháp lý như luận cứ của Luật Sư Hiệp chỉ có giá trị khi tinh thần thượng tôn pháp luật và đạo đức được triệt để tôn trọng. Chúng hoàn toàn không thể có được ở một nước độc tài, dù là độc tài dưới một hình thức nào. Vua Bảo Đại sau này chắc chắn đã nhận ra điều này nên khi gặp lại Cựu Thủ Tướng Trần trọng Kim ở Hương Cảng, *lời đầu tiên ông nói "Chúng mình già trẻ mắc lừa bọn du côn"*.[329] Xin để ý hai tiếng *"du côn"* ông dùng ở đây có nhiều phần ông học được trong thời gian làm Cố Vấn Tối Cao cho Hồ Chí Minh ở Hà Nội, vì nói tới du côn thì người ta không thể nói tới luật pháp hay đạo đức, mà là ngang ngược, lừa dối, đểu giả không coi người khác ra gì. Còn nói tới mắc lừa thì Nhà Vua và mọi người đã bị mắc lừa trước những tin đồn về sức mạnh của Việt Minh, về mối liên hệ giữa Việt Minh và Đồng Minh, nhất là Hoa Kỳ và Tướng Cọp Bay Chennault, mà sau này mới rõ sự thực. Nhưng dù sao hành động thoái vị của Hoàng Đế Bảo Đại vẫn là một hành động đẹp, đầy tình cảm, mang ít nhiều lãng mạn tính, dù là trong lời nói hay trong việc làm vào lúc nguy nan nhất trong cuộc đời làm vua của ông, trái hẳn với hoàn cảnh và con người của King John của Anh Quốc. King John không thành công cả trong lẫn ngoài, bị các barons chống lại, tính tình nhỏ nhen, dâm loạn, tàn bạo, dễ ghét..vân vân…

3. Phái đoàn Chính Phủ Lâm Thời và Lễ Thoái Vị, 30-8-1945.

Phái đoàn này gồm có ba người là Trần Huy Liệu, Nguyễn Lương Bằng và Cù Huy Cận với Trần

Huy Liệu làm trưởng đoàn. Những chi tiết về lễ thoái vị đã được hai bên chính thức đồng ý trong buổi Nhà Vua tiếp kiến phái đoàn tại Điện Kiến Trung chiều ngày 29 tháng 8. Buổi lễ sẽ do Nhà Vua tổ chức vào lúc 4 giờ chiều ngày 30 tháng 8 năm 1945 tại Ngọ Môn.

Về buổi lễ kể trên cũng như những gì đã xảy ra trước và sau đó, về căn bản ta có hồi ký của ba nhân chứng chính có mặt là Hoàng Đế Bảo Đại, Trưởng Phái Đoàn Đại Diện Chính Phủ Lâm Thời Trần Huy Liệu và Tổng Lý Văn Phòng của nhà vua, Phạm Khắc Hoè. Giữa ba hồi ký này, người ta thấy có nhiều điểm khác nhau, đặc biệt là ngày giờ phái đoàn vào cung gặp Vua Bảo Đại, nhà vua ghi là sáng ngày 23 tháng 8 trong bản tiếng Việt và ngày 25 trong bản tiếng Pháp [330] trong khi cả hai Ông Phạm Khắc Hoè và Trần Huy Liệu đều ghi là buổi chiều ngày 29, sau khi phái đoàn gần trưa mới tới Sân Vận Động Huế, rồi lại gặp riêng Phạm Khắc Hoè lúc 2 giờ chiều ở trụ sở của Ủy Ban Nhân Dân Huế ở Toà Khâm Sứ cũ để bàn về lễ thoái vị. Thời điểm này phù hợp với ngày tháng được ghi trong *Việt Nam Niên Biểu* của Chính Đạo [331]. Riêng hồi ký của Trần Huy Liệu, tác giả tập sách này được biết có tới ít nhất ba bản nội dung có chứa nhiều chi tiết khác nhau. Trước hết là bản do Tạp Chí *Nghiên Cứu Lịch Sử,* số 18, 9-1960 ấn hành và bản thảo đánh máy, hồ sơ số 147, phòng Trần Huy Liệu, được lưu trữ tại Viện Sử Học, dưới tiêu đề "Tước Ấn Kiếm của Hoàng Đế Bảo Đại" được Phan Thứ Lang trích dẫn trong *Bảo Đại, Vị Vua Triều Nguyễn Cuối Cùng* của ông [332], bản được in trong *Những Ngày Cuối Cùng Của Triều Nguyễn* của

Nhà Xuất Bản Thuận Hóa, trích từ *Hồi Ký Trần Huy Liệu*, Nhà Xuất Bản Khoa Học Xã Hội ấn hành năm 1992, và bản in trong *Tạp Chí Xưa Và Nay,* số 450 (8-2014), *tháng 8 năm 2014,* nhan đề "Nhận Thanh kiếm Vàng Của Cựu Hoàng Đế Bảo Đại", trích từ báo *Cứu Quốc*, số đặc biệt kỷ niệm một năm ngày Quốc Khánh (1946). Nội dung của các ấn bản không giống nhau, trong đó đáng chú ý là ba chữ "tên", "hắn" và "nó" tác giả Trần Huy Liệu dùng để gọi Hoàng Đế Bảo Đại trong bản thảo đánh máy mà Phan Thứ Lang đã trích dẫn. Chẳng hạn như *"Trở lại câu chuyện Bảo Đại,* ***tên*** *vua cuối cùng của triều Nguyễn, và cũng là* ***tên*** *vua cuối cùng của chế độ quân chủ Việt Nam mà cách mạng sắp hạ bệ xuống"* hay *"Cái hy vọng của* ***hắn*** *không còn phải là duy trì ngôi báu mà chỉ là bảo toàn tính mạng",* hay *"vấn đề xưng hô giữa chúng tôi và Bảo Đại cụ thể là nên gọi* ***hắn*** *bằng gì và nếu* ***hắn*** *xưng hô trẫm với chúng tôi thì sao?" hay "****nó*** *hiện nay là tù binh của mình, đối xử với* ***nó*** *như thế nào không thành vấn đề"...* Cùng với một số chi tiết được sửa chữa hay xóa bỏ, những chữ này đã được thay thế bằng *"Vua Bảo Đại"* hay *"nhà vua"* hoặc *"ông ta"* với một giọng viết bớt kiêu căng của kẻ chiến thắng hơn. Bản văn như vậy đã bị sửa đổi. Nhưng câu hỏi được đặt ra là ai đã sửa đổi, chính tác giả Trần Huy Liệu đã sửa đổi hay người sau này sửa đổi và do đâu có sự sửa đổi này. Đây là một trong những khó khăn nhưng cũng là một điều đáng chú ý mà người muốn tìm hiểu lịch sử Việt Nam gặp phải. Cũng nên để ý là ngoài hồi ký của Trần Huy Liệu, ngay các văn bản vô cùng quan trọng liên quan tới Chủ Tịch Hồ Chí Minh cũng không phải là không chịu chung số phận. Điển hình là bản *Tuyên Ngôn Độc Lập* ngày 2 tháng 9 năm 1945 của Chủ Tịch Chính Phủ Lâm Thời và bức thư cũng của chính Chủ Tịch Hồ Chí Minh gửi các học sinh nhân dịp khai trường không lâu ngay sau đó. Bản *Tuyên Ngôn Độc Lập*, theo tác giả Nguyễn Thành trên tờ *Nghiên Cứu Lịch Sử,* sô (278) (I–II), 19995 đã cho biết là có nhiều dị bản sai nhau đến 22 từ vì đã được sửa đi sửa lại nhiều lần từ ngày 2-9-1945 đến năm 1973, theo ông *"thật là không thể hiểu nổi"* [333]. Còn bức thư của Hồ Chí Minh thì theo Giáo Sư Hà Văn Tấn trong một bài tham luận nhan đề "Lịch Sử, Sự Thật và Sử Học" đăng trên tờ *Đoàn Kết,* số 403, ấn hành vào tháng 6 năm 1988 tại Paris, có lẽ in lại từ tờ Tổ Quốc số tháng Giêng năm 1988, *"sai rất nhiều so với văn bản đầu tiên còn được cất giữ ở Cục Lưu Trữ Trung Ương"*.

Trở lại với Lễ Thoái Vị. Lễ này đã diễn ra lúc 4 giờ chiều ngày 30 tháng 8 ở Ngọ Môn, trước một đám đông chừng 5 vạn người do Việt Minh huy động. Phạm Khắc Hoè đã kể lại buổi lễ như sau:

> *Trưa 30 tháng 8-1945, cờ vàng của Vua được kéo lên lại trên kỳ đài. Đồng bào bắt đầu tập hợp trước Ngọ Môn khoảng 2 giờ đã có hàng người. Từ các ngả đường, những đoàn người vẫn tiếp tục kéo đến mỗi ngày một đông, đứng chậtních cả bãi cỏ rất lớn trước Ngọ Môn.*
>
> *Đúng 4 giờ, xe của Phái đoàn Chính phủ cách mạng cắm cờ đỏ sao vàng tiến thẳng vào cửa chính giữa của Ngọ Môn, giữa tiếng hoan hô nhiệt liệt của hơn năm vạn nhân dân nội thành Huế.*

Phái đoàn trên xe bước xuống, thì tôi và Hoàng tùng đệ Vĩnh Cẩn đón mời lên lầu Ngũ phụng của Ngọ Môn. Ở đây, Bảo Đại khăn vàng, áo vàng, quần trắng, giày dừa thêu rồng ra, đón phái đoàn.

Trước hết ông Trần Huy Liệu nói cho đồng bào rõ ý nghĩa của việc Phái đoàn thay mặt Chính phủ cách mạng lâm thời vào nhận sự thoái vị của Bảo Đại và đọc cho đồng bào nghe bức điện mới nhận được từ Hà Nội đánh vào cho biết Chính phủ lâm thời sẽ ra mắt quốc dân tại thủ đô Hà Nội ngày 2 tháng 9 và Cụ Chủ tịch Hồ Chí Minh sẽ đọc bản Tuyên ngôn Độc lập. Ông Trần Huy Liệu cũng đọc cho đồng bào nghe danh sách Chính phủ lâm thời. Những tiếng vỗ tay và hô khẩu hiệu của đồng bào kéo dài một hồi lâu.

Sau đó, Bảo Đại đọc tờ Chiếu thoái vị một cách xúc động có khi tắt cả tiếng. Bảo Đại đọc xong thì trên kỳ đài lá cờ vàng của nhà Vua từ từ hạ xuống và lá cờ nền đỏ thắm tươi long lanh năm cánh sao vàng được kéo lên giữa những tiếng vỗ tay, những tiếng hoan hô như sấm cắt ngang bởi 21 phát súng lệnh vang lên chào quốc kỳ mới của Tổ quốc hồi sinh. (tr. 89)

Tiếng súng lệnh chấm dứt, Bảo Đại hai tay đưa lên trao cho ông Trưởng đoàn Đại biểu Chính phủ chiếc quốc ấn bằng vàng nặng gần 10 kilogam và chiếc quốc kiếm để trong vỏ bằng vàng nạm ngọc. Rồi ông Trần Huy Liệu đọc bản tuyên bố của Đoàn đại biểu Chính phủ, nêu rõ thắng lợi của Cách mạng Tháng Tám là kết quả của hàng mấy chục năm tranh đấu anh dũng, kiên cường, bền bỉ của nhân dân cả nước, tuyên bố chấm dứt vĩnh viễn chế độ quân chủ và nhấn mạnh chính sách của Chính thể dân chủ cộng hòa là đoàn kết mọi từng lớp quốc dân để giữ nước và dựng nước.

[…....]

Cuối cùng, theo đề nghị của Bảo Đại, Đoàn đại biểu Chính phủ tặng ông ta một huy hiệu Cờ đỏ sao vàng. Ông Nguyễn Lương Bằng cài huy hiệu lên ngực Bảo Đại, từ nay trở thành người công dân Vĩnh Thụy, đồng thời ông Cù Huy Cận công bố điều ấy cho đồng bào biết và đề nghị đồng bào hoan nghênh người công dân Vĩnh Thụy.

Vĩnh Thụy tươi cười giơ tay vẫy chào đồng bào và ra về. Phái đoàn Chính phủ cũng đi xuống với Vĩnh Thụy đến chỗ xe đậu. Ở đây hai bên chia tay nhau. Phái đoàn Chính phủ trở về Trung Bộ phủ, Vĩnh Thụy cùng tôi và Vĩnh Cẩn trở về điện Kiến Trung. [334]

Nhận định về đoạn văn này nhiều người cho rằng Phạm Khắc Hoè đã thay đổ thái độ và cách xưng hô đối với Nhà Vua một cách quá sớm, chỉ cách nhau có vài dòng, ông đã thay đổi cách gọi chủ cũ của mình, người đã tin cậy và nâng đỡ ông, đã đưa ông từ chức Quản Đạo Đà Lạt về làm Ngự Tiền Tổng Lý Văn Phòng, từ Bảo Đại, gọi trống không, không kèm theo chữ Vua hay Hoàng Đế, sang Vĩnh Thụy và dùng hai chữ *"ông ta"* để chỉ Nhà Vua một cách mỉa mai, coi thường nếu không nói là khinh miệt trong khi nói tới Trần Huy Liệu luôn luôn kèm tiếng "ông phía trước. Chưa hết, ông còn dùng câu *"lá cờ nền đỏ thắm tươi long lanh năm cánh sao vàng"* để ca tụng cờ Việt Minh và cách mạng và tiếng cụ để gọi họ Hồ thay vì hai chữ chủ tịch vừa đúng danh vị của ông này hơn, vừa nhẹ nhàng, nếu không nói là nịnh bợ hơn. Cách đối xử của Phạm Khắc Hoè với Vua Bảo Đại trong thời điểm này làm người ta không khỏi không nghĩ tới cách đối xử của viên lãnh binh khố vàng đối với nhà vua mà Hùm Xám Đường Số 4 Đặng Văn Việt kể lại, được trích dưới đây.

Hồi ký của Trần Huy Liệu cũng kể lại những chi tiết tương tự nhưng có thêm những nhận xét về phản ứng của quần chúng. Chẳng hạn như phản ứng của dân chúng *"im phăng phắc nghe cái tâm sự của một ông vua sắp trở lại làm dân. Tâm sự ấy, thật có một vẻ gì kích thích lòng người quá chừng!"* hay *"Lễ tất, chúng tôi từ từng bực Ngọ Môn bước xuống để ra về, trước vẻ mặt của ông Vĩnh Thụy hớn hở như vừa trút được một gánh nặng, trái lại, trước vẻ ngơ ngác của một số người hình như vừa mới bị rơi mất một cái gì là gia bảo, là quốc túy, là kế vinh thân phì gia mà không còn cứu vãn được nữa"*.[335]

Về phía Vua Bảo Đại, hơn ba mươi năm sau ngày thoái vị, Nhà Vua đã kể lại biến cố tối quan trọng liên hệ tới không riêng đời mình mà luôn cả dòng họ mình, thần dân mình và đất nước mình một cách tình cảm hơn và bình thản hơn:

> *Bản tuyên ngôn được đọc trong sự yên lặng hoàn toàn. Tôi quan sát các khán giả đứng hàng đầu. Tất cả các vẻ mặt đều tỏ vẻ ngạc nhiên cùng cực. Bản tuyên ngôn thoái vị của tôi như tiếng sét đánh xuống ngang đầu họ. Họ lặng người đi.*
>
> *Trong một bầu không khí bực dọc, tôi trao nhanh ấn tín, quốc bảo của hoàng triều cho Trần Huy Liệu, mà chính ông ta cũng có cảm tưởng như từ trên mây mà lại. Trong khi tôi hồi cung, đám đông tan ra, không một tiếng kêu.*
>
> *Trần Huy Liệu và Cù Huy Cận tiễn tôi phía sau. Trước khi chia tay với tôi, đại diện của Ủy ban Giải phóng nói:*

-Chủ tịch Hồ Chí Minh của chúng tôi muốn mời Ngài ra Hà Nội để dự lễ đặt cơ cấu chính quyền dân chủ cộng hòa.

-Thưa ông Đại diện, tôi xin gửi lời ông cảm ơn Chủ tịch Hồ Chí Minh đã có nhã ý mời tôi, và tôi không bỏ lỡ dịp tới dự. [336]

Cũng nên biết thêm về cảm tưởng của Trần Huy Liệu khi nhận được ấn kiếm nhà vua trao cho mà ông gọi là "dâng lên". Ông này viết:

Khi tiếp nhận thanh kiếm của Bảo Đại dâng lên thì không có gì đáng kể. Nhưng khi tiếp nhận chiếc ấn nặng tới 10 kg vàng, nói thật với các bạn, khi giơ hai tay đỡ chiếc ấn, tôi đâu có ngờ nó nặng đến thế, nên không chuẩn bị tư thế từ trước. Tuy vậy, khi chiếc ấn nặng trĩu đã nằm trong tay, tôi phải cố gắng vận dụng hết sức bình sinh để chống đỡ, không để nó trĩu xuống, nhất là để người tôi phải nghiêng ngả, vì tư thế của tôi lúc ấy có phải thuộc riêng của tôi đâu, mà là tư thế của một vị đại diện Chính phủ nước Việt Nam Dân chủ Cộng hòa đương làm một việc rất quan trọng trong giờ phút lịch sử. Cũng may là tôi đã làm xong trách nhiệm "nặng nề" ấy. [337]

Đoạn văn kể trên được in trong bản của Nhà Xuất Bản Thuận Hoá, bản được tác giả ghi là Hà Nội, 8, 1960 và trích từ Hồi Ký Trần Huy Liệu do Nhà Xuất Bản Khoa Học Xã Hội ấn hành năm 1992 nhưng đã bị cắt bỏ trong bản in trong *Xưa Và Nay,* Số 450, tháng 8 năm 2014, đã dẫn.

Một nhân chứng khác có mặt trong buổi lễ này là Đặng Văn Việt, người sinh viên trường Thanh Niên Tiền Tuyến đã hạ Cờ Quẻ Ly để thay thế bằng cờ đỏ sao vàng ở kỳ đài hai ngày trước, đã nói ở trên. Nguyên văn lời kể của Đặng Văn Việt như sau:

> *Mấy hôm sau, (hôm treo cờ lần thứ nhất) trên cổng Ngọ Môn, tôi có mặt trong buổi nhà vua làm lễ thoái vị "Giao ấn vàng, kiếm báu" cho ông Trần Huy Liệu - đại diện của chính phủ Trung ương từ Hà Nội vào. Trong cuộc mít tinh lịch sử, hàng vạn nhân dân Huế được tụ tập để "tạm biệt" vị Hoàng đế cuối cùng của triều nhà Nguyễn. Nếu chúa Nguyễn Hoàng là người đầu thực hiện lời khuyên, lời tiên đoán của nhà ẩn dật nổi tiếng Nguyễn Bỉnh Khiêm:*
>
> *"Hoành Sơn nhất đái*
> *Vạn đại dung thân".*
>
> *thì vị Hoàng đế cuối cùng Bảo Đại. cũng là người tuyên bố chấm dứt nghiệp đế sau gần 3 thế kỷ (chúa – vua):*
>
> *"Thà làm dân một nước tự do*
> *Hơn làm vua một nước nô lệ".*
>
> *Trong buổi lễ long trọng (ngày 30-8-1945) có mục nghi thức mới: Hạ cờ vàng, lần thứ hai và treo cờ đỏ sao vàng chính thức lên cột cờ của cố đô Huế.*
>
> *Viên lãnh binh khố vàng đến cạnh tôi, biết anh Cao Pha và tôi là người đã làm việc treo hạ cờ hôm ấy – ông ta nói:*
>
> *Hôm hạ cờ nhà vua, cả đại đội khố vàng chúng tôi nằm rạp, dọc theo thành cổng Ngọ Môn. Hơn một trăm tay súng chĩa về các anh - xin ý kiến Hoàng đế - Ngài bảo:*
>
> *"Chớ! Chớ! Việt Minh đấy! Chúng mi nổ súng thì tao chết trước đấy – may quá lính chỉ nằm im cho đến khi các anh đi khuất. Hôm ấy mà bóp cò, thì nay tôi toi mạng rồi, thật phúc lớn nhà tôi."* [338]

Điều đáng để ý là cùng một nhân chứng Đặng Văn Việt, trong hồi ký *Người Lính Già Đặng Văn Việt, Chiến Sĩ Đường Số 4 Anh Hùng (Hồi Ức),* ấn hành bốn năm trước, năm 2004, bởi Nhà Xuất Bản Trẻ, câu trả lời này của Bảo Đại hơi khác. Thay vì xưng "tao" và "chúng mi" với vị lãnh binh lính Khố Vàng, nhà vua đã dùng các tiếng "các ngươi" và "trẫm". Nguyên văn như sau:

> *Tôi đang đứng dự buổi lễ* (thoái vị) *tự nhiên ông lãnh binh đội cận vệ Hoàng gia (khố vàng) đến cạnh tôi và nói: "Hôm nọ, hai ông ra lệnh hạ cờ nhà vua, treo cờ Cách mạng lên cột cờ lớn. Được tin, thi hành nhiệm vụ bảo vệ Hoàng cung, tôi đã cho 120 lính khố vàng nằm dọc theo thành của Ngọ Môn, chĩa súng vào hai ông". Xin ý kiến của Hoàng đế, ngài thét lên và bảo: "Chớ, chớ! Việt Minh đấy, các ngươi mà nổ súng thì trẫm là người chết trước đó". Nhờ lệnh ấy mà chúng tôi đã không bóp cò.* [339]

Cũng nên biết thêm cảm tưởng của Bảo Đại về Trần Huy Liệu và Cù Huy Cận khi Nhà vua tiếp kiến Phái Đoàn của Chính Phủ lần đầu tiên ở Điện kiến Trung:

> *Sáng ngày 23 tháng 8, hai phái viên của Việt Minh đến cung điện. Đó là những người đại diện cho việt Nam Độc lập Đồng Minh, do Hà Nội cử vào. Trần huy Liệu trưởng phái đoàn cũng là phó chủ tịch của Ủy ban. Đó là một người gầy còm, có hình thái tiều tụy, đeo đôi kính đen để che cặp mắt lé, mà người ta lấy làm khó chịu khi phải nhìn lâu.. Kẻ đồng hành là Cù huy Cận trông thật là vô nghĩa. Tôi không khỏi thất vọng.* [340]

Đến đây, cùng với sự kiện thoái vị của Hoàng Đế Bảo Đại, không chỉ riêng Triều Đại Nhà Nguyễn mà luôn cả nền quân chủ Việt Nam đã cáo chung sau hơn một ngàn năm tồn tại với không biết bao nhiêu thăng trầm, biến đổi, *"dẫu cường nhược cũng có lúc khác nhau"*. [341] Đế Quốc Việt Nam cũng không còn nữa đúng như lời Vua Bảo Đại đã cảnh cáo Phạm Quỳnh khi có tình trạng hoang mang trong Hội Đồng Thượng Thư do Phạm Khắc Hoè tạo ra qua hai Thượng Thư Bùi Bằng Đoàn và Ưng Úy trước đó, nguyên văn:

> *"Ông liệu mà bảo họ chấm dứt những chuyện ăn nói lung tung và mưu mô đó đi... Hoàng đế là Trẫm! Bảo họ đừng quên điều đó. Nếu ngày nào Trẫm phải ra đi, ngày đó sẽ không còn Đế Quốc Việt Nam này nữa!"* [342]

Chiều ngày 30 tháng 8 năm 1945, Hoàng Đế Bảo Đại không ngờ đã "phải ra đi" thực và Đế Quốc Việt Nam cũng đã *"không còn nữa"*.

Một ông vua trí thức. Nguồn: *Un Empire Colonial Francais: L'Indochine,* Georges Maspéro chủ biên (1929).

Chú Thích

[283] Phạm Khắc Hoè, *Từ Triều đình Huế...*, đã dẫn, tr. 65-66.

[284] *-nt-* , tr. 56-57.

[285] *-nt-* , tr. 66.

[286] -nt-, tr. 68.

[287] Điều này thực ra không có hay nếu có chỉ là với những người làm cho cơ quan tình báo OSS, cấp thấp của Mỹ chứ không phải là Chính Phủ Mỹ. Tất cả là do Việt Minh tuyên truyền để đánh lừa mọi người và sau này Bảo Đại mới khám phá ra và tâm sự với Trần Trọng Kim khi hai người gặp lại nhau: "Chúng mình già trẻ mắc lừa bọn du côn." Trần Trọng Kim, *Một Cơn Gió Bụi,* đã dẫn, tr. 146.

[288] Bảo Đại, *Con Rồng Việt-Nam, tr. 184.* S. M. Bao Dai, *Le Dragon d'Annam, tr. 118-119.*

[289] *Thượng Thư-,* Khổng Tử San Định, Nhượng Tống dịch. Saigon: Tân Việt, ? Xuân Thu tái bản tại Hoa Kỳ, Los Alamitos, không đề năm, Thiên Nghiêu Điển, tr. 15.

[290] *- như trên-,* Thiên Thuấn Điển, tr. 21

[291] *- như trên* -, tr. 22.

[292] *- như trên* -, tr. 32-33.

[293] *Vua Nghiêu Thuấn, dân Nghiêu Thuấn*
Dường ấy ta đà phỉ thửa nguyền

Hai câu này là thơ Nguyễn Trãi, bài thứ tư (IV), số 74, trong số 41 bài, trong *Nguyễn Trãi Toàn Tập,* Hà Nội: Viện Sử Học, Nhà Xuất Bản Khoa Học Xã Hội, in lần thứ hai, tr. 420.

[294] Đại Tướng Võ Nguyên Giáp, *Tổng Tập Hồi Ký.* Hà Nội: Nhà Xuất Bản Quân Đội Nhân Dân, 2006, tr. 155.

Chương Trước: Vạn Chương, tr. 90-91. Xem thêm: Nguyễn Đức Lân (dịch và chú giải*), Tứ Thư Tập Chú.* Thành Phố Hồ Chí Minh: Nhà Xuất Bản Văn Hoá – Thông Tin, 1998, tr. 1126 – 1127.

[296] Phạm Khắc Hoè, *Từ Triều Đình Huế..* đã dẫn, tr. 57.

[297] *- như trên* -, tr. 76.

[298] *- như trên* -, tr. 68.

[299] *-như trên* -, tr. 76.

[300] *- như trên* -, tr. 68; Bảo Đại, *Con Rồng Việt Nam, tr. 173, 184.* S.M. Bao Dai, *Le Dragon d'Annam*, tr. 111, 118.

[301] *- như trên* -, tr. 68 -69.

[302] *- như trên* -, tr. 70.

[303] Thiếu Tướng Đặng Văn Việt, "Tiến Lên Kỳ Đài, Hạ cờ Vàng Quẻ Ly, Treo Cờ Đỏ Sao Vàng", trong Nhiều Tác Giả, *Trường Thanh Niên Tiền Tuyến - Huế, Một Hiện Tượng Trí thức và Cách Mạng.* Hà Nội: Nhà Xuất Bản Công An Nhân Dân, 208, tr. 131-133.

[304] Phạm Khắc Hoè, *Từ Triều Đình Huế..., tr. 71-72.*

[305] *- như trên - tr. 72*

[306] *- như trên -*

[307] - *như trên* - tr. 80-81.

[308] Thụy Khuê, *Nói chuyện với Hoàng Xuân Hãn và Tạ Trọng Hiệp,* đã dẫn, tr. 137-138.

[309] Ngụy Như Kontum sinh năm 1913 tại Kontum, nguyên quán làng Minh Hương, huyện Hương Trà, tỉnh Thừa Thiên, con một công chức sở bưu điện, học quốc Học Huế rồi Trung Học Bảo Hộ Hà Nội. Sau khi đậu tú tài, ông được học bổng qua Pháp học, từ năm 1933 đến năm 1938 học ở Đại Học Sorbonne Paris, đậu thạc sĩ Vật Lý và làm việc ở Phòng Thí Nghiệm Hóa Học Nguyên Tử thuộc Collège de France. Về Việt Nam ông được bổ nhiệm dạy ở Trung Học Chasseloup Laubat, rồi Trung Học Bảo Hộ Hà Nội. Sau ngày 9/3/1945, được bổ nhiệm làm giám đốc Đại Học Xá. Xem: Gouvernement Général de l'Indochine, *Souverains et Notabilités d'Indochine.* Hanoi: IDEO, 1943; Nguyễn Q. Thắng và Nguyễn Bá Thế, *Từ Điển Nhân Vật Lịch Sử Việt Nam.* Hà Nội: Nhà Xuất Bản Văn Hóa, 1999; Dương Xuân Nghiên, "Giáo Sư Ngụy Như Kontum", trong Nguyễn Quang Ân, Chủ Biên, *Lịch Sử Văn Hoá Việt Nam: Những Gương Mặt Trí Thức.* Hà Nội: Nhà Xuất Bản Văn Hóa-Thông Tin, 1998.

[310] Nguyễn Văn Huyên sinh năm 1908, tại Hà Nội, nguyên quán tại làng Lại Xá, tỉnh Hà Đông, cử nhân văn chương, cử nhân luật, dạy Trường Ngôn Ngữ Đông Phương ở Paris từ năm 1931 đến năm 1935, tiến sĩ văn chương năm 1934. Về Việt Nam ông dạy ở Trường Trung Học Bảo Hộ và làm ở Trường Viễn Đông Bác Cổ. Ông chuyên về văn minh các nước Á Đông, xuất bản nhiều công trình có giá trị trong đó có *La Civilisation Annamite Recherche sur la Commune Annamite, Histoire de La Fondation d'Une Commune Annamite au TonKin,,.* Ông là con rể của Tổng Đốc Vi Văn Định. Xem Gouvernement Génénral de l'Indochine, *Souverains et Notabilites,* đã dẫn; Nguyễn Q Thánh và Nguyễn Bá Thế, đã dẫn. Nguyễn Quang Ân, *Lịch Sử Văn Hoá...,* đã dẫn.

[311] Hồ Hữu Tường , nhà văn, nhà tranh đấu thuộc nhóm đệ tứ quốc tế, sinh năm 1910, con điền chủ, học ở Cần Thơ, sau du học bên Pháp chuyên về toán, về nước dạy tư, viết văn , làm báo, tác giả của *Thu Hương (1954), Chị Tập (1954), Phi Lạc San Tầu (1954), Phi Lạc Đại Náo Hoa Kỳ (1955), Kế Thế (1964), Trầm Tư Của Một Tên Tội Tử Hình (1955), Tiểu Phi Lạc Náo Saigon (1967) Nước Mĩ Ưu Tư (1968)*

[312] Nguyễn Xiển, sinh năm 1907 ở Vinh, Nghệ An, con một nhà Nho, học Quốc Học Vinh rồi Trung Học Bảo Hộ Hà Nội. Vì tham gia bãi khóa để tang Phan Chu Trinh nên ông bị đuổi học, nhưng nhờ tự học đã đỗ bằng tài toàn phần năm 1928 và được học bổng sang Pháp, đậu cử nhân khoa học. Về nước ông dạy ở Trường Trung Học Bảo Hộ, sau được cải ngạch sang làm kỹ sư khí tượng, và được chỉ định phụ trách Đài Khí Tương Phủ Liễn, Kiến An năm 1941. Năm 1942, ông đã cùng với các ông Hoàng Xuân Hãn, Đặng Phúc Thông, Nguyễn Đình Thụ xuất bản báo *Khoa Học*, được nhiều người đọc. Ông là một trong 4 người đã gửi điện tín yêu cầu Hoàng Đế bảo Đại thoái vị. Sau Cách Mạng Tháng Tám-Việt Minh cướp chính quyền, Nguyễn Xiển được cử làm Chủ Tịch ủy Ban Hành Chánh Bắc Bộ kiêm Giám Đốc Nha Khí Tượng, sau đó làm giáo sư dạy tại Trường Khoa Học và Sư Phạm Cao Cấp. Xem: Đinh Ngọc Lân, "Giáo Sư Nguyễn Xiển: Một Tấm Gương Suốt Đời Vì Tổ Quốc Vì Khoa Học", trong Nguyễn Quang Ân (Chủ Biên), *Lịch Sử Và Văn Hóa Việt Nam: Những Gương Mặt Trí Thức, Tập II.* Hà nội: Nhà Xuất Bản Văn Hóa Thông Tin, 1998, tr. 609-613.

[313] Phạm Khắc Hoè, *Từ triều Đình Huế,* đã dẫn, tr. 75.

[314] - *như trên* -. tr. 76.

[315] - *như trên* -

[316] Bảo Đại, *Con Rồng Việt Nam*, tr. 183; S.M. Bao Dai, *Le Dragon d'Annam*, tr. 118.

[317] Bảo Đại, *Con Rồng Việt Nam,* tr. 186, S.M. Bao Dai, *Le Dragon d'Annam,* tr. 119-120.

[318] Theo một số sinh viên ở Đại Học Xá đương thời, Phan Thanh Hòa bị Công An Việt Minh bắt ngay tại Đại Học Xá cùng với Đặng Vũ Trứ, một đảng viên Đại Việt, và bị đem đi mất tích. Có vị nghe đồn hai người bị giam ở một căn nhà ở Gia Lâm và bị quăng lựu đạn giết chết. Riêng phu nhân của Bác Sĩ Nguyễn Tôn Hoàn là Bà Phan Thị Bình, người nữ sinh viên đã hát bài Tiếng Gọi Sinh Viên trước ngày Đảo Chánh 9/3/1945, cho tác giả tập sách này biết là sau có nhận ra cái áo len của Phan Thanh Hòa được một công an mặc, nhờ đó mới biết anh đã bị thủ tiêu.

[319] Nguyễn Minh Hoài Việt (bút hiệu của Bác Sĩ Phan Văn Đương), "Nhớ Quê Hương", trong Tạp Chí *Quang Phục,* Texas, số 83, đã dẫn. Bản chụp Bác Sĩ Đương gửi riêng cho tác giả.

[320] Phạm Khắc Hoè, *Từ Triều Đình Huế...,* tr. 74.

[321] - *như trên* -, tr. 75.

[322] - *như trên* -, tr. 76. Phạm Khắc Hoè trong phần cước chú cho biết một nguồn khác của tài liệu này là báo *Cứu Quốc*, số 32, ra ngày 27-8-1945.

[323] Bảo Đại, *Con Rồng Việt Nam,* tr. 186; S.M. Bao Dai, *Le Dragon d'Annam,* tr. 119.

[324] Phạm Khắc Hoè, *Từ Triều Đình Huế,* tr. 77. Phạm Khắc Hoè cước chú nguồn của tài liệu này là báo *Cứu Quốc,* số 33, ngày 28-8-1945.

[325] Trần Trọng Kim, *Một Cơn Gió Bụi, đã dẫn, tr. 196 -198.* Bảo Đại, *Con Rồng Việt Nam,* tr. 186-190. S.M. Bao Dai, *Le Dragon d'Annam,* tr. 120-122.

[326] - như trên -, tr. 199-200.

[327] Trần Thanh Hiệp, *Việt Nam Trên Đường Đi Tới Tương Lai Dân Chủ Hoá. Paris: Tủ sách Thái Bình Dương, 2012, tr. 17-20.*

[328] - như trên -, tr. 21.

[329] Trần Trọng Kim, *Một Cơn Gió Bụi,* đã dẫn, tr. 146.

[330] Bảo Đại, *Con Rồng Việt Nam,* tr. 186; S.M. Bao Dai, *Le Dragon d'Annam,* tr. 119.

[331] Chính Đạo, *Việt Nam Niên Biểu, 1939 – 1975 (Tập A: 1939 – 1946*, tr. 253).

[332] Phan Thứ Lang, *Bảo Đại, Vị Vua Triều Nguyễn Cuối Cùng.* T.P Hồ Chí Minh: Nhà Xuất Bản Công An Nhân Dân, 1999, tr. 193.

[333] Nguyễn Thành, "Trong Lịch Sử Nước Ta Đã Có Hai Hay Ba Bản Tuyên Ngôn Độc Lập", trong *Nghiên Cứu Lịch Sử,* số I(278) (I- II) 1995. Hà Nội: Trung Tâm Khoa Học Xã Hội và Nhân Văn Quốc Gia, Viện Sử Học 1995, tr. 86.

[334] Phạm Khắc Hoè, *Từ Triều Đình Huế,* tr.85- 87.

[335] Trần Huy Liệu, "Nhận Thank Kiếm Vàng Của Cựu Hoàng Đế Bảo Đại", trong *Xưa và Nay,* Số 450, tháng 8 năm 2014, tr. 7.

[336] Bảo Đại, *Con Rồng Việt Nam,* tr. 188-189; S.M. Bao Dai, *Le Dragon d'Annam,* tr. 121.

[337] Trần Huy Liệu, "Tước Ấn Kiếm của Hoàng Đế Bảo Đại", trong *Những Ngày Cuối Cùng Của Triều Nguyễn.,* Trích từ *Hồi Ký Trần Huy Liệu, Hà Nội, NXB Khoa Học Xã Hội, 1992.* Huế: Nhà Xuất Bản Thuận Hóa, 1997, tr. 107; Phan Thứ Lang, *Bảo Đại, Vị Vua Triều Nguyễn Cuối Cùng.* T.P Hồ Chí Minh: Nhà Xuất Bản Công An Nhân Dân, 1999, tr. 206-207.

[338] Thiếu Tướng Đặng Văn Việt, "Tiến Lên Kỳ Đài, Hạ Cờ Vàng Quẻ Ly, Treo Cờ Đỏ Sao Vàng", trong Nhiều Tác Giả, *Trường Thanh Niên Tiền Tuyến, Một Hiện Tượng Trí thức và Cách Mạng.* Hà Nội: Nhà Xuất Bản Công An Nhân Dân Dân, 2008, tr. 134.

[339] Đặng Văn Việt, *Người Lính Già Đặng Văn Việt, Chiến Sĩ Đường Số 4 Anh Hùng (Hồi ức).* T.P. Hồ Chí Minh: Nhà Xuất Bản Trẻ, 2004, tr. 102.

[340] Bảo Đại, *Con Rồng Việt Nam, tr. 186.*

[341] Nguyễn Trãi, "Bình Ngô Đại Cáo", trong Trần Trọng Kim, *Việt Nam Sử Lược,* đã dẫn, tr, 229.

[342] S.M. Bao Dai, *Le Dragon d'Annam, tr. 105;* Bảo Đại, *Con Rồng Việt Nam,* tr. 164

CHƯƠNG 10

Di Sản của Đế Quốc Việt Nam

Chúng mình già trẻ mắc lừa bọn du côn.
Cựu Hoàng Bảo Đại nói với Cựu Thủ Tướng Trần Trọng Kim
(Hương Cảng, 1946) [343]

Ấy thế là xong một giấc mộng Nam Kha
Thủ Tướng Trần Trọng Kim [344]

"*Ấy thế là xong một giấc mộng Nam Kha*" là lời tâm sự sau này của Thủ Tướng Trần Trọng Kim, một tâm sự mới thoạt nghe có vẻ là của một người đã thoát ra khỏi cuộc đời tầm thường nhưng bề trong không phải là không uất ức, mỉa mai, buồn thảm, cay đắng và đau đớn, nhất là khi ông viết ngay trong những trang đầu của tập hồi ký của ông : *"Bởi vì trong một đời có nhiều nỗi uất ức, sầu khổ về tình thế nước nhà, về lòng hèn hạ, đê mạt của người đời, thành ra không có gì là vui thú"*, [345] một tâm sự sau này được nhiều người thông cảm và chia sẻ. Thực sự không hoàn toàn như vậy mà như một hậu quả tất yếu, không một giai đoạn nào trong lịch sử của một dân tộc qua đi mà không ít nhiều để lại những hậu quả, hay nói cách khác, những di sản của nó cho những giai đoạn kế tiếp. Thời kỳ Đế Quốc Việt Nam tồn tại, dù là vô cùng ngắn ngủi, cũng không là một ngoại lệ. Hoàng Đế Bảo Đại, Thủ Tướng Trần Trọng Kim và các cộng sự viên của hai ông trong Nội Các đương thời cũng như người dân Việt Nam, đặc biệt là giới thanh niên, sinh viên, trí thức thời đó đã để lại những di sản rất đáng chú ý cho những chế độ sau này, kể cả chế độ Việt Nam Dân Chủ Cộng Hoà thời Chủ Tịch Hồ Chí Minh, nói riêng và những thế hệ sau này, nói chung, với nhiều yếu tố còn tồn tại luôn cả đến ngày nay khi những dòng chữ này được viết. Thay cho phần kết luận, ta hãy duyệt lại một số những di sản này. Ở đây người viết không đặt vấn đề bù nhìn hay không bù nhìn, độc lập thực sự hay độc lập bánh vẽ hay tay sai của Nhật nữa, mà là vấn đề những người nhận lãnh trách nhiệm thời đó đã làm được những gì quan trọng để để lại cho những giai đoạn kế tiếp về sau này hay chỉ là *"một giấc mộng Nam Kha"* như Thủ Tướng Trần Trọng Kim tâm sự? Xin được nói ngay là trong thời gian vẻn vẹn có hơn bốn tháng ngắn ngủi, Đế Quốc Việt Nam đã để lại được những di sản mà tác giả nghĩ là vô cùng quan trọng sau đây:

I. Tạo dựng được một thực tế không thể đảo ngược dù cho người Pháp có trở lại

Đây chính là chủ trương của Chính Phủ Trần Trọng Kim và cũng là ý kiến được biểu lộ trên mặt báo chí đương thời, đồng thời cũng là những đoạn đường đầu tiên của đất nước và dân tộc Việt Nam trên tiến trình giành lại quyền độc lập, tự chủ sau một thời gian khá dài mất về tay người Pháp, từ độc lập chưa hoàn toàn đến độc lập rộng rãi hơn, cụ thể hơn trên thực tế. Tự chủ không riêng chỉ về hành chánh, chánh trị mà luôn cả về phương diện tinh thần và cuộc sống bình thường mà người đương thời đã nói tới khá nhiều ngay từ đầu và sau này, khi có tin người Pháp mưu toan trở lại qua Hội Nghị và Tuyên Ngôn Brazzaville ngày 30 tháng Giêng và 24 tháng 3, 1945 của Tướng De Gaulle. Đây là chủ trương chỉ những người có kiến thức và hiểu biết hay đúng hơn những trí thức mới nhận ra được. Đó cũng là lý do tại sao các vị này đã đứng ra nhận lãnh trách nhiệm dù cho họ dư biết là chỉ là tạm thời và vô cùng nguy hiểm, có thể bị hy sinh như Vua Bảo Đại và nhiều người khác đã cảnh cáo họ ngay từ đầu. Riêng Vua Bảo Đại, với những kinh nghiệm mà ông đã có dịp học được trong học đường, khi còn ở Pháp hay trên thực tế khi làm vua, ông phải biết rõ điều này hơn ai hết.

1. Hệ thống cai trị của người Pháp ở Xứ Đông Dương không còn nữa và đã được Việt Nam hóa

Các công sở đều hoàn toàn do chúng ta điều khiển, chẳng còn bóng dáng những lão già trán hói, bụng to.
Mai Anh, Phóng Viên Báo Thanh Nghị

Tôi động viên tất cả các kỹ sư Việt Nam từng du học tại Pháp phải tham gia vào công tác này. Họ đã thành công và tự hào: Công tác đã hoàn tất trước thời hạn.
Hoàng Đế Bảo Đại

Sự kiện này đã bắt đầu xảy ra ngay từ ngày 27 tháng 4, trước ngày Nội Các Trần Trọng Kim trình diện nhà vua và ra mắt quốc dân, khi Vua Bảo Đại ký Dụ số 11 cử Tổng Đốc Thái Bình Phan Kế Toại làm Khâm Sai Bắc Bộ, sau đó là lệnh của chính phủ buộc các quan lại phải phúc trình cho cấp trên người Việt của mình thay vì cho các viên công sứ, thống sứ hay khâm sứ như thời Pháp với chủ trương, theo lời Phan Anh là *"đuổi cổ bọn Pháp và nắm lấy độc lập"*. Xin để ý từ ngữ Phan Anh dùng ở đây là nắm lấy chứ không còn là "giành lấy" nữa. Từ ngữ này nói lên tính cách hợp pháp của chính quyền mới. Cũng nên để ý, như trên đã nói, là sau Đảo Chính 9 tháng 3, người Nhật vẫn lưu giữ các nhân viên người Pháp. Biện pháp kiện toàn và bảo vệ nền độc lập này cũng giúp thu hồi quyền cai trị thực sự xứ Bắc Kỳ về cho Triều Đình Huế, nói riêng và người Việt, nói chung. Chưa hết, vượt ra ngoài biên giới và ở trên trình độ quốc gia là Liên Bang Đông Dương mà lãnh thổ bao gồm không chỉ riêng ba xứ Việt Nam là Bắc Kỳ, Trung Kỳ và Nam Kỳ không mà thôi mà luôn cả hai nước Ai Lao và Cao Miên. Tất cả năm xứ đều thuộc quyền cai trị của Phủ Toàn Quyền do người Pháp lập ra ở Hà Nội. Việc thu hồi phủ này và xứ Nam Kỳ về cho Việt Nam đã làm tan rã cơ chế liên bang của xứ Đông Pháp. Các chức vụ toàn quyền, thống đốc, thống sứ, khâm sứ, tổng trú sứ, trú sứ, cũng bị loại bỏ. Bên cạnh đó là danh xưng mới để gọi chức vụ của các quan lại ở cả chính quyền trung ương lẫn địa phương cũng bắt đầu được dùng như bộ trưởng, tỉnh trưởng,… thay thế cho các danh xưng thượng thư, tổng đốc, tuần phủ. Sau này người Pháp trở lại, mọi chuyện không còn như xưa nữa. Sau này khi trở lại Đông Dương, thay vào các chức thống đốc, thống sứ, toàn quyền họ đã phải đặt ra các chức mới như ủy viên cộng hoà hay cao ủy… Ba xứ Bắc Kỳ, Trung Kỳ, Nam Kỳ được hợp nhất trở lại và được gọi dưới danh xưng ba bộ: Bắc Bộ, Trung Bộ, Nam Bộ với chính quyền trung ương do Triều Đình Huế nắm giữ. Trong khi đó quan hệ giữa người dân với chính quyền cũng thay đổi. Người dân khi ra vô các công sở đã quen dần với các viên chức người Việt thay vì người Pháp như trước kia. Với mọi vai trò, từ chỉ huy đến thừa hành, người Việt Nam đã bỗng chốc phải tự lo điều hành sinh hoạt của đất nước mình và chính họ cũng như người dân bình thường đều đã hãnh diện về điều này. Tất cả đã thành công ngay tự bước đầu và được báo chí và người dân đương thời hưởng ứng, qua lời tường trình của phóng viên Mai Anh của báo *Thanh Nghị* trong bài phóng sự nhan đề "Khí Hậu Chính Trị" đăng trên báo *Thanh Nghị* đương thời, nguyên văn như sau:

[....] họ dắt tôi tới những sở chuyên môn toàn người Việt Nam điều khiển; một con đường xe hỏa suốt

tự Đồng Hới vào đến Nha Trang mà không cần qua một người Pháp, một nhóm nhân viên sở máy điện tận lực làm việc mấy đêm liền để tỏ rằng họ đủ lực làm việc này...

[....] Không khí ở đây dễ thở một cách lạ lùng. Bao nhiêu những cử chỉ dụt dè, e lệ ngày trước đổi ra thành những cử chỉ dễ dàng, mạnh dạn. Những dấu tích của kẻ thực dân bữa trước nay đã phai nhiều. Các phố đã đổi tên. [....] Các công sở đều hoàn toàn do chúng ta điều khiển, chẳng còn bóng dáng những lão già trán hói, bụng to. [346]

Về phía Vua Bảo Đại, nhà vua cũng bày tỏ sự hãnh diện của mình về khả năng của các chuyên gia người Việt khi ông ghi lại một công tác mà ông nhận lời giúp đỡ cho Bộ Tư Lệnh Quân Đội Nhật. Sau này ông đã viết lại trong hồi ký của ông như sau:

Chiến tranh dần dà tiến gần đến chúng tôi. Các cuộc oanh tạc của không quân Hoa kỳ trải rộng ra khắp nước. Nhiều cầu cống bị hủy diệt, các phương tiện giao thông bị thiệt hại nặng nề. Sự di chuyển của quân đội Nhựt bị tê liệt, và công binh của họ không đủ hữu hiệu nữa.

Bộ Tư lệnh quân đội Nhựt liền gửi văn thư cho chính phủ Việt Nam để bày tỏ những khó khăn ấy, và xin được giúp đỡ. Những kỹ thuật gia Pháp đang bị nhốt, được yêu cầu tiếp tay, nhưng họ đã từ chối dứt khoát. Trần Trọng Kim trình tôi xin triệu tập nội các để bàn về vấn đề này.

Tôi thấy đây là cơ hội chứng tỏ người Việt Nam chúng tôi cũng thừa khả năng hội nhập hoàn toàn vào thời đại văn minh. Đối với Nhựt, chứng tỏ chúng tôi chẳng có gì cần phải học hỏi họ, và chúng tôi còn thừa khả năng hơn người Trung Hoa mà họ chẳng có thể trông chờ; đối với phe Đồng minh, tôi muốn minh chứng về khả năng tạo tác và tiềm năng hoạt động của người Việt Nam, sau rốt, đối với dân chúng, thúc đẩy họ vào một sự kiến tạo công trình do đoàn kết và thống nhất mà đạt, để tái tạo sự giao thông, mang lại sự cứu giúp cấp kỳ cho dân chúng miền Bắc đang bị nạn đói đe dọa.

Tôi động viên tất cả các kỹ sư Việt Nam từng du học tại Pháp phải tham gia vào công tác này. Họ đã thành công và tự hào: Công tác đã hoàn tất trước thời hạn. Kết quả đó sở dĩ đạt được dễ dàng là vì đã không có sự lạm dụng, hay bất công, mặc dù đất nước đang bị thắt lưng buộc bụng vì sự có mặt của quân Nhựt và dân chúng cũng không ưa họ mấy. [347]

2. Tinh thần độc lập bắt đầu hồi sinh và bén rễ trở lại trong mọi từng lớp quần chúng để trở thành nền tảng cho các cuộc đấu tranh sau này của cả dân tộc

Chết cũng đáng, nếu độc lập thật!
Một Cụ Tú, Hà Nội, Tháng 3, 1945

Trong thời khắc nghiêm trọng này, nhiệm vụ cần thiết của chúng tôi, của chúng ta là đứng sát cánh lại với nhau, nêu cao tinh thần độc lập chiến đấu muôn đời của lịch sử dân tộc Việt đã có từ ngàn xưa, và củng cố, bồi bổ tinh thần ấy bằng cuộc tái tạo và kiến thiết xã hội khiến cho thành ra tinh thần độc lập và chiến đấu của muôn đời về sau...

Báo *Ngày Nay*, tái bản, Số 1, *Kỷ Nguyên Mới*, Thứ Bảy, 5-5-1945

Ở Việt Nam, người da trắng vẫn được ăn trên ngồi trước. Tất nhiên là chúng tôi chờ đợi một sư biến đổi. Nước Nhựt đã đánh hồi chuông thức tỉnh. Những sự thành công ban đầu của họ như đã cho chúng tôi phát thuốc hồi sinh. "Điều mà Nhựt làm được, tại sao chúng tôi không làm?"

Hoàng Đế Bảo Đại

Người ta cảm động kể cho tôi nghe sự hăng hái của học sinh trường Khải Định thức đêm hôm trước để làm ngót vạn lá cờ. Mai Anh, *Tuần Báo Thanh Nghị*

a. Tinh thần độc lập

Tinh thần yêu nước ở người Việt, từ đó tinh thần độc lập này đã nảy nở và phát triển từ rất sớm và đã tồn tại như một truyền thống bất khả tiêu diệt trong tâm khảm bất cứ một người Việt Nam nào. Nhưng trong suốt thời kỳ Pháp thuộc, nói đến hai chữ độc lập đã trở thành một điều tối kỵ phải tránh, không riêng đối với người Việt mà luôn cả đối với người Pháp. Người Việt chỉ nuôi dưỡng chúng trong tâm tưởng. Còn người Pháp thì trong một thời gian dài, kể cả khi có các cuộc điều đình giữa hai bên Việt, Pháp sau đó, họ luôn luôn tránh không dùng hai chữ này. Theo Vua Bảo Đại thì đó là hai tiếng bị cấm kỵ hay kiêng kỵ, không được đụng đến, tiếng Pháp ông dùng là "tabou". Tiếng này có gốc Polynesien và liên hệ đến những tín ngưỡng cổ xưa trong nhân chủng học, mà dịch giả của bản tiếng Việt của hồi ký của nhà vua dịch là thiêng liêng, tuy không hoàn toàn sát nghĩa nhưng lại thích hợp với phản ứng của người Việt Nam, thời điểm 1945, và nhiều năm sau đó, qua sự cuồng nhiệt của những đám đông quy tụ ở rất nhiều nơi ở cả ba miền Trung, Nam, Bắc đương thời và sự hy sinh của nhiều thế hệ trẻ trong Cuộc Chiến 30 Năm kế tiếp. Tất cả rất đơn giản: đó là vì độc lập và vì tinh thần độc lập của dân tộc Việt Nam mà thôi. Nguyên văn lời Vua Bảo Đại, xin được ghi lại một lần nữa, như sau:

> Hai chữ *"độc lập"* trước khi có sự can thiệp của họ (người Nhật), là hai chữ thiêng liêng. Người Anh, người Pháp không dám đả động đến, chỉ cần nghe thấy đọc lên mà thôi. Người Nhựt đã cụ thể hóa nguyện vọng của chúng tôi. Trong dân chúng, chắc chắn tự ái da vàng do Nhựt khởi xướng lên đã ảnh hưởng lớn mạnh, nhất là đối với giới trí thức. Ở Việt Nam, người da trắng vẫn được ăn trên ngồi trước. Tất nhiên là chúng tôi chờ đợi một sư biến đổi. Nước Nhựt đã đánh hồi chuông thức tỉnh. Những sự thành công ban đầu của họ như đã cho chúng tôi phát thuốc hồi sinh. "Điều mà Nhựt làm được, tại sao chúng tôi không làm?" [348]

Xin độc giả để ý hai chữ cuối: "không làm" thay vì "không thể làm" ý nghĩa khác nhau. Ngoài ra, ta cũng nên biết thêm là trong thời này tuy không được nói tới hai tiếng độc lập nhưng người ta lại được hoàn toàn tự do nói tới lòng yêu nước, yêu quốc gia, nói tới hồn thiêng sông núi, tới lịch sử oai hùng của dân tộc, tới tình anh em Bắc Nam Trung… Điển hình là trong âm nhạc, qua những bản hùng ca của Lưu Hữu Phước, của Hoàng Quí, của Lê Thương, Thẩm Oánh, Văn Cao như *Tiếng Gọi Sinh Viên, Bạch Đằng Giang, Hội Nghị Diên Hồng, Bóng Cờ Lau, Trên Sông Bạch Đằng, Nước*

Non Lam Sơn, Tiếng Chim Gọi Đàn, Trưng Nữ Vương, Trường Ca Hòn Vọng Phu... Những bài hát này đã được phổ biến rộng rãi, đặc biệt là trong sinh hoạt của các tổ chức Hướng Đạo, Thanh Niên và Sinh Viên, sau này được mọi người nhắc tới như là một phần quan trọng trong dòng *Nhạc Tiền Chiến* của lịch sử âm nhạc Việt Nam. Nó đã góp phần không nhỏ vào những phong trào cách mạng và kháng chiến trong thời gian tới, trong đó có thời Việt Minh còn ở chiến khu. Sự kiện Vũ Quí nhờ Văn Cao làm bài *Tiến Quân Ca* để thay thế cho các bài hát của Hướng Đạo trên các chiến khu của Việt Minh là một thí dụ. [349]

b. Sau ngày 9 tháng Ba 1945, mọi chuyện đã đổi khác.

> Đã ba tháng nay, đi đến đâu cũng được nghe nói đến hai tiếng "độc lập". Trên mặt các báo ta thấy nhan nhản hai chữ "độc lập" xếp in bằng đủ các cỡ chữ. [350]

Phải theo dõi hai tiếng độc lập này từ khi chúng được vị Đại Sứ của Nhật Hoàng nói với Hoàng Đế Bảo Đại lúc mười một giờ ngày 10 tháng Ba năm 1945 sau khi đã rào trước đón sau, nguyên văn:

> -Tâu Hoàng Thượng, đêm qua, chúng tôi đã chấm dứt chủ quyền của Pháp ở đất nước này. Tôi được trao nhiệm vụ dâng nền độc lập của Việt Nam lên Hoàng Thượng.[351]

Đây là một sự kiện chắc chắn Vua Bảo Đại trước đó không hề nghĩ tới và toàn thể người dân Việt Nam đương thời cũng đã *"bàng hoàng"*, *"hoài nghi"*, *"hoang mang"*, vì nó đến một cách *'đột ngột"*, nhưng là một *"cái hạnh phúc"*, đúng như Đinh Gia Trinh sau này trên tờ *Thanh Nghị,* số 107, Số "Đặc San Chính Trị", ra ngày 05 tháng Năm 1945, đã viết, trong bài "Nhiệm Vụ của Thanh Niên Đối Với Tổ Quốc":

> Sự độc lập của nước Việt tới với ta sau ngày mồng 9 tháng 3 một cách đột ngột khiến mọi người đều qua một phút bàng hoàng. Cái hạnh phúc mới của chúng ta, bởi nó lớn quá và bởi xưa nay ta mong ước nó nhiều, nhưng nhiều lần thất vọng đã làm kiệt quệ hy vọng, nên lúc mới đầu trong óc công chúng không khỏi chút rớt hoài nghi và rất nhiều hoang mang. [352]

Đảo Chính 9 tháng 3 là *"một việc chắc chắn vì đã thuộc về dĩ vãng"*, Chính Phủ Nhật Bản tuyên bố "không có tham vọng gì về lĩnh thổ Đông Dương", đồng thời Triều Đình Việt Nam ở Huế, cũng đã tuyên bố nước Việt Nam độc lập là *"một điều chắc chắn nữa."* Tất cả *"hiển nhiên đặt nước Việt Nam vào địa vị một nước độc lập"*, đúng như các người chủ trương của Tân Việt Nam Hội nhận định trong bản Tuyên Ngôn của hội này. [353]

Có điều là dù "đột ngột", "bàng hoàng", dù là "may mắn bất ngờ" hay "độc lập từ trên trời rớt xuống", nhưng độc lập vẫn là hai tiếng có đủ khả năng mạnh mẽ thu hút, thức đẩy lòng người Việt Nam đương thời. Chúng đã tạo nên một không khí sinh hoạt đầy hào hứng, nô nức trong nhiều tháng tiếp theo. Bằng chứng là tác giả ký tên V.H. của bài "Công Dụng Chính Trị của Nghiệp Đoàn" đăng trong *Thanh Nghị* số dẫn trên đã ghi nhận:

> Ngay sau cuộc chính biến, hưởng ứng với phong trào ủng hộ nền độc lập mọi giới nghề nghiệp (công chức, giáo viên, nhà báo, thương gia, công nhân, các hiệu thợ may, các hàng bán thịt v..v…) đã hội họp, bàu ủy ban và cử đại biểu đi dự đại hội-nghị toàn quốc khi nào có cơ quan ấy.
>
> Đó là những dấu hiệu hay những bắt đầu đáng quý. Nó chứng tỏ sự thiết tha, sự sôi nổi, sự hăng hái, bồng bột của lòng ái quốc. Nó chứng tỏ cái ý muốn đoàn kết để phấn đấu cho sự thực hiện một nền độc lập hoàn toàn. [354]

Đoàn Thêm, người công chức trẻ ở Phủ Toàn Quyền, trong hồi ký đã dẫn trên đây, cũng nói tới một cụ tú, Cụ Tú N., một lương y có tiệm thuốc Bắc, quả quyết rằng "*Chết cũng đáng, nếu độc lập thật!*" và tác giả mỉa mai viết tiếp "Có lẽ chưa thật, nên đến 1952, vẫn còn thấy cụ lom khom bên tủ cao, đơn hoàn, tán". [355]

Đối với các tầng lớp thanh niên, dẫn đầu bởi Tổng Hội Sinh Viên Đại Học Hà Nội, ở khắp các thành thị và thôn quê, họ đã không bỏ lỡ cơ hội.

> Tổng Hội Sinh Viên Việt Nam tuyên bố mở rộng phạm vi và hợp tác với tất cả thanh niên trong nước. Những người trai trẻ mấy năm trước cần cù học tập, nay

họp nhau đoàn kết chặt chẽ, cùng say sưa trong một vui sướng mới, hô hào cổ động, làm cho hai chữ "độc lập" vang dậy mọi nơi. Nào dự lễ truy điệu các nghĩa sĩ Nhật, Việt, nào tổ chức lễ kỷ niệm hai Bà và giỗ tổ Hùng Vương, nào diễn thuyết, nào biểu tình, thanh niên sinh viên Việt Nam gây hăng hái trong lòng người đồng loại, đã làm tưng bừng những ngày theo sau đêm mồng 9 tháng 3 đáng ghi nhớ. Khi những đoàn thanh niên xếp thành hàng ngũ đi những bước quả quyết và hùng dũng qua các phố đông đúc Hà Nội, mồm hát vang, chân đập mạnh, người hai bên đường phố đều ra cửa ngó xem và ai nấy đều cảm thấy như bị cái hăng hái của thanh niên lôi cuốn đi ...[356]

c. Những cuộc tụ tập đông đảo của quần chúng – Bàn thờ Tổ Quốc được dựng khắp nơi kể cả Saigon

Về các cuộc tụ tập của thanh niên và quần chúng, ở khắp trên toàn quốc, người ta ghi nhận được một số biến cố sau đây:

50.000 người biểu tình ở Vườn Ông Thượng Saigon. - Ngày 18 tháng 3, chín ngày sau Đảo Chính 9 tháng 3, biểu tình lớn ở Saigon, ở Vườn Ông Thượng [357], để mừng độc lập, cảm ơn Nhật và đón di hài nhà cách mạng Dương Bá Trạc tù Chiêu Nam (Singapore) về. [358] Đây là cuộc biểu tình đầu tiên của dân chúng Saigon. Số người tham dự lên đến 50.000 người, "để làm lễ trước bàn thờ Tổ-quốc"

Tham gia cuộc biểu tình có nhiều đoàn thể dân quân, cảm tử quân, Nương tử Hồng thập tự, những toán quân Trần Hưng Đạo, Lý Thường Kiệt, Trưng Nữ Vương, Châu Văn Tiếp, Võ Tánh, Lê Tả Quân.

Đây là cuộc biểu tình đầu tiên của dân chúng không bị đàn áp.

Nhưng, ai kêu gọi biểu tình?

Ai tổ chức biểu tình tại vườn Ông Thượng?

Và mục đích cuộc biểu tình?

Ban tổ chức, đứng đầu là nhóm Cao Đài, kêu gọi dân chúng tham gia cuộc biểu tình để tỏ lòng tri ân quân đội Nhật đã giải thoát cả dân tộc ở Đông Dương.

Nhưng, nếu chỉ có thế, e dư luận sẽ không hưởng ứng. Ban tổ chức gồm có Việt Nam Quốc Gia Độc Lập Đảng, mới thêm vào việc làm lễ "nhớ đến các nhà ái quốc cách mạng đã bỏ thân vì nước". Đồng thời, có di hài của Dương Bá Trạc từ trần ở Chiêu Nam, đã đem về Saigon.

Thế là cuộc biểu tình được toàn dân hưởng ứng, rầm rộ đến vườn Ông Thượng.

Trước quang cảnh trang nghiêm ban tổ chức làm lễ nhớ ơn các nhà ái quốc hồi trước.

Hoàng hoa Thám, Phan đình Phùng, Phan châu Trinh, Phan bội Châu, Nguyễn thái Học, Nguyễn an Ninh, Dương bá Trạc.

Mỗi lần làm lễ, dân chúng và các đoàn thể dân quân cúi đầu trước bàn thờ tổ quốc. [359]

Biểu tình ở Đại Học Xá Bạch Mai để kỷ niệm Hai Bà Trưng.- Ngày 19 tháng 3 (6 tháng 2 năm Ất Dậu), nhân dịp kỷ niệm Hai Bà Trưng, sinh viên tổ chức biểu tình ở khu Đại Học xá Bạch Mai, và cổ võ tinh thần tranh đấu bảo vệ độc lập.

Hàng vạn sinh viên, học sinh công chức, thợ thuyền, theo tiếng hô hào của PM.[360] trường Luật, hát vang bài "Tiếng Gọi Sinh Viên" của Lưu Hữu Phước, và sau ngót một thế kỷ ngậm miệng, lần đầu được hoan hô muôn năm đất nước Lạc Hồng.[361]

Ngày 24 tháng 3, ngày tưởng niệm Phan Chu Trinh ở Saigon, đông hơn trước và long trọng hơn trước

Ngày 24 tháng 3, kỷ niệm Cụ Phan Tây Hồ.

Năm nay khác hẳn những năm trước: "Việt Nam Thanh Niên Nghĩa Dõng Đoàn" đứng ra tổ chức hiệu triệu đồng bào tham gia ngày giỗ cụ Phan, đồng thời truy điệu tất cả các nhà chí sĩ.

[…]

Kỷ niệm cụ Phan Tây Hồ năm nay long trọng hơn những năm trước. Các đoàn thể tham gia lễ truy điệu rất đông. Không một ai còn sợ mật thám "lấy" tên vô sổ… đen nữa.[362]

Biểu tình của hai vạn thanh niên trước Nhà Hát Lớn Hà Nội để nghe Bộ Trưởng Phan Anh phát biểu. Ngày 11 tháng 6, biểu tình của thanh niên để nghe Bộ Trưởng Thanh Niên Phan Anh phát biểu trước Nhà Hát Lớn Thành Phố Hà Nội. Cuộc biểu tình này đã quy tụ được hơn hai vạn thanh niên.

Giời thì nắng như thiêu đốt, không một ngọn gió nào qua và hơi đường nhựa lại bốc lên ngùn ngụt cho ta tưởng tượng đang ở trong một lò lửa. Vậy mà hai vạn thanh niên trai tráng, hàng ngũ đều nhau sau những cờ đoàn rực rỡ đủ màu đã bình tĩnh đợi chờ trong trật tự. Tôi cho rằng sự tin tưởng gì đây trong tâm hồn họ trong khi họ tới cuộc họp này, mặc sức đốt cháy của nắng hè để chờ nghe những lời tuyên bố đầu tiên của ông Bộ-trưởng Thanh-niên Phan Anh sau hai tháng giời Nội-các thành lập. [363]

Lễ Hưng Quốc Khánh Niệm tại Saigon.- Cũng trong ngày 11 tháng 6 này, Lễ Hưng Quốc Khánh Niệm (ngày Vua Gia Long lên ngôi và thống nhất toàn cõi Việt Nam) được tổ chức long trọng tại Câu Lạc bộ Thể Thao Saigon. Trong khi đó thì ở Bắc Bộ, thanh niên Phủ Lý đã chạy tiếp sức đưa "Việt Nam Thống Nhất Đại Khánh Đạo Dụ" ra tới Hà Nội và Ngày Hưng Quốc Khánh Niệm được đổi thành ngày Việt Nam Thống Nhất. [364]

Ngày 17 tháng 6, lần đầu tiên Lễ Kỷ Niệm Nguyễn Thái Học và 12 đồng chí Việt Nam Quốc Dân Đảng của ông được công khai tổ chức long trọng ở nhiều nơi, đặc biệt là ở Vườn Bách Thảo Hà Nội, ở Vinh và ở Hội Quán Quảng Tri ở Huế. [365] L.H.V. trong bài phóng sự nhan đề "Mười Bảy Tháng Sáu Dương Lịch" đăng trên báo Thanh Nghị số 115, ra ngày 7 tháng Bảy 1945 đã ghi nhận sự hưởng ứng một cách "lạ lùng" của mọi người Việt Nam về ngày giỗ trọng đại này như sau:

> Sự lạ lùng ấy đã làm cho chúng tôi biết rõ một điều chắc chắn người từ Bắc chí Nam nước việt Nam, không một ai quên ngày giỗ lớn lao ấy. Lòng yêu nước đã bùng cháy khắp chốn như ngọn lửa dài và tươi tắn đương lan theo đỉnh Tràng Sơn, một tối cháy rừng. Tên nhà chiến sĩ Nguyễn Thái Học không ai quên cả. Không ai quên cả thời kỳ cuối cùng của lịch sử cách mạng nước

ta… Tiếng súng, tiếng bom, tiếng hô dõng dạc và anh hùng, tiếng khóc ảo não, người ta tưởng chỉ một miền nghe thấy mà ai ngờ vang mãi đến các anh em đồng bào ở suốt dọc đường Bắc Nam.

Ở Huế chúng tôi đã dự hai buổi lễ truy điệu các vị anh hùng 1930. Gian buồng của hội Quảng Tri không đủ chứa lòng thành kính của anh em, nên đến bữa sau lại phải đọc lại một lần nữa cho những người chậm chân không có chỗ. Ở đó tối hôm ấy, có cả những ông già bà cả, những người áo rách, tay thành chai. Ở đó tối ấy có cả một ông thủ tướng với mấy ông bộ trưởng ngồi lẫn vào đám đông chỉ lấy tư cách là dân một nước. Chúng tôi đã được nhìn thấy nét mặt trang nghiêm của mọi người yên lặng tưởng nhớ tới người xưa, trông nước mắt chảy giòng giòng trên những bộ mặt tươi tốt hay răn reo lúc kẻ nói chuyện tả lại bước đường cùng của mười ba liệt sĩ. Tôi đã nghe thấy tiếng "Vạn tuế" đáp lại mười ba tiếng hô "Việt Nam "của cả một dân tộc, mười ba tiếng "Vạn tuế" hô lên để an ủi anh hồn mười ba liệt sĩ lúc bước lên đoạn dầu đài đã bị bàn tay thực dân bịt miệng, chỉ mới kịp kêu hai tiếng "Việt Nam". Lễ truy điệu bắt đầu trong tâm niệm, giải ra trong thành kính, kết cục trong yên lặng. Yên lặng đó mới là điều hứa hẹn. Khi quần chúng đã biết yên lặng mà gia hợp thì quần chúng ấy đã cùng chung một tin tưởng mạnh mẽ vô ngần, đã ra về với một quả quyết sắt đá.

Trên đường về người ta kể lại cho chúng tôi nghe từng buổi hội họp, cùng một ngày mười bảy tháng sáu ở các tỉnh dọc đường, hăn học ở Vinh, ồn ào ở Hà Nội. Nhưng ở đâu chúng tôi cũng thấy tin tưởng và quả quyết chung ấy.

Một đền sắp sây nền, bia đá tượng đồng sắp xây dựng khắp chốn. Nhưng còn có đài kỷ niệm nào hơn tấm lòng thành kính của hăm mấy triệu dân trong một ngày lịch sử. [366]

Hai tuần lễ sau, cũng trên báo *Thanh Nghị,* Số 117, *và* cũng về Ngày Mười Bảy Tháng Sáu Dương Lịch ở Vinh, ký giả Mai Anh ghi vắn tắt mấy dòng:

> Vinh, chỗ đỗ thứ hai, vẫn chói lọi những bóng nắng. Dân chúng sửa soạn trong yên tĩnh và nóng bức một buổi lễ truy điệu mấy vị liệt sĩ tử tiết ở Yên Báy. Người ta kể cho tôi nghe những xích mích giữa mấy nhóm người muốn phân ba phân bốn lòng ái quốc của đám đông. Những sích mích mới nhỏ làm sao! Người ta đoán trước được rằng đâu rồi sẽ vào đó. Mà quả có như vậy. [367]

Báo *Ngày Nay*, với các cây viết nồng cốt quen thuộc, Khái Hưng, Hoàng Đạo, Nguyễn Tường Bách, Tú Mỡ, Thế Lữ, Vũ ngọc Phan, Trọng Lang…, sau bốn năm bị đình bản, đã lại tái xuất hiện, trong số đầu tiên, Số 1, *Kỷ Nguyên Mới,* ra ngày Thứ Bảy, 5-5-1945, trong lời tòa soạn với nhan đề "Ngày Nay Sống lại", với bên cạnh là bảng liệt kê các biến cố từ ngày 9 tháng 3 đến ngày 22 tháng 4, 1945 dưới nhan đề "Đại Việt Độc Lập", đã tự xác định nhiệm vụ của mình như sau:

> Trong thời khắc nghiêm trọng này, nhiệm vụ cần thiết của chúng tôi, của chúng ta là đứng sát cánh lại với nhau, nêu cao tinh thần độc lập chiến đấu muôn đời của lịch sử dân tộc Việt đã có từ ngàn xưa, và củng cố, bồi bổ tinh thần ấy bằng cuộc tái tạo và kiến thiết xã hội khiến cho thành ra tinh thần độc lập và chiến đấu của muôn đời về sau…

> Công cuộc này trong phạm vi nhỏ hẹp của chúng tôi, chúng tôi sẽ tận lực cố gắng thêm một chút sức mọn. Noi theo một lý tưởng tự lực bất di dịch sẽ cố trông vào sự thực, sẽ cố bênh vực tinh thần độc lập của chúng ta, sẽ cố chống lại những sự bất công. Vì, trong cõi Đông Á này, với sự chỉ bảo của nước đàn anh, chúng ta có bổn phận nêu cao hai chữ công lý trên đường tiến của các dân tộc.
>
> Đường còn dài và đầy chông gai, nhưng một thế giới mới mẻ, sáng lạn đương mở ra trước chúng ta. Cố gắng làm việc, nhận rõ sự thực để làm việc: châm ngôn mà chúng ta phải noi theo. [368]

Ngay ở kinh đô Huế, tinh thần độc lập cũng phá tan phần nào nếp sống trầm lặng bình thường:

> Mấy người bạn cũ của tôi ở đây đã khoe những cuộc biểu tình của dân chúng đế đô. Cuộc biểu tình mừng độc lập hôm mười một tháng ba, bồng bột, ồ ạt của giáo viên và học sinh tổ chức. Người ta cảm động kể cho tôi nghe sự hăng hái của học sinh trường Khải Định thức đêm hôm trước để làm ngót vạn lá cờ. Cuộc biểu tình ngày mùng một tháng tư có mấy vạn người tới dư, nào viếng mộ cụ Phan, nào truy điệu chiến sĩ, nào hội họp trước Ngọ môn. Có những bô già lập cập chống gậy đi dự, những ông già áo thụng xanh kính cẩn quạt lư trầm để trên hương án bái vọng trước nhà. Có cả những tiếng ủng hộ, đả đảo. Cuộc biểu tình ngày mùng sáu tháng sáu của hội Tân Việt Nam để phản đối chính sách thực dân có đủ các giới lên diễn đàn, có đại biểu giới phụ nữ đứng nói trước máy truyền thanh và có cả một đại biểu của các cụ phu xe xứ Huế.
>
> [...]
>
> Mấy người bạn lại không quên kiêu ngạo kể cho tôi nghe sự thành kính của dân chúng mỗi sáng tới dự lễ

> chào cờ ở trước dinh thủ tướng, của đám thính giả một buổi lễ đã đứng dậy khi thấy ông tổng trưởng vi hành tới dự. Họ không quên chỉ cho tôi xem những ông bộ trưởng dạn dĩ, gọn gàng mặc âu phục đi xe đạp tới bộ, những phòng giấy các bộ dọn vào những tòa nhà to tát đồ sộ...[369]

Về Phu Văn Lâu, Mai Anh viết một đoạn ngắn nhưng vô cùng quan trọng về các dụ chỉ của nhà vua:

> Mỗi một đạo chỉ dụ của nhà vua giáng xuống, dân thần kinh được đọc đầu tiên, bàn luận trước nhất, được thấy hiệu lực lập tức. [370]

Phải đọc kỹ năm chữ cuối cùng của đoạn văn này,**"được thấy hiệu lực lập tức"**, người ta mới hiểu rõ hơn ý nghĩa và tầm quan trọng của các sắc dụ của các vua dưới thời quân chủ chuyên chế ở nước ta thời xưa mà một số các sử gia, vì không rành về các định chế và tập tục cổ truyền của người Việt Nam, đã có những nhận định sai lầm về những thành tích của Nội các Trần Trọng Kim và của Vua Bảo Đại trong thời gian này khi họ cho rằng tất cả chỉ trên giấy tờ. Cũng vậy, nếu người ta để ý đến tầm quan trọng của sau này Dụ Số 10 ngày 6 tháng 8 năm 1950 của Quốc Trưởng Bảo Đại đối với biến cố Phật Giáo thời Tổng Thống Ngô Đình Diệm. Các đạo dụ ở thời quân chủ chuyên chế không phải chỉ là những văn bản viết ra cho có chuyện và nhằm mục đích tuyên truyền. Trái lại đó lệnh của nhà vua, là những đạo luật được ban hành và **có hiệu lực ngay lập tức**. Vấn đề cuối cùng chỉ là vấn đề thời gian. Có điều ở thời điểm 1945, thời gian không đứng về phía Vua Bảo Đại, Nội Các Trần Trọng Kim và Đế Quốc Việt Nam và chính quyền tiếp nối sau đó đã có chủ trương riêng và đường lối riêng của họ. Các sắc dụ liên quan đến "Tuần Lễ Của Các Tự Do", cũng như nhiều đạo Dụ khác, mặc dù hợp với nguyện vọng của không ít người Việt đương thời, đặc biệt là giới trí thức, và luôn cả sau này, đã không được thi hành là vì vậy. Cách Mạng Tháng Tám - Việt Minh Cướp Chính Quyền đã xóa đi tất cả.

Một hậu quả khác vô cùng quan trọng của sự phát triển của tinh thần độc lập và sự gần như là tự do hội họp và tụ tập của quần chúng cùng với sinh hoạt của của đám đông ở thời này, là nó đã gián tiếp giúp cho Việt Minh cướp được chính quyền một cách nhanh chóng dễ dàng ở Hà Nội cũng như ở nhiều nơi khác từ cuộc biểu tình ngày 17 tháng 8 năm 1945 ở thủ đô miền Bắc này và trong những ngày sau đó. Nó cũng giải thích tại sao cho đến tận hơn 70 năm sau Chính Quyền Xã Hội Chủ Nghĩa đã không cho dân chúng tụ tập biểu tình hay đã không cho ban hành luật biểu tình.

Cũng dựa trên tinh thần độc lập, từ đó tình yêu nước dạt dào, vô bờ bến kể trên, nói tới cuộc kháng chiến chống Pháp 1946-1954, Nhạc Sĩ Phạm Duy, trong hồi ký của ông về thời gian ông tình nguyện vô Nam Bộ chống Pháp, đã viết:

Thời gian mấy tháng trong chiến khu Bà Rịa-Vũng Tầu, tôi có đầy đủ những niềm vui, nỗi buồn của một thanh niên tự nguyện tham gia vào cuộc chiến đấu chung.

Lúc đó không cứ gì Mặt Trận Việt Minh hay ông Hồ Chí Minh, bất cứ Mặt Trận ***nào, bất cứ lãnh tụ nào cũng có thể đẩy chúng tôi vào cuộc chiến****. Còn có thể nói hơi ngoa là chúng tôi đòi được đi đánh Tây.*

Và riêng tôi chắc chắn không bị kích thích bởi bất cứ một chủ nghĩa hay bất cứ một tham vọng nào cả. Không nhân danh một giai cấp, không ham muốn địa vị chỉ huy như đội trưởng hay chính trị viên, tôi chỉ có một tình yêu nước được nuôi dưỡng từ khi còn bé và bây giờ được dịp thể hiện mối tình đó ra một cách rất cụ thể. Không phải chỉ hô to: Đi là đi chiến đấu! Đi là đi chiến thắng! Mà muốn đem thân xác, đem tính mạng của mình ra để tỏ tình. Chỉ muốn làm một người tuổi trẻ vô danh trong cuộc chiến đấu với danh nghĩa rất giản dị: đánh Tây cứu nước. Từ ý nghĩ đó tôi soạn bài Chiến Sĩ Vô Danh. [371]

3. Cũng với tinh thần độc lập Vua Bảo Đại, Thủ Tướng Trần Trọng Kim và Chủ Tịch Ủy Ban Giám Đốc Chính Trị Miền Bắc Nguyễn Xuân Chữ vào lúc bị nguy ngập nhất vẫn từ chối sự giúp đỡ của Quân Đội Nhật và để Việt Minh cướp chính quyền hay đồng ý nhường quyền cho họ

Tôi yêu cầu ông hủy bỏ ngay hệ thống phòng thủ này của ông. Tôi không muốn một đội quân ngoại quốc nào làm đổ máu dân tộc tôi.

Đối với võ quan giữ hoàng cung, từng lo ngại những sự tụ họp này nọ, tôi ra lệnh phải bỏ ngỏ các cửa thành, như thường nhật

Hoàng Đế Bảo Đại

Trong hồi ký của mình, Hoàng Đế Bảo Đại đã ghi lại cuộc tiếp kiến viên chỉ huy trưởng quân cảnh bị Nhật Bản ngày 22 tháng 8 năm 1945 ở Huế như sau:

> Ngày 22 tháng 8, tôi tiếp viên Thiếu Tá Nhựt chỉ huy quân cảnh bị trong thành phố. Ông ta cho biết, **theo chỉ thị của bộ Tư Lệnh Đồng Minh**, ông ta đã có những biện pháp để giữ an ninh cho hoàng thành và cho hoàng tộc. Đã đặt các chướng ngại ở trước cầu Clémenceau và các cổng ra vào hoàng cung. Tôi chống lại ngay quyết định này. Tôi từ chối nhứt định sự bảo vệ của ông.
>
> - Tôi yêu cầu ông hủy bỏ ngay hệ thống phòng thủ này của ông. Tôi không muốn một đội quân ngoại quốc nào làm đổ máu dân tộc tôi.
>
> Để chắc chắn lệnh của tôi được tuân hành, tôi cho gửi cho viên Thiếu tá một văn thư có đóng dấu quốc tỉ của tôi, yêu cầu ông ta phải bỏ lệnh giữ an ninh ở ngoài thành nội.
>
> Đối với võ quan giữ hoàng cung, từng lo ngại những sự tụ họp này nọ, tôi ra lệnh phải bỏ ngỏ các cửa thành, như thường nhật. [372]

Quyết định bằng cả khẩu lệnh lẫn văn thư có đóng ngọc tỉ của Bảo Đại trong hoàn cảnh này là vô cùng quan trọng vì nó miễn trừ trách nhiệm hoàn toàn cho Quân Đội Nhật, nói chung, và viên sĩ quan Nhật, nói riêng, mặc dầu nhà vua đã được viên sĩ quan này trình bày rõ những gì Quân Đội Nhật đã làm (đặt chướng ngại ở trước cầu Clémenceau và các cổng ra vào hoàng cung) là **theo chỉ thị Đồng Minh** chứ không phải là ông ta tự ý.

Quý vị độc giả, nhất là các bạn sinh viên, nên đối chiếu bản dịch này với nguyên bản tiếng Pháp vì trong bản tiếng Pháp nhà vua ghi cấp bậc của viên sĩ quan Nhật này là đại tá (colonel), thay vì thiếu tá, quan trọng hơn nhiều, và dùng chữ ra lệnh (Je vous donne l'ordre) thay vì yêu cầu và có những chữ khác dịch giả không dịch như "décharge" có nghĩa là miễn trừ (trách nhiệm giữ trật tự mà Đồng Minh trao phó (application des instructions du commandement allié) và chính quyền của nhà vua đối với Đồng Minh cho đến thời điểm này vẫn là hợp pháp. Do đó, ta có thể nói rằng động cơ chính yếu khiến cho Vua Bảo Đại đã làm quyết định này vẫn là lòng yêu nước, là lấy dân làm trọng, "dân vi quý", là vì ông **"không muốn một quân đội ngoại quốc nào làm đổ máu dân tộc"** ông.

Thủ Tướng Trần Trọng Kim cũng phải đối phó với sự kiện tương tự và ông cũng từ chối với lý do "nhờ quân Nhật đánh người mình còn ý nghĩa gì nữa". Ông kể lại:

> Lúc bấy giờ người Nhật có đến bảo tôi: "Quân đội Nhật còn có trách nhiệm giữ trật tự cho đến khi quân đồng minh đến thay". Nếu Chính phủ Việt Nam công nhiên có lời mời quân Nhật giúp, quân Nhật còn có thể giữ trật tự." Tôi nghĩ quân Nhật đầu hàng, quân đồng minh sắp đến, mình nhờ quân Nhật đánh người mình, còn

ý nghĩa gì nữa, và lại mang tiếng "cõng rắn cắn gà nhà". Tôi từ chối không nhận. [373]

"Quân đội Nhật còn có trách nhiệm giữ trật tự cho đến khi quân đồng minh đến thay" hay nói khác đi là giữ nguyên trạng, là một sự thực rõ ràng, sau này ai cũng biết. Họ có thể tự ý thực thi trách nhiệm này nhưng đã không làm vì họ muốn tôn trọng sự độc lập của chính phủ Việt Nam nên hỏi ý trước và đã bị từ chối.

Cuối cùng là ở Hà Nội. Tại đây, từ rất sớm, từ ngày 15 tháng 8, bốn ngày trước khi Việt Minh cướp chính quyền, Tuần Báo *Bình Minh* đã đăng hai tuyên cáo của Quân Đội Nhật. Cả hai đều đề ngày 12 tháng 8, đúng một tuần lễ trước ngày 19 tháng 8, một ghi danh hiệu người ký là Quan Tư Lệnh Quân Đội Nhật và một là Đội Trưởng Đội Hiến Binh Nhật Tại Đông Dương, nguyên văn như sau:

Tuyên Cáo Thứ Nhất

Lời Tuyên Cáo của quan Tư Lệnh Quân Đội Nhật

Kẻ nào phạm những điều sau này sẽ bị trừng trị tức khắc theo quân luật:

1. ***Gây những hành vi khủng bố.***
2. ***Tàng trữ hoặc mang trong người khí giới không có giấy phép.***
3. ***Những hành vi khác có hại đến trật tự chung***

Ngày 12 tháng 8 năm 1945
Quan Tư Lệnh Quân Đội Nhật

Tuyên Cáo Thứ Hai

Lời Tuyên Cáo Bộ Hiến Binh Nhật

Theo tin tức lượm được gần đây thì hình như trong dân gian thành phố Hà-nội có nhiều kẻ thường bình phẩm thời cục một cách vô ích và vô ý thức và lại nông nổi mưu sự lập đảng, họp hội lén lút.

Những cử động và ý định ấy phải coi là có thiệt hại cho quyền lợi chung của dân chúng và có thể gây nên kết quả rất nghiêm trọng. Vì vậy bản chức khuyên cả dân Pháp lẫn dân Việt ở trong thành phố Hà-nội nên cư xử sao cho khéo và nên hoàn toàn tin cậy vào Quân Đội Nhật và Chính-phủ Việt Nam.

Nếu những cổ động và ý định nói trên còn thấy có, nhà đương chức bắt buộc phải ra tay trừng phạt thật nghiêm ngặt những kẻ làm rối loạn cuộc trị an.

Hà nội ngày 12 - 8- 1945
Đội Trưởng Đội Hiến Binh Nhật Tại Đông Dương [374]

Hai bản tuyên cáo này cho thấy chỉ một tuần lễ trước ngày 19 tháng 8, ngày Việt Minh cướp chính quyền ở Hà Nội, người Nhật còn tự ý thi hành sự ủy nhiệm của Đồng Minh, giữ gìn an ninh trật tự bằng những biện pháp vô cùng nghiêm ngặt "tức khắc" và "theo quân luật". Đây không phải là một trò đùa, nhất là đối với Hoàng Quân Nhật thời đó. Câu hỏi được đặt ra ở đây là tại sao đến ngày này họ lại không can thiệp? Lý do chắc chắn không ngoài ý muốn tôn trọng sự độc lập của người Việt. Họ đã gặp Bác Sĩ Nguyễn Xuân Chữ. Người cuối cùng nắm vai trò quyết định ở Phủ Khâm Sai, người được coi như là Chủ Tịch Ủy Ban Giám Đốc Chính Trị Miền Bắc (Comité Directeur de la Politique du Nord) và thay Khâm Sai Phan Kế Toại lúc đó đã từ nhiệm và là người duy nhất có mặt ở Phủ Khâm Sai vào giờ phút này. Bác Sĩ Chữ đã do dự và không phản ứng gì cả. Sau này, trong hồi ký của mình, ông viết:

> Trông vào người Nhật? Cũng sáng thứ Bẩy, ông Phó Lãnh Sự đến gặp mỗ y sĩ và nói nếu muốn nhờ quân đội Nhật trong một tình thế nào, người Nhật sẵn sàng giúp đỡ. *"Nous sommes à votre disposition."*
>
> Điều này tỏ ra người Nhật cũng biết trước dự mưu của Việt Minh. Mỗ y sĩ phân vân. Muốn cứu vãn nguy cơ trước mắt, ngoài quân đội Nhật, trông cậy vào đâu? Chỉ một toán nhỏ Nhật bao quanh Bắc bộ Phủ đủ làm tan vỡ mưu cơ Việt Minh, mỗ y sĩ chắc thế. Nhưng kinh nghiệm riêng, chung cho biết kết quả mong manh của một sự giúp đỡ bên ngoài. Kết quả có thể tốt đẹp ở hiện tại, nhưng còn tương lai? Cho nên mỗ y sĩ không giả lời dứt khoát. Ông Phó lãnh sự lại ghi cho số điện thoại riêng của ông, phòng có liên lạc trong những giờ khẩn cấp.[375]

Ở đây người ta lại thấy Bác Sĩ Nguyễn Xuân Chữ nói tới yếu tố "bên ngoài" và sự kiện viên phó lãnh sự Nhật dùng nhóm chữ "à votre disposition", dưới sự sắp xếp của Ngài, quyền sử dụng của Ngài. Qua chi tiết này người ta có thể hiểu được tình trạng bị giằng co của người Nhật. Một mặt họ phải thi hành chỉ thị của Đồng

Minh là giữ an ninh trật tự, dẹp tất cả mọi xáo trộn, chờ quân đội Đồng Minh tới, mặt khác họ muốn tôn trọng sự độc lập của chính quyền Việt Nam. Họ đã không tự ý can thiệp là vì vậy, mặc dầu vào lúc các cuộc biểu tình uy hiếp Bắc Bộ Phủ xảy ra, quân Nhật hãy còn đứng canh ở các góc đường phố và *"lính Nhật cầm súng đứng gác bên nhà Băng Đông Dương cũng chỉ nhìn trơ như tượng gỗ"* [376] và *"trên đường phố vẫn còn những tờ bố cáo in bằng ba thứ tiếng Việt, Trung, Pháp... của Bộ Tư Lệnh Hiến Binh Nhật, đe dọa sẽ thẳng tay trừng trị những cái họ cho là làm rối trật tự, hành động khủng bố hay mang vũ khí, tụ tập ..."* [377] Không những thế họ còn dùng nhóm chữ "à votre disposition" nữa.

Trong khi đó thì về phía Việt Minh, những người lãnh đạo cuộc cướp chính quyền ở Hà Nội đã tỏ ra chủ động hơn, quyết liệt hơn. Họ đã vận động để quân đội Nhật án binh bất động. Có điều vận động này chỉ xảy ra buổi tối sau khi Việt Minh, buổi sáng, đã chiếm được Phủ Khâm Sai, cướp được chính quyền và người Nhật ở vào vị thế trước sự đã rồi, đồng thời trong tâm trạng của kẻ bại trận nhưng vẫn tôn thờ Nhật Hoàng và trách nhiệm coi giữ được trật tự do Đồng Minh trao phó cho họ là chính. Sự kiện này xảy ra vào tối ngày 19 tháng 8, đúng 8 giờ, qua sự móc nối của vợ một người Nhật có tiệm kem ở Chợ Hôm. Lê Trọng Nghĩa và (Trần Đình?) Long đã gặp được các chỉ huy của quân đội Nhật ở ngay Tổng Hành Dinh của quân đội Nhật và đã khôn khéo dùng tâm lý thuyết phục được những người này. Trong hồi ký sau này của ông, Lê Trọng Nghĩa đã ghi lại chi tiết như sau:

> Đến giờ hẹn, tôi và anh Long cùng đồng chí tự vệ dùng chiếc xe có cờ Việt Minh buổi chiều, công khai từ Phủ Khâm sai (cũ) đến Tổng hành dinh (33 Phạm Ngũ Lão). Tôi phỏng đoán chỉ có khả năng sẽ bị đe dọa, uy hiếp nhiều hơn là bị cầm bắt, nên chuẩn bị một thái độ thận trọng thăm dò. Ở cổng, người trung gian ăn vận binh phục đã chờ đón sẵn, lặng lẽ đưa chúng tôi qua ngay bót gác và thẳng vào phòng khách giữa nhà.
>
> Đầu óc khá căng thẳng, tôi nhớ ba hay bốn sĩ quan, đều đã có tuổi, vẻ gân guốc già dặn, lạnh lùng nghiêm chỉnh ngồi sau một chiếc bàn lớn giữa phòng. Trước bàn còn ghế trống, có nhiều sĩ quan đứng sẵn. Phòng sáng nhưng cảm thấy như được chiếu bởi một thứ ánh sáng hơi lành lạnh.
>
> Sau những cái cúi đầu chào, người sĩ quan trung gian giới thiệu và khẳng định chúng tôi là những người "cầm đầu cuộc biểu tình ở Quảng trường Nhà hát lớn buổi sáng đã vào đóng ở dinh Khâm sai (cũ) và từ đó đến gặp".
>
> Tôi tiếp lời luôn, hướng vào viên tướng đứng tuổi, đầu trọc ngồi chính giữa dưới bức chân dung Nhật hoàng và lá cờ mặt trời treo trên tường. Tôi nói là chúng tôi rất xúc động nhận được tin Thiên Hoàng chính thức ban lệnh đình chiến, tất cả người Nhật các ông sẽ về nước đoàn tụ với thân nhân, gia đình, quân đội Đồng minh sẽ vào. Trước những vấn đề vô cùng cấp bách và khó khăn đặt ra cho người Việt chúng tôi, các nhà chức trách Việt Nam đương quyền đã tỏ ra bất lực và tan rã, nên nhân dân

chúng tôi phải tự mình đứng ra gánh lấy trách nhiệm giải quyết mọi công việc, mọi khó khăn.

Khi nói đến Hoàng đế Nhật, đúng như chúng tôi dự đoán trước, không khí buổi họp đang căng thẳng, lặng lẽ bỗng trở nên trang trọng, gần gũi hơn với những tiếng xầm xì trao đổi nhỏ giữa người Nhật với nhau.

[….]

Các quan chức Nhật vẫn im lặng nghe. Rồi viên tướng nghiêm nghị chậm rãi, rành rọt đáp lại. Đại ý ông ta nói: Vua Bảo Đại đã nhờ người Nhật giúp đỡ Việt Nam. Nhưng bây giờ công việc của người Việt thì các ông phải bàn lấy với nhau để giải quyết. Còn hiện nay như thế là đủ rồi, chỉ yêu cầu các ông đừng cho tổ chức mít tinh biểu tình nữa. [378]

"Nhưng bây giờ công việc của người Việt thì các ông phải bàn lấy với nhau để giải quyết" là thái độ cuối cùng người Nhật đã lựa chọn, Việt Minh đã lựa chọn, Hoàng Đế Bảo Đại đã lựa chọn, Thủ Tướng Trần Trọng Kim và Bác Sĩ Nguyễn Xuân Chữ đã lựa chọn và người dân "ngơ ngác về chính trị" đã lựa chọn, thay vì theo đúng như sự sắp xếp từ trước của Đồng Minh là giao cho người Nhật trách nhiệm giữ an ninh và trật tự hiện hành, tránh mọi sự xáo trộn. Chiều hướng của lịch sử đã được lựa chọn hay nói cách khác, định mạng của dân tộc Việt Nam cuối cùng cũng đã được bị chọn.

Ở cuối bài hồi ký này, Lê Trọng Nghĩa có ghi thêm là *"Thoạt đầu quân đội Nhật đã định giáng cho ETSUMEI (Việt Minh) một trận, nhưng sau vì nhiều lý do, đã thử cho xúc tiến một cuộc dàn xếp thỏa hiệp với chính phủ* (Trần Trọng Kim) *nhưng không thành."* Ghi chú này nếu đúng sự thực thì sự kiện "Nhật đã định giáng cho ETSUMEI một trận" phù hợp với những gì được Bảo Đại, Trần Trọng Kim và Nguyễn Xuân Chữ kể lại. Điều này cũng có ý nghĩa, như trên đã nói, người viết xin được lập lại, là người Nhật một mặt có ý muốn thực thi vai trò giữ gìn trật tự của họ theo chỉ thị của Đồng Minh thật, nhưng mặt khác lại muốn tôn trọng chủ quyền độc lập của Việt Nam nên đã tiếp xúc với Hoàng Đế Bảo Đại, Thủ Tướng Trần Trọng Kim và Bác Sĩ Nguyễn Xuân Chữ, *"dàn xếp"* để *"giáng cho ETSUMEI một trận"* nhưng không thành. Cả ba vị này đều từ chối vì không muốn sự can thiệp của quân đội ngoại quốc vào nội bộ mình và "làm đổ máu dân tộc mình". Tất cả chỉ vì hai chữ "độc lập", vì "họ cũng là người Việt quốc gia cả mà".

Bàn về nghi vấn kể trên, có người cho rằng nếu Ngô Đình Diệm làm thủ tướng hay khâm sai Bắc Bộ, mọi chuyện sẽ đổi khác. Lý do là vì Ngô Đình Diệm là một nhà cai trị chuyên nghiệp giỏi, được huấn luyện đầy đủ, có kinh nghiệm, là người chống Cộng Sản có thành tích và thuộc đảng của Hoàng Thân Cường Để và thân Nhật, đồng thời cũng là người bướng bỉnh. Chung quanh ông lại còn có những người như anh ruột ông, Ngô Đình Khôi, đã từng là Tổng Đốc Nam Ngãi và cháu ông, Ngô Đình Huân, là bí thư của Đại Sứ Yokoyama Masayuki. Sau này, khi họ Ngô đáp lời mời của Thủ Tướng Trần Trọng Kim ra Huế, còn có các ông Trần Văn Ân, Vũ Đình Dy và Lê Toàn, những người theo Cường Để, cùng đi nhưng bị Việt Minh chặn lại ở Nha Trang. Hoàng Thân Cường Để, lúc đó đã được

Vua Bảo Đại dự định mời làm Cố Vấn Tối Cao. Tuy nhiên đó chỉ là một ý kiến có tính cách giả dụ, tác giả chỉ ghi ra đây để người đọc biết thêm và suy nghĩ, tự mình tìm hiểu nếu có thể, như một chuyện *"nghi dĩ tồn nghi"*. [379]

4. Chính quyền có thực sự "bất lực và tan rã" hay không? Và từ đó có một khoảng trống chính trị hay không?

a. Chính quyền vẫn còn tồn tại và điều hành mọi sinh hoạt bình thường, Việt Minh tổ chức biểu tình ngày 19 tháng 8 vẫn phải xin phép, Phủ Toàn Quyền vẫn được thu hồi với các nhân viên người Việt

Chính quyền "bất lực và tan rã" là biện minh của Lê Trọng Nghĩa cho lý do cướp chính quyền của Việt Minh. Nguyên văn lời ông nói với đại diện Quân Đội Nhật đã dẫn trên đây: "Các nhà chức trách Việt Nam đương quyền đã tỏ ra bất lực và tan rã, nên nhân dân chúng tôi phải tự mình đứng ra gánh lấy trách nhiệm giải quyết mọi công việc, mọi khó khăn". Điều này không hoàn toàn đúng hay chỉ đúng một nửa. Nó chỉ đúng vào buổi tối ngày 19 tháng 8, sau khi Việt Minh đã cướp xong chính quyền buổi chiều trước đó, vào lúc cuộc họp này diễn ra mà thôi. Không đúng trước đó chưa tới nửa ngày. Nói cách khác, ít ra là cho đến khi Việt Minh cướp ngang cuộc biểu tình ngày 17 tháng 8 của Tổng Hội Công Chức, tình hình vẫn tương đối yên tĩnh. Không những thế với tinh thần ái quốc người ta đã hưởng ứng lời kêu gọi của Tổng Hội này đi biểu tình mừng độc lập và ủng hộ Chính Phủ Trần Trọng Kim với một chương trình quy mô, có chào cờ, có quốc ca, có lời nguyện cho toàn thể quốc dân "đồng Tâm hy sinh chiến đấu cùng giữ nền độc lập cho non sông đất Việt", có diễn hành qua rất nhiều đường phố chính đến Phủ Khâm Sai rồi trở về Nhà Hát Lớn, nơi phát xuất. [380] Nên để ý là cuộc biểu tình ngày 19 tháng 8 sau đó tuy là do Việt Minh tổ chức nhưng họ cũng phải xin phép Tòa Thị Chính và Thị Trưởng Trần Văn Lai đã chấp thuận, điều khiến sau này ông đã hối hận. [381] Điều này cho thấy là chính quyền vẫn còn tồn tại và vẫn tiếp tục điều hành mọi sinh hoạt. Người Pháp chưa hay còn xa mới trở lại hay làm được gì và có trở lại cũng không phải là dễ, chưa kể những người có mặt ở Hà Nội còn có cơ bị dồn vào một khu và cũng bị người Nhật cảnh cáo phải tôn trọng trật tự công cộng. Mọi người dưới sự lãnh đạo của chính quyền đương thời đều đã sẵn sàng chống lại họ. Chuyện họ tích trữ võ khí hay gây hấn chỉ là những chuyện nhỏ và đã được phòng ngừa. Bằng chứng là 11 giờ 30 trưa ngày 17 tháng 8, Phủ Khâm Sai đã thông báo cho Hội Đồng Tư Vấn Bắc Bộ đang nhóm họp, cho biết là Nội Các đã đạt được thoả thuận với Tối Cao Cố Vấn Nhật, bên cạnh việc giải tán Phủ Toàn Quyền, "giao trả khí giới cho người Việt Nam, cho dồn Pháp kiều vào một khu để dễ kiểm soát, cho phép Bảo An Binh và Cảnh Sát sẵn sàng đề phòng việc trị an..." và Việt Minh vẫn chưa công khai hoạt động. Bộ phận đầu não của tổ chức này hãy còn ở Tân

Trào và không biết rõ những gì xảy ra ở Thủ Đô Hà Nội cả. Quân đội Nhật tuy đã nhận được lệnh đầu hàng nhưng vẫn còn giữ được quyền kiểm soát an ninh và trật tự coi như trách nhiệm Đồng Minh trao cho họ. *"Những vấn đề vô cùng cấp bách và khó khăn"* hoàn toàn không có hay nếu có là do Việt Minh tuyên truyền, xách động và trực tiếp gây ra vào ngày chót. Không có hay chưa có sự đe dọa đáng kể tại chỗ nào của người Pháp. Người Pháp chỉ trở lại miền Nam vào trung tuần tháng 9 và đổ bộ lên miền Bắc sau khi được Hồ Chí Minh ký Hiệp Định Sơ Bộ 6 tháng 3 năm sau, 1946, chính thức mở đường cho họ trở lại. Còn nếu chính quyền đương nhiệm ở Hà Nội có bất lực và tan rã thì cũng là do Việt Minh với chủ trương cướp chính quyền của họ gây ra. Mục tiêu đánh Tây, đuổi Nhật, giành độc lập hoàn toàn cho Việt Nam, đến thời điểm này, sau khi Nhật Bản đầu hàng, đã trở thành vô nghĩa vì tất cả không còn nữa.

Cũng nên biết thêm một sự kiện vô cùng quan trọng là cho đến những ngày chót, trong tình trạng hoàn toàn chưa có gì gọi là *"vô cùng cấp bách và khó khăn"* đến nỗi *"bất lực và tan rã"*, Chính Phủ Trần Trọng Kim vẫn lo thực hiện những công tác liên hệ trực tiếp đến đời sống bình thường của người dân và cụ thể hóa nền độc lập của quốc gia, đồng thời Việt Nam hóa và chỉ định người Việt vào các chức vụ quan trọng ở Phủ Toàn Quyền khi phủ này được người Nhật giải tán và trao lại cho Chính Phủ Việt Nam. Chẳng hạn như:

1. Ngày 27 tháng 7, Ủy Ban Cải Cách Giáo Dục nhóm họp ở Hà Nội dưới sự chủ tọa của Bộ Trưởng Hoàng Xuân Hãn. Sau một thòi gian rất ngắn làm việc, ủy ban này đã đạt được những thành quả cụ thể, quan trọng, liên hệ tới chương trình giáo dục "trung đẳng" cho một nước Việt Nam độc lập. Chương trình này gồm một học trình 7 năm với 4 năm phổ thông và 3 năm chuyên khoa, đồng thời phối hợp lý thuyết với thực dụng, buổi sáng học lý thuyết, buổi chiều học thực dụng. Bộ Thanh Niên sẽ trông nom phần thực dụng. Ngoài ra ban Trung Đẳng cũng chia làm 2 lớp: lớp cổ điển, học Hán Học và một sinh ngữ và lớp tân học, học 2 sinh ngữ. Chương trình này đã tồn tại rất lâu về sau này và được biết tới như là *Chương Trình Hoàng Xuân Hãn*. Nó đã thiết lập những nguyên tắc cơ bản cho nền Trung Học Việt Nam dựa trên những giá trị và những kinh nghiệm truyền thống một bên và chương trình trung học Pháp một bên. Tất cả đã tồn tại rất lâu, ít ra là ở những vùng quốc gia thời Quốc Trưởng Bảo Đại và Việt Nam Cộng Hoà ở miền Nam và đã đào tạo được nhiều thế hệ trí thức trẻ vừa có tinh thần quốc gia dân tộc, vừa có khả năng trí thức, biểu lộ qua các thành tích họ đạt được không riêng ở trong nước mà luôn cả ở Hải Ngoại, trước và sau năm 1975, trong khối Pháp ngữ cũng như các khối nói những ngôn ngữ khác.

2. Hôm sau, ngày 28 tháng 7, cũng tại Hà Nội, Thủ Tướng Trần Trọng Kim ký nghị định thành lập Ban Hỗ Trợ Sinh Viên và Thanh Niên với mục đích giúp đỡ những người trẻ này về cả hai phương diện tinh thần lẫn vật chất và liên lạc với người Nhật về những

vấn đề học sinh, sinh viên và thanh niên. Được chỉ định vào ban này là các ông Bùi Bằng Đoàn, Chánh Án Toà Thượng Thẩm, Hồ Đắc Điềm, Giáo Sư trường Luật, Hoàng Minh Giám, Ủy Viên Liên Lạc Việt-Nhật, Nguyễn Văn Huyên, Hội Viên Trường Viễn Đông Bác Cổ, Phó Bảng Bùi Kỷ, phụ huynh sinh viên, Phan Huy Quát, Y Sĩ, cựu sinh viên, Nguyễn Mạnh Tường, Luật Sư.

Báo *Ngày Nay*, ra ngày 11 tháng 8, qua bài viết của Nguyễn Tường Bách đã hoan nghênh quyết định này nhưng đề nghị mở rộng cho tất cả mọi từng lớp thanh niên. [382]

3. Ngày 29 tháng 7, Thủ Tướng Trần trọng Kim ký nghị định bổ nhiệm hội viên cho các Hội Đồng Thành Phố Hà Nội và Hải Phòng với thành phần như sau:

> **Thành Phố Hà Nội:** Nguyễn Duy Thanh, Nguyễn Đình Thụ, Nguyễn Văn Huyên, Bùi Tường Chiểu, Phùng Như Cương, Trần Văn Tửu, Ngô Tử Hạ, Nguyễn Cao Luyện, Ngô Bằng Giực, Nguyễn Hữu Kha, Nguyễn Văn Viễn, Bùi Như Uyên, Hoàng Minh Giám, Ngụy Như Kontum, Trần Văn Giáp, Đào Trọng Kim, Nguyễn Văn Là. Dự **khuyết:** Hoàng Cung, Vũ Đình Liên, Phạm Khắc Quảng, Vương Các Đạo, Bùi Ngọc Hoán.
>
> **Thành Phố Hải Phòng:** Bạch Thái Tòng, Nguyễn Sơn Hà, Nguyễn Văn Xuân, Vi Huyền Đắc, Nguyễn Văn Tín, Nguyễn Văn Trang, Vũ Văn Huyền, Nguyễn Hữu Tạo, Nguyễn Văn Tình, Nguyễn Văn Minh, Phạm Kim Vinh, Nguyễn Đức Lợi, Phạm Hoàn, Vũ Văn

Ban. **Dự khuyết**: Hoàng Tích Minh, Trần Văn Lợi, Trần Xuân Lan, Hoàng Ngọc Bách, Phạm Văn Tam.

Cũng trong thời gian này Đốc Lý Trần Văn Lai còn triệu tập các đại diện thân hào, nhân sĩ để bàn việc triệt hạ các pho tượng do người Pháp dựng lên như các tượng Jean Dupuis, Bà Đầm Xoè, đài Kỷ Niệm Lính Khố xanh, Khố Đỏ.., đồng thời lập Quốc Sỉ Viện để chứa các tượng này. Mặt khác các đường phố, các công viên cũng được đổi tên. Chẳng hạn như Vườn Bách Thảo đổi thành Công Viên Lam Sơn, Công Viên Paul Bert thành Công Viên Thăng Long, René Robin thành Độc Lập, đô hội (rond point, trước Phủ Toàn Quyền) thành Công Trường Ba Đình, cầu Doumer thành cầu Long Biên, nhưng vẫn giữ nguyên các công viên Pasteur và Alexandre de Rhodes. Việc phá tượng, đổi tên hay đặt tên mới này bị Đoàn Thêm, tác giả *Những Ngày Chưa Quên* cho là không cần thiết, "tốn ngày giờ". [383] Có điều nó cho người ta thấy ở đây là tình hình phải là yên tĩnh tối thiểu, chưa có gì là nguy ngập, mọi người, cả chính quyền lẫn dân chúng, mới họp và làm được.

4. Khi Phủ Toàn Quyền được trao trả cho Chính Phủ Việt Nam vấn đề nhân sự người Việt và các cơ quan mới hay chức vụ mới cũng được đặt ra để tránh sự gián đoạn trong việc điều hành các công việc thường nhật trên toàn quốc. Nguyễn Mạnh Hà Chánh Sở Kinh tế được chỉ định kiêm nhiệm Tổng Thanh Tra Lao Động ngày 2 tháng 8. Một tuần lễ sau, ngày 9 tháng 8, một số người khác cũng được bổ nhiệm để điều khiển

Nha Công An Bắc Bộ như Tri Huyện Tư Pháp Vũ Quốc Thông làm Trưởng Ty Chính Trị, Phạm Mạnh Hậu làm Trưởng Ty Hình Sự, Vũ Đình Khoa làm Trưởng Ty Mật Thám, Lê Văn Khoa làm Trưởng Ty Lý Lịch. Ở trung ương, Bác Sĩ Phan Huy Quát được cử làm Đổng Lý Văn phòng Phủ Thủ Tướng. [384] Tất cả các vị này đều đã nhận lãnh trách nhiệm mới.

5. Trong ba ngày cuối cùng trước ngày 19 tháng 8, Chính Phủ Trần Trọng Kim vẫn hoạt động bình thường, nếu không nói là tích cực hơn để tranh thủ thời gian và đối phó với tình thế.

b. Ngày 17 Hội Đồng Tư Vấn vẫn long trọng khai mạc buổi họp đầu tiên với đầy đủ hội viên và quan khách; thanh niên được đoàn ngũ hóa và huấn luyện; hướng đạo lo việc hộ đê

Báo Bình Minh đề ngày 18 tháng 8, một ngày trước khi Việt Minh cướp chính quyền, cho biết ngày 17 tháng 8, đúng ngày Tổng Hội Công Chức tổ chức biểu tình và bị Việt Minh cướp ngang, Hội Đồng Tư Vấn vẫn họp phiên họp đầu tiên. Hầu hết các nhân vật nồng cốt của Phủ Khâm Sai đều tới dự, từ Phan Kế Toại đến Bác Sĩ Phạm Hữu Chương, Bác Sĩ Nguyễn Xuân Chữ vá các giám đốc các nha sở. Phó Bảng Bùi Kỷ thay mặt mọi người cảm ơn Chính Phủ đã tín nhiệm cho lập hội đồng và Khâm Sai Phan Kế Toại đọc diễn văn khai mạc, tỏ thái độ cương quyết hô hào quân dân đoàn kết giữ vững nền độc lập. Tiếp theo là bài Tiếng

Gọi Thanh Niên với kèn trống sôi nổi của Bảo An Binh. Giám Mục Hồ Ngọc Cẩn được bầu làm chủ tịch buổi họp, với Sư Cụ Trí Hải làm phó, ông Cù Đình Hệ làm tổng thư ký, và Kỹ Sư Nguyễn Xiển làm giám sát. Kết quả là Bác Sĩ Nguyễn Văn Luyện được bầu làm phó chủ tịch vĩnh viễn, Giám Mục Hồ Ngọc Cẩn và Sư Cụ Trí Hải làm cố vấn. Chức chủ tịch vĩnh viễn sẽ do toàn quốc lựa chọn. Một điện tín được đánh vào Huế bày tỏ hai nỗ lực:

Thứ nhất: Đoàn kết toàn quốc để bảo vệ độc lập và lãnh thổ nước nhà.

Thứ hai: Hy sinh tính mệnh, tài sản toàn quốc để chiến đấu nếu người Pháp trở lại lần nữa.

Cũng theo báo *Bình Minh* ngày 18, Dụ 16 thành lập Ủy Ban Chỉ Huy Chính Trị Bắc Bộ cũng được ban hành.

Cuối cùng, cũng theo *Bình Minh*, Nha Thanh Niên Hà Nội kêu gọi thanh niên và tất cả nhân viên các đoàn bảo an và các đoàn thể khác gia nhập ngay Thanh Niên Việt Nam Đoàn để đối phó với tình hình nghiêm trọng và để có tổ chức vững vàng, duy nhất và chu đáo. Đồng thời bốn liên đoàn được thành lập do bốn sinh viên đại học đảm nhiệm. Ngoài ra bắt đầu từ ngày 21 tháng 8, Nha Thanh Niên Hà Nội sẽ mở những lớp huấn luyện toán trưởng tại các sân vận động và các trường.

Trước đó, từ phía tư nhân, cũng theo *Bình Minh* ngày 15 tháng 8, Hướng Đạo Doãn Nghĩa Hà Nam đã góp sức với các tổng lý và dân làng Phú Mẫn để giữ đê qua làng. "12 Hướng Đạo Sinh ngày đêm ngày cắm trại, chẳng quản khó nhọc khiến thanh niên trong làng nô nức tận tâm với nhiệm vụ". Mặt khác, thực thi quyền tự do lập nghiệp đoàn theo Dụ mới được ban hành, Việt Nam Y Dược Nghiệp Đoàn Bắc Bộ mời các nhà pha chế thuốc, bán thuốc sống, thuốc hoàn tán và lương y tới họp lúc 14 giờ ngày 18 tháng 8. Điều này cho người ta thấy giá trị tức thời của một đạo dụ do nhà vua ban hành trong chế độ quân chủ chuyên chế là như thế nào, thay vì chỉ là trên giấy tờ như có người đã lầm hiểu.

Cuối cùng về an ninh, liên hệ tới người Pháp, ngày 14 tháng 8, vì hãng vận tải Anziani, trụ sở ở số 67 đường Trần Hưng Đạo có chứa binh khí và nhiều hàng hóa tích trữ nên Cảnh Sát trưởng Hàng Trống Nguyễn Hữu Ty đã chỉ huy cuộc khám xét. Kết quả "50 kiện giấy lớn, 9 lốp ô tô, 60 cái chăn, 9 hòm mực in, đạn súng liên thanh, đạn súng lục và một lá cờ Pháp mới" đã bị tịch thu.

Nói cách khác mọi người vẫn bình tĩnh và "gắng sức làm việc", "người nào phận sự đó", như không có gì gọi là "bất lực và tan rã" hay nao núng sợ hãi gì cả, mặc dầu là trong cuộc họp báo ngày 15 tháng 8, có Bộ Trưởng Hoàng Xuân Hãn, hai Bác Sĩ Chương và Luyện hiện diện, Khâm Sai Phan Kế Toại có nói tới nguy cơ của tình thế. Theo ông:

> Pháp Thực dân bắt đầu hy vọng trở lại, khiêu khích từ mấy ngày hôm nay. Họ tụ tập ở đường, bàn tán, thì thào, vẻ mặt đắc chí. Họ ăn tiệc, hội họp khoái chí với âm mưu nguy hiểm của họ. Trước tình hình đó, không lúc nào bằng lúc này, tất cả mọi từng lớp quốc dân hãy tỏ sức mạnh tinh thần của sự đoàn kết, kêu gọi đoàn kết. Trước mối nguy chung, người Việt Nam hãy chỉ nghĩ sự sinh tồn của người Việt Nam, nghĩ đến cái độc lập mong manh mất trong sớm tối, để quên ý nghĩ riêng tư cùng phụng sự đất nước.

Tuy nhiên điều người ta cần để ý là người đưa ra những lời báo động và kêu gọi đoàn kết trên đây là Phan Kế Toại, lúc đó đã bị ảnh hưởng của Việt Minh, nên tất cả đều mang những ẩn ý cần phải được cứu xét kỹ càng hơn, dù cho đó chỉ là báo động và kêu gọi đoàn kết...

Tóm lại, qua những sự kiện kể trên, cho tới những ngày giờ chót, sinh hoạt chính quyền, ít ra là ở Hà Nội, vẫn diễn ra một cách bình thường, người nào việc nấy trong trách nhiệm và phận sự riêng của mình, để xây dựng đất nước, và bảo vệ nền độc lập của tổ quốc, không có gì có thể gọi là "khoảng trống chính trị" như một số sử gia, đặc biệt là sử gia ngoại quốc nói tới sau này. Chính quyền đương nhiệm vẫn tồn tại và vẫn được dân chúng ủng hộ và hoạt động như không có gì trầm trọng đã xảy ra. Riêng đối với Trần Trọng Kim, với bản chất là một trí thức truyền thống, mang nặng tinh thần của kẻ sĩ Khổng Giáo, coi việc "thờ vua, giúp nước" là một sứ mạng của kẻ sĩ, đồng thời chắc chắn không thể không chịu thêm ảnh hưởng của Phật Giáo và Lão Giáo, ông chỉ nhận lập chính phủ vì trách nhiệm đối với quốc gia, không phải là một chính trị gia chuyên nghiệp lấy việc nắm chính quyền là mục tiêu chính của mình, nên lúc nào cũng sẵn sàng rút lui, nhường chỗ cho người khác, nếu có người thay thế và có khả năng làm được việc, đúng như ông thường nói, điển hình là trong cuộc họp báo ở Phủ Khâm Sai, sau khi đã thành công trong việc thu hồi được ba thành phố Hà Nội, Hải Phòng và Đà Nẵng do Nhà Báo Vũ Bằng tường thuật trong *Trung Bắc Tân Văn (Chủ Nhật),* số 255, ngày 29 Tháng Bảy 1945 như sau:

> Nói cho thực, ai là người Việt Nam lúc này mà lại chả sốt sắng muốn cho nước nhà mạnh ngay, giàu ngay, tự lập ngay? Nhưng cái thế chưa làm được ngay thì làm thế nào được? Tôi tin rằng nước Việt Nam ta sẽ có một tương lai tốt đẹp, nhưng công việc đó phải làm từ từ và tôi xin thề với thanh thiên bạch nhật rằng cái sức của tôi có thể làm thế nào được cho nước thì tôi đem ra làm cả. Nếu có người nào xét rằng có thể làm được hơn thế, để đưa nước Việt Nam đến chỗ tốt đẹp, mau hơn thì tôi rất sẵn lòng giao trả lại để mà đi về nhà, dưỡng cái tuổi già đa bệnh và đọc sách. Chính thực ra, lúc về đây, tôi không ngờ lại còn được mạnh khoẻ thế này. Đau lắm. Tôi bị bệnh cương mạch máu, lắm khi phải nằm mà làm việc. Nhưng may ít lâu nay được có ở bên cạnh hai bác sĩ Hồ Tá Khanh và Vũ Ngọc Anh nên sức khoẻ đã khá và tôi lấy thế làm mừng lắm. Công việc thì nhiều, nếu không có sức khoẻ, không làm gì được cả.[385]

và như Luật Sư Trần Thanh Hiệp và nhiều người nhận định sau này:

> Chính khách họ Trần, thủ tướng đầu tiên của nước Việt Nam – theo nghĩa hiện đại của danh xưng – không phải là người làm chính trị chuyên nghiệp. Ông chỉ là một nhân sĩ có tinh thần yêu nước, thuộc thế hệ những người trí thức Tây học nhưng thấm nhuần tinh thần nho giáo. Vì thế, ông không xu hướng cách mạng bạo động, chỉ muốn ôn hòa thực hiện ngay những cải cách mà thực trạng đất nước cho phép. Khi thấy Việt Minh xách động dân chúng giành chính quyền, đồng thời ông lại thất bại trong mấy lần vận động hợp tác với Việt Minh để thành lập một chính quyền mới, trong liên tục quốc gia, ông đã trí tình lùi bước để cho Việt Minh nhận trách nhiệm trước lịch sử. Chẳng những vậy, ông đã từ khước không nhận lời đề nghị của người Nhật, nếu ông chính thức yêu cầu họ có thể tiếp tay chính phủ ông chống nổi loạn bảo vệ trật tự. Ứng xử của ông trước chính biến mùa thu 1945 là ứng xử của một kẻ sĩ, khi thấy làm được việc gì thì đứng ra gánh vác, khi thấy không làm được việc thì lui về ở ẩn.
>
> Các bộ trưởng trong nội các của ông, nói chung, cũng có thái độ tương tự. [386]

Vua Bảo Đại cũng vậy. Nhà Vua cũng không tha thiết gì với ngai vàng sau *"hai mươi năm ở ngôi đã trải qua bao điều cay đắng"* mà *"không thể làm gì đem lại lợi ích đáng kể cho đất nước"*. Vì vậy thay vì nói tới khoảng trống quyền lực người ta chỉ nên nói tới những cái ghế sẵn sàng được bỏ trống để cho Hồ Chí Minh và Việt Minh dễ dàng ngồi vào thì đúng hơn. Có điều sau này sự kiện Vua Bảo Đại và Thủ Tướng Trần Trọng Kim đã đứng lên nhường ghế đã phần nào được Nhà Vua cho là vì *"già trẻ bị mắc lừa bọn du côn"*, theo lời ông nói với Trần Trọng Kim, khi hai người gặp lại nhau ở Hương Cảng.

5. Tất cả chỉ vì hai chữ "độc lập"

Cuối cùng thì mọi chuyện vẫn xoay quanh hai chữ "độc lập" và "độc lập hoàn toàn", "độc lập ngay lập tức", và "bảo vệ nền độc lập" đã thâu hồi được cho Việt Nam về phía người Việt cũng như sự tôn trọng nền độc lập này về phía người Nhật. Người ta đã quá quan tâm đến độc lập và bỏ sang một bên nguy cơ trước mắt là ngay trong nội bộ của mình, ngay trong chính hàng ngũ của mình là Việt Minh muốn cướp chính quyền, muốn lấy chính quyền về riêng cho họ, nhằm theo đuổi mục đích riêng của họ mà độc lập cho quốc gia chỉ là giai đoạn đầu chứ không phải là tối hậu. Đây mới là điểm quan trọng. Cho đến phút chót, cả ba vị lãnh đạo tối cao của chính quyền đương thời là Hoàng Đế Bảo Đại, Thủ Tướng Trần Trọng Kim và Bác Sĩ Nguyễn Xuân Chữ đều đã từ chối sự can thiệp của Quân Đội Nhật, bất kể cả ngôi vua, địa vị và sự an nguy của chính các vị này, để bảo vệ nền độc lập cho quốc gia và sinh mạng của đồng bào. Riêng Bác Sĩ Nguyễn Xuân Chữ, mặc dầu có trong tay điện thoại và lời dặn dò của viên Phó Lãnh Sự Nhật vào phút chót vẫn không đổi ý. Sau này ông giải thích là không dám nhận trách nhiệm một mình khi không có lệnh của chính phủ, ngay cả Bộ Trưởng Hoàng Xuân Hãn, người được coi là Đặc Phái Viên của Thủ Tướng ông cũng không gặp được. Bác Sĩ Chữ viết:

> Trên viết *"Chỉ một toán quân Nhật nhỏ bao quanh Bắc Bộ Phủ đủ làm tan vỡ mưu cơ Việt Minh."* Nhưng mỗ y sĩ thực đã không *"dám đảm nhận trách nhiệm"* một mình khi mà chính phủ không ra lệnh cho đi vào đường nào. Sau khi tiếp ông Phó Lãnh sự Nhật, mỗ y sĩ cũng không được gặp ông Đặc Phái Viên thay mặt Thủ Tướng để hỏi ý kiến về sự kiện này. Tuy nhiên, mỗ y sĩ có thể nhận lỗi đã không "dám nhận trách nhiệm" dầu chỉ một mình. Bắc phần giữ được, có thể triều đình Huế không bị lung lay. Nhưng đã đặt câu hỏi: "Kết quả có thể tốt đẹp ở hiện tại, nhưng còn tương lai? Tương lai với thế quần chúng càng thêm rộng khắp của Việt Minh?" Công, tội, thời gian đã xét. Đây chỉ kể những sự kiện xảy ra và có thể xảy ra. [387]

Vấn đề được đặt ra là phải chăng người Nhật đã có ý giáng cho ETSUMEI một trận là vì đến giờ phút chót này, Việt Minh đã lộ diện và người Nhật đã có đầy đủ tin tức về nhân sự lãnh đạo và các địa điểm tụ họp nhưng không được phía Việt Nam chấp nhận?

II. Một nỗ lực muộn màng từ phía Trung Hoa Quốc Gia sau ngày 19 tháng 8? Sự hợp pháp của một chính quyền ở Việt Nam và nền độc lập của Việt Nam khi Đồng Minh tới; Việt Minh có thể làm mất nền độc lập của Việt Nam

Ở đây tác giả muốn nói tới ba bức thư của một nhân vật ký tên là Alexander KuanHil (Quang Minh) với chức vụ được ghi là "Tư Lệnh Quân đoàn 3 Đặc nhiệm Trung Hoa" do Tiến Sĩ Nguyễn Văn Khoan thuộc Hội Khoa Học Lịch Sử Việt Nam sưu tầm được và công bố trong một bài viết nhan đề "Thêm Một Tư Liệu Lịch Sử về Giành Chính Quyền Tháng 8 ở Việt Nam", đăng trong *Nghiên Cứu Lịch Sử,* số 11 (415)/2010, phần Tư Liệu – Đính Chính Sử Liệu. Bức thứ nhất gửi Hoàng Đế Bảo Đại, đề ngày 21 tháng 8 năm 1945, Hai bức kia, một bức gửi cho "Ngài Tư lệnh Ủy ban Nhân dân Cách mạng Bắc Kỳ", một bức gửi cho "Thủ lĩnh Ủy ban Nhân dân Cách mạng ở Bắc Kỳ" (Hà Nội), cả hai đều đề ngày 22 tháng 8 năm 1945, một ngày sau bức gửi cho Hoàng Đế Bảo Đại. Tiến Sĩ Nguyễn Văn Khoan cho biết là cả ba bức đều "không mang chữ ký, ấn triện, không có phong bì" và "Có thể đây là bản văn vừa đánh máy xong, chưa kịp ký, đã vì một lý do nào đó (bị bắt, bị tịch thu, bị mất, bị đánh cắp..). "

Đánh giá ba bức thư này, Tiến Sĩ Khoan viết: "Cho dù các bản văn trên chưa có tính pháp lý hành chính, nhưng chúng ta cùng thấy âm mưu **diệt cộng cầm Hồ** của Tưởng Giới Thạch và quân quan của Tưởng".

Tuy nhiên đọc kỹ cả ba bức thư, người ta thấy mối quan tâm chính của KuanHil, tác giả ba bức thư này, không phải là như vậy, không phải là "diệt cộng cầm Hồ" mà quan trọng hơn nhiều. Nó vượt lên trên sự quan tâm về tất cả các cá nhân, các phe nhóm, trong đó có cả Hoàng Đế Bảo Đại và Việt Minh. Đó là nền độc lập và độc lập hoàn toàn của Việt Nam khi Đồng Minh tới và tất cả tùy thuộc vào yếu tố cuối cùng này. Các câu hay nhóm chữ cần được để ý ở đây là *"ngày 19-8-1945, tôi đã làm trung gian để chuyển một công hàm về nền độc lập của Việt Nam tới Tướng Tưởng Giới Thạch", "Việt Minh đã nắm chính quyền. Nhưng họ có nguy cơ làm mất nền độc lập mà tôi đã đề nghị"* (thư thứ nhất, gửi Hoàng Đế Bảo Đại), *"có nguy cơ làm mất hoàn toàn nền độc lập của đất nước ông", "hãy chờ khi các ông hoàn toàn độc lập", "Nếu các ông muốn, các ông có thể yêu cầu hoàng thượng thoái vị sau, khi các ông thực sự đã độc lập"* (thư thứ ba, gửi Thủ lĩnh Ủy ban Nhân dân Cách mạng ở Bắc Kỳ). Để thực hiện việc bảo vệ nền độc lập và độc lập hoàn toàn cho cả nước Việt Nam, (chứ không riêng cho xứ Bắc Kỳ), từ đó cả Triều Đình Huế lẫn Việt Minh này, KuanHil đề nghị hai bên thỏa thuận ký *"một hiệp ước bảo đảm gồm: việc bảo đảm đạo lý cho những lời đã tuyên bố, tuyên thệ, sự tín nhiệm cả hai phía và những bảo đảm thực tế"* để đảm bảo sự thoái vị của Vua Bảo Đại, Sự thoái vị này cũng theo gợi ý của KuanHil *"chỉ được tiến hành khi đã thực hiện được một nền độc lập hoàn toàn"* (thư thứ nhất gửi Hoàng Đế Bảo Đại). Mục đích của hiệp ước là để thành *lập "một chính phủ đoàn kết quốc gia (chứ không phải) một chính phủ chuyên chính của Đảng"* để có một chính phủ hợp pháp để "điều đình **ngay lập tức** với với chính phủ Trung Quốc" (thư thứ ba gửi Thủ lĩnh Ủy ban Nhân dân cách mạng Bắc Kỳ). Ngoài ra, trong thư thứ ba, để đề nghị của mình mang tính cách thuyết phục hơn, tác giả còn đề cập tới tính cách hợp pháp của chính quyền của Hoàng Đế Bảo

Đại. KuanHil viết "hoàng đề của các ông đã hủy bỏ những hiệp ước bất bình đẳng và tuyên bố độc lập (cho đất nước của các ông)", **"hoàng đế của các ông là người duy nhất chính thức được các chính phủ khác công nhận. Hoàng đế đã có những bước khởi động quốc tế đầu tiên đáng được thừa nhận. Nếu các ông muốn, các ông có thể yêu cầu hoàng thượng thoái vị sau, khi các ông thực sự đã độc lập"**. Mặt khác, một cách gián tiếp KuanHil coi **Chính Quyền Việt Minh mới hình thành dưới hình thức Ủy Ban Nhân dân Cách Mạng là "bất hợp pháp".** Ông viết "chính phủ chúng tôi chỉ có thể thương lượng với 1 chính phủ hợp pháp (vì thế) mà việc điều đình là cực kỳ khẩn cấp" và "Việc khẩn cấp nhất là hãy tiếp xúc với chính quyền ở Huế để có một chính phủ hợp pháp ở Bắc Kỳ và 1 chính phủ hợp pháp ở Huế, nhằm điều đình ngay lập tức với chính phủ Trung Quốc".

Một câu hỏi cần được đặt ra là do đâu KuanHil đã viết ba bức thư này? Tiến Sĩ Nguyễn Văn Khoan không cho biết cũng như ông không cho biết ông đã tìm thấy chúng ở đâu. Nhưng những chi tiết chứa đựng trong thư cũng hé mở đôi chút khi tác giả những thư này nhắc tới "Ngài Thượng thư Bộ Học" (thư thứ nhất): "Ngài Thượng thu Bộ Học ủy nhiệm cho tôi điều hành một sự thỏa thuận giữa Nam triều và Việt Minh." Chi tiết này phù hợp với sự kiện Bộ Trưởng Hoàng Xuân Hãn có mặt ở Hà Nội ở thời điểm này, đồng thời ông cũng có gặp đại diện Việt Minh Lê Trọng Nghĩa sáng ngày 18 tháng 8 đề nghị Việt Minh tiếp tục giữ nông thôn để Chính Phủ quản lý các thành phố lớn hầu có cơ sở hợp pháp tiếp đón Đồng Minh, nếu không "thì nguy cả" như đã nói ở trên. Đề nghị này đã không được phía Việt Minh chấp nhận, nên có lẽ vì vậy ông mới quay sang nhờ phía người Tầu và gặp KuanHil. Chuyện Hoàng Xuân Hãn có mặt ở Hà Nội và có gặp đại diện Việt Minh để điều đình là có thật. Vậy chuyện vị "Thượng thư Bộ Học" nhờ KuanHil cũng nhiều phần có thật và một cuộc gặp gỡ bán chính thức giữa Việt Minh mà đại diện là người, trong bức thư thứ hai KuanHil gọi là "Ngài Tư lệnh" rất có thể là Lê Trọng Nghĩa và viên tướng Tầu này cũng có thể đã xẩy ra trước khi viên tướng này viết ba bức thư kể trên. Mặt khác ta cũng không nên quên là trong thời gian này, như trên đã nói, Lê Trọng Nghĩa cũng đã gặp và vận động với người Nhật để quyền làm chủ Hà Nội của Việt Minh được người Nhật công nhận. Đã vận động với người Nhật, không thể nào họ không vận động với người Tầu.

Để tạm thời kết luận, ta có thể nói rằng sự khám phá ra ba bức thư của KuanHil của Tiến Sĩ Nguyễn Văn Khoan là một sự khám phá rất quan trọng. Mặc dầu nhiều nghi vấn còn phải được đặt ra và được giải đáp, ba bức thư này cũng cho người ta thấy những cái nhìn khác nhau về "tính cách hợp pháp" của Triều Đình Huế và Hoàng Đế Bảo Đại bên cạnh "tính cách bất hợp pháp" của chính quyền "Nhân dân Cách mạng" sau ngày 19 tháng 8. Một câu hỏi được đặt ra ở đây một lần nữa là phải chăng Hồ Chí Minh cũng thấy vấn đề hợp pháp hay không hợp pháp của chính quyền do ông lập ra nên một mặt vận động ráo riết để Hoàng Đế Bảo

Đại thoái vị bằng một văn bản chính thức và một nghi lễ trao ấn kiếm, mặt khác mời Nhà Vua ra Hà Nội làm Cố Vấn Tối Cao cho ông, rồi đi đâu cũng mang Nhà Vua theo, hay để ngồi bên cạnh hoặc để cho ông đọc diễn văn thay thế mình trong ngày khai mạc Tuần Lễ Vàng?

Nguyên văn cả ba bức thư như sau:

Bức thứ nhất

Hà Nội, ngày 21 tháng 8 năm 1945

Kính gửi Hoàng đế Bảo Đại:

Đã hàng ngàn năm nay chúng ta đã ngưỡng mộ các triều vua Thuấn, Nghiêu và chúng ta sẽ còn phải duy trì trong nhiều năm nữa (vì thế mà) chúng tôi rất đau lòng biết tin hoàng thượng đã đề nghị được thoái vị.

Là một bầy tôi hèn mọn của hoàng thượng, tôi không có quyền can thiệp vào thể chế chính trị của hoàng thượng nhưng Ngài Thượng thư Bộ học ủy nhiệm tôi điều hành một sự thỏa thuận giữa Nam triều và Việt Minh:

Đó là cả hai phía mà tôi được vinh dự tín nhiệm đã yêu cầu tôi làm một cương vị trọng tài.

Tôi, xin được phép khuyên hoàng thượng hãy cử những phái viên ngoại giao đến Trung Quốc càng nhanh càng tốt để được công nhận nền độc lập của đất nước của hoàng thượng (ngày 19 tháng 8, tôi đã làm trung gian để chuyển một công hàm về nền độc lập của Việt Nam) tới Tướng Tưởng Giới Thạch.

Việt Minh đã nắm chính quyền. Nhưng họ có nguy cơ làm mất nền độc lập mà tôi đã đề nghị (PCD đánh đậm). Để giải quyết những khó khăn này, tốt nhất là hoàng thượng hãy ký kết với Việt Minh một hiệp ước bảo đảm gồm: việc bảo đảm đạo lý cho những lời đã tuyên bố, tuyên thệ, sự tín nhiệm cả hai phía và những bảo đảm thực tế để đảm bảo việc thoái vị của hoàng thượng (chỉ được tiến hành khi đã thực hiện được một nền độc lập hoàn toàn).

Trong khi chờ đợi một sự thỏa thuận sẽ được tiến hành xin Hoàng thượng hãy tổ chức ngay lập tức một chính phủ hợp pháp để việc kiến nghị độc lập (cho đất nước hoàng thượng) sẽ được chấp nhận.

Bức thứ hai

Hà Nội, ngày 22 tháng 8 năm 1945

KwanHil
(Alescander)
Tư lệnh Quân đoàn 3
Đặc nhiệm Trung Hoa
Gửi thủ lĩnh Ngài Tư lệnh - Ủy ban Nhân dân Cách mạng Bắc Kỳ

Ông thân mến,

Cùng lúc với bức thư chính thức này, tôi vừa nhận được một lệnh cấp trên (nên) tôi tự cho phép mình với tư cách là bạn bè khuyên ông nên hợp tác trong điều kiện nhanh nhất có thể được với các lãnh tụ các đảng phái, để thực hiện sự đoàn kết này với ủy ban giải giáp (quân Nhật).

Tôi cũng yêu cầu ông (ký kết) một hiệp ước cam đoan giữa hoàng đế (Bảo Dại) và Ủy ban Nhân dân Cách mạng. Để (có thể) thoái vị, hãy chờ khi các ông hoàn toàn độc lập vi rằng **chính phủ chúng tôi chỉ có thể**

thương lượng với 1 chính phủ hợp pháp (vì thế) mà việc điều đình là cực kỳ khẩn cấp.

Tôi xin chúc ông thành công mỹ mãn trong những việc mà chúng tôi đang chờ đợi ở các ông.

Bức thứ ba

Hà nội, ngày 22 tháng 8 ăm 1945
KuanHil
(Alescander)
Tư lệnh Quân đoàn 3
Đặc nhiệm Trung Hoa

Ngài Tư lệnh Quân đoàn 3
Đặc nhiệm Trung Hoa
gửi Thủ lĩnh Ủy ban Nhân dân Cách mạng ở Bắc Kỳ (Hà Nội)

Thưa Ông,

Những sự kiện trong những ngày gần đây có nguy cơ làm mất hoàn toàn nền độc lập của nước ông.

Với tư cách là một quan sát viên, tôi vinh dự được gợi ý với ông những ý kiến sau đây:

Chính phủ Trung Quốc sẽ không công nhận một chính phủ bất hợp pháp được tổ chức ở Bắc Kỳ (PCD đánh chữ đậm). Chính phủ Trung Quốc chỉ có thể điều đình với một Chính phủ hợp hiến. Chính phủ Trung Quốc hy vọng có một sự thỏa thuận ngay lập tức với ủy ban và với chính quyền ở Huế, và coi trọng hơn một chính phủ đoàn kết quốc gia (chứ không phải) một chính phủ chuyên chính của Đảng. Để có được độc lập, các ông không nên có thái độ phản kháng với các nước Đồng Minh và nhất là với Trung Quốc, với hoàng đế của các ông đã hủy bỏ những hiệp ước bất bình đẳng và tuyên bố độc lập (cho nước của các ông).

Việc khẩn cấp là tiếp xúc với chính quyền ở Huế để có một chính phủ hợp pháp ở Bắc Kỳ và 1 chính phủ hợp pháp ở Huế, nhằm điều đình ngay lập tức với chính phủ Trung Quốc. Nếu chậm trễ các ông sẽ mất hết. Hãy để vấn đề chính trị nội bộ về sau. Hơn nữa, **hoàng đế của các ông là người duy nhất chính thức được các chính phủ khác công nhận. Hoàng đế đã có những bước khởi động quốc tế đầu tiên đáng thừa nhận. Nếu các ông muốn, các ông có thể yêu cầu hoàng thượng thoái vị sau, khi các ông thực sự đã độc lập** (PCD đánh chữ đậm).

Xin gửi lời chào kính trọng.

Độc giả nên để ý tới câu giáp cuối của thư thứ ba: "Hoàng Đế đã có những bước khởi động quốc tế đầu tiên đáng thừa nhận". Câu hỏi được đặt ra ở đây là ý tác giả muốn nói tới những bước khởi động nào? Tuyên ngôn hủy bỏ các hòa ước bảo hộ ngày 11 tháng 3 và độc lập hay những thư Hoàng Đế Bảo Đại viết cho các nguyên thủ quốc gia thuộc phía Đồng Minh sau này? Câu trả lời có thể là cả hai và nếu vậy, phía Trung Quốc phải chăng đã nhận được thư này? Mặt khác, đối với Trung Quốc, Chính Quyền Huế vẫn là chính quyền hợp pháp được quốc tế thừa nhận và Trung Quốc từ lâu thừa nhận, từ đầu thế kỷ XIX; còn Ủy Ban Nhân Dân Cách Mạng Bắc Kỳ là bất hợp pháp, do đó điều quan trọng Ủy Ban này phải làm là phải ký một hiệp ước với Triều Đình Huế để hợp pháp hóa tình trạng của họ, một đề nghị không có gì là có ẩn ý xấu đối với Việt Minh. Đây cũng chính là quan điểm của Luật Sư Vũ Văn Hiền, Bộ Trưởng Bộ Tài Chánh trong Chính Phủ Trần

Trọng Kim, được ông trình bày trong buổi họp ngày 17 tháng 8 của Hội Đồng Nội Các do chính Hoàng Đế Bảo Đại chủ tọa, bàn về việc giao quyền cho Việt Minh và khi Trần Đình Nam đòi "cả Hoàng đế cũng nên rút lui". Quan điểm này đã được các Luật Sư Phan Anh, Trịnh Đình Thảo, Trần Văn Chương phân tích tỉ mỉ nhằm giữ thể chế quân chủ và được toàn thể Nội Các tán thành. Nguyên văn lời phát biểu của Vũ Văn Hiền như sau:

> Trong tình hình trước mắt, vấn đề quan trọng nhất là phải có một chính phủ "hợp pháp" bảo đảm được trật tự và có thẩm quyền ăn nói để khi Đồng Minh vào họ không thể mượn cớ giữ gìn trật tự mà giúp cho thực dân Pháp quay trở lại. Muốn đạt được mục đích ấy, thì tuy về mặt thực tế phải giao quyền bính cho Việt Minh nhưng về mặt hình thức vẫn phải giữ chính thể quân chủ với một nội các Việt Minh thì "mới hợp pháp".

Ta thấy những gì Vũ Văn Hiền tiên đoán "mượn cớ giữ gìn trật tự mà giúp cho thực dân Pháp quay trở lại" sau này phần nào đã xảy ra ở Nam Kỳ giữa người Anh và người Pháp.

III. "Người ta cũng là quốc gia cả mà"

Đây là nguyên văn lời của viên trung úy Bảo An Binh trả lời Bác Sĩ Nguyễn Xuân Chữ sáng ngày Thứ Bảy 18 tháng 8 để xin phép đáp lời mời của Việt Minh đi biểu tình ngày 19 tháng 8 và bị Bác Sĩ Chữ bác bỏ. [388] Người ta đây phải hiểu là Việt Minh. Thái độ này phần nào cũng giống như thái độ của nhiều người khác đương thời, trong đó có cả Hồ Văn Ngà, người lãnh đạo Mặt Trận Quốc Gia Thống Nhất ở miền Nam, qua câu viết của ông: "người Việt Nam nào đảm đương được và có hy vọng thành công, chúng tôi sẵn lòng tán trợ" trích từ một bài báo đăng trên tờ *Hưng Việt* ngày 4 tháng 8, 1945 của ông, nguyên văn như sau:

> Việc nước là việc chung của quốc dân, không ai có quyền bảo quốc gia Việt Nam này là "hương hỏa" riêng của một đảng phái nào.
>
> Riêng chúng tôi, từ giờ nào cũng vẫn thiết tha với vấn đề độc lập của nước nhà. Bấy lâu nay mỗi hành vi cử động của chúng tôi chỉ nghĩ đến độc lập, phải độc lập đã.
>
> Trong lúc này chúng tôi thấy rằng: Phải cần có Chánh phủ hợp pháp mạnh mẽ. Thế nên, người Việt Nam nào đảm đương được và có hy vọng thành công, chúng tôi sẵn lòng tán trợ.
>
> Nghĩa là lúc nào chúng tôi cũng vẫn đặt nền độc lập quốc gia lên trên vấn đề "địa vị".
>
> Ai bảo khôn, ai bảo dại, ai chê hèn yếu, chúng tôi nhận lãnh cả. Miễn là tránh được sự đổ máu giữa đồng bào, để dành bầu máu nóng ấy, mai sau hy sinh cho đúng chỗ hy sinh. [389]

Nhận định về quan điểm trên đây của Hồ Văn Ngà, Nguyễn Kỳ Nam trong *Hồi Ký 1925-1964,* đã viết: "Hồ Văn Ngà quá thành thật như thế, làm sao Việt Minh không thừa cơ hội, nhảy ra xưng tên Có Việt Minh đây". Một lần nữa ta lại thấy tầm quan trọng của hai chữ độc lập đối với các nhà tranh đấu đương thời như thế nào trong giai đoạn này.

IV. Những gì đã xảy ra ở Nam Kỳ trong thời gian này? Sự thực là g ì?

1. Khác Biệt giữa Nam Kỳ với Bắc và Trung Kỳ

Khác với Bắc Kỳ và Trung Kỳ, Nam Kỳ từ hai năm 1862 và 1867, rồi 1874 đã là thuộc địa của người Pháp, do đó nằm ngoài thẩm quyền cai trị của Hoàng Đế Việt Nam và Triều Đình Huế, nhưng đó chỉ là về lý thuyết. Trên thực tế người Việt miền Nam vẫn luôn luôn coi mình là người Việt Nam và lúc nào cũng hướng lòng mình về cố quốc, đúng như Nguyễn Đình Chiểu đau đớn triền miên, khắc khoải và thất vọng, tâm sự qua bài thơ viếng Phan Thanh Giản:

Ải Bắc ngày trông tin nhạn vắng,
Thành Nam đêm quạnh tiếng quyên sầu

Họ đã nhiệt tâm và liên tục, bằng cách này hay bằng cách khác, thế hệ này sang thế hệ khác, ủng hộ các cuộc đấu tranh chung cho nền độc lập và thống nhất của cả dân tộc, điển hình là các Phong Trào Đông Du và Duy Tân với các nhà ái quốc tiền bối Phan Bội Châu và Phan Chu Trinh, rồi sau này là vận động hướng về quá khứ của các sinh viên Nam Kỳ "du học" ở Đại Học Hà Nội trong nửa đầu của thập niên 1940. Đây là một nét đẹp nằm sâu trong tâm tư của người dân Nam Kỳ đối với hai phần còn lại của nước Việt Nam, nói chung và đối với cuộc chiến đấu giành độc lập và thống nhất quốc gia trong thời gian này, nói riêng. Về điểm này Luật Sư Hoàng Cơ Thụy, tác giả *Việt Sử Khảo Luận*, người có mặt ở Nam Kỳ trong những ngày này đã viết như sau:

> Dân chúng Nam Kỳ mặc dầu đã Tây hóa rất nhiều, song phản ứng rất hào hứng và đầy thiện cảm với bản tuyên ngôn độc lập của vua Bảo Đại.
>
> [...]
>
> Toàn dân rất xúc động về nạn chết đói thê thảm ở Bắc Việt, nên hô hào tổ chức chở gạo để cứu đói.
>
> Vậy nếu chưa có thống nhất về pháp lý, thì đã có thống nhất trong tâm hồn. [390]

Điều khác biệt là ở Nam Kỳ giới trí thức du học ở Pháp về đã đóng một vai trò quan trọng trong sinh hoạt chính trị trong tiền bán Thế Kỷ 20, bên cạnh hai tôn giáo lớn mang nặng tính cách Việt Nam là Cao Đài và Phật Giáo Hòa Hảo. Hai tôn giáo này đã có ảnh hưởng rất lớn đối với quần chúng, đặc biệt là quần chúng nông thôn. Nói cách khác, các vận động giải phóng dân tộc ở đây đa dạng hơn ở hai xứ Bắc và Trung Kỳ rất nhiều. Ảnh hưởng của Cộng Sản Đệ Tam Quốc Tế với Trần Văn Giàu, Nguyễn Văn Tạo, Dương Bạch Mai, ... từ đầu, hay luôn cả ảnh hưởng của Việt Minh sau này, so với nhóm Đệ Tứ của Tạ Thu Thâu có thể nói là rất yếu ớt, không mạnh như ở miền Bắc. Về sự khác biệt này, Nguyễn Long Thành Nam, tác giả của *Phật Giáo Hòa Hảo Trong Dòng Lịch Sử Dân Tộc* đã ghi nhận như sau:

Quần chúng miền Nam không bời rời như ở miền Bắc, mà đã thực sự đoàn ngũ hóa trong hai tổ chức tôn giáo quan trọng là Cao Đài và Phật Giáo Hòa Hảo. Quần chúng đoàn ngũ hóa bao giờ cũng có năng động tính và sẵn sàng để nhập cuộc hơn là quần chúng tâm lý mà không có tổ chức. Các đảng cách mạng xuất hiện tại miền Bắc như Việt Nam Quốc Dân Đảng, Đại Việt, Duy Dân có thể được sự đồng minh ngưỡng mộ của quân chúng, nhưng không thể chuyển động mau chóng khối quần chúng đó vào đấu tranh, vì chưa thực hiện được bước sơ khởi là đoàn ngũ hóa quần chúng.

Ngoài ra, tại miền Nam các tổ chức cách mạng mạng hình thức tôn giáo, cho nên quy tụ được đông đảo quần chúng, trong khi tại miền Bắc, các tổ chức cách mạng mang hình thức chánh đảng, cho nên sự quy tụ đảng viên giới hạn hơn.

Ngoài hai tổ chức tôn giáo Cao Đài, Phật Giáo Hòa Hảo ở vào tư thế đã đoàn ngũ hóa và sẵn sàng chiến đấu, tại miền Nam lúc đó còn có phong trào Thanh Niên Tiền Phong, và vài tổ chức võ trang, tuy ít người nhưng cũng đã chuẩn bị sẵn sàng để nhập cuộc chiến đấu. Đó là tổ chức Bình Xuyên, tổ chức Nghĩa Sĩ Đoàn, tổ chức thanh Niên Ái Quốc Đoàn, tổ chức Dân Quốc Quân của Việt Nam Quốc Dân Đảng miền Nam, nhóm Đệ Tứ, đảng Quốc Gia Độc Lập với thành phần trí thức miền Nam.

Riêng đảng Cộng Sản đệ tam rất yếu thế tại miền Nam, lúc đó chưa có quần chúng tổ chức, chưa có đơn vị võ trang, chỉ mới có một số cán bộ là Dương Bạch Mai, Nguyễn Văn Tạo, Trần Văn Giàu, sau được tăng cường lớp cán bộ vừa được thả ra từ các khám đường như Lê Duẩn, Phạm Hùng được chỉ thị ở lại miền Nam hoạt động, chớ không về thẳng miền Bắc. [391]

2. Mặt Trận Quốc Gia Thống Nhất

Trong bối cảnh chánh trị kể trên, ngày 14 tháng 8 năm 1945, năm ngày trước biến cố 19 tháng 8 ở Hà Nội, Mặt Trận Quốc Gia Thống Nhất được thành lập với thành phần gồm có Việt Nam Quốc Gia Độc Lập Đảng, Liên Đoàn Giáo Chức, Tịnh Độ Cư Sĩ, Phật Giáo Hòa Hảo, Cao Đài, nhóm trí thức Đệ Tứ hay quen gọi là Nhóm Tranh Đấu... Cương lĩnh của Mặt Trận là chống Pháp, chống Thực Dân và ngày chính thức ra mắt dân chúng là ngày 21 tháng 8 trong một cuộc biểu tình qui tụ 200.000 người thuộc đủ mọi từng lớp theo lời kêu gọi của người cầm đầu là Hồ Văn Ngà của Việt Nam Quốc Gia Độc Lập Đảng kéo tới ủng hộ. Một bản tuyên ngôn cũng được phổ biến trên báo chí. Mặt khác, để phòng ngừa quân Pháp trở lại các tổ chức đấu tranh miền Nam còn thành lập bốn sư đoàn dân quân cách mạng bằng cách võ trang quần chúng do các đoàn thể có khả năng như Phật Giáo Hòa Hảo, Cao Đài, Việt Nam Quốc Dân Đảng, Bình Xuyên…tự đảm nhiệm.

Tất cả các nỗ lực kể trên đều không mang lại kết quả mong muốn. Phe Cộng Sản Đệ Tam đã chờ sẵn và đã mau chóng cướp được chính quyền và lịch sử đã chuyển sang một hướng khác.

Nhận xét về Mặt Trận Quốc Gia Thống Nhứt vào thời điểm này, tác giả Nguyễn Long Thành Nam, cũng là một tín đồ Hoà Hảo rất tích cực đương thời và sau này, đã viết:

Sơ hở căn bản của Mặt Trận Quốc Gia Thống Nhất là không nắm lấy chính quyền trong lúc có phong trào quần chúng ủng hộ như thế. Thành ra chỉ khơi động phong trào, tạo không khí thuận lợi, để cho Việt Minh xen vào phỗng tay trên, tuyên bố thiết lập Lâm Ủy Hành Chánh Nam bộ lãnh đạo đấu tranh, chỉ bốn ngày sau cuộc biểu tình vĩ đại đó.[392]

Còn Nguyễn Kỳ Nam, ông này đã ghi chi tiết hơn:

Vừa hay tin Nhựt đầu hàng, ông Hồ Văn Ngà đứng ra kêu gọi các đảng phái chánh trị đoàn kết lại.

Ngày 14 tháng 8, các đảng phái đáp lời kêu gọi của Hồ Văn Ngà, đoàn kết sau Mặt Trận Quốc gia Thống Nhất.

Trong thời kỳ nghiêm trọng nầy, Nhựt đầu hàng, Đồng Minh sẽ đến tước khi giới, Pháp làm sao không "đòi" Nhựt trả chủ quyền cho họ, nên đoàn kết là một phương pháp đấu tranh, một vấn đề sinh tử của cả một dân tộc.

Nhưng dân chúng đặt vấn đề đoàn kết rất giản dị: nắm tay nhau tranh đấu chống Pháp, chống thực dân. Có thế thôi.

Không một ai chịu ngó xa thêm một chút nữa:

- Ai lãnh đạo đoàn kết?
- Đóng góp vào đoàn kết đến độ nào?
- Phân công làm sao cho công bằng?
- Phương pháp đoàn kết trong tinh thần nào?

Lúc đó các đảng phái quốc gia chỉ nghĩ có 3 mục đích:

- Chống Đế quốc Pháp,
- Chống thực dân,
- Bảo vệ an ninh và bài trừ phản động.

Họ không bao giờ nghĩ đến Cộng sản Đệ tam đang ở trong bóng tối chực cướp công cuộc kêu gọi đoàn kết, thành lập Mặt Trận Quốc Gia Thống Nhất của cánh Quốc gia. Cho nên sau lời kêu gọi thống nhất của ông Hồ Văn Ngà, tức thì tất cả các đảng phái chính trị, tôn giáo nhất tề đứng dậy.

Việt Nam Quốc gia Độc Lập Đảng, Thanh Niên Tiền Phong, Nhóm trí thức, Liên Đoàn Công chức, Tịnh Độ Cư Sĩ, Phật Giáo Hòa Hảo, Cao Đài Giáo v.v…

Đồng thời nhóm Đệ tứ, thường gọi là nhóm Tranh đấu, cũng xin gia nhập Mặt Trận.

Một bản tuyên ngôn đăng tải trên các báo Thủ đô.

Đồng bào rất có cảm tình với các đảng chính trị, nên nhiệt liệt hoan nghinh Mặt Trận Quốc Gia Thống Nhất. Thấy phong trào đang lên cao, Mặt Trận liền đứng ra tổ chức một cuộc biểu tình để biểu dương lực lượng quốc gia.

Thế là ngày 21 tháng 8, hai trăm ngàn người gồm đủ các giới nghe theo lời kêu gọi của Mặt Trận, tham gia cuộc biểu tình và tuần hành qua các đường lớn.

Như vậy, đến giờ phút nầy, nào thấy có mặt Cộng sản?

Mà có mặt Cộng sản, chưa chắc có cuộc biểu tình trong vòng trật tự như vậy.

Nếu ngay bây giờ, mà có người lãnh đạo Mặt Trận thì chánh quyền đã về Mặt Trận Quốc Gia Thống Nhất rồi.

Hồ Văn Ngà… lại viết trên mặt báo rằng:

"…Người Việt Nam nào đảm đương được và có hy vọng thành công, chúng tôi sẵn lòng tán trợ…

" Nghĩa là lúc nào chúng tôi cũng vẫn đặt nền độc lập quốc gia lên trên vấn đề quyền tước…" [393]

Cũng về cuộc họp ngày 14 tháng 8, Nguyễn Kỳ Nam cho biết thêm là trong những ngày đầu, tại trụ sở của Mặt Trận ở đường Léon Combes, sau này là đường Alexandre de Rhodes, mỗi đêm đều có nhóm họp và

> Có người nói đến Việt Minh. Nhưng Việt Minh là ai? Ở đâu? Chẳng một ai biết.
>
> Đại biểu các đảng phái đề nghị nên tìm Đại biểu Việt Minh đặng mời gia nhập Mặt Trận.
>
> Phan Văn Hùm (nhóm Tranh đấu) tình nguyện lãnh sứ mạng đi liên lạc với Việt Minh.
>
> Huỳnh Phú Sổ thản nhiên cười và nói một cách nửa chơi nửa thiệt:
>
> -…thì Việt Minh có đâu đây, chớ cần gì phải kiếm?
>
> Té ra có Trần Văn Giàu, đứng trong hàng ngũ Đảng Quốc Gia Độc Lập mà không ai ngờ Giàu là Đại biểu Việt Minh ở Nam bộ.
>
> Và mọi người đều biết rõ dĩ vãng của Trần Văn Giàu.
>
> Hồi 1943, Trần Văn Giàu có đến nhờ anh em cho gia nhập và nhờ can thiệp với nhà đương cuộc Nhựt, bảo đảm cho Giàu để anh ta dễ bề hoạt động.
>
> Lúc đó, Giàu bị nhà chức trách truy nã, nên phải bỏ Bà Rịa trốn vào Sài-gòn.
>
> Anh em trong Việt Nam Quốc Gia Độc Lập Đảng không thể nhận điều kiện của Giàu mặc dầu Giàu đã cam kết trên giấy trắng mực đen rằng: "Tôi bỏ hàng ngũ Cộng sản về với Quốc gia" Giàu ký tên hẳn hòi trên lời cam kết đó.

3. Lâm Ủy Hành Chánh xuất hiện

Nhờ len lỏi được vào Mặt Trận Quốc Gia Thống Nhất để trở thành "một cán bộ được trọng dụng và đắc dụng" [394] như trên, Trần Văn Giàu đã hiểu rõ được nhược điểm không có người lãnh đạo của Mặt Trận Quốc Gia Thống Nhất này và lợi dụng cơ hội khi thời cơ đến. Hậu quả là ngày 25 tháng 8, Lâm Ủy Hành Chánh "tự mình ra mắt đồng bào với Trần Văn Giàu đứng đầu sổ, làm Chủ tịch gồm 9 người, phần đông đều là cán bộ cộng sản". [395] Theo Nguyễn Kỳ Nam, tất cả xảy ra trong vài ngày sau cuộc biểu tình 21 tháng 8, bắt đầu bằng sự kiện hàng triệu truyền đơn do Việt Minh tung ra, tự xưng là bạn với Nga, với Tàu, với Mỹ, và với Anh… và:

> Ngủ qua một đêm, sáng ngày đồng bào Thủ đô thức dậy lấy làm ngạc nhiên thấy khắp trên đường treo đầu biểu ngữ
>
> "chánh quyền về Việt Minh"
>
> Không một ai hiểu gì ráo!
>
> Chính các lãnh tụ tham gia trong Mặt Trận Quốc Gia Thống Nhứt cũng ngẩn ngơ…
>
> Họ hỏi với nhau:
>
> - Việt Minh là ai?
>
> - Ai cho Việt Minh nắm chánh quyền, mà bảo rằng: chánh quyền về Việt Minh?
>
> Đang lúc bối rối và phân vân ấy, nhiều truyền đơn khác tung ra: Kêu gọi đồng bào tham gia cuộc biểu tình ngày 28 tháng 8… dưới ký tên Việt Minh.
>
> Mặt Trận Quốc Gia Thống Nhứt liền triệu tập đại hội.
>
> Thì ra thiếu mặt "Thanh Niên Tiền Phong"
>
> Mà Thanh Niên Tiền Phong là một lực lượng đáng kể được cảm tình nồng hậu nhất của dân chúng.

> Không dự Đại Hội của Mặt Trận Quốc Gia Thống Nhứt, Thanh Niên Tiền Phong còn dán yết thị, treo biểu ngữ, rải truyền đơn xác nhận, kể từ chiều ngày 22 tháng 8: "Thanh Niên Tiền Phong gia nhập Mặt Trận Việt Minh".
>
> Bây giờ các lãnh tụ quốc gia mới hiểu ý nghĩa của lá cờ vàng sao đỏ… để sau đổi thành cờ đỏ ngôi sao vàng. Và Phạm Ngọc Thạch, lãnh tụ Thanh Niên Tiền Phong lại là cán bộ Cộng sản.
>
> Thế là, bên cánh Quốc gia mất đi nửa lực lượng.
>
> Uy tín của Mặt Trận Quốc Gia Thống Nhứt bị tổn thương vì Việt Minh.
>
> Nói đến "Thanh Niên Tiền Phong", người nhớ kẻ không.
>
> Còn bạn trẻ, thì hầu hết, chỉ nghe nói lại thôi.
>
> Phong Trào Thanh Niên Tiền Phong quả thật là một phong trào quốc gia có một lực lượng hùng hậu, một tinh thần dũng cảm, một hy sinh đáng kể, một chủ trương tân tiến được đồng bào trong Nam triệt để ủng hộ; vì Thanh Niên Tiền Phong sẵn sàng hiến thân cho Tổ quốc!
>
> Thanh Niên Tiền Phong là một phong trào phổ biến sâu rộng trong dân chúng. Nó có một lịch sử vẻ vang mà tất cả mọi người phải công nhận: đó là phong trào giải phóng dân tộc mạnh mẽ nhứt trong Nam. [396]

Có điều người lãnh đạo của tổ chức này, Bác Sĩ Phạm Ngọc Thạch, là người của Cộng Sản Đệ Tam nằm vùng. Ông này đã lái Thanh Niên Tiền Phong đi theo hướng khác.

Nguyễn Long Thành Nam cũng ghi nhận sự bất ngờ của người dân Saigon trước sự xuất hiện của Lâm Ủy Hành Chánh như sau:

Sáng ngày 25-8-1945, người dân Saigon mới thức dậy nhìn thấy một cây trụ lớn sơn màu đỏ chói đặt tại "Bồn Kèn" tức ngã tư đường Charner (Nguyễn Huệ sau này) và Bonard (Lê Lợi sau này) liệt kê danh sách cơ quan chánh quyền miền Nam với danh nghĩa Ủy ban Hành chánh Nam bộ Lâm thời gọi tắt là Lâm ủy Hành chánh.

Sự xuất hiện thật là đột ngột, báo chí không hề loan tin trước, dân chúng cũng không hề nghe đến một cuộc bầu cử hay chuẩn bị nào. Lại là một cây trụ sơn màu đỏ chói như màu máu, đập vào mắt mọi người qua lại. Đây cũng là một lối đánh úp, đánh du kích của Cộng Sản, bất ngờ tạo ra một thay đổi đột ngột như cờ Việt Minh xuất hiện đột ngột tại cuộc biểu tình 17-8-1945 tại Hà Nội, và đặt dư luận cũng như các tổ chức đấu tranh trước một "đã rồi". Những người ngạc nhiên nhất là các chiến sĩ trong cơ quan lãnh đạo Mặt Trận Quốc Gia Thống Nhứt. Họ không hề được tham khảo ý kiến về việc thành lập Lâm Ủy và thành phần của nó, mặc dầu mới vài ngày trước Mặt Trận Quốc Gia Thống Nhứt do sự yêu cầu của Trần Văn Giàu, đã chấp nhận cho Giàu tham gia để có sự đoàn kết rộng rãi mà ứng phó hữu hiệu với thời cuộc.

Thành phần của Lâm Ủy Hành Chánh Nam bộ gồm có chín Ủy viên mà hết bốn Ủy viên là Cộng Sản, bốn Ủy viên thân cộng, chỉ có một độc lập.

Trần Văn Giàu, chủ tịch kiêm Ủy trưởng Quân sự

[…] Tất cả quyền hành đều tập trung vào tay Trần Văn Giàu, nghĩa là vào Độc tài Cộng Sản Đệ Tam Quốc tế, chớ không phải là một Chính phủ Liên hiệp (không có một đại diện nào của Mặt Trận Quốc Gia Thống Nhứt).

Các lãnh tụ Mặt Trận Quốc Gia Thống Nhứt bất bình, nhưng đã quá trễ. Đảng Cộng Sản đã đi trước một nước cờ quan yếu. Đồng thời Trần Văn Giàu hạ một đòn độc đâm vào sau lưng Mặt Trận Quốc Gia Thống Nhất: Phạm Ngọc Thạch, lãnh tụ Thanh Niên Tiền Phong, ra thông cáo tuyên bố rằng tổ chức Thanh Niên Tiền Phong đã rút khỏi Mặt Trận Quốc Gia Thống Nhứt và từ nay gia nhập Mặt Trận Việt Minh. [397]

Theo Nguyễn Trọng Xuất, trong bài "Một Quyết Định Mang Tính Lịch Sử" in trong *Trần Văn Giàu Dấu Ấn Trăm Năm,* Trần Văn Giàu và phe Cộng Sản đã bàn tính cướp chính quyền ngay từ giữa tháng 8, trong buổi họp tối ngày 15 tháng 8 của Ban Thường Vụ Xứ Ủy Nam Kỳ do Trần Văn Giàu triệu tập ngay sau khi được tin Nhật Bản đầu hàng, ở Chợ Đệm và lập kế hoạch nổi dậy vào đêm 17 hay 18, đồng thời thành lập Ủy Ban Khởi Nghĩa gồm 6 người với Trần Văn Giàu làm chủ tịch và Huỳnh Văn Tiểng làm ủy viên thường trực rồi đêm 16 họp Hội Nghị Xứ Ủy Nam Kỳ mở rộng để thông qua kế hoạch này. Cuộc họp không suông sẻ vì có hai nhóm đối nghịch nhau về quyết định nổi dậy hay không, khiến Trần Văn Giàu phải cho ngưng lại và đặt câu hỏi "Nếu Hà Nội khởi nghĩa thì trong Nam ta phải làm gì?" Kết quả là Hội Nghị mở rộng họp lại lần thứ hai vào sáng ngày 21 rồi đặc biệt lần thứ ba vào sáng ngày 23, sau khi Tân An thành công cướp được chính quyền một cách suông sẻ, không bị quân Nhật ngăn cản, kèm với tin Đại tá Cédile đã nhảy dù xuống Tây Ninh để cuối cùng đêm 24 quyết định sẽ biểu tình tuần hành vào sáng hôm sau 25 tháng 8, đồng thời thành lập Ủy Ban Hành Chánh Lâm Thời, gọi tắt là Lâm Ủy Hành Chánh với Trần Văn Giàu làm Chủ Tịch. [398]

Cũng trong tác phẩm *Trần Văn Giàu Dấu Ấn Trăm Năm,* Tiến Sĩ Sử Học Phan Văn Hoàng trong bài "Cùng Nhau Xông Pha Lên Đàng" cũng cho biết thêm nhiều chi tiết về các hoạt động của Cộng Sản dưới danh nghĩa Việt Minh và Thanh Niên Tiền Phong trong những ngày này. Chẳng hạn như trong buổi lễ truy điệu Nguyễn An Ninh ngày 20 tháng 8, do Thanh Niên Tiền Phong tổ chức, Tôn Đức Thắng, "một thanh niên cách mạng, một đảng viên của Nguyễn Ái Quốc, hiện bị 20 năm tù ngoài Côn Đảo" ngay lúc mở đầu đã được bầu làm chủ tịch danh dự và Phạm Ngọc Thạch là chủ tịch. "Diễn giả là Nguyễn Văn Tạo, một cán bộ cộng sản kỳ cựu". Mặt khác, căn cứ vào báo Điện Tín, Tiến Sĩ Phan Văn Hoàng cho biết thêm là lần đầu tiên người Nam Bộ được nghe tiếng hô "Vạn tuế Việt Minh" là sau buổi lễ truy điệu Nguyễn An Ninh đêm 20 tháng 8 tại rạp Nguyễn Văn Hảo. Đêm hôm sau, cũng tại rạp Nguyễn Văn Hảo, Liên Đoàn Công Chức tổ chức buổi diễn thuyết với Trần Văn Giàu là diễn giả. Trong buổi diễn thuyết này, Trần Văn Giàu đã đưa ra nhận định của Đảng Cộng Sản là "Không phải một mình Đảng đem lại sự độc lập cho Việt Nam [mà] cần phải có nhiều đồng bào, nhiều chánh đảng yêu nước tham dự" và "Xét như vậy, Đảng cộng sản mới kêu gọi tất cả các đảng yêu nước, tất cả dân chúng liên hiệp lại làm một mặt trận để chống bọn đế quốc xâm lăng, để mưu đồ cuộc độc lập hoàn toàn cho nước nhà. Mặt trận ấy là Việt Nam độc lập đồng minh, tức Việt Minh..." bên cạnh nhiều hoạt động khác của Trần Văn Giàu. [399]

Hồi ký của Nguyễn Kỳ Nam thì lại nói hoàn toàn khác. Theo Nguyễn Kỳ Nam:

"Nắm chánh quyền được 5 ngày, từ 25 tới 30 tháng 8, Lâm Ủy Hành Chánh Nam Bộ mở phiên nhóm Khoáng Đại Hội Nghị, có đủ các Đảng phái Chánh Trị tham gia.

Buổi nhóm đó, có các ký giả.

Tôi không bao giờ quên những câu hỏi và những câu trả lời của Trần Văn Giàu.

Tôi cũng không bao giờ quên khi Trần Văn Giàu mặc áo sơ mi đứng lên, tay mặt đập mạnh vào khẩu súng lục nhỏ mang ở bên hông, để trả lời một câu hỏi của Trần Văn Thạch.

Nghe và thấy vậy, làm sao không sợ?

Nhứt là người đứng lên trả lời đó là một cán bộ cao cấp của Đảng Cộng sản Đệ tam.

Không run, không sợ làm sao… khi mà sáng tinh sương ngày 25 tháng 8, từ nhà xuống toà báo, đi qua "Bồn kèn" trước Sạc Ne, tôi trong thấy một trụ lớn và vuông, bốn mặt sơn đỏ lòm, kẻ chữ vàng, danh sách những người được chọn vào Lâm Ủy Hành Chánh, đứng đầu là Trần Văn Giàu.

Buổi nhóm Khoáng Đại Hội Nghị hôm đó, Lâm Ủy Hành Chánh để lộ chân tướng "sát nhơn" rõ rệt.

Tôi nhớ 2 người chất vấn: Huỳnh Phú Sổ và Trần văn Thạch.

Huỳnh Phú Sổ - Phật Giáo Hòa Hảo - mà cũng là lãnh tụ Đảng Việt Nam Vận Động Hội - tôi sẽ nói sau này.

Bây giờ, tôi xin nói trường hợp của Trần Văn Thạch – nhóm Đệ Tứ - trước.

Thạch chất vấn Giàu:

- Ai cử Lâm Ủy Hành Chánh Nam Bộ?

Thạch chất vấn như vậy là phải, vì như trên đã nói, ngủ một đêm sáng ngày bừng mắt dậy, bỗng dưng thấy danh sách Lâm Ủy Hành Chánh, kẻ chữ trên một trụ đỏ lòm, không biết ai cử Lâm Ủy Hành Chánh? Và cử hồi nào?

Trần Văn Giàu đứng dạy trả lời:

- Anh Thạch, tôi biết anh muốn nói gì rồi. Anh hỏi: "Ai cử Ủy Ban Hành Chánh", chớ thật ra trong bụng anh nghĩ: Ta giỏi như vầy mà không ai đem ta vào Lâm Ủy". Vậy tôi xin trả lời: "Chúng tôi tạm thời đảm đương chính phủ. Trong giai đoạn này. Sau rồi, chúng tôi giao lại các anh. Còn trả lời về chánh trị, tôi sẽ gặp anh ở một nơi khác".

Trần Văn Giàu vừa nói câu sau vừa để tay mặt nơi cây súng sáu. [400]

Viết về Trần Văn Giàu và biến cố Việt Minh cướp chính quyền ở miền Nam, phía những người Cộng Sản, kể cả các nhà nghiên cứu hay sử học đã dùng các từ ngữ vô cùng hoa mỹ như "tinh thần sáng tạo", "chủ động", "bản lĩnh, trí tuệ" để ca ngợi. [401] Nguyễn Văn Trấn, một lãnh đạo Cộng Sản cao cấp đương thời, quê ở Chợ Đệm là nơi Xứ ủy Nam Kỳ họp ba đêm liền, 21, 22 và 23 tháng 8, để sửa soạn cho ngày cướp chính quyền 24 tháng 8, người sau này được cử làm Giám Đốc rồi Ủy Trưởng Quốc Gia Tự Vệ Cuộc và cũng tự nhận là "Người tổ chức cướp chính quyền ở Saigon", đồng thời được mệnh danh là "Hung Thần Chợ Đệm", lại cho biết những chi tiết khác hơn khi ông viết kể lại chuyện này vào năm 1995, tức nửa thế kỷ sau, "để cho rõ vài chuyện lịch sử bị kể méo", theo lời ông, như sau:

Cái năm 1995, năm mà cái chủ nghĩa háo danh nó làm kỷ niệm rập rình, bắt tôi, trái với lòng hết sức, nhưng vì nợ nước phải rập theo.

Rập theo khoe không phải vì công khanh mà để cho rõ vài chuyện lịch sử bị kể méo.

Người tổ chức cướp chánh quyền ngày 25 tháng Tám, ở Saigon là *chính* tôi đây, chớ tôi không có ai ở trên đầu để tôi làm phó. Sử gia hãy nghe tôi nói lại.

Một buổi chiều (nhớ chắc là ngày 24 chớ không thể là vào ngày khác được, tại nhà số 6 Colombert tôi thay mặt cho Cộng sản, họp với Huỳnh Văn Tiếng mà tôi gọi là người "lãnh đạo Thanh niên Tiền phong của Tân dân chủ đảng", với Trương Văn Giàu, Nguyễn Văn Quang, ông Đội Hưng ở Caserne Lelièvre, (gần bên thơ viện), Sơn Xuyên và Chín Bội của Brigade mobile Chí Hoà. Mấy vị lính này là bạn của tôi qua công tác binh vận mà trách bương bả.

Hôm đó tôi nói kế hoạch và phân công. Và cũng muốn làm oai chơi nên đề nghị các đoàn thanh niên của anh em dân chủ chịu trách nhiệm những chỗ quan trọng mà cuộc khởi nghĩa nào của thành phố cũng đều nghĩ tới trước nhứt. Những chỗ đó là: Nhà đèn, Đài phát thanh, Khám lớn, Nhà dây thép, các trại lính.

Đằng anh em kêu, nhiệm vụ như vậy nặng quá, làm không nổi, cho lãnh những chỗ vừa vừa.

Tôi nói vừa vừa là dinh Thống đốc, là đài phát thanh…?

Có người nào đó nói: hai chỗ đó, lính Nhựt còn cả tiểu đội chớ vừa gì?

Tôi nói:

Thật ra như mùa lúa chín, ta rung nó rụng thôi. Mà thế lực của ta là: Ở cơ quan, công sở nào cũng có Thanh niên Tiền phong hai màu cờ. Hôm qua cờ vàng hoan hô Khâm sai đại thần. Ngày mai cờ vàng, cờ đỏ sánh đôi hô Việt minh vạn tuế.

[…] Trên chóp nón là chính tôi, Chin Bôi và Kiều Tấn Lập.

Và Nguyễn Văn Trấn kết luận:

Thấy hôn! Tôi không ăn có với kỷ niệm tưng bừng mà "xin cho tôi can", đừng nói quá lắm về tài giỏi mà như ông bà ta biểu, *"nói năng phải phân phân, cây đa cậy thần, thần cậy cây đa"*.

Cách mạng Tháng Tám ở Saigon mà thắng lợi là cũng nhờ có cơ hội, điều kiện giúp cho nó mà thôi.

Coi, tôi là người tổ chức cướp chính quyền mà thiệt ra tôi có làm được gì nhiều đâu. [402]

Điều cần phải tìm hiểu là trong hồi ký của ông, Nguyễn Văn Trấn đã không hề nói tới ba cuộc họp vô cùng gay cấn để quyết định có nên khởi nghĩa hay không của Thường Vụ Xứ Ủy ở Chợ Đệm, quê hương ông. Câu hỏi được đặt ra là tại sao? Xin để các độc giả tự tìm câu trả lời.

Riêng về thế lực của phía quốc gia, Nguyễn Văn Trấn viết:

Cơ sở giai cấp, nền tảng Mặt trận quốc gia thống nhứt của chánh quyền khâm sai Nguyễn Văn Sâm, có đó và không phải yếu.

Ông ta nè, hội đồng Bền chủ hãng xà bông Việt Nam nè, Kha Vạng Cân chủ lò đúc "Cân et Vang" nè (xin nói chừng ấy với tánh chất đại biểu trí thức tư sản);

Trần Văn Ân, đốc phủ Hoài là trí thức địa chủ và quan lại;

Vậy mà ít ai dám ngồi lại với Khâm Sai. Họ sợ tiếng collabo [403] với phát xít, mà đồng minh sẽ đối xử là tội phạm chiến tranh.

Cho nên một tiếng hét "đả đảo", ngày 25-8 đủ cho ông Sâm nhào. Ghế bỏ trống. Ta leo lên và dựng "Ủy

> ban hành chánh Nam Bộ (chớ có đâu mà Ủy ban Nhân dân vô duyên). [404]

Có điều ngay trang sau, Nguyễn Văn Trấn lại viết:

> Sự nghiệp của tôi đã cho phép tôi báo cáo với Ủy ban hành chánh rằng: sự thắng lợi quá dễ dàng và chóng quánh của Việt Minh đã làm cho những đảng phái ngoài vòng cảm tình đã có ý muốn cướp lại nhưng họ đã thôi. Tôi coi cái nguyện vọng ấy, của họ như cái trứng chí lép.

Xin đọc kỹ ba chữ "muốn cướp lại" và các chữ "tội phạm chiến tranh" ở đây và đối chiếu với những gì kể lại bởi phía các người quốc gia về biến cố 25 tháng Tám này, đặc biệt là những lời chất vấn Trần Văn Giàu của Trần Văn Thạch thuộc Nhóm Đệ Tứ và Giáo Chủ Huỳnh Phú Sổ của Phật Giáo Hòa Hảo trên đây trong buổi họp khoáng đại ngày 30 tháng 8, cùng sự sợ hãi của những người tham dự khi thấy Trần Văn Giàu tay phải vỗ vào khẩu súng lục đeo bên sườn bên phải khi trả lời Trần Văn Thạch. Một nghi vấn khác cũng cần phải được đặt ra ở đây là có thật có biểu tình cướp các công sở ở Saigon ngày 25 tháng 8 hay không, vì theo các nhân chứng như đã nói trên đây, thì ngủ một đêm, sáng ra *"mới thức dậy nhìn thấy một cây trụ lớn sơn màu đỏ chói đặt tại "Bồn Kèn" tức ngã tư đường Charner (Nguyễn Huệ sau này) và Bonard (Lê Lợi sau này) liệt kê danh sách cơ quan chánh quyền miền Nam với danh nghĩa Ủy ban Hành chánh Nam bộ Lâm thời gọi tắt là Lâm ủy Hành chánh"*?

Cũng Nguyễn Văn Trấn, khi nói về chức xứ ủy Nam Kỳ của Trần Văn Giàu, có viết về một lớp học do Tạ Bá Tòng, một sinh viên con nhà giàu quê Sóc Trăng được cha mẹ cho ra Hà Nội học và tham gia Thanh Niên Cứu Quốc của Lê Quang Đạo, khi về Saigon tổ chức ở nhà Dược Sĩ Trần Kim Quang ở Thị Nghè. Lớp học do "anh Sáu", tức Trần Văn Giàu phụ trách, quy tụ được gần bảy chục đoàn viên thanh niên dân chủ, và:

> Học trò mến thầy lại nghe lịch sử của thầy nữa nên suy tôn anh Sáu là bí thư xứ ủy Nam Kỳ, không biết cái xứ ủy ma nào. [405]

4. Có phải vì Nhật thua nên mới trả lại Nam Kỳ cho Chính Phủ Trần Trọng Kim không?

Nhằm phủ nhận thành tích của Trần Trọng Kim và nội các của ông, có người cho rằng sở dĩ người Nhật quyết định trả lại xứ Nam Kỳ cho Việt Nam là vì họ sắp thua, trong đó có Nguyễn Văn Trấn. Nguyễn Văn Trấn căn cứ vào ngày dự trù long trọng làm lễ trả và thu nhận lại xứ này là ngày 14 tháng 8 tại Saigon. Lý do "vì Nhật sắp thua" không đúng vì hai lẽ. Lẽ thứ nhất ngày 14 tháng 8 là sau ngày 9 tháng 8, ngày quả bom nguyên tử thứ hai được thả xuống Nagasaki, sau quả bom thứ nhất được thả xuống Hiroshima ngày 6 tháng 8. Sau đó Nhật Bản mới đầu hàng. Trước đó không ai ngờ chuyện này có thể xảy ra sớm như vậy và dù sớm hay muộn, Nhật cũng phải thua nhưng còn có thể cầm cự được cả năm nữa. Lẽ thứ hai là quyết định trả lại xứ Nam Kỳ cho Việt Nam đã được Thủ Tướng Trần Trọng Kim và Tướng Tsuchihashi chấp thuận cả non một tháng trước đó, ở thời điểm không một ai có thể biết là Mỹ sẽ sử dụng bom nguyên tử, ngoại trừ Tổng Thống Truman và các cộng sự viên thân tín nhất của ông. Không những thế nhu cầu giữ nguyên trạng, tránh mọi sư lộn xộn ở hậu phương để cho Quân Đội Nhật rảnh tay đối phó với quân Đồng Minh một khi quân Đồng Minh đổ bộ là một nhu cầu của người Nhật. Chính vì thế mà Tướng Tsuchihashi đã dùng dằng lúc đầu. Cũng nên để ý là các cuộc điều đình đã được thực hiện từ trước khi Thủ Tướng Trần Trọng Kim ra Bắc giữa Ngoại Trưởng Trần Văn Chương và giới chức Nhật. Còn về phía Việt Nam, Hoàng Đế Bảo Đại qua bản Tuyên Chiếu, ngày 11 tháng 6 năm 1945, tức ngày 21 tháng 5 âm lịch, năm Bảo Đại thứ 20, ngày lễ Việt Nam Thống Nhất Đại Khánh, đã dẫn trên đây, cho biết ông phải "hành động thận trọng và tuần tự", "sau khi "chính phủ phải dự bị cho xong công cuộc tổ chức việc cai trị các lãnh thổ (đã) được phục hồi và thực hành chủ quyền của chính phủ ta trên các lãnh thổ ấy (hai xứ Bắc và Trung Kỳ)". Lý do là vì trong suốt 80 năm trước đó Nam Kỳ là thuộc địa của người Pháp nên hoàn toàn không thuộc thẩm quyền cai trị của Triều Đình Huế, trái với Bắc và Trung Kỳ là các xứ bảo hộ. Chính vì vậy Nhà Vua đã "*cảm ơn quan chức Nhật-bản đã tạm cai quản những lãnh thổ kia từ ngày mồng chín tháng ba dương lịch, và đã sẵn sàng chỉ đợi chính phủ tuân theo ý Trẫm, dự bị hoàn toàn, là sẽ trả lại quyền cai trị tất cả đất nước Việt-nam cho chính phủ Việt-nam*". [406]

Vấn đề như vậy không đơn giản như phía Cộng Sản nhận định và tuyên truyền.

5. Dân Miền Nam vẫn còn quý trọng Nhà Vua và tôn trọng vị Khâm Sai của Triều Đình

Đây là một thực tại lịch sử khác ta cần phải để ý. Nó giúp ta hiểu rõ hơn những gì đã xảy ra ở miền Nam không riêng vào thời điểm 1945 mà luôn cả những năm cuối của thập niên 40 của thế kỷ 20. Ít nhất có ba sự kiện đã chứng minh thực tại này.

Thứ nhất: Lễ Hưng Quốc Khánh Niệm 11 tháng 6 năm 1945, ngày Vua Gia Long thống nhất sơn hà, đã được long trọng cử hành tại Câu Lạc Bộ Thể Thao Saigon, rất đông người tham dự.

Thứ hai: Ngày 3 tháng 7 năm 1945, 38 sinh viên đại diện trường huấn luyện Thanh Niên Tiền Phong đã ra Huế và đã được Vua Bảo Đại tiếp kiến. Nguyễn Kỳ Nam lúc đó có mặt ở Huế với tư cách đặc ủy viên của Bộ Tư Pháp của Luật Sư Trịnh Đình Thảo đã kể lại buổi lễ như sau:

> Cuộc tiếp rước đơn giản mà trọng thể tại lầu Kiến Trung, nhà vua không tiếc lời ban khen nồng nhiệt và nhắc nhở trách vụ của thanh niên trong giai đoạn tranh giành độc lập, và kiến thiết quốc gia.

Do đề nghị của Chính phủ Trần Trọng Kim, vua Bảo Đại ban Sắc, chuẩn cho Phạm Ngọc Thạch sung chức Xứ trưởng thanh niên và đại diện Bộ trưởng thanh niên Phan Anh ở Nam Kỳ. [407]

Thứ ba: Khâm Sai Đại Thần Nguyễn Văn Sâm, sau khi đã bị Việt Minh ngăn chặn, kể cả bị bắt, khi trên đường đầy gian nan, nguy hiểm, từ Huế vào Saigon nhậm chức vào lúc tình hình đã có nhiều biến chuyển, vẫn được đồng bào Nam Kỳ long trọng đón tiếp.

6. Dân chúng đứng chật hai bên đường từ Đất Hộ (Dakao) về tới đường Lagrandière (Gia Long) Dinh Thống Đốc để đón mừng vị Khâm Sai đầu tiên của triều đình sau tám mươi năm ngoại thuộc

Nguyễn Kỳ Nam, như đã nói ở trên, lúc đó là đặc ủy viên của Bộ Tư Pháp của Bộ Trưởng Trịnh Đình Thảo trong Chính Phủ Trần Trọng Kim, là người tháp tùng Nguyễn Văn Sâm và, vì không tin người tài xế, đã lái xe cho ông này trong đoạn cuối của chuyến vô Saigon nhậm chức, đã ghi lại sự đón tiếp nồng hậu mà vị Khâm Sai này nhận được khi qua khỏi Phan Thiết, tiến vào địa phận Nam Kỳ như sau:

Đường về Nam Bộ, xe Khâm sai qua khỏi ranh Phan Thiết là gặp những khải hoàn môn dựng trước công sở, đón tiếp nồng hậu.

Bây giờ, tôi mới biết mình còn sống.

Tôi ngừng xe lại. Mà xe ngừng ở giữa 2 bên mé rừng làm cho ông Nguyễn Văn Sâm ngạc nhiên.

-Sao anh không chờ tới chỗ đông người...

Tôi mở cái "cốp" xe Ford, lấy lá cờ quẻ ly, đem treo trước đầu xe. Diệp Ba mỉm cười.

-Họ đã xé lá cờ lúc tới Khánh hoà, tại sao anh còn lá cờ nầy?

-Tôi "phòng thủ" một lá cờ thứ hai từ lúc còn ở Huế. Từ đây về Saigon sẽ gặp nhiều nơi đón tiếp. Dầu sao cũng là Khâm sai đại thần, phải treo cờ cho người ta biết chớ!

Ông Nguyễn Văn Sâm cười, một nụ cười đau khổ thế nào! Diệp Ba vui miệng nói luôn:

-Hồi thời xưa, nhà vua đưa Khâm sai đại thần đi trấn nhậm một nơi nào, là tiền hô hậu ủng, hương án đặt hai bên đường, lính tráng oai nghiêm chớ đâu có một chiếc xe Ford trơ trọi như vầy... Lại còn bị nhốt vào khám nữa!

Diệp Ba nói dứt lời, xe tiến tới...một bàn hương án!

Tôi ngừng xe lại, Diệp Ba ngó ra trước nói:

-Cũng có hương án đó!

Đây là Xuyên Mộc. Ông chủ Quận mặc áo rộng đứng trước bàn hương án, với ban Hội tề và vài người lính.

Một giây pháo nổ lẹt đẹt xé tan không khí âm u của khu rừng im lặng, giữa quang cảnh gió mát, cây lá chận ánh sáng mặt trời.

Một quận nghèo nàn làm sao ấy!

Đây là "ải địa đầu" của Nam Bộ.

Dân tình thưa thớt, có mấy chú thợ rừng...Không ai chú ý đến ông Khâm sai Đại thần! Hơn nữa, Nam Kỳ là thuộc địa, nó mới mang tên "Nam Bộ" đây và bây giờ mới có một Khâm sai đại thần sau tám mươi năm không liên lạc với Triều đình vua chúa.

Nguyễn văn Sâm xuống xe nói chuyện qua loa vì sợ mất thì giờ, đoạn vội vã trở lên xe đặng về Saigon kịp 5 giờ chiều.

Tôi đếm tất cả là 18 người đứng chung quanh bàn hương án!

Ông tỉnh trưởng Phan thiết đánh điện tín về những tỉnh, những quận... mà Khâm sai sẽ trải qua, trên quốc lộ số 1, nên đâu đâu đều chuẩn bị cuộc tiếp rước. Xe chưa vào châu thành Biên hòa, lại gặp một chiếc xe trắc xông có cắm cờ đón giữa đường, ở một nơi vắng vẻ.

Tôi hỏi:

-Sao? Ngừng hay chạy luôn. Kìa có người đưa tay ra ngoắc xe ngừng lại; bây giờ liệu sao?

Diệp Ba cũng còn lưỡng lự. Xe lại gần...

Tôi tốp bớt máy lại, rề rề... chờ.

-Sao? Ngừng hay... chạy luôn.

Tôi hỏi chưa dứt câu, Diệp Ba vùng la lên:

-Anh Huỳnh Văn Phương mà làm tôi hết hồn... tưởng Việt Minh đón xe bắt ông Khâm sai nữa!

Ông Huỳnh Văn Phương lãnh chức Tổng giám đốc Công an lên trước ở đây, đón ông Nguyễn Văn Sâm đặng hỏi tin tức.

Mọi người đều xuống xe.

Huỳnh Văn Phương và Nguyễn Văn Sâm trao đổi tin tức.

-Tụi nó...dám tuyên truyền Bảo Đại thoái vị rồi.

Tụi nó...đây là Việt Minh.

Ông Huỳnh Văn Phương là chiến sĩ Đệ tứ nắm Công an trong tay, tự nhiên phải coi chừng Cộng sản Đệ tam, từ mọi hành động, từ một lời tuyên truyền.

Huỳnh Văn Phương lại hỏi riêng tôi:

-Anh có nghe Hội đồng Nội các tính thế nào không? Và ông Đổng lý Văn phòng Bảo Đại có biết gì về Việt Minh không?

Tôi không giấu một sự thật nào:

-Thủ tướng Trần Trọng Kim không thể lập Nội các nữa được, nên ở đó chờ giờ... Ông đã mướn nhà riêng ở bên kia cầu Trường tiền, đặng khi Việt Minh đến, ông sẽ giao luôn Thủ tướng Phủ?

Ông Huỳnh Văn Phương coi bộ cương quyết lắm:

-Tôi có đủ tin tức biết rõ lực lượng Việt Minh. Họ không có khi giới gì ráo. Tôi đủ sức giữ Saigon, không để Việt Minh cướp chánh quyền một khi Bảo Đại chưa thoái vị.

Ông Nguyễn Văn Sâm lúc nào cũng bình tĩnh và ôn hòa:

-Để về tới nơi rồi sẽ lo liệu. Ở Hà nội, Phan Kế Toại chịu đựng không nổi nên đánh điện về Huế xin từ chức.

Huỳnh Văn Phương kể sơ qua những biến chuyển mấy ngày chót. Đoạn cùng nhau trực chỉ Saigon.

Xe của Phương mang cờ Công an, chạy trước mở đường.

Tới Biên hoà, Thanh niên Tiền Phong sắp hàng tiếp rước Khâm sai rất long trọng.

Ông Khâm sai Đại thần đứng trước cờ vàng sao đỏ của Thanh niên Tiền phong, nghiêm chỉnh bằng cách đưa trước ngực...như một chiến sĩ bại trận...hàng cầu nghịch vậy!

Rồi Thủ đức, Gia định, Saigon.

Dân chúng đứng chật hai bên đường từ Đất hộ (Dakao) về tới đường Lagrandière (Gia Long) dinh Thống đốc là nơi còn Minoda.

Xe Huỳnh Văn Phương ngừng ở Đất hộ để một mình ông Khâm sai vào Saigon để cuộc tiếp rước không lầm lẫn được. Nhưng tôi quýnh trước số đông dân chúng một lúc một đông thêm. Tôi run: cầm tay chiếc Ford PI (Palais Impérial) mà lòng những hồi hộp làm sao ấy! [408]

Xin để ý câu nhận định của Huỳnh Văn Phương về lực lượng võ trang của Việt Minh và sự tự tin của ông dựa trên những tin tức mà ông nhận được: *"Tôi có đủ tin tức biết rõ lực lượng Việt Minh. Họ không có khí giới gì ráo. Tôi đủ sức giữ Saigon, không để Việt Minh cướp chánh quyền một khi Bảo Đại chưa thoái vị"* để đối chiếu với những gì xảy ra sau đó. Không có lực lượng võ trang đáng kể, Việt Minh chỉ lợi dụng Thanh Niên Tiền Phong làm lực lượng xung kích qua sự lừa đảo tập thể thanh niên chỉ biết yêu nước và phụng sự quốc gia của Miền Nam này của lãnh tụ gốc Cộng Sản Đệ Tam Phạm Ngọc Thạch và họ đã thành công, giống hệt như ở Hà Nội, họ đã lợi dụng và cướp ngang cuộc biểu tình ngày 17 tháng Tám của Tổng Hội Công Chức. Điểm khác biệt là ở miền Bắc cuộc chống đối tiếp theo là giữa Quốc Gia và Cộng Sản, còn ở miền Nam có thêm Nhóm Tranh Đấu Đệ Tứ. Hậu quả là phe Đệ Tứ phần đông là trí thức du học ở Pháp về đã bị tàn sát một cách tàn khốc với các nhân vật danh tiếng như Tạ Thu Thâu, Trần Văn Thạch, Dương Văn Giáo, Phan Văn Hùm, Hồ Văn Ngà, vợ chồng Bác Sĩ Hồ Vĩnh Ký-Nguyễn Ngọc Sương…Nên để ý là Bác Sĩ Nguyễn Ngọc Sương là thủ lãnh Thanh Niên Tiền Phong, phía các phụ nữ. Đó là chưa kể tới 64 (?) người ở Sông Lòng Sông và không rõ bao nhiêu người trong danh sách trên hai ngàn người của Trần Văn Giàu được nói tới trong hồi ký của Nguyễn Kỳ Nam và Trần Văn Ân khiến miền Nam mất đi một lực lượng trí thức lớn lao, cần thiết để sau này tiếp tục tranh đấu và kiến thiết xứ sở.

Thay cho kết luận

Mặc dầu chỉ tồn tại có một thời gian ngắn ngủi, chưa tới năm tháng kể từ ngày Hoàng Đế Bảo Đại tuyên bố độc lập, ngày 11 tháng 3, 1945, đến ngày vị vua cuối cùng của Nhà Nguyễn này thoái vị, chấm dứt Triều Đại Nhà Nguyễn và cũng chấm dứt Thời Đại Quân Chủ ở Việt Nam, và hơn ba tháng nếu chỉ kể từ ngày 8 tháng 5 năm 1945, ngày Chính Phủ Trần Trọng Kim trình diện và chính thức lựa chọn danh xưng này làm quốc hiệu, đến ngày chính phủ này từ nhiệm, Đế Quốc Việt Nam đã để lại những di sản vô cùng quan trọng cho những giai đoạn sau này. Nhưng tất cả đã không mấy được giới sử học quan tâm, kể cả nói tới, hay nếu có, lại bị gọi là việt gian, bù nhìn, thân Nhật, một điều tối kỵ đối với người Việt Nam trong cuộc tranh đấu giành độc lập, giữa Thế Kỷ Hai Mươi. Riêng Sử Gia Na Uy Stein Tonnesson, tác giả của tác phẩm *The Vietnamese Revolution of 1945,*[409] khi viết về nhận định của Trường Chinh đăng trong bài xã luận của ông này, nhan đề "Cách Mạng hay Đảo Chính" đăng trên tờ *Cờ Giải Phóng,* số 16, ngày12 tháng 9 năm 1945, sau ngày Việt Minh đã cướp được chính quyền non một tháng, sử gia này đã dùng những chữ như "distorted"(bóp méo) khi nói về thái độ của nhà lý thuyết của Việt Minh này về Chính Phủ Trần Trọng Kim và "exaggerated" (phóng đại) để nói về những huyền thoại liên hệ đến vai trò của Đảng Cộng Sản. [410] Ngược lại, Tonnesson lại dùng nhóm từ "reforms from above" (cải cách từ trên xuống) [411] để chỉ những nỗ lực cải tổ của Hoàng Đế Bảo Đại và Chính Phủ Trần Trọng Kim.

Tiến Sĩ Vũ Ngự Chiêu còn đi xa hơn nữa. Ông gọi đó cuộc là cách mạng: "Cách Mạng Từ Trên Xuống". [412] Nhận định này không phải là không xác đáng vì cuộc cải tổ đã làm thay đổi toàn bộ chính thể tại Việt Nam từ quân chủ chuyên chế sang quân chủ lập hiến, bắt đầu bằng quyết định của chính Hoàng Đế Bảo Đại với Dụ Số 1 *"Dân Vi Quý"* mà người Việt Nam đương thời, qua các bài viết đăng trên báo chí, không ai là không mong muốn và nhiệt tình ca ngợi. Tiếp theo với Trần Trọng Kim và các vị bộ trưởng trong Nội Các của ông là cả một *"Tuần Lễ của Các Tự Do"*, kể cả tự do nghiệp đoàn, với các quyền căn bản của người dân mà bảy mươi năm sau, khi những dòng chữ này được viết, người dân Việt Nam vẫn còn phải tranh đấu nhưng vẫn chưa có được. Có điều ta không nên quên mục tiêu ban đầu của Hoàng Đế Bảo Đại, Thủ Tướng Trần Trọng Kim và các bộ trưởng của ông và cũng là của toàn thể người Việt Nam đương thời được biểu lộ trên các mặt báo đương thời là thu hồi quyền độc lập và thống nhất lãnh thổ từ Bắc chí Nam, chính xác hơn, từ

Ải Nam Quan đến Mũi Cà Mau, nói theo ngôn ngữ quen thuộc, bắt đầu bằng sự loại trừ người Pháp còn được người Nhật lưu dụng ra khỏi guồng máy hành chánh, thay thế họ bằng người Việt Nam để điều hòa sinh hoạt của người dân và Việt Nam hóa những gì có thể làm được, trong đó đáng chú ý nhất là sinh hoạt giáo dục nhằm đào tạo công dân cho một nước Việt Nam mới và các tổ chức thanh niên… Kết quả là cuộc sống vẫn được điều hoà, không xáo trộn, ngoại trừ nạn đói và các hoạt động của Việt Minh ở các tỉnh thượng du. Nạn quân phiệt của Người Nhật mà Vua Bảo Đại lo ngại đã không xảy ra.

Biến cố "Cách Mạng Tháng Tám - Việt Minh Cướp Chính Quyền", như một cơn bão lụt, cuốn đi và làm mục nát tất cả. Lịch sử Dân Tộc Việt Nam sau đó đã chuyển sang một ngã rẽ khác. Ngã rẽ đó như thế nào? Câu hỏi được đặt ra và đã có nhiều câu trả lời. Ở đây tôi chỉ nhắc tới mơ ước của một nghệ sĩ. Đó là Nhạc Sĩ Phạm Duy. Qua bài hát nhan đề *Kỷ Niệm* đầy ắp tình cảm của của ông, Phạm Duy đã xin "lại ngày nào" khung cảnh êm đềm, đơn sơ, ấm cúng của thời thơ ấu của ông một buổi chiều về, rồi tiếp theo buổi tối trong gia đình truyền thống Việt Nam thuở ông còn thơ ấu:

Cho tôi lại ngày nào
Trăng lên bằng ngọn cau
Mẹ tôi ngồi khâu áo
bên cây đèn dầu hao
Cha tôi ngồi xem báo.
Phố xá vắng hiu hiu

Trong đêm mùa khô ráo,
Tôi nghe tiếng còi tầu.

Cho tôi lại chiều hè.
Tôi đi giữa đường quê.
Hai bên là hương lúa
Xa xa là ngọn tre
Thấp thoáng vài con nghé,
Tiếng nước dưới chân đê.
Tôi mê trời mây tía
Không nghe mẹ gọi về.

Cho tôi lại nhà trường.
Bao nhiêu là người thương.
Không ai thù ai oán,
Ai cũng bảo tôi ngoan.
Tôi yêu thày tôi lắm.
Nhớ tiếng nói vang vang.
Tôi theo tà áo trắng.
Cô em bạn cùng đường.

mà ông đã được sống và được vỡ lòng tập đọc tiếng mẹ đẻ của ông, qua bài "Tối ở nhà" trong cuốn *Quốc Văn Giáo Khoa Thư Lớp Dự Bị* của Trần Trọng Kim và các đồng nghiệp của nhà giáo nổi tiếng khắp Trung Nam Bắc này. [413] Nguyên văn bài tập đọc gồm mấy dòng đơn giản như sau:

Tối ở nhà

Cơm nước xong, trời vừa tối. Ngọn đèn treo, thắp ở giữa nhà. Cha ngồi đọc nhật báo. Anh đang ngồi cúi xuống xem sách hay làm bài. Mẹ và chị kim chỉ vá may. Ở bên cạnh hai đứa em nhỏ đang nghe bà kể câu chuyện cổ tích, thỉnh thoảng lại khúc khích cười với nhau rất là vui vẻ.

Ban ngày đi làm ăn khó nhọc; tối đến cả nhà được đông đủ sum vầy như vậy, tưởng không có cảnh nào vui hơn nữa.

Còn người nông dân chất phác, hiền lành thì chỉ mơ được "Chồng cầy vợ cấy, con trâu đi bừa" hay năm, sáu chục năm sau "có con trâu, có nương dâu'" như là một thiên đường cả đời mơ ước của Nhạc Sĩ Trịnh Lâm Ngân trong bài hát *Giã Từ Vũ Khí* nhiều chục năm sau này.

Nhưng đó chỉ là cuộc sống cá nhân, gia đình. Một gia đình đầm ấm, chưa bị bóng dáng của chiến tranh, thù hận, đấu tranh, chết chóc và tàn phá… triền miên đe dọa. Cũng vậy cuộc sống ở khắp nơi, từ thành thị đến nông thôn được diễn tả trong bộ *Quốc Văn Giáo Khoa Thư,* điển hình là các bài "Ai Bảo Chăn Trâu Là Khổ", "Chốn Quê Hương Là Đẹp Hơn Cả", "Tiếng Động Ban Đêm"… mà nhiều nhà văn sau này đã lựa chọn cho ngọn bút của mình.

VIỆT-NAM TIỂU-HỌC TÙNG-THƯ

LECTURE (Cours préparatoire)

QUỐC-VĂN GIÁO-KHOA THƯ

(Sách tập đọc và tập viết)

LỚP DỰ-BỊ

(Sách này do Nha Học-chính Đông-pháp đã giao cho ông TRẦN-TRỌNG-KIM, ông NGUYỄN-VĂN-NGỌC, ông ĐẶNG-ĐÌNH-PHÚC và ông ĐỖ-THẬN soạn)

In lần thứ mười

Nhà-nước giữ bản-quyền Cấm không ai được in lại

NHA HỌC-CHÍNH ĐÔNG-PHÁP
XUẤT-BẢN
1935

39. — Bữa cơm ngon

Cả nhà đang ăn cơm

Cậu Tí đi học về một chốc, thì cha ở ngoài đồng cũng vác cày, dắt (dắc) trâu, về đến nhà.

Cơm đã chín. Mẹ và chị dọn ra để trên giường. Cả nhà ngồi ăn. Cơm đỏ, canh rau, chẳng có gì là *cao-lương mỹ-vị*. Nhưng cơm sốt, canh nóng, bát đũa sạch-sẽ, cả nhà ăn uống ngon miệng no-nê.

Nhất là cha mẹ, con cái, trên thuận dưới hòa, một nhà đoàn-tụ *sum-họp* với nhau, thì dẫu cơm rau cũng *có vị* lắm.

Giải nghĩa. — *Cao-lương mỹ-vị* = đồ ăn quí, đắt tiền — *Sum-họp* = họp mặt đông đủ. — *Có vị* = ăn ngon miệng.

Bài tập

Học tiếng. — Chín, — nóng, — sốt, — dọn, — no-nê, — ngon miệng.

Đặt câu. — *Tìm những tiếng trong bài mà đặt vào những câu sau này*: Cơm thổi đã vừa... đến nơi. — Mâm bát đã... đủ trên giường. — Cơm...canh...cả nhà ăn uống... — Bữa cơm rau ăn như thế mà....

Làm văn. — *Trả lời những câu hỏi sau này*: Ai nấu cơm, dọn cơm? — Những ai ngồi ăn cơm? — Cơm ăn có những gì? — Ăn uống như thế, sao mà ngon miệng?

Cơm sốt, canh nóng, ăn ngon.

41. — Tối ở nhà 43

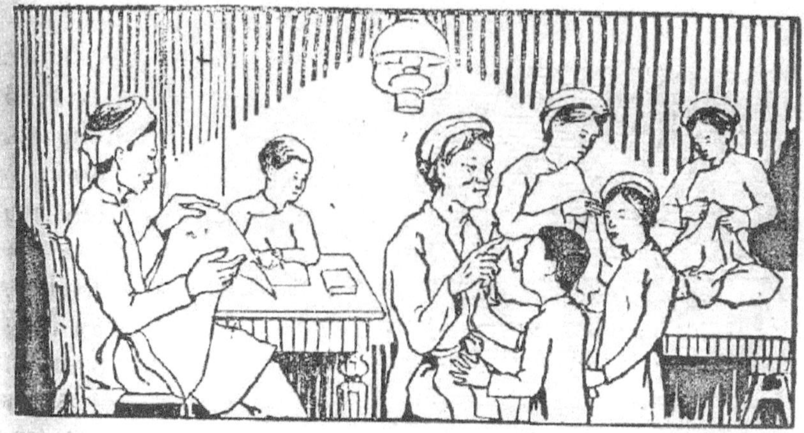

Một nhà sum-vầy buổi tối

Cơm nước xong, trời vừa tối. Ngọn đèn treo, thắp ở giữa nhà. Cha ngồi đọc nhật-báo. Anh đang ngồi cúi xuống xem sách hay làm bài. Mẹ và chị, kim chỉ và may. Ở bên cạnh hai đứa em nhỏ đang nghe bà kể câu *chuyện cổ-tích*, thỉnh-thoảng lại khúc-khích cười với nhau rất vui-vẻ.

Ban ngày đi làm ăn khó nhọc; tối đến cả nhà được đông đủ, *sum-vầy* như vậy, tưởng không có cảnh nào vui hơn nữa.

Giải nghĩa. — *Chuyện cổ-tích* = chuyện đời xưa. — *Sum vầy* = hội-họp, quây-quần với nhau.

Bài tập.

Học tiếng. — Sum-vầy, — vui, — thỉnh-thoảng.

Làm văn. — *Trả lời những câu hỏi sau này*: Trời tối, ngọn đèn thắp ở đâu? — Trong nhà cha, mẹ, chị, em làm gì? — Cái cảnh một nhà sum vầy với nhau như thế, anh nghĩ làm sao?

Một nhà sum-vầy vui-vẻ.

Một bài tập đọc với cảnh "gia đình sum họp" trước Tháng Tám 1945, trích từ Quốc Văn Giáo Khoa Thư Lớp Dự Bị

Trên bình diện quốc gia, khắp trong nước, các đền đài, lăng tẩm, chùa chiền, đình miếu, văn từ, văn chỉ, cầu cống, đường xá, các sách cổ, các tài liệu trong các văn khố, thư viện…đã tồn tại từ nhiều đời và được người Pháp, nói chung, Trường Viễn Đông Bác Cổ, nói riêng sưu tầm và bảo vệ, vẫn còn nguyên vẹn. Riêng ở kinh đô Huế, trong Hoàng Thành, các điện Cần Chánh, Kiến Trung, nơi Vua Bảo Đại thường ngày làm việc hay thiết thường triều… đều còn nguyên, chưa bị chủ trương tiêu thổ kháng chiến đốt phá, hủy hoại. Của cải trong cung mà Tổng Lý Phạm Khắc Hoè đã làm kiểm kê kèm theo biên bản để giao cho nhà cầm quyền mới mà Bộ Trưởng Lê Văn Hiến là đại diện, chắc đâu đã còn và còn đầy đủ hay đã bị thủ tiêu, tẩu tán ngay sau đó. Nên để ý là Vua Bảo Đại, Hoàng Hậu Nam Phương khi bị buộc phải từ bỏ Hoàng Cung ra đi không được mang theo món gì. Còn Hoàng Thái Hậu Từ Cung thì "chỉ có quần áo và mấy cuốn kinh Phật". [414] Chưa kể tới những thứ khác mà sau này Thủ Tướng Trần Trọng Kim đã ghi lại trong hồi ký của ông:

> *Ở trong hoàng thành, Việt Minh cho người vào lấy những bảo vật và y phục của các vua chúa đời trước đem ra chợ bán. Khi quân Nhật sắp hàng có đưa trả lại cho chính phủ Việt Nam bốn tấn bạc bằng thoi chở vào để trong cung, số bạc ấy không biết về sau ai lấy mất.* [415]

Độc giả nên để ý sáu chữ "Việt Minh cho người vào lấy" và bảy chữ "không biết về sau ai lấy mất". Câu hỏi được đặt ra là hai tiếng Việt Minh ở đây là nhằm chỉ những người nào? Cá nhân hay Mặt Trận?

Trung ương hay địa phương Huế và Thừa Thiên hay Thuận Hoá? Có điều là sau biến cố này, Vua Bảo Đại đã trở thành một thứ vô sản thứ thiệt vì trong khi ở Hà Nội làm Cố Vấn Tối Cao cho Hồ Chí Minh và Chính Phủ Việt Nam Dân Chủ Cộng Hoà, ông đã phải nhờ Cựu Tổng Lý Phạm Khắc Hoè, khi ông này có dịp vào Huế, xin tiền Bà Nam Phương và Bà Nam Phương thì lại xin tiền chị gái của mình. Sau này, khi bị Hồ Chí Minh bỏ rơi ở Phi Trường Trùng Khánh, ông chỉ còn có trơ trọi một mình với một va-ly quần áo. May cho ông là có một doanh gia người Tàu cho ông về tá túc. Điều này cho thấy nhà vua trong chế độc quân chủ cổ truyền ở Việt Nam trên lý thuyết là sở hữu chủ tối cao của mọi thứ ở trong nước nhưng thực sự thì cá nhân ông chẳng sở hữu gì cả mà là quốc gia, là nhà nước.

Điều ít ai biết là tình trạng thất thoát của cải và tiền bạc này cũng xảy ra luôn ở Nam Kỳ. Theo Bác Sĩ Trần Ngươn Phiêu trong hồi ký *Gió Mùa Đông Bắc* của ông:

> […] tối ngày 5 tháng 9, để tìm cách trấn an dân chúng, Trần Văn Giàu đăng đàn diễn thuyết ở rạp hát Nguyễn Văn Hảo, nhưng không thuyết phục được dân chúng phải chấp nhận những gì y nói, nhất là khi Giàu cho biết là Kho Bạc hiện thiếu 7 triệu đồng. Dân chúng hoang mang: 7 triệu đồng ai lấy mà bây giờ mới thấy thiếu. [416]

Chưa hết, ngoài các sách vở, tài liệu ở các văn khố, thư viện đã nói ở trên, còn các sách vở, tài liệu tàng trữ trong các văn phòng các bộ và các thư viện của các tư gia, trong đó có thư viện Long Cương (?) của Thượng Thư Cao Xuân Dục và các thư viện mang danh hiệu nhà vua, sau này đã bị phân tán hay đem ra chợ bán hoặc đem lên khu dùng làm giấy quấn thuốc hút mà nhà chuyên sưu tầm đồ cổ Vương Hồng Sển thỉnh thoảng lại kể cho học trò của mình hay những người trẻ tới thăm ông nghe với một vẻ mặt và giọng nói đầy u hoài, tiếc nuối.

Cuối cùng, lại cũng Phạm Duy, người nhạc sĩ "nổi trôi theo vận nước', đã viết *Tâm Ca số 5, "Để Lại Cho Em",* với những câu hát, tình cờ hay cố ý, phản ảnh của những đổi thay khủng khiếp sau cơn Đại Hồng Thủy 1945 này:

Để lại cho em này nước non mình,
Để lại cho em một nước đẹp xinh
Một miền oai linh hiển hách
Chỉ còn dư vang thần thánh
Để lại cho em hèn kém của anh...

X X
X

Một giai đoạn lịch sử đã thật sự trôi qua. Các nhân vật một thời lãnh trách nhiệm điều hành việc nước phía bên này hay phía bên kia đều đã theo nhau vĩnh viễn ra đi. Thủ Tướng Trần Trọng Kim cũng đã ra đi cùng với tất cả các bộ trưởng một thời của ông, kèm theo là cả một thế hệ trí thức, thanh niên đã nhiệt thành ủng hộ ông. Chủ Tịch Hồ Chí Minh cùng với những người theo ông hay cộng tác với ông như Võ Nguyên

Giáp, Phạm Văn Đồng, Trường Chinh cuối cùng cũng đã ra đi. Trần Văn Giàu, Nguyễn Văn Trấn, Nguyễn Văn Tạo ...đều đã về với định mệnh. Vị hoàng đế cuối cùng của Triều Đại Nhà Nguyễn, triều đại một thời đã có công mở rộng thêm nửa phía Nam của lãnh thổ hiện tại của Dân Tộc Việt Nam, cũng vĩnh viễn về cõi vĩnh hằng. Đế Quốc Việt Nam với chế độ quân chủ lập hiến và khẩu hiệu "Dân Vi Quý" mà ông hằng mơ ước đã không thành hình. Còn lại chăng là hình ảnh ngôi mộ bằng đá đen nhỏ như những ngôi mộ của những người dân bình thường khác, nằm trong một nghĩa trang xa lạ, không phải là giữa các lăng tẩm của các Tiên Đế hay ít ra là giữa mồ mả của các thần dân yêu quý của ông, mà tác giả của tập tài liệu nhỏ bé này đã lựa cho bìa sau của cuốn sách sau khi đã lựa Cửa Ngọ Môn một thời sừng sững, uy nghi và hùng tráng làm bìa trước.

Cuối cùng *"Trăm năm còn có gì đâu?"* [417] Họa chăng là còn một nửa phía Nam trù phú, dân chúng hiền hòa, kể cả phần biển phía đông, trong đó có các Quần Đảo Hoàng Sa và Trường Sa của Tổ Quốc Việt Nam, mà Các Chúa Nguyễn đã góp phần khai sáng, để lại và vị hoàng đế cuối cùng của Nhà Nguyễn này đã cả đời đã khổ tâm tìm cách thu hồi từ tay người Nhật, rồi người Pháp, như một di sản bất khả nhượng của tổ tiên ông và của đất nước ông. Ở thời ông vấn đề Hoàng Sa và Trường Sa đã được đưa ra Hội Nghị Quốc Tế San Francisco, Hoàng Sa, Trường Sa vẫn còn nguyên vẹn là của Việt Nam, đảo Ba Bình chưa bị người ngoài đổi tên và chiếm đóng. Trong một thời gian ngắn hạn hơn, chỉ vẻn vẹn hơn hai chục năm, Hiệp Định Élysée đã tạo được một vùng đất cho Tự Do, Nhân Bản, để cho những người coi hai giá trị này là tối hậu của con người có chỗ nương thân, không bị coi là Việt gian, theo Pháp, dù cho là còn giới hạn vì chinh chiến triền miên. Tất cả đều là những sự thực không thể không thừa nhận cũng như không có Bảo Đại, không có hai nền Đệ Nhất và Đệ Nhị Cộng Hoà ở miền Nam Việt Nam cũng như những nhân vật xoay quanh hai nền cộng hòa này. Tính cách liên tục của lịch sử nằm ở chỗ này.

Chú Thích

[343] Trần Trọng Kim, *Một Cơn Gió Bụi*, đã dẫn, tr. 146.

[344] Trần Trọng Kim, *Một Cơn Gió Bụi, đã, tr. 98.*

[345] *-như trên-, tr. 9.*

[346] *Thanh Nghị,* số 177, ngày 21 tháng Bảy 1945.

[347] Bảo Đại, *Con Rồng Việt Nam,* đã dẫn, tr. 173-174; S.M. Bao Dai, *Le Dragon d'Annam, đã dẫn, tr. 111-112.*

[348] S.M. Bao Dai, *Le Dragon d'Annam,* tr. 110*; Bảo Đại Con Rồng Việt Nam, tr. 172.*

[349] Văn Cao, "Tôi Viết Tiến Quân Ca", trong *Một Chặng Đường Văn Hóa, Tập Hồi Ức và Tư Liệu về Đề Cương Văn Hoá của Đảng và Đời Sống Tư Tưởng Văn Nghệ 1943-1948.* Hà Nội: Nhà Xuất Bản Tác Phẩm Mới, Hội Nhà Văn Việt Nam, 1985, tr. 110.

[350] Nguyễn Phường, "Tinh Thần Độc Lập", trong *Tri Tân,* số 191, ngày 14 tháng Sáu 1945.

[351] Bảo Đại, *Con Rồng Việt Nam, tr. 159.*

[352] Đinh Gia Trinh, "Nhiệm Vụ Của Thanh Niên Đối Với Tổ Quốc", trong *Thanh Nghị,* số 107, Số Đặc San Chính Trị, ngày 5 tháng Năm 1945.

[353] "Tân Việt-Nam Hội", trong *Thanh Nghị,* số 107, Số Đặc San Chính Tri, dẫn trên, trang đầu.

[354] VH, "Công Dụng Chính Trị của Nghiệp Đoàn", trong *Thanh Nghi*, số 107 dẫn trên.

[355] Đoàn Thêm, *Những Ngày Chưa Quên,* đã dẫn, tr. 34.

[356] Đinh Gia Trinh, "Nhiệm Vụ của Thanh Niên" dẫn trên.

[357] Sau này được đổi tên thành Công Viên hay Vườn Tao Đàn.

[358] Đoàn Thêm, *Hai Mươi Năm Qua, Việc Từng Ngày (1945-1964), đã dẫn, tr. 5.*

[359] Nguyễn Kỳ Nam, *Hồi Ký "1925-1964", Tập II.* Saigon: Nhựt Báo Dân Chủ Mới xuất bản, 1964, tr. 151-1952.

[360] Có lẽ là Phan Mỹ, em ruột của Bộ Trưởng Thanh Niên Phan Anh, một người rất hoạt động trong Tổng Hội Sinh Viên đương thời. Hai tên Phan Anh, Phan Mỹ thường đi theo nhau khi người ta nói tới sinh hoạt sinh viên, thanh niên ở thời điểm này và như là gương mẫu.

[361] Đoàn Thêm, *Những Ngày Chưa Quên, tr. 37*

[362] Nguyễn Kỳ Nam, *Hồi Ký,* dẫn trên, tr. 176.

[363] Tùng Nghiệp, "Trước 20.000 Thanh Niên Ông Bộ Trưởng Phan Anh Tuyên Bố: Thanh Niên Việt Nam Phải Đoàn Kết Sẵn Sàng Chiến Đấu Và Hy Sinh để Phá Tan trở Lực Nào Phá Hoại Nền Độc lập", trong *Trung Bắc chủ Nhật,* Số 249, ngày 17 tháng Sáu 1945.

[364] Đoàn Thêm, *Hai Mươi Năm Qua,* đã dẫn, tr. 7; Chính Đạo, *Việt Nam Niên Biểu, 1939-1975 (Tập A: 1939-1946),* tr. 226-227.

[365] Đoàn Thêm, *Hai Mươi Năm Qua, đã dẫn, tr. 7; L.H.V.,* "Mười Bảy Tháng Sáu Dương Lịch", trong *Thanh Nghị,* Số 115, ngày 7 tháng Bảy 1945.

[366] L. H. V. "Mười Bảy Tháng Sáu Dương lịch", trong *Thanh Nghị, Số 115, ngày 7 tháng Bảy 1945, tr. 3.* L.H.V có thể là Lê Huy Vân, một trong năm sáng lập viên của tờ Thanh Nghị, chuyện phụ trách về thanh niên và trẻ em. Xem: Vũ Đình Hoè, *Hồi Ký Thanh Nghị,* đã dẫn, tr. 22.

[367] Mai Anh, "Khí Hậu Chính Trị", trong *Thanh Nghị,* Số 117, ngày 21 tháng Bảy 1945, tr. 7.

[368] "Ngày Nay Sống Lại", trong *Ngày Nay,* Số 1 - *Kỷ Nguyên Mới,* Ngày 5 tháng Năm 1945, tr. 3.

[369] Mai Anh, "Khí Hậu Chính Trị", trong *Thanh Nghị,* Số 117, ngày 21 tháng 7 năm 1945, tr. 8.

[370] -như trên-

[371] Phạm Duy, *Hồi Ký Thời Cách Mạng Kháng Chiến.* Midway City (Thị Trấn Giữa Đàng), California: PDC Musical Productions, 1989, tr. 70-71.

[372] Bảo Đại, *Con Rồng Việt Nam, đã dẫn, tr. 182;* S.M. Bao Dai, *Le Dragon d'Annam, đã dẫn, 117.* Trong nguyên bản tiếng Pháp, Bảo Đại ghi cấp bậc của viên sĩ quan Nhật này là colonel, đại tá và dùng chữ ra lệnh (Je vous donne l'ordre) thay vì "Tôi yêu cầu". Độc giả nhất là các bạn sinh viên khi sử dụng bản dịch tiếng Việt nên so sánh với nguyên bản tiếng Pháp vì ngoài những tiếng kể trên, trong tiếng Pháp nhà vua còn dùng các tiếng "absolument" (Je refuse absolument, Tôi tuyệt đối từ chối, nghĩa mạnh hơn nhứt định nhiều) cũng như "décharge" có nghĩa là miễn trừ trách nhiệm (cho viên đại tá) vì viên này theo lệnh của Đồng Minh bảo vệ nhà vua, hoàng tộc và hoàng cung.

[373] Trần Trọng Kim, *Một Cơn Gió Bụi,* đã dẫn, tr. 93.

[374] Tuần Báo *Bình Minh,* số 124, ngày 15 tháng 8 năm 1945.

[375] Nguyễn Xuân Chữ, *Hồi Ký,* đã dẫn, tr. 286.

[376] Đoàn Thêm, *Những Ngày Chưa Quên,* đã dẫn, tr. 49.

[377] Lê Trọng Nghĩa, "Cuộc Tiếp Xúc Đầu Tiên Giữa Việt Minh với Bộ Tổng Tư Lệnh Nhật ở Hà Nội". trong *Tạp Chí Xưa và Nay,* Số 410, tháng 8, 2012, tr. 8 và kế tiếp.

[378] - như trên -

[379] Chữ Vua Tự Đức dùng khi ông chuẩn y cho các nhà soạn thảo Bộ *Khâm Định Việt Sử Thông Giám Cương Mục* chua phụ sau các việc đời Vua Hùng các chuyện về Kinh Dương Vương và Lạc Long Quân. Xin xem Dụ Chỉ II, ngày 12 tháng 7 năm Tự Đức thứ 9 (12-8-1856), trong Quốc Sử Quán Triều Nguyễn, Trung Tâm Khoa Học Xã Hội và Nhân Văn Quốc Gia, Viện Sử Học, *Khâm Định Việt Sử Thông Giám Cương Mục,* Tập I. Hà Nội: Nhà Xuất Bản Giáo Dục, 1998, tr. 30.

[380] Đỗ Sâm, "Vai Trò Quần Chúng Trong Cuộc Biểu Tình Ngày 17/8/1945 Tại Hà Nội", trong *Xưa Nay, Số 412 (9 – 2012), Tháng 9 năm 2012, tr.4.* Nguyên bản được ghi như sau:

Chương Trình

Trước 15 giờ. Các giới tề tựu ở hội quán riêng của từng giới, xếp hàng năm đi đến Nhà hát lớn

18 giờ, Các giới tựu về trước Nhà hát lớn.

18 giờ 30 phút. Khởi chuông trống, cử nhạc bài Quốc ca. Chào cờ. Toàn thể quốc dân hát bài *Tiếng gọi thanh niên.* Một thanh niên đọc lời hô hào đồng bào. Toàn thể quốc dân hưởng ứng bằng cách hô bốn khẩu hiệu:

- Quốc dân đoàn kết.
- Quốc dân chiến đấu.
- Quốc dân hy sinh.
- Việt Nam độc lập.

19 giờ. Một thanh niên đọc lời nguyện cho toàn thể quốc dân thề trước cờ tổ quốc "đồng tâm hy sinh chiến đấu cùng giữ nền độc lập cho non sông đất Việt". Toàn thể quốc dân nắm tay phải giơ lên trời đồng thanh hô "xin thề".

19 giờ 10 phút. Nổi trống và tù và. Cử những hành khúc. Bắt đầu diễu. Tay cầm tay, đi hàng năm qua các phố Tràng Tiền, ra Khâm sai phủ, về qua trước kho bạc ra trước toà Thị sảnh, Bờ Hồ, Hàng Đào, Hàng Ngang, Hàng Giấy, Quan Thánh, phủ Toàn Quyền, đường Cột Cờ, Cửa Nam, Tràng Thi về thẳng Nhà hát lớn.

Làm lễ hạ cờ xong, hô khẩu hiệu và giải tán.

[381] Nguyễn Xuân Chữ, *Hồi Ký, đã dẫn*, tr. 281.

[382] Nguyễn Tường Bách, "Tuần Lễ Chính Trị", trong *Ngày Nay,* Số 15 - Kỳ Nguyên Mới, Ngày 11-8-1945, Đặc Biệt Về Tự Do Cá Nhân, tr. 5.

[383] Đoàn Thêm, *Những Ngày Chưa Quên,* đã dẫn, tr. 42.

[384] Về các chi tiết liên quan tới các sự kiện và các việc làm của Chính Phủ Trần Trọng Kim trong những ngày cuối này, xin xem thêm Đoàn Thêm, *Hai Mươi Năm Qua Việc Từng Ngày,* đã dẫn, và Chính Đạo, *Việt Nam Niên Biểu, 1939-1975, (Tập A: 1939-1946)* theo những ngày tháng liên hệ.

[385] Vũ Bằng, "Hà Nội Có Gì Lạ: Ông Tổng Trưởng Nội Các Trần Trọng Kim Tiếp Các Báo Tại Phủ Khâm Sai" . trong *Trung Bắc Tân Văn*, số 255, ngày 29 Tháng Bảy 1945

[386] Trần Thanh Hiệp, *Việt Nam Trên Đường Đi Tới Tương Lai Dân Chủ Hóa, Thời Đại Mới, Con Người Mới, Tư Tưởng Mới, Xã Hội Mới.* Paris: Tủ Sách Thái Bình Dương, 2012, tr.16.

[387] Nguyễn Xuân Chữ, *Hồi Ký, đã dẫn, tr. 288-289.*

[388] Nguyễn Xuân Chữ, *Hồi Ký,* tr. 282.

[389] Nguyễn Kỳ Nam, *Hồi Ký,* đã dẫn, *tr. 33;* Nguyễn Long Thành Nam, *Phật Giáo Hòa Hảo Trong Dòng Lịch sử Dân Tộc,* đã dẫn, tr. 344.

[390] Hoàng Cơ Thụy, *Việt Sử Khảo Luận, Cuốn 4, Từ Đế Quốc Việt Nam đến Trận Điện Biên Phủ.* Paris; Nam Á (Sudasie), 2002, tr. 1956.

[391] Nguyễn Long Thành Nam, *Phật Giáo Hòa Hảo*, tr. 308-309.

[392] - nt - , tr. 343.

[393] Nguyễn Kỳ Nam, *Hồi Ký,* đã dẫn, tr. 49-50.

[394] - như trên, tr. 78.

[395] - như trên -, cùng trang.

[396] - như trên -, tr. 50-52.

[397] Nguyễn Long Thành Nam, *Phật Giáo Hòa hảo, tr. 346-347.*

[398] Nguyễn Trọng Xuất, "Một Quyết Định Mang Tính Lịch Sử", trong *Trần Văn Giàu, Dấu Ấn Lịch Sử.* T.P. Hồ Chí Minh: Nhà Xuất Bản Trẻ, 2012, tr. 172-175.

[399] Phan Văn Hoàng, "Cùng Nhau Xông Pha Lên Đàng", trong *Trần Văn Giàu, Dấu Ấn Lịch Sử,* tr. 147- 176.

[400] Nguyễn Kỳ Nam, *Hồi Ký, đã dẫn,* tr. 27-28.

[401] Nguyễn Trọng Xuất, "Tự Vạch Lấy Con Đường Mà Đi", trong *Trần Văn Giàu Dấu Ấn Lịch Sử*, đã dẫn, 146.

[402] Nguyễn Văn Trấn, *Viết Cho Mẹ Và Quốc Hội.* California, USA: Văn Nghệ Xuất Bản, 1995, tr. 122 - 124.

[403] Trong sách in là callabo và chú thích là "cộng tác"

[404] Nguyễn Văn Trấn, như trên, tr. 125.

[405] -như trên-, tr. 117-118.

[406] "Tuyên Chiếu", trong *Tri Tân Tạp Chí,* Số 1993, Thứ năm, 25 tháng Sáu 1945, tr. 382.

[407] Nguyễn Kỳ Nam, *Hồi Ký, tr. 71.*

[408] Nguyễn Kỳ Nam, Hồi Ký, tr. 43-47.

[409] Tonnesson, Stein, *The Vietnamese Revolution of 1945, Roosevelt, Ho Chi Minh and de Gaulle in a World at War.* London: SAGE Publications, 1991.

[410] - như trên -, tr. 2.

[411] - như trên -, tr. 288

[412] Vũ Ngự Chiêu, *The Other Side of the Vietnamese Revolution...,* đã dẫn, tr. 110.

[413] Việt Nam Tiểu Học Tùng Thư, *Lecture (Cours Préparatoire), Quốc Văn Giáo Khoa Thư Lớp Dự Bị.* Hà Nội: Rectorat de l'Université Indochine, 1948. Los Alamitos, California: Nhà Xuất Bản Xuân Thu, tái bản ở Hoa Kỳ, không đề năm, Bài số 38, "Tối ở nhà", tr. 179.

[414] Phạm Khắc Hoè, Từ *triều Đình Huế đến chiến Khu Việt Bắc,* đã dẫn, tr. 82-83, 94. Nên để ý là, theo Tổng Lý Phạm Khắc Hoè, tất cả "các đồ vật quý giá nhất là các đồ vật bằng vàng bạc, ngọc ngà, châu báu có tính cách lịch sử của các đời vua nhà Nguyễn , cất trong một cái hầm lớn dưới mái sau của điện Cần Chánh. Hàng năm, ngày 20 tháng Chạp âm lịch, triều đình tiến hành lễ Phất thức mở hầm lấy tất cả các thứ ra để kiểm điểm và quét bụi bặm, lau chùi thật sạch rồi lại cất vào hầm khóa lại. Chỉ các quan từ nhị phẩm trở lên mới được dự lễ này và phải tự tay mình làm lấy mọi việc: đưa ra, cất vào, quét dọn, lau chùi v.v..." Câu hỏi được đặt ra là phải chăng vì "cái hầm lớn dưới mái sau của điện Cần Chánh" này mà điện Cần Chánh đã bị thiêu hủy khi Chiến Tranh Việt Pháp bùng nổ, còn Điện Thái Hoà thì còn nguyên vẹn?

[415] Trần Trọng Kim, *Một Cơn Gió Bụi,* đã dẫn, tr. 98.

[416] Trần Ngươn Phiêu, *Gió Mùa Đông Bắc.* Amarillo, Texas: Hải Mã, 2008, tr. 115.

[417] Trích thơ Ôn Như Hầu Nguyễn Gia Thiều (1741-1798), *Cung Oán Ngâm Khúc.* Xem: *Nguyễn Gia Thiều, Complaints of An Odalisque, Cung Oán Ngâm Khúc, with English Translation and Commentary by Nguyễn* Ngọc Bích, Illustrations by Mai Lân. Arlington, Virginia, 2006.

Tuồng huyễn hóa đã bày ra đấy,
Kiếp phù sinh trông thấy mà đau
Trăm năm còn có gì đâu?
Chẳng qua một nấm cỏ khâu xanh rì!

PHẦN THỨ HAI

Hậu Đế Quốc Việt Nam và Sự Trở Về với Tổ Quốc Việt Nam Của Xứ Nam Kỳ

CHƯƠNG 11

Hai Ông Hoàng Xuân Hãn và Phan Anh đã nói gì về Bảo Đại, Trần Trọng Kim và chính phủ của hai nhân vật này?

Trích *Dòng Sử Việt,* Số Ra Mắt, Năm Thứ Nhất
Tháng 9 – 11 Năm 2006

Khi viết bài Cách Mạng hay Cướp Chính Quyền để phổ biến trước ngày 2/9/2005, người viết nhất thời đã không sử dụng hết những tài liệu căn bản lẽ ra cần phải sử dụng, trong đó có những bài phỏng vấn hai nhân chứng vô cùng quan trọng đã trực tiếp liên hệ tới hai biến cố này. Đó là các ông Hoàng Xuân Hãn, Bộ Trưởng Giáo Dục và Phan Anh, Bộ Trưởng Thanh Niên trong Chính Phủ Trần Trọng Kim. Những tài liệu này đều có mặt trong tủ sách riêng của người viết. Bài thứ nhất do nhà văn Thụy Khuê thực hiện với nhan đề "Hoàng Xuân Hãn, Chứng Nhân Lịch Sử", bài thứ hai là bài phỏng vấn Phan Anh, do nhà sử học Na Uy Stein Tonnesson thực hiện. Bài thứ hai được in trong *Hồi Ký* của Vũ Đình Hòe do Nhà Xuất Bản Văn Hóa xuất bản năm 1994. [1] Cả hai đều được in trong *Nói Chuyện với Hoàng Xuân Hãn và Tạ Trọng Hiệp* của Thụy Khuê. [2] Bài thứ ba là bài "Tưởng nhớ Phan Anh" của chính Hoàng Xuân Hãn viết đăng trong *Tạp Chí Hồng Lĩnh*, số 6 năm 1963 và được in lại trong *La Sơn Yên Hồ* Hoàng Xuân Hãn (1908-1996) do Hữu Ngọc - Nguyễn Đức Hiền biên soạn. [3] Hoàng Xuân Hãn đã được nói tới nhiều trong bài người viết đã viết trước đây. Còn Phan Anh là một trí thức, một luật sư có tài hùng biện, một người rất chú trọng tới hoạt động thanh niên, rất nổi tiếng đương thời và rất được nhiều người, kể cả Hoàng Đế Bảo Đại, quí trọng, nguyên là Bộ Trưởng Thanh Niên trong Chính Phủ Trần Trọng Kim, sau là Bộ Trưởng Quốc Phòng, rồi Bộ Trưởng Kinh Tế trong Chính Phủ Liên Hiệp của Hồ Chí Minh. Cả hai đều nói rất tốt về Bảo Đại và Trần Trọng Kim và Chính Phủ mà cả hai đều tham dự với tư cách bộ trưởng, đồng thời phủ nhận tính cách bù nhìn của chính phủ này. Những chi tiết này, tôi nghĩ cần được các nhà nghiên cứu, nói riêng và bất ai lưu tâm tới giai đoạn lịch sử 1945 - 1946 và luôn của giai đoạn sau này cần lưu ý và tìm hiểu thêm. Lý do là đằng sau các biến cố là những nhân vật đã tạo nên hay có liên hệ tới biến cố ấy, lịch sử cuối cùng vẫn là lịch sử của con người. Không hiểu về con người, người ta sẽ dễ dàng đánh giá sai các nhân vật và từ đó hiểu sai các biến cố. Có điều khi sử dụng bài Thụy Khuê phỏng vấn Hoàng Xuân Hãn, người tìm hiểu nên dùng bài in trong sách của nhà văn nữ này xuất bản ở Hoa Kỳ thay vì dùng *La Sơn Yên Hồ Hoàng Xuân Hãn (1906 - 1996)*, xuất bản ở Hà Nội trước đó. Lý do là vì nhiều đoạn không có lợi nếu không nói là có hại cho Đảng Cộng Sản hiện đang cầm quyền đã bị loại bỏ. Có những từ ngữ đã bị sửa hay được thêm vô, thay vì để đúng như ghi trong băng thâu theo lời Hoàng Xuân Hãn. Đây là một thí dụ liên hệ tới việc sử dụng tài liệu xuất xứ từ một chế độ cộng sản mà các nhân chứng khi viết hồi ký đã trở thành nạn nhân mà không cải chính được. Cũng cần phải để ý là trong thời gian được gọi là cách mạng này, người Cộng Sản đã triệt để sử dụng đường lối tuyên truyền kèm theo với bạo lực để đạt mục tiêu. Từ ngữ võ trang tuyên truyền đã nói lên sự hiện diện của bạo lực này. Sau đó, khi chính phủ lâm thời Hồ Chí Minh được thành lập, người ta thấy có bộ tuyên truyền với Trần Huy Liệu làm bộ trưởng mà Trần Huy Liệu thì là người đã ngụy tạo ra anh hùng Lê Văn Tám theo như tiết lộ của một giáo sư sử học nổi tiếng và uy tín nhất trong giới sử học ở trong nước hiện tại. Cũng chính Trần Huy Liệu sau này đã trở thành Viện Trưởng Viện Sử Học Hà Nội và là giáo sư sử học.

Trước hết là về con người của Bảo Đại. Ai cũng biết là ông này đã được cho sang Pháp du học. Bình thường người ta vẫn nghĩ rằng một hoàng tử, sau này bị coi là nhu nhược, ham ăn chơi, vô trách nhiệm, thì học hành chỉ là để lấy lệ như con các nhà giầu. Nhưng Hoàng Xuân Hãn lúc đó vì cũng du học ở Pháp và ở gần nhà Bảo Đại nên thỉnh thoảng được mời lên chơi, gặp để khuyến khích Bảo Đại học lúc ấy. "Tôi còn nhớ, nhiều khi lên ông ấy hỏi một bài toán gì đấy. Tôi giúp ông ấy như thế. Ông ấy rất dễ thương, lúc ấy là một người con giai còn trẻ đẹp, học hành cũng không phải là dốt đâu; qua những câu hỏi tôi biết rằng là người có học cả", Hoàng Xuân Hãn ghi lại. [4] Điều nên để ý là Hoàng Xuân Hãn giúp Bảo Đại về toán, còn Bảo Đại sau này học về chính trị học để về nước làm vua. Đó là thời đi học. Đến thời Bảo Đại làm vua, Hoàng Xuân Hãn lại có dịp gặp Bảo Đại hai lần nữa trước khi được tiếp xúc và tham gia chính phủ Trần Trọng Kim. Lần đầu vào năm 1934, tức hai năm sau khi Bảo Đại chính thức lên ngôi và thực hiện một số cải cách nhưng bị người Pháp ngăn cản và bị thất bại để đưa quà của Ông Charles cho Bảo Đại. Lần thứ hai vào khoảng năm 1942, 43 để tặng sách, cuốn *Danh Từ Khoa Học*. Hoàng Xuân Hãn kể lại:

> Lần thứ nhất Ông tiếp tôi. Ông ấy ngồi ì không nói một tiếng nào, hay cứ nói tiếng một như thế. Sau rốt tôi nói với ông: "Tôi ở Pháp về, chưa chắc đã ở lại được đâu". Ông hỏi tại sao, tôi cũng nói: "Bên này, chính người Pháp nói với tôi: Về đây ông bị đè nén, không có thể làm việc được. Nhưng mà người thanh niên Việt Nam, nhiều người nhìn vào ngài, về cải cách này, cải

cách kia, thì phải làm cái gì, chứ mà ai cũng để ý tới tới, nhất là thanh niên Việt Nam". Ông ấy chỉ giả nhời tôi một câu, lúc ấy ông chỉ nói: "Làm thì làm với ai? Làm với ai? Tôi cũng nói qua là hiện bây giờ họ có đưa ông Phạm Quỳnh, ông Ngô Đình Diệm về đấy". Ông ấy cũng cười. Ông cười. Ông ấy lắc đầu, rồi thôi. Ông không nói câu nào nữa cả. Lần thứ hai, thấy bộ ông ấy buồn lắm. Trông ông ấy buồn lắm và ông ấy không dám nói một cái gì hết cả. Mà hồi ấy, người Nhật đã ở đấy nhiều rồi đấy. Ông ấy chỉ cám ơn, thế thôi. [5]

Im lặng, không nói gì, buồn lắm, Làm thì làm với ai? Làm với ai? Đây là tâm sự của một vị vua muốn làm nhưng không ai là người cộng sự và cộng sự tốt, luôn luôn bị bao vây bởi người Pháp, sau thêm người Nhật và phải đề phòng những kẻ gần gũi với mình. Người viết bài này không hiểu Bảo Đại có dịp đọc Lão Tử hay không, nhưng thái độ này là một cách sinh tồn tốt nhất. Nó phù hợp với câu nói của Trần Trọng Kim về vị vua này với Hoàng Xuân Hãn và được Hoàng Xuân Hãn kể lại: "Cái thằng Bảo Đại nó ngốc lắm, gặp nó làm gì?" và Hoàng Xuân Hãn trả lời: "Mình nghe tiếng thì thế, mà sự thực chưa chắc đã thế đâu. Cụ có thì giờ thì cụ cứ gặp đi, rồi cụ hãy nói sau." Kết quả của cuộc gặp mặt là khi ra Trần Trọng Kim đã nói với Hoàng Xuân Hãn rằng: "Lạ lắm! Tôi vào gặp ông Bảo Đại, nghĩa là ông ấy biết hết cả các chuyện chứ không phải ngốc như người ta nói." [6] Còn chính Trần Trọng Kim thì viết rằng:

Từ trước tôi không biết vua Bảo-Đại là người như thế nào. Vì trong thời bảo hộ của nước Pháp, hình như ngài chán nản không làm gì cả, chỉ săn bắn và tập thể thao. Hôm mùng bảy tháng tư tôi vào yết kiến thấy có vẻ trang nghiêm và nói những điều rất đứng đắn. [7]

Những điều đứng đắn đó là gì? Ta không được rõ nhưng Trần Trọng Kim nhắc tới câu nhận định của Nhà Vua về nhu cầu lập chính phủ độc lập nhằm thuyết phục học giả này sau đây:

> Trước kia người mình chưa độc lập. Nay có cơ hội, tuy chưa phải độc lập hẳn, nhưng mình cũng phải tỏ ra có đủ tư cách để độc lập. Nếu không có chính phủ thì người Nhật bảo mình bất lực, tất họ lập cách cai trị theo thể lệ nhà binh rất hại cho nước ta. Vậy ông nên vì nghĩa vụ lập thành một chính phủ để lo việc nước. [8]

Nhận định này của Bảo Đại phản ảnh rõ rệt quan điểm của ông và việc ông làm để đối phó với tình hình lúc bấy giờ. Nó là quan điểm của đa số những trí thức nổi tiếng đương thời trong đó có Phan Anh mà ta sẽ xét tới trong phần sau.

Để hiểu đầy đủ nhận xét này, ta cần nhớ là Trần Trọng Kim mới ở Tân Gia Ba về và chắc chắn biết rõ những gì đang xảy ra trên thế giới vào thời điểm này. Cũng vậy với sự kiện Bảo Đại gửi thư cho các vị lãnh đạo của Anh, của Mỹ và của Pháp. Câu hỏi được đặt ra là làm sao Bảo Đại ở trong cung mà lại có thể biết hết các chuyện như vậy được? Tất nhiên đó là do ông đọc các sách báo và nghe tin tức qua các đài phát thanh quốc tế, ngoài các việc chơi thể thao và săn bắn nhưng không tiện nói ra. Ngoài ra, một giả thuyết đương nhiên phải được đặt ra. Đó là qua người Nhật. Người viết sẽ trở lại vấn đề này trong một bài khác.

Bây giờ ta xét tới trường hợp Phan Anh. Vị Bộ Trưởng Bộ Thanh Niên trong chính phủ Trần Trọng Kim và sau là Bộ Trưởng Bộ Quốc Phòng rồi Kinh Tế trong chính phủ Liên Hiệp của Hồ Chí Minh này, xuất thân là một luật sư hành nghề ở Hà Nội và là một trong những trí thức chủ trương nguyệt san *Thanh Nghị*, thường được gọi là Nhóm Thanh Nghị. Trong cuộc phỏng vấn dành cho sử gia Na Uy Stein Tonnesson, để đáp lại câu hỏi các ông nghĩ thế nào mà lại nhận lời mời của Bảo Đại, Phan Anh cho biết có hai mục tiêu. Thứ nhất là để đuổi người Pháp vẫn còn được người Nhật giữ trong bộ máy hành chánh thời đó ra khỏi bộ máy này và thứ hai tạm thời làm việc với người Nhật nhưng giữ trung lập, không là đồng tác giả (co-auteurs), không là kẻ hợp tác. Đây là nguyên văn câu trả lời của ông:

> Lúc ấy, những công chức người Pháp vẫn tiếp tục làm việc. Nhưng họ có mưu mô. Ngoan ngoãn cúi đầu trước Nhật. Thâm ý là chờ đợi xem thế nào? Chờ đợi một cách tích cực. Cụ thể là: Chịu sự sai bảo của ông chủ mới để được ngồi lỳ trong bộ máy hành chánh. Trong phủ Toàn quyền, trong phủ Thống sứ: toàn là người Pháp. Họ đã mất con bài chính trị, thì phải giữ con bài hành chính. Để làm gì? Thế đấy! Hai khả năng: Hoặc Nhật sẽ bại trận, thì người Pháp cần giữ bộ máy hành chính để rồi đặt lại nền thống trị; hoặc trái lại người Nhật còn ở lại, thì ổn rồi người Pháp cứ tiếp tục, với sự giúp đỡ của Chính quốc, tiếp tục nắm một mảnh nhỏ quyền hành. Trong hai khả năng ấy thì khả năng thứ nhất hiện thực hơn. Chắc chắn Nhật chóng hay chầy sẽ đầu hàng.

Giữ chặt các chức vụ hành chánh để còn có vai trò trong tương lai. Bên cạnh trận địa hành chánh, lại còn trận địa kín nữa chứ.

Tôi với tư cách người yêu nước, tôi đã quan sát tình hình ấy. Chúng tôi không muốn bị cả người Pháp lẫn người Nhật đánh lừa mình. Nhóm trí thức chúng tôi không phải một đảng mà là một nhóm, chúng tôi nghĩ rằng nhiệm vụ cấp bách là phải đuổi bọn Pháp ra khỏi bộ máy hành chính. Chúng tôi huy động sinh viên, thanh niên công chức làm việc đó.

Khẩu hiệu thứ hai của chúng tôi là tạm thời ngồi làm việc với người Nhật, nhưng không là đồng tác giả (co-auteurs), không phải là kẻ hợp tác với họ; phải giữ thế trung lập. [9]

Đối chiếu nhận định này với nhận định của Bảo Đại trong cuộc trao đổi giữa nhà vua và Trần Trọng Kim và với bản Tuyên Ngôn Độc Lập ngày 11 tháng 3 năm 1945 của vị Hoàng Đế thiếu may mắn và có thể nói là bất hạnh này, người ta thấy có nhiều điểm giống nhau, cũng như những nỗ lực thu hồi các cơ sở hành chính lại cho chính phủ Nam Triều.

Về bản chất của chính phủ Trần Trọng Kim, khi được hỏi là chính phủ này có phải là chính phủ bù nhìn không? Phan Anh đã khẳng định:

Lấy tư cách là thành viên của chính phủ Trần Trọng Kim, tôi nói với ông rằng chúng tôi tuyệt đối không có ảo vọng gì về người Nhật. Tình thế đã dứt khoát rồi. Phải là kẻ điên mới đi hợp tác với Nhật. Có những người điên, nhưng chúng tôi là trí thức, chúng tôi tham gia chính phủ là để phụng sự. Chính với chính sách ấy mà chúng tôi đã thành lập chính phủ với khẩu hiệu như vừa nói là: Đuổi cổ bọn Pháp và nắm lấy độc lập. [10]

Với nhận định này và để giữ thế trung lập, trong chính phủ Trần Trọng Kim đã không có bộ quốc phòng. Phan Anh giải thích:

> *Trong chính phủ Trần Trọng Kim có một bộ mà chúng tôi phải suy nghĩ nhiều: Bộ quốc phòng hay bộ quân lực hoặc bộ chiến tranh. Chính vì muốn giữ thế trung lập mà chúng tôi đã quyết định không có Bộ Quốc phòng. Người Nhật muốn có bộ ấy để lôi chúng tôi đi với họ. Thay bộ ấy, chúng tôi lập bộ Thanh niên.* [11]

Cần để ý là trong suốt cuộc phỏng vấn, Phan Anh luôn luôn dùng nhân xưng đại danh từ chúng tôi và để chỉ mình ông dùng tiếng tôi. Cách thức làm việc, quan niệm và tư cách của Phan Anh được biểu lộ qua chi tiết này. Phan Anh đã không đặt cái tôi lên trên tập thể trí thức mà ông chỉ là một.

Về những ngày cuối của chính phủ Trần Trọng Kim và những nỗ lực của chính phủ này cũng như của Hoàng Đế Bảo Đại, Phan Anh đã nhận định và kể lại:

> *Chính phủ Trần Trọng Kim với tất cả bộ trưởng cùng theo đuổi một mục đích như tôi; đã tự vạch ra đường lối chung cho mình mà tôi vừa phác lại để ông thấy rõ. Chính phủ ấy khi ra đời đã tự coi như một mắt xích lâm thời, tôi có thể nói hẳn ra là, theo tôi nhận định, như một công cụ phục vụ cho sự nghiệp giành độc lập. Chúng tôi đã tự coi không phải là những người lãnh đạo phong trào, lãnh đạo đất nước, mà là những công cụ, những tay chân của công cuộc đấu tranh dân tộc. Và do đó sự chuyển tiếp từ Chính phủ Trần Trọng Kim đến nền*

Cộng hòa trong Cách mạng tháng Tám diễn ra một cách tự nhiên suông sẻ nữa cơ. Tôi có thể nói với ông rằng với tư cách bộ trưởng, chúng tôi trăm phần trăm ủng hộ Chủ tịch Hồ Chí Minh. Tất cả, kể cả Thủ tướng Trần Trọng Kim. Đã có sự nhất trí toàn vẹn, sâu sắc về sự chuyển tiếp ấy. Đấy tôi khẳng định như vậy đấy. Nhưng cũng phải có chứng cớ. Đây chứng cớ: Ngay ngày hôm sau mà chính phủ Nhật tuyên bố đầu hàng thì Chính phủ Trần Trọng Kim đệ đơn từ chức lên nhà Vua và thông báo tin ấy cho tất cả các tỉnh, đồng thời nói ý định của mình nói ***sẵn sàng giao quyền cho quốc dân*** *(người viết bài này đánh máy đậm). Cụ thể hơn nữa, Chính phủ gửi thông điệp cho các nhân vật ghi trong thông điệp cho các nhân vật đại diện cho tất cả các giới và các địa phương, mời đi Huế để nghiên cứu vấn đề thành lập một chính phủ mới. Trong số các nhân vật ghi trong thông điệp, tôi nhớ có hai vị mà ai cũng biết thuộc tổ chức Việt Minh. Đó là hai bạn tôi, anh Bùi Công Trừng một nhà cách mạng và cộng sản trứ danh và anh Lê Văn Hiến, sau này trở thành Bộ trưởng tài chính. Hai nhân vật thuộc miền Nam. Lẽ dĩ nhiên thông điệp trên đã không có thể chấp hành được,* ***bởi vì Việt Minh chủ trương khác. Phong trào do Chủ tịch Hồ Chí Minh lãnh đạo đã khởi động*** *(người viết bài này đánh chữ đậm).* [12]

Nhưng ít nhất Phan Anh cũng là một trong những người mang thông điệp này ra Bắc và nửa đường thì ông đã bị Việt Minh bắt, theo báo cáo của những người bắt ông, như là một đại Việt gian.

Trên đây là một số chi tiết liên hệ tới một biến cố vô cùng lớn lao và vô cùng quan trọng. Biến cố này đã làm thay đổi hoàn toàn sự diễn tiến của lịch sử dân tộc Việt Nam về đủ mọi phương diện. Đường lối được gọi là cách mạng hiểu theo nghĩa đơn giản ban đầu bởi người dân bình thường và ngay cả những trí thức yêu nước và luôn cả Bảo Đại khi ông thoái vị, đã không được giữ như mọi người mong muốn. Mặt Trận Việt Minh ngay từ đầu đã chủ trương cướp chính quyền để thực hiện cách mạng theo đường lối riêng của họ. Họ có chủ trương khác, theo Phan Anh. Đó không phải là chủ trương và đường lối của Hoàng Đế Bảo Đại khi còn ở ngôi cũng như của đa số các trí thức và những người trẻ đương thời, điển hình là những người tham gia Chính phủ Trần Trọng Kim, những người không phải chỉ là su thời mà có những cái nhìn rất rõ rệt và thực tế về tình hình Việt Nam ở thời điểm đương thời, đã suy nghĩ và hành động nhất trí từ đầu cho đến chót, đã thực hiện được những thành quả vô cùng quan trọng trong phạm vi nội trị và luôn cả đã giữ cho người Việt và nhất là giới thanh niên đứng ngoài cuộc chiến đã đến ngày tàn của người Nhật, khỏi phải chết oan uổng và mang tiếng là theo phe bại trận. Đây không phải là một việc làm đơn giản và dễ dàng. Những cố gắng của Trần Trọng Kim, Phan Anh, nói riêng và cả chính phủ đương thời, đứng sau là Hoàng Đế Bảo Đại, phải được ghi nhận, khi người ta nói tới những thành quả họ đạt được trong một thời gian ngắn ngủi kỷ lục mà họ lãnh trách nhiệm lèo lái đất nước vào thời điểm vô cùng khó khăn tế nhị đó. Sự tế nhị này có thể được thấy rõ một phần nào nếu người ta để ý tới cuộc tiếp kiến Tsuchihashi Yuichi của Bảo Đại vào cuối tháng 5 năm 1945, khi viên tướng Tổng Tư Lệnh quân đội Nhật ghé qua Huế, ở hoàng cung và yêu cầu nhà vua hạ lệnh động viên, coi như một hành động biểu lộ sự hỗ trợ cho Thiên Hoàng với chủ trương Đại Đông Á cùng cách trả lời vừa khéo léo vừa khẳng định quyền tự do nhận định về quyền lợi của đất nước và dân tộc mình. [13]

Chú Thích

[1]. tr. 443-445; tái bản bổ sung năm 2000, NXB Văn Học, Hà Nội, đổi tên là Hôi Ký Thanh Nghị, bài này bị bỏ (chú thích của Thụy Khuê).

[2]. California: Văn Nghệ, 2002, tr. 125 -169 và 171 - 182.

[3]. Hà Nội: Nhà Xuất Bản Giáo Dục, 1998, tr. 370-.378.

[4]. Thụy Khuê, tr. 126.

[5]. -nt- , tr. 128.

[6]. -nt-, tr. 133.

[7]. Một Cơn Gió Bụi, đã dẫn, tr. 49.

[8]. -nt-,tr. 51.

[9]. Thụy Khuê, tr. tr. 173 - 174.

[10]. Thụy Khuê, tr. 174.

[11]. -nt-, tr. 174 - 175.

[12]. -nt- , tr. 180 - 181.

[13] S.M. Bao Dai, *Le Dragon d' Annam.* Paris: Plon, tr. 108-109; Bảo Đại, *Con Rồng Việt Nam, hồi Ký Chánh Trị 1913-1987.* Los Alamitos, CA: Nguyễn Phước Tộc Xuất Bản, Xuân Thu Phát Hành, 1990, tr. 169-170.

CHƯƠNG 12

HAI BẢN TUYÊN NGÔN ĐỘC LẬP

Trong lịch sử tranh đấu giành độc lập của dân tộc Việt Nam trong thế kỷ hai mươi, hai lần nước ta đã được các nhà cầm quyền đương thời chính thức tuyên bố độc lập. Lần thứ nhất vào ngày 11 tháng 3 năm 1945 bởi Hoàng Đế Bảo Đại và lần thứ hai vào ngày 2 tháng 9 năm 1945 bởi Chủ Tịch Chính Phủ Lâm Thời Việt Nam Dân Chủ Cộng Hòa Hồ Chí Minh. Hai lần cả thảy, nhưng đa số người Việt chỉ biết hay chỉ được học có một lần. Họ chỉ biết hay chỉ được học bản tuyên ngôn của Chủ Tịch Hồ Chí Minh ngày 2 tháng 9 mà không biết hay không được học bản tuyên ngôn của Vua Bảo Đại ngày 11 tháng 3 trước đó. Lịch sử do đó chỉ được biết có một nửa, thay vì toàn vẹn. Bài này nhằm bổ khuyết cho tình trạng thiếu sót đó, đồng thời phân tích nội dung và ý nghĩa của từng bản.

TUYÊN NGÔN CỦA HOÀNG ĐẾ BẢO ĐẠI

Hoàn cảnh được công bố

Bản *Tuyên Ngôn Độc Lập* của Hoàng Đế Bảo Đại được công bố ngày 11 tháng 3 năm 1945, hai ngày sau khi Nhật đảo chính Pháp ở Đông Dương và sau một thời gian dài hơn bốn năm, từ cuối tháng 9 năm 1940, sau khi quân Nhật vào phần đất này của Đông Nam Á, gần năm tháng trước khi Nhật Bản đầu hàng và Thế Chiến Thứ Hai kết thúc. Trong thời gian này Việt Nam bị sống dưới sự cai trị của cả người Pháp, từ sau khi Hòa Ước 1884 được ký kết, lẫn người Nhật, từ ngày 22 tháng 9 năm 1940, với một hậu quả khủng khiếp là Trận Đói Tháng Ba Năm Ất Dậu. Hoàn cảnh này đã làm cho không chỉ riêng những người Cộng Sản, vốn chủ trương đánh đổ chế độ quân chủ để "cướp chính quyền" (chữ của chính người Cộng Sản) để từ đó thực thi cách mạng vô sản mà luôn cả những người không những không có cảm tình với chế độ quân chủ đương thời mà còn chủ trương lật đổ chế độ này để thay thế bằng một chế độ dân chủ, không nhìn nhận giá trị đích thực của bản tuyên ngôn này. Lý do là vì Bảo Đại luôn luôn bị coi như một ông vua bù nhìn, trước kia trong tay người Pháp và lúc đó trong tay người Nhật. Theo họ trước kia người Pháp bảo sao, ông làm vậy và sau đảo chính 9 tháng 3 năm 1945, người Nhật bảo ông tuyên bố độc lập thì ông tuyên bố độc lập, thế thôi. Người ta hiểu hay được học đơn giản như vậy. Nền độc lập mà Bảo Đại tuyên bố theo họ chỉ là do người Nhật ban cho và bản tuyên ngôn của ông chẳng có một giá trị gì trong lịch sử đấu tranh giành độc lập của người Việt. Thực chất của nó chỉ là *"sự tuyên bố công khai việc thay thầy đổi chủ của triều đình Bảo Đại"*[1], không hơn, không kém. Sự thực không đơn giản như vậy. Người Nhật có lý do làm đảo chính lật đổ người Pháp và Bảo Đại có lý do phải chấp nhận yêu cầu của người Nhật tuyên bố Việt Nam độc lập. Lý do của Bảo Đại đã được ông giải thích khi tiếp kiến Trần Trọng Kim và cố gắng thuyết phục ông này chấp nhận làm thủ tướng đầu tiên của chính phủ Nam Triều độc lập. Nguyên văn câu nói của Bảo Đại được Trần Trọng Kim kể lại như sau:

> -*"Trước kia nước Pháp giữ quyền bảo hộ nước ta, nay đã không giữ được nước cho ta, để quân Nhật đánh đổ, vậy những điều trong hiệp ước năm 1884 không có hiệu quả nữa, nên Bộ thượng thư đã tuyên hủy hiệp ước ấy. Trẫm phải đứng vai chủ trương việc nước và lập chính phủ để đối phó mọi việc."* [2]

Người ta cần phải nhớ là hơn mười năm trước đó, sau khi du học từ Pháp về tới Huế được hai ngày, ngày tháng 10 tháng 9 năm 1932, Bảo Đại đã ra Dụ số 1 tuyên bố chấp chính và khẳng định chế độ quân chủ của Nam Triều hủy bỏ Quy Ước 6 tháng 11 năm 1925 do Hội Đồng Phụ Chính, đứng đầu là Tôn Thất Hân, ký với Toàn Quyền Đông Dương thời ông còn nhỏ tuổi và đang du học bên Pháp. Quy ước này tước bỏ hầu hết các quyền hành còn lại của nhà vua trừ các quyền có tính cách nghi lễ, ân xá, sắc phong, tế lễ...kèm theo nhiều Dụ khác nhằm thực hiện những cải cách qui mô trong nền hành chánh của chính phủ Nam Triều, nhưng đã bị người Pháp ngăn cản và bị thất bại. Đảo chính 9 tháng 3 năm 1945 và lời yêu cầu tuyên bố độc lập của người Nhật dù gì đi chăng nữa cũng là điều vị hoàng đế còn trẻ tuổi này từ lâu mong đợi. Ngoài ra theo nhận định và giải thích nhằm thúc đẩy Trần Trọng Kim "chịu khó" lập chính phủ mới. Ông nói:

> *-Trước kia người mình chưa độc lập. Nay có cơ hội, tuy chưa phải độc lập hẳn, nhưng mình cũng phải tỏ ra có đủ tư cách để độc lập. Nếu không có chính phủ thì người Nhật bảo mình bất lực, tất họ lập cách cai trị theo thể lệ nhà binh rất hại cho nước ta. Vậy ông nên vì nghĩa vụ cố lập thành một chính phủ để lo việc nước.* [3]

Hai tiếng "cơ hội" Bảo Đại dùng ở đây cho ta thấy ông từ lâu mong có dịp này. Đồng thời ông cũng hiểu rằng nền độc lập mà ông tuyên cáo chưa phải độc lập hẳn. Chưa hết, tuyên bố rồi ông còn có nhu cầu phải tỏ ra có đủ tư cách để độc lập và nhất là để tránh không cho người Nhật "lập cách cai trị theo thể lệ nhà binh rất hại cho nước ta." Một sự e ngại chỉ có những người có kiến thức về lịch sử và chính trị học mới biết được. Ngoài ra những tiếng "rất có hại cho nước ta" cũng cho người ta thấy đối tượng của hành động tuyên cáo độc lập của ông không phải là ngôi vua mà là đất nước Việt Nam và dân tộc Việt Nam, đất nước của ông và thần dân của ông. Cái nhìn và quan điểm này cũng như sự hiểu biết của ông về tình hình thế giới và thế tất bại của người Nhật về sau đã được ông nói rõ trong hồi ký của ông. Riêng đối với người Nhật, ông đã không tin tưởng ở họ cũng như chiêu bài Đại Đông Á của họ. Nói cách khác Bảo Đại ở vị thế phải chấp nhận nhập cuộc dù ông hiểu rõ sự phức tạp của vấn đề. Phần khác như ông cũng nói tới trong hồi ký của ông: "Độc lập là ước mơ của tất cả mọi người Việt Nam thời đó".

Nội dung bản Tuyên Ngôn

Đây là một bản văn tương đối ngắn so với những bản văn cùng loại, nhằm ba mục tiêu chính yếu là hủy bỏ một hòa ước Triều Đình Huế trước kia đã ký với nước Pháp, tuyên bố Việt Nam độc lập, đứng vào khối Đại Đông Á trong chương trình phát triển chung, đồng thời bày tỏ sự tin tưởng vào "lòng thành" của nước Nhật với nguyên văn như sau:

> ***Cứ tình hình chung trong thiên hạ, tình thế riêng cõi Đông Á, chính phủ Việt Nam tuyên bố từ ngày này điều ước bảo hộ với nước Pháp bãi bỏ và nước Nam khôi phục quyền độc lập.***
>
> ***Nước Việt Nam sẽ gắng sức tự tiến triển cho xứng đáng một quốc gia độc lập và theo như lời tuyên ngôn chung của Đại Đông Á, đem tài lực giúp cho cuộc thịnh vượng chung.***

Vậy Chính Phủ Việt Nam một lòng tin cậy lòng thành ở Nhật Bản đế quốc, quyết chí hợp tác với nước Nhật, đem hết tài sản trong nước để cho đạt được mục đích như trên. [4]

Bản Tuyên Bố được đề ngày 11 tháng Ba năm 1945 tức ngày 27 tháng Giêng năm Bảo Đại thứ 20 được Bảo Đại ký tên với sáu thượng thư phó thự. Sáu vị thượng thư gồm có: Phạm Quỳnh, bộ Lại, Hồ Đắc Khải, bộ Hộ, Ưng Úy, bộ Lễ, Bùi Bằng Đoàn, bộ Hình, Trần Thanh Đạt, bộ Học, và Trương Như Định, bộ Công. Theo Bảo Đại đây là lần đầu tiên trong lịch sử một văn kiện được ký bởi nhà vua và tất cả các nhân vật quan trọng nhất trong triều đình. [5]

Đọc bản Tuyên Ngôn Độc Lập này của Bảo Đại, người ta cần chú ý tới những chi tiết sau đây:

Thứ nhất: Gọi là tuyên ngôn nhưng thực sự đây chỉ là một văn kiện hủy bỏ một điều ước đã được ký kết trước đó vì do tình hình biến chuyển, một trong hai phía đã không tôn trọng được những gì mình đã ký kết hay không thực thi được những gì mình đã ký kết trong một sinh hoạt quốc tế. Điều ước bị hủy bỏ ở đây là Hòa Ước Giáp Thân được ký kết giữa Triều Đình Huế và người Pháp ngày 6 tháng 6 năm 1884, đặc biệt hai điều khoản của hòa ước này là điều khoản thứ nhất, theo đó Việt Nam công nhận và chấp nhận Quyền Bảo Hộ của nước Pháp và điều khoản thứ mười lăm, theo đó nước Pháp cam kết bảo đảm sự toàn vẹn lãnh thổ của các xứ do Vua Việt Nam cai trị và bảo vệ Nhà Vua chống lại những sự xâm nhập từ bên ngoài và những cuộc nổi loạn từ bên trong. [6] Sự hủy bỏ này phải được hiểu là do người Pháp bất lực không bảo vệ được Việt Nam trước sự bành trướng của quân đội Nhật và cuối cùng là chính người Pháp đã bị người Nhật lật đổ trong cuộc Đảo Chính ngày 9 tháng 3 năm 1945. Sự hủy bỏ này cũng có tính cách đơn phương từ phía Bảo Đại với tư cách là người kế vị chính thống của Triều Đình Nhà Nguyễn căn cứ vào những gì đã xảy ra vào thời điểm này. Điểm cần được lưu ý ở đây là từ ngữ hòa ước trong văn kiện này được dùng theo số ít, trong tiếng Việt, không có chữ "các" hay "những" đi kèm và trong tiếng Pháp không có chữ "s" theo sau để biểu lộ số nhiều. Điều này có nghĩa là bản tuyên cáo này chỉ hủy bỏ hòa ước bảo hộ tức Hòa Ước Giáp Thân 1884 mà thôi thay vì hủy bỏ tất cả các hòa ước đã được ký kết trước đó. Đó là các Hòa Ước Nhâm Tuất 1862 và Hòa Ước Giáp Tuất 1874 liên hệ tới xứ Nam Kỳ theo đó xứ này đã bị nhường dứt cho người Pháp và trở thành thuộc địa của họ, không còn thuộc quyền cai trị của Vua và Triều Đình Huế nữa. Vấn đề thâu hồi xứ Nam Kỳ do đó chưa được giải quyết ngay nhưng đã trở thành mối bận tâm và một phần hành quan trọng của chính Bảo Đại ngay từ buổi nhà vua tiếp kiến Đại Sứ Nhật Yokoyama và của Chính Phủ Trần Trọng Kim trong gần suốt thời gian chính phủ này tồn tại. Xứ Nam Kỳ chỉ được người Nhật trao trả trong những ngày cuối của chính phủ này và chỉ chính thức trở về với lãnh thổ quốc gia Việt Nam ngót năm năm sau, vào giữa tháng 6 năm 1949, và do Bảo Đại với tư cách Quốc Trưởng tiếp nhận từ tay người Pháp. Đây cũng là một sự kiện ít người biết đến.

Thứ hai: *"Nước Việt Nam sẽ gắng sức tự tiến triển cho xứng đáng một quốc gia độc lập....giúp cho cuộc thịnh vượng chung."* Câu này xác định chủ trương và phương thức hoạt động nhằm thực hiện tư cách độc lập (tự phát triển như một quốc gia độc lập không phụ thuộc vào nước ngoài, mà ta phải hiểu ngầm là trong đó có cả Nhật Bản, cho xứng đáng một quốc gia độc lập) và thế đứng của Việt Nam trên trường quốc tế (tự coi mình là một phần tử của Khối Đại Đông Á, *đem tài lực giúp cho cuộc thịnh vượng chung).* Nên để tới khẩu hiệu Châu Á của Người Á do người Nhật đưa ra trong thời gian này, một khẩu hiệu hàm chứa sự độc lập của các nước Á Châu lúc đó còn là thuộc địa của các đế quốc Âu Châu. Đây cũng là một cách nói trước một cách khéo léo để ngăn chặn trước sự can thiệp vào nội tình Việt Nam của người Nhật.

Thứ ba: *"Chính phủ Việt Nam một lòng tin cậy lòng thành ở Nhật Bản đế quốc..."*. Câu này nhằm buộc chặt lời hứa của người Nhật bằng cách nhấn mạnh vào sự trung thành với những gì họ đã nói, với quan niệm trung thành như một truyền thống chung của các dân tộc Á Đông.

Thứ tư: *"quyết chí hợp tác với nước Nhật đem hết tài sản trong nước để cho đạt được mục đích như trên"*. Mục đích như trên là mục đích gì? Phải hiểu mục đích này bao gồm hai phần là *"tự tiến triển cho* *xứng đáng một quốc gia độc lập"* và *"giúp cho cuộc thịnh vượng chung"* như là một phần tử của khối Đại Đông Á chứ không phải cho Đế Quốc Nhật Bản.

Thứ năm: Vì bản tuyên ngôn của Hoàng Đế Bảo Đại được ban hành vào lúc Việt Nam *"chưa phải độc lập hẳn"* theo Vua Bảo Đại, nên có tác giả cho rằng nó *"không thể coi là có giá trị pháp lý quốc tế gì"*. [7] Nhận định này cần phải được xét lại nếu người ta nghĩ tới trường hợp của *Bản tuyên Ngôn Độc Lập* của Hoa Kỳ. Bản tuyên ngôn độc lập của Hoa Kỳ được công bố ngày 4 tháng 7 năm 1776. Lúc đó Hoa Kỳ chưa độc lập chút nào, chứ chưa nói là chưa độc lập hẳn. Chính quyền thuộc địa của người Anh và quân đội Anh vẫn còn đó. Dân chúng 13 thuộc địa của xứ này còn phải chiến đấu thêm hơn bảy năm nữa, mãi đến năm 1783 Thỏa Ước Paris mới được ký kết, bảy năm, xin nhắc lại (từ ngày 4 tháng 7 năm 1776 đến ngày 3 tháng 9 năm 1783, sau Chiến Thắng Yorktown) và Hoa Kỳ mới được người Anh công nhận là một quốc gia độc lập thực sự. Còn nếu so sánh tình trạng độc lập của Việt Nam vào lúc Hoàng Đế Bảo Đại công bố bản tuyên ngôn của ông, với tình trạng độc lập của Việt Nam vào ngày 2 tháng 9, 1945, lúc Chủ Tịch Hồ Chí Minh đọc bản tuyên ngôn của nước Việt Nam Dân Chủ Cộng Hoà, mọi chuyện vẫn y nguyên, người Pháp vẫn chưa công nhận mà phải đợi ít ra là đến ngày 6 tháng 3 năm 1946 hay đúng hơn nữa là đến ngày 8 tháng 3 năm 1949 với Hiệp Định Élysée, hay muộn hơn nữa, với Hiệp Định 4 tháng 6 năm 1954. Có điều một bản tuyên ngôn hay một lời tuyên bố chỉ là một bản tuyên ngôn, một lời tuyên bố mà thôi. Nó chỉ là để người viết hay người nói ra nó bày tỏ quan điểm, chủ trương và ý chí của mình. Nó hoàn toàn chủ quan. Còn giá trị của nó tới đâu là tùy ở nội dung của nó và luận cứ của các đương sự dưới nhãn quan của người đọc. Luận cứ của Vua Bảo Đại là vì người Pháp bất lực không bảo vệ được Việt Nam trước sức bành trướng của người Nhật hồi đầu thập niên 40 của thế kỷ trước, theo đúng như Hòa Ước Bảo Hộ, 6 háng 6 năm 1884, quy định, nên hòa ước này bị kể như đã không được người Pháp thi hành, do đó không còn hiệu lực nữa và đương nhiên bị hủy bỏ. Luận cứ này đã được các nhà ngoại giao, luật học hay sử gia dùng, để cho rằng chế độ bảo hộ của người Pháp ở Bắc Kỳ và ở Trung Kỳ đã chấm dứt ngay từ ngày 22 tháng 9 năm 1940 chứ không phải đợi đến mãi ngày 9 tháng 3 năm 1945 hay sau này. Xứ Nam Kỳ là một ngoại lệ, không bị chi phối bởi những sự kiện này.

Thứ sáu: Nội dung của bản tuyên ngôn của Vua Bảo Đại không hề chứa đựng lời lẽ lên án, mạt sát hay thù hận người Pháp hay tuyệt giao với nước Pháp, từ đó một cánh cửa vẫn còn được để mở cho các cuộc gặp gỡ ngoại giao để điều đình về sau này, từ đó hai dân tộc có thể trở thành bạn và hợp tác với nhau về lâu, về dài.

Nói cách khác và tóm tắt lại, đây là một bản văn tuy ngắn ngủi, cô đọng nhưng rất quan trọng vì nó vừa mang tính cách pháp lý, dù là đơn phương, có liên hệ tới nhiều văn kiện ngoại giao khác đã được hình thành trước đó, vừa biểu lộ chủ trương của một quốc gia được trao trả độc lập trong một hoàn cảnh không nhận không được, vô cùng tế nhị và phức tạp, vào lúc tình hình thế giới biến chuyển quá nhanh và hoàn toàn bất lợi cho quân đội và quốc gia đảm nhận sự trao trả nền độc lập này. Mỗi điều nói ra, mỗi chữ được viết đều đòi hỏi người soạn thảo phải vô cùng thận trọng và ước tính kỹ càng.

Ai là tác giả của bản tuyên ngôn này?

Người được nói đến nhiều nhất là Phạm Quỳnh, lúc đó đang giữ chức thượng thư bộ lại. Điều này có nhiều phần đúng nếu người ta để ý tới khả năng nghị luận và viết văn, viết báo kèm theo sự hiểu biết và sự giao thiệp rộng rãi, kinh nghiệm của một học giả, một người làm báo, và sau đó là một ngự tiền văn phòng tổng lý của nhà vua cũng như thượng thư bộ lại lúc đó. Nó cũng được Phạm Khắc Hòe, đương thời là ngự tiền văn phòng tổng lý của Vua Bảo Đại, trong hồi ký của ông này xác nhận. [8] Tuy nhiên theo Nguyễn Kỳ Nam, trong hồi ký của nhà báo này, thì trong một cuộc tình cờ gặp Phạm Quỳnh trên Cầu Trường Tiền Huế và được hỏi về bản tuyên này, Phạm Quỳnh đã bác bỏ và cho biết bản văn này là do Đại Sứ Yokoyama đưa cho ông ngày 11 tháng 3 yêu cầu các vị thượng thư ký tên. [9] Chuyện này có thể đúng và có thể sai, nhưng sai thì hợp lý hơn vì vào lúc được Nguyễn Kỳ Nam hỏi, Phạm Quỳnh không còn giữ chức vụ gì nữa nên phủ nhận những gì thuộc quá khứ liên hệ tới mình; ngoài ra nếu sự thực là như vậy, Phạm Khắc Hoè có thể cũng biết và nói ra, trong khi những gì viên Tổng Lý Văn Phòng này kể lại có vẻ đủ chi tiết hợp lý hơn, kể cả chuyện hai thượng thư Hồ Đắc Khải và Trương Như Đính khen "Cụ Lại giỏi thật!". Phạm Khắc Hoè ghi là sau khi Phạm Quỳnh trình bày lý do của buổi họp của Cơ Mật Viện

> *"Bảo Đại hỏi ai có ý kiến gì không? Thì mọi người đều hoan nghênh việc tuyên bố độc lập và Bùi Bằng Đoàn nói thêm là trong bản tuyên bố cần nói rõ việc xóa bỏ các hiệp ước đã ký kết với Pháp. Phạm Quỳnh mỉm cười và nói ông ta đã không quên việc đó, rồi với vẻ mặt hớn hở tự đắc, ông ta thò tay vào túi áo rút ra hai tờ giấy và nói tiếp: "Tâu Hoàng đế! để cho gọn việc, chúng tôi đã trộm phép dự thảo một bản tuyên bố, xin Hoàng đế cho phép tuyên đọc". Phạm Quỳnh trịnh trọng đọc bản quốc văn rồi bản dịch Hán văn. Bản dự thảo có ba ý kiến chính: Một là tuyên bố Việt Nam độc lập; hai là xóa bỏ các hiệp ước đã ký với Pháp; ba là Chính phủ Việt Nam độc lập sẽ hợp tác thân thiện với Chính phủ Đại Nhật Bản để cùng nhau xây dựng khối thịnh vượng chung Đại Đông Á.*
>
> *Phạm Quỳnh đọc xong, Hồ Đắc Khải và Trương Như Đính tấm tắc khen "Cụ Lại giỏi thật!". Còn không ai có ý kiến gì thêm bớt cả. Bảo Đại bảo Phạm Quỳnh đưa bản thảo cho tôi làm mọi việc cần thiết để trong mười lăm phút có văn bản đưa vào ký.* [10]

Điều đáng tiếc là cho tới nay người ta không rõ những bản văn chính này nằm ở đâu, còn hay đã mất?

BẢN TUYÊN NGÔN CỦA CHỦ TỊCH CHÍNH PHỦ LÂM THỜI VIỆT NAM DÂN CHỦ CỘNG HÒA HỒ CHÍ MINH

Hoàn cảnh được công bố

Bản tuyên ngôn này đã được Hồ Chí Minh soạn thảo, một mình đứng tên và đọc tại Quảng Trường Ba Đình ở Hà Nội vào buổi chiều ngày 2 tháng Chín năm 1945, ngót năm tháng sau bản tuyên ngôn của Bảo Đại, hơn hai tuần lễ sau khi Nhật Bản đầu hàng, mười ba ngày sau khi Việt Minh cướp được chính quyền ở Hà Nội và hai ngày sau khi Bảo Đại chính thức thoái vị. Sau này nó đã được Chính Quyền Cộng Sản chính thức phổ biến như một tác phẩm mà ông là tác giả. Điển hình là cuốn *Tuyên Ngôn Độc Lập Nước Việt Nam Dân Chủ Cộng Hòa,* do Nhà Xuất Bản Sự Thật ấn hành năm 1976, với lời giới thiệu của Phạm Văn Đồng và lời chú dẫn của nhà xuất bản, có ghi rõ là "do Hồ Chủ tịch thảo ra và đọc trước cuộc mít-tinh của hơn 50 vạn đồng bào tại Quảng trường Ba-đình (Hà nội)". Trong *Tổng Tập Văn Học Việt Nam, tập 36* [11], dày 923 trang, dành riêng cho Hồ Chí Minh, và *Hồ Chí Minh Écrits (1920-1969)* [12] cũng đều in bản tuyên ngôn này như tác phẩm riêng của Hồ Chí Minh. Vì được công bố sau bản tuyên ngôn của Bảo Đại, sau khi người Nhật đã đầu hàng cũng như chế độ bảo hộ của người Pháp đã bị người Nhật lật đổ trước đó, bản tuyên ngôn này đã bị nhiều người cho là thừa, không cần thiết, chưa kể tới sự kiện là chính phủ mới do Hồ Chí Minh thành lập là kế vị chính phủ Nam Triều do Bảo Đại thoái vị nhường cho, dựa theo chiếu thoái vị của Bảo Đại. Chiếu này đã được chính Hồ Chí Minh và chính phủ mới của ông chấp nhận với những điều kiện đã được Hoàng Đế Bảo Đại liệt kê rõ ràng. Chính Phủ Lâm Thời của nước Việt Nam Dân Chủ Cộng Hòa trong những điều kiện này đương nhiên kế tục những gì Hoàng Đế Bảo Đại và Chính Phủ Trần Trọng Kim đã làm trước đó, trong đó có Bản Tuyên Ngôn Độc Lập ngày 11 tháng 3 năm 1945. Lập luận như vậy là hoàn toàn hợp lý đứng trên phương diện công pháp quốc tế. Một lập luận đơn giản và hoàn toàn dễ hiểu. Câu hỏi được đặt ra là Hồ Chí Minh, và những cộng sự viên của ông, khi đưa ra bản tuyên ngôn của năm mươi vạn đồng bào tại Quảng Trường Ba Đình có biết là trước đó Bảo Đại đã làm công việc này rồi hay không? và biết như vậy tại sao ông lại còn làm lại việc đó một lần nữa? Cho câu hỏi thứ nhất, câu trả lời là chắc chắn có; Hồ Chí Minh chắc phải biết là Bảo Đại trước đó đã tuyên cáo hủy bỏ hòa ước bảo hộ 1884 rồi. Nhưng ông vẫn làm lại công việc này vì ông có nhu cầu phải làm. Những nhu cầu đó là những nhu cầu gì? Thứ nhất là vì từ lâu toàn dân ai nấy đều khao khát được thấy nước nhà độc lập, đúng như Bảo Đại đã viết trong hồi ký của ông, độc lập là ước mơ của mọi người dân Việt [13], cũng như nó được phản ảnh ở khắp nước ngay trước và sau ngày 2 tháng 9 năm 1945. Nói tới độc lập vào lúc đó là gõ đúng tần số của bất cứ một người dân Việt Nam nào, từ đó đem lại công lao và thanh thế cho người chính thức công bố ra điều đó. Thứ hai là cho tới ngày 2 tháng 9 năm 1945, cái tên Hồ Chí Minh còn hoàn toàn xa lạ ở trong nước cũng như ở ngoài nước. Võ Nguyên Giáp, một trong những cộng sự viên thân cận nhất và có uy thế nhất của Hồ Chí Minh trong thời gian này, đã viết trong hồi ký của mình rằng: "*Ba tiếng HỒ CHÍ MINH không bao lâu đã vang đi khắp thế giới với những truyền thuyết mà người ta thường dành cho các bậc vĩ nhân. Nhưng vào ngày hôm ấy, cái tên mới của Bác vẫn còn mới lạ với nhiều đồng bào. Số người biết Bác chính là đồng chí Nguyễn Ái Quốc khi đó không nhiều.*" [14] Ngay vua Bảo Đại ngày 23 tháng 8 năm 1945, khi nhận được điện tín của của các ông Nguyễn Xiển, Nguyên Văn Huyên, Ngụy Như KonTum và Hồ Hữu Tường nhân danh Ủy Ban Nhân Dân Cách mạng, yêu cầu nhà vua thoái vị nhường quyền lãnh đạo quốc gia cho Chính Phủ Nhân Dân Cách Mạng với chủ tịch là *"Cụ Hồ Chí Minh"* đã không biết Hồ Chí Minh là ai. Còn Phạm Khắc Hòe, người được Việt Minh gài vào cạnh nhà vua cũng không biết nốt, phải chạy đi hỏi Tôn Quang Phiệt, một đảng viên Cộng Sản, rồi Đào Duy Anh, nhưng Tôn Quang Phiệt đi vắng và Đào Duy Anh lục lọi, truy tìm các tài liệu, sách vở ông có, nhưng cũng không ra tên này. Cuối cùng Vũ Văn Hiền, ở Bắc về mới xác nhận Hồ Chí Minh là Nguyễn Ái Quốc.[15] Tuyên bố Việt Nam độc lập đối với Hồ Chi Minh vào thời điểm này, do đó là cách tự giới thiệu mình tốt nhất và hữu hiệu nhất với toàn thể đồng bào và để được nhìn và được chấp nhận như là lãnh tụ đầu tiên đã mang lại được độc lập cho tổ quốc và cho toàn dân Việt Nam, một nhu cầu tối cần thiết, dầu rằng nền độc lập này hoàn toàn không phải do ông hay do Mặt Trận Việt Minh tạo ra mà là do một chuỗi những biến cố khác của lịch sử, trong đó quan trọng nhất là Đảo Chính 9 tháng 3 năm 1945, trong đó người Nhật đã loại bỏ người Pháp, kèm theo là bản Tuyên Ngôn Độc Lập của Hoàng Đế Bảo Đại nói trên, và cuối cùng là sự bại trận sau đó của người Nhật. Chúng ta cũng cần để ý là đối với đa số người Việt Nam thời đó, ngày 2 tháng 9 là Ngày Độc Lập, đúng như Nguyễn Hữu Đang, người được Hồ Chí Minh chỉ định tổ chức ngày này, gọi, qua các văn thư chính thức ông đã gửi cho các cơ quan liên hệ, trong đó có thư gửi cho Thị Trưởng Hà Nội [16] và theo bìa in bản tuyên ngôn, bản đầu tiên năm 1945, *do Chủ Tịch Chính Phủ Lâm Thời Việt Nam Hồ Chí Minh đọc trong Ngày Độc Lập"* [17]. Nhưng đối với Hồ Chí Minh ngày 2 tháng 9 còn có một ý nghĩa quan trọng hơn nữa. Đó là "*ngày khép lại cuộc Cách Mạng Tháng Tám, và khai sinh nước Việt Nam Dân Chủ Cộng Hòa"*, theo lời ông nói với Nguyễn Hữu Đang, "*Chú phải nhớ...*[18] Tại sao vậy? Tại vì Hồ Chí Minh phải làm chuyện này trước khi quân Đồng Minh kéo vô Việt Nam, đặc biệt là thủ đô Hà Nội, nhằm đặt họ trước một sự đã rồi, không thể đảo ngược được. Sự kiện vua Bảo Đại thoái vị được nhắc tới và câu *"Toàn dân Việt Nam, trên dưới một lòng, kiên quyết chống lại âm mưu của bọn thực dân Pháp"* là nhằm vào mục tiêu này. Một lý do khác cũng được người ta nhắc tới là cho mãi đến ngày 2 tháng 9 năm 1945 nền độc lập của Việt Nam vẫn chưa có gì gọi là hoàn toàn, chưa được quốc tế chính thức công nhận hay nếu công nhận là qua Vua Bảo Đại, người lãnh đạo hợp pháp chứ không phải với Hồ Chí Minh, một nhân vật vô danh, hoàn toàn xa lạ, nhất là đối với người Pháp. Vấn đề tuy nhiên còn cần phải được xét lại. Cuối cùng thì những lý do liên hệ tới nhu cầu của cá nhân Hồ Chí Minh và Việt Minh Cộng Sản vẫn là chính.

Nội dung bản Tuyên Ngôn

Bản Tuyên Ngôn Độc lập của Hồ Chí Minh, vì được phổ biến rộng rãi và hầu như được coi là duy nhất gắn liền với ngày 2 tháng 9, ngày Quốc Khánh của Việt Nam Dân Chủ Cộng Hòa, rồi Cộng Hòa Xã Hội Chủ Nghĩa Việt Nam, nên đã được nhiều người đọc, phân tích và tìm hiểu. Trong phần này người viết chỉ nêu lên những gì ít được mọi người nhắc đến hay để ý đến mà thôi.

Trong khi Tuyên Cáo của Hoàng Đế Bảo Đại đơn giản chỉ là một bản văn thuần túy pháp lý nhằm hủy bỏ hòa ước bảo hộ mà triều đình Huế đã ký trước đó, căn cứ vào sự bất lực của người Pháp, vì người Pháp đã không giữ được cam kết ghi trong điều khoản thứ nhất và điều khoản thứ mười lăm của hòa ước này, mà không nhằm vào một đối tượng quần chúng hay quốc tế nào, thì bản Tuyên Ngôn của Hồ Chí Minh nhằm vào toàn thể người Việt qua lời mở đầu "*Hỡi đồng bào cả nước...*". Tuy nhiên ở những đoạn cuối tác giả lại nhắm vào các nước Đồng Minh. Điều này phải tinh ý người ta mới nhận ra được. Về tư cách, Bảo Đại nhân danh Hoàng Đế Việt Nam, người đứng đầu của một quốc gia độc lập đã tồn tại từ trước khi người Pháp xâm lăng và là người kế thừa chính thống của các vua chúa Nhà Nguyễn, thì Hồ Chí Minh đã nhân danh *"Lâm Thời Chính Phủ của nước Việt Nam **mới**."* Mới là vì đến ngày đó chính phủ này mới chính thức được ra mắt trước quốc dân. Lời văn do đó phản ảnh hai tư cách của bản chất của hai con người khác nhau. Một người là hoàng đế kế thừa chính thống của một triều đại đã trị vì một quốc gia từ hơn non bốn trăm năm trước, dù cho là chỉ còn hư vị; người kia là lãnh tụ của một phong trào cách mạng vừa chủ trương chống Pháp, vừa chủ trương chống Nhật và lật đổ chế độ quân chủ để giành chính quyền. Văn phong trong bản tuyên ngôn của Bảo Đại là văn phong bình thường của người cầm quyền; còn văn phong của Hồ Chí Minh mang tính cách kêu gọi và ở một mức độ nào đó có tính cách bình dân, kể lể dài dòng và nhất là xách động của một lãnh tụ cách mạng hay đúng hơn là của người cầm đầu của một cuộc nổi loạn chưa được mọi người biết tới.

Mở đầu cho bản tuyên ngôn, Hồ Chí Minh đã trích dẫn một số câu trong phần đầu của *Bản Tuyên Ngôn Độc Lập* của người Mỹ và một câu trong *Bản Tuyên Ngôn Nhân Quyền và Dân Quyền* của Cách Mạng Pháp. Sự trích dẫn này, vào lúc mà sự hiểu biết của quần chúng Việt Nam còn thấp kém, đặc biệt là về lịch sử Hoa Kỳ và thế giới, chắc chắn không nhắm vào quần chúng người Việt mà nhắm vào người Mỹ và người Pháp. Lý do là Hồ Chí Minh, như là một đảng viên Cộng Sản Quốc Tế, chắc chắn đã hiểu hơn ai hết là người Mỹ vào thời điểm này đã đóng một vai trò vô cùng quan trọng trong chính tình ở Á Châu, trong đó có Việt Nam. Được người Mỹ công nhận là coi như làm chủ được chính quyền. Hiểu được như vậy, ngay từ khi còn ở chiến khu Hồ Chí Minh đã tìm cách tiếp xúc và cộng tác với người Mỹ của cơ quan OSS, những sĩ quan cấp úy, và đã yêu cầu họ cung cấp cho ông một bản *Tuyên Ngôn Độc Lập* của nước Mỹ, đồng thời nói về lịch sử nước Mỹ như là một cách để chinh phục cảm tình của họ. Đó chính là lý do tại sao ngày 29 tháng 8 năm 1945, hai ngày trước khi Hồ Chí Minh tuyên đọc Bản Tuyên Ngôn Độc Lập của ông, lúc 10 giờ 30 sáng, ông đã cho xe tới chở Archemedes L. A. Patti, trưởng nhóm tình báo OSS mới tới Hà Nội không lâu tới gặp ông. Mục đích của cuộc gặp mặt theo Hồ Chí Minh không phải là để bàn về chuyện người Tàu mà là để nói về những gì ông đã làm vài ngày trước đó (buổi họp ngày 27 về Chính Phủ Lâm Thời) và ít ngày sau đó, ngày 2 tháng 9, ngày đã được chọn là Ngày Độc Lập, ngày Hồ Chí Minh sẽ tuyên bố Việt Nam độc lập và giới thiệu thành phần chính phủ lâm thời) với Patti như là người đầu tiên được biết. Quan trọng hơn hết ở đây là Hồ Chí Minh đã cho Patti coi bản nháp của bản Tuyên Ngôn Độc Lập của ông bằng tiếng Việt mà Patti không đọc được và chỉ hiểu sơ sơ qua lời một thông ngôn...[19] Vì chỉ nhằm mục tiêu lôi cuốn sự chú ý và cảm tình của người Mỹ, Hồ Chí Minh đã không đi xa hơn nữa và rất có thể ông cũng không hiểu rõ hơn hay cố tình không hiểu sự khác biệt trong quá trình giành độc lập của mười ba thuộc địa của người Mỹ vào cuối thế kỷ XVIII và của nước Việt Nam thời năm 1945. Vì vậy ông đã áp dụng quan điểm của người Mỹ **về quyền bình đẳng, quyền được sống tự do và mưu cầu hạnh phúc của mọi-người-như-là-những-cá-nhân riêng lẻ,**

theo đúng như tinh thần của bản Tuyên Ngôn Độc Lập của người Mỹ, vào **trường hợp chung của cả nước Việt Nam như một-quốc-gia,** đòi quyền độc lập một cách gượng ép hay ít ra là suy luận theo quan điểm chủ quan của mình với dụng ý riêng của mình. Cũng vậy với những gì ông trích dẫn từ bản *Tuyên Ngôn Nhân Quyền và Dân Quyền* của Cách Mạng Pháp.

Phần kế tiếp, Hồ Chí Minh lên án người Pháp và người Nhật, đồng thời ông kể công chống Nhật và giúp đỡ người Pháp cho Việt Minh: *"Trước ngày mồng 9 tháng 3, đã bao lần Việt minh đã kêu gọi người Pháp liên minh để chống Nhật...",* sau đó *"đã giúp cho nhiều người Pháp chạy qua biên thùy, lại cứu nhiều người Pháp ra khỏi nhà giam Nhật và bảo vệ tính mạng và tài sản cho họ"* và kết luận rằng ***"Sự thật là dân ta đã lấy lại nước Việt-nam từ tay Nhật, chứ không phải từ tay Pháp".*** Điều này như người viết đã nói ở trên là không đúng sự thật. Sự thật là Chính Phủ Bảo Đại - Trần Trọng Kim đã lấy lại được toàn thể nước Việt Nam từ Bắc chí Nam, bao gồm luôn cả xứ Nam Kỳ từ trong tay người Nhật, **trước khi người Nhật đầu hàng** và Việt Minh đã cướp chính quyền từ trong tay của chính phủ Bảo Đại -Trần Trọng Kim trong những ngày 17 và 19 tháng 8 năm 1945 sau đó, sau khi Nhật đã đầu hàng, nói cách khác, sau ngày 15 tháng 8 năm 1945. Lý do là vì Việt Minh *"đã có đường riêng của họ rồi",* nói theo Phan Anh, bộ trưởng thanh niên trong Chính Phủ Trần Trọng Kim và sau này là bộ trưởng bộ quốc phòng trong Chính Phủ Liên Hiệp của Hồ Chí Minh. [20] Trong những đoạn này Hồ Chí Minh đã dùng các từ ngữ ta hay "*dân ta*" hay "*đất nước ta*", nhưng mục đích không nhằm vào người Việt Nam mà vào người Pháp. Ông đã kể công với người Pháp nhằm giữ một cánh cửa mở, phòng ngừa họ trở lại.

Phần cuối cùng của bản văn, từ "*Bởi thế cho nên...*" cho đến hết, lời văn cho người ta thấy Hồ Chí Minh không hướng về người Việt mà về cả thế giới. Trong phần này ông xưng là "*chúng tôi, Lâm thời Chính phủ, đại biểu cho toàn dân Việt -nam* " để tuyên bố thoát ly hẳn quan hệ với Pháp, kêu gọi các nước Đồng Minh công nhận quyền độc lập của dân Việt-nam...Phần này Hồ Chí Minh **thay vì nói về quyền được sống, quyền tự do và quyền mưu cầu hạnh phúc của mọi - người - như - những - cá - nhân do Tạo Hóa ban cho, những quyền phải hiểu là tự nhiên ai cũng có, đã nói về quyền hưởng tự do và độc lập.** Đây là một lập luận có tính cách cưỡng ép, hoàn toàn không đúng với tinh thần của bản *Tuyên Ngôn Độc Lập* của Người Mỹ và nhất là của bản *Tuyên Ngôn Nhân Quyền và Dân Quyền* của Cách Mạng Pháp mà danh xưng của nó đã nói lên một cách rõ ràng: **Nhân Quyền và Dân Quyền**, không thể hiểu sai được. Độc lập của một quốc gia, một dân tộc không phải luôn luôn đồng nghĩa với tự do, dân quyền và nhân quyền của mỗi một cá nhân người dân như một thành phần riêng lẻ của dân tộc ấy. Không những thế, thay vì coi những quyền này là do Tạo Hóa ban cho, Hồ Chí Minh lại lý luận là vì dân tộc Việt Nam là "*Một dân tộc đã gan góc chống ách nô lệ của Pháp hơn tám mươi năm nay, một dân tộc đã gan góc đứng về phe Đồng minh* *chống phát-xít mấy năm nay, dân tộc đó phải được tự do! Dân tộc ấy phải được độc lập!"* Lý luận như vậy người ta phải hiểu, theo Hồ Chí Minh, rằng những dân tộc không gan góc chống lại những thế lực đè nén, áp bức mình và không gan góc đứng về phe Đồng Minh, chống phát-xít là không đáng được tự do, độc lập. Cũng vậy, với các quyền độc lập, tự do và mưu cầu hạnh phúc của con người như là những cá nhân trong xã hội. Chính vì vậy Luật Sư Trần Thanh Hiệp, khi được Đài Á Châu Tự Do (radio Free Asia) của Mỹ phỏng vấn ngày 2 tháng 9 năm 2007, đã có lý khi ông gọi bản tuyên ngôn của Hồ Chí Minh này là *"một bản tuyên ngôn phi nhân quyền"* [21] dù cho là nó đã được chính tác giả của nó trích và soạn thảo theo tinh thần của bản *Tuyên Ngôn Độc Lập* của người Mỹ và bản *Tuyên Ngôn Nhân Quyền và Dân Quyền* của người Pháp. Nhưng dù nói thế này hay thế khác sự kiện này đã phản ảnh chủ trương giai đoạn của những người Cộng Sản Việt Nam mà Hồ Chí Minh ở đây là một trường hợp điển hình.

Về thời gian soạn thảo, nhiều người cho rằng Hồ Chí Minh chỉ có ít ngày sau khi ông từ chiến khu của Việt Minh về Hà Nội, trong khi ông còn phải bận rộn với nhiều vấn đề cấp bách khác. Điều này không đúng vì trước đó từ lâu, như đã nói ở trên, khi tiếp xúc với một sĩ quan người Mỹ, ông nhờ người này kiếm cho ông một bản *Tuyên Ngôn Độc Lập* của người Mỹ rồi. [22] Nói cách khác, Hồ Chí Minh đã nghĩ tới và đã thai nghén bản tuyên ngôn của ông từ lâu chứ không phải chỉ ít ngày trước ngày 2 tháng 9 năm 1945. Do đó những gì ông nói tới, những từ ngữ ông dùng đều được cân nhắc kỹ càng và đều có dụng ý riêng với những mục tiêu riêng mà chỉ sau này phải phân tích kỹ, đối chiếu kỹ và có thể sau này khi mọi việc liên hệ đã xảy ra rồi, người ta mới có thể hiểu được. Điều đáng tiếc là khi thực thi những gì ông đã trích dẫn và đề cao trong bản tuyên ngôn của ông, Hồ Chí Minh và các đồng chí của ông và sau này những người nối nghiệp ông trong Đảng Cộng Sản Việt Nam chỉ thực thi những gì ông đã suy rộng ra theo lối suy luận loại suy (độc lập của dân tộc) mà làm ngược lại những gì đích thực về nhân quyền và quyền tự do mưu cầu hạnh phúc của từng cá nhân con người, theo đúng nguyên bản của bản Tuyên Ngôn Độc Lập của người Mỹ cũng như bản Tuyên Ngôn Nhân Quyền và Dân Quyền của người Pháp. Nói cách khác, Hồ Chí Minh và các đồng chí của ông trong đó có Trường Chinh, Võ Nguyên Giáp, Phạm Văn Đồng, cũng như hậu duệ của các ông, thay vì đi theo con đường tự do, dân chủ của các nhà lãnh đạo của cuộc Cách Mạng Hoa Kỳ, trong đó có Washington, Jefferson, dựa theo đúng tinh thần của bản *Tuyên Ngôn Độc Lập* của họ mà các ông đã trích dẫn phần mở đầu, đã theo con đường của Lê - Nin, Xít - Ta - Lin và Mao Trạch Đông. Hậu quả là 67 năm sau, Bà Hillary Clinton, Ngoại Trưởng Hoa Kỳ, đã phải công khai nhắc người đồng nhiệm của Bà ở Việt Nam và luôn cả các ông Nguyễn Tấn Dũng, Thủ Tướng Chính Phủ và Nguyễn Phú Trọng, Tổng Bí Thư Đảng Cộng Sản Việt Nam về vấn đề dân chủ và nhân quyền ở Việt Nam. Người ta không hiểu là khi làm công việc nhắc nhở này, Bà Clinton có biết rằng 67 năm trước Hồ Chí Minh đã đọc bản *Tuyên Ngôn Độc Lập* của ông với phần trích dẫn về nhân quyền từ bản *Tuyên Ngôn Độc Lập* của nước Mỹ hay không? Người viết tin là có. Cũng vậy với Đại Sứ David Shear khi ông này tới thăm Bác Sĩ Nguyễn Đan Quế và Đại Lão Hòa Thượng Thích Quảng Độ ở Saigon. Nhưng dù có hay không, khi trích dẫn những tài liệu này, Hồ Chí Minh và từ đó Đảng Cộng Sản Việt Nam cũng đã mắc một món nợ tinh thần với cả hai dân tộc Mỹ và Pháp và nhân ngày 2 tháng 9 năm 2012 này, những ai quan tâm đến vấn đề nhân quyền và dân quyền ở Việt Nam hiện tại, nhất là người Mỹ và người Pháp, nên nhắc nhở những người đang nắm vai trò lãnh đạo ở quốc gia Việt Nam này phải tôn trọng và thực thi những gì Hồ Chí Minh, người đã khai sáng nên chế độ của họ cần phải "thật thà" như ông thường khuyên mọi người, đặc biệt là các "cháu ngoan" của ông, coi như một giá trị đạo đức, coi trọng những lý tưởng mà người sáng lập ra Nước Việt Nam Dân Chủ Cộng Hoà đã viện dẫn từ hai bản *Tuyên Ngôn Độc Lập* của Hoa Kỳ và *Tuyên Ngôn Nhân Quyền và Dân Quyền* của Pháp, coi như một hình thức trả nợ mà bình thường mọi người đều phải làm, nếu không muốn mang tiếng là lừa đảo. Về điểm này, tuy nhiên, người ta cũng cần phải dè dặt vì bản *Tuyên Ngôn Độc Lập Ngày 2 tháng 9 Năm 1945* sau đó đã bị sửa lại nhiều lần cũng giống như bức thư Hồ Chí Minh gửi cho các học sinh nhân lễ khai trường đầu tiên lúc nước Việt Nam mới được độc lập cùng năm mà người viết bài này đã phải học thuộc lòng, cho đến giờ này hãy còn nhớ từng chữ. Người ta không biết những chi tiết nào đã bị sửa nhưng theo nhà nghiên cứu Nguyễn Thành từ Hà Nội, trong bài viết nhan đề "Trong Lịch Sử Nước Ta Đã Có Hai Hay Ba Bản Tuyên Ngôn Độc Lập" đăng trong *Nghiên Cứu Lịch Sử,* Số 1 (278), (I- II), 1995, "lại có nhiều dị bản, sai nhau đến 22 từ, được sửa đi sửa lại nhiều lần từ sau ngày 2-9-1945 đến năm 1973 thì thật không thể hiểu nổi." [23]

Tuyên Ngôn Độc Lập của Hồ Chí Minh, Chủ Tịch Chính Phủ Lâm Thời Việt Nam Dân Chủ Cộng Hòa

(Nhà Xuất Bản Sự Thật, Hà Nội, 1976)

Hỡi đồng bào cả nước,

"Tất cả mọi người đều sinh ra có quyền bình đẳng, Tạo hóa cho họ những quyền không ai có thể xâm phạm được; trong những quyền ấy, có quyền được sống, quyền tự do và quyền mưu cầu hạnh phúc".

Lời bất hủ ấy ở trong bản Tuyên *ngôn độc lập* năm 1776 của nước Mỹ. Suy rộng ra, câu ấy có ý nghĩa là: tất cả các dân tộc trên thế giới đều sinh ra bình đẳng; dân tộc nào cũng có quyền sống, quyền sung sướng và quyền tự do.

Bản *Tuyên ngôn nhân quyền và dân quyền* của Cách mạng Pháp năm 1791 cũng nói:

"Người ta sinh ra tự do và bình đẳng về quyền lợi, và phải luôn luôn được tự do và bình đẳng về quyền lợi".

Đó là những lẽ phải không ai chối cãi được.

Thế mà hơn tám mươi năm nay, bọn thực dân Pháp lợi dụng lá cờ tự do, bình đẳng, bác ái, đến cướp đất nước ta, áp bức đồng bào ta. Hành động của chúng trái hẳn với nhân đạo và chính nghĩa.

Về chính trị, chúng tuyệt đối không cho nhân dân ta một chút tự do dân chủ nào.

Chúng thi hành những luật pháp dã man. Chúng lập ba chế độ khác nhau ở *Trung, Nam, Bắc để ngăn cản việc thống nhất nước nhà của ta, để ngăn cản dân tộc ta đoàn kết.*

Chúng lập ra nhà tù nhiều hơn trường học. Chúng thẳng tay chém giết những người yêu nước thương nòi của ta. Chúng tắm các cuộc khởi nghĩa của ta trong những bể máu.

Chúng ràng buộc dư luận, thi hành chính sách ngu dân.

Chúng dùng thuốc phiện, rượu cồn để làm cho nòi giống ta suy nhược.

Về kinh tế, chúng bóc lột dân ta đến xương tủy, khiến cho dân ta nghèo nàn, thiếu thốn, nước ta xơ xác, tiêu điều.

Chúng cướp không ruộng đất, hầm mỏ, nguyên liệu.

Chúng giữ độc quyền in giấy bạc, xuất cảng và nhập cảng.

Chúng đặt ra hàng trăm thứ thuế vô lý, làm cho dân ta, nhất là dân cày và dân buôn, trở nên bần cùng.

Chúng không cho các nhà tư sản ta ngóc đầu lên. Chúng bóc lột công nhân ta một cách vô cùng tàn nhẫn.

Mùa thu năm 1940, phát-xít Nhật đến xâm lăng Đông-dương để mở thêm căn cứ đánh Đồng minh, thì bọn thực dân Pháp quỳ gối đầu hàng, mở cửa nước ta rước Nhật. Từ đó dân ta chịu hai tầng xiềng xích: Pháp và Nhật. Từ đó dân ta càng cực khổ nghèo nàn. Kết quả là cuối năm ngoái sang đầu năm nay, từ Quảng-Trị đến Bắc-Kỳ hơn hai triệu đồng bào ta bị chết đói.

Ngày 9 tháng 3 năm nay, Nhật tước khi giới của quân đội Pháp. Bọn thực dân Pháp hoặc bỏ chạy hoặc đầu hàng. Thế là chẳng những chúng không "bảo hộ" được ta, trái lại, trong 5 năm, chúng đã bán nước ta hai lần cho Nhật.

Trước ngày 9 tháng 3, biết bao lần Việt minh đã kêu gọi người Pháp liên minh để chống Nhật. Bọn thực dân Pháp đã không đáp ứng, lại thẳng tay khủng bố Việt minh hơn nữa.

Thậm chí đến khi thua chạy, chúng còn nhẫn tâm giết nốt số đông tù chính trị ở Yên-bái và Cao-bằng.

Tuy vậy, đối với người Pháp, đồng bào ta vẫn giữ một thái độ khoan hồng và nhân đạo. Sau cuộc biến động ngày 9 tháng 3, Việt Minh đã giúp cho nhiều người Pháp chạy qua biên thùy, lại cứu cho nhiều người Pháp ra khỏi nhà giam Nhật, và bảo vệ tính mạng và tài sản cho họ.

Sự thật là từ mùa thu năm 1940, nước ta đã thành thuộc địa của Nhật, chứ không phải thuộc địa của Pháp nữa. Khi Nhật hàng Đồng minh thì nhân dân cả nước ta đã nổi dậy giành chính quyền lập nên nước Việt-nam dân chủ cộng hòa.

Sự thật thì dân ta đã lấy lại nước Việt-nam từ tay Nhật, chứ không phải từ tay Pháp.

Pháp chạy, Nhật hàng, vua Bảo Đại thoái vị. Dân ta đã đánh đổ các xiềng xích thực dân gần một trăm năm nay để gây dựng nên nước Việt-nam độc lập. Dân ta lại đánh đổ chế độ quân chủ mấy mươi thế kỷ mà lập nên chế độ dân chủ cộng hòa.

Bởi thế cho nên, chúng tôi, Lâm thời Chính phủ của nước Việt-nam mới, đại biểu cho toàn dân Việt-nam, tuyên bố thoát ly hẳn quan hệ thực dân với Pháp, xóa bỏ hết những hiệp ước mà Pháp đã ký về nước Việt-nam, xóa bỏ hết mọi đặc quyền của Pháp trên đất nước Việt-nam.

Toàn dân Việt-nam, trên dưới một lòng, kiên quyết chống lại âm mưu của bọn thực dân Pháp.

Chúng tôi tin rằng các nước Đồng minh đã công nhận những nguyên tắc dân tộc bình đẳng ở các Hội nghị Tê-hê- răng và Cựu-kim- sơn, quyết không thể không công nhận quyền độc lập của dân Việt-nam.

Một dân tộc đã gan góc chống ách nô lệ của Pháp hơn tám mươi năm nay, một dân tộc đã gan góc đứng về phe Đồng minh chống phát-xít mấy năm nay, dân tộc đó phải được tự do! Dân tộc đó phải được độc lập!

Vì những lẽ trên, chúng tôi, Chính phủ lâm thời của nước Việt-nam dân chủ cộng hòa, trịnh trọng tuyên bố với thế giới rằng:

Nước Việt-nam có quyền hưởng tự do và độc lập, và sự thật đã thành một nước tự do, độc lập. Toàn thể dân tộc Việt-nam quyết đem tất cả tinh thần và lực lượng, tính mạng và của cải để giữ vững quyền tự do, độc lập ấy.

(Phạm Cao Dương, viết xong để phổ biến năm 2012 và sửa lại tháng 10, 2016)

Chú Thích

[1] Dương Trung Quốc. *Việt Nam: Những Sự Kiện Lịch Sử (1919-1945). Hà Nội: Nhà Xuất Bản Giáo Dục, 2002, tr. 288.*

[2] Lệ Thần Trần Trọng Kim. *Một Cơn Gió Bụi (Kiến Văn Lục).* Saigon: Nhà Xuất Bản Vinh Sơn, 1969, tr. 49.

[3] -nt- tr. 51.

[4] Dương Trung Quốc. *Việt Nam,* đã dẫn, tr.388; Nguyễn Vỹ. *Tuấn, Chàng Trai Nước Việt (Chứng Tích Thời Đại Từ 1900 đến 1970),* Quyển II. Saigon: không đề nhà xuất bản, 1970. Fort Smith, AR tái bản tại Hoa Kỳ, không đề năm tái bản, tr. 512; S. M. Bao Dai. *Le Dragon d'Annam*. Paris: Plon, 1990. tr; 104; Bảo Đại, *Con Rồng Việt Nam, Hồi Ký Chánh Trị 1913-1997.* Los Alamitos, CA: Nguyễn Phước Tộc Xuất Bản, 1990, tr. 162; Cameron, Alan W. *Vietnam Crisis.A Documentary History, Vol. I, 1940-1956.* Ithaca, NY: Cornell University Press, 1971. tr. 31-32; Hai bản tiếng Việt in trong tác phẩm của Dương Trung Quốc và tác phẩm của Nguyễn Vỹ hơi khác nhau về ngôn từ nhưng hoàn toàn giống nhau về nội dung. David G. Marr trong *Vietnam 1945, The Quest for Power* (Berkeley: University of California Press, 1995), trang 71 có nói tới bản tiếng Việt và tiếng Pháp ở văn khố Pháp và bản đăng trên tờ *Dân Báo*, ngày 12 tháng 3. Vũ Ngự Chiêu cũng nói tới tờ *Tin Mới,* nhưng nhất thời người viết bài này chưa đến được các nơi cần đến để tìm kiếm.

[5] S.M. Bao Dai, *Le dragon d'Annam, đã dẫn, tr. 104.*

[6] Taboulet, Georges. *La Geste Francaise en Indochine, Histoire par Les Textes de la France en Indochine des Origins à 1914, tome II.* Paris, Adrien-Maisonneuve, 1956. Tr. 809-812; Phan Khoang, *Việt Nam Pháp Thuộc Sử, 1884-1945. Saigon, không đề tên nhà xuất bản, 1961, Tái Bản ở Hoa Kỳ, tr. 322-328.*

[7] Phạm Hồng Tung, "Trao Đổi về Một Số Ý Kiến Liên Quan Đến Lịch Sử Nội Các Trần Trọng Kim và Cách Mạng Tháng Tám" trong *Nghiên Cứu Lịch Sử,* Số 8 (424), 2011, tr. 55.

[8] Phạm Khắc Hoè. *Từ Triều Đình Huế Đến Chiến Khu Việt Bắc.* Huế: Thuận Hóa, 1987, tr. 16.

[9] Nguyễn Kỳ Nam, *Hồi Ký "1925-1964"*. Saigon, 1964, tr. 168-169.

[10] Phạm Khắc Hoè, *Từ Triều Đình Huế..., đã dẫn, tr. 16-17.*

[11] Giáo Sư Viện Sĩ Nguyễn Khánh Toàn chủ biên, Lữ Huy Nguyên sưu tầm biên soạn. Hà Nội: Nhà Xuất Bản Khoa Học Xã Hội, 1980, tr. 812 – 823.

[12] Hà Nội: Éditions en Langues Étrangères, 1971, tr. 51.

[13] S.M. Bao Dai. Le Dragon..., tr. 103.

[14] Võ Nguyên Giáp. "Những Năm Tháng Không Thể Nào Quên", trong *Tổng Tập Hồi Ký*. Hà Nội: Nhà Xuất Bản Quân Đội Nhân Dân, 2006. Tr. 255.

[15] Phạm Khắc Hoè. *Từ Triều Đình Huế....*, tr. 76.

[16] Phùng Quán. *Ba Phút Sự Thật.*Thành Phố Hồ Chí Minh: Nhà Xuất Bản Văn Nghệ, 2006, tr. 114-115.

[17] Hồ Chí Minh.*Tuyên Ngôn Độc Lập Nước Việt Nam Dân Chủ Cộng Hoà.* Hà Nội: Nhà Xuất Bản Sự Thật, 1976*, tr. 13*. Nguyễn Khánh Toàn và Lữ Huy Nguyên*, Tổng Tập Văn Học Việt Nam, Tập 36. Hà Nội, 1980, tr. 812-823.*

[18] -nt- , tr. 134.

[19] Patti, Archimedes L.A. *Why Vietnam? Prelude to America's Albatross.* Berkeley; University of California Press, 1980, tr. 223.

[20] Thụy Khuê, *nói Chuyện Với Hoàng Xuân Hãn Và Tạ Trọng Hiệp.* California: Văn Nghệ, 2002, tr. 180-181.

[21] Trần Thanh Hiệp và Trương Giang. "Một Bản Tuyên Ngôn Phi Nhân Quyền", trên *Nhật Báo Người Việt, số 7940, ngày Thứ Hai, 3 tháng 9 năm 2007.*

[22] Sĩ quan này là Trung Úy Dan Phelan, người đã nhảy dù xuống gặp Hồ Chí Minh trong chiến khu của ông này. Xin xem: Fenn, Charles, *Ho Chi Minh, A Bibliographical Introduction, New York: Sc*ribner's Sons, 1973, tr. 81-82; Duiker, William J. *Ho Chi Minh.* New York: Hyperion, 2000, tr. 301; Bartholomew-Feis, Dixee R. *The OSS and Ho Chi Minh Unexpected Allies Against Japan.* Lawrence, Kansas: University of Kansas, 2006, tr. 243-244; bản dịch tiếng Việt của Lương Lê Giang nhan đề *OSS và Hồ Chí Minh, Đồng Minh Bất Ngờ Trong Cuộc Chiến Chống Phát Xít Nhật.* Hà Nội: Nhà Xuất Bản Thế Giới, 2007, tr. 367-368. Xin để ý: trong nhan đề tiếng Việt người dịch đã thêm hai chữ Phát Xít vào danh xưng Nhật.

[23] Số 1 (278), (I- II), 1995, tr. 18

CHƯƠNG 13

Lưu Hữu Phước, Văn Cao và HAI BÀI QUỐC CA

Nói tới hai Bản Tuyên Ngôn Độc Lập, người ta không thể không nói tới hai bài Quốc Ca. Bài thứ nhất là của Nước Việt Nam Dân Chủ Cộng Hòa, sau này là của Cộng Hòa Xã Hội Chủ Nghĩa Việt Nam, và bài thứ hai của Quốc Gia Việt Nam, sau này là Việt Nam Cộng Hòa và từ sau năm 1975 là của Người Việt Hải Ngoại. Một cách đơn giản, ta có thể nói tác giả chính của hai bài này là Văn Cao và Lưu Hữu Phước. Nhưng thực sự thì ngay từ đầu còn có những người khác đã ít nhiều góp thêm phần vào việc sáng tác nên hai bài này. Sau đây ta sẽ tìm hiểu chi tiết hơn về các tác giả, hoàn cảnh sáng tác, nội dung của lời hát và sự hấp dẫn quần chúng của mỗi bài.

A. Tác Giả và Hoàn Cảnh Sáng Tác

I. Lưu Hữu Phước và Các Bạn Sinh Viên Nam Kỳ của Ông

Lưu Hữu Phước là người Miền Nam. Ông ra Hà Nội "du học" vào mùa "thu năm 1940" sau khi đã học các trường Tiểu Học Ô Môn, Trung Học Cần Thơ rồi Trung Học Petrus Trương Vĩnh Ký và tất nhiên là đã đậu tú tài toàn phần. Lý do là vì ở Việt Nam thời Pháp, cả xứ Đông Dương chỉ có một trường đại học ở Hà Nội và sự ra Hà Nội học của một thanh niên Nam Kỳ ở thời này là một giai đoạn mới, một khám phá mới trong đời Lưu Hữu Phước cũng như của rất nhiều đồng bạn của ông. Nhưng ngược lại, đối với dân miền Bắc, nó lại như một làn gió mới, vô cùng mát mẻ, thổi từ Nam ra Bắc, khác với những cơn gió "bấc" nghiệt ngã, lạnh thấu xương, mang theo mưa dầm, thổi từ phía đông-bắc, từ lục địa Châu Á tới. Sau này trong hồi ký của ông, người nhạc sĩ này viết: "*Cũng như một số bạn bè, tôi đi Hà Nội với cảm xúc của một người con đi xa trở về quê nhà. Tình yêu nước dạt dào trong tim chúng tôi*". (1) "*Với tâm trạng đó, chúng tôi cảm thấy mình ra Bắc như về thăm quê cũ. Những tên địa phương như sông Hồng, núi Ba Vì, núi Tam Đảo, Ải Chi Lăng, Cửa Bạch Đằng... là những danh từ mầu nhiệm, và mầu nhiệm hơn nữa là những di tích, đền đài lịch sử như các đền Lý Bát Đế, Đồng Nhân, Cổ Loa, Phù Đổng, mỗi di tích giống như một quyển sử dân tộc".* (2) Từ những khám phá mới bằng nội tâm và bằng tình cảm, kèm theo với phong trào và cuộc sống tươi trẻ của giới thanh niên, sinh viên, học sinh và hướng đạo đương thời và cùng với bạn bè, Lưu Hữu Phước đã sáng tác những bài *Ta Cùng Đi, Người Xưa Đâu Tá, Bạch Đằng Giang, Ải Chi Lăng, Hận Sông Hát tức Hồn Tử Sĩ, Hội Nghị Diên Hồng...* và tất nhiên *Tiếng Gọi Sinh Viên* ở thời điểm này. Tất cả cho đến khi bài này được viết và có lẽ chừng nào lịch sử Việt Nam còn, tất cả những bài hát này vẫn còn giữ nguyên được giá trị ban đầu của chúng. (3) Nên nhớ là trong thời gian này Quân Đội Nhật đã kéo vào Đông Dương và đã chia sẻ quyền hành với người Pháp. Toàn Quyền Đông Dương, Đô Đốc Decoux, do nhu cầu ngăn chặn ảnh hưởng của người Nhật, đồng thời cũng để làm lệch hướng đấu tranh của giới trẻ Việt Nam thời đó đã tỏ ra cởi mở hơn. Giới thanh niên, đặc biệt là học sinh, sinh viên được chú ý tới hơn và phần nào được đãi ngộ khá hơn. Cả một phong trào thanh niên thể dục, thể thao, dưới sự lãnh đạo của Hải Quân Đại Tá Ducoroy đã được phát động từ Bắc chí Nam và luôn cả Miên, Lào không riêng ở các thành thị mà luôn cả ở thôn quê. Lịch sử, tinh thần ái quốc của người Việt Nam cũng được khai thác và cổ võ. Vai trò của Hoàng Đế Nam Triều, lúc đó cũng được đề cao. Những bài hùng ca lịch sử nhờ đó đã có cơ hội xuất hiện và phổ biến. Người ta có thể, theo một khuynh hướng tự nhiên, coi những biện pháp này của người Pháp là có thâm ý không tốt, nhưng trên thực tế, dù thế nào đi chăng nữa, nó đã mở đầu cho một sinh hoạt mới cho tuổi trẻ Việt Nam và đã ảnh hưởng tới nhiều phạm vi sinh hoạt khác về sau này.

Theo như chính Lưu Hữu Phước, bài *Tiếng Gọi Sinh Viên* đã được sáng tác vào một đêm tháng tư năm 1941 do ông khởi đầu, sau đó được các bạn cùng phòng "chúng tôi gọt giũa" và "cùng hát vang". (4) Lời đầu tiên của bài này, có lẽ chịu ảnh hưởng của những tuyên truyền về "Khởi Nghĩa Đô Lương, Bắc Sơn" nên đã nặng tính tranh đấu và hận thù với những từ ngữ như *lầm than, đau khổ, loài muông thú, hút máu, cửa nhà tan rã...* và văn phong còn thô kệch vụng về. Sau này lời lẽ mới được mọi người sửa sang, chấn chỉnh lại. Cũng chính Lưu Hữu Phước kể tiếp: *"bài hát bí mật của chúng tôi được anh em lấy làm bài hát sinh viên công khai. Anh em làm lại lời ca, và sau nhiều lần sửa đi sửa lại và đấu tranh với Sở kiểm duyệt, phong trào sinh viên đã có bài hát của mình tức là bài Tiếng gọi sinh viên (Lời ca của Lê Khắc Thiều và Đặng Ngọc Tốt) khi phong trào lan rộng bài hát được nhân dân tự động đổi là Tiếng gọi thanh niên."* (5) Nhưng đó là theo Lưu Hữu Phước. Theo những tác giả khác trong đó có Giáo Sư Nguyễn Ngọc Huy thì hơi khác. Dẫn theo lời của Bác Sĩ Nguyễn Tôn Hoàn, đương thời là Trưởng Ban Âm Nhạc của Tổng Hội Sinh Viên Đại Học Đông Dương tức Đại Học Hà Nội, Giáo Sư Huy cho biết là nhân dịp Tổng Hội tổ chức một đêm ca nhạc vào ngày 15 tháng 3 năm 1942 tại Đại Giảng Đường của nhà trường, nhằm lấy tiền giúp các bệnh nhân nghèo ở các bệnh viện, nơi các sinh viên y và dược khoa thực tập, Tổng Hội đã lựa một bài ca lấy tên là *Sinh Viên Hành*

Khúc với tiếng Pháp là *Marche des Étudiants*. Lưu Hữu Phước đã đưa cho Bác Sĩ Hoàn một số bản nhạc do ông soạn và bài *Tiếng Gọi Sinh Viên* đã được lựa. Tiếp theo là một ủy ban sửa hay soạn lại lời ca gồm có các ông Đặng Ngọc Tốt, Mai Văn Bộ, Phan Thanh Hoà, Huỳnh Văn Tiếng, Hoàng Xuân Nhị, Nguyễn Tăng Nguyên. Lời ca mà người ta có sau này là của tập thể của ủy ban sinh viên này. (6) Sau ngày 15 tháng 3, là mùa hè năm đó một đại lễ mãn khoá đã được tổ chức tại nhà hát lớn của thành phố, có Toàn Quyền Decoux và các quan chức cao cấp Pháp-Việt đến dự và khi ban nhạc của Hải Quân Pháp cử hành bài *Sinh Viên Hành Khúc* này, tất cả mọi người, kể cả Toàn Quyền Decoux, đều đứng dậy. (7) Đây là một biến cố lịch sử quan trọng qua đó định mạng của bài hát dường như đã được báo trước vì 7 năm sau nó đã trở thành Quốc Ca của Quốc Gia Việt Nam với Cựu Hoàng Đế Bảo Đại làm Quốc Trưởng. Lưu Hữu Phước đã không nói tới những buổi lễ này dù cho chúng là những danh dự mà một nhạc sĩ bình thường phải coi là một niềm hãnh diện. Ông cũng không nói tới hai người nữ sinh viên là Nguyễn Thị Thiều và Phan Thanh Bình. Phan Thanh Bình là em của Phan Thanh Hoà, dòng dõi Phan Thanh Giản, người sau này là Chủ Tịch Tổng Hội Sinh Viên Đại Học Hà Nội, đã bị Việt Minh bắt cóc đem đi mất tích. Bà Bình sau này là Bà Nguyễn Tôn Hoàn, là một trong hai ca sĩ đã hát bài của Lưu Hữu Phước đêm tác phẩm của ông được chính thức ra mắt tập thể sinh viên và công chúng thời ấy. Phải chăng, khi viết hồi ký, Lưu Hữu Phước đã sợ một điều bất ổn nào đó sẽ xảy ra cho ông khi nói tới những vinh dự mà phía Người Pháp và những người không phải là Cộng Sản dành cho ông và tác phẩm của ông, lúc bấy giờ và sau này, khi *Tiếng Gọi Sinh Viên* trở thành *Tiếng Gọi Thanh Niên, Tiếng Gọi Công Dân* rồi Quốc ca của phía rất đông Người Việt đương thời và sau này Người Việt Quốc Gia. Tất cả đều không được ông nhắc tới trong hồi ký của ông, ngay cả tên của Tổ Chức Thanh Niên Tiền Phong. Không những thế, ông còn phản đối là đàng khác. Về phía Người Việt Quốc Gia, từ các nhà lãnh đạo Thanh Niên Tiền Phong đến Bác Sĩ Nguyễn Tôn Hoàn, người đã đề nghị chọn *Tiếng Gọi Sinh Viên* làm quốc ca cho Chính Phủ Quốc Gia đầu tiên do Cựu Hoàng Bảo Đại thành lập và lãnh đạo và những người liên hệ không thể không suy nghĩ kỹ càng và không có lý khi làm quyết định này. Lưu Hữu Phước không phải là tác giả duy nhất của bài *Tiếng Gọi Sinh Viên* và bài này khi được ra mắt công chúng không những đã trở thành sở hữu chung của tổ chức sinh viên hồi ấy mà, dưới danh xưng chính thức là *Sinh Viên Hành Khúc*, còn là biểu trưng cho tinh thần và ước nguyện của toàn thể giới thanh niên đương thời. Từ Hà Nội nó đã được phổ biến mạnh mẽ ra toàn quốc, đặc biệt là ở miền Nam, ở Saigon và ở các tỉnh song song với các phong trào thanh niên thể thao Ducoroy, Hướng Đạo, rồi tản cư về các miền quê tránh máy bay Nhật...Phải đọc những hồi ký hay những lời kể lại của các nhân vật đã từng sống ở miền Nam và đã từng tham gia hay bị lôi cuốn vào phong trào này hay của chính Lưu Hữu Phước người ta mới thấy được tầm phổ biến và sự quan trọng của bài *Sinh Viên Hành Khúc*, cũng như là các bài *Bạch Đằng Giang, Lên Đường, Ải Chi Lăng*... trong sinh hoạt thanh niên thời bấy giờ. *Gió Mùa Đông Bắc* của Bác Si Trần Ngươn Phiêu, *Nhớ Quê Hương* của Nguyễn Minh Hoài Việt, *Hồi Ký* của Bác Sĩ Nguyễn Tôn Hoàn và sau này là các bài viết của Giáo Sư Nguyễn Ngọc Huy và của Giáo Sư Phạm Hồng Đảnh… đã nói lên điều đó. Tinh thần của những sinh hoạt này cho người ta thấy rõ một ý thức mới về sự thống nhất quốc gia qua những cuộc thăm viếng trực tiếp những di tích của lịch sử oai hùng của dân tộc của các sinh viên gốc miền Nam ở Đại Học Hà Nội. Những cuộc thăm viếng những di tích ở chung quanh thành phố Hà Nội trong những năm đầu của thập niên bốn mươi của thế kỷ trước, đã thành hình và đã trở thành căn bản cho các cuộc đấu tranh của toàn thể dân tộc Việt Nam trong những năm kế tiếp. Độc lập luôn luôn phải đi đôi với thống nhất, bắt đầu là thống nhất lãnh thổ sau đó là thống nhất tinh thần dân tộc mà cả hai phía Cộng Sản và Quốc Gia đều đề cao không riêng trong sinh hoạt chính trị và quân sự mà luôn cả trong giáo dục, văn hóa và nghệ thuật nữa.

II. Văn Cao

Khác với Lưu Hữu Phước, Văn Cao, tác giả của *Tiến Quân Ca*, sau này là Quốc Ca của nước Việt Nam Dân Chủ Cộng Hòa và hiện thời là Cộng Hòa Xã Hội Chủ Nghĩa Việt Nam, có cuộc đời không những không may mắn mà còn đầy bất hạnh. Văn Cao, như ai cũng biết và cũng đều phải công nhận, luôn luôn và mãi mãi là một trong những thiên tài về âm nhạc của Việt Nam.

Ông đã nổi tiếng từ lâu trước khi viết *Tiến Quân Ca* qua những bài hát không riêng gì đương thời, mà luôn cả trong hiện tại, sáu bảy chục năm đã trôi qua, rất ít người Việt Nam yêu nhạc nào mà không biết và không yêu mến. Không những thế ông còn là một nhà thơ và một họa sĩ tài hoa nữa. Có điều, hoàn cảnh đã đưa ông đến việc sáng tác *Tiến Quân Ca* là cả một bi kịch thê thảm nhất và đáng thương nhất trong lịch sử nghệ thuật của dân tộc Việt Nam. Văn Cao đã không tự mình sáng tác theo cảm hứng riêng của mình mà vì đã nhận lời của một cán bộ cao cấp của Đảng Cộng Sản để làm bài này. Rồi cũng từ đó ông vướng mắc vào hết hệ lụy này đến hệ lụy khác, kể cả chuyện ông đã lãnh súng, đã tham gia ban ám sát của Việt Minh và đã nhúng tay vào những vụ giết người. (8) Lý do là năm đó, năm 1944, Văn Cao bị thất nghiệp. Tranh triển lãm của ông bán không được, lại gặp năm "trời rét hơn mọi năm" và khi "những ngày đói của tôi bắt đầu". Câu chuyện đã được chính nhạc sĩ, hơn ba mươi năm sau, kể lại, nguyên văn như sau:

> *"Sau triển lãm Duy Nhất 1944 (Salon unique), tôi về ở một căn gác hẹp đầu phố Nguyễn Thượng Hiền. Ba bức tranh sơn dầu của tôi tuy được trưng bày vào chỗ tốt nhất của phòng tranh – nhà Khai Trí Tiến Đức – và được các báo giới thiệu, cũng không bán nổi. Hi vọng về cuộc sống bằng hội họa, tại Hà Nội không thể thực hiện được. Anh bạn nhường cho tôi căn gác ấy là người xuất bản mấy bản nhạc đầu tiên của tôi cũng không thấy nói đến tiền nhuận bút. Tôi chưa bao giờ nhận được tiền nhuận bút về các bản nhạc viết hồi đó dù đã trình diễn nhiều lần ở các tỉnh từ Bắc tới Nam, tôi cũng không nhận được tiền nhuận bút về thơ và truyện ngắn.... Hàng ngày*

tôi nhờ mấy họa sĩ nuôi cơm và giúp đỡ phương tiện cho làm việc. Cuộc sống lang thang ấy không thể kéo dài nhiều ngày. Muốn làm việc thì không có chỗ. Hà Nội lúc ấy lại đang đói.

"Năm ấy rét hơn mọi năm. Tôi ngủ mặc nguyên quần áo. Có đêm phải đốt dần bản thảo và ký họa để sưởi. Đêm ấy cũng dài hơn mọi năm. Những ngày đói của tôi bắt đầu." (9)

Đúng vào lúc đó thì Vũ Quí, người cán bộ Việt Minh thường theo dõi Văn Cao từ nhiều năm trước xuất hiện. Văn Cao kể tiếp:

"Tôi đã gặp lại đồng chí Vũ Quí. Anh là người vẫn theo dõi những hoạt động nghệ thuật của tôi từ mấy năm qua và thường khuyến khích tôi sáng tác những bài hát yêu nước như Đống Đa, Thăng Long hành khúc ca, Tiếng Rừng *và một số ca khúc khác. Chúng tôi gặp nhau trước ga Hàng Cỏ. Chúng tôi vào một tiệm ăn. Ở đấy quyết định cuộc đời của tôi. Câu chuyện giữa chúng tôi hết sức đơn giản.- Văn có thể thoát ly hoạt động được chưa?*

- Được.

- Ngày mai Văn bắt đầu nhận công tác và nhận phụ cấp hàng tháng.

Ngày hôm sau anh đưa tôi lại nhà một đồng chí thợ giày đầu ngõ chợ Khâm Thiên để ăn cơm tháng và chờ quyết định và công tác. Ngày đầu tiên chấm dứt cuộc sống lang thang của tôi." (10)

Sau đó Vũ Quí đến tìm Văn Cao giao công tác. Công tác đó là:

- *"Hiện nay, trên chiến khu thiếu bài hát, phải dùng những điệu hướng đạo. Khoá quân chính kháng Nhật sắp mở, anh hãy soạn một bài hát cho quân đội cách mạng của chúng ta."* (11)

Đây là một việc làm hoàn toàn xa lạ đối với một nghệ sĩ như Văn Cao. Ông đã không được làm theo ý riêng và theo hứng khởi của mình mà phải làm theo đơn đặt hàng và để trả nợ bữa cơm với một đề tài không chứa đựng một điều gì quen thuộc. Ông chưa bao giờ lên chiến khu và chưa bao giờ thấy quân Việt Minh ở chiến khu mà phải nói tới chiến khu và quân Việt Minh ở chiến khu. Theo Văn Cao kể lại, ông đã làm bài hát này trong "không biết bao nhiêu ngày tại căn gác hẹp số 45 Nguyễn Thượng Hiền", Hà Nội và trong đêm đầu tiên, sau khi đã đi lang thang dọc theo các đường phố quen thuộc với câu hỏi lúng túng trong đầu: "Phải làm thế nào đây?", ông chỉ "viết được nét nhạc đầu". (12) Điều này cũng dễ hiểu vì cũng như Lưu Hữu Phước, khi làm bài này ông không thể không nghĩ tới bài Quốc ca của nước Pháp quen thuộc không riêng gì với ông mà luôn cả rất đông người Việt có học lúc bấy giờ, bài *La Marseillaise*. (13) Bằng chứng là trong phần lời ông làm sau này có câu "Cờ in máu chiến thắng mang hồn nước", một câu tương tự như câu "L'étandard sanglant est levé" trong bài *La Marseillaise*. Điều tôi muốn nói lên ở đây là Văn Cao không làm bài *Tiến Quân Ca* trong một hoàn cảnh đầy vui tươi, hứng khởi như hoàn cảnh của Lưu Hữu Phước khi họ Lưu làm bài *Sinh Viên*

Hành Khúc. Tạo nên nét nhạc cho đơn giản cho mọi người cùng hát đối với một thiên tài như Văn Cao không phải là chuyện khó. Lời hát đi kèm sao cho đúng ý của người đặt hàng mới chính là vấn đề. Trong hồi ký của ông, Văn Cao không cho biết là Vũ Quí khi giao công tác cho ông có chỉ thị cho ông biết là lời hát phải như thế nào hay không, từ ý tưởng đến từ ngữ được dùng, nhưng những tiếng như *cứu quốc, chiến khu, sao vàng, đời mới, võ trang, Thái Nguyên, Đô Lương, Bắc Sơn*...rõ ràng là những ngôn từ của thời đại, đúng hơn của Việt Minh. Người ta cũng không biết là Nguyễn Đình Thi, một cán bộ văn hóa cao cấp khác, tác giả của bài *Diệt Phát Xít* có ảnh hưởng gì tới Văn Cao hay không, nhưng hai người có gặp nhau theo lời kể của Văn Cao: *"Tôi nhớ lại nụ cười hồn nhiên của đồng chí Nguyễn Đình Thi khi xướng âm lần đầu tiên nhạc điệu bài hát đó."* Có điều *"Xướng âm nhạc điệu"* ở đây phải được hiểu là nhạc điệu thôi, không phải là lời. Còn Nguyễn Đình Thi thì sau này khi được Ngô Vĩnh Bình phỏng vấn vào tháng 3 năm 1985 *"đã cười bảo: bài Diệt phát-xít thực ra chỉ diễn tả những khẩu hiệu, đường lối của Việt Minh lúc ấy."* (14) Đường lối này không thể khác hơn là đường lối đã được Trường Chinh vạch ra trong *Bản Đề Cương Về Cách Mạng Văn Hóa Việt Nam* năm 1943 của Đảng Cộng Sản Việt Nam mà Vũ Quí, Nguyễn Đình Thi hay cao hơn nữa là Lê Quang Đạo chỉ là những cấp thừa hành. (15) Nghi vấn này nếu được giải tỏa thì câu *"Thề phanh thây uống máu quân thù"* có thể hiểu là không phải của Văn Cao mà là của những người khác hay do ý của người khác. Cho là của Văn Cao có thể là oan cho Văn Cao, một con người bản chất mơ mộng, lãng mạn, thuộc về trường phái cổ điển, lúc nào cũng sống mơ màng như ở trên mây, cuộc đời buồn nhiều hơn vui.

Một nghi vấn khác cũng cần phải được nêu ra về một đồng tác giả của *Tiến Quân Ca* do tờ TPCN (người viết bài này nhất thời chưa rõ tên thực sự của tờ báo này là gì, không biết có phải là *Tiền Phong Chủ Nhật* hay không?) một dạo đã được nêu lên, căn cứ vào bản in đầu tiên do chính Văn Cao trực tiếp lo phần ấn loát. Nguyễn Thụy Kha đã hỏi lại chính Văn Cao qua một cuộc phỏng vấn vào năm 1993, một buổi sáng sau ngày mừng sinh nhật của Văn Cao, có thể phần nào giúp ta hiểu rõ hơn vấn đề này. Câu chuyện đã được Nguyễn Thụy Kha ghi và người viết xin chép lại nguyên văn để người đọc thấy thêm được nhiều chi tiết quan trọng cũng như những hệ lụy khác:

"Nguyễn Thụy Kha: Thưa bác, có lẽ vì đêm đó quá vui, bác mệt.

"Văn Cao: Đúng, vui lắm. hình như tôi đã chọc anh nhiều. Song cuộc vui nào chẳng tàn. Cái buồn lưu cữu lại ập đến.

"NTK: Vâng! Cháu rất biết. Chúng ta đều là con người chứ có phải là gỗ đá đâu. Cũng vì vậy, hôm nay, cháu xin bác nói thêm với cháu và tất cả mọi người về cái buồn của bác trong thời gian này.

"V.C: Có gì đâu. Mọi việc vì tôi là tác giả Quốc Ca, anh ạ! Tự nhiên bây giờ sau 46 năm lại có tờ TPCN đặt vấn đề nghi vấn. Trong việc này, có những cái nhìn bị nhiễu từ kênh này sang kênh khác.

"N.T.K: Bác nói chắc đấy chứ? Kẻo lại mang tiếng cho dụng ý tốt của tờ báo.

"V.C: Tôi đã nói là chắc. Mà đã nói rồi nhưng rất tiếc là anh Xuân Ba, người đến phỏng vấn tôi kỳ trước không viết ra hết mặt báo. Trong việc này có ba sự thật:

"- Sự thật thứ nhất là: Tôi là người viết Tiến quân ca, *điều ấy chỉ có tôi mới biết vì khi tôi sáng tác bài này trong bí mật, không ai được biết. Ai nói biết là bịa.*

"- Sự thật thứ hai: Tôi đã có ý để anh Đỗ Hữu Ích đứng tên cùng là tác giả phần lời với mật danh Anh Dũng. Lúc ấy tôi lấy mật danh là Anh Thọ. Bài Tiến quân ca *đầu tiên do tôi trực tiếp ấn loát ghi tác giả: Nhạc Anh Thọ, lời Anh Dũng. Tôi có ý để anh Ích trong bài* Tiến quân ca *có hai lý do:*

"1. Lúc ấy tôi là bạn anh Ích và đang lấy tạm nhà anh Ích làm cơ sở hoạt động.

"2. Để anh Ích đứng tên chung có lợi ở chỗ nếu anh Ích có muốn phản bội thì cũng không dám vì đã trót đứng tên chung cùng với tôi. Đây là một phép trong hoạt động bí mật. Buộc phải đề phòng mọi khả năng. Anh Ích quen rất nhiều hiến binh. Bài Tiến quân ca khi đó mới chỉ là bài ca của quân cách mạng. Người sáng tác bài ca là kề với cái chết bất cứ lúc nào. Tôi để anh Ích đứng chung bằng mật danh là để bảo vệ bài ca này.

"Nhưng đó là thời kỳ bí mật. Sau cách mạng khi anh Ích lập nhà xuất bản Đỗ Văn thì lúc này anh đã tự chuyển ý sang: Nhạc Văn Cao, lời Đỗ Hữu Ích, kể cả khi anh vận động nhà in in ở Hải Phòng. Nó đã lột được bản chất xấu của anh Ích.

"Sự thật thứ ba là: Khi bài Tiến quân ca *được công nhận là Quốc ca Việt Nam, nó được sự góp ý về nhạc của anh Đinh Ngọc Liên và Nguyễn Hữu Hiếu. Còn lời thì anh Tố Hữu đã sửa nhiều câu* (xin để ý mấy chữ này, PCD). *Nhưng khi Bác Hồ yêu cầu gặp tác giả Quốc ca thì chỉ một mình tôi (do anh Tố Hữu đưa đến gặp Bác). Vì thế, năm 1946 nhà nước in bài* Tiến quân ca *và Quốc ca trong hiến pháp công bố với toàn dân và nước ngoài là Văn Cao. Vậy báo Tiền Phong CN với lòng công tâm giúp đỡ anh Ích thì phải cùng anh Ích đấu tranh với nhà nước để đòi bằng được cho anh Ích, Tôi làm sao làm được việc đó.... Nếu Quốc hội đã chứng nhận tôi là tác giả Quốc ca thì tôi phải nghe và chấp hành. Khi ấy, kẻ nào nhận thêm vào tức là mạo danh tác giả rồi. Có ngồi với nhau cũng chả giải quyết được." (16)*

Qua những gì Văn Cao giải thích kể trên, ta có thể nói không phải dè dặt rằng bài *Tiến Quân Ca* là do Văn Cao làm với sự góp ý và luôn cả sửa chữa của nhiều người trong đó có cả Tố Hữu. Riêng Tố Hữu "đã sửa nhiều câu". Cũng vậy tất cả đã được làm trong bí mật, kể cả tên tác giả là Anh Thọ và Anh Dũng chứ không phải là là Văn Cao, mà nếu không có chuyện Đỗ Hữu Ích đòi chia sẻ quyền tác giả thì Văn Cao đã không nói ra. Nói cách khác những gì Văn Cao nói ra chỉ là một phần của sự thật nhưng người ta vẫn có thể kết luận rằng Văn Cao không phải là tác giả duy nhất của bài Tiến Quân Ca nhất là về phần lời hát. Phần này đã được sự góp ý của nhiều người trong đó có Tố Hữu và Nguyễn Đình Thi, hai cán bộ cao cấp đương thời và về sau này. Ngay cả cái tên của bài hát, Nguyễn Đình Thi cũng có góp phần, đồng thời hai chữ Việt Minh trong câu *"Đoàn quân Việt Minh đi chung lòng cứu quốc"* là hai chữ được dùng lúc ban đầu, sau này mới được đổi thành Việt Nam. Việt Minh lúc ấy chỉ là một đảng, hay một mặt trận, còn nhiều đảng và mặt trận khác. Chính vì vậy bài hát khi được phổ biến mới bị những người chống Việt Minh nhái đi thành:

"Đoàn quân Việt Minh đi xe nhà phất phới, dắt họ hàng làng nước ra làm quan". (17)

B. Nguyên Văn Lời Hát

I. Sinh Viên Hành Khúc hay Tiếng Gọi Sinh Viên

Bài này có ba lời, một điệu. Mỗi lời gồm mười câu và bốn câu điệp khúc chung.

Lời I kêu gọi sinh viên Bắc - Nam, cả nước, cùng nhau kết đoàn, *"đứng lên đáp lời sông núi"*, *"mở đường khai lối"* cho đồng bào, dù cho thời thế khó khăn, chông gai đầy dẫy. Trên con đường mới, mở rộng tầm mắt ra bốn phương với tâm hồn trong sáng và can trường của tuổi thiếu niên. Nguyên văn như sau:

Này sinh viên ơi! Đứng lên đáp lời sông núi!
Đồng lòng cùng đi, đi, đi mở đường khai lối.

Vì non sông nước xưa truyền muôn năm chớ quên,
Nào anh em Bắc Nam! Cùng nhau ta kết đoàn!
Hồn thanh xuân như gương trong sáng,
Đừng tiếc máu nóng, tài xin ráng!
Thời khó, thế khó, khó làm yếu ta,
Dầu muôn chông gai vững lòng chi sá.
Đường mới kíp phóng mắt nhìn xa bốn phương,
Tung cánh hồn thiếu niên ai đó can trường.

và phần điệp khúc:

Sinh viên ơi! Sinh viên ơi! Ta quyết đi đến cùng!
Sinh viên ơi! Sinh viên ơi! Ta nguyền đem hết lòng!
Tiến lên! Đồng tiến! Vẻ vang đời sống!
Chớ quên rằng ta là giống Lạc Hồng!

Lời II nhắc lại lịch sử *"hùng cường"* trong cõi *"Trời Nam"* của dân tộc với những chiến thắng bình Chiêm, phá Tống, đánh đuổi quân Nguyên, kháng cự oai hùng của Hai Bà Trưng ở Hồ Tây, Lam Sơn Khởi Nghĩa của Lê Lợi, dẹp tan quân Thanh của Quang Trung và kêu gọi sinh viên đừng quên khí phách từ xưa được truyền lại của nòi giống, mong mỏi có ngày đất nước vẻ vang. Nguyên văn như sau:

Này sinh viên ơi! Dấu xưa vết còn chưa xóa!
Hùng cường Trời Nam ghi trên bảng vàng bia đá!
Lùa quân Chiêm nát tan, thành công Nam Tiến luôn
(mau tiến lên),
Bình bao phen Tống Nguyên, từng ca câu khải hoàn.
Hồ Tây tranh phong oai son phấn,
Lừng tiếng Sát Thát, Trần Quốc Tuấn.
Mài kiếm cứu quốc (nước) nhớ Người Núi Lam,
Trừ Thanh Quang Trung giết hàng bao đám.

Nòi giống có khí phách từ xưa chớ quên,
Mong đến ngày vẻ vang, ta thắp hương nguyền.
(Trở lại điệp khúc)

Lời III kêu gọi sinh viên, vì đường còn xa, phải noi gương người xưa, *"cùng nhau gắng"*, *"đem lòng son cho giống dòng"*, trong vị thế và khả năng của mình *"vun cây văn hoá"*, *"vững cầm tay lái"*, *"bền chí quyết gắng sức làm cho khắp nơi vang tiếng người nước Nam cho đến muôn đời!"*. Nguyên văn như sau:

Này sinh viên ơi! Muốn đi đến ngày tươi sáng,
Hành trình còn xa, anh em phải cùng nhau gắng!
Ngày xưa ai biết đem tài cao cho núi sông,
Ngày nay ta cũng đem lòng son cho giống dòng.
Là sinh viên vun cây văn hóa,
Từ trước sẵn có nhiều hoa lá.
Đời mới kiến thiết đáp lòng những ai
Hằng mong ta ra vững cầm tay lái.
Bền chí quyết cố gắng làm cho khắp nơi
Vang tiếng người nước Nam cho đến muôn đời! (18)
(Trở lại điệp khúc)

Khi bài được nhận làm đoàn ca của Thanh Niên Tiền Phong ở trong Nam và sau đó là Quốc Ca của Quốc Gia Việt Nam của Quốc Trưởng Bảo Đại theo đề nghị của Bác Sĩ Nguyễn Tôn Hoàn thì nhan đề của bài hát được chính thức đổi thành *Thanh Niên Hành Khúc* và nội dung cũng được sửa lại như sau:

Này thanh niên ơi! Quốc Gia đến ngày giải phóng
Đồng lòng cùng đi hy sinh tiếc gì thân sống.
Vì tương lai quốc dân, cùng xông pha khói tên.
Làm sao cho núi sông từ nay luôn vững bền.

Dù cho phơi thây trên gươm giáo.
Thù nước lấy máu đào đem báo.
Nòi giống lúc biến phải cần giải nguy.
Người (Đoàn) thanh niên ta cố rèn tâm trí.
Hùng tráng quyết chiến đấu làm cho khắp nơi
Vang tiếng người nước Nam cho đến muôn đời.

Điệp khúc:

Thanh niên ơi! Thanh niên ơi! Mau hiến thân dưới cờ!
Thanh niên ơi! Thanh niên ơi! Mau làm cho cõi bờ!
Thoát cơn tàn phá, vẻ vang nòi giống,
Xứng danh ngàn năm dòng giống Lạc Hồng!

Bác sĩ Nguyễn Tôn Hoàn giải thích sự lựa chọn này như sau:

Khoảng năm 1947, trước khi trở về nước lập chính phủ mới, cựu hoàng Bảo Đại có mời tôi và một số đại diện tôn giáo, các chính khách như các ông Ngô Đình Diệm, Đinh Xuân Quảng, Phan Huy Quát, Trần Văn Tuyên, Trần Quang Vinh, Trần Thành Đạt, BS Lê Văn Hoạch, Trần Văn Hữu, Nguyễn Văn Tâm, v..v...đến họp tại Hồng Kông. Trong buổi hội nghị này có bàn về sự lựa chọn quốc kỳ và bản quốc ca cho Việt Nam. Hình vẽ là cờ vàng ba sọc đỏ tượng trưng ba miền Trung, Nam, Bắc của họa sĩ nổi danh tại miền Nam là họa sĩ Lê Văn Đệ đã được chọn làm quốc kỳ Việt nam. Tôi đề nghị chọn bản "Tiếng Gọi Sinh Viên" làm quốc ca, vì nó là linh hồn cuộc chống Pháp tại miền Nam Việt nam của Đoàn Thanh Niên Tiền Phong. Hội nghị đã chấp thuận và bản nhạc được đổi tên là Thanh Niên Hành Khúc với lời nhạc..." (19) (được giữ nguyên như trên)

Về thời điểm, Bác Sĩ Nguyễn Tôn Hoàn chỉ nói là vào khoảng năm 1947 và cũng không giải thích sự thay đổi lời hát nhưng điều này không khó hiểu vì thời cuộc Việt nam vào lúc này đã hoàn toàn thay đổi. Lực lượng của người Việt Quốc Gia đã được tập hợp lại dưới sự lãnh đạo của Cựu Hoàng Bảo Đại trong và ngoài nước và chính quyền Quốc Gia của một nước Việt Nam độc lập và thống nhất đang trên đà thành hình, việc lựa chọn Quốc Kỳ và Quốc Ca, những biểu tượng cho một chính thể mới, phải là một trong những việc làm đầu tiên cần được thực hiện. Cờ vàng với ba sọc đỏ là tượng trưng cho sự thống nhất ba kỳ, nguyện vọng của mọi người lúc đó, *Thanh Niên Hành Khúc* là linh hồn cuộc kháng chiến chống Pháp tại miền Nam Việt Nam của Đoàn Thanh Niên Tiền Phong là những lý do được nêu lên. Ta cũng cần phải thêm vào đó một sự kiện không thể chối cãi được. Đó là những sinh viên xuất thân từ xứ Nam Kỳ là những người đã đóng vai trò quan trọng nhất trong việc sáng tác và phổ biến ca khúc này. Tiếp theo là sự thành hình của chính quyền quốc gia và sự thực thi nền thống nhất lãnh thổ và thống nhất dân tộc. Cả hai cùng bắt đầu từ miền Nam, từ xứ Nam Kỳ thay vì từ miền Bắc. Nói cách khác nền thống nhất của đất nước Việt Nam vào cuối thập niên bốn mươi đã không đến bằng bạo lực mà bằng hòa bình và phát khởi từ miền Nam. Miền nam đã ý thức được nguồn gốc và vai trò lịch sử của mình, đã tìm cách trở về với dân tộc. Nói cách khác, đó là sự trở về với lãnh thổ quốc gia của xứ Nam Kỳ do chính người miền Nam chủ xướng. Trong hoàn cảnh này, lời của bài hát đương nhiên là phải được sửa đổi.

Giai đoạn tiếp theo là thời kỳ chế độ Cộng Hoà ở miền Nam được thành lập, người Pháp đã ra đi, nền độc lập đã hoàn toàn được thực hiện, một giai đoạn mới đã bắt đầu, lời của Quốc Ca một lần nữa cần được điều chỉnh thêm một lần nữa cho thích hợp với một nước Việt Nam độc lập đang trên đường củng cố và xây dựng. Nguyên văn của lời mới như sau:

Này công dân ơi! Đứng lên đáp lời sông núi!
Đồng lòng cùng đi hy sinh tiếc gì thân sống
Vì tương lai quốc dân cùng xông pha khói tên,
Làm sao cho núi sông từ nay luôn vững bền
Dù cho thây phơi trên gươm giáo,
Thù nước lấy máu đào đem báo.
Nòi giống lúc biến phải cần giải nguy,
Người công dân luôn vững bền tâm chí.
Hùng tráng quyết chiến đấu làm cho khắp nơi
Vang tiếng người nước Nam cho đến muôn đời.

Điệp khúc:

Công dân ơi! Công dân ơi! Mau hiến thân dưới cờ!
Công dân ơi! Công dân ơi! Mau làm cho cõi bờ!
Thoát cơn tàn phá, vẻ vang nòi giống,
Xứng danh ngàn năm dòng giống Lạc Hồng. (20)

II. Tiến Quân Ca

Tiến Quân Ca là một hành khúc gồm một điệu nhạc và hai phần lời, được làm cho quân Việt Minh lúc đó mới được thành lập trên chiến khu, do Văn Cao làm theo lời yêu cầu của Vũ Quí. Nguyên văn phần lời ban đầu của bài này như sau:

Lời I:

Đoàn quân Việt Minh *đi chung lòng cứu quốc,*
Bước chân dồn vang trên đường gập ghềnh xa.
Cờ in máu chiến thắng mang hồn nước,
Súng ngoài xa chen khúc quân hành ca.
Đường vinh quang xây xác quân thù.
Thắng gian lao đoàn Việt lập chiến khu.
Thề phanh thây uống máu quân thù!
Tiến mau ra sa trường. Tiến lên! Cùng thét lên!
Chí trai là đây ta ước nguyền.

Lời II:

Đoàn quân Việt Minh đi, sao vàng phất phới
Dắt giống nòi quê hương qua nơi lầm than.
Cùng chung sức phấn đấu xây đời mới.
Đứng đều lên gông xích ta đập tan.
Từ bao lâu ta nuốt căm hờn.
Quyết hy sinh đời ta tươi thắm hơn.
Dù thây phơi xương nát không sờn.
Tiến mau ra sa trường. Tiến lên! Cùng thét lên!
Chí trai là đây, nơi ước nguyền.

Bài này, sau ngày Cách Mạng Tháng Tám - Việt Minh Cướp Chính Quyền, ngày 19 tháng 8 năm 1945 và Hồ Chí Minh tuyên bố độc lập ngày 2 tháng 9 sau đó, đã trở thành Quốc Ca của nước Việt Nam Dân Chủ Cộng

Hoà rồi Cộng Hoà Xã Hội Chủ Nghĩa Việt Nam hiện tại. Trong hoàn cảnh mới, lời ca đã được thay đổi. "Đoàn quân Việt Minh" đã được đổi thành "Đoàn quân Việt Nam" và đặc biệt là câu "Thề phanh thây uống máu quân thù", nghe có vẻ sắt máu và đôi khi man rợ theo nhiều người nhận định cho một dân tộc tự coi là văn minh của thời đại mới không có lợi cho các vận động tuyên truyền, đã được đổi thành "Vì nhân dân chiến đấu không ngừng" *(21)...* Tuy nhiên, trước khi có những sự thay đổi này, đối chiếu với những gì chính tác giả Văn Cao tiết lộ với nhà văn Nguyễn Thụy Kha năm 1991 như đã trình bầy trên đây và như một "sự thực thứ ba" là "Khi bài *Tiến quân ca được công nhận là Quốc ca Việt Nam, nó đã được sự góp ý về nhạc của anh Đinh Ngọc Liên và Nguyễn Hữu Hiếu. Còn lời thì anh Tố Hữu đã sửa nhiều câu...*" Lời của *Tiến Quân Ca* và luôn cả nhạc như vậy đã bị sửa ít ra là một lần chưa kể tới sự cũng ít ra là góp ý của Nguyễn Đình Thi và chắc chắn những chỉ dẫn của Vũ Quí. Tiếc rằng ông đã không nói rõ hơn là những góp ý và những câu được sửa ấy là những câu nào, đồng thời nguyên thủy do Văn Cao làm là như thế nào. Người ta cũng không được rõ trong thâm tâm của ông lúc đó và sau này, Văn Cao đã có những cảm nghĩ gì trước những sự "góp ý" và "sửa" chữa đó. Đằng sau thái độ chấp nhận, vui vẻ, thụ động, hãnh diện hay bất đắc dĩ đó, ông đã nghĩ gì? Nó có ảnh hưởng gì tới những việc làm sau này của ông không? Nó có phải là một trong những nỗi u uất ông mang theo khi từ bỏ cõi đời này không? Lịch sử không bao giờ được biết. Có điều sau khi ông mất, một vài tác giả đã nói tới sự đau buồn của ông sau cái chết đầy nghi vấn của Vũ Quí vào giữa tháng 9 năm 1945, không lâu sau ngày Hồ Chí Minh đọc bản *Tuyên Ngôn Độc Lập* ngày 2 tháng 9. Kể lại chuyện này, Phí Văn Bái đã ghi: *"Mỗi khi nhắc lại chuyện cũ, cũng như hôm nay anh cầm tấm ảnh đồng chí Vũ Quý, nước mắt anh lại ướt đầm."* (22) Còn Nguyễn Thụy Kha, người có lẽ được nghe Văn cao tâm sự nhiều hơn hết vì tác giả này đã viết cả một chùm 18 bài về nhạc sĩ thiên tài nhưng bất hạnh này, trong "Văn Cao, Người Viết Quốc Ca", thì nhận xét về Văn Cao trong thời kỳ kháng chiến như sau:

> *Chín năm kháng chiến dằng dặc đi qua gia đình anh và cho anh hai đứa con trai cùng sự nghiệp âm nhạc. Nhưng cũng chín năm ấy, lòng anh biết bao trăn trở. Cái buồn đầu tiên mà anh vấp phải là cái chết khó hiểu của Vũ Quý - người mà bằng mọi linh cảm, anh không tin có thể là người xấu. Mất Vũ Quý, anh cảm thấy chống chếnh tinh thần biết bao. Rồi vết thương cũng thành sẹo. Nhưng lại bao vết thương khác mưng tấy vì những xót xa trước nhiều điều mà khi hăng hái nhập vào cách mạng, anh không cách gì nghĩ tới. Đã xen vào giữa những người tử tế là những kẻ cơ hội. Đau đớn nhất là chúng - những kẻ không của chúng ta - lại vẫn đang đàng hoàng đứng trong hàng ngũ chúng ta. Đứng vững và có quyền lực nữa. Thế mới khó khăn!* (23)

Chưa hết. Sau này *"Cho đến những ngày ở Hà Nội, mấy năm 1956-1957, trong văn nghệ có nhiều sóng gió, anh Văn Cao có những vấp váp buồn bực."* (24) Tất cả phải chăng đã làm cho ông không còn hứng khởi để sáng tác thêm nữa, đến nỗi "Hai mươi năm cuối cuộc đời, Văn Cao chỉ viết vài ba bài hát, đấy là bài *Mùa xuân đầu tiên* (1975) và bài *Tình ca trung du* (1984) Bài *Mùa xuân đầu tiên* ông viết sau ngày Việt Nam thống nhất, khi cảm xúc trào lên ào ạt ở những người khác, thì cảm xúc của ông lắng lại, bình thản sau quá nhiều xáo trộn cuộc đời. Ông nhìn thấy mùa xuân dặt dìu theo én về, ông lắng nghe tiếng "gà đang gáy trưa bên sông" và ông khẳng định rằng cái "mùa bình thường" đã về. *"Từ đây người biết quê người - Từ đây người biết thương người - Từ đây người biết yêu người"*. Âm nhạc của ông vẫn đẹp, ấm và sang trọng, thoát hẳn ra ngoài những bài hát reo vui lúc bấy giờ. Đó là bí mật tài hoa riêng của ông. Bài hát liền sau đó được dịch và in ở Liên Xô. "Chỉ tiếc rằng hầu như nó chẳng được phổ biến trong đất nước của mình." (25) Một hiện tượng hoàn toàn toàn trái ngược với hiện tượng Phạm Duy ở miền Nam.

C. Đối tượng và khả năng hấp dẫn

Vì được sáng tác trong những hoàn cảnh khác nhau, đối tượng được hướng tới của hai bài hát khác nhau, từ đó lời hát và điệu nhạc cũng khác nhau, tính chất và khả năng lôi cuốn người hát và người nghe cũng khác nhau.

I. Tiếng Gọi Sinh Viên

Đối tượng của *Tiếng Gọi Sinh Viên,* như nhan đề của bài hát, đương nhiên phải là sinh viên, là tập thể trẻ đương thời mà tác giả là một thành phần, kể cả, nếu theo lời kể của nhiều người cho rằng bài này khởi thủy là được làm cho học sinh trường Trung Học Petrus Trương Vĩnh Ký ở Saigon, khi tác giả còn theo học trường này. Nó vẫn là tập thể của chính tác giả. Nói cách khác, chính thức hơn, bài hát này được Lưu Hữu Phước làm cho tập thể của chính ông, tập thể sinh viên Đại Học Đông Dương ở Hà Nội và được mang tên là *Sinh Viên Hành Khúc* với tên tiếng Pháp là *Marches des Étudiants* trong đó có luôn cả các sinh viên Miên, Lào. Trong hoàn cảnh đó, ước mơ và hy vọng của Lưu Hữu Phước cũng là ước mơ và hy vọng chung của tất cả mọi người trong tập thể chung của ông. Chúng bắt nguồn từ hoàn cảnh sinh hoạt đương thời, từ học hành cho đến chính trị, xã hội, văn hoá... trong đó quan trọng hơn cả là lịch sử oai hùng của nhiều ngàn năm của dân tộc mà ông và những đồng bạn cùng quê hương Nam Kỳ, một miền đất của quốc gia Việt Nam vốn từ lâu bị nhượng làm thuộc địa của người Pháp, của ông, bất ngờ ông tìm lại được qua sách vở và qua những chuyến du ngoạn thăm các di tích lịch sử ở xung quanh thủ đô Hà Nội. Sức lôi cuốn của *Tiếng Gọi Sinh Viên* ngay từ những ngày đầu, ở toàn quốc, từ Bắc chí Nam, bắt nguồn từ những yếu tố này. Lịch sử của dân tộc trực tiếp hay gián tiếp bàng bạc trong khắp cả ba phần lời của bài hát, đặc biệt là phần thứ hai. Chúng khích động lòng người hát và đem họ lại gần với nhau vì tác giả là chính họ, và họ là chính tác giả, cả hai là một, không có sự khác biệt:

Này sinh viên ơi! Dấu (Lối) xưa vết (dấu) còn chưa xóa!
Hùng cường Trời Nam ghi trên bảng vàng bia đá!
Lùa quân Chiêm nát tan, thành công Nam Tiến luôn
(mau tiến lên),
Bình bao phen Tống Nguyên, từng ca câu khải hoàn.
Hồ Tây tranh phong oai son phấn,
Lừng tiếng Sát Thát, Trần Quốc Tuấn.
Mài kiếm cứu quốc (nước) nhớ Người Núi Lam,
Trừ Thanh Quang Trung giết hàng bao đám.
Nòi giống có khí phách từ xưa chớ quên,
Mong đến ngày vẻ vang, ta thắp hương nguyền.

II. Tiến Quân Ca

Trường hợp của *Tiến Quân Ca*, trái lại, hoàn toàn khác hẳn. Bài này không do chính tự trong tâm tác già muốn làm và không được làm cho chính tác giả, mà được làm như một món hàng được đặt, dù cho trong hồi ký Văn Cao có nói tới *"bóng mấy người đói khổ trần truồng loang trên mặt hồ lạnh"* hay *"ngọn lửa tím sẫm bập bùng trong những hốc mắt"* hay việc ông *"đang chờ nhận một khẩu súng lục và được tham gia vào đội vũ trang"*. (26) Những sự kiện này chỉ đến với Văn Cao sau khi ông đã nhận lời của Vũ Quí *"làm một bài hát cho quân đội cách mạng của chúng ta"* và khi ông lang thang đi tìm *"một cái gì để nói, một âm thanh đầu tiên"*. Cái gì để nói, âm thanh đầu tiên này, lúc mới gặp Vũ Quí trở lại, được Vũ Quí giao cho công tác, được nhận trợ cấp, có chỗ ăn cơm tháng, chấm dứt cuộc đời lang thang, thất nghiệp và đói khát của ông, Văn Cao không hề có. Quân đội cách mạng cho tới thời điểm đó chỉ mới là của Vũ Quí, chưa phải là của Văn Cao. Quân đội cách mạng hay *"Đoàn quân Việt Minh"* sau này trong *Tiến Quân Ca* lúc đó còn ở tít trên chiến khu, Văn Cao chưa từng thấy, chưa nói tới chuyện ông có phải là một đội viên của nó hay không. Chuyện ông nhận được khẩu súng và được tham gia vào đội vũ trang mới chỉ là chuyện ông đang chờ. Câu hỏi được đặt ra là nếu vậy làm sao bài hát này lại được phổ biến nhanh như vậy? Câu trả lời rất đơn giản: đó là nhờ guồng máy tuyên truyền của Việt Minh thời đó rồi sau này là của chính quyền khi nó trở thành quốc ca của nước Việt Nam Dân Chủ Cộng Hoà do Hồ Chí Minh làm Chủ Tịch và Trần Huy Liệu trực tiếp điều khiển. Nói cách khác, tác giả và đối tượng của *Tiến Quân Ca* là hai chủ thể hoàn toàn khác biệt, không phải là một. Người hát cũng vậy.

Trường hợp của *Tiếng Gọi Sinh Viên* khác hẳn, tác giả xin phép được nhắc lại. Người rủ và người được rủ ở đây là một, không có người kêu gọi và người được kêu gọi. Cả hai đều là sinh viên, sau này là thanh niên, cùng chia sẻ một hoàn cảnh với nhau từ lịch sử, tiếng nói, cuộc sống bình thường tới hoàn cảnh chung của cả đất nước và dân tộc mà cuộc sống trong Đại Học Xá ngày thường hay những cuộc thăm viếng các địa điểm và di tích lịch sử đã mang họ lại với nhau. Nói cách khác người làm bài hát, người hát bài hát và người nghe bài hát đều là một. Mọi người hòa nhập với nhau không có sự phân biệt giữa người nhắm và người được nhắm tới.

Khả năng hấp dẫn hay hấp lực hay sự quyến rũ của *Tiếng gọi Sinh Viên* sau này là *Tiếng Gọi Thanh Niên* nằm ở điểm này, điểm mà *Tiến Quân Ca* không có. Đối tượng của bài hát của Văn Cao không phải là Văn Cao hay những người chung quanh Văn Cao mà là một tập thể những người ông chưa bao giờ được gặp hay nhìn thấy. Lý do như đã nói hoàn toàn đơn giản: ông đã làm theo "đơn đặt hàng". Người ta có thể viện dẫn những người *"đói khổ trần truồng loang trên mặt hồ lạnh"* mà ông đã bắt gặp khi đi lang thang tìm hứng sau khi nhận lời với Vũ Quí, hay chuyện ông sắp nhận được khẩu súng *"và được tham gia vào đội vũ trang"*, coi như là một danh dự và là niềm hãnh diện của ông, để biện minh phần nào, nhưng tất cả vẫn chỉ là gượng ép. Đối tượng chính của bài hát của ông vẫn là những Đội Tuyên Truyền Giải Phóng Quân mới được thành lập ở một nơi xa tắp nào đó, trên tận chiến khu. *"Đoàn quân Việt Minh đi..."* chỉ là do trí tưởng tượng của ông cũng như *"bước chân dồn vang trên đường gập ghềnh xa"* của họ. Không thấy họ, Văn Cao không thể nào kêu gọi họ. Họ đã có trước rồi nên ông chỉ có thể từ xa, rất xa tưởng tượng, dựa trên nét nhạc và phần nào hình ảnh lấy từ bài Quốc ca Pháp, *La Marseillaise,* ngưỡng mộ họ và ca ngợi họ bằng những lời lẽ mà những cán bộ tiếp xúc với ông và giao công tác cho ông đã hướng dẫn cho ông như *"cứu quốc"*, *"cờ in máu"*, *"chiến khu"*, *"phanh thây uống máu quân thù"*, *"sao vàng, phất phới"*... thay vì bằng những ngôn từ đẹp, đầy lãng mạn tính và nặng về hoài cổ của *Buồn Tàn Thu, Thiên Thai, Suối Mơ, Trương Chi,* hay ít ra là *Thăng Long Hành Khúc*... của ông trước đó.

Văn Cao cũng không dành cho lịch sử một chỗ đứng trong *Tiến Quân Ca* của ông, bài hát cho quân đội cách mạng. Lý do phải chăng là vì đối tượng chính phải là cách mạng, phải mang chiến đấu tính, phải có quân thù, giết quân thù và chiến thắng quân thù… và nhất là phải bỏ lại sau lưng những cái cũ. Cũng là chiến đấu cho người Việt Nam nhưng ông không hề nhắc tới truyền thống hào hùng của hàng ngàn năm trước của Dân Tộc Việt Nam. Những tên tuổi quen thuộc đối với giới trẻ đương thời như Hai Bà Trưng, Bà Triệu, Ngô Quyền, Đinh Bộ Lĩnh, Lý Thường Kiệt, Trần Hưng Đạo, Lê Lợi, Quang Trung…, những địa danh như Mê Linh, Sông Hát, Bạch Đằng, Chi Lăng, Đống Đa,.. những ngôn từ quen thuộc trong lịch sử dân tộc như cờ lau, chiêng trống, cờ bay… mà Lưu Hữu Phước, Hoàng Quí, Thẩm Oánh, Lê Thương và nhiều nhạc sĩ thuộc thế hệ sau của ông trân trọng ngợi ca, hoàn toàn không được nhắc tới trong bài hát này của ông. Tất cả đều phải chăng là không cần thiết, nếu không nói là không được nói tới vì chỉ cần "Đoàn Quân Việt Minh" là đủ và là khởi đầu. Sau này, qua *Đàn Chim Việt, Chiến Sĩ Việt Nam. Bắc Sơn, Làng Tôi, Sông Lô, Ngày Mùa, Tiến Về Hà Nội, Ca Ngợi Hồ Chủ Tịch, Không Quân Việt Nam, Hải Quân Việt Nam*… các tên tuổi của Lịch Sử Việt Nam và các địa danh liên hệ, *sau Thăng Long Hành Khúc, Gò Đống Đa* cũng rất ít được xuất hiện hay hoàn toàn vắng bóng, nhường chỗ cho những tên hoàn toàn xa lạ với người đương thời, lần đầu tiên xuất hiện như Đô Lương, Bắc Sơn, Thái Nguyên, Hồ Chủ Tịch …

Lưu Hữu Phước hoàn toàn trái ngược với Văn Cao. Nhạc sĩ này đã lấy lịch sử của dân tộc làm khởi đầu và là nguồn căn bản cho những sáng tác của mình. Như đã nói ở trên, cuộc đời sáng tạo về âm nhạc của Lưu Hữu Phước bắt đầu bằng sự khám phá ra quá khứ của tổ tiên xa xưa nhất của ông, ngay từ ngày ông còn là học sinh ở Saigon, sau đó là khi ông cùng với các bạn sinh viên cùng quê hương Miền Nam với ông thăm viếng những di tích lịch sử ở miền Bắc, nơi phát xuất của dân tộc ông. Nói cách khác tất cả đã khởi đầu khi hồn thiêng của sông núi và anh linh của tổ tiên của dân tộc đã trỗi dậy trong lòng ông. Ba lời ca của *Tiếng Gọi Sinh Viên* sau này đã trở thành những bài học lịch sử mà không ít những người dạy lịch sử, văn hóa và đạo đức dân tộc cho tuổi trẻ Việt Nam ở Hải Ngoại đã dùng. Tất cả những tên tuổi lớn của nhiều ngàn năm của lịch sử dân tộc kể trên đều được trực tiếp hay gián tiếp làm sống lại trong những lời ca này, bên cạnh những danh xưng khác như Hồ Tây, Núi Lam…

Cuối cùng, qua *Tiến Quân Ca*, người ta thấy Văn Cao đã không mở ra được một viễn ảnh, không đem lại một ánh sáng mới, một chân trời mới cho những chiến sĩ của đoàn quân Việt Minh, chưa nói tới đồng bào đương thời của họ, đất nước và dân tộc của họ. Ông chỉ kêu gọi họ *"thề phanh thây uống máu quân thù"*, *"thắng gian lao"*, *"lập chiến khu"* để rồi *"tiến lên cùng thét lên!" vì "chí trai" là ở đó, "là đây nơi ước nguyền!"*, thét lên như là những người mất trí. Cái đích cuối cùng mà ông vạch ra cho họ là ở đó, ước nguyền mà ông nói lên cho họ là ở đó, ở "chiến khu" để họ mãi mãi "tiến lên cùng thét lên" và hy sinh! Tất cả là ở đó! Tất cả dừng lại ở đó! Chấm hết! Tất nhiên là ở giai đoạn Văn Cao viết *Tiến Quân Ca* như một người nhìn từ bên ngoài và cho giai đoạn ông được yêu cầu sáng tác và sáng tác theo chỉ thị, ông không thể làm hơn được. Nhưng về sau này, vì bài hát đã trở thành quốc ca nên định mệnh của dân tộc đã được đặt sẵn ở đó, ở chiến khu. Chiến khu của Việt Minh từ sau khi bài hát trở thành quốc ca, Chiến Khu Việt Bắc, ở Ba Tơ, ở các bưng biền miền Nam… và sau đó cả nước trở thành chiến khu ngay từ cuối năm 1946, rồi liên tiếp sau nhiều thập niên tiếp theo, có thể luôn cả đến những ngày hiện tại và sắp tới, khi Trung Quốc lộ hẳn tham vọng bành trướng của họ, khi người ta, một lần nữa, nói tới hiểm họa mất nước, hiểm họa đến từ ngoài khơi hay hiểm họa xảy ra ngay trên đất liền, hiểm họa do ngoại bang gây ra hay hiểm họa do chính mình gây ra, cuối cùng vẫn chỉ là chiến khu, là nơi "chí trai" để cho người Việt muôn đời "ước nguyền".

Lưu Hữu Phước và những đồng tác giả của ông hiền lành hơn, bình thường hơn, đơn sơ hơn, chỉ kêu gọi tập thể sinh viên "đứng lên đáp lời sông núi", cùng nhau đồng lòng cùng *"đi mở đường khai lối"* cho đồng bào của mình, với một hồn *"thanh xuân như gương trong sáng"*, không chút bụi nhơ, để cùng nhau theo kịp các nước văn minh trên hoàn cầu, đồng thời đừng quên khí phách của tiền nhân với ước mong một "ngày vẻ vang" sẽ đến để *"non nước huy hoàng"* và *"tiếng người nước Nam vang tiếng đến muôn đời"*. Ước vọng chung của họ là đất nước quang vinh và trường tồn. Sau này khi trở thành quốc ca, ước vọng này được nêu lên một cách rõ rệt hơn với hai câu ba và bốn được đổi thành

Vì tương lai quốc dân, cùng xông pha khói tên,
Làm sao cho núi sông từ nay luôn vững bền.

hầu làm cho

Vang tiếng người nước Nam cho đến muôn đời.

Ngoài ra một chi tiết ta không cũng nên bỏ sót là khi *Tiếng Gọi Sinh Viên* được đổi thành quốc ca của Miền Nam, hai câu *"Hồn thanh xuân như gương trong sáng, đừng tiếc máu nóng tài xin ráng!"* đã được đổi thành *"Dù cho phơi thây trên gươm giáo, thù nước lấy máu đào đem báo."* Qua hai câu được đổi thành này, "thây" và "máu" tuy cũng đã được nói tới nhưng thây và máu ở đây không đồng nghĩa với thây và máu trong *Tiến Quân Ca*, không phải thây và máu của quân thù mà là thây và máu của chính người công dân đổ ra để bảo vệ quê hương, đất nước, để làm "tươi thắm cỏ hoa" trên cánh đồng chung của cả dân tộc, như Hùng Lân, một nhạc sĩ đồng thời với Văn Cao và Lưu Hữu Phước, đã viết trong *Việt Nam Minh Châu Trời Đông* của ông, "Non sông như gấm hoa uy linh một phương" và như lối nói bình thường trong ngôn ngữ quen thuộc của người Việt "đem máu xương xây đắp sơn hà" hay "đem máu đào tô thắm non sông"... Lý do tại sao *Tiếng Gọi Sinh Viên* hay *Sinh Viên Hành Khúc* lại trở thành *Tiếng Gọi Thanh Niên* hay *Thanh Niên Hành Khúc*, được phổ biến cùng khắp Ba Kỳ, Trung-Nam-Bắc, từ thành thị đến thôn quê để trở thành một thứ quốc ca bán chính thức được mọi người hát hồi năm 1945 ở cả ba miền Bắc, Trung, Nam, thời trước Biến Cố 19 Tháng 8 Năm 1945, rồi chính thức của Quốc Gia Việt Nam, Việt Nam Cộng Hòa và Người Việt Hải Ngoại về sau này nằm ở đó. Nó được lựa chọn và sau này được bảo tồn, không do một chính quyền mà do chính người dân bình thường ngay từ những ngày đầu, từ tháng 3 năm 1945, khi Việt Nam độc lập và được mọi người vui vẻ chấp nhận, không một chính quyền nào thúc đẩy hay cưỡng ép.

California, những ngày trở lạnh
sau Ngày Hội Ma Quỷ, 2011

Chú Thích

(1). Lưu Hữu Phước. *Âm Nhạc và Cuộc Sống*.Saigon: Nhà Xuất Bản Thành Phố Hồ Chí Minh, 1988, tr. 14.
(2). - *nt* -, tr. 15-16.

(3). Bằng cớ là khi bài này được viết thì CD *Hùng Ca Sử Việt* cũng được Asia Entertainment phát hành (tháng 10 năm 2011) và đã được phổ biến mau chóng. Trong CD này Lưu Hữu Phước đã có ba bài là *Hội Nghị Diên Hồng, Bạch Đằng Giang* và *Quốc Ca Việt Nam. Trong CD 15 Thanh Niên Hành Khúc* do Phạm Hồng Đảnh, một cựu giáo sư và cựu học sinh Trung Học Petrus Ký thực hiện (Sanata Ana, CA, 2001), Lưu Hữu Phước có bốn bài là *Tiếng Gọi Sinh Viên, Thiếu Sinh Hành Khúc, Khúc Khải Hoàn, Lên Đàng*; Hoàng Quý có ba bài là *Tiếng Chim Gọi Đàn, Nước Non Lam Sơn, Bóng Cờ Lau;* Hùng Lân có hai bài là *Khoẻ Vì Nước, Cô Gái Việt* trong số tổng cộng 16 bài.*vowis*
(4). Lưu Hữu Phước, *đã dẫn*, tr. 20
(5). -nt-, tr.21. Nhiều người, kể cả người viết, cho đến khi bài này được viết cũng còn nhớ như vậy. Ngoài ra trong thời Chính Phủ Trần Trọng Kim với Luật Sư Phan Anh làm Bộ Trưởng Thanh Niên, các học sinh đã được dạy hát ba bài này với câu mở đầu là "Này thanh niên ơi!" thay vì "Này sinh viên ơi!" thích hợp hơn. Cũng nên nhớ là trong thời này một trường huấn luyện thanh niên đã được thành lập ở Huế với danh xưng Trường Thanh Niên Tiền Tuyến, còn ở trong Nam thì tổ chức Thanh Niên Tiền Phong cũng xuất hiện sau đó. *Tiếng Gọi Thanh Niên* đã trở thành đoàn ca của tổ chức này.
(6). Nguyễn Ngọc Huy. *Quốc Kỳ và Quốc Ca Việt Nam.* Garden Grove, CA: Blue Tech Copy and Technology, ? Tài liệu cấm bán, tr. 26-28. Nguyễn Tôn Hoàn. 'Kỷ Niệm Thời Niên Thiếu, Trích Hồi Ký Nguyễn Tôn Hoàn", trong *Đặc San Áo Trắng, Xuân Quý Dậu 1993, tr. 19-20.*

Về lời ca bằng tiếng Pháp, *Marche des Étudiants*, vì Đại Học Hà Nội là đại học chung cho cả ba xứ Đông Dương, Việt, Mên, Lào nên lời ca là cho sinh viên của cả ba xứ, danh xưng Indochine đã được dùng ở đây. Nguyên văn như sau:

Étudiants! Du sol l'appel tenace
Pressant et fort, retentir dans l'espace.
Des côtes d'Annam aux ruines d'Angkor,
À travers les monts, du Sud jusqu'au Nord,
Une voix monte ravie:
Servir la chère Patrie
Toujours sans reproche et sans peur
Pour rendre l'avenir meilleur.
La joie, la ferveur, la jeunesse
Sont pleines de fermes promesses

Refrain:

Te servir chère Indochine
Avec coeur et discipline

C'est notre but, c'est notre loi
Que rien n'ébranle notre foi.

(7). Nguyễn Ngọc Huy, *-nt-*, tr. 28. Nguyễn Tôn Hoàn, *-nt-*, tr. 19.
8. Đó là vụ ông ám sát Đỗ Đức Phin, một nhân vật bị coi là thân Nhật thời bấy giờ. Sự kiện này đã được Vũ Trọng Khánh, nguyên thị trưởng (Đốc Lý) Hải Phòng thời Chính Phủ Trần Trọng Kim và Bộ Trưởng Tư Pháp trong Chính Phủ Lâm Thời Hồ Chí Minh, nhắc tới trong hồi ký của ông. Vũ Trọng Khánh, "Tôi Làm Thị Trưởng Hải Phòng" (Trích Hồi Ký Vũ Trọng Khánh), trong Vũ Đình Hoè, *Thanh Nghị, Hồi Ký*. Hà Nội: Nhà Xuất Bản Văn Học, tr. 501. Nơi xảy ra vụ ám sát là một tiệm hút và được Vũ Bằng kể lại nguyên văn như sau:

"Ngay sau đó vài ngày, ai cũng nói là Văn Cao là người đã bắn chết Phin. Theo lời thuật lại của các anh em 'tự nhận là biết rõ hết cả đầu đuôi chi tiết vụ này', Văn Cao lúc đó đã bí mật hoạt động cho Việt Minh vào tiệm hút của Phin từ lâu và đã nghiên cứu rất kỹ càng giờ giấc và thói quen của Đỗ Đức Phin là như thế nào. Lúc ấy Phin bị coi là làm mật thám cho phát xít Nhật. Hôm xảy ra vụ ám sát, Văn Cao nằm một cái giường ngay sát giường của Phin. Đợi Phin hút xong xuôi rồi, nằm lơ mơ, Văn Cao gọi: "Phin ơi', Phin quay lại xem có gì xảy ra thì Văn Cao nói tiếp: 'Phin ơi, tao giết mày'. Bắn xong, Văn Cao đứng dậy đi ra, nhảy lên một chiếc xe đạp đi thong thả một chút rồi ở trong tiệm người ta mới hô hoán Phin bị bắn.

"Một vài người khác, cũng là dân hút và cũng ở Hải Phòng lúc đó, lại nói khác đi một chút. Theo họ, Văn Cao không nằm hút ở giường cạnh Phin. Người nằm ở sau Phin tên là L., con một ông thư ký bưu điện. Phin hút xong, ngồi dậy ăn cái bánh xong nằm hút thì từ cầu thang Văn Cao và một thanh niên nữa bước lên đứng chắn lối đi. L. đương nằm ngồi dậy chuẩn bị, đồng thời từ trên mái nhà có hai người nữa leo ống máng xuống đứng dự kiến và phòng ngừa những bất trắc xảy ra. Văn Cao rút lấy bản 'cáo trạng' đọc cho Phin nghe, kết tội Việt gian của Phin. Xong xuôi, L. bắn hai phát, Phin chết liền tại chỗ'

"Về cái chết của Phin, ngay hồi đó có hai giả thuyết như vậy về Văn Cao. Tuy nhiên, dù L. bắn hay Văn Cao bắn, ai cũng yên trí là Văn Cao đã thủ vai chính trong vụ này. Cái tên Văn Cao nổi bật lên từ đó. Đối với các anh em văn nghệ, và một số anh em nói cho đúng, đã lấy làm hãnh diện về điểm đó.

"Sau ngày 19/8 tiếng Văn Cao nổi như cồn."

Vũ Bằng, "Văn Cao - Một Nghệ Sĩ Tài Hoa", trong *Văn Cao: Cuộc Đời và Tác Phẩm", đã dẫn, tr. 178-179.*

Nguyễn Thụy Kha, trong bài "Văn Cao, Người Viết Quốc Ca", cũng in trong *Văn Cao: Cuộc Đời và Tác Phẩm* kể trên, viết vào mùa Xuân năm 1995, không ghi rõ nguồn gốc, đã viết như sau:

"Đêm cuối xuân 1945. Gió rét. Hải Phòng chìm trong bóng tối. Một thanh niên nhỏ nhắn lạ mặt xuất hiện ở 'vườn hoa đưa người'. Không ai biết đấy là Văn Cao. Cải trang từ Hà Nội, khi về Hải Phòng ập vào nhà Doãn Tòng, không ai nhận ra Văn Cao. Đêm nay, vẫn hình thù ấy, mặt mũi ấy, Văn Cao đến 'vườn hoa đưa người' trong ngực giấu một khẩu Côn to và một khẩu Brao-ninh nhỏ xíu. Khẩu Côn to là của Nguyễn Đình Thi giao cho, khẩu Brao-ninh thì do một nhà tư sản có cảm tình với cách mạng dự trữ.

"Văn Cao ngồi xuống ghế đá. Đêm nay là đêm quyết định số phận tên Việt gian thân Nhật Đỗ Đức Phin. Người liên lạc chưa tới. Phải gặp anh mới biết Đỗ Đức Phin đêm nay ở đâu. Người liên lạc là Trần Khánh, chú bé có giọng hát tuyệt hảo đã từng hát bao nhiêu bài của Văn Cao. Trần Khánh là em ruột Trần Liễn, bạn cùng tiểu học với Văn Cao. Văn Cao chợt mỉm cười một mình....", tr. 403.

"Hồi ấy, sau khi bắn chết Đỗ Đức Phin, Văn Cao phóng xe về nhà Doãn Tòng rồi cải trang ra đi trước khi thành phố thiết quân luật. Đời người thanh niên vũ trang đi từ (?) sang cuộc ám sát khác. Sau đấy bắt trượt Cung Đình Vận ở gần rạp hát cuối phố Huế. Rồi lại sau đó...", tr. 404

Ba chấm lửng của Nguyễn Thụy Kha khiến người đọc không khỏi không nghĩ tới những cuộc ám sát giết người khác mà Văn Cao đã thực hiện hay dự phần.

Về khẩu Côn mà Văn Cao sử dụng thì chính Nguyễn Đình Thi đã xác nhận. Nhà văn này kể: "*Một buổi chiều, người bạn làm liên lạc đã đưa tôi đến nơi Văn Cao ở tạm, trên một căn gác nhỏ, nghèo, gần ngã tư đầu Khâm Thiên. Trong bóng tối chạng vạng, chúng tôi thấy nhau cùng đói dài, gầy guộc, đen xạm. Chúng tôi chụm đầu lầm rầm bàn những công việc mới gấp rút. Tôi đưa Văn Cao một khẩu súng lục mà tôi vừa được một anh em cảm tình ủng hộ cho, tôi biết ngoài việc làm báo anh còn ở trong 'Đội Danh Dự' Việt Minh.*" Nguyễn Đình Thi, "Chào Anh Đi Xa!", trong *Văn Cao: Cuộc Đời Và Tác Phẩm, đã dẫn*, tr. 296-297.

(9). Văn Cao. "Tôi viết Tiến Quân Ca", trong *Một Chặng Đường Văn Hóa, Tập Hồi Ức và Tư Liệu về Đề Cương Văn Hóa Của Đảng và Đời Sống Tư Tưởng Văn Nghệ, 1943-1948, tr. 109-110.* Văn Cao. "Tại Sao Tôi Viết Tiến Quân Ca", trong *Văn Cao: Cuộc Đời Và Tác Phẩm.* Hà Nội; Nhà Xuất Bản Văn Học, 1998, tr. 86-92.

(10). *-nt-*

(11). *-nt-*

(12). *-nt-, tr. 110-111*

(13). Quen thuộc đến độ người ta đã làm những câu nhái lại để giễu (hay tự giễu) các nhà Nho thất thời, như "*Búi tó nó to bằng niêu. Ghét móng tay hàng cân. Sờ lên hai nách, bấm tanh tách hoài... Thích chí ngâm thơ rung đùi!* Mà đến tận ngày nay, tác giả tập sách này còn nhớ.

(14). Ngô Vĩnh Bình. "Nhà văn Nguyễn Đình Thi Nhớ Lại Không Khí Ra Đời Bài Hát Diệt Phát Xít", trong *Một Chặng Đường Văn Hóa, đã dẫn,* tr. 108.
(15). Theo Phí Văn Bái thì vào lúc đó Vũ Quí là quyền Bí Thư Thành Ủy Hà Nội của Thanh Niên Cứu Quốc thuộc mặt Trận Việt Minh và Ủy Viên Ban Cán Sự Thành Ủy Hà Nội của Việt Minh, còn Lê Quang Đạo Bí Thư Ban Cán Sự.

(16). Nguyễn Thụy Kha. "Văn Cao Vui Và Buồn Sang Tuổi Cổ Lai Hy", trong *Văn Cao, Cuộc Đời Và tác Phẩm, đã dẫn,* tr. 423-429. Bài phỏng vấn do Nguyễn Thụy Kha ghi đề ngày 7 tháng 10 năm 1991.

(17). Nguyên văn toàn thể bài nhái như sau:

Đoàn quân Việt Mình đi, xe nhà Phất phới.
Dắt họ hang làng nước ra làm quan.
Cùng chung sức phá két xây nhà mới
Đứng đều lên may vá cho thật sang.
Từ bao lâu ta nuốt cơn thèm.
Võ trang đâu lên đường! Hỡi ai, long chớ quên,
Bắc Sơn cùng Đô Lương, Thái Nguyên.

Ngoài ra khi quân Tàu của Tưởng Giới Thạch kéo sang để tước khí giới của quân đội Nhật, một bài hát nhái khác cũng được đặt ra, nguyên văn như sau:

Đoàn quân Tàu Ô đi, sao mà ốm thế!
Bước chân phù lang thang trên nước Việt Nam.
Cờ sao trắng rách nát như tầu lá.
Đứa nào sang không ốm cũng què lê...

(18). Nguyễn Ngọc Huy, đã dẫn, tr.26-27, Nguyễn Tôn Hoàn, đã dẫn. tr. 23-24.
(19). Nguyễn Tôn Hoàn, tr. 19.
(20). Nguyễn Ngọc Huy, mặt bìa sau.
(21) - Như trên-
(22). Phí Văn Bái, *đã dẫn*, tr. 171.
(23). Nguyễn Thụy Kha, "Văn Cao, Người Viết Quốc ca", trong *Văn Cao, Cuộc Đời và Tác Phẩm*, đã dẫn, tr. 406-407
(24). Nguyễn Đình Thi, "Chào Anh Đi Xa!", trong *Văn Cao, -nt-, 298.*
(25). Nguyễn Trọng Tạo, "Ba Biến Khúc Của Văn Cao", trong *Văn Cao*, -nt-, tr. 279.
(26). Văn Cao, "Tôi Viết Tiến Quân Ca", trong *Một Chặng Đường Văn Hóa,* đã dẫn, tr. 110 và trong *Văn Cao: Cuộc Đời Và Tác Phẩm,* tr.88.

Chương trình Đại Nhạc Hội ngày Chủ Nhật, 15 tháng Ba 1942, trong đó bài *Sinh Viên Hành Khúc (Marche des Étudiants)* được trình bày lần đầu tiên và là mở đầu.

CHƯƠNG 14

NHỮNG NỖ LỰC CỦA HOÀNG ĐẾ BẢO ĐẠI
Trong Công Cuộc Canh Tân Xứ Sở, Giành Độc Lập và Thống Nhất Cho Dân Tộc Việt Nam

Bài này được viết theo lời yêu cầu của một số người trẻ trong đó nhiều người là sinh viên đại học nhằm bổ khuyết cho sự hiểu biết của anh chị em nói riêng và giới trẻ Việt Nam nói chung về vị vua cuối cùng của Nhà Nguyễn nhân dịp 100 năm năm sinh của ông cũng như về một giai đoạn lịch sử có quá nhiều góc tối, từ đó oan khuất, và cũng nhân dịp đầu Xuân Quý Tỵ 2013 sắp tới. Khi liên lạc với tôi, như để chắc ăn, một trong những vị này đã dùng cả điện thoại lẫn điện thư và để lại lời nhắn. Để đáp lễ, tôi cũng trả lời anh bằng điện thư trước rồi sau đó gọi điện thoại cho anh. Hai chúng tôi thảo luận với nhau rất lâu, không dưới một giờ đồng hồ về đề tài không mấy đơn giản nhưng vô cùng cần thiết này. Câu chuyện phải nói là vô cùng hào hứng giữa hai người không cùng thế hệ. Vì vậy thay vì viết một bài dưới hình thức khảo cứu hay bài học dùng trong lớp học như tôi thường làm, với những chú thích rườm rà, tôi xin được tóm tắt những gì chúng tôi đã chia sẻ với nhau cho bài viết bớt khô khan và nhẹ nhàng hơn hầu người bạn trẻ của tôi có thể đăng trên báo xuân của anh và các bạn của anh. Tôi cũng tránh không nêu tên anh và tổ chức của anh để bài viết có thể được dễ dàng phổ biến rộng rãi hơn cho những anh chị em thuộc những nhóm khác không ở cùng nơi với chúng tôi.

I. Nhu cầu cần được xét lại

Cựu Hoàng Bảo Đại, như sau này người ta thường gọi ông kể từ ngày ông thoái vị, thường bị nhiều người, Việt Nam có, ngoại quốc có, tệ hơn trong đó có cả các sử gia máy móc theo nhau gọi là vua bù nhìn, tay sai của hết Tây đến Nhật, một ông vua chỉ ham ăn chơi đàng điếm, một thứ playboy do người Pháp nặn ra và đặt lên ngôi để dễ sai bảo. Ngay cả Sử Gia Trần Trọng Kim, khi được Học Giả Hoàng Xuân Hãn khuyên là nên gặp ông để tìm hiểu, lúc đầu cũng đã từ chối, gọi ông là "thằng ngốc"- *"thằng ngốc, gặp nó làm gì?"*- nhưng sau khi gặp rồi, nhà học giả này đã phải thay đổi hoàn toàn nhận định ông đã có từ trước. Ở đây tôi không bàn về chuyện này mà chỉ nói tới những gì Bảo Đại đã làm ngay từ khi ông còn là Đương Kim Hoàng Đế hay sau này là Cựu Hoàng và là Quốc Trưởng của Quốc Gia Việt Nam. Đây là những đóng góp tôi nghĩ là không nhỏ của một vị nguyên thủ quốc gia Việt Nam, nếu không nói là vô cùng lớn lao so với những nguyên thủ quốc gia khác, trong công cuộc đấu tranh làm mới mẻ đất nước, giành độc lập và thống nhất cho quốc gia và dân tộc Việt Nam bằng đường lối hòa bình, phi bạo lực. Cho cá nhân ông, những nỗ lực của ông đã không mang lại được những thành quả mà ông mong muốn. Ông đã không bảo vệ được di sản mà tổ tiên ông để lại, đã không xây dựng được một chế độ quân chủ lập hiến cho đất nước và thần dân của ông, điều ông muốn làm ngay từ đầu, không giữ được sự đoàn kết dân tộc mà ông trịnh trọng ghi trong chiếu thoái vị... Cuối cùng ông đã bị mọi người trách cứ, bỏ rơi cho đến khi ông vĩnh viễn ra đi và được mai táng ở xứ người, trong một nghĩa trang hoàn toàn xa lạ. Thần dân cũ của ông không mấy ai để ý tới sự qua đời của ông, trái với cái chết của một quốc vương khác trẻ hơn ông nhưng đồng thời với ông và cũng phải đối phó với vấn đề độc lập của quốc gia giống như ông sau này. Tôi muốn nói tới Cựu Hoàng Norodom Sihanouk của xứ Căm Bốt. Giống nhưng khác với Bảo Đại ở đường lối đấu tranh vì trong đời ông, Sihanouk đã có thời dùng bạo lực để đàn áp đối lập, đã cộng tác với Khmer Đỏ, tổ chức Cộng Sản Căm Bốt chịu ảnh hưởng của Trung Cộng của lãnh tụ Pol Pot, một thời đã mang họa diệt chủng đến cho xứ Căm Bốt khiến cho hàng triệu người dân của xứ này bị tàn sát bằng đủ mọi phương tiện với hàng núi xương khô cho đến nay vẫn được bảo tồn, coi như di tích của một thời đen tối nhất trong lịch sử của dân tộc Khmer. Còn Bảo Đại thì tuyệt đối không, kể cả việc ông đã từ chối không chấp nhận cho người Nhật đứng ra bảo vệ lãnh thổ, hoàng cung, hoàng gia và chính ông, chống lại cuộc nổi dậy của Việt Minh và những người Cộng Sản hồi Tháng Tám năm 1945, theo đúng trách nhiệm mà Đồng Minh ủy thác cho họ. Lý do là vì ông không muốn dùng người ngoại quốc để chống lại người Việt. Sihanouk đã được chính quyền và người dân Căm Bốt thương tiếc bằng những giọt nước mắt nhỏ xuống bên lề đường hay ở trên công viên trước hoàng cung. Người dân Căm Bốt đã long trọng đón thi hài của ông, từ Bắc Kinh được đưa về Nam Vang và làm quốc tang cho ông. Mọi nghi thức đã và còn đương diễn trong ba tháng trước lễ hỏa táng. Còn tang lễ Cựu Hoàng Bảo Đại thì tiêu điều, tẻ ngắt. Sau đây là tóm tắt những gì mà Vua và sau này là Cựu Hoàng Bảo Đại đã làm trong thời gian ông trị vì và sau này với tư cách là Cựu Quốc Trưởng mà lâu ngày nhiều người đã không còn nhớ nữa.

II. Nỗ lực canh tân đầu tiên với Phạm Quỳnh và Ngô Đình Diệm

Trở về với những cuộc tranh đấu của Cựu Hoàng Bảo Đại. Nhà vua đã bắt đầu sự nghiệp canh tân của mình từ rất sớm, ngay từ khi ông mới từ Pháp trở về nước để chính thức lên ngôi, sau hơn mười năm du học và hấp thụ được cả hai nền văn hóa Đông Tây qua sự rèn luyện của Cựu Khâm Sứ Jean E. Charles về phía người Pháp và Cử Nhân Lê Nhữ Lâm, với tư cách là giảng tập hồi nhà vua còn ở Việt Nam, rồi phụ đạo trong suốt thời gian ông ở Pháp về phía người Việt, đặc biệt trong các năm 1932-1933. Tranh đấu này mang tính cách của một cuộc cải cách và đã được khơi mào bởi những vận động của giới trí thức đương thời trước đó, đại diện là học giả Phạm Quỳnh của báo Nam Phong xuyên qua những bài viết của nhà báo này về một chế độ quân chủ lập hiến và về nhu cầu trả lại cho nhà vua quyền nội trị ở hai xứ Bắc Kỳ và Trung Kỳ từ đó "trả lại tổ quốc cho người Việt Nam". Mở đầu, ngay từ tháng 9 năm 1932 Phạm Quỳnh đã được cử làm Ngự Tiền Tổng Lý Văn Phòng hàm Thượng Thư để trực tiếp làm việc với nhà vua. Tiếp theo, ngày 10 tháng 12 năm 1932 bằng một đạo dụ, nhà vua loan báo chính thức cầm quyền qua một chính thể quân chủ lập hiến kèm theo với những dự án cải tổ guồng máy cai trị, hệ thống quan lại, tổ chức giáo dục và tư pháp, Viện Dân Biểu Trung Kỳ... Để thực thi những dự án này, ngày 2 tháng 5 năm 1933, như một biến cố bất ngờ, Bảo Đại lại ký một dụ khác loan báo tự mình chấp chánh và thay thế sáu vị thượng thư già bằng những nhân vật trẻ trong đó có Ngô Đình Diệm giữ Bộ Lại, Phạm Quỳnh giữ Bộ Học, Bùi Bằng Đoàn, Bộ Hình…

Những việc làm đầu tiên kể trên của Bảo Đại, mặc dầu đã đem lại những tia hy vọng mới cho người dân ở hai xứ Bắc và Trung Kỳ về một vận hội mới cho đất nước, đã không tồn tại lâu dài, một phần vì người Pháp cản trở, một phần là do mâu thuẫn nội bộ giữa phe quan lại cũ và những trí thức mới cũng như giữa hai nhân vật chủ cốt là Phạm Quỳnh và Ngô Đình Diệm mà nhà vua đặt hết tin tưởng vào coi như đôi xe bổ khuyết, hỗ trợ cho nhau. Cuối cùng Ngô Đình Diệm đã từ chức, lôi cuốn theo một vài nhân vật mà nhà vua tin cậy khác. Thất bại trong cố gắng đầu đời, nhà vua trở thành *"cô đơn, chỉ có một mình"* để đến khi Hoàng Xuân Hãn nhắc ông là phải làm gì vì giới thanh niên mong đợi, nhà vua đã hỏi lại *"Làm gì? làm với ai?"* Có điều ông vẫn không hoàn toàn mất hết hy vọng như sau này ông ghi trong hồi ký của ông: *"Dù sao đi nữa, sự có mặt của tôi trên ngôi vẫn làm cho giới trẻ giữ được niềm hy vọng. Những người như Ngô Đình Diệm và Nguyễn Đệ lúc ấy sẽ lại ra giúp tôi theo chiều hướng này" "Chắc người Pháp cho rằng tôi đã ngoan ngoãn biết nghe theo lời của họ. Dù họ có tin rằng họ đã thắng một cách dễ dàng, tôi cũng chẳng nên có lý do gì ngờ vực tôi. Tôi tin rằng nhân dân sẽ hiểu các hình thái buông thả bên ngoài của tôi, bởi cái hình thái ấy cho thấy sự thờ ơ, lơ là với nhiệm vụ của tôi..."* và ông đã sống sót để chờ thời, không bị rơi vào số phận của các Vua Thành Thái và Duy Tân mà ông hiểu rõ hơn ai hết.

III. Cơ hội mới: Nhật đảo chính Pháp, 9 tháng 3 năm 1945 - Chính Phủ Trần Trọng Kim hay là Cuộc Cách Mạng Phi Bạo Lực bị bỏ lỡ

Niềm hy vọng và sự kiên nhẫn của Bảo Đại kể trên đã không uổng. Mười hai năm sau, năm 1945, cơ hội lại đến với nhà vua một lần nữa. Lần này do người Nhật mang lại sau cuộc đảo chính ngày 9 tháng 3 năm 1945 lật đổ người Pháp của họ. Không còn con đường nào khác tốt hơn và cũng không để lỡ cơ hội bước đi những bước khởi đầu, khi được người Nhật yêu cầu nhà vua đã cho công bố bản *Tuyên Ngôn Độc Lập* đầu tiên trong lịch sử Việt Nam hiện đại. Chính Phủ Trần Trọng Kim đã được thành lập với các bộ trưởng đều là những nhà tân học nhưng vẫn giữ được tinh thần của kẻ sĩ truyền thống, có khả năng, và đạo đức nổi tiếng đương thời, đứng đầu bởi nhà giáo kiêm học giả Trần Trọng Kim, tác giả của những bộ sách *Giáo Khoa Thư* và nhất là *bộ Việt Nam Sử Lược* cho tới khi bài này được viết vẫn còn thông dụng, với sự cộng tác của những tên tuổi quen thuộc với học giới đương thời như Giáo Sư Hoàng Xuân Hãn, Luật Sư và chuyên viên tài chánh công quyền Vũ Văn Hiền, Luật Sư kiêm nhà báo, nhà hiến pháp học Phan Anh, Luật Sư Trần Văn Chương…

Mặc dầu không tồn tại lâu dài, tất cả chỉ được hơn bốn tháng, thực tế còn ngắn hơn nhiều, tính bằng ngày là 126 ngày, hoạt động trong hoàn cảnh chiến tranh với sự hiện diện của quân đội Nhật, bị Việt Minh đánh phá ngay từ những ngày đầu, rồi qua đường lối khủng bố, tuyên truyền phá hoại, đồng thời thiếu thốn đủ mọi phương tiện để hoạt động, Chính Phủ Trần Trọng Kim đã tạo được những thành tích đáng ca ngợi. Cả một chương trình hành động nhằm xây dựng một nước Việt Nam mới đã được dự trù bao trùm mọi phạm vi sinh hoạt từ soạn thảo hiến pháp, cải tổ thuế má, Việt Nam hóa nền giáo dục quốc gia, thu hồi các nhượng địa, kể cả xứ Nam Kỳ, cứu đói, chống nạn mù chữ, tổ chức và huy động thanh niên phòng khi người Pháp trở lại… đều đã đồng thời được thực hiện. Quốc hiệu Việt Nam với danh xưng đầy đủ là *Đế Quốc Việt Nam* đã được lựa chọn cùng với bài *Đăng Đàn Cung* làm quốc ca, cờ quẻ ly nền vàng ba sọc đỏ với hai sọc trên liền, sọc giữa đứt đoạn làm quốc kỳ. Danh xưng bộ trưởng được dùng để gọi những người đứng đầu các bộ thay thế cho danh xưng thượng thư, các tên Bắc Bộ, Trung Bộ, Nam Bộ thay thế cho các tên Bắc Kỳ, Trung Kỳ, Nam Kỳ mang nặng dấu vết của thời thuộc địa. Chương trình giáo dục bằng tiếng Việt được biết dưới tên *Chương Trình Hoàng Xuân Hãn* đã được áp dụng và trở thành nền tảng cho nền giáo dục sau này, rõ hơn những năm đầu của Việt Nam Dân Chủ Cộng Hoà, thời Quốc Gia Việt Nam và hai thời Đệ Nhất và Đệ Nhi Cộng Hoà ở Miền Nam về sau này. Bài *Đăng Đàn Cung* tuy được chọn làm quốc ca nhưng trên thực tế thì bài *Tiếng Gọi Sinh Viên* của Lưu Hữu Phước đã được giới thanh thiếu niên, dưới sự hướng dẫn của các thầy giáo ở các trường hát mỗi ngày một nhiều, đã được phổ biến hơn trong các cuộc hội họp, biểu tình, kể cả các cuộc họp chính thức có các nhà cầm quyền tham dự, để sau này trở thành quốc ca của Quốc Gia Việt Nam, của Việt Nam Cộng Hòa, rồi sau này của Người Việt Hải Ngoại, một hiện tượng đã nằm trong ký ức của những người thuộc thế hệ trẻ đương thời tới nay vẫn chưa hề phai nhạt.

Nỗ lực lần thứ hai của Bảo Đại tuy nhiên cũng không tồn tại được lâu dài. Thế Chiến Thứ Hai chấm dứt với sự đầu hàng của Nhật Bản đã một lần nữa làm cho nhà vua phải bỏ dở. Lợi dụng cơ hội, Việt Minh cướp chính quyền ở Hà Nội và các tỉnh miền Bắc và áp lực những thành phần thiên Cộng khiến cho ngày 25 tháng 8 năm 1945 ông phải xuống chiếu thoái vị trao quyền cho Hồ Chí Minh và chính phủ lâm thời của ông này do Việt Minh lãnh đạo. Với Chiếu Thoái Vị, Bảo Đại đã trở thành nổi tiếng với câu nói: *"Trẫm để hạnh phúc của dân Việt Nam lên trên ngai vàng của Trẫm. Trẫm thà làm dân một nước độc lập còn hơn làm vua một nước nô lệ."*

IV. Nỗ lực lần thứ ba: Hiệp Định Élysée và sự thành Lập Quốc Gia Việt Nam – Thâu Hồi xứ Nam Kỳ về cho lãnh thổ của dân tộc

Bỏ qua những cố gắng của ông thời đầu thập niên ba mươi của thế kỷ trước và những cố gắng của ông sau khi ông tuyên bố độc lập ngày 11 tháng 3 năm 1945 mà tôi tóm tắt như trên, những biến cố ít người được biết đến, công lao lớn nhất mà Hoàng Đế Bảo Đại đã thực hiện được cho những người Việt Quốc Gia không chấp nhận chế độ Cộng Sản hay không sống nổi với chế độ Cộng Sản, đã ở lại, đã về hay dự tính về những vùng kiểm soát của người Pháp vào nửa cuối thập niên 1940 là Hiệp Định Élysée mà ông đã đạt được ngày 8 tháng 3 năm 1949, sau một thời gian dài thương thuyết bởi chính ông và các nhà trí thức hàng đầu của Việt Nam tại Pháp như các giáo sư Nguyễn Đắc Khê, Nguyễn Quốc Định, Hoàng Thân Tiến Sĩ Luật Bửu Lộc..., dưới hình thức trao đổi văn kiện giữa ông và Tổng Thống Pháp Vincent Auriol. Với Hiệp Định Élysée, Quốc Gia Việt Nam đã hình thành để những ai không chấp nhận chính quyền Cộng Sản do Hồ Chí Minh lãnh đạo có chỗ trở về trong danh nghĩa của những công dân của một nước Việt Nam độc lập. Không có Bảo Đại, không có Quốc Gia Việt Nam, tất cả những người này đều bị nhìn, bị kết tội hoặc như là theo Pháp để trở thành Việt gian làm bồi cho thực dân, đế quốc, hoặc là phải ở lại vùng Việt Minh kiểm soát để sớm muộn cũng bị loại trừ và tiêu diệt. Điều này đã xảy ra. Nói cách khác, Bảo Đại và Hiệp Định Élysée đã đem lại chính nghĩa cho những người đương thời không chấp nhận chủ nghĩa và chế độ Cộng Sản. Chưa hết, với Hiệp Định Élysée, Bảo Đại đã thâu hồi lại xứ Nam Kỳ cho Tổ Quốc Việt Nam một cách hòa bình, không đổ máu mà Hồ Chí Minh và Chính Phủ Việt Nam Dân Chủ Cộng Hòa trước đó qua những thỏa ước 6 tháng 3 rồi 14 tháng 9 năm 1946 hay hội nghị Đà Lạt và

Fontainebleau đã không làm được. Lễ thâu hồi đã chính thức được cử hành vào ngày 14 tháng 6 năm 1949 với Ba Ngày Lịch Sử 13, 14 và 15 Tháng Sáu, 1949 ở Thủ Đô Saigon của Xứ Nam Kỳ. Với tư cách Quốc Trưởng của Quốc Gia Việt Nam, lần đầu tiên Bảo Đại đã từ Đà Lạt, thủ đô tạm thời của ông về Saigon để long trọng đón nhận phần đất đã từng là thuộc địa của Pháp từ năm 1862 trở về với lãnh thổ quốc gia và người dân Nam Kỳ đã trở thành công dân của Quốc Gia Việt Nam để cùng các công dân khác góp phần xây dựng lại đất nước dù là ở miền Nam, miền Trung hay miền Bắc. Một người dân miền Nam không lâu sau đó đã được bổ nhiệm đứng đầu miền Bắc. Đó là Đốc Phủ Sứ Nguyễn Văn Tâm, với danh vị Thủ Hiến Bắc Việt. Đây là một sự thực không ai có thể chối cãi được và khi nói xấu ông người ta chỉ còn cách lơ đi coi như không có mà thôi.

Quốc Gia Việt Nam thường được hiểu là tiền thân của Việt Nam Cộng Hòa, từ đó bị ngộ nhận là có lãnh thổ chỉ là lãnh thổ của Miền Nam Việt Nam sau này, tức là từ vĩ tuyến 17 trở xuống. Điều này không đúng. Bắt đầu từ thời điểm 14 tháng 6 năm 1949, khi Nam Kỳ trở về với lãnh thổ của Quốc Gia Việt Nam và cho đến khi Hiệp Định Genève được thông qua và trở thành có hiệu lực, và luôn cả trước đó, từ khi Hiệp Định Élysée được ký kết, Chính Quyền Quốc Gia Việt Nam của Quốc Trưởng Bảo Đại đã chính thức và hợp pháp kiểm soát những miền đất bao gồm luôn cả phía trên vĩ tuyến này, từ Lai Châu, Cao Bằng, Lạng Sơn, Móng Cáy… cho tới Hà Tiên và mũi Cà Mau, từ đồng bằng cho tới các cao nguyên do người Pháp chiếm giữ trước đó và trao trả. Nói cách khác, Quốc Gia Việt Nam có lãnh thổ bao trùm đất đai của người Việt từ Bắc chí Nam, từ Biển Đông với các quần đảo Hoàng Sa và Trường Sa (mà Thủ Tướng Chính Phủ Quốc Gia Việt Nam Trần Văn Hữu đã long trọng xác nhận ở Hội Nghị San Francisco vào hai ngày 6 và 7 tháng 9 năm 1951, không có quốc gia nào phản đối) tới các cao nguyên và miền núi thay vì chỉ có Miền Nam Việt Nam từ vĩ tuyến 17 trở xuống tức lãnh thổ Việt Nam Cộng Hoà về sau này. Trên lãnh thổ này, ngoài người Việt còn được gọi là người Kinh, còn có hơn năm mươi sắc tộc khác, kể cả người Chàm, người Miên, người Việt gốc Hoa cư ngụ. Cờ vàng ba sọc đỏ và bài *Tiếng Gọi Thanh Niên* sau này là *Tiếng Gọi Công Dân* đã được tung bay hay được hát ở khắp nơi hay đối với giới trẻ đương thời, được học sinh các trường trung và tiểu học, mới được mở cửa trở lại sau những ngày đầu của chiến tranh Việt-Pháp, hát lên buổi sáng trước khi vào lớp. Quốc kỳ này và quốc ca này đã được lựa chọn cùng thời với danh xưng Quốc Gia Việt Nam đã liên tục được duy trì qua các thời Đệ Nhất và Đệ Nhị Cộng Hoà của Miền Nam Việt Nam trong suốt hai mươi lăm năm tồn tại. Sau này cả hai vẫn được bảo tồn và bảo vệ ở Hải Ngoại coi như hai biểu tượng vừa thiêng liêng vừa thân thiết nhất của người Việt ở khắp nơi trên thế giới qua đó người ta đã nhận ra nhau. Một sinh hoạt bình thường đã thực sự hồi sinh. Các cơ cấu từ chính trị, hành chánh, quân sự, văn hóa, giáo dục mang màu sắc nhân bản vừa cổ truyền, vừa tân tiến theo trào lưu mới đã bước một thành hình và làm nền tảng cho các sinh hoạt ở Miền Nam trước khi bị những người Cộng Sản phá bỏ để thay thế bằng những tổ chức riêng của họ, sau này làm căn bản cho các sinh hoạt của Người Việt Hải Ngoại. Các trường học từ tiểu, trung học đến đại học đã mở cửa và hoạt động trở lại. Các trường Quốc Gia Hành Chánh, Võ Bị Liên Quân Đà lạt, Võ Khoa Thủ Đức, các trường không quân và hải quân ở Nha Trang đã được thành lập để đào tạo các nhà hành chánh và quân sự chuyên môn cho đất nước. Cuộc sống truyền thống bình thường khác của người dân cũng được phục hồi thể hiện trong những ngày lễ, Tết trong sinh hoạt văn chương, âm nhạc, thi ca, vân vân…

Nói về Hiệp Định Élysée và những thỏa thuận giữa Bảo Đại và người Pháp trước đó, nhiều người cho rằng Cựu Hoàng đã vội vã và không đòi hỏi đúng mức những gì có thể đòi hỏi được. Các vị này chủ trương là phải đòi độc lập hoàn toàn. Điều này đúng nhưng không thực tế. Thời điểm của những năm 1948, 1949 với sự thắng thế mỗi ngày một rõ của Hồng Quân Trung Hoa ở Trung Quốc, cả hai phía người Pháp và Bảo Đại, luôn cả người Anh và người Mỹ phải cấp tốc giải quyết vấn đề. Không những thế, đuổi Pháp đi thì ngay lập tức lấy gì, lấy quân đội đâu để chống Việt Minh và ngay lập tức điều hành đất nước? Vấn đề không đơn giản. Người ta không thể điều đình mà không tương nhượng và dự trù cho những sự hợp tác tương lai. Hiệp Định Élysée chỉ là một sự thoả thuận ban đầu để làm nền tảng. Sau này người ta còn phải họp nhiều lần khác và mất nhiều năm nữa mới thu hồi được một nền độc lập thực sự và hoàn toàn.

V. Đóng góp cuối cùng: Hiệp Ước Paris 04 tháng 06 năm 1954 - một nền Độc Lập hoàn Toàn cho Quốc Gia Việt Nam

Như trên đã nói, người viết xin được lập lại. Hiệp Định Élysée chỉ là khởi đầu. Nền độc lập do hiệp ước này mang lại chưa thực sự hoàn toàn. Nhiều bước tiến khác còn phải được thực hiện. Bảo Đại đã tiếp tục và đã hoàn tất được công tác này với sự trợ giúp của những trí thức hiểu rõ nước Pháp và người Pháp, giỏi về chính trị và luật pháp có mặt ngay trên đất Pháp và giảng dạy ngay tại các đại học Pháp, những người có đầy đủ học vị, thực học và kinh nghiệm. Đích thân ông, ông đã phải sang Pháp, ở tại chỗ nhằm tự mình theo dõi và đôn đốc. Sau một tiến trình đàm phán gay go và lâu dài, hai hiệp ước đã thành hình. Với hiệp ước thứ nhất, Pháp công nhận hoàn toàn nền độc lập và chủ quyền toàn vẹn của Quốc Gia Việt Nam và qua hiệp ước thứ hai, Việt Nam thỏa thuận gia nhập Liên Hiệp Pháp. Đại diện cho nước Pháp là Thủ Tướng Joseph Laniel và đại diện cho Việt Nam là Thủ Tướng Bửu Lộc. Ngày được ghi là 04 tháng 6 năm 1954 và địa điểm là Paris, thủ đô của nước Pháp. Bảo Đại đã không có được niềm hạnh phúc mà cả đời ông ấp ủ là được chứng kiến lễ ký kết những hiệp ước này. Ngày 7 tháng 5, Điện Biên Phủ thất thủ, Hiệp Định Genève đang thành hình và cả hai văn bản đã bị vĩnh viễn xếp lại. Một lần nữa thành công của vị Hoàng Đế cuối củng của Triều Nguyễn đã không trọn vẹn. Điều ta nên nhớ là trong nỗ lực cuối cùng này, ông đã phải dời bỏ quê hương của ông sang Pháp để đích thân gặp các nhân vật lãnh đạo Pháp, kể cả Tổng Thống Auriol, theo dõi và đôn đốc các đại diện của mình, bị báo chí Pháp công kích vì đã đòi hỏi quá nhiều, sau này lại còn bị mang tiếng là ham sống ở nước ngoài không chịu về nước. Dù sao với hai hiệp ước đề ngày 04 tháng 6 này, ông đã đem lại được những gì ông mong ước cho đất nước và cho thần dân Việt Nam của ông. Thiên Mạng của ông sau đó không còn nữa. Điều đáng tiếc là ông đã không còn trở về quê hương ông để làm công dân một nước độc lập như ông mong muốn. Người đời đã quên ông và thần dân của ông đã quên ông, để ông sống vất vưởng ở bên Pháp, không có được những gì một vị cựu nguyên thủ quốc gia hay một vị Cố Vấn Tối Cao lẽ ra phải được hưởng từ phía cả hai miền như ở các nước khác, hay nếu nhớ tới ông chỉ là nhớ để chê bai, dè bỉu, trách cứ. Mà chê bai, dè bỉu, trách cứ thì luôn luôn dễ hơn là ghi nhận và nhất là ghi ơn. Về điểm này phải chăng người Việt thua xa người Thái, người Miên và đương nhiên là người Nhật.

Huntington Beach, CA ngày 18 tháng 01 năm 2013
Phạm Cao Dương
(Lịch Sử Nào Cho Tuổi Trẻ Việt Nam?)

Cựu Hoàng Bảo Đại và Nam Phương Hoàng Hậu chụp với các Chính khách Việt Nam tại Hồng Kông

Nguồn: Nhóm Nghiên Cứu Sử Địa Việt Nam, Saigon - Canada

Chung-King, 25th April, 1946 .

His Highness the Prince NGUYEN-VINH-THUY,
Ex-Empereur of Annam (Indochina)

To His Excellency General MARSHALL
Special Envoy of The United States of America
to China

CHUNG -KING

Your Excellency ,

I beg respectfully to thank you most sincerely for the audience you so kindly granted me on Tuesday last, and I might take the liberty of attaching, herewith, a report sent in by a group of intellectuals of VIET-NAM , which will confirm what has been expressed to you during my call .

Hoping that you will take into consideration the matter favorably, and thanking you again in advance,

I am, Your Excellency,

Yours faithfully ,

....

H. H. The Prince NGUYEN-VINH-THUY,
c/o The Secretary of KOMINGTANG
of China
at NAM-KING (China)

Thư Cựu Hoàng Bảo Đại gửi Tướng Marshall, 1946.
Nguồn: Nhóm Nghiên Cứu Sử Địa Việt Nam, Saigon - Canada

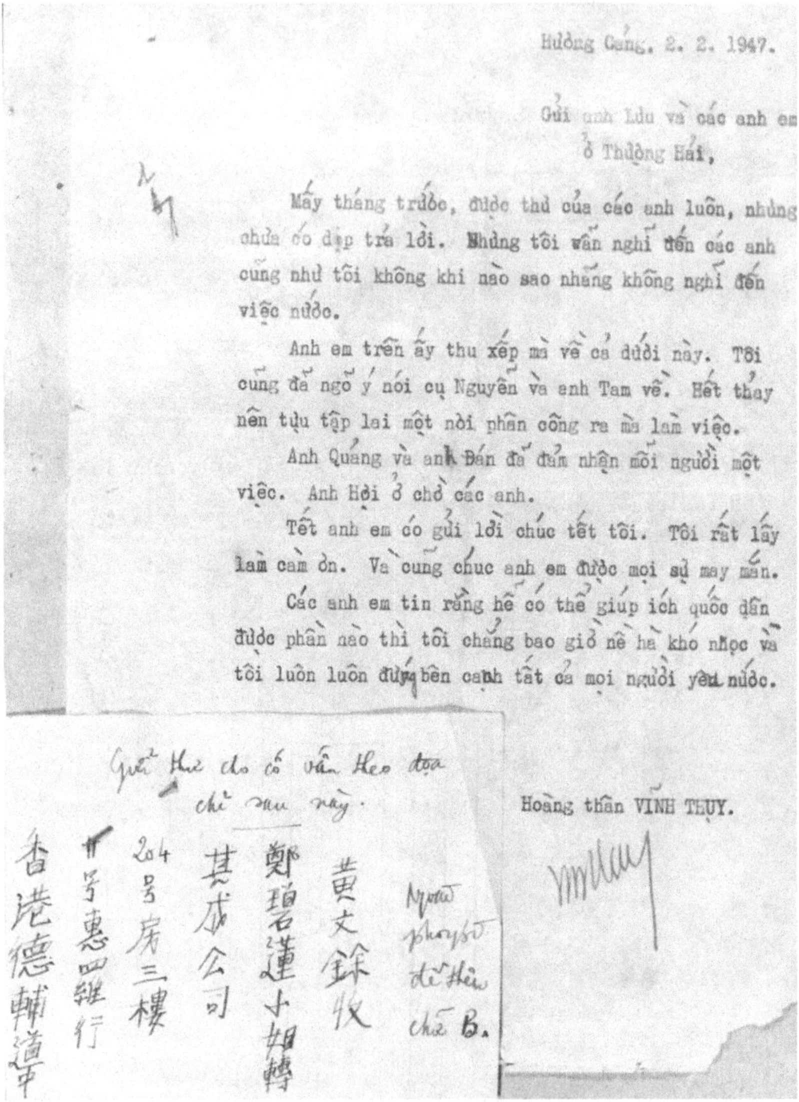
Hương Cảng, 2. 2. 1947.

Gửi anh Lưu và các anh em
ở Thượng Hải,

Mấy tháng trước, được thư của các anh luôn, nhưng chưa có dịp trả lời. Nhưng tôi vẫn nghĩ đến các anh cũng như tôi không khi nào sao nhãng không nghĩ đến việc nước.

Anh em trên ấy thu xếp mà về cả dưới này. Tôi cũng đã ngỏ ý nói cụ Nguyễn và anh Tam về. Hết thảy nên tụ tập lại một nơi phân công ra mà làm việc.

Anh Quảng và anh Đán đã đảm nhận mỗi người một việc. Anh Hởi ở chỗ các anh.

Tết anh em có gửi lời chúc tết tôi. Tôi rất lấy làm cảm ơn. Và cũng chúc anh em được mọi sự may mắn.

Các anh em tin rằng hễ có thể giúp ích quốc dân được phần nào thì tôi chẳng bao giờ nề hà khó nhọc và tôi luôn luôn đứng bên cạnh tất cả mọi người yêu nước.

Hoàng thân VĨNH THỤY.

Gửi thư cho cố vấn theo địa chỉ sau này.

黄文銓收
鄭碧蓮小姐轉
其成公司
204号房三樓
号惠羅行
香港德輔道中

Thư Cựu Hoàng Bảo Đại gửi cho các chính khách ở Thượng Hải năm 1947. Nguồn: Nhóm Nghiên Cứu Sử Địa Việt Nam, Saigon - Canada

CHƯƠNG 15

Từ Chương Trình Hoàng Xuân Hãn 1945 đến Sinh Hoạt Giáo Dục ở Miền Nam Thời Trước Năm 1975: Một Sự Liên Tục Lịch Sử

Bồng bồng mẹ bế con sang,
Đò dọc quan cấm, đò ngang không chèo.
Muốn sang thì bắc cầu kiều,
Muốn con hay chữ thì yêu lấy thày.
(Ca dao Việt Nam)

"Tôi là Carnot đây, thày còn nhớ tôi không?"
Quốc Văn Giáo Khoa Thư Lớp Dự Bị

"Tôi muốn thấy có sự kính trọng trong một trường học. Ông thày tới, học trò phải nghiêm chỉnh đứng dạy chào thày…"
Nicolas Sarkozy, khi tranh cử Tổng Thống Pháp
(Từ Nguyên, "Tựu Trường 2006", Báo *Người Việt, 10 tháng 9, 2006)*

Liên tục lịch sử là đặc tính cơ bản trong sinh hoạt giáo dục thời trước năm 1975 nói riêng và văn hóa miền Nam nói chung. Nói như vậy không phải là trong thời gian này miền đất của tự do và nhân bản mà những người Quốc Gia còn giữ được không phải là không trải qua nhiều xáo trộn. Chiến tranh dưới hình thức này hay hình thức khác luôn luôn tồn tại và có những thời điểm người ta nói tới các chế độ độc tài hay quân phiệt và luôn cả cách mạng. Nhưng ngoại trừ những gì liên hệ tới chế độ chính trị, quân sự hay an ninh quốc gia, sinh hoạt của người dân vẫn luôn luôn diễn ra một cách bình thường, người nào việc nấy, người nào trách nhiệm nấy và được tôn trọng hay tôn trọng lẫn nhau. Sự liên tục lịch sử do đó đã có những nguyên do để tồn tại, tồn tại trong sinh hoạt hành chánh, tồn tại trong sinh hoạt tư pháp, trong văn chương và nghệ thuật và tồn tại đương nhiên trong sinh hoạt giáo dục. Trong bài này tôi chỉ nói tới tới giáo dục và giáo dục công lập. Đây không phải là một bài khảo cứu mà chỉ là một bài nhận định và những nhận định được nêu lên chỉ là căn bản, sơ khởi, và tất nhiên là không đầy đủ. Đồng thời mỗi người có thể có phần riêng của mình. Một sự nghiên cứu kỹ càng, có phương pháp hơn và đầy đủ hơn là một điều cần thiết. Ở đây tôi xin được trình bày năm đặc tính mà tôi gọi là cơ bản. Năm đặc tính này là:

Thứ nhất: Giáo dục là của những người làm giáo dục
Thứ hai: Tôn chỉ và mục đích nhằm hướng tới quốc gia dân tộc và con người dựa trên những truyền thống cổ truyền
Thứ ba: Liên tục trong phạm vi nhân sự
Thứ tư: Hệ thống tổ chức, tổ chức thi cử và chương trình học vẫn giữ được những nét chính của chương trình Pháp và chương trình Hoàng Xuân Hãn thời năm 1945 và Phan Huy Quát thời Chính Phủ Bảo Đại sau đó
Thứ năm: Một xã hội tôn trọng sự học và tôn trọng người có học

Sau đây là các chi tiết:

Thứ nhất: Giáo dục là của những người làm giáo dục

Giáo dục công lập ở Việt Nam đã có từ lâu đời và tùy theo nhận định của các sử gia, tới một mức độ nào đó định chế này đã tồn tại trên dưới mười thế kỷ. Mục đích của nó là để đào tạo nhân tài cho các chế độ, nói riêng, và cho đất nước, nói chung. Các vua chúa Việt Nam thời nào cũng vậy, cũng coi trọng việc học cả. Có điều coi trọng thì coi trọng, các vua, nói riêng và các triều đình Việt Nam, nói chung, chỉ vạch ra những đường nét chung và những mục tiêu chung, kèm theo là tổ chức các kỳ thi để tuyển chọn người tài mà không trực tiếp can dự vào sinh hoạt giảng dạy của các trường, hầu hết là các trường tư do tư nhân lập ra ở rải rác khắp trong nước. Sinh hoạt này hoàn toàn do các thày ở các trường do các thày đồ hay các danh sĩ trong vùng đảm trách. Giáo dục là của người dân và của những người làm giáo dục, và cho đến khi người Pháp sang, nó là của giới trí thức đương thời, đúng hơn là của các nhà Nho với tất cả những học thuyết, những nguyên tắc căn bản của giới này. Sang thời Pháp, do nhu cầu, đồng thời cũng là sứ mạng truyền bá văn minh và văn hóa của họ, người Pháp đã lập ra một nền giáo dục mới, nhưng việc điều hành, việc soạn thảo chương trình vẫn được giao cho các nhà giáo, được huấn luyện chuyên môn hay ít ra là lựa chọn nghề dạy học với tinh thần quí trọng kiến thức, yêu mến nghề dạy học và hạnh phúc với sứ mạng làm thày, dù chỉ là tạm thời về phía người Pháp cũng như về phía người Việt. Họ mở các trường sư phạm để huấn luyện giáo chức chuyên nghiệp, lập ra các trường học có quy mô rộng lớn, có đủ tiêu chuẩn để tồn tại lâu dài cho đến ngày nay vẫn còn và sẽ còn mãi mãi nếu người ta gìn giữ và bảo vệ nó.

Đặc tính kể trên đã liên tục được tôn trọng trong suốt thời gian miền Nam tồn tại và luôn cả trước đó, từ thời Chính Phủ Quốc Gia của Cựu Hoàng Bảo Đại cho đến Đệ Nhất rồi Đệ Nhị Cộng Hòa. Chức vụ bộ trưởng hay tổng trưởng giáo dục có thể là do các chính trị gia hay những người thuộc các ngành khác đảm nhiệm, nhưng trong việc lựa chọn nhân sự điều hành trong bộ, ngoại trừ các chức vụ có tính cách chính trị như đổng lý văn phòng, chánh văn phòng, bí thư tức thư ký riêng của bộ trưởng... tất cả các chức vụ chỉ huy khác trong bộ, từ thứ trưởng, tổng thư ký, tổng giám đốc, giám đốc cho tới các hiệu trưởng các trường và đương nhiên là các giáo sư, giáo viên, đều là những nhà giáo chuyên nghiệp, không có đại diện đảng phái chính trị ở bên cạnh. Lý do rất đơn giản: họ là những người vô tư, biết việc, rành công việc và có kinh nghiệm, chưa kể tới sự yêu nghề. Chính trị đối với họ chỉ là nhất thời, tương lai của cả một dân tộc, hay ít ra là của những thế hệ tới, mới là quan trọng. Trong phạm vi lập pháp, rõ hơn là ở quốc hội, các chức vụ đứng đầu các ban hay tiểu ban giáo dục, dù là thượng viện hay hạ viện đều do các nghị sĩ hay dân biểu gốc nhà giáo phụ trách. Ngoại trừ ở những vùng mất an ninh, những gì thuộc phạm vi chính trị nhất thời đã ngưng lại trước ngưỡng cửa của học đường. Thày cô giáo là nhân viên của bộ giáo dục, do bộ giáo dục bổ nhiệm, trực thuộc vị hiệu trưởng của trường sở tại, rồi các nha sở của bộ giáo dục ở trung ương chứ không trực thuộc các quận hay tỉnh trưởng. Việc giảng dạy ở trong lớp là hoàn toàn tự do, nhất là ở bậc đại học, chính quyền không hề theo dõi.

Về tên các trường, tất cả các trường trung, tiểu học đều được gọi bằng tên của các danh nhân hay anh hùng dân tộc thời trước, được mọi người từ lâu công nhận: Trưng Vương, Ngô Quyền, Chu Văn An, Đoàn Thị Điểm, Gia Long, Petrus Trương Vĩnh Ký, Nguyễn Trãi, Nguyễn Đình Chiểu, Phan Thanh Giản, Lê Ngọc Hân, ...không hề có tên nào là của các lãnh tụ đương thời dù đó là Bảo Đại, Ngô Đình Diệm hay Nguyễn

Văn Thiệu, Nguyễn Cao Kỳ, kể cả Trần Văn Hương gốc nhà giáo… thay vì những tên hoàn toàn xa lạ đối với quảng đại quần chúng Miền Nam như về sau này như Lê Hồng Phong, Nguyễn Thị Minh Khai, Võ Thị Sáu, Lê Văn Tám…, những người của một đảng chính trị hay, tệ hơn nữa, là ngụy tạo, không có thật.

Thứ hai: Tôn chỉ và mục đích nhằm hướng tới quốc gia, dân tộc và con người, dựa trên những truyền thống đã có từ lâu đời

Nói tới ba nguyên tắc căn bản, đồng thời cũng là tôn chỉ và mục đích tối hậu của nền giáo dục của miền Nam trước năm 1975, có người tỏ ý không thích ba nguyên tắc này. Lý do có lẽ, tôi chỉ đoán như vậy, là vì ba nguyên tắc này phần nào đã được người Cộng Sản Việt Nam nêu lên trong Đề Cương Văn Hóa 1943 của họ. Ba nguyên tắc đó là Nhân Bản, Dân Tộc và Khai Phóng, sau này là Nhân Bản, Dân Tộc và Khoa Học trong khi trong Đề Cương Văn Hóa của Đảng Cộng Sản Việt Nam thì là Dân Tộc, Đại Chúng và Khoa Học… Ở đây người viết không đi sâu vào khía cạnh này vì dù không thích, không đồng ý, ba nguyên tắc Dân Tộc, Nhân Bản và Khai Phóng này vẫn đã trở thành căn bản của nền giáo dục của miền Nam mà không ai lưu tâm tới vấn đề là không biết. Chúng đã giúp cho nền giáo dục này giữ được những truyền thống cơ bản của dân tộc và phát triển một cách vững vàng từng bước một để theo kịp với đà tiến triển của cả nhân loại mà không chạy theo những gì của thời thượng để trở thành lai căng, mất gốc, đồng thời cũng không bị gán cho là bảo thủ, lỗi thời… Tính cách liên tục lịch sử của nền giáo dục của miền Nam sở dĩ có được, phần nào là dựa trên những nguyên tắc này, đặc biệt là nguyên tắc Dân Tộc. Nó cho phép người ta đề cao và bảo tồn những truyền thống dân tộc trong học đường, dù đó là những truyền thống thuần túy Việt Nam hay những truyền thống của Khổng giáo. Đôi câu đối được khắc trên cổng chính của một trong những trường trung học lớn nhất của miền Nam là trường Petrus Trương Vĩnh Ký sau đây là một trường hợp điển hình:

Khổng Mạnh cương thường tu khắc cốt
Tây Âu khoa học yếu minh tâm

Trong khi đó thì nguyên tắc khai phóng đã giúp người ta thường xuyên cởi mở, khoáng đạt để sẵn sàng đón nhận những gì mới mẻ từ bên trong, cũng như từ bên ngoài, từ đó theo kịp đà tiến bộ chung của cả nhân loại. Sinh hoạt giáo dục ở vùng Quốc Gia và ở miền Nam Việt Nam trong thời gian tồn tại mỗi ngày mỗi sinh động hơn, mỗi phong phú hơn và nhân bản hơn là nhờ nguyên tắc này thay vì trở nên sơ cứng, hay ít ra không hấp dẫn đối với những thế hệ mới.

Cuối cùng cũng nên nói sơ qua về nguyên tắc đại chúng. Nguyên tắc này tuy không được kể trong ba nguyên tắc căn bản của nền giáo dục của miền Nam nhưng vẫn được mọi người tôn trọng, trái với thực tế đã xảy ra trước năm 1975 ở miền Bắc và trên toàn quốc sau năm này. Lý do là vì khi nói tới nguyên tắc này, người ta nghĩ ngay tới hai chữ dân chủ, từ đó những nhận định quen thuộc là do dân, vì dân và cho dân. Ở đây là do đại chúng, của đại chúng và phục vụ đại chúng thay vì chỉ do một thiểu số cầm quyền và giàu có. Một trong những gì mà nền giáo dục của miền Nam đã đem lại cho đại chúng là tính miễn phí, hay gần như miễn phí từ tiểu học đến đại học và cũng ít ra là ở các trường công lập, bất kể đất nước còn đang ở trong tình trạng chiến tranh và nghèo nàn. Người ta chỉ cần đậu xong bằng tú tài là có thể ghi danh hay thi vào các trường đại học hay cao đẳng. Học phí rất thấp, hầu như chỉ vừa đủ cho thủ tục hành chánh, giấy tờ. Sinh viên ra trường hầu như không nợ nần gì cả, chưa kể tới các trường đại học hay cao đẳng chuyên môn, sinh viên được cấp học bổng để sống và theo đuổi việc học toàn thời gian. Các trường tư cũng được tự do, coi như để bổ khuyết cho khả năng giới hạn của các trường công do số học sinh mỗi ngày một đông, trường công không đáp ứng được đầy đủ. Trong phạm vi này các tôn giáo đã đóng một vai trò vô cùng quan trọng. Ngoài các trường trung và tiểu học, tôn giáo lớn nào cũng có trường đại học: Công Giáo có trường Đà Lạt, Phật Giáo có trường Vạn Hạnh, Hòa Hảo có trường Long Xuyên, Cao Đài có trường Tây Ninh, chưa kể tới các trường Minh Đức, Cửu Long…

Thứ ba: Liên tục trong phạm vi nhân sự

Nhân sự ở đây không ai khác hơn là các nhà giáo, căn bản là các nhà giáo chuyên nghiệp. Người viết muốn nói tới các nhà giáo tốt nghiệp từ các trường sư phạm, những người ngay từ thuở thiếu thời đã chọn nghề dạy học làm lý tưởng cho mình và chỉ sống bằng nghề dạy học, vui với nghề dạy học, hãnh diện với vai trò làm thày, làm cô của mình, dù đó là sư phạm tiểu học hay sư phạm trung học. Một nghề bị coi là "bạc nghệ", là bị xếp sau so với các nghề khác:

Dưa leo ăn với cá kèo,
Cha mẹ anh nghèo, anh học "noọc-man".

Hai câu bề ngoài có vẻ tự ti, than vãn, nhưng không phải là không mang thâm ý ngược lại nếu người ta nghĩ tới trường hợp của không ít con em các nhà giàu được gửi sang Tây học và không mang được bằng cấp gì về cho cha mẹ, trừ bằng "nhảy đầm". Anh nghèo nhưng anh học giỏi và làm nên sự nghiệp.

Khởi đầu là các vị tốt nghiệp trường Cao Đẳng Sư Phạm Hà Nội hay các vị tốt nghiệp các trường đào tạo giáo viên tiểu học. Tất cả các vị này đã hành nghề trong suốt thời Pháp thuộc, đã âm thầm góp phần vào việc Việt hóa nền giáo dục quốc gia thời Bảo Đại - Trần Trọng Kim, rồi thời Chính Phủ Quốc Gia. Sau này, khi đất nước bị qua phân, từ miền Bắc đã di cư vô Nam hay vẫn ở lại miền nam, tiếp tục dạy ở các trường trong Nam khi các trường này được mở cửa trở lại sau một thời gian chiến tranh bị tạm đóng cửa, bên cạnh các trường được gọi là Bắc Việt di chuyển như Ngô Quyền,

Nguyễn Trãi, Chu Văn An, Trưng Vương, Hồ Ngọc Cẩn, Trần Lục... không hề bị gián đoạn, kể cả trong thời kỳ chuyển tiếp từ Pháp thuộc sang độc lập. Mặt khác, chính các giáo chức chuyên nghiệp này cũng là những giảng viên cơ bản trong các trường huấn luyện giáo chức thuộc thế hệ mới. Từ phong thái đến cách giảng dạy, từ cách vào lớp, cho phép học trò ngồi, tới cách viết bảng và xóa bảng, cách chấm bài hay phê bài, các vị này đã để toát ra một sự chừng mực và vô cùng thận trọng của những nhà sư phạm nhà nghề. Học đường do đó đã tránh được nạn chánh trị hóa, tránh được nạn cán bộ chánh trị xâm nhập. Nhiều vị vào những lúc tình thế vô cùng tế nhị đã giữ được thế vô tư và độc lập, nghiêm chỉnh của học đường và tư cách của giáo chức. Cũng cần phải nói thêm là trong thời gian này nhiều vị xuất thân là cử, tú, kép, mền, luôn cả tiến sĩ của thời trước, những người tinh thâm Nho học, vẫn còn có mặt ở các học đường, đặc biệt là các Đại Học Văn Khoa ở Saigon và Huế như Tiến Sĩ Nguyễn Sĩ Giác, Cử Nhân Thẩm Quỳnh, Tú Tài Kép Vũ Huy Chiểu... mà không ai là không quý trọng.

Hệ thống tổ chức, tổ chức thi cử và chương trình học vẫn giữ được những nét chính của Chương Trình Pháp và Chương Trình Hoàng Xuân Hãn, Phan Huy Quát dù có sửa đổi

Đây là một trong những đặc tính căn bản của nền giáo dục của miền Nam trong suốt thời kỳ nền giáo dục này tồn tại. Những gì người Pháp thiết lập không những không bị hủy bỏ, coi như tàn tích của chế độ thực dân, đế quốc mà còn được thận trọng giữ gìn, song song với việc bảo tồn truyền thống văn hóa cổ truyền và đạo đức của dân tộc. Người Việt ở miền Nam trong tinh thần cởi mở và tự do đã biết phân định những gì là kìm kẹp và những gì là hay đẹp mà một chế độ chính trị đem lại, thay vì cứ nhắm mắt đập bỏ để sau này hối tiếc. Các nhà làm giáo dục ở miền Nam đã tỏ ra vô cùng thận trọng trong mọi quyết định. Những gì gọi là cách mạng vội vã, nhất thời dường như không được chấp nhận. Họ chủ trương cải tổ để thích ứng với hoàn cảnh mới và cải tổ từ từ, kể cả khi thế lực và ảnh hưởng của người Mỹ, từ đó áp lực của họ đã trở nên rất mạnh. Hệ thống giáo dục do người Pháp từ tiểu học cho đến đại học đã tồn tại dưới hình thức Việt hóa bắt đầu từ thời chính phủ Trần Trọng Kim năm 1945, với chương trình Hoàng Xuân Hãn, vị bộ trưởng giáo dục đương thời, sau này là Phan Huy Quát thời Quốc Gia Việt Nam mới được thành lập. Nó cho phép người ta, từ thày đến trò, dễ dàng chuyển sang một nền giáo dục mới của một quốc gia độc lập không hề có chuyện trục trặc. Ngay từ cuối niên học 1944-1945, trong rất nhiều khó khăn, từ giao thông, vận chuyển đến thông tin, liên lạc, người ta đã tổ chức được những kỳ thi ở bậc tiểu học bằng tiếng Việt mà không hề có chuyện than phiền, khiếu nại. Điều nên nhớ là Chính Phủ Trần Trọng Kim chỉ tồn tại có vẻn vẹn bốn tháng hay hơn một trăm ngày, vô cùng ngắn ngủi, với những phương tiện giao thông và liên lạc hết sức nghèo nàn. Sau này khi gửi sinh viên ra ngoại quốc du học, miền Nam đã không gặp phải những khó khăn trong việc đối chiếu bằng cấp, hệ thống học và khả năng của các đương sự, không phải chỉ riêng cho những ai muốn sang du học bên Pháp mà luôn cả cho những ai muốn sang các quốc gia khác, kể cả Hoa Kỳ, Gia Nã Đại, Úc, Nhật... vì đó là một hệ thống giống như các hệ thống khác thuộc thế giới tây phương, một hệ thống gần với hệ thống chung của quốc tế.

Duy trì mối liên tục lịch sử cũng cho phép người ta sử dụng được các sách giáo khoa của người Pháp và những sách giáo khoa về lịch sử và văn chương Việt Nam do chính người Việt soạn thảo từ thời trước năm 1945 và sau đó là từ năm 1947 đến năm 1954 ở những vùng đất của người quốc gia. Điển hình là các sách toán và khoa học bằng tiếng Pháp, do các tác giả Pháp soạn và xuất bản ở bên Pháp nhưng đã được không những các thày mà luôn cả các trò sử dụng làm tài liệu hay để tự học. Trong phạm vi văn chương, những sách của Dương Quảng Hàm, đặc biệt là hai cuốn *Việt Nam Văn Học Sử Yếu* và *Việt Nam Thi Văn Hợp Tuyển* đã được dùng rất lâu dù cho nhiều sách giáo khoa khác đầy đủ hơn đã được soạn thảo. Cũng vậy, trong phạm vi sử học với cuốn *Việt Nam Sử Lược* của Trần Trọng Kim. Về nội dung, đặc biệt là trong văn học, người ta cũng thấy nền giáo dục của miền Nam vẫn giữ được tinh thần tự do, cởi mở. Các tác giả được đem dạy hay trích dẫn đã được lựa chọn căn cứ vào giá trị của các công trình của họ thay vì gốc gác và sự lựa chọn chế độ của họ, thay vì căn cứ vào chuyện họ ở miền Bắc hay ở miền Nam trong thời gian này. Tô Hoài, Xuân Diệu, Thanh Tịnh, Nguyễn Tuân... là những trường hợp điển hình.

Trong phạm vi thi cử, các kỳ thi được thiết lập từ thời Pháp hay có ở bên Pháp vẫn được duy trì, đặc biệt là hai kỳ thi tú tài. Ở bậc đại học hệ thống tổ chức cũng tương tự. Ảnh hưởng của người Mỹ chỉ được chấp nhận một cách từ từ với nhiều thận trọng, mặc dầu người Mỹ đã bỏ ra nhiều tiền bạc và nhân sự qua các chương trình viện trợ khiến cho nhiều người Mỹ đã tỏ vẻ bất bình. Hình thức thi trắc nghiệm áp dụng cho các kỳ thi tú tài chỉ được thực hiện rất trễ về sau này và dư luận đã đón nhận nó với những nhận định khác nhau. Tiếc rằng chỉ vài năm sau Miền Nam đã không còn nữa.

Trong phạm vi tổ chức thi cử, người ta có thể thấy không riêng gì quan niệm, cách tổ chức, cách coi thi và chấm thi cũng như cách cho điểm, định kết quả và công bố kết quả hãy còn chịu ảnh hưởng nhiều của người Pháp mà còn luôn cả những thời quân chủ trước đó nữa. Quyền uy của các giám khảo, các chánh phó chủ khảo, các giám thị đã luôn luôn được tôn trọng và nhiều vị chủ khảo đã tỏ ra vô cùng can đảm giữ thế độc lập cho mình hay biết khôn ngoan né tránh cho mình và cho các đồng nghiệp của mình khi phải lãnh nhiệm vụ ở những vùng xa thủ đô Saigon, an ninh và giao thông không bảo đảm. Nên nhớ là trong thời gian này hệ thống trung ương tập quyền vẫn còn tồn tại. Ra đề thi, in đề thi và gửi đề thi về địa phương với tất cả sự bảo mật cần thiết là vô cùng khó khăn, tế nhị và phức tạp.

Về phía chính quyền thì từ trung ương đến địa phương hầu như không hề có sự trực tiếp can thiệp. Báo chí, các cơ quan truyền thông vẫn luôn luôn hiện diện và sẵn sàng phanh phui mọi chuyện. Ngay cả trường hợp các thí sinh là những sĩ quan cao cấp trong quân đội hay trong các lực lượng an ninh. Điển hình nhất là trường hợp của Đại Tướng Cao Văn Viên. Tướng Viên lúc đó là Tổng Tham Mưu Trưởng của Quân Lực Việt Nam Cộng Hòa. Ông là một người ham học nên mặc dù vô cùng bận rộn với quân vụ, ông vẫn ghi danh theo học trường Đại Học Văn Khoa Saigon, ban Pháp Văn. Trong kỳ thi cuối năm Chứng Chỉ Văn Chương và Văn Minh Pháp, ông đã đậu thi viết nhưng bị đánh rớt phần vấn đáp. Đây là một trong những chứng chỉ tương đối khó, nhiều khi kết quả được công bố: không ai đậu, ngay từ phần thi viết. Tướng Viên đã đậu phần thi viết. Điều này chứng tỏ khả năng viết và sự hiểu biết của ông, ít ra là về môn học được hỏi trong phần này, vì bài làm của thí sinh luôn luôn bị rọc phách trước khi giao cho giám khảo chấm. Trong phần vấn đáp, thày trò trực tiếp đối diện với nhau và vị giám khảo là người Việt, không phải người Pháp, còn trẻ, ở tuổi quân dịch. Ông đã bị chính vị giám khảo người Việt này đánh hỏng nhưng trong suốt thời gian sau đó mọi việc đều an lành, không có gì đáng tiếc xảy ra cả. Đây là một trong những điểm son rực rỡ cho cả hai phía, Quân Lực Việt Nam Cộng Hoà và Trường Đại Học Văn Khoa Saigon nói riêng và nền giáo dục của miền Nam nói chung thời trước năm 1975. Tưởng cũng nên nói thêm là cũng trong thời gian này, Thiếu Tướng Bùi Đình Đạm, Giám Đốc Nha Động Viên Bộ Quốc Phòng cũng theo học

Ban Sử ở trường này. Sang Mỹ, ông ghi tên học ở đại học Mỹ và đậu thêm bằng Cao Học. Cũng vậy, chuyện chuẩn tướng chào chuẩn úy trước. Lý do là vị chuẩn tướng này đã theo học lớp văn hóa buổi tối để dự thi tú tài do sự khuyến khích của Tổng Thống Ngô Đình Diệm và người chuẩn úy trước khi nhập ngũ là một giáo sư trung học dạy lớp buổi tối. Hai người gặp nhau một buổi sáng khi cùng đưa con đi học. Nhưng cũng chưa hết, trong thời gian này Trung Tướng Nguyễn Bảo Trị cũng là được người ta biết tới như một ông "Tướng Văn Hoá". Cuối cùng và vẫn chưa hết là trường hợp của một vị trung tá cũng thuộc Bộ Tổng Tham Mưu Quân Lực Việt Nam Cộng Hoà, trình một tiểu luận cao học ở ban Sử của trường Đại Học Văn Khoa Saigon. Bình thường, khi đã được phép trình, thí sinh được kể như là đã đậu và đậu tối thiểu với hạng bình thứ. Vị trung tá này đã bị đánh rớt. Lý do là ông đã không sửa lại tiểu luận của mình mặc dầu đã được khuyến cáo trước đó và để nguyên những lỗi lầm bị cho là căn bản. Cũng nên biết là trước khi trình vị trung tá này đã đặt tiệc trà ở phòng giáo sư ở ngay lầu dưới để sẽ ăn mừng cùng với bạn bè và gia đình sau khi được chấm đậu. Người ta có thể trách cứ ban giám khảo là quá nghiêm khắc nếu không nói là nghiệt ngã, nhưng vì tiểu luận cao học cũng như luận án tiến sĩ thời này được trình trước công chúng, ai vào nghe cũng được, sau đó ai cũng có thể mở xem được. Người ta có thể đánh giá nhà trường căn cứ vào phần trình bày và phẩm chất của tiểu luận. Có điều vì thí sinh này là một trung tá của Quân Đội VNCH nên nhiều người tỏ ý lo ngại cho các giám khảo. Cũng giống như Đại Tướng Cao Văn Viên, ông có thể không làm gì, nhưng đàn em của ông thì sao? Tướng Viên có thể không làm nhưng thuộc hạ của ông làm sao ông kiểm soát được? Nên nhớ Tướng Viên trước đó là Tư Lệnh Lực Lượng Nhảy Dù. Lính của ông sống nay, chết mai, chuyện gì họ cũng có thể làm được. Nhưng cuối cùng thì mọi chuyện đều đâu vào đó, an lành, không có gì xảy ra cả. Đó là những điểm son của cả nền giáo dục của miền Nam lẫn của Quân Lực Việt Nam Cộng Hoà trước khi miền đất được coi là tự do không còn nữa, người viết xin được nhắc lại.

Một Xã hội tôn trọng sự học và những người có học

Đây là một trong những đặc tính cơ bản của văn hóa Việt Nam mà xã hội Miền Nam nói chung và nền giáo dục Miền Nam nói riêng thời trước năm 1975 được thừa hưởng. Đặc tính này đã được biểu lộ không riêng qua tinh thần tôn sư trọng đạo mà còn được coi như một giá trị và là một giá trị đứng đầu trong mọi giá trị. Sự học là một giá trị và giáo dục là một giá trị. Sự học hay giáo dục làm nên con người chứ không phải là những yếu tố khác, dù đó là quyền uy và tiền bạc.

Được xã hội tôn trọng nhưng ngược lại xã hội cũng trông đợi rất nhiều ở các thày. Điển hình là chuyện "giáo sư mà cũng đi ăn phở". Câu chuyện này do Giáo Sư Nguyễn Ngọc Cư kể lại. Giáo Sư Nguyễn Ngọc Cư là một trong những vị cựu sinh viên trường Cao Đẳng Sư Phạm Hà Nội thời Pháp thuộc, một trong những vị giáo sư nổi tiếng là nghiêm túc còn lại của trường này. Ông dạy ở trường Thành Chung Nam Định, sau là Đại Học Sư Phạm Saigon. Một trong những học trò cũ của ông sau này là Ngoại Trưởng của Cộng Hoà Xã Hội Việt Nam Nguyễn Cơ Thạch. Câu chuyện xảy ra khi Giáo Sư Cư xuống chấm thi ở Mỹ Tho khi mới từ Hà Nội di cư vào Nam hồi sau năm 1954 vào một buổi sáng khi các vị giám khảo rủ nhau đi ăn phở trước khi nhập trường và khi người dân quanh vùng nhìn thấy các thày trong tiệm phở. Cũng nên nhớ là hồi đó các giáo sư trung học, nhất là các vị dạy ở cấp tú tài là rất hiếm và kỳ thi tú tài là một biến cố lớn ở trong vùng.

Cũng nên để ý là, khác với ở miền Bắc, nơi thày cô thời trước gọi học trò bằng anh hay chị, trong Nam học trò được thày gọi bằng trò và thường tự xưng là trò. Quan niệm chính danh ở đây được thấy rõ, từ đó sự trông đợi tư cách phải có của người thày. Cho tới nay, người ta không rõ danh xưng em trong học đường Việt Nam về sau này đã được sử dụng từ bao giờ. Có thể từ thời có Phong Trào Thanh Niên Thể Dục Thể Thao của Hải Quân Đại Tá Ducoroy thời Thống Chế Pétain ở bên Pháp và Đô Đốc Decoux ở Đông Dương, nhưng cũng có thể do Chủ Tịch Hồ Chí Minh thời năm 1945. Nói như vậy vì trong thư gửi các học sinh hồi đầu niên khóa 1945-1946, Hồ Chí Minh đã mở đầu bằng câu "Các em học sinh, Các em hãy nghe lời tôi..." và tiếp theo bằng ba tiếng "lời của một người anh lớn.." mặc dù lúc đó ông đã 55 tuổi và thư là gửi cho những thiếu niên, những học sinh trung và tiểu học chỉ đáng tuổi cháu nội, cháu ngoại của ông. Lối xưng hô này đã không được một số thày cô trong Nam chấp nhận. Nhiều người vẫn ưa thích lối xưng hô cổ truyền hơn và ngay ở bậc đại học, nhiều sinh viên, đặc biệt là các nữ sinh viên, đã xưng con với các thày của mình mặc dù thày trò hơn nhau chỉ có vài tuổi. Một vị hiệu trưởng một trường nữ trung học lớn, nổi tiếng của Saigon đã chỉnh học sinh của mình khi người này xưng em với bà: "Thưa Cô, Con chứ sao lại Em!" Tưởng ta cũng nên nhớ là, thày và con, cô và con, từ cả hai vị thế, từ trách niệm đến bổn phận và cung cách đối xử khác nhau nhiều lắm. Ngoài xã hội cũng vậy, các phụ huynh học sinh luôn luôn gọi các thày cô của con mình bằng thày và cô luôn, với tất cả mọi sự tin cậy khi đặt trách nhiệm dạy dỗ con mình vào tay họ, đặc biệt là các thày cô tiểu học. Điều này giải thích tại sao sau năm 1975, các giáo viên từ miền Bắc vô Nam ưa dạy các học sinh gốc miền Nam hơn các học sinh mới từ miền Bắc theo chế độ mới vào.

Tạm thời kết luận

Bài này được viết vào lúc những tin tức về những tệ hại trong nền giáo dục hiện tại ở Việt Nam chiếm một phần không nhỏ trong sinh hoạt truyền thông quốc tế cũng như quốc nội. Ngoài những tin tức, những bài nhận định còn có những hình ảnh của các kỳ thi đi kèm. Tất cả đã xảy ra hàng ngày và đã chiếm những phần quan trọng trong thời lượng phát thanh hay phát hình hay trên các trang báo, đặc biệt là vào những thời kỳ bãi trường hay khởi đầu của một niên học. Mọi chuyện đã liên tiếp xảy ra từ nhiều năm trước và người xem, người nghe có thể đoán trước và chờ đợi mỗi khi mùa hè và sau đó là mùa thu đến. Nhiều người còn dùng hai chữ “phá sản” để hình dung tương lai của nền giáo dục này và nhiều người tỏ ý nuối tiếc quá khứ mà họ cho là rất đẹp của nền giáo dục ở miền Nam thời trước năm 1975. Trong khi đó ở Hải Ngoại, giới trẻ Việt Nam, ở đây tôi chỉ nói tới những người xuất thân từ các học đường ở miền Nam đã thành công rực rỡ và được các thày cô và các cơ quan truyền thông khen ngợi, nếu không nói là ca tụng. Nhiều người không những vẫn tiếp tục làm nghề cũ, kể cả những ngành mà tiêu chuẩn quốc tế rất chính xác, rõ ràng mà họ học được ở các trường đại học hay cao đẳng ở Việt Nam. Rất nhiều người đã trở thành những chuyên viên cao cấp, những cố vấn, hay những giáo sư đại học bản xứ với những công trình nghiên cứu có giá trị cao và ở mức độ quốc tế. Ở đây, như đã nói trong phần mở đầu, người viết chỉ vắn tắt ghi nhận một số những dữ kiện căn bản. Nhiều công trình nghiên cứu qui mô hơn và kỹ càng hơn còn cần phải được thực hiện bởi nhiều người, trước khi người ta có thể khẳng định những nhận xét này. Tuy nhiên có một điều người ta phải để ý và thận trọng khi nói tới cách mạng và đặc biệt khi làm cách mạng vì cách mạng và hệ quả của nó đã làm thay đổi toàn bộ cuộc sống của dân tộc, nhất là khi cách mạng không bắt nguồn từ tư duy của chính dân tộc mình. Người ta có thể xóa bỏ một chế độ chính trị bằng cách mạng, từ đó đoạn tuyệt với quá khứ nhưng người ta không thể theo đà đó mà làm cách mạng trong những phạm vi sinh hoạt khác, xóa bỏ và làm lại tất cả, trong đó có giáo dục. Cách Mạng Mỹ không làm như vậy, Cách Mạng Pháp cũng không làm như vậy…vẫn duy trì những truyền thống cũ. Nhận định này có thể bị coi là bảo thủ, nhưng đó là một sự thật và một sự thật bắt đầu bằng kinh nghiệm. Có điều vì bằng kinh nghiệm nên khi biết được sự thật thì đã quá muộn. Nhiều khi người ta phải từ bỏ cách mạng để trở về với truyền thống của cha ông vì cha ông của chúng ta cũng là người, cũng thông minh, cũng khôn ngoan, sáng suốt, cũng nhạy cảm như chính chúng ta, ngoại trừ các Cụ sống ở thời của các Cụ, mỗi Cụ chỉ sống một thời gian ngắn, còn truyền thống thì có từ lâu đời. Phải có lý do truyền thống mới được tôn theo, được duy trì và từ đó tồn tại. Lịch sử do đó đã luôn luôn liên tục vì không liên tục là đổ vỡ, là mất quân bình và xáo trộn, là thụt lùi hay ít ra là bất khả tiến bộ.

Khởi viết, tháng 9, 2006,
sửa lại trong Mùa Lễ Tạ Ơn của Hoa Kỳ 2016

CHƯƠNG 16

Sự Thực Lịch Sử và Các Nhà Sử Học Mác-xít Việt Nam

Trích Dòng Sử Việt, Chuyên San Sưu Tầm, Nghiên Cứu và Quảng Bá Lịch Sử Việt Nam, Trần Anh Tuấn chủ biên. Oakland, California, Số Hai, Mừng Xuân Đinh Hợi, Năm Thứ Hai, Tháng 1-3 năm 2007.

Lời Toà Soạn: *"Sự thực lịch sử và các nhà sử học Mác-xít Việt Nam" là những nhận thức của một giáo sư đại học và sử gia gốc Việt tại Hải Ngoại, Giáo Sư Phạm Cao Dương, về tình hình nghiên cứu Sử trong chế độ Cộng sản sau chính sách Đổi mới của chế độ ấy.*

Là người trong nghề Sử từ thập niên 1960 trong nước và tiếp tục nghề Sử từ năm 1975 đến nay ở hải ngoại, tác giả đã có dịp theo sát các "đồng nghiệp" của ông trong nước hiện nay để trình bày cho độc giả cái kết luận tinh tế của ông về giới sử học Việt Nam hiện nay: "Bản chất của nền Sử Học Mác-xít vẫn còn nguyên vẹn."

Nội dung của bài viết sẽ là phần độc giả tự mình thưởng thức, chúng tôi không nên làm mất sự hứng thú ấy, chỉ xin lưu ý độc giả là trong Dòng Sử Việt số này, có một số bài khác liên hệ với nội dung của bài. Như bài của tác giả Trần Anh Tuấn viết về xuất xứ công hàm Phạm Văn Đồng ngày 14/9/1958, với phóng ảnh mà tác giả Phạm Cao Dương có đề cập đến, hay bài thứ hai cũng của tác giả Trần Anh Tuấn về "Lịch Sử Lập Cư Của Người Việt tại Hoa Kỳ" đề cập đến những tài liệu chính thức của giới nghiên cứu trong nước về đề tài người Việt tại hải ngoại. Đó là bằng chứng cụ thể cho thấy "Bản chất của nền Sử Học Mác-xít vẫn còn nguyên vẹn!"

Giáo sư Phạm Cao Dương có văn bằng tiến sĩ Sử Học của Sorbonne, Pháp. Ông tốt nghiệp Ban Sử Địa Đại Học Sư Phạm, Cử Nhân Giáo Khoa Sử Học và Cao Học Sử tại Đại Học Văn Khoa Saigon. Ông là giáo sư các viện Đại Học Saigon, Huế, Cần Thơ, Vạn Hạnh, Đà Lạt... trước năm 1975. Ông di tản sang Hoa Kỳ từ tháng Tư năm 1975, đã và đang dạy môn Việt Học (Vienamese Studies) tại các đại học UCLA, UCI, CSU Long Beach, CSU Fullerton... thuộc Tiểu Bang California.

Tác phẩm chính của Giáo Sư Phạm Cao Dương là "Thực Trạng Của Giới Nông Dân Việt Nam Dưới Thời Pháp Thuộc" và bản dịch có tăng bổ sang Anh Ngữ có nhan đề "Vietmamese Peasants Under French Domination, 1861-1945" (California, UC Berkeley South and Southeast Asia Studies Center and University Press of America, 1985).

Trong một bài tham luận nhan đề "Lịch Sử, Sự Thật và Sử Học", đăng trên tờ *Đoàn Kết* số 403, ấn hành vào tháng 6 năm 1988 tại Paris, nước Pháp, có lẽ in lại từ tờ *Tổ Quốc* *(1)*, số tháng Giêng năm 1988 , Hà

Văn Tấn, một sử gia có uy tín đương thời từ Hà Nội, đã nêu lên một số những nhận định quan trọng liên hệ đến tình trạng nghiên cứu lịch sử nước nhà ở miền Bắc hồi trước năm 1975 và ở toàn quốc Việt Nam từ sau năm này. Đối với những người làm công việc nghiên cứu lịch sử, bài viết của Giáo Sư Tấn có thể được coi là đơn giản và ngắn cho một vấn vô cùng rộng lớn và là chủ yếu trong sinh hoạt tư tưởng nói riêng và văn hóa nói chung ở Việt Nam hiện tại; nhưng đối với những người theo dõi các biến chuyển xảy ra ở trong nước trong hơn hai thập niên vừa qua nó đã phản ảnh một sự thay đổi trong cách nhìn những công trình sử học đã được thực hiện, từ đó cuộc sống, điều kiện làm việc và ước vọng của các nhà sử học Việt Nam dưới chế độ Cộng Sản là như thế nào. Vào thời điểm bài của Hà Văn Tấn được viết, người ta đã kỳ vọng rất nhiều vào một sự thay đổi và sự thay đổi này đã được tờ *Tổ Quốc* gắn liền với công cuộc mà người Cộng Sản gọi là đổi mới (2). Điều này, tiếc thay, đã không xảy ra. Ngược lại, sau ngót ba mươi năm nền sử học ở Việt Nam lại lâm vào một tình trạng nhiều người cho là khủng hoảng. Có một lúc môn sử đã bị loại khỏi chương trình học của bậc trung học phổ thông, sau đó đã được Quốc Hội Việt Nam quyết định giữ lại; nhưng nhưng người quan tâm đến vấn đề này và tương lai của nền giáo dục Việt Nam vẫn không mấy tin tưởng mà vẫn còn thắc mắc là sử nào sẽ được dạy và dạy như thế nào? Trở lại với bài viết của Giáo Sư Hà Văn Tấn, trong phần giới thiệu bài viết này, tờ *Tổ Quốc* đã viết:

Trong công cuộc đổi mới ở trong nước, có lẽ các nhà khoa học xã hội là giới im lìm, thụ động nhất. Liệu bài phê bình của Hà Văn Tấn có phải là con én báo hiệu mùa xuân của một ngành đáng ra phải đi đầu trong việc suy nghĩ nghiên cứu, và đặt lại một số vấn đề chính trị, kinh tế, xã hội của đất nước?

Mở đầu bài tham luận, Hà Văn Tấn dẫn hai câu cuối cùng trong bài thơ cuối cùng của mười bốn bài *Mạn thuật* của Nguyễn Trãi:

Ai ai đều bằng câu hết
Nước chẳng còn có Sử Ngư! (3)

và ông viết tiếp:

Thật là cay đắng khi mà mọi người bị uốn cong như lưỡi câu, và chẳng ai nói lên sự thật nữa, chẳng còn ai như Sử Ngư nữa. Sử Ngư là người chép sử nước Vệ đời Xuân Thu nổi tiếng vì thẳng thắn trung thực.

[...]

Ngày nay chúng ta đang sống trong một giai đoạn nhìn thẳng vào sự thật, nói rõ sự thật là yêu cầu của nhân dân, của đất nước. Đã đến lúc những người chép sử, những nhà sử học phải tự hỏi rằng: Sử bút của mình đã thật nghiêm chưa, đã viết đúng sự thật lịch sử hay chưa?

Hà Văn Tấn đã không trực tiếp trả lời câu hỏi kể trên nhưng gián tiếp người ta hiểu là chưa! Và nói trắng ra, như qua lời giới thiệu của tờ Tổ Quốc, ông là người viết bài đầu tiên phê bình một số bệnh ấu trĩ của nền sử học (Mácxít, chữ chua thêm của người viết bài này) Việt Nam từ ba bốn chục năm nay. Sự ấu trĩ này đã được Hà Văn Tấn vạch ra qua hai phần nghiên cứu chuyên môn là phê phán sử liệu và miêu tả sử liệu một bên, giải thích và đánh giá sử liệu một bên.

Trong sự phê phán sử liệu và miêu tả sử liệu, theo Hà Văn Tấn nhiều công trình nghiên cứu sử học của Hà Nội đã sử dụng những nguồn sử liệu gián tiếp một cách thiếu thận trọng để tìm hiểu lịch sử hiện đại, lịch sử đảng Cộng Sản cũng như lịch sử của thời xa xưa, từ đó đã mắc phải những sai lầm trầm trọng. Ba trường hợp điển hình đã được ông nêu ra là trường hợp của bài thơ *Nam Quốc Sơn Hà Nam Đế Cư*, trường hợp quyển *Binh Thư Yếu Lược* và trường của một bức thư của Hồ Chí Minh gửi các học sinh Việt Nam nhân mùa khai giảng niên học 1945 -1946, sau khi ông tuyên bố thành lập nước Việt Nam Dân Chủ Cộng Hòa. Bài *Nam Quốc Sơn Hà Nam Đế Cư* thường được người ta hiểu là của Lý Thường Kiệt. Nhưng theo Hà Văn Tấn không có một sử liệu nào cho biết điều này cả và do đó không một nhà sử học nào có thể chứng minh điều này được. Cũng theo ông thì quyển *Binh Thư Yếu Lược* là một quyển sách giả từ đầu đến cuối, đã được các nhà nghiên cứu ở Viện Hán Nôm của Hà Nội chứng minh là giả nhưng khi viết về cuộc kháng chiến chống Nguyên hay về Trần Hưng Đạo, một số người vẫn sử dụng quyển sách giả này. Thậm chí có lãnh tụ đã trích dẫn nó trong diễn văn của mình. Còn bức thư của Hồ Chí Minh thì sai rất nhiều so với văn bản đầu tiên còn được cất giữ ở Cục Lưu Trữ Trung Ương (4). Nhiều văn kiện khác theo Hà Văn Tấn cũng vậy. Riêng về bản *Tuyên Ngôn Độc Lập* của Hồ Chí Minh, theo nhà nghiên cứu

Nguyễn Thành từ Hà Nội, trong bài viết nhan đề "Trong Lịch Sử Nước Ta Đã Có Hai Hay Ba Bản Tuyên Ngôn Độc Lập" đăng trong *Nghiên Cứu Lịch Sử,* Số 1 (278), (I- II), 1995, "lại có nhiều dị bản, sai nhau đến 22 từ, được sửa đi sửa lại nhiều lần từ sau ngày 2-9-1945 đến năm 1973 thì thật không thể hiểu nổi." (5)

Trong việc giải thích và đánh giá sử liệu, tác giả của bài tham luận đã chỉ trích các nhà sử học Mác Xít Hà Nội là đã mắc bệnh thiên lệch, do đó đã bỏ qua nhiều sự thực lịch sử. Để chứng minh, ông đã nêu lên sự kiện là do nhu cầu phải tập trung tinh lực cho cuộc kháng chiến chống Mỹ cứu nước, các nhà viết sử chỉ chú ý đến các trang sử chống ngoại xâm trong lịch sử dân tộc, trong khi hàng loạt những vấn đề về kinh tế, xã hội đã không được chú ý đến một cách đầy đủ. Đồng thời cũng để đề cao truyền thống, các vị này thường chỉ đánh giá một chiều, chỉ nhìn thấy cái tốt và dường như không chấp nhận có truyền thống xấu. Trong địa hạt kỹ thuật, ông cho việc đề cao quá đáng truyền thống kỹ thuật của người Việt như trường hợp của ông Nghè Vũ Hữu hồi cuối thế kỷ XVI, người đã tính đủ số gạch xây tường không thừa, không thiếu một viên là làm một việc lố bịch. Cũng vậy đối với cách định giá truyền thống làng xã cổ truyền hay các nhân vật lịch sử.

Nhìn chung và đứng về phương diện nghiên cứu sử học thuần túy mà xét, những nhận xét của Hà Văn Tấn kể trên là rất nghiêm chỉnh và vô tư, khách quan, đặc biệt khi ông viết về những nhận định của các nhà sử học Hà Nội về các nhân vật lịch sử. Ông viết:

Cũng thường thiên lệch, khi chúng ta đánh giá các nhân vật lịch sử. Con người là cả một hệ thống những mối liên hệ phức tạp, bị qui định bởi các điều kiện xã hội, tự nhiên và lịch sử. Thiếu một sự xuất phát từ chủ nghĩa lịch sử dường như là căn bệnh chung của chúng ta. Một số người đã chê trách các nhân vật lịch sử vì họ không giống ta. Một số lại quá yêu các nhân vật đó, đến chỗ miêu tả tư duy và hành động của họ cứ y như là họ đã được học tập chủ nghĩa Mác-Lênin.

Nhưng chi tiết hơn và kỹ hơn để tìm kiếm những triệu chứng của sự đổi mới, người đọc khó có thể đồng ý với người viết lời giới thiệu trên tờ Tổ Quốc, chưa nói tới chuyện đi xa hơn, dù cho người ta có tính lạc quan cho rằng Hà Văn Tấn đã mượn lời Nguyễn Trãi để nói lên tâm trạng của mình, đặc biệt khi ông viết:

Cho đến nay đọc câu thơ Nguyễn Trãi, chúng ta vẫn như tê tái với nỗi đau của ông. Làm sao có thể sống nổi trong một xã hội mà mọi sự thật đều bị che đậy hay xuyên tạc. Trong những thời kỳ như vậy, người chép sử, nhà sử học, những người nói lên sự thật, không biết bị dằn vặt đến thế nào?

Lý do chính yếu khiến cho người ta phải dè dặt là những sự bất ổn – tôi không muốn dùng hai chữ *"ấu trĩ"* của báo Tổ Quốc mà tôi nghĩ là quá nặng – kể trên chỉ là những **bất ổn có tính cách cục bộ nhất thời** do một cá nhân hay một số các nhà nghiên cứu sử hay liên hệ đến sử học mắc phải còn **bản chất của nền sử học Mác- Xít** thì vẫn còn nguyên vẹn. Các nhà sử học ở miền Bắc thời trước năm 1975 và ở toàn quốc Việt

Nam kể từ sau năm 1975, những đồng nghiệp của Hà Văn Tấn "vẫn tự coi là người Mác Xít"; đồng thời cũng theo Hà Văn Tấn có nhiều học giả tư sản vẫn nghi ngờ tính cách khách quan của sử học, do đó trách nhiệm của những người này là phải bác bỏ những luận điệu đó bằng cách chứng minh rằng nền sử học của họ có khả năng đạt được sự thật khách quan thay vì tiếp tục góp thêm chứng cứ cho những luận điệu đó. Có điều ai cũng biết là ở chế độ Cộng Sản kết quả của những công trình nghiên cứu của các nhà chuyên môn trong các ngành học, đặc biệt là sử học, không được tự do phổ biến mà phải qua nhiều sự kiểm soát vô cùng kỹ càng nếu không nói là khắt khe trước khi được đem ấn hành bởi các cơ sở của nhà nước. Vậy tại sao các sơ hở kể trên lại có thể xảy ra được? Lỗi ấy nếu đổ cho cá nhân các nhà nghiên cứu thì thật là tội nghiệp cho họ. Còn nếu không đổ lỗi cho họ thì đổ lỗi cho ai bây giờ? Không lẽ bảo nó là lỗi của cả chế độ hay đúng hơn của chính chủ nghĩa Mác-Lênin mà quan điểm của chủ nghĩa này đã được các nhà sử học Việt Nam của chế độ vận dụng để tìm hiểu lịch sử nước nhà chỉ là một phần. Trong bài tham khảo kể trên, trong phần nói về truyền thống đánh giặc giữ nước trong lịch sử dân tộc, Hà Văn Tấn viết rằng "Các nhà viết sử chỉ chú ý đến các trang sử chống ngoại xâm". Nhưng một sử gia khác, Văn Tạo, Viện Trưởng Viện Sử Học, trong Lời Giới Thiệu tác phẩm *Sử Học Việt Nam Trên Đường Phát Triển* do Ủy ban Khoa Học Xã Hội Việt Nam thuộc Viện Sử Học biên soạn (6), cũng như trong bài "Khoa Học Lịch Sử Việt Nam Trong Mấy Chục Năm Qua" in trong tác phẩm này (7), lại khẳng định một cách rõ ràng là Đại Hội Lần Thứ IV của Đảng đã chỉ ra rằng:

> *Nhiệm vụ hàng đầu của các ngành khoa học xã hội (trong đó có sử học –Văn Tạo chú thích thêm) là tiếp tục làm sáng tỏ những đường lối, chính sách của cách mạng Việt nam dưới ánh sáng của chủ nghĩa Mác-Lênin và trên cơ sở tổng kết những kinh nghiệm cách mạng đã tích lũy được.* (8)
>
> và
>
> *[....]sử học có thể cần thiết phải đóng góp một phần nhất định của mình vào nhiệm vụ trọng đại này* (9)
>
> *[....]nhằm góp phần đẩy mạnh sự nghiệp đấu tranh dựng nước và giữ nước hiện nay* (10).

Các tác giả khác có bài in trong tác phẩm kể trên cũng luôn luôn nói tới (hay bắt buộc phải nói tới) vai trò lãnh đạo của Đảng và nhiệm vụ của sử học theo chiều hướng tương tự. Nguyễn Hồng Phong lại còn nói rõ hơn về nhiệm vụ chính trị của sử học trong phần mở đầu của bài viết của ông như sau:

> *Bởi vì sự phát triển của khoa học không bao giờ chỉ là do những nhu cầu đại học, có tính hàn lâm viện, hoặc do sự xuất hiện những tài năng bác học nào đó, mà trước hết là do yêu cầu của cuộc sống, của thực tiễn đấu tranh và phát triển xã hội, cho nên sử học, một bộ môn khoa học xã hội có tính cách chiến đấu, tính chính trị cao, đã phát triển mạnh trong hai cuộc kháng chiến vừa*

qua, nhất là thời kỳ xây dựng chủ nghĩa xã hội và chống Mỹ cứu nước là có thể cắt nghĩa được.

Trong hoàn cảnh kể trên, bảo rằng các nhà viết sử chỉ chú ý đến các trang sử chống ngoại xâm thì quả là tội nghiệp cho họ. Nhu cầu đã được nêu lên, mục tiêu đã được vạch rõ, đường lối, quan điểm đã có sẵn, coi như ánh sánh soi đường, dưới ngọn cờ của chủ nghĩa Mác – Lênin bách chiến bách thắng, qua những văn kiện, những nghị quyết của Đảng, bằng những lời căn dặn của các lãnh tụ như Trường Chinh..., với tư cách thay mặt cho Trung Ương Đảng trong hội nghị tổng kết 10 năm công tác sử học (tháng 12 năm 1963), các nhà sử học kể trên còn có thể làm gì khác hơn là ráng sức tuân theo, không còn con đường nào khác. Trong khi đó trong việc lựa chọn đề tài nghiên cứu, người ta không thể loại ra ngoài ý muốn, sự thích thú, khả năng và kinh nghiệm chuyên môn của người làm công tác. Không có cảm tình, không cảm thấy thú vị, không thấy việc làm hấp dẫn, người ta khó có thể chuyên tâm, dốc hết thì giờ, bụng dạ vào công tác được. Những lỗi lầm do đó dễ dàng bị nhắm mắt bỏ qua, đặc biệt khi những lỗi lầm đó lại phục vụ cho nhu cầu chính trị liên hệ tới nhiệm vụ mà ngành sử học, bị Đảng đòi hỏi phải có, dẫn xuất từ Đảng tính và chiến đấu tính của nó. Cũng vậy, sử học đã mất đi tính cách nghệ thuật phần nào nó có. Trường hợp của Văn Tạo khi ông viết và cho xuất bản tác phẩm *Sử Học và Hiện Thực* là điển hình trong đó ông đã dùng 10 chương để viết về 10 cuộc đổi mới trong lịch sử Việt Nam (11). Sách được xuất bản năm 1999, sau hơn mười năm chính sách đổi mới được thi hành và chế độ Cộng Sản tỏ ra vẫn còn vững mạnh. Hai chữ đổi mới đã được ông dùng song hành với hai chữ cải cách và thay thế cho hai chữ cách mạng thông dụng trước đó, đặc biệt trong thời gian người Cộng Sản mới chiếm được miền Nam., thời cách mạng đã trở thành đồng nghĩa với chế độ, với chính quyền, với quyền uy, với quyền sinh, quyền sát đối mọi người dân miền Nam.

Liên hệ tới sự thực và sử học, sau Hà Văn Tấn, Trần Quốc Vượng , một sử gia kiêm giáo sư sử học uy tín khác của miền Bắc Việt Nam thời trước năm 1975 và của cả Việt Nam sau năm này, trong dịp qua Mỹ vào cuối thập niên 1980 đầu thập niên 1990 khi cho xuất bản một tuyển tập trong đó có 5 bài viết của ông ở hải ngoại dưới nhan đề *Trong Cõi, Những Ý Kiến về Lịch Sử, Truyền Thống và Hiện Trạng Dân Tộc của Một Sử Gia Trong Nước (12)* cũng hé mở cho người thấy ít nhiều chi tiết quan trọng. Tiếc rằng, nói như lời của Nhà Xuất Bản của tác phẩm này, ông chỉ là "con chim lạ đến đây ngứa cổ hót chơi, nhưng lại không được hót trên quê hương mình" (13). Người ta chờ đợi ông viết thêm nhưng cũng theo nhà xuất bản sách của ông, ông không còn được viết như ông muốn nữa. Sau này, chúng tôi đã đọc được một số bài viết đả kích đích danh cá nhân của ông trên các báo chí nhà nước. Ông được cho nghỉ dạy, cô lập, về hưu non, với số lương hàng tháng mà ông cho là chỉ vừa đủ uống 3 chai bia (ông vẫn đùa với chính mình). Chúng tôi cũng nghe nói, tên tuổi của ông, cũng như Bùi Tín hay Dương Thu Hương, đã trở nên một điều cấm kị trên những cơ sở truyền thông trong nước. (14)

Mới hơn và được nhiều người biết tới hơn là sự tiết lộ của một sử gia kiêm giáo sư uy tín khác, Phan Huy Lê. Giáo Sư Phan Huy Lê, ngoài tư cách là một giáo sư sử học với nhiều công trình xuất bản có giá trị, còn là chủ tịch Hội Khoa Học Lịch Sử Việt Nam. Khi trả lời một cuộc phỏng vấn của Nhật Báo *Người Việt* xuất bản ở Orange County thuộc tiểu bang California, Hoa Kỳ, ngày 18 tháng Ba năm 2005 và được lập lại trong cuộc phỏng vấn của ký giả Khôi Nguyên, cũng của Nhật báo *Người Việt* và được đăng trong giai phẩm Xuân Bính Tuất của báo này về hình tượng anh hùng Lê Văn Tám, một nhân vật hoàn toàn không có thật (15) cũng như một số nhân vật lịch sử khác như Phan Đình Giót, Bế Văn Đàn... Theo Giáo Sư Lê, nhân vật Lê Văn Tám này do Trần Huy Liệu, một sử gia tiền bối của ông, người đã từng làm Viện Trưởng Viện Sử Học Hà Nội và chủ biên của tờ *Nghiên Cứu Lịch Sử* trong thời chiến tranh, ngụy tạo ra và ông Trần Huy Liệu có nhờ Giáo Sư Lê sau này nói lại khi có dịp. Giáo Sư Lê có hứa là sẽ công bố sự thật một cách đầy đủ trong nay mai thôi và khuyên độc giả hãy kiên nhẫn chờ. Nhưng không cần phải có thêm chi tiết, chỉ riêng với mấy chữ hoàn toàn không có thật là đủ để người ta đánh giá Trần Huy Liệu và những công trình của sử gia Mácxít này, cũng như của một phần không nhỏ của những công trình của nền sử học Mácxít Việt Nam. Nhiều câu hỏi cần phải được đặt ra và các người nghiên cứu lịch sử Việt Nam trong tương lai sẽ phải vô cùng vất vả mới tìm ra sự thật. Đó là chưa kể tới nguồn gốc bộ trưởng Bộ Tuyên Truyền trong chính phủ đầu tiên của Trần Huy Liệu trong chính phủ lâm thời Hồ Chí Minh thời cuối năm 1945. Một người cầm đầu guồng máy tuyên truyền mà lại cầm đầu ngành sử học ở trong nước thì ngành sử học ấy sẽ là như thế nào? Chưa kể bài tường trình lễ thoái vị của Hoàng Đế Bảo Đại ngày 30 tháng Tám năm 1945 của ông. Bài này đã được sao đi, in lại với nhiều khác biệt. Bên cạnh Trần Huy Liệu, ta cũng cần phải kể thêm Trần Văn Giàu, một giáo sử học tiên khởi khác của nền sử học Mác xít Việt Nam, người đã bị người dân miền Nam, đặc biệt là các tín đồ của Phật Giáo Hòa Hảo tố giác là đã có trách nhiệm trong vụ ám hại Giáo Chủ Huỳnh Phú Sổ của họ cũng như nhiều nhân vật lịch sử của miền Nam khác trong đó có Bùi Quang Chiêu. Ông Trần Văn Giàu vẫn còn sống và đã giữ im lặng khi bị hỏi về sự kiện này kể cả hỏi trực tiếp ở trong nước cũng như khi ông sang Pháp mà chỉ nói là chuyện ấy qua rồi và hồi ấy Cách Mạng còn ấu trĩ (16). Không trả lời khi bị hỏi rồi nói lảng, phần nào cho phép người hỏi tự trả lời rằng điều mình muốn biết là có thật, không còn gì phải thắc mắc nữa nhất là cho một sự kiện quan trọng như vậy. Nhưng đó mới chỉ là một vấn đề liên hệ tới con người như là một con người bình thường. Trong phạm vi nghiên cứu khoa học, người nghiên cứu ngụy tạo ra sự kiện, ngụy tạo ra nhân vật là một việc làm không thể tha thứ được. Tuy nhiên có một điều người ta thắc mắc là các vị giáo sư tiên khởi của nền sử học Mác xít Việt Nam này đã được huấn luyện ở đâu và như thế nào để sau này lãnh những nhiệm vụ mà họ được trao phó?

Bây giờ nói tới quan điểm Mác xít, quan điểm được những người Cộng Sản Việt Nam (phân biệt với các sử gia và các nhà sử học) ca tụng như một nền sử học tiến bộ của cả nhân loại, là siêu việt. Quan điểm này đã hình thành từ trong hoàn cảnh của thế giới tây phương của hơn một thế kỷ trước, căn cứ vào những hiểu biết về lịch sử nhân loại, được hiểu là nhân loại tây phương, cũng của hơn một thế kỷ trước, và bởi một nhà tư tưởng có căn bản học vấn và kiến thức nặng về triết học hơn là sử học, ở đây là triết học và sử học của thế giới tây phương thời đó. Từ đó tới nay nhân loại đã không dậm chân tại chỗ về đủ mọi phương diện và sử học đã trở thành một khoa học vừa độc lập vừa tổng hợp. Những thành quả của sử học trong hơn một thế kỷ qua ở hay về tất cả các lục địa, Âu Châu, Á Châu, Mỹ Châu chắc chắn đã vượt xa khả năng nhận định của một cá nhân rất nhiều, nếu nói một cách khiêm nhường như vậy. Các nhà sử học bị gán cho, bị bắt buộc phải, hay tự nhận là Mác xít Việt Nam trong hoàn cảnh của ít ra là quá khứ trước đây, chắc chắn đã không có dịp thấy được tất cả những tiến bộ đó. Thế nhưng dưới sự lãnh đạo của Đảng các vị này đã đưa ra những nhận xét như "đã hết thời rồi các quan điểm coi sử học như là sử ký, tức chỉ ghi lại những sự kiện lịch sử mà thôi", hay "sử học tư sản và phong kiến chỉ qui vào nhiệm vụ xác định sử liệu miêu tả biến cố..", hay "các sử gia phong kiến, tư sản coi lịch sử chủ yếu là lịch sử cá nhân xuất chúng, còn quần chúng nhân dân thì bị gạt ra ngoài đối tượng của sử học", "xem lịch sử là sự kết hợp ngẫu nhiên những mặt sinh hoạt và hoạt động khác nhau của con người trong xã hội, mà trong đó hoạt động trí thức, hoạt động tư tưởng, văn hóa... có vai trò chi phối, thậm chí quyết định nhất", "xem lịch sử chỉ là những hoạt động của những cộng đồng người đã đạt tới một trình độ văn minh nào đó. Còn hàng loạt dân tộc bị coi là dã man đều bị loại ra bên lề đối tượng của sử học...". Thật là đáng tiếc! Phải chi những nhận xét này chỉ áp dụng giới hạn vào Việt Nam thì may ra còn có thể chấp nhận được. Từ những qui luật đã có sẵn, người ta đã buộc các sử gia Việt Nam phải tìm ra những giai đoạn – cũng được vạch sẵn – phát triển của dân tộc, cũng cộng sản nguyên thủy, cũng chiếm hữu nô lệ, phong kiến, tư bản chủ nghĩa..vân...vân... Trong khi đó thì các sự kiện căn bản liên hệ tới toàn thể mọi khía cạnh của cuộc sống của dân tộc chưa được khôi phục một cách đầy đủ, trọn vẹn và chính xác, cũng như các tài liệu chưa được sưu tầm đầy đủ và cặn kẽ, vô tư vì hoàn cảnh chiến tranh, nghèo nàn, chậm tiến của đất nước. Người ta không thể chỉ dựa trên một khía cạnh đơn thuần của tổ chức xã hội, luôn cả một khía cạnh của sinh hoạt của một xã hội ở một thời điểm nào đó để xác định bản chất nào đó, từ đó qui luật phát triển của xã hội đó. Lý do là vì đời sống con người phức tạp, xã hội con người do đó không đơn giản để người ta có thể qui về một lý luận có tính cách nhất nguyên và quyết định. Nhưng những người chủ trương theo quan điểm Mác xít phải hiểu là tại sao ở các nước không Cộng Sản, nơi các sử gia không có Đảng lãnh đạo, không có các lãnh tụ căn dặn, chỉ đường, lại không mấy ai theo Mác xít. Lý do là vì trong việc tìm hiểu quá khứ vô cùng phong phú, vô cùng phức tạp của một dân tộc, nói riêng, của cả loài người, nói chung, người ta không muốn tự đóng khuôn mình vào một đường lối duy nhất để rồi phải uốn cong các sự kiện lịch sử, các biến cố lịch sử theo một phong cách lý luận đã có sẵn, giống hệt như khi đi du ngoạn trên một cánh đồng đầy hoa cỏ, chim muông mà phải đi theo một con đường độc đạo vào lúc mặt trời đã khuất, dưới ánh sáng của một ngọn đèn bấm. Người du ngoạn trong trường hợp này chỉ còn nhận ra sự vật bằng thị giác qua ánh sáng của ngọn đèn bấm mà thôi, còn bao nhiêu những chỗ khác đã bỏ sót, những hiện tượng khác đã không thấy được. Bao nhiêu giác quan khác đã không được sử dụng, nhất là thính giác và xúc giác. Đó là ta chưa nói tới hình thể, màu sắc của sự vật dưới ánh sáng của ngọn đèn bấm đã bị đổi dạng, đổi màu. Các giai đoạn của quá khứ của dân tộc đó đã bị gán cho những cái tên chưa chắc đã có. Giới nông dân bị biến thành giai cấp trong khi thực sự thì trong những thế kỷ trước và luôn cả trong thế kỷ vừa qua vì hoạt động kinh tế căn bản của giới này có gì khác hơn là làm ruộng và đa số người Việt Nam ai chẳng xuất thân từ giới làm ruộng. Làm gì có một giai cấp nông dân, làm gì có một giai cấp của những người làm ruộng với tất cả những điều kiện hình thành và tồn tại của nó giống như ở các nước tây phương hay Ấn Độ thời cổ. Ở đây người ta phải ghi nhận một thái độ khách quan của một số các nhà sử học Hà Nội khi các vị này đã khẳng định là không có nô lệ trong xã hội cổ Việt Nam, mặc dầu để vừa lòng chế độ, các vị này đã phải đã nói đến chế độ nô tì. Cũng vậy khi nói đến vấn đề suy tàn của chế độ bị gọi là phong kiến trong lịch sử nước nhà. Nhưng tất cả đã bị ngừng ở đó. Sử học ở miền Bắc Việt Nam trong những năm 50 và 60 của thế kỷ trước và luôn cả trong hiện tại (hy vọng người viết không hoàn toàn đúng ở thời điểm này) vẫn do Đảng lãnh đạo, vẫn chỉ có một chủ nghĩa là chủ nghĩa Mác-Lênin soi đường, vẫn coi Hồ Chí Minh là người đặt nền móng, vẫn có những lãnh tụ như Trường Chinh, Lê Duẩn căn dặn, chỉ đường, vẫn phải mang những tính như tính đảng, tính chiến đấu, với những mục tiêu giai đoạn, kể cả mục tiêu chống bá quyền của Trung Quốc, mục tiêu chống Mỹ cứu nước, chống những thế lực thù nghịch...bây giờ là hỗ trợ đổi mới, vẫn chỉ có những nhà xuất bản do nhà nước quản lý và chi tiền. Nói cách khác, sử học luôn luôn phải lý luận theo quan điểm nhị nguyên, luôn luôn có ta và địch, có yêu nước và phản quốc hay bán nước, có cách mạng và phản cách mạng... Con én Hà Văn Tấn – nếu quả thật là con én – còn rất lâu mới kéo theo được cả đàn én để đem lại mùa xuân như câu hỏi người viết lời giới thiệu bài tham luận của ông nêu lên trên báo *Tổ Quốc* non hai chục năm trước đây. Nhiều phần nó cũng giống như trường hợp của Nhạc Sĩ Văn Cao khi ông viết ca khúc *Mùa Xuân Đầu Tiên*. Mùa xuân ông tưởng đã đến nhưng cuối cùng, cho tới khi ông qua đời, vẫn không đến và bài ca chỉ được trình làng ở một nơi không phải là quê hương mến thương của ông và cũng chẳng mấy được phổ biến.

Các nhà sử học Mác xít Việt Nam như vậy có nhiều phần còn phải giữ im lặng *một cách xót xa* hay ít ra là trong *dằn vặt* – dùng chữ của Hà Văn Tấn – trước những vấn đề trọng đại và căn bản của đất nước, y hệt họ đã giữ im lặng trước vấn đề các quần đảo Hoàng Sa và Trường Sa trong những thập niên 50, 60 và đầu 70 của thế kỷ trước, vì nói gì được khi chính vị thủ tướng nước Việt Nam Dân Chủ Cộng Hòa là Phạm Văn Đồng trong văn thư chính thức đề ngày 14 tháng 9 năm 1958, gửi Đồng Chí Châu Ân Lai, Tổng Lý Quốc Vụ Viện nước Cộng Hòa Nhân Dân Trung Hoa quyết định về hải phận của Trung Quốc, ghi nhận và tán thành bản tuyên bố ngày 4 tháng 9 năm 1958 của chính phủ nước Cộng Hòa Nhân Dân Trung Hoa quyết định về hải phận của Trung Quốc, tôn trọng quyết định ấy và sẽ chỉ thị cho các quan nhà nước có trách nhiệm tôn trọng hải phận 12 hải lý của Trung Quốc trong mối quan hệ với nước Cộng Hòa Nhân Dân Trung Hoa. Trên mặt Bản tuyên bố, tiếc thay, bao gồm cả các quần đảo Dongsa, Sisha, Zhongsa, Nansha và các đảo khác, theo họ Châu thuộc Trung Hoa. Cũng vậy, các vị này cũng phải tránh né một số vấn đề liên hệ tới Chủ Tịch Hồ Chí Minh và Việt Nam Dân Chủ Cộng Hòa trong nửa thế kỷ qua hay xa hơn nữa, vì nói gì được khi Hồ Chí Minh đã được thần thánh hóa coi như biểu tượng của chế độ cũng như của chính phủ do ông thành lập. Dè dặt nhưng những ai đã để tâm theo dõi lịch sử nước nhà vẫn có quyền chờ đợi và hy vọng. Chờ đợi và hy vọng câu trả lời cho câu hỏi đã được Hà Văn Tấn nêu lên: Đã đến lúc những người chép sử, những nhà sử học phải tự hỏi rằng *"Sử bút của mình đã thật nghiêm chưa, đã viết đúng sự thật lịch sử chưa"*?

Để kết luận, người ta có thể nói rằng nền sử học Mácxít Việt Nam, phân biệt với nền sử học Việt Nam dù là ở miền Bắc trước năm 1975 và trên toàn quốc sau năm 1975, với những thành tích sửa đổi văn bản, ngụy tạo nhân vật, uốn cong các dữ kiện lịch sử chắc chắn thay vì mở đường cho việc tìm hiểu lịch sử nước nhà, sẽ làm cho các nhà sử học tương lai phải mệt nhọc lắm mới tìm ra được một số không nhỏ những sự thực... Nỗi chua xót, dằn vặt và cay đắng của Hà Văn Tấn phải chăng phần lớn nằm ở chỗ này, chưa kể dù muốn hay không ông cũng vẫn là người Việt Nam và là người Việt Nam yêu nước, một nhà sử học và một người thày cả đời làm bạn với bảng đen, phấn trắng và với những thế hệ tương lai. Tất cả những hoạt động của ông cũng như của hai sử gia đồng nghiệp của ông không cho phép ông lẩn tránh và nhất là chấp nhận những gì phản lại sự thật.

Chú Thích

(1) Bài này sau được in lại trong tác phẩm nhan đề *Một Số Vấn Đề Lý Luận Sử Học* của tác giả, do Nhà Xuất Bản Đại Học Quốc Gia Hà Nội ấn hành năm 2007, trang 29 – 40.

(2) Gọi là đổi mới nhưng thực sự thì đó chỉ là một sự trở lại với cuộc sống bình thường của nhân loại hay của một dân tộc sống bình thường, diễn tiến bình thường, không trải qua những đột biến, nhất là đột biến bằng bạo lực.

(3) Xin xem *Nguyễn Trãi Toàn Tập*. Hà Nội: Ủy Ban Khoa Học Xã Hội Việt Nam, Viện Sử Học, 1976, tr. 407.

(4) Hà Văn Tấn không nói rõ thư gửi năm nào. Nếu là bức thư mở đầu bằng câu: "*Các em hãy nghe lời tôi, lời của một người anh lớn...*" và kết thúc bằng câu: "*Sau 80 năm trời nô lệ đã làm cho nước nhà bị yếu hèn thì ngày nay chúng ta phải xây dựng lại cơ đồ của tổ tiên đã để lại cho chúng ta. Làm sao chúng ta có thể sánh gót với các nước văn minh trên hoàn cầu. Trong công*

cuộc kiến thiết đó, nước nhà trông mong, chờ đợi ở các em rất nhiều. Mong rằng lời của tôi sẽ được các em luôn luôn ghi nhớ" thì đúng là bức thư mà mọi học sinh trung và tiểu học thời đó, thời 1945 -1946, trong đó có người viết bài này, đã phải đọc, học thuộc lòng và viết chính tả, còn nhớ mãi đến ngày nay, ngày đã quá tuổi 80. Một câu hỏi được đặt ra là phải chăng Hồ Chí Minh là người đầu tiên và chính thức gọi các học sinh ở tuổi còn nhỏ nhất hay cháu nội ngoại của mình là em, là các em thay vì các con, mở đầu cho một cách xưng hô mới giữa thày và trò trong học đường Việt Nam về sau này. Trước đó nó chỉ được dùng bởi các huấn luyện viên thể dục.

(5) *Nghiên* Cứu Lịch Sử, Số 1 (278), (I- II), 1995, tr. 186.

(6) Hà Nội, Nhà Xuất Bản Khoa Học Xã Hội, 1981.

(7) Sử Học Việt Nam Trên Đường Phát Triển, tr. 9 – 35.

(8) - nt -, tr.7.

(9) - nt –

(10) - nt -, tr.10

(11) Hà Nội, Nhà Xuất Bản Khoa Học Xã Hội, 1999.

(12) Garden Grove, California, USA, 1993.

(13) - nt - , tr. 286.

(11) - nt - , tr. 287.

(15) Khôi Nguyên, Trò truyện cùng Giáo Sư Phan Huy Lê, Chủ Tịch Hội Khoa Học Lịch Sử Việt Nam, Ai sẽ viết lịch sử của người Việt tị nạn, trong Người Việt, Giai Phẩm Xuân Bính Tuất 2006, Westminster, California, tr. 45 – 48..

(16) Người hỏi là một giáo sư Việt Nam dạy ở Đại Học Paris, sau năm 1975 và sau nhiều lần gặp gỡ, trong một bữa ăn và sau khi đã kỹ càng rào trước đón sau. Không trả lời nhưng Trần Văn Giàu nói thêm là "Chuyện ấy qua rồi và hồi ấy Cách Mạng còn ấu trĩ mà!" Có điều trả lời như vậy thì môn sử học nếu có bị gạt ra khỏi chương trình trung học phổ thông cũng là phải thôi.

CHƯƠNG 17

Chuyện ngoài lề sử học: Sự hình thành của SIÊU QUỐC GIA VIỆT NAM Thiên Niên Kỷ Thứ Ba

Biến cố 30 tháng Tư 1975 đã bẩy tung người Việt Tị Nạn ra khắp thế giới, xa cách quê hương và người thân của họ cả ngàn vạn dặm. Đó là một sự thực lịch sử không ai chối cãi được. Có điều trong cái rủi vẫn có cái may, biến cố này đã đưa tới sự hình thành của Cộng Đồng Việt Nam Hải Ngoại, thành phần thứ hai của Dân Tộc Việt Nam, thành phần có nhiều hứa hẹn và sẽ phát triển mạnh mẽ và độc lập đối với thành phần thứ nhất còn lại ở quê nhà. Hậu quả là đến ngày nay, sau người Anh của Thế Kỷ 19, chỉ còn người Việt Nam là có thể hãnh diện để dạy con cái mình rằng **"Mặt trời không bao giờ lặn trên những phần đất có người Việt Nam cư ngụ".** Từ cuộc di cư vĩ đại này, sự hình thành của một Siêu Quốc Gia Việt Nam đã bắt đầu với những con người của thế giới hữu hình xuất phát từ mảnh đất nhỏ bé bên bờ phía tây của Thái Bình Dương. Nó đã được hoàn tất bằng một biến cố khác mang tính cách tâm linh, vô hình và là truyền thống trên dưới bảy trăm năm của dân tộc Việt: việc dựng tượng Đức Thánh Trần Hưng Đạo vào mùa thu năm 2014, 39 năm sau. Một cơ hội lớn, ngàn năm một thuở đã mở ra cho dân tộc chúng ta. Tôi không rõ trên giấy tờ liên lạc với Toà Thị Chính Thành Phố Westminster, thuộc Quận Cam, California, ban tổ chức dựng tượng đã dùng danh xưng gì để gọi tượng nhưng ở đây tôi xin được phép dùng danh xưng là Tượng Đức Thánh Trần. Người viết dùng danh xưng Đức Thánh Trần là vì đây là danh xưng mà quảng đại dân gian Việt Nam từ Bắc chí Nam, từ bảy trăm năm, đã dùng và bây giờ ở Hải Ngoại nên tiếp tục dùng, để vừa tỏ ý sự tôn kính, vừa biểu lộ lòng yêu thương, gần gũi hơn là các danh xưng Hưng Đạo Vương Trần Quốc Tuấn hay Trần Hưng Đạo… những danh xưng được nói tới nhiều hơn trong học đường hay trong sách vở. Điều này cũng có nhiều lý do, tôi xin được lần lượt trình bầy trong bài viết này.

Đức Thánh Trần là nhân vật lịch sử duy nhất được dân gian coi là đã hiển linh che chở giúp đỡ mọi người, chống lại tà ma quỷ quái, từ đó được mọi người coi như một vị Thánh của cả dân tộc

Khác với các nhân vật lịch sử khác như Hùng Vương, Hai Bà Trưng, Triệu Quang Phục, Lý Thường Kiệt, Lê Thái Tổ, Quang Trung Nguyễn Huệ ..., tất cả đều có đền thờ và được dân chúng địa phương quanh năm hương khói và đến ngày kỵ đều được các quan lại địa phương hàng năm chính thức đến tế. Chỉ riêng có Trần Hưng Đạo ngoài đền thờ còn được coi là đã hiển linh để phù hộ, giúp đỡ đồng bào của mình, che chở mọi người chống lại tà ma, quỉ quái. Đức Thánh Trần với các con trai và các gia tướng của Ngài như Yết Kiêu, Dã Tượng luôn luôn được truyền tụng là đã hiển linh trong các công tác này. Những chuyện như Phạm Nhan chuyên môn tìm ăn máu dơ của phụ nữ làm cho họ bị mắc bệnh, mảnh chiếu lấy từ đền thờ của ngài là những chuyện phổ thông trước đây ai cũng biết

Một sự kiện liên hệ khác ít ai biết tới là sự hiển linh của Đức Thánh Trần và sự tin tưởng của quần chúng vào sự hiển linh này đã đưa tới sự hình thành của một tôn giáo mới của người Việt gọi là Nội Giáo. Nội Giáo là tôn giáo từ bên trong để phân biệt với Ngoại Giáo du nhập từ bên ngoài mà ngài là vị thần chính được thờ. Nội Giáo là tôn giáo riêng của người Việt Nam, của nước Việt Nam độc lập. Sự xuất hiện của Nội

Giáo với Thánh Địa là Đền Kiếp Bạc đã nói lên tinh thần độc lập của người Việt mà cho tới thời Ngài chưa có. Cùng với Thánh Mẫu Liễu Hạnh, một trong "Tứ Bất Tử" của người Việt, Ngài đã được thờ như vị Cha chung của cả dân tộc:

Tháng Tám giỗ Cha, tháng Ba giỗ Mẹ.

Tháng Tám âm lịch từ ngày 16 đến ngày 18 là ngày giỗ Đức Thánh Trần và trong 10 ngày từ 1 đến 10 Tháng Ba âm lịch là Ngày hội Phủ Giầy ở làng Tiên Hương, huyện Vụ Bản tỉnh Nam định là ngày giỗ Chúa Liễu Hạnh, hai ngày hội lớn được rất đông người tới dự trước kia, trước thời chiến tranh và đông hơn rất nhiều trong thời hiện tại. Hội Phủ Giầy được tổ chức hàng năm là hội lớn nhất, vui nhất, có nhiều trò chơi nhất. Con số người tham dự càng ngày càng gia tăng, gia tăng gấp bội so với thời Pháp thuộc, trong đó có rất đông các cán bộ Cộng Sản "đi xe con tới dự".

Chưa hết, song song với truyền thống thờ Đức Thánh Trần và Chúa Liễu Hạnh, người Việt Nam còn có tục lên đồng. Nếu Đức Thánh Trần và Chúa Liễu Hạnh chỉ được chính thức thờ ở các đền thì trong dân gian, các ngài được thờ ở rải rắc khắp nơi qua các đền miễu do các cộng đồng địa phương lớn nhỏ, do tư nhân xây dựng và được các ông đồng, bà đồng coi giữ. Nơi đây các cuộc lên đồng thường xuyên được thực hiện, kể cả hiện tại ở Westminster, ở Garden Grove ở Hải Ngoại mà người viết đã có dịp nhiều lần tới dự và rất vui khi thấy một tín ngưỡng xưa, có thời bị bài bác, nay lại sống lại ở nơi đất khách quê người. Chính ở những nơi này, lịch sử của dân tộc Việt Nam, đúng hơn những bài dã sử, đã được gìn giữ xuyên qua những bài hát chầu văn, một thứ văn chương, âm nhạc vô cùng phong phú cho tới nay đã được nhiều học giả Việt Nam và ngoại quốc sưu tầm, nghiên cứu, tìm hiểu một cách khoa học tương đối đầy đủ, tường tận và bao dung hơn.

Người Tàu và người Hy Lạp khi dời bỏ quê hương ra đi tị nạn hay lập nghiệp ở Hải Ngoại cũng đã mang theo thần linh của họ.

Cuối cùng, sự kiện các dân di cư tị nạn khi ra đi đã mang theo các thần của mình là một sự kiện đã xảy ra từ lâu trong lịch sử nhân loại. Dân Hy Lạp trong các thế kỷ thứ bảy và thứ tám kéo dài đến hết thế kỷ thứ năm trước và sau Thiên Chúa, khi có những cuộc tranh chấp nội bộ ở các *đô thị-quốc gia*, những city-states, những *polis,* của họ, điển hình là hai đô thị Athens và Sparta, các phe bại trận bị loại trừ (ostracized, ostracism) phải bỏ xứ mà đi. Họ đã tạo nên một đường viền Hy Lạp chung quanh Địa Trung Hải với những *đô thị-quốc gia*, những *polis* mới ở Nam Âu, ở Tây Á và luôn cả ở Phi Châu. Khi ra đi họ đã mang theo văn minh Hy Lạp và đặc biệt là các thần linh Hy Lạp của họ. Với những yếu tố văn minh, văn hóa và đặc biệt là tín ngưỡng này, những *đô thị-quốc gia mới* của họ, mặc dù vẫn giữ được những liên hệ lịch sử, văn minh và văn hoá với các đô thị mẹ ở chính quốc, đã trở thành hoàn toàn độc lập với các *đô thị-quốc gia* mẹ, đã tự mình đứng vững và phát triển, không còn bị các quốc gia-đô thị mẹ chi phối về phương diện chính trị và sinh hoạt hàng ngày nữa.

Người Tầu khi di cư ra khỏi quê hương của họ cũng làm những việc tương tự. Bằng chứng là các "chùa Tầu" đã hiện diện ở khắp thế giới và ở miền Nam Việt Nam rất nhiều, đặc biệt là ở Saigon. Tất cả đã trở thành những nơi thăm viếng mà du khách khi tới Saigon đều phải biết và ít nhiều ghé qua. Chính người viết bài này hồi trước năm 1975, khi dẫn sinh viên đi du khảo quanh vùng Thủ Đô Saigon, cũng đã ghé thăm những nơi được coi là "cổ tích liệt hạng" này. Điều đáng để ý là những nơi này luôn luôn có nhiều khách hành hương tới viếng trong đó rất đông là người Việt. Nơi đây khói hương ngày đêm nghi ngút, không bao giờ tàn lạnh.

Dựng tượng Đức Thánh Trần không chỉ là để tôn vinh một vị anh hùng có công ơn bậc nhất của cả dân tộc mà còn biểu lộ tinh thần độc lập của Người Việt Hải Ngoại là chỗ dựa tinh thần của người Việt nhằm hướng tới một Siêu Quốc Gia Việt Nam của Thiên Niên Kỷ Thứ Ba

Cho tới nay, Cộng Đồng người Việt ở Hải Ngoại đã được ngoài 40 tuổi, đã trải qua giai đoạn sống còn, đã mỗi ngày mỗi thêm vững mạnh về đủ mọi phương diện để trở thành **thành phần thứ hai độc lập với thành phần thứ nhất** của dân tộc Việt Nam.

Cộng Đồng Hải Ngoại của chúng ta trẻ trung hơn, năng động hơn, có tiềm năng hiểu biết cập nhật hơn, có nhiều khả năng phát triển hơn nhờ đã hình thành và phát triển trong những quốc gia tân tiến nhất trên thế giới, so với thành phần thứ nhất mỗi ngày già cỗi hơn, mòn mỏi hơn, kiệt lực hơn, không còn đủ khả năng nhận thức và ngay cả sử dụng những khả năng trí tuệ vẫn còn tồn tại không ít của mình. Tuổi trẻ Việt Nam ở Hải Ngoại có thể vào và đã vào bất cứ một đại học danh tiếng nào nếu các em mong muốn và được cha mẹ khuyến khích. Rất đông các em đã đạt được điều này. Cộng Đồng Việt Nam Hải Ngoại đã tự mình hội đủ mọi điều kiện để tự đứng vững. Chúng ta đã có đầy đủ nếu không nói là khá đông các chuyên viên trí thức thượng thặng từ các khoa học gia, các giáo sư đại học, các học giả tốt nghiệp từ các học viện lớn và hiện đang phục vụ trong các trung tâm, các viện nghiên cứu bậc nhất trên thế giới để góp sự hiện diện của mình với các sắc tộc khác. Chúng ta cũng đã có những chỉ huy cao cấp trong quân đội, kể cả tướng lãnh. Hãy tưởng tượng hình ảnh một vị chỉ huy dẫn đầu nhiều ngàn sĩ quan, binh sĩ dưới quyền, thuộc đủ mọi thành phần, chủng tộc, dẫn đầu các cuộc thao diễn, dẫn đầu họ chạy bộ hàng ngày hay nghiêm chỉnh chào cờ trong căn cứ của đơn vị mình. Vị chỉ huy đó là người Việt. Anh là vị tướng đi sát với binh sĩ của mình, tướng của trận mạc, không phải tướng của phe phái, nói cách khác, tướng cảnh. Chúng ta cũng có những chỉ huy trưởng khu trục hạm tối tân nhất của Hải Quân Hoa Kỳ, những nữ đại tá người nhỏ thó chỉ đứng đến vai những đồng sự hay thuộc cấp của mình nhưng vẫn được họ chào kính một cách trịnh trọng. Họ thuộc thế hệ một rưỡi, luôn cả thế hệ thứ hai của người tị nạn Việt Nam. Tất cả đều vẫn còn thông thạo tiếng Việt, đã trả lời dễ dàng, trôi chảy các cuộc phỏng vấn bằng tiếng Việt. Tất cả đều đã trở thành "người", đã "nên người", đã lập được sự nghiệp trên quê hương mới mà không cần tới sự trợ giúp của các "đỉnh cao trí tuệ của loài người". Chưa hết! Bây giờ thì họ đã ngồi lại với nhau để trở thành một lực lượng quân nhân gốc Việt trong quân đội Hoa Kỳ và sẽ dẫn đường cho thế hệ thứ ba. Cầu mong các em sẽ thành công mỹ mãn hơn. Trong địa hạt chính trị, người Việt nay cũng đã đi rất sâu và rất cao trong hệ thống chính quyền của nhiều nước, ở đủ cả ba ngành, ngay cả ở cấp trung ương. Nhiều người trẻ cũng đã xuất hiện và đã thành công xuất sắc. Họ thông thạo ngôn ngữ, được học, được sống và hiểu biết về xã hội nơi họ đang cư ngụ. Họ bắt đầu thay thế cho thế hệ cha anh đã đến tuổi xế chiều, nhưng vẫn hiểu biết về Việt Nam và thông thạo tiếng Việt. Trong tương lai, các em sẽ còn đi xa và lên cao hơn nữa.

Sang một địa hạt khác gần gũi với mọi người hơn là địa hạt giáo dục. Ở đây tôi chỉ nói về các cấp trung tiểu học và mẫu giáo, những cấp học cơ bản liên hệ trực tiếp tới các em nhỏ của chúng ta trong cộng đồng. Con số những thày cô giáo người Việt hiện diện trong các trường địa phương mỗi ngày một nhiều. Nghề làm thày cô giáo không còn bị chê so với các nghề khác như trong những thập niên đầu. Nhiều người tỏ ra đã yêu mến nghề dạy học ngay từ khi còn học ở bậc trung và luôn cả tiểu học. Họ đã đạt được ước vọng và sau nhiều năm hành nghề vẫn tỏ ra yêu nghề hơn bao giờ hết. Nhiều người đã chuyển sang cấp chỉ huy làm hiệu trưởng, phó hiệu trưởng các trường khi chán phụ trách lớp. Nên nhớ là, ít ra là ở Mỹ, dạy ở cấp nào cũng được coi là quý, là trọng, không nhất thiết là ở bậc đại học, nơi kiếm được một chỗ làm rất khó vì rất hiếm, vì sự cạnh tranh giữa các sắc dân Á Châu rất nhiều và nạn bè cánh, phe phái cũng không phải là hiếm. Yếu tố quan trọng mà các em phải dựa vào để lựa chọn là chính mình, là thiên tư và hạnh phúc của chính mình. Kinh nghiệm của cha mẹ, ông bà của các em và những người đi trước thuộc thế hệ của các ngài cũng vẫn còn là những gì đáng quý cho các em khi chọn ngành và nhất là khi hoạt động cộng đồng.

Để hướng về các con em nhỏ trong cộng đồng, riêng ở miền Nam California hàng trăm trung tâm Việt Ngữ đã được thành lập ở các chùa, các nhà thờ hay các lớp mượn của các trường địa phương trong những ngày cuối tuần do các thày cô đã về hưu hay các sinh viên đại học phụ trách. Hàng ngàn thày cô đã tham gia công tác này với hàng chục ngàn trẻ em được cha mẹ mang tới dự. Hãy tưởng tượng các vị này đã kiên trì, cố gắng như thế nào để cứ tình nguyện mỗi cuối tuần mỗi đến, tuần này qua tuần khác, tháng này qua tháng khác, năm này qua năm khác, thường xuyên dạy các em, không nửa chừng bỏ dở. Họ âm thầm làm công việc của mình và dường như ít được cộng đồng biết đến, thăm viếng và khích lệ.

Cộng đồng của chúng ta đã độc lập, đã tự đứng vững và phát triển trong suốt 41 năm qua không hề phải nhờ vả vào chính quốc. Trái lại, hàng chục tỷ đô la hàng năm đã được gửi về dưới hình thức này hay hình thức khác, làm giàu cho các cán bộ và các đại gia ở trong nước và gián tiếp giúp họ chuyển tiền ra ngoại quốc phòng ngừa khi tháo chạy. Có điều thay vì để yên cho thành phần thứ hai của dân tộc ở Hải Ngoại phát triển để hỗ trợ lẫn nhau, cùng nhau song song phát triển, cùng hướng tới một tương lai dài nhằm biến dân tộc Việt Nam thành **một dân tộc lớn của nhân loại** thì các "đỉnh cao trí tuệ" ở trong nước đã coi nó như một con gà đẻ trứng vàng, tìm cách ảnh hưởng tới nó, bắt nó đẻ nhiều hơn, thậm chí bắt và giết nó. Điều này là gì nếu không phải là một tội đại ác đối với dân tộc và đối với chính họ?

Lịch sử Dân Tộc Việt Nam phải được tính bằng ngàn năm

Trong một bài viết trước đây, nhằm kỷ niệm một ngàn năm Lý Thái Tổ từ Hoa Lư thiên đô ra Thăng Long, đăng trong Tập San *Thế Kỷ 21,* số 1, số ra mắt, người viết có đưa ra cái nhìn hơi khác về lịch sử của dân tộc Việt Nam. Đó là lịch sử phải được tính bằng ngàn năm với ba dấu mốc chính: 111 trước Tây Lịch, 1010 sau Tây Lịch và những năm hiện tại của thiên niên kỷ thứ ba mà chúng ta đang sống, chứ không thể chỉ tính bằng chục năm, bằng trăm năm như lịch sử bình thường. Nhìn như thế để chúng ta có thể thấy những điều vô nghĩa mà nhiều người đã và đang làm. Nhìn như thế để chúng ta có thể lạc quan về tương lai của dân tộc Việt Nam qua sự hình thành của Cộng Đồng Người Việt ở Hải Ngoại trong thế kỷ 21 này.

Cơ hội ngàn năm một thuở: Mặt trời không bao giờ lặn trên những miền đất có người Việt cư ngụ

Sự hình thành của Cộng đồng Việt Nam Hải Ngoại coi như thành phần thứ hai của dân tộc là một cơ hội ngàn năm một thuở chúng ta có được, sau khi người dân Việt Nam đã phải trải qua nhiều chục năm dài đầy chiến tranh, đau thương, chết chóc và bất hạnh. Biến cố bi thảm 1975 đã bẩy tung bà con chúng ta ra khắp thế giới để rồi sau hơn bốn mươi năm cũng họ, cũng những bà con đã bị bẩy tung ra khắp thế giới ấy, bây giờ là Người Việt Hải Ngoại, đã định cư và đã thành công ở khắp năm châu, không nơi nào là không có. Chúng ta đã không có được một lãnh thổ duy nhất, một chính quyền chung nhưng chúng ta có những con người, có chung một lịch sử, một nguồn gốc, đã ra đi trong cùng một hoàn cảnh, một thời điểm. Nói một cách khác, chúng ta đã có một **Siêu Quốc Gia Việt Nam** không có lãnh thổ, không có chính quyền, không có thủ đô nhưng tất cả đều nằm sâu thẳm trong lòng mọi người dân của mình. Một siêu quốc gia như vậy thích hợp hơn với sinh hoạt quốc tế trong thời hiện tại, thời mà biên giới giữa các nước đã mờ dần trước sự phát triển chung của cả loài người. Cũng nói cách khác, nếu trong thế kỷ 19, một học sinh người Anh được học rằng *"Mặt trời không bao giờ lặn trên Đế Quốc Anh"* thì khác đi một chút, kể từ cuối thế kỷ 20, một học sinh Việt Nam phải được học rằng ***"Từ sau năm 1975, mặt trời không bao giờ lặn trên những miền đất có người Việt Nam cư ngụ."*** Người Tầu cũng có thể nói câu tương tự. Họ cũng hiện diện ở khắp nơi trên thế giới nhưng vẫn không thể so sánh với người Việt. Lý do là vì người Tầu bỏ nước ra đi là họ chọn tha phương cầu thực, do họ chọn lựa còn người Việt thì không được chọn lựa. Sau ba chục năm triền miên đầy đau thương giết chóc với ít ra là bốn năm triệu người đã bị hy sinh, nước mắt tràn ngập khắp Trường Sơn, ra tận Biển Đông. Người Việt đã bất đắc dĩ phải ra đi mà không biết sẽ đi đâu. Đến bây giờ thì tự mình và với sự giúp đỡ của các chính quyền và của người địa phương, bất chấp những sự dè bỉu, mỉa mai của nhà cầm quyền ở trong nước trong những năm đầu, các cộng đồng Việt Nam ở khắp nơi trên thế giới đã trở thành vững mạnh thực sự so với thành phần còn lại ở trong nước. Bổn phận của chúng ta là phải bảo vệ và phát triển nó. Chúng ta không thể để cho những người đang nhận sự giúp đỡ vô cùng to lớn của cộng đồng chúng ta, coi cộng đồng chúng ta là con gà mái đẻ trứng vàng bắt nó đẻ nhiều hơn, đẻ mãi, lợi dụng và giết nó. Chúng ta cũng phải lo cho chính chúng ta và con cháu chúng ta. Chúng ta đang sống ở đây và sẽ chết ở đây. Con cháu chúng ta cũng vậy. Những thế lực luôn luôn gây bất ổn từ bảy mươi năm qua sẽ không tha chúng ta, không để cho chúng ta yên. họ luôn luôn muốn làm chủ chúng ta rồi làm chủ con cháu chúng ta như họ đã làm ở trong nước, bây giờ là Cộng Đồng Người Việt ở Hải Ngoại, cơ hội ngàn năm một thuở của chung cả dân tộc, cơ hội sẽ đưa dân tộc ta thoát khỏi tình trạng nhỏ bé và chậm tiến. Bất cứ hành động nào phá hoại Cộng Đồng Việt Nam Hải Ngoại đều là một tội đại ác đối với dân tộc. Có điều họ sẽ bất cần, sẽ tiếp tục như họ đã làm trong quá khứ như các năm 1954, 1975. Nhưng họ sẽ không làm gì được chúng ta. Chiêu bài độc lập thống nhất không còn hiệu nghiệm nữa. Chuyện đó qua rồi. Cộng Đồng Hải Ngoại của chúng ta đã vững mạnh và luôn luôn được các nhà cầm quyền và luật pháp bản xứ che chở. Chúng ta cũng đã có đủ mọi khả năng để tự mình đứng vững, nhất là kể từ bây giờ, với sự phù hộ ngày đêm của Đức Thánh Trần và bên cạnh Ngài là Chúa Liễu Hạnh. Chúng ta không cần phải có sự giúp đỡ từ bên ngoài, nói trắng ra là từ những người này. Phạm Nhan đã bị chém đầu từ bảy thế kỷ trước tuy vẫn còn lảng vảng khắp nơi để kiếm máu dơ của phụ nữ nhưng y sẽ không làm gì được chúng ta vì chúng ta đã có Đức Thánh Trần và Chúa Liễu Hạnh luôn luôn hiển linh và che chở cho chúng ta. Chúng ta hãy cùng nhau giữ cho tượng Ngài quanh năm sạch sẽ và nếu có, hương khói lúc nào cũng nghi ngút, để trở thành một thắng tích bất cứ ai ghé Little Saigon, Westminster, California, đều phải ghé qua để tỏ lòng tôn kính Ngài.

Để kết luận, tôi mượn chữ của Nhà Văn Ngô Nhân Dụng qua nhan đề *Đứng Vững Ngàn Năm* của tác phẩm của ông. Tôi có thể khẳng định: Chúng ta đã "đứng vững" ít ra là hai ngàn năm và chắc chắn sẽ còn đứng vững thêm nhiều ngàn năm nữa. Vấn đề là do chúng ta. Chúng ta đã khơi lại được mạch sống của bảy trăm năm trước. Chúng ta có sống lại được với sức sống do tiền nhân truyền lại cho chúng ta hay không? Điều này tùy thuộc ở chính chúng ta. Chúng ta sẽ coi quyền lực, danh, lợi, tiền bạc của cá nhân hay phe nhóm là trọng hay sự tồn vong và phát triển của cả Cộng Đồng, cả dân tộc Việt Nam và tới một giới hạn nào đó, sứ mạng Trời trao cho chúng ta là trọng. Điều này tùy thuộc ở chúng ta, điều mà bà con đang sống trên đất mẹ của chúng ta xem ra khó mà làm được vì dù có muốn họ cũng không được phép làm chưa kể phần lớn đều đã quá mòn mỏi, khô cằn đến độ vô cảm, nếu không nói là kiệt lực. Tất cả chỉ còn trông cậy ở chúng ta và con cháu chúng ta. Hãy chứng tỏ chúng ta có đủ khả năng và bản lãnh. Chúng ta dời bỏ quê hương ra đi không phải để tha phương cầu thực.

Little Sàigòn, Mùa Lễ Tạ Ơn 2016

PHẦN THỨ BA

Tài Liệu

CHƯƠNG 18

Phụ Lục Phần I: Đế Quốc Việt Nam

Trong phần I này, người viết xin lựa chọn để gửi tới quý vị độc giả một số tài liệu liên hệ tới Cuộc Đảo Chính ngày 9 tháng Ba năm 1945 và những việc làm của Vua Bảo Đại cùng Chính Phủ Trần Trọng Kim. Các tài liệu này được trích từ ba tờ tuần báo chính của thời này là *Tri Tân, Thanh Nghị* và *Trung Bắc Chủ Nhật* và được viết bởi những nhà báo hay trí thức có uy tín đương thời. Chúng phần nào cho ta thấy cách suy nghĩ, cách nhìn của báo chí nói riêng và giới trí thức nói chung về những biến cố trọng đại có ảnh hưởng trực tiếp tới đất nước và vận mệnh của dân tộc Việt

Nam. Ngoài ra tác giả cũng lựa chọn một vài văn kiện chính thức của chính quyền đương thời liên hệ tới các biến cố này. Một vài vì các văn kiện này đã được trích dẫn trong sách và đã được phổ biến rộng rãi trên các sách báo từ trước rồi. Cuối cùng là một số tài liệu của Đảng Cộng Sản.

Vì được in từ lâu ngày và được phổ biến dưới nhiều hình thức khác nhau nên các tài liệu này có nhiều chỗ không rõ hay chữ in quá nhỏ, khó đọc, đặc biệt là cho các độc giả lớn tuổi nên tác giả xin được phép sao lại cho rõ ràng hơn cho những phần cần thiết kèm theo chính bản.

I. Về Cuộc Đảo Chánh Ngày 9 Tháng Ba Năm 1945

Tài Liệu 1

Tài liệu này được trích từ tờ *Trung Bắc Chủ Nhật,* Số 243, ngày 8 Tháng Năm 1945, được ký tên tắt là T.B.C.N.(Trung Bắc Chủ Nhật) bên dưới. Ngày 8 tháng 5 là ngày Nội Các Trần Trọng Kim chính thức trình diện ở Kinh Đô Huế.

Xin độc giả để ý đoạn cuối cùng và ba từ ngữ cuối cùng của tờ báo coi như ước vọng tối hậu của những người chủ trương:

"Chúng tôi tin rằng nước ta rồi phải có một vận hội tốt đẹp hơn mà nhân dân sẽ được sống trong vòng bác ái, hoà bình và công lý".

Vì Tòa Soạn Trung Bắc Chủ Nhật in chữ lớn và phân thành từng đoạn cách nhau nên tác giả cũng đánh máy chữ lớn và đậm cho hợp với chủ ý của Tòa Soạn báo này.

Một Kỷ Nguyên Mới

***Vì một sự tình cờ may mắn trong lịch sử, nước ta đã được quân đội Nhật giúp cho thoát khỏi cái ách đô hộ của người Pháp.**

***Từ đây bắt đầu một kỷ nguyên mới: chúng ta đã có một quốc gia để phụng thờ.**

***Quốc gia đó, mạnh hay yếu, là do sự nỗ lực làm việc của chúng ta bây giờ.**

Làm việc trong trật tự, làm việc với tình yêu thương, làm việc với sự tin tướng để củng cố nền độc lập của đất nước: đó là mục đích mà TRUNG BẮC CHỦ NHẬT muốn đạt tới.

***TRUNG BẮC CHỦ NHẬT mong rằng sẽ cùng với quốc dân thực hành được cái nguyện vọng làm cho nước ngày thêm mới, ngày thêm mạnh, không thể bị áp bách như**

trước nữa, không thể bị chia rẽ như trước nữa.

***Chính vì lẽ đó, vấn đề bồi thực văn hóa là một vấn đề tối khẩn cho tinh thần, cũng như thóc gạo đối với dân đói vậy.**

T.B.C.N. sẽ hết sức phấn đấu để kiến thiết một nền văn hóa mới. Tất cả những cái gì làm trụy lạc tinh thần phải bài trừ đi. Những điều hay của các nước tiền tiến phải bảo nhau mà học lấy.

Sống thật mạnh, vui mà tiến lên, đoàn kết mãi để tạo thành một nước xứng đáng với hai mươi thế kỷ lịch sử.

***Chúng tôi tin rằng nước ta rồi phải có một vận hội tốt đẹp hơn mà nhân dân sẽ được sống trong vòng bác ái, hoà bình và công lý.**
T. B. C. N.

Tài Liệu 2

Đây là bài nhận định của *Tuần Báo Thanh Nghị,* Năm Thứ Năm, Số 107, Ngày 5 tháng Năm 1945, Số Đặc San Chính Trị, ba ngày trước ngày Nội Các Trần Trọng Kim chính thức trình diện. Nên để ý là *Tuần Báo Thanh Nghị* do 5 trí thức xuất thân trường Luật của Đại Học Hà Nội, trong đó hai người là Vũ

Văn Hiền và Phan Anh tham gia Nội Các Trần Trọng Kim nên người ta có thể nghĩ rằng những nhận định này phản ảnh phần nào quan điểm và đường lối của nội các này. Vì bài viết tương đối dài nên tác giả của tập sách này chỉ trích phần đầu có tính cách nhận định mà thôi.

Những Điều Kiện Để Sây Dựng Nền Độc Lập

Ta cần phải nhìn rõ sự thực và theo sát sự thực.

Cuộc chính biến chớp nhoáng ngày 9 tháng 3 vừa rồi đã giải thoát nước Việt Nam ra khỏi vòng đô hộ của người Pháp. Nhưng đó không phải là kết quả của một cuộc "khởi nghĩa" đem lại cho mình tất nhiên và tức khắc khôi phục chủ quyền. Đó chỉ là sự may mắn bất ngờ mà gián tiếp ta đã được hưởng nhờ cuộc hành binh của quân đội Nhật Bản. (Dầu sao ơn ấy ta cũng nên ghi nhớ).

Độc lập từ trên giời rơi xuống! Không phải tự ta cướp lại được. Nó còn lơ lửng trên không như một bầu pha lê trong suốt, lộng lẫy! Ta phải cố vươn lên mà đón lấy. Được hay không là do sự cố gắng ấy.

Cố gắng thế nào? Làm những việc gì? Hành động theo lối nào? Sau những giây phát bàng hoàng trước ánh bình minh mới mẻ và đột ngột, ta đã thấy con đường đi dần dần xuất hiện.

Một điều rõ ràng là: độc lập không phải là món quà của một vị hảo tâm nào ban cho; nó là một vật báu phải mua bằng một giá cao. Một điều rõ ràng nữa là: để thực hiện nền độc lập, ta không có sẵn một lực

lượng vật chất gì nên chỉ trông vào lực lượng tinh thần của dân chúng.

Phải hăng hái và quả quyết muốn độc lập, nghĩa là phải hăng hái rèn lại cái óc mà 80 năm nô lệ đã làm mềm yếu để tự gây lấy những ý nghĩ cương cường, để chút bỏ những cảm tình nhu nhược, những do dự và hoài nghi có tội, hăng hái và quả quyết rứt với chế độ cũ và những kẻ còn rớt lại của chế độ ấy, hăng hái và quả quyết chống lại với mọi âm mưu phản động – hăng hái và quả quyết phấn đấu để được trao giả - với những điều kiện, dĩ nhiên - những quyền hành đã rời ở tay quân thù nhưng hiện ta chưa nhận được.

Hăng hái và quả quyết... Nhưng đấy mới là ý định. Còn việc làm?

Những hội họp hoan hô sự giải phóng, những cuộc biểu tình tẩy trừ vết tích nô lệ và không cộng sự với kẻ thù, những buổi truy điệu nghĩa sĩ, hoặc kỷ niệm các vị anh hùng cứu quốc, đều đã có kết quả là làm sôi nổi lòng ái quốc ở mọi nơi và trong khắp mọi từng lớp dân chúng. Nhưng không nên ước mong qua sư thực: trong cuộc tranh đấu về chính trị những hành động trên tự nó, nghĩa là do sức riêng của nó, chỉ có hiệu lực trong chốc lát chứ không thể đưa tới kết quả thiết thực gì. Các công dụng của những hành động ấy sẽ, trái lại, rất quan trong khi nó là những biểu lộ có xếp đặt của một cộng cuộc tổ chức lâu dài, có phương pháp và chứa một động lực tiềm tàng.

Vậy vấn đề thiết yếu là tổ chức sự đoàn kết của dân chúng.

Tài Liệu 3

Tài liệu này được trích từ bài "Tạp Ghi" của Phạm Mạnh Phan, nhan đề "Thanh Niên Trước Cuộc Giải Phóng Của Đất Nước", đăng trong *Tri Tân,* Số 185-186, ra ngày 10-5-1945, Số chủ đề "Việt Nam Giải Phóng", phần cuối. Phần đầu tác giả nói tới những cuộc đấu tranh hào hùng trong lịch sử của dân tộc và ngày Giỗ Tổ Hùng Vương.

Thanh Niên Trước Cuộc Giải Phóng Của Đất Nước

Ngày nay hòa giọt máu đào với người hiệp khách đất Phù Tang, chúng ta đã thoát vòng nô lệ! Xiềng xích, gông cùm đồng bào chúng ta trong bao năm nay đã được chặt phá. Sông núi đất Việt đã quay về với cố chủ mà chào đón một **kỷ nguyên mới** ***của lịch sử.***

Nay giờ tươi đẹp đã đến. Đám mây u ám che phủ núi sông cây cỏ không còn nữa. Đứng trước cảnh trời quang mây tạnh, thanh niên Nam Việt đã thấy lòng tưng bừng hăng hái, chứa chan sinh lực để góp sức cùng mọi người củng cố nền độc lập hoàn toàn của đất nước mà cùng nhau lên tiếng gọi:

"Này anh em ơi! Quốc gia đến ngày giải phóng
"Đồng lòng cùng đi, hy sinh tiếc gì thân sống
"Vì tương lai quốc dân cùng xông pha khói tên
"Làm sao cho núi sông từ nay luôn vững bền
"Dù cho phơi thây trên gươm giáo
"Thù nước lấy máu đào đem báo.
"Nòi giống lúc biến phải cần giải nguy

"Đoàn thanh niên ta cố rèn tâm trí
"Hùng tráng quyết chiếm đầu làm cho khắp nơi
"Vang tiếng người nước Nam cho đến muôn đời
"Thanh niên ơi! Mau hiến thân dưới cờ
"Thanh niên ơi! Mau làm cho cõi bờ
"Thoát cơn tàn phá, vẻ vang đời sống
"Xứng danh nghìn năm giòng giống Lạc Hồng"
(Tiếng gọi Thanh Niên)

Quả thật không lúc nào bằng lúc này tâm hồn thanh niên được sống những ngày giải phóng vì mọi người đều rõ giờ phút đây không phải là giờ phút thanh niên có trí thông minh giam hãm trong tình yêu nhỏ hẹp mà thờ ơ với vận mệnh đất nước.

Đoàn kết để gây một lực lượng chiến đấu cho nền độc lập hoàn toàn, đó là khẩu hiệu của toàn thể thanh niên.

Lãnh đạm là đắc tội!
Nghi ngờ là phá hoại!
Chia rẽ là phản bội!

PHẠM – MẠNH – PHAN

Tài Liệu 4

Tài liệu này được trích từ tạp chí *Tri Tân,* Số 192, Ngày 21 tháng Sáu năm 1945, tác giả là Nguyễn Tường Phượng. Nhan đề của bài viết là "Người Yêu Nước Chân Chính Nên Thế Nào?"

Người Yêu Nước Chân Chính Nên Thế Nào?

Cuộc chính biến đến nay đã được hơn ba tháng. Trong suốt mấy tháng ấy, bao nhiêu sự hoạt động, giới này họp, đoàn kia họp; không lúc nào người ta thích làm chính trị bằng lúc này. Có ông chỉ cặp cặp đi họp suốt ngày; hỏi ra thì ông có chân trong nhiều giới quá! Dương tử thấy đường lắm ngả quá mà buồn khóc. Vậy có nhiều chân để làm gì? Nếu có phải cần làm thế để mua cái huy hiệu "ái quần" "ái quốc" thì thật nhầm, nhầm quá!

Người yêu nước có phải vỗ ngực mà phô cho ai biết đâu.

Người yêu nước trong lúc này, theo thiển kiến chúng tôi, cần phải bình tĩnh, thận trọng từ nhời nói, từ việc làm, lại cần phải biết bổn phận của mình, hàng ngày làm đầy đủ bổn phận sự đối với chức nghiệp trong vòng trật tự.

II. Về Chính Phủ Trần Trọng Kim

Tài Liệu 5

Lời Tuyên Chiếu Của Vua Bảo Đại với Nội Các Trần Trọng Kim

Chư Khanh,

Nội các này là chính phủ đầu tiên của nước Việt Nam độc lập sau 80 năm thuộc quyền ngoại quốc thống trị.

Trong thời gian đó dưới chính thể eo hẹp của người ngoài, dẫu có người tài năng ra giúp nước cũng không thể thi thố được gì.

Nay nhờ Hoàng quân Đại Nhật Bản nước nhà đã được giải phóng.

Những người ra gánh vác việc nước ngày nay là được một cái danh dự tối cao, mà cũng là đương một trách nhiệm rất to, và chịu một sự hy sinh rất nặng.

Trẫm đã lựa chọn khắp nhân tài trong nước, kén lấy những người có học thức, có đức hạnh, có kinh nghiệm đủ đương việc nước trong buổi bây giờ. Trẫm chắc rằng Chư Khanh sẽ làm tròn trách vụ không phụ lòng trẫm ủy thác và lòng dân kỳ vọng.

Điều cần nhất là phải gây sự đồng tâm hiệp lực trong toàn thể quốc dân, phải đoàn kết chặt chẽ các giai tầng xã hội, và luôn luôn giữ một mối liên lạc mật thiết giữa chính phủ và nhân dân.

Chính phủ ngày nay không phải phụng sự một cá nhân hay một đảng phái nào cả.

Quốc dân phải đồng tâm hiệp lực lại phải nỗ lực cần cù nữa. Dân nô lệ nhất thiết ỷ lại ở người; dân độc lập nhất thiết trông cậy ở mình. Trông cậy ở mình thì phải gắng sức và hy sinh nhiều mới mong sinh tồn phát đạt được ở giữa cõi đời cạnh tranh kịch liệt ngày nay.

Dân một nước độc lập là dân biết ham tự do mà cũng biết trọng kỷ luật, biết giữ trật tự nữa. Dân biết trọng kỷ luật, giữ trật tự thì sự trị an được dễ dàng, và chính phủ mới lo cải tạo quốc gia được.

Muốn cải tạo quốc gia, chính phủ cần hành động cho qui củ nghĩa là phải có hiến pháp.

Hiến pháp tương lai của nước Việt Nam sẽ căn cứ vào sự hiệp nhất quốc gia, sự quân dân cộng tác, và những quyền tự do chính trị, tôn giáo và nghiệp đoàn của nhân dân.

Một hội nghị lập hiến sẽ căn cứ vào những nguyên tắc kể trên mà khởi thảo một bản hiến pháp.

Nhưng trong lúc chiến tranh và cơ cận này, những vấn đề về quốc kế dân sinh rất là phiền phức và khẩn cấp. Chính phủ phải có đủ quyền mà giải quyết những vần đề đó cho mau chóng.

Còn về phương diện dân, sẽ có những cơ quan cố vấn đặt trong toàn quốc hay trong các địa phương để bầy tỏ ý kiến với chính phủ và liên lạc chính phủ với nhân dân.

Đồng thời, một ủy ban sẽ nghiên cứu những sự cần cải cách gấp, như việc nghi lễ, quốc kỳ và quốc ca vân vân…

Trẫm biết nó dễ mà khó: trên con đường độc lập của nước nhà còn biết bao là nỗi khó khăn; nhưng Trẫm tin rằng một dân tộc hơn hai mươi triệu người như dân Việt Nam ta, đã có hai nghìn năm lịch sử vẻ vang oanh liệt chẳng kém người, sẽ đủ sức vượt qua mọi sự khó khăn, đủ sức gánh một phần trách nhiệm trong sự kiến thiết nền thịnh vượng chung ở Đại Đông Á và đi tới địa vị một dân tộc hùng cường trong thế giới được.

Thuận Hóa ngày 27 tháng 3 năm Bảo Đại 20 (Dương lịch ngày 3 tháng 5 năm 1945)

Nguyễn Duy Phương, *Lịch Sử Độc lập và Nội Các Đầu Tiên Việt Nam.* Hà Nội: Việt Đông Xuất Bản Cục, 1945, tr. 29-30

Tài Liệu 6

Lời Tuyên Cáo Của Nội Các Trần Trọng Kim

Ngày 25 tháng hai năm Ất-Dậu tức là ngày mồng chín tháng ba năm 1945 quân đội Đại-Nhật-Bản đã đánh đổ chủ quyền người Pháp trong toàn hạt Đông Dương. Sau đó đức Kim-Thượng đã tuyên bố nước Việt-Nam độc lập. Đồng thời thủ tướng Koiso báo cáo rằng nước Nhật không tham vọng nước ta.

Thế là sau 80 năm áp chế, nước ta đã khôi phục nền tự chủ và địa vị của một nước văn hiến ở cõi Á-Đông.

Chúng ta không thể quên ơn nước Đại-Nhật Bản đã giải phóng cho ta, không quên ơn đức Kim-Thượng đã quả quyết dắt dân ta lên đường độc lập, không thể quên ơn bao nhiêu nghĩa sĩ xưa nay đã hy sinh để nêu cao tinh thần phấn đấu của giống nòi.

Muốn giữ vững nền độc lập, quốc dân ta phải gắng sức làm việc và chịu nhiều sự hy sinh nữa. Hiện nay thế giới còn ở trong vòng chiến tranh, công cuộc kiến thiết quốc gia còn nhiều nỗi khó khăn. Lại vì bom đạn của quân địch sang tàn phá làm cản trở sự giao thông, khiến cho mấy mươi vạn người sinh trưởng trên khoảng đất phì nhiêu mà đành phải chịu chết đói.

Tuy kinh tế khó khăn, nhưng trên nhờ lòng tin cậy của đức Kim-Thượng, dưới nhờ sự ủng hộ của quốc dân, ngoài tin vào lòng thành thực của nước Đại-Nhật-Bản, chúng tôi hết sức theo đuổi mục đích là hợp sức các phần tử quốc dân để củng cố độc lập của Quốc gia và gây mạnh cái tinh thần yêu nước trong mọi giai tầng xã hội.

Chính phủ sẽ lập ra một Kỷ-niệm đài để ghi công các bậc anh hùng vì nòi giống, sẽ tìm mọi cách để các chính khách còn phiêu lưu được trở về tổ quốc, sẽ xóa bỏ những hình án bất công, để những người ái quốc còn bị giam cầm trong lao ngục có thể tùy tài sức mà tham dự vào công cuộc kiến thiết quốc gia.

Ngoài việc tiếp tế lương thực cho nhân dân và việc chuẩn cấp cho hằng triệu người bị khủng hoảng về nạn đói ở miền Bắc, thuế khóa lần lần định lại cho công bằng và cho từ Bắc chí Nam thuế nghịch thành duy nhất.

Công việc kiến thiết quốc gia sẽ cần đến tài lực và nhiệt tâm của tất cả mọi người trong nước. Đoàn kết quốc dân để gây thành mãnh lực, đặt những cơ quan để liên lạc mật thiết chánh phủ và dân chúng, đó là những việc mà nội các sẽ chú ý đặc biệt.

Nội các sẽ trù tính thống nhất pháp luật trong toàn quốc và tránh sự lạm quyền, sẽ tìm phương chia quyền hành chính và tư pháp.

Nạn tham nhũng là cái tệ dung túng từ trước, cần phải trừ cho tiệt, nước ta đã bước vào một kỷ nguyên mới, kẻ nào không biết cải tà qui chánh, sẽ phải trừng trị rất nghiêm.

Vận nước mai sau là cốt ở thanh niên bây giờ cho nên chính phủ rất chú trọng đào tạo những người mạnh mẽ, khí khái, có nghề nghiệp, có tổ chức, có huấn luyện, để bảo vệ nền độc lập đương gây.

Về phương diện kinh tế trong lúc chiến tranh chưa kết liễu và phải sống cách biệt với ngoài, nước ta chưa có thể thực hành ngay một chương trình to tát. Nhưng chính phủ sẽ dự bị một công cuộc tổ chức mới, chú trọng nhất là nâng cao trình độ sinh hoạt của dân chúng. Muốn thi hành chánh sách ấy tuy quốc gia phải đảm nhận một phần lớn trách nhiệm, nhưng vẫn cần sự hợp tác của tất cả đoàn thể và cá nhân.

Lĩnh mệnh của Đức Kim-Thượng, đương trách nhiệm nặng nề đối với quốc dân, chúng tôi hiểu rõ bước đầu phải đi mà đi phải thận trọng. Chúng tôi xin tuyên thệ với quốc dân đem hết tâm trí để theo đuổi mục đích duy nhất là xây đắp nền độc lập nước nhà, không tư vị cá nhân hay đảng phái. Chúng tôi chắc rằng mọi người trong quốc dân cũng một lòng vì nước, giữ thái độ bình tĩnh và tuân theo kỷ luật, để làm hết phận sự. Mong rằng nền móng xây đắp được vững vàng để cơ đồ nước Việt-Nam ta muôn đời trường cửu.

Trần Trọng Kim, *Một Cơn Gió Bụi, tr. 192-195*

Tài Liệu 7

Bình-Tĩnh Để Suy-Xét

Phạm Hữu Chương
Trích *Trung Bắc Tân Văn (Chủ Nhật),*
Số 245, Ngày 20 Tháng Năm năm 1945

Sau tám mươi năm bị ngoại quốc thống trị, dân tộc Việt Nam như vừa thoát một cơn ác mộng nên không khỏi hoang mang, e sợ. Rồi đây trên con đường đầy chông gai, ai là kẻ dẫn lối đưa đường. Một tháng qua: dư luận mỗi ngày một xôn xao, đi đến bước hoài nghi về số phận và tương lai.

Những nỗi lo âu tiêu tán khi được tin: Nội Các đầu tiên đã thành lập và đã cử một vị Khâm sai đại diện Chính phủ Nam triều tại Bắc hà. Hoài nghi đã nhường bước cho làn sóng hy vọng tràn ngập khắp các tầng lớp dân chúng. Những chương trình cải tổ quốc gia ngấm ngầm trong tâm can mọi người chắc phen này sẽ được đem ra thi hành đến triệt để. Kỳ vọng của một số đông đi xa quá nên không khỏi xảy ra bất mãn trước sự thật đầy khó khăn. Chẳng những thế, đường giao thông trắc trở, tin tức từ Nam ra Bắc rất phức tạp khiến nỗi hoang mang buổi đầu trở lại với biết bao e dè, lo sợ.

Muốn trông rõ phương nào là phải đường, trước hết cần phải hiểu tình hình trong kinh đô Huế, phải trực tiếp với Nội các mà nhận xét những bước đường ngoắt ngoéo, hiểm nghèo.

Sự thật không bao giờ đẹp bằng trí tưởng tượng, sự thật đó ra sao?

Trong tám mươi năm thuộc quyền thống trị ngoại quốc, các bậc hữu hoặc vô danh anh hùng đã luôn luôn kế tiếp nhau phấn đấu, nêu cao tinh thần bất diệt của dân tộc. Biết bao xương máu mà nỗi hận khôn rửa sạch. Đùng một đêm, tỉnh giấc mơ, cáo thị tuyên bố giải phóng dán đầy ngoài phố. Ta nên mừng hay nên khóc? Với hai bàn tay trắng ta đón lấy "món quà vô giá" mà quân đội Nhật bản đã tặng. Với tổ chức kinh tế hỗn loạn, với nạn đói rét làm tê liệt guồng máy sản xuất, bước đầu của Chính phủ Việt Nam thật là gian nan. Chẳng những thế, chế độ thực dân làm ly tán lương tâm, ai hay, ai dở, vàng thau trộn lẫn, lãnh tụ của quần chúng đành mai một nơi xó tối.

Với tình thế ấy, những người được cái vinh dự gánh vác việc nước đã hành động ra sao?

Nội các Trần trọng Kim với Hoàng Xuân Hãn, Hồ tá Khanh, Phan Anh v..v… có thể tạm thâu góp được gần hết tinh hoa trong giới trí thức ba kỳ. Với dĩ vãng, ta chắc đó là những người từ trước đến nay lúc nào cũng cương quyết thờ một chính kiến rõ rệt, lúc nào cũng nhẫn nại, mài rũa học vấn để chờ thời. Thời cơ đã đến. Ta chớ quá hoài nghi, ta có thể tin được. Người đã dám giả nhời nguyên soái Mordant hồi 1944: "nguyện vọng duy nhất của chúng tôi là được độc lập" tất sẽ có can đảm đối phó với tình thế, không làm việc gì trái với lương tâm.

Bản tuyên cáo của Nội các rất giản dị, song đọc đi, xét lại mới nhận rõ những nét chấm rất linh động: mỗi nét là một thắng lợi quan hệ về phương diện chính kiến và ngoại giao. Các vị bộ trưởng đã khổ tâm chọn lọc, dàn xếp mới trình bày cùng quốc dân được bản tuyên cáo theo ý muốn. Mà ý muốn đó có thể gọi là phản ảnh ý muốn của phần đông dân chúng. Bảo rằng chưa đủ "cấp tiến", chưa đủ minh bạch v..v… nhưng phải rõ hoàn cảnh của ta ra sao. Hai bàn tay trắng đón lấy "món quà" mà lẽ ra ta phải trao đổi bằng xương máu thì địa vị của ta rất kém sút. Đứng về phương diện triệt để: một ăn cả, ngã về không là vô ích mà tai hại nữa. Đánh cờ đột nhiên được "ăn xe, trời ơi" ta đã hoang mang chẳng biết đối phó cùng thời cuộc ngày 9 tháng 3. Ván cờ chưa tàn, thế cờ còn xoay, ta cần phải sao để phòng đừng vào tình thế trước: thế cờ xoay sao mặc dầu, cần là cần sự tổ chức của ta, sự phòng thủ của ta để thế cờ đừng hỗn loạn. Đó là phương châm chính trị của ta. Đang bị sóng gió dồn dập, người lạc bước cố níu lấy một nơi để nghỉ chân [một hàng không rõ]. Quản ngại chi. Bám chặt lấy rồi sẽ mon men tìm lối lên bờ. Những ai quá nóng nảy hãy nên bình tĩnh xét lại thế cờ xem cách chống đỡ có đúng phép hay không? Khi ta đã đồng ý kiến tất con đường đi chung của chúng ta sẽ dễ tìm.

Bản tuyên cáo của Nội các đã đem ra đọc ngày mồng 8 tháng 5 dương lịch hồi 7 giờ chiều trước vẻ lộng lẫy trang nghiêm nơi đế đô, trước mặt đông đủ thân hào Nhật - Việt. Phải được hân hạnh dự cuộc tuyên cáo đó mới thấu rõ ý nghĩa nhất cử nhất động của Nội các.

Buồng tiếp khách lớn toà Khâm thênh thang. Giữa một đỉnh trầm và máy truyền thanh. Tổng lý Nội Các Trần trọng Kim đứng chính giữa, các vị bộ trưởng xếp hàng đứng sau. Toàn âu phục trắng. Không một huy chương, một dấu hiệu, một giây thòng lọng.

Bên trái, ven tường ghế bày liên tiếp: quan Tối cao cố vấn cùng quan chức Nhật và một số thân hào có danh nơi đế đô lấy địa vị khách quan dự thính. Bên phải, các quan Thượng thư cũ, mấy đại biểu Bắc kỳ và công chức cao cấp các sở; giáp tường phường âm nhạc. Lối buồng đi vào, ngoài sân dân chúng xếp hàng: trật tự và trang nghiêm. Đúng 7 giờ, sau bài quốc ca duy nhất, Thủ tướng Việt Nam tuyên đọc thánh chỉ và bản tuyên cáo. Trong khi bí thư của Nội các đọc lại trước máy truyền thanh hai bài thì tất cả nhân viên Nội các ra mắt công chúng trên bao lan của dinh tòa Khâm cũ. Kết liễu buổi lễ: bạn Trần Duy Hưng hát trước máy truyền thanh. Hầu hết công chúng dự lễ hát theo, dư âm vang nơi sông Hương, núi Ngự, gieo vào lòng mỗi thính giả một cảm giác mạnh mẽ. Mỗi người ra về với bao nhiêu hứa hẹn cùng tương lai của nòi giống.

Cái “ngày lịch sử đó” đã được tô điểm thêm bằng sự ủng hộ của nhà chí sĩ lão thành Huỳnh thúc Kháng. Phải có qua các tỉnh Trung kỳ, nhất tỉnh Nghệ Tĩnh trở vào Quảng nam, Quảng ngãi mới rõ cái phong cách của các vị sỹ phu còn sống tới nay. Hồi Việt Nam Tân báo (ở Huế) mới đem về nơi thôn quê, câu hỏi đầu tiên của dân chúng: “Cụ Huỳnh có viết không? Không? Thì không thèm đọc báo ấy nữa chớ sao”. Cụ Huỳnh thúc Kháng, một vết tích cuối cùng của phong trào Văn thân từ hồi nước nhà mới bị xâm lăng, là tiêu biểu cho cái sỹ khí nho phong không hề vì biến cố mà sai tấc lòng. Thẳng hay gẫy đó là nhời tuyên bố của Cụ Huỳnh lúc chúng tôi được hầu chuyện.

Thân hình gầy gò, áo the, khăn xếp. tám mươi năm nay đã chống trọi cùng bao cơn sóng gió. Từ trước đến giờ cụ không hề dự một cuộc lễ của chính phủ thực dân. Từ ngày được độc lập, lần này là lần thứ hai - lần đầu vì cuộc truy điệu Nhật - Việt mà Cụ đã chịu "hạ sơn”. Cử chỉ đó là để tỏ rõ thái độ chính trị mà Cụ từng đã mạnh mẽ truyền dậy: “là phải đoàn kết ủng hộ chính phủ đầu tiên của nước Việt Nam độc lập, ta phải nhẫn nại phấn đấu, bám vào được một, ta sẽ lấn đến hai v..v…” Ngày mùng tám tháng năm, Cụ Huỳnh chống gậy tới dự lễ đã lặng lẽ cho tất cả quốc dân một bài học mà cũng đã lặng lẽ chỉ cho hậu sinh chúng ta con đường phải noi theo.

Nhân nói tới Cụ Huỳnh nên thêm sự nhận xét thứ hai khá quan trọng: Dòng Trung kỳ sĩ khí, nho phong, còn lưu lại nhiều tỉnh, mỗi tỉnh ta còn có thể tìm ít ra cũng được một “người” mà phần đông dân chúng tín phục. Ông nội vụ bộ trưởng Trần đình Nam rất am hiểu tình thế đó nên đã đề nghị chọn tỉnh trưởng trong các bậc văn thân hàng tỉnh: Quảng Trị là ông thày thuốc đã ngoài năm mươi, đã từng làm giám đốc nhà thương nơi quê hương trên mười lăm năm.

Tại Thanh hoá ta có thể gặp ông Nguyễn đan Quế, nhà chính khách rời bỏ cuộc đời phồn hoa về cầy ruộng ở La sơn. Nghệ an nhiều nhân vật: cụ Đặng văn Hướng tuổi ngoài 60 mà còn người ngưỡng vọng; ông Đặng Trần Anh, y sĩ lão thành đương nổi trách nhiệm khó khăn.

Ở Bắc kỳ ta, khó tìm được một ông quan nho học như cụ Nguyễn đình Ngân vì cương trực mà gần hai mươi năm chỉ vui cùng mấy quyển sách mọt tại Bảo Đại tàng thư viện? Nếu cái âm khí du dương sông Hương, núi Ngự làm yếu ớt nhân dân ta thì các tỉnh An, Tĩnh, lưỡng Quảng đã đem lại cái phong độ nho gia thuần túy và thanh khiết. Sở đoản nơi đế đô là địa thế eo hẹp không thể mở mang về mọi phương diện văn hóa, chính trị, kinh tế. Lại phải tệ tục lưu truyền hơn trăm năm nay: nhàn cư vi bất thiện và tinh thần phục tòng quá đáng làm mai một tư cách cá nhân.

Trở lại công việc chính trị thì tình hình ở Huế không có gì đáng lo ngại cả. Dân cư thưa thớt, ngoài một nhóm chính khách từng đã có tên tuổi, nơi đế đô chưa sản xuất trong đám thanh niên được tài ba xuất chúng. Ngoài cụ Huỳnh cũng có một vài chính khách như các cụ Ngô đình… Đại cương có thể kết luận là tại Huế công cuộc chính trị dễ dãi vì những chính đảng ít hơn ở Hà nội.

Không khí ngoại giao tại Huế cũng được cái dư hương đất Ngự bình nên không có những cuộc sóng gió đáng e ngại. Nội các có tổ chức xứ Trung kỳ toàn hảo; Bắc kỳ giao cho quan Khâm sai. Ngoại giao bộ trưởng sẽ có trách nhiệm thu xếp việc bàn giao tại Bắc, các sở thuộc phủ thống sứ sẽ trao giả phủ Khâm sai. Các sở thuộc liên bang Đông dương sẽ có một chế độ mới cũng như các nhượng địa Hà nội, Hải phòng, Nam kỳ. Con đường tranh đấu còn dài, tấm lòng cương quyết của dân chúng còn gặp nhiều phong ba, bão táp. Không lúc nào hơn lúc này ta phải nhớ lấy nhời thánh dụ: "dân nô lệ nhất thiết ỷ lại ở người, dân độc lập nhất thiết trông cậy ở mình". Muốn trông cậy ở mình trước hết phải kết chặt mối đồng tâm. Nòi giống ta còn muốn sinh tồn thì chúng ta cần cùng nhau giải thích rõ sự dị đồng vì chính kiến. Yêu nước chân chính là chỉ làm những việc mà mình có thể làm được. Ta nên bình tĩnh mà suy xét, để hành động phù hợp với tình thế.

Tài Liệu 8

Đây là bài tường trình của Ký Giả Tùng Hiệp về cuộc tập hợp của 20.000 thanh niên Hà Nội để nghe Bộ Trưởng Thanh Niên Phan Anh nói về nền độc lập của nước Việt Nam và bổn phận của giới thanh niên, đăng trong ***Trung Bắc Tân Văn (Chủ Nhật)****, Số 249, ngày 18 tháng 6,1945. Bài viết cho người ta thấy tình trạng của giới thanh niên Hà Nội thời này và phản ứng của họ đối với thời cuộc là như thế nào cùng với cảm tình của họ đối với Chính Phủ Trần Trọng Kim* *nói chung và Bộ Trưởng Phan Anh ra sao. Kế tài liệu này, xin độc giả đọc tiếp tài liệu số 9 về thanh niên ở Nam Kỳ, đặc biệt là Thanh Niên và Phụ Nữ Tiền Phong.*

Trước 20.000 Thanh Niên Ông Bộ Trưởng Phan Anh Tuyên Bố:

THANH NIÊN VIỆT NAM phải đoàn kết sẵn sàng chiến đấu và hi sinh để phá tan những trở lực nào phá hoại nền độc lập

Tùng Hiệp

Giời thì nắng như thiêu như đốt, không một ngọn gió nào qua và hơi đường nhựa lại bốc lên ngùn ngụt cho ta tưởng tượng đang ở trong một lò lửa. Vậy mà hai vạn thanh niên trai tráng, hàng ngũ đều nhau sau những cờ đoàn rực rỡ đủ màu đả bình tĩnh đợi chờ trong trật tự. Tôi chắc rằng họ phải có một sự tin tưởng gì đây trong tâm hồn họ

Trong khi họ tới cuộc họp này, mặc sức đốt cháy của nắng hè để chờ nghe những tuyên bố đầu tiên của ông Bộ trưởng Thanh niên Phan Anh sau hai tháng giời Nội các thành lập.

Một thanh niên lên diễn đài trình bầy với ông Bộ trưởng những sự nghi ngờ, băn khoăn, và sự chờ đợi của tất cả thanh niên Việt Nam và mong ông Bộ trưởng tỏ rõ thái độ để cho thanh niên Việt Nam nhìn rõ thấy lòng mình và cách làm việc để giữ tròn nền độc lập cho nước Việt Nam.

Không ngần ngại ông Bộ trưởng đã đáp lại và trong 45 phút đồng hồ, thao thao bất tuyệt ông tỏ rõ ý kiến của ông:

-"Tám mươi năm trời đã qua rồi! Và bây giờ thanh niên Việt Nam mới có một cơ hội độc nhất để gây lại nền độc lập đã bị dân Pháp dày xéo lên – cái cơ hội à trong thời gian ấy, biết bao nhà cách mạng, biết bao người trí sĩ Việt Nam đã bỏ mình để hòng gây ra không được!

"Vậy mà lúc cơ hội ấy đến thì thanh niên ta lẽ ra phải hợp nhất lại thành một khối hùng mạnh để giữ gìn vững nền độc lập lại chia rẽ ra nhiều chính đảng. Họ bồng bột hay dụt dè quá trong các công việc dù ai nấy cũng biết quốc gia là trọng. Nhưng mà thế cũng chưa là đủ, ta cần phải đoàn kết lại chặt chẽ, cho vững vàng, cho trăm ngàn người như một để mà khi cần đến thì sẵn sàng hy sinh cho nước, sẵn sàng dày xéo lên những người và những trở lực muốn phá hoại nền độc lập Việt Nam!

"Đó là một sự hy sinh cao quý vô cùng nhưng phải có ở tất cả mọi người, ở tất cả mọi phần tử thanh niên Việt Nam: hy sinh thân thế cho đất nước chưa đủ, lại còn phải hy sinh chính kiến nữa!

"Và tại sao lại phải hy sinh như thế? Là bởi vì rằng sau 80 năm trời bị đô hộ, lần này ta mới có hy vọng được độc lập và nếu chỉ vì chia rẽ nhau mà là mất nền độc lập thì không bao giờ ta còn hi vọng được độc lập nữa. Chính ngay lúc này, nền độc lập của nước Việt Nam cũng chỉ như một quả trứng để đầu đẳng, nếu anh em thanh niên không biết đoàn kết nhau lại cùng giữ vững nó để cho quả trứng kia rơi xuống vỡ tan nát thì không bao giờ ta còn được nhìn thấy ánh sáng tự do.

"Bởi vậy ta không được chia rẽ: không có Trung – Nam - Bắc nữa, chỉ có một Việt Nam thống nhất mà thôi, và như thế cũng chưa là đủ, phải có một tinh thần độc lập thống nhất nữa. Có thế thì nền độc lập Việt Nam mới tồn tại được muôn đời!"

Tiếng hoan hô vang dậy một phương trời! Ban Âm nhạc của Bảo an binh cử luôn tức khắc bài "Tiếng gọi Thanh niên" và hai vạn người cùng hăng hái hát vọng về chiếc quốc kỳ Việt Nam tung bay trước gió.

"Và lần lượt, trong một trật tự hoàn toàn, 2 vạn thanh niên lại diễu qua kỳ đài những lá cờ đoàn cùng nghiêng về một phía; mấy vạn bước chân bước đều một dịp, mấy vạn trái tim cùng đập đều nhau, đầu dâng cao mạnh, mắt nhìn thẳng hai tấm biển lớn có đề những khẩu hiệu: "Thanh Niên đoàn kết, chiến đấu, hy sinh" và "Việt Nam độc lập".

Rồi tiếng hát lại nổi lên như sóng vỡ:
"Vì tương lai quốc dân cùng xông pha khói tên.
"Làm sao cho núi sông từ nay luôn vững bền!
"Dù cho phơi thây trên gươm giáo,
"Thù nước lấy máu đào đem báo…

Tùng Hiệp
Trung Bắc Chủ Nhật, số 249,
ngày 17 tháng 6 1945

Tài Liệu 9

Thanh Niên Tiền Phong ra mắt ở Saigon

Nguyễn Kỳ Nam

1 tháng 7 một ngày lịch sử.

Một ngày mà bao nhiêu thế hệ thanh niên trong nước nên ghi vào sổ tay, để nhớ mãi mãi.

Đó là ngày đầu tiên của thanh niên biểu dương tinh thần dũng cảm của mình; biểu dương ý chí hy sinh triệt để của mình; biểu dương tấm lòng cương quyết phụng sự Tổ quốc. Quả thật là một ngày lịch sử đầu tiên của thanh niên Việt Nam đã giác ngộ, sau tám chục năm bị đô hộ.

1 tháng 7, năm 1945,

Tôi viết lại bài tường thuật buổi tuyên thệ ấy e không lột hết tinh thần và ý nghĩa của cuộc hội họp đó vì mười sáu năm qua, bao nhiêu tuổi chồng chất lên đầu làm sao nhớ hết từng việc nhỏ đã diễn ra tại bãi cỏ sân banh vườn Ông Thượng?

Vả lại bây giờ mà viết lại một việc đã xảy ra mười sáu năm trước, làm sao không sai lạc, vì ngày nay, sống dưới Chánh thể Cộng Hoà, khác hẳn không khí của một thời đen tối hồi năm 1945?

Nghĩ vậy tôi xin mượn bài tường thuật sau đây của báo Điện Tín ngày 2 tháng 7,để nhắc lại một thời oanh liệt của thanh niên Việt Nam dưới cờ "Thanh Niên Tiền Phong" lãnh đạo.

"Bãi cỏ xanh vườn Ông Thượng sau ngày 9 tháng 3 đã làm chỗ cho những cuộc hội hiệp đáng ghi vào lịch sử. Đầu tiên các đảng phái chính trị qui tựu lại, để cảm tạ quân đội Nhựt, giải thoát nước Việt Nam, lần thừ nhì thanh niên và thể thao gia mừng lễ Đại Đông Á và hôm nay, ngày 1 tháng 7, Thanh Niên Tiền Phong làm lễ tuyên thệ.

"Nếu kỳ hội hiệp lối 50.000 công chúng kéo đến cầu trường tốt nhất Đông Dương, có những cảm tưởng miên man từ hoan lạc sôi nổi đến cảm động say sưa sáng chúa nhựt rồi, những cảm giác ấy bồng bột trở lại trong lòng khán giả một cách bồng bột mãnh liệt hơn nhiều.

"Vì một đàng như để cáo chung một việc, còn một đàng như mở một công trình vĩ đại cho buổi tương lai.

"Ngày khai sanh đoàn Thanh Niên Tiền Phong với những tôn chỉ đứng đắn, với mớ chương trình to tát, là ngày mà hy vọng đã nẩy nở trên đất nước nhà. Nhưng ngôi sao ấy mới mọc trên phương trời đất Việt miền Nam, mới đem tia áng của hy vọng làm tràn ngập lòng người ở buổi tuyên thệ chính thức đầu tiên ngày hôm rồi.

"Buổi lễ tuyên thệ và như ra mắt quần chúng Sài Thành ấy, nếu suy nghiệm đến chỗ sâu xa của tâm hồn Tổ quốc, không phải long trọng và cảm động ở bề ngoài, mà có một vẻ thiêng liêng đặc biệt. Cái thiêng liêng của phần tử dân tộc, đứng trước giang sơn ký kết một lời nguyền phụng sự và hy sinh trọn vẹn.

"Lâu lắm rồi, nằm trong cảnh "túy sinh mộng tử", cái câu "thanh niên là rường cột của nước nhà" đã thành một khuôn sáo đầy mỉa mai và diễu cợt. Chúng tôi tin rằng, với vận hội mới, với dòng máu mới, đang chảy quanh huyết quản của đám Thanh Niên Tiền Phong – mà chúng tôi mong rồi đây tất cả thanh niên ở trong nước sẽ thành Thanh Niên Tiền Phong – câu sáo ngữ kia sẽ thành sự thật.

"Trước mặt ông Thống đốc Minoda và phu nhân, ông Quận trưởng địa phương, Kohno, ông Tổng Ủy viên Thanh niên và Thể thao Ida, các nhà tai mắt Nhựt-Việt và lối ba ngàn công chúng, buổi lễ tuyên thệ của Thanh Niên Tiền Phong cử hành đúng 9 giờ sáng, chia làm 5 hồi như thế này:

Lễ tuyên thệ 5 hồi

1. Chào lá quốc kỳ Việt Nam mới và hát bài Thanh niên hành khúc.
2. Diễn văn của Bác sĩ Phạm Ngọc Thạch, thay Ban quản trị thể thao và thanh niên.
3. Diễn văn của ông Ida.

4. Lễ tuyên thệ của các Huynh trưởng Thủ, Cân, Tiếng, Cung..v.v…
5. Cuộc diễn hành của các đoàn Thanh Niên Tiền Phong.

"Từ khi được nhìn ngọn Quốc kỳ được treo cao giữa trường vận động cho đến lúc các đoàn Thanh Niên Tiền Phong biểu diễn qua khan đài để bế mạc cuộc lễ, trong lòng người, ai ai cũng chất chứa một nỗi vui mừng.

"Thanh niên Việt Nam ngày nay phải chăng đã tìm được ý nghĩa của cuộc đời, có ý chí đáng rèn luyện, có tâm hồn đáng nâng cao, có bổn phận đáng gánh vác, để đưa non sông đến con đường vinh quang cường thạnh.

"Đây là ngày tuyên thệ của Thanh Niên Tiền Phong mà cũng là ngày mở màn cho bao nhiêu thanh niên khác ở khắp nơi noi gương tuyên thệ".

Trên đây là bài tường thuật quang cảnh buổi tuyên thệ.

Khi tiếng phèn la gõ lên, các Thủ lãnh hô to mỗi câu, toàn thể thanh niên chân quỳ, tay chào miệng hô to lên:

"Chúng tôi xin thề…"

Có mặt lúc đó mới cảm thấy sự rung động trong lòng người, nước mắt tuôn ra như mạch suối.

Người này rút khăn ra lau, người khác cũng lấy khăn chậm mắt.

Cảm động thật, không biết có cái gì liên hệ đến thần kinh hệ mà bỗng dưng tâm hồn nào cũng như nhau, đều xúc động mạnh mẽ.

Ai bảo người Việt Nam không biết thương nước?

Hãy đem họ đến dự buổi lễ tuyên thệ của thanh niên nầy thử coi tấm lòng sắt đá của họ có nao nao lên không?

Không nói ra, ai cũng cùng một ý niệm: Tổ quốc lâm nguy, nước non sắp bị dầy séo, chà đạp. Hãy đứng lên: sẵn sàng hy sinh cho Tổ quốc.

Phương chi, ra đường gặp một kẻ mạnh hiếp một trẻ thơ, lòng mình cũng đã thấy căm tức rồi, huống hồ ngày nay, Tổ quốc lâm nguy ở trong tình trạng khốn đốn?

Thanh niên!

Đứng lên đáp lời sông núi!

Lời thề vang dội khắp vận động trường.

Nếu có Trời, có Đất, có linh thiêng, ắt chứng minh lời thề của đạo Tiền phong của Thanh Niên Việt Nam, thành thật yêu nước, thành thật hy sinh.

Giờ phút này mà một tiếng súng nổ, chắc chắn tất cả thanh niên dầu tay không, cũng lăn xả vào chịu chết để giết kẻ thù.

Mạnh mẽ thay, lực lượng của thanh niên…

Thật là những cảnh khêu gợi lòng yêu nước đến cực độ.

Đại hội Thanh niên

Trước buổi tuyên thệ này – ngày 15 tháng 4 - một Đại hội Thanh niên họp tại sân vận động Chợ lớn. Hôm đó, những trẻ em 8, 9…tuổi biểu diễn nhịp nhàng đi cáp rập mỗi bước…qua khán đài.

Thôi thì ông già bà cả rơi lụy rầm rề. Với vẻ mặt quả quyết và cảm động ai ai cũng cảm xúc.

Thật là những cảnh khêu gợi lòng yêu nước lên đến cực độ.

Thế lực của Thanh Niên Tiền Phong một ngày một mạnh thêm.

Phong trào mỗi ngày mỗi bành trướng.

Những thủ lãnh ở khắp Nam kỳ lục tỉnh đều có mặt trong buổi lễ tuyên thệ tại bãi cỏ sân vườn Ông Thượng, nên sau ngày đó họ về nhà đứng ra tổ chức đúng kiểu mẫu ở Saigon làm cho những người ở tỉnh lại càng hăng hái thêm lên…

Vang dội đến sông Hương núi Ngự

Phong trào Thanh Niên Tiền Phong ở Saigon vang dội đến Sông Hương núi Ngự. Chánh phủ Trần Trọng Kim đã có Phan Anh - giữ Bộ thanh niên – đưa lên cho nhà vua biết qua lực lượng của thanh niên ở Nam kỳ, nên ngày 3 tháng 7, vua Bảo Đại tiếp 38 sinh viên đại diện trường Huấn luyện Thanh Niên Tiền Phong. Cuộc tiếp rước đơn giản mà trọng thể tại lầu Kiến Trung, nhà vua không tiếc lời ban khen nồng nhiệt và nhắc nhở trách vụ của thanh niên trong giai đoạn tranh giành độc lập và kiến thiết quốc gia.

Do đề nghị của Chánh phủ Trần trọng Kim, vua Bảo Đại ban sắc, chuẩn cho Phạm Ngọc Thạch sung chức Xứ trưởng thanh niên và đại diện Bộ trưởng thanh niên ở Nam kỳ.

Bà Bác sĩ Hồ vĩnh Ký Thủ lãnh Phụ nữ Tiền phong

Còn phụ nữ?

Phải có Phụ Nữ Tiền Phong nữa chớ?

Thì ra phụ nữ đã chuẩn bị từ lâu. Đến hạ tuần tháng 7, Bà Bác sĩ Hồ Vĩnh Ký đứng ra lãnh đạo phong trào Phụ Nữ Tiền Phong.

Phấn son tô điểm sơn hà,
Làm cho nở mặt đàn bà nước Nam.

Những mạng phụ, những tiểu thơ, lâu nay chỉ biết có phấn son, hay bưng trà dọn bánh, cho… khách ăn, thì nay họ đứng ra phụng sự nồi cơm trách cá – không phải cho khách – mà là cho Thanh Niên Tiền Phong trong những khi cần đến.

Phụ nữ được huấn luyện nhiều nhứt là về săn sóc bịnh nhân, băng bó thương tích như đàn bà Hồng thập tự.

Các nhà báo đứng ra kêu gọi phụ nữ nên không mấy ngày sau, mà hằng ngàn phụ nữ ghi tên gia nhập Phụ Nữ Tiền Phong.

...Và cũng tuyên thệ

Thế rồi, ngày tuyên thệ kỳ nhì tại Saigon, ngày 19 tháng 8, hằng ngàn Phụ Nữ Tiền Phong quần dài đen, áo tay cụt trắng, đội nón rơm dõng dạc tuyên thệ: hy sinh cho tổ quốc.

Hôm ấy, lại nhằm lúc trời mưa.

Một trận mưa to trút xuống sân vận động ngay lúc Phụ Nữ đưa tay thề

Quần áo ướt đẫm, mà chẳng có phụ nữ nào bỏ hàng ngũ.

Có người, trong hàng mạng phụ tiểu thơ, không quen ra mưa gió, nên lạnh run với bộ áo quần ướt. Thế mà, mấy chị vẫn cương quyết đứng giữa trời lập lời tuyên thệ.

Thủ lãnh, Bà Hồ Vĩnh Ký đứng lên làm lễ tuyên thệ.

Thế rồi, hàng ngàn Phụ Nữ hô to và ăn rập: “Chúng tôi thề” làm cho bao nhiêu người ở trong khán đài chứng kiến đều rơi lụy.

Phong Trào Thanh Niên Tiền Phong khai trương ngày 21 tháng 4, đến nay là 19 tháng 8, trước sau vỏn vẹn chỉ có 4 tháng mà tổng số hơn 40 ngàn Thanh Niên và Phụ Nữ Tiền Phong.

Đó là do con số đã có ghi tên trong ba lần tuyên thệ: Saigon 1 tháng 7; lần thứ nhì tại Cần Thơ ngày 4 tháng 8; lần thứ ba tại Saigon ngày 19 tháng 8, và cũng là lần chót.

Chớ tính luôn những Thanh Niên Tiền Phong ở tỉnh, ở quận, ở làng…tự động tổ chức, thì còn không biết bao nhiêu thanh niên khác nữa.

Nhứt là, từ sau tháng 8, nhiều biến cố dồn dập, thanh niên ở các nơi lại càng hăng hái gia nhập, chịu sự huấn luyện cấp tốc… ngày cũng như đêm, đâu đâu cũng có Thanh Niên Tiền Phong, Phụ Nữ Tiền phong.

Một làng nhỏ, cũng có hàng trăm Thanh Niên, Phụ Nữ Tiền Phong, cho nên chừng Nam Bộ kháng chiến, các anh chị em đã có sẵn sự huấn luyện rồi, nên không còn nệ hà mưa gió, theo dân quân liên lạc, tiếp tế, giúp đỡ mọi người trong mọi phương diện như những chiến sĩ ngoài mặt trận.

Trích Nguyễn Kỳ Nam, *Hồi Ký "1925-1964", trang 68-73.*

Tài Liệu 10:

Nhận Định và Thái Độ Của các Đảng Phái Chính Trị

Hai đảng chính trị được nói đến ở đây là Việt Minh và Việt Nam Quốc Dân Đảng là hai đảng lâu đời và chính trong thời gian này. Tác giả để chung trong phần này là để độc giả dễ dàng so sánh và dễ nhận ra sự khác biệt về nhận định cũng như chủ trương hành động của hai đảng đối với chính quyền đương thời của Hoàng Đế Bảo Đại và Nội Các Trần Trọng Kim.

A. Việt Minh

Trích Nghị Quyết của Hội Nghị Quân Sự
Cách Mạng Bắc Kỳ từ ngày 15 đến 20-4-1945.

[...] Sau cuộc "đảo chính"

Sau khi truất quyền Pháp, Phát xít Nhật tích cực thi hành chính sách lừa gạt dân ta. Nào tuyên bố cho Đông dương độc lập, cho bọn Việt gian đứng ra lập chính phủ bù nhìn, ra sức gây một cuộc vận động thân Nhật. Chúng định thì hành triệt để mưu mô mê hoặc dân Việt nam và dùng người Nam để trị người Nam. Nhưng chẳng bao lâu, chúng phải tự lột mặt nạ. Sự tàn bạo và chính sách bóc lột của chúng đã làm tỉnh ngộ những phần tử trong nhân dân trước còn do dự chưa đứng vào hàng ngũ chống Nhật. Cao trào kháng Nhật càng bành trướng, Nhật càng cảm thấy thiếu cán bộ Việt gian. Sự cần thiết phải củng cố địa vị ở Đông dương, một cách nhanh chóng đã buộc chúng phải trực tiếp nắm lấy chính quyền, phải bám vào bộ máy phong kiến cũ đã bị quốc dân chán ghét, phải dùng lại bọn viên chức người Pháp thuộc địa. Do đó nhiều phần tử lúc đầu bị bọn Nhật và bọn Việt gian, lôi kéo với lời hứa hẹn giải phóng, độc lập, nay đâm ra thất vọng, bỏ hàng ngũ Việt gian ngả sang mặt trận kháng Nhật của toàn dân. Tuy thế giặc Nhật chưa bỏ hẳn mưu mô lừa gạt của chúng đâu. Trái lại chúng càng ngày càng ráng sức vận động cho một bọn Việt gian tương đối chưa bị bôi nhọ trong trường chính trị đứng ra lập chính phủ bù nhìn. Và sau sự thất bại không tăm tiếng của bọn Đại Việt và Ủy ban hành chánh lâm thời Bắc kỳ chúng đã cho thành lập Nội các Trần Trọng Kim. Nhưng dân chúng Đông dương sẽ nhận thấy rằng không phải vì sự thay đổi nhân viên mà tính chất phản quốc hại dân của chính phủ bù nhìn có thể giảm bớt. Cho nên nhiệm vụ chúng ta là phải vạch cho dân chúng Đông dương chóng nhìn nhận chỗ đó.

Trần Huy Liệu và Văn Tạo, *Cao Trào Đấu Tranh Tiền Khởi Nghĩa, Tài Liệu Tham Khảo Lịch Sử Cách Mang Cận Đại Việt Nam.* Tập XI. Hà Nội: Nhà Xuất Bản Văn Sử Địa, 1957, tr. 42.

B. Việt Nam Quốc Dân Đảng

Nhượng Tống với Việt Nam Quốc Dân Đảng

Trích Cuộc Phỏng Vấn của Tri Tân
Do Phạm Mạnh Phan thực hiện

Lời mở đầu của người thực hiện cuộc phỏng vấn, Phạm Mạnh Phan: Việc tước khí giới quân đội Pháp đêm mồng 9 tháng ba dương lịch 1945 đã đem lại nền độc lập cho nước nhà. Trong khi quốc gia được giải phóng, các đảng chính trị đã thấy công nhiên xuất đầu lộ diện để làm chủ tổ quốc.

Nhiều người nhắc nhở đến Việt Nam quốc dân đảng, một đảng chính trị đã gây nên bao vụ đổ máu ghê hồn để chống lại kẻ thù chung.

Muốn biết về Việt Nam quốc dân đảng, không gì bằng hỏi ngay một yếu nhân của đảng đó, ông Nhượng Tống, người đã trung thành với đảng ngay từ lúc khai sơ.

Tôi đã gặp ông ngay tại nhà trọ ở phố Cửa Nam. Ông là một cựu chính trị phạm và trước kia là một biên tập viên đắc lực của *Thực Nghiệp dân báo.* Trong làng bút mực, cái tên ông không phải xa lạ.

Ông bận nam phục và có vẻ nho nhã. Với những cử chỉ ôn tồn, ông đã tiếp tôi trên một căn gác vắng vẻ.

Bước chân vào phòng, tôi như có cảm tưởng đã lạc lõng vào một nơi đầy những sự bí mật và quan trọng.

[…]

Sau khi biết cặn kẽ về Việt nam quốc dân đảng tôi liền hỏi về tình hình hiện thời của đảng.

Người tôi tiếp chuyện thong thả trả lời như muốn cân nhắc từng câu hỏi:

-Ngày trước người Pháp đàn áp chúng tôi, thì chúng tôi phải lẩn trong bóng tối. Nay chúng tôi được tự do hành động.

Công việc hiện nay đảng chúng tôi thống hợp nhất với đảng quốc gia để lãnh đạo cho quần chúng trong công việc nhận biết lấy nghĩa vụ và quyền lợi của một người công dân, để giúp đỡ chính phủ quốc gia cùng giám đốc các quan lại trong mọi công việc kiến thiết.

Làm như vậy là để mong nâng cao được trình độ sinh hoạt và tinh thần của đa số dân chúng.

Việc hợp nhất ấy cơ hồ đã thành sự thực. Một dân tộc khi phục sinh, bao giờ cũng được hết thảy các con nước…

Nói đến đây ông căn dặn:

-Ông nhớ gạch chữ *con nước*.

Rồi ông tiếp:

-Hết thảy các *con nước* coi là thiêng liêng. Cho nên trông thấy sự hy sinh, sự cố gắng, sự một lòng, một dạ của các anh em chân chính ái quốc đứng trước công việc ích chung trong lúc này, tôi rất lấy làm lạc quan. Tôi quả quyết tin rằng, với sự đồng tâm ấy, dân tộc Việt Nam ta đã bước sang một giai đoạn mới trên đường tiến hóa.

-Đảng hiện nay có định chiêu tập một đại hội nghị để tiếp tục bàn các công việc?

-Không cần. Đảng chúng tôi trong lúc này chỉ là tiếp tục các công việc thường.

-Hiện giờ trong đảng ai làm đảng trưởng?

- Chúng tôi không hề có đảng trưởng. Quyền tối cao trong đảng trước kia là ở người chủ tịch Trung ương đảng bộ mà nay thì ở thường vụ ủy viên hội.

Trích "Cuộc Phỏng Vấn Của *Tri Tân* Với Việt Nam Quốc Dân Đảng", Phạm Mạnh Phan thực hiện, trong *Việt Nam Giải Phóng, Đặc San Tri Tân,* Số 15-16, ra ngày Thứ Năm, 10-51945.

Mười Bẩy Tháng Sáu Dương Lịch

L.H.V.

Đây là bài tường thuật về ngày lễ kỷ niệm *Ngày Tang Yên Báy,* 17 tháng 6, 1930, ngày Nguyễn Thái Học và các liệt sĩ Việt Nam Quốc Dân Đảng bị đưa lên máy chém. Lần đầu tiên sau 15 năm bị cấm đoán ngày này đã được công khai tổ chức long trọng ở rất nhiều nơi trong nước, đặc biệt là ở Vườn Bách Thảo Hà Nội, ở Vinh và ở Hội Quán Quảng Tri ở Huế. L.H.V. trong bài phóng sự nhan đề "Mười Bảy Tháng Sáu Dương Lịch" đăng trên báo Thanh Nghị số 115, ra ngày 7 tháng Bảy 1945 đã ghi nhận những điều ông thấy ở các tỉnh miền Trung, nhất là ở kinh đô Huế, những điều mà ông cho là "lạ lùng" và đã lầm tưởng về "ngày giỗ lớn lao" ấy. Đây không phải chỉ là một bài phóng sự bình thường mà là một tài liệu lịch sử. Nó nói lên phản ứng của người dân Việt Nam thuộc đủ mọi từng lớp từ người lao động bình dân đến các trí thức mà Thủ Tướng Trần Trọng Kim và các bộ trưởng của ông là đại diện, từ người già đến người trẻ, người giầu lẫn người nghèo ở nhiều nơi trong nước, đặc biệt là ở các tỉnh Miền Trung đối với một đảng quốc gia lớn nhất, đã xuất hiện từ lâu và đã góp phần không nhỏ vào cuộc đấu tranh chung của cả dân tộc, xuyên qua Ngày Kỷ Niệm 13 Liệt Sĩ Yên Báy mà không người Việt Nam nào không biết. L.H.V. có thể là tên viết tắt của Lê Huy Vân, Cử Nhân Luật, một trong năm người sáng lập ra tờ Thanh Nghị và phụ trách phân trẻ em. Tác giả chỉ nêu lên chi tiết này với tất cả mọi sự dè dặt.

Chúng tôi đã đi quá nửa con đường thiên lý chạy suốt Việt Nam và, mỗi chỗ, đã thấy anh em thành kính, nhưng hăng hái, sửa soạn ngày mười bẩy tháng sáu. Chúng tôi đã nhầm:

chúng tôi đã tưởng rằng cuộc khởi nghĩa của Việt Nam Quốc Dân Đảng năm 1930, vì cái chánh sách thực dân tàn ác mà khôn khéo của bọn Pháp, chỉ còn để lại vết kỷ niệm trong lòng những người Việt Nam phía Bắc mà thôi! Vì phía Bắc là nơi đã nghe rõ mồn một tiếng súng đêm Yên Báy, tiếng kèn gọi lính của quân đội thù nghịch, tiếng bom tàn phá Cổ Am… Vì phía Bắc là nơi dân chúng phải nhắm mắt đi không dám nhìn những cuộc tàn sát vô cùng độc ác của bọn da trắng thắng thế. Chúng tôi đã nhầm, nên đã gửi nhiều giây thép về Nam để cho anh em nhớ lại ngày mà mười ba liệt sĩ của chúng ta đã bi ám sát vì quá lòng yêu nước.

Chiếc xe hơi của chúng tôi đi theo liền điện tín. Ở mỗi tỉnh, xe hơi đã đến trước tờ giấy xanh. Sự lạ lùng ấy đã làm cho chúng tôi biết rõ một điều chắc chắn người từ Bắc chí Nam nước Việt Nam, không một ai quên ngày giỗ lớn lao ấy. Lòng yêu nước đã bùng cháy khắp chốn như ngọn lửa dài và tươi tắn đương lan theo đỉnh Tràng Sơn, một tối cháy rừng. Tên nhà chiến sĩ cách mạng Nguyễn Thái Học không ai quên cả. Không ai quên cả, thời kỳ cuối cùng của lịch sử cách mạng nước ta. Tiếng súng, tiếng bom, tiếng hô dõng dạc và anh hùng, tiếng khóc ảo não, người ta tưởng chỉ người một miền nghe thấy mà ai ngờ vang mãi đến các anh em đồng bào ở suốt dọc đường Bắc Nam.

Ở Huế chúng tôi đã dự hai buổi lễ truy điệu các vị anh hùng 1930. Gian buồng của hội Quảng Tri không đủ chứa lòng thành kính của anh em, nên đến bữa sau lại phải đọc lại một lần nữa cho những người chậm chân không có chỗ. Ở đó tối hôm ấy, có cả những ông già bà cả, những người áo rách, tay thành chai. Ở đó tối ấy có cả một ông thủ tướng với mấy ông bộ trưởng ngồi lẫn vào đám đông chỉ lấy tư cách là dân một nước. Chúng tôi đã được nhìn rõ nét mặt trang nghiêm của mọi người yên lặng tưởng nhớ tới người xưa, trông nước mắt chảy ròng ròng trên những bộ mặt tươi tốt hay răn reo lúc kẻ nói chuyện tả lại bước đường cùng của mười ba người liệt sĩ. Tôi đã nghe thấy tiếng "Vạn tuế" đáp lại mười ba tiếng hô "Việt Nam" của cả một dân tộc, mười ba tiếng "Vạn tuế" hô lên để an ủi anh hồn mười ba liệt sĩ lúc hùng dũng bước lên đoạn dầu đài đã bị bàn tay thực dân bịt miệng, chỉ mới kịp kêu hai tiếng "Việt Nam". Lễ truy điệu bắt đầu trong tâm niệm, giải ra trong thành kính, kết cục trong yên lặng. Yên lặng đó mới là nhiều hứa hẹn. Khi quần chúng đã biết yên lặng mà gia hợp thì quần chúng ấy đã cùng chung một tin tưởng mạnh mẽ vô ngần, đã ra về với một quả quyết sắt đá.

Trên đường về người ta kể lại cho chúng tôi nghe từng buổi hội họp, cùng một ngày mười bẩy tháng sáu ở các tỉnh dọc đường: hằn học ở Vinh, ồn ào ở Hà Nội. Nhưng đâu đâu chúng tôi cũng thấy tin tưởng với quả quyết chung ấy.

Một đền nghĩa liệt sắp sây nền. Bia đá tượng đồng sắp xây dựng khắp chốn. Nhưng còn có đài kỷ niệm nào hơn tấm lòng thành kính của hăm mấy triệu dân trong một ngày lịch sử.

L.H.V.

Tài Liệu 11

Hà Nội Có Gì Lạ?

Ông Tổng trưởng Nội Các Trần Trọng Kim Tiếp Đại Biểu Các Báo Tại Phủ Khâm Sai

Vũ Bằng

(Trung Bắc Chủ Nhật, Số 255, 28 Tháng Bảy 1945)

Năm giờ hai mươi phút thì ngài ở trên phòng làm việc phủ Khâm Sai bước xuống phòng khách. Ở đây mười bốn nhà báo Hà Nội đã ngồi đợi. Phòng lạnh tờ tờ. Một ánh sáng mờ mờ. Ông Tổng trưởng Trần Trọng Kim, lặng lẽ bước vào, chân dận đôi giầy vải trắng. Không khí gian phòng và những đồ trần thiết đơn giản thật hợp với ông Tổng trường vừa bước vào, bình dị như một bức tranh vẽ chì. Ông Tổng trưởng Trần Trọng Kim cúi đầu chào mọi người và chọn một cái ghế bên phải ngồi, không có một tiếng động con. Ông xoa tay, cười và nói mấy câu cảm tạ. Giọng nói tự nhiên như cử chỉ. Quần áo mặc toàn là đồ trắng hạng thường, y như hồi còn làm thanh tra các trường sơ học Hà Nội. Ông vẫn giữ cái vẻ bình tĩnh, thanh thản nhưng xo với lúc trước thì cử chỉ có vẻ dễ dàng và nhanh nhẹn hơn nhiều. Người có xút đi đôi chút, nhưng da dẻ hồng hào, trông có bộ mạnh hơn. Ông nói nhỏ nhưng dễ dãi; ông chọn chữ chọn câu nhưng thao thao bất tuyệt. Ta có cảm tưởng ngồi nghe một ông bạn già kể chuyện tâm sự một cách thành thực. Nói như nói chơi mà làm cảm động lòng người.

-Tôi ra Bắc chuyến này là để điều đình với các nhà đương chức Nhật mấy việc. Trong những việc đó, có một việc đã có kết quả hay: người Nhật bằng lòng giao trả nước ta ba thành phố Hà Nội, Hải Phòng và Đà Nẵng. Mai, thứ sáu 20 tháng bảy năm 1945, hồi 12 giờ trưa sẽ cử hành phục hồi ba tỉnh đó về đế quốc Việt Nam. Chẳng nói thì ai cũng đã biết Hà Nội, Hải Phòng và Đà Nẵng từ 57 năm nay bị cắt nhượng cho nước Pháp: nay nước Nhật giao trả cho ta, ba thành phố kể trên sẽ cứ giữ địa phận nguyên như cũ. Quyền quản trị trong mỗi thành phố sẽ giao cho một ông thị trưởng do Chánh phủ Việt Nam cử ra. Hà Nội thì là ông Trần văn Lai, Hải Phòng ông Vũ trọng Khánh và Đà Nẵng là ông Nguyễn khoa Phong.

Đó là một trong những công việc mà tôi có trách nhiệm ra đây điều đình vậy. Tôi còn điều đình nhiều việc khác nữa, và hầu hết được các nhà đương cục Nhật, vốn có trí óc sáng suốt, đã vui lòng để ý xem xét rồi. Tôi mong rằng chúng ta sẽ được toại nguyện; nhưng bao nhiêu công việc đó không phải chỉ trong một ít ngày mà giải quyết hết cả đâu. Ta phải đợi chờ và cần làm việc cho có thứ tự, chứ bây giờ quốc dân muốn cái gì cũng phải giải quyết ngay thì không thể nào làm được. Bởi vì tình cảnh hiện tại nước ta thật có như một mối tơ vò: phải kiên tâm ngồi gỡ từng nút, nếu nóng ruột thì chỉ thêm rối nát.

Nói cho thực, ai là người Việt Nam lúc này mà lại chả sốt sắng muốn cho nước nhà mạnh ngay, giàu ngay, tự lập ngay? Nhưng cái thế chưa làm được ngay thì làm thế nào được? Tôi tin rằng nước Việt Nam ta sẽ có một tương lai tốt đẹp, nhưng công việc đó phải làm từ từ và tôi xin thề với thanh thiên bạch nhật rằng cái sức tôi có thể làm thế nào được cho nước thì tôi đem ra làm cả. Nếu có người nào xét rằng có thể làm được hơn thế để đưa nước Việt Nam đến chỗ tốt đẹp mau hơn thì tôi rất sẵn lòng giao trả lại để mà đi về nhà, dưỡng cái tuổi già đa bệnh và đọc sách. Chính thực ra, lúc về đây, tôi không ngờ lại còn được mạnh khỏe như thế này. Đau lắm, tôi bị bệnh cương mạch máu. Lắm khi phải nằm mà làm việc. Nhưng may ít lâu nay được ở bên cạnh hai bác sĩ Hồ tá Khanh và Vũ ngọc Anh nên sức khỏe đã khá và tôi lấy thế làm mừng lắm. Công việc thì nhiều, nếu không có sức khỏe, không làm gì được cả. Tôi sẽ ở đây ít bữa rồi trở về Thuận hóa để rồi lại đi ngay – có lẽ đi Nam kỳ, bởi vì ở đó tôi cũng có nhiều công chuyện cần làm gấp.

Ông Tổng trưởng Trần trọng Kim còn nói nhiều chuyện về ngoại giao, về tiếp tế, cho chúng ta biết một ít chuyện về tài làm việc của vua Bảo Đại, đoạn mời anh em uống nước chè - những chén nước chè nguội nhưng làm mát lòng người không biết bao nhiêu – và hồn nhiên lấy ra một cái bật lửa hiệu năm xu ngày xưa, cái hạng bật lửa có bùi nhùi đỏ, bật lên đưa lên cho mọi người châm thuốc hút - một thứ thuốc hạng thường.

Trong hơn một tiếng đồng hồ hầu chuyện, người ta có cảm tưởng ông Trần trọng Kim thành thực về tất cả các phương diện và quả là người xứng đáng để cho quốc dân tin tưởng và hy vọng.

Sáu giờ bốn mươi nhăm phút thì bắt tay từ giã. Đại biểu các báo ra về với những cảm tưởng tốt trong lòng. Tôi lui ra sau cùng, sau khi đã hỏi ông Tổng trưởng Trần trọng Kim về công việc trước tác của ông hồi trước khi làm tổng trưởng.

Ông Trần trọng Kim lấy tay vuốt mái tóc bạc, gật đầu, trả lời tôi:

- Có. Ngoài một cuốn sách khảo về thiên văn, tôi có soạn một cuốn Việt Nam sử lược mới, hoàn toàn hơn và có phần nói rõ ràng hơn về hồi Pháp thuộc, nhưng hiện nay vẫn chưa xong. Tôi không biết bản thảo hiện để ở đâu; tôi đương bảo cháu ở nhà tìm kiếm; nhưng chắc lúc này, bận rộn thế, tôi cũng chưa thể tiếp tục mà làm cho xong ngay được. Âu cũng là một điều đáng tiếc.

VŨ BẰNG

CHƯƠNG 19

Phụ Lục II

Thâu Hồi Xứ Nam Kỳ: Ba Ngày Lịch Sử "Vui mừng được trở về cùng Tổ-quốc", Saigon 13, 14, 15 tháng 6, 1949

I. Lời giới thiệu

Thành công trong việc thâu hồi lại xứ Nam Kỳ là thành công lớn nhất và quan trọng nhất của Cựu Hoàng Đế Bảo Đại trong suốt cuộc đời tranh đấu của ông mà khó ai có thể phủ nhận được. Trước đó Vua Tự Đức với Phái Bộ Phan Thanh Giản, Phạm Phú Thứ, Ngụy Khắc Đản, rồi sau này Hồ Chí Minh với các hiệp định 6 tháng 3 và 14 tháng 9 năm 1945, đều đã thất bại. Tất nhiên như một sự liên tục của lịch sử, ta không thể không nói tới những nỗ lực của chính Bảo Đại và của Nội Các Trần Trọng Kim trong thời cuối Thế Chiến Thứ Hai, cùng với tinh thần và sự đóng góp tích cực của giới trí thức Việt Nam và người Việt Miền Nam trong cuộc điều đình với người Pháp và trong việc thực hiện những điều đã được hai bên Việt - Pháp thỏa thuận, để cuối cùng qua ba ngày 13, 14, 15 tháng 6 năm 1949, Xứ Nam Kỳ đã chính thức "trở về với Tổ-quốc" Việt Nam. Ta có thể nói là nếu các Chúa Nguyễn đã có công khai sáng nên giải đất trù phú miền Nam thì, sau khi mảnh đất cực nam của giải đất này đã mất về tay người Pháp, Vua Bảo Đại, vị vua cuối cùng của các vua Nhà Nguyễn đã thâu hồi lại được và để lại cho các giai đoạn kế tiếp. Sứ mạng của ông coi như phần nào được hoàn tất. Sau đây là tóm tắt một số những sự kiện căn bản đã xảy ra trong quá khứ trước đó và sau đó là tập tài liệu mà tác giả xin gửi tới quý độc giả.

Vì thất bại không ngăn chặn được cuộc xâm lăng bằng võ lực của người Pháp trong hậu bán thế kỷ thứ mười chín, Triều Đình Huế qua Hòa Ước Nhâm Tuất, ngày 6 tháng 6 năm 1862, và Hòa Ước Giáp Tuất, 15 tháng 3 năm 1874, đã phải nhường đầy đủ và hoàn toàn chủ quyền Lục Tỉnh Nam Kỳ cho nước Pháp. Lãnh thổ Việt Nam do đó chỉ còn lại Bắc Kỳ và Trung Kỳ. Vì Nam Kỳ là đất do các Chúa Nguyễn và những người dân Việt trên đường Nam tiến mở mang và khai thác, là nơi vua Gia

Long khởi nghiệp và là quê ngoại của các vua nhà Nguyễn về sau này nên trong suốt lịch sử Việt nam, từ năm 1863, một năm sau ngày Hòa Ước 1862 được ký kết, đến giữa năm 1949 các vua nhà Nguyễn từ Tự Đức đến Bảo Đại nói riêng và người Việt nói chung ở khắp cả ba miền đã thường xuyên nỗ lực tranh dấu để thu hồi lại phần lãnh thổ đã mất hay để trở về với Tổ Quốc đích thực của mình.

Dưới thời Chính Phủ Trần Trọng Kim, ngay từ khi mới thành lập, chính phủ này đã rất quan tâm và dành nhiều nỗ lực cho việc thâu hồi Nam Kỳ cho lãnh thổ quốc gia. Mặc dầu chính quyền thuộc địa của người Pháp không còn nữa nhưng còn gặp rất nhiều trở ngại, chủ quan cũng như khách quan. Mãi đến cuối tháng 7, đầu tháng 8 mới chính thức thâu hồi lại được từ tay người Nhật. Nguyễn Văn Sâm được cử làm Khâm Sai Nam Bộ và được người dân đón tiếp nồng nhiệt. Nhưng mọi sự đã quá trễ. Nhật Bản đã đầu hàng, Việt Minh cướp chính quyền, người Pháp trở lại Đông Dương và tất cả lại phải khởi sự từ đầu.

Trong Hiệp Định Sơ Bộ ký ngày 6 tháng 3 năm 1946 giữa Hồ Chí Minh, Vũ Hồng Khanh đại diện cho Chính Phủ Việt Nam Dân Chủ Cộng Hòa và Jean Sainteny đại diện cho Cao Ủy Pháp, người Pháp chỉ hứa một cách đơn giản là sẽ trao lại Nam Kỳ cho Việt Nam sau một cuộc trưng cầu dân ý mà không ấn định rõ thời hạn. Tại Hội Nghị Đà Lạt từ 17 tháng 4 đến 11 tháng 5 năm đó, vấn đề cũng không được giải quyết dứt khoát vì phái đoàn Pháp tự cho là không đủ thẩm quyền trong khi Cao Ủy Pháp d'Argenlieu lại chủ trương thực hiện một nước Nam Kỳ tự trị. Tại Hội Nghị Fontainebleau cũng như qua Tạm Ước 14 tháng 9 do Hồ Chí Minh ký với Marius Moutet, Bộ Trưởng Pháp Quốc Hải Ngoại vấn đề cũng không được đề cập tới.

Tất cả những nỗ lực nhằm tái sáp nhập Nam Kỳ vào lãnh thổ Việt Nam chỉ trở thành thực tế qua Hiệp Định Élysée ngày 8 tháng 3 năm 1949. Hiệp định này được hình thành qua sự trao đổi công điệp giữa Tổng Thống Pháp Vincent Auriol và Cựu Hoàng Bảo Đại, tại Điện Élysée ngày 8 tháng 3 năm 1949, với Phần thứ nhất dành cho Vấn-Đề Thống Nhất Việt-Nam qua sự biểu lộ ý chí của nhân dân Nam Kỳ qua Nghị Viện Lãnh Thổ Nam Kỳ và sự chấp thuận của Quốc Hội Pháp, ngày 3 tháng 6 năm 1949. Tất cả đã được cụ thể hóa bằng ba ngày chính thức thăm viếng Saigon, các ngày 13, 14, và 15 tháng 6 năm 1949, của Cựu Hoàng Bảo Đại, trong đó cao điểm là Lễ Trao Đổi Văn Kiện tại Tòa Thị Sảnh Saigon, vào buổi sáng ngày 14 tháng 6 năm 1949. Sau những ngày này xứ Nam Kỳ không còn là thuộc Pháp nữa. Nó đã trở thành Nam Phần của Quốc Gia Việt Nam bên cạnh Bắc Phần và Trung Phần và ba ngày này được người đương thời gọi là *Ba Ngày Lịch Sử của Xứ Nam Kỳ*, nói riêng và Việt Nam Hiện Đại nói chung.

Những tài liệu được dẫn sau đây được trích từ một tập sách mỏng nhan đề chính là *Kỷ Niệm Thống Nhất Việt Nam* và phụ đề là *Kỳ Công Cựu Hoàng Bảo Đại, 13, 14,15 Tháng Sáu Dương Lịch* với hình bìa viết dưới dạng câu đối, tuy ngoài bìa hay ở trang chính phía trong không mang những chi tiết rõ ràng về thời điểm, người và cơ quan soạn thảo hay ấn hành nhưng trong lời mở đầu dưới nhan đề Việt Nam Một Giai Đoạn Đã Qua" có nói tới một tập sách nhan đề *Một Giai Đoạn Quyết Định* đã được Bộ Thông Tin Nam Phần ấn hành một năm trước đó và ở trang cuối bài có ghi là tập sách này được thực hiện ở Saigon (Nam Việt Nam), hoàn toàn bởi người Việt Nam và in ở một nhà in Việt Nam, cho phép người ta tạm thời kết luận rằng tài liệu này do một nhóm tư nhân người Việt thực hiện ở Saigon vào tháng 6 năm 1949; nội dung phần lớn là những bài diễn văn hay những lời phát biểu của những nhân vật chính và những hình ảnh của ba ngày này. Nó giúp cho những ai muốn tìm hiểu về một vấn đề vô cùng quan trọng trong lịch sử thống nhất Việt Nam, mối quan tâm bậc nhất của các nhà lãnh đạo đương thời cũng như vai trò của những người Việt Nam không Cộng Sản, điển hình là Cựu Hoàng Bảo Đại. Cũng qua tài liệu này ý thức dân tộc và lòng yêu nước của người Việt ở xứ Nam Kỳ đương thời đã được biểu lộ một cách đầy đủ hơn, công bằng hơn, sát với sự thực hơn bởi chính những người trong cuộc, thay vì một cái nhìn cố định, đầy thành kiến do sự say sưa với cách mạng và đổi mới, dưới ảnh hưởng của những tài liệu tuyên truyền chống lại những gì của quá khứ theo một tiến trình lịch sử đã được vạch sẵn khiến. Một cách đầy đủ, tài liệu này, bên cạnh những bài tường thuật, những hình ảnh về cuộc thăm viếng của Bảo Đại, còn bao gồm những bài diễn văn của Cựu Hoàng Bảo Đại, của Cao Ủy Pháp Léon Pignon, của Tổng Trấn Nam Phần Trần Văn Hữu, sau này là Thủ Tướng Chính Phủ Quốc Gia Việt Nam và là người đã hướng dẫn phái đoàn Việt Nam tại Hòa Hội Cựu Kim Sơn,San Francisco, nơi lần đầu tiên trong một hội nghị quốc tế, phái Đoàn Việt đã khẳng định các quần đảo Hoàng Sa và Trường Sa là của Việt Nam mà không một quốc gia nào trong số 51 quốc gia hiện diện lên tiếng phủ nhận, kể cả Trung Hoa Dân Quốc. Cuối cùng là công điệp của Tổng Thống Pháp kiêm Chủ Tịch Liên Hiệp Pháp Vincent Auriol gửi Cựu Hoàng Bảo Đại. Trừ công điệp của Tổng Thống Pháp tất cả các tài liệu này đều được viết bằng cả hai thứ tiếng Việt và Pháp.

Tác giả xin trân trọng giới thiệu với quí vị độc giả một tài liệu không xưa nhưng đã cũ, không còn được mấy ai biết tới, về một thời kỳ cũng không xưa nhưng đã bị bỏ quên hay cố tình bị bỏ quên của lịch sử Việt Nam. Nó ít được người ta nhắc tới hay có nhắc tới thì nhắc tới một cách không đúng sự thực và thiếu sót, kể cả khi những người nhắc tới là những người đã sống trong thời này hay đã có dịp chứng kiến biến cố này. Điều cần phải được ghi nhận ở đây là với sự hiện diện chính thức của Cựu Hoàng Đế Bảo Đại, xứ Nam Kỳ đã thực sự trở về với Tổ Quốc Việt Nam. Đây là một sự thực không thể đảo ngược được và là một trong những sự kiện lịch sử quan trọng nhất của Thế Kỷ 20, một thành quả mà các chính quyền kế tiếp, dù là chính quyền quốc gia hay chính quyền cộng sản, được thừa hưởng.

II. Nội Dung

1. *Kỷ Niệm Thống Nhứt Việt Nam,* hình bìa của tập tài liệu
2. Việt Nam: Một giai đoạn nữa trải qua
3. Diễn văn của Tổng Trấn Nam Phần Trần Văn Hữu
4. Đáp từ của Cựu Hoàng Bảo Đại
5. Lời Tuyên Cáo Quốc Dân của Cựu Hoàng Đế Bảo Đại
6. Văn Tế Anh Linh Các Chiến Sĩ Đã Xả Thân Vì Nước
7. Hình ảnh của các buổi lễ
8. Phần đánh máy lại các tài liệu

Kỳ niệm Thống Nhứt Việt Nam
KỲ
CÔNG
CỰU
HOÀNG
BẢO
ĐẠI
13
14
15
THÁNG
SÁU
DƯƠNG
LỊCH
1949

VIỆT-NAM

MỘT GIAI-ĐOẠN NỮA TRẢI QUA...

CÁCH chừng 20 tháng trước đây, khi những người thành-tâm thiện chí dẹp bỏ chánh-thể « Namkỳ tự-trị » mà lập thế vào « Chánh-phủ lâm-thời Nam-phần Việt-Nam », tỏ rõ ý-muốn khởi từ miền Nam tiến-bước mà thiệt-hiện sự thống-nhứt toàn dân đang mong ước, lịch-sử chánh-trị nước Việt-Nam đã bắt đầu bước qua một giai-đoạn mới, một giai-đoạn rất quan-trọng. Với xu-hướng mới ấy đã kéo lôi được thiện-cảm của một phần dân-chúng trước kia còn lãnh-đạm, cái giai-đoạn ngắn-ngủi mà quyết-định nầy đã đưa tới kết-quả bản Tuyên-ngôn chung Hạlong mồng 5 tháng sáu 1948. Kế tiếp liền theo sự thành-lập Chánh-phủ lâm-thời Trung-ương Việt-Nam thứ nhứt dưới quyền lãnh-đạo của cựu-hoàng Bảo-Đại, lần thứ nhứt bản văn-kiện ấy công-nhận nguyên-tắc thống-nhứt và độc-lập của Việt-Nam trong Liên-hiệp Pháp. Kết-quả đầu-tiên ấy đã được Bộ Thông-tin Nam-phần chấm-dấu trong tập-sách nhan đề « Một giai-đoạn quyết-định » ấn-hành hồi năm ngoái.

Một năm đã qua...

Hôm nay, nhơn dịp cựu-hoàng Bảo-Đại viếng Sàigòn, để kỷ-niệm ngày thống-nhứt Việt-Nam, với tập sách nầy, chúng tôi lại được dịp chấm dấu một đoạn đường, một sự tiến-bộ mới nữa.

Thể-theo dân ý, dựa vào sự ủng-hộ của toàn dân, cựu-hoàng đã tiếp-tục tranh-đấu cho những nguyện-vọng quốc-gia được thoả-mãn. Ngài đã thành-công. Hiệp-ước Elysée mồng 8 tháng ba 1949 chấm-dấu giai-đoạn mới, định rõ khuôn-khổ sự độc-lập và thống-nhứt mà hiệp-định Hạlong chỉ mới ghi nguyên-tắc, đã đem đến cho chúng ta sự thống-nhứt thiệt-sự đồng-thời với lời hứa-hẹn một sự độc-lập thiết-thực.

Đến ngày mồng 3 tháng sáu 1949, một cuộc đầu-phiếu của Quốc-hội Pháp chánh-thức công-nhận cho Namphần nhập về với đại-gia-đình Việt-Nam.

Và từ ngày 14 tháng 6 tới nay, với cuộc trao-đổi văn-kiện trọng-thể tại Sàigòn giữa cựu-hoàng Bảo-Đại với ông Thượng-sứ Pignon, nước Việt-Nam yêu-dấu của chúng ta được thống-nhứt sau bao năm mong-mỏi, đã có những phương-tiện để thâu hồi chủ-quyền thiệt-sự của mình một cách hiệp-pháp.

Đành rằng còn biết bao nỗi khó-khan, trở-lực phải vượt qua mới đi tới chỗ chúng ta mong-ước.

Nhưng theo ý chúng tôi, không có lý-do gì để không tin cậy ở tương-lai.

Vì dân-tộc Việt-Nam, đã biết mình muốn gì, đã nhiều phen tỏ sự kiên gan bền chí, há chẳng đã được lời hứa chắc của ông Thượng-sứ Pháp, rằng nước Pháp sẽ hết lòng tận-lực tán-trợ ta mặc dầu thời-cuộc biến-chuyển ra làm sao ? Hơn nữa, hai đại-cường-quốc Mỹ và Anh, há chẳng đã tỏ ra sẵn lòng, đến lúc, sẽ nhìn-nhận và giúp đỡ cho tân-quốc-gia Việt-Nam độc-lập sớm gia-nhập đại-gia-đình quốc-tế ?

Đó là những bảo-đảm vững chắc cho tổ-quốc yêu-dấu của chúng ta một tương-lai sáng-lạng. Song nào có ích gì nếu con dân nước Việt không sớm biết cùng nhau thoả-thuận và đoàn-kết chặt-chẽ trong công cuộc kiến-thiết quốc-gia trên nền-tảng vừa xây-đắp với bao nhiêu công phu và xương máu.

SÀIGÒN THÁNG SÁU 1949

BÀI DIỄN-VĂN CỦA TỔNG-TRẤN TRẦN-VĂN-HỮU

Tâu Hoàng thượng,

Ngày 17 tháng 5 năm kỷ Sửu này là một ngày rất vẻ vang cho dân chúng Nam-phần và đáng ghi vào thanh sử Việt-Nam.

Trót một thế kỷ, đồng bào Nam-phần phải chịu phân cách anh em Trung-Bắc.

Tuy cùng giống nòi, một ngôn ngữ, một văn hóa, tuy cùng nhau ở chung giải đất mé Thái bình Dương mà như xa cách nhau muôn trùng diệu vợi. Nay nước Pháp lấy lẽ chí công, tuyên bố trước hoàn cầu nhìn nhận Việt-Nam độc-lập và Thống-Nhứt.

Thoạt nhiên hai mươi triệu đồng bào thở dài một hơi, khoan khoái trong lòng, như đi xa mới về vì từ đây anh em một nhà được đoàn viên sum hiệp.

Tâu Hoàng thượng,

Từ khi Hoàng thượng hồi loan, nay là ngày đầu tiên mà Hoàng thượng đặt chơn lên đất Đồng-Nai : Nam-phần được cái vinh hạnh đặc biệt ấy, thật là « hạn phùng cam võ » khiến cho dân chúng Nam-Phần cảm động và hỉ hạ vô cùng. Tôi rất hân hoan nên nhơn danh đồng bào Nam-phần xin cảm tạ muôn vàn Hoàng-thượng.

Bao giờ dân chúng Nam-phần cũng rõ thấu Hoàng-thượng công cao đức dày trong cuộc phục hưng tổ-quốc. Đồng bào tôi không quên rằng trong 4 năm hải ngoại Hoàng-thượng đêm ngày tha thiết, vì âu lo vận mạng nước nhà.

Nhờ sự bền chí vững lòng của Hoàng-thượng mới có tờ hiệp ước Vịnh Hạ-long, ngày 5 tháng 6 dương lịch 1948. Do theo đó, lần thứ nhứt Pháp-quốc nhìn nhận sự độc lập nước Việt-Nam trong L.H.P.

Cũng nhờ sự kinh nghiệm quang-minh của Hoàng-thượng mới nảy ra tờ ký kết ở

DISCOURS DU GOUVERNEUR TRAN-VAN-HUU

« Sire,

« Le 17ème jour du 5ème mois de l'année Ky-Suu est un jour très honorable pour la population de la région du Sud et mérite d'être inscrit dans l'histoire du Viêt-Nam.

« Durant un siècle environ, mes compatriotes du Sud ont été séparés de leurs frères du Centre et du Nord. Quoiqu'étant de même race, parlant la même langue et ayant la même civilisation et quoiqu'habitant ensemble avec ceux-ci cette péninsule bordée par l'Océan Pacifique, ils se sont sentis éloignés d'eux comme s'ils en étaient séparés par d'immenses espaces. Aujourd'hui, la France animée des sentiments de justice, a proclamé devant le monde l'indépendance et l'unité du Viêt-Nam. Tout à coup, mes 20 millions de compatriotes poussent un long soupir, le cœur plein d'allégresse, comme s'ils revenaient de loin, car désormais les enfants de la même famille se trouvent réunis au complet.

Sire,

Depuis votre retour, c'est aujourd'hui la première fois que Votre Majesté pose ses pieds sur le sol du pays du Donnaï. C'est un insigne honneur pour le Sud-Viêt-Nam. C'est vraiment « recevoir une pluie abondante après une longue sécheresse »; aussi la population du Sud en est-elle très émue et s'en réjouit-elle énormément. Je suis moi-même heureux de présenter, au nom de mes compatriotes du Sud, mille respectueux remerciements à Votre Majesté.

Depuis longtemps, la population du Sud est persuadée de votre part immense et de votre grand mérite dans l'œuvre de résurrection nationale. Mes compatriotes se gardent d'oublier que, quatre années durant, à l'étranger, vous avez éprouvé jour et nuit des serrements de cœur, parce qu'avec anxiété vous vous préoccupiez de l'avenir du pays.

C'est à votre persévérance et à votre foi dans le destin que nous devons l'Accord de la Baie d'Along du 5 juin 1948 ; dans lequel pour la première fois la France reconnait l'indépendance du Viêt-Nam au sein de l'Union Française.

C'est aussi de vos expériences et de votre clairvoyance qu'est né l'accord signé au Palais de l'Elysée le 8 mars 1949 par lequel la France s'est engagée à remettre au Viêt-Nam les pouvoirs d'un Etat indépendant en matière administrative, économique, financière, militaire et diplomatique.

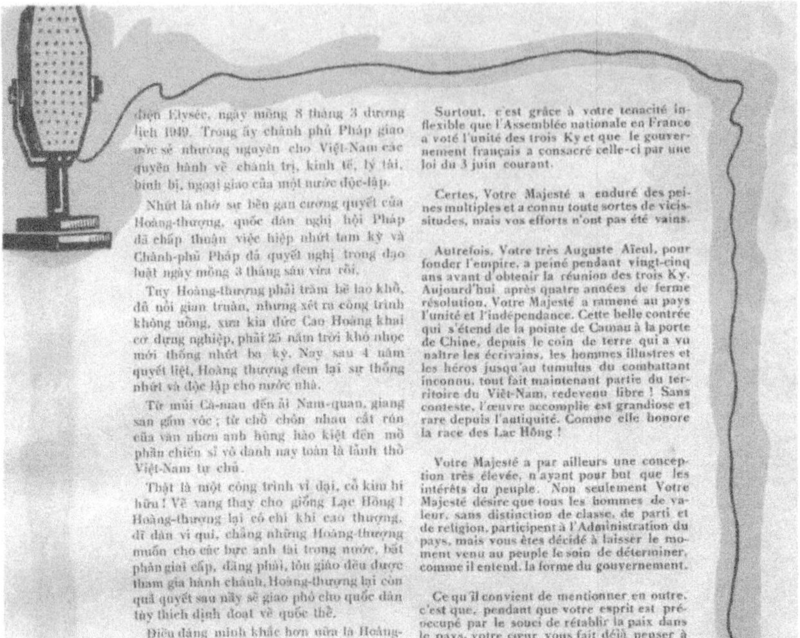

điện Elysée, ngày mồng 8 tháng 3 dương lịch 1949. Trong ấy chánh phủ Pháp giao ước sẽ nhường nguyên cho Việt-Nam các quyền hành về chánh trị, kinh tế, lý tài, binh bị, ngoại giao của một nước độc-lập.

Nhứt là nhờ sự bền gan cương quyết của Hoàng-thượng, quốc dân nghị hội Pháp đã chấp thuận việc hiệp nhứt tam kỳ và Chánh-phủ Pháp đã quyết nghị trong đạo luật ngày mồng 3 tháng sáu vừa rồi.

Tuy Hoàng-thượng phải trăm bề lao khổ, đã nổi gian truân, nhưng xét ra công trình không uổng, xưa kia đức Cao Hoàng khai cơ dựng nghiệp, phải 25 năm trời khó nhọc mới thống nhứt ba kỳ. Nay sau 4 năm quyết liệt, Hoàng thượng đem lại sự thống nhứt và độc lập cho nước nhà.

Từ mũi Cà-mau đến ải Nam-quan, giang san gấm vóc; từ chỗ chôn nhau cắt rún của văn nhơn anh hùng hào kiệt đến mồ phần chiến sĩ vô danh nay toàn là lãnh thổ Việt-Nam tự chủ.

Thật là một công trình vĩ đại, cổ kim hi hữu! Vẻ vang thay cho giống Lạc Hồng! Hoàng-thượng lại có chí khí cao thượng, dĩ dân vi qui, chẳng những Hoàng-thượng muốn cho các bực anh tài trong nước, bất phân giai cấp, đảng phái, tôn giáo đều được tham gia hành chánh, Hoàng-thượng lại còn quả quyết sau nầy sẽ giao phó cho quốc dân tùy thích định đoạt về quốc thể.

Điều đáng minh khắc hơn nữa là Hoàng-thượng tri đang lo việc lập an cho nước mà lòng đã nghĩ đến hạng cần lao, đang tìm phương pháp nâng cao trình độ tinh thần và vật chất của quốc dân.

Nhờ đấng minh chủ như thế nước Việt-Nam đã bước qua một giai đoạn khó khăn khá dài. Nhưng Hoàng-thượng còn phải giải quyết nhiều vấn đề quan trọng, để thực hiện nền độc lập cho quê hương.

Thời giờ quả nhiên nghiêm trọng. Dân chúng Nam-Phần đặt cả tâm hồn vào tay Hoàng-thượng và tin chắc rằng chẳng kíp thì chầy ý nguyện sẽ thành, xứ Việt-Nam sẽ được ca khúc khải hoàn chen vai cùng chư quốc.

Việt-Nam thống-nhứt và độc-lập muôn năm!

Đức Bảo-Đại vạn tuế!

Surtout, c'est grâce à votre tenacité inflexible que l'Assemblée nationale en France a voté l'unité des trois Ky et que le gouvernement français a consacré celle-ci par une loi du 3 juin courant.

Certes, Votre Majesté a enduré des peines multiples et a connu toute sortes de vicissitudes, mais vos efforts n'ont pas été vains.

Autrefois, Votre très Auguste Aïeul, pour fonder l'empire, a peiné pendant vingt-cinq ans avant d'obtenir la réunion des trois Ky. Aujourd'hui après quatre années de ferme résolution, Votre Majesté a ramené au pays l'unité et l'indépendance. Cette belle contrée qui s'étend de la pointe de Camau à la porte de Chine, depuis le coin de terre qui a vu naître les écrivains, les hommes illustres et les héros jusqu'au tumulus du combattant inconnu, tout fait maintenant partie du territoire du Viêt-Nam, redevenu libre! Sans conteste, l'œuvre accomplie est grandiose et rare depuis l'antiquité. Comme elle honore la race des Lac Hông!

Votre Majesté a par ailleurs une conception très élevée, n'ayant pour but que les intérêts du peuple. Non seulement Votre Majesté désire que tous les hommes de valeur, sans distinction de classe, de parti et de religion, participent à l'Administration du pays, mais vous êtes décidé à laisser le moment venu au peuple le soin de déterminer, comme il entend, la forme du gouvernement.

Ce qu'il convient de mentionner en outre, c'est que, pendant que votre esprit est préoccupé par le souci de rétablir la paix dans le pays, votre cœur vous fait déjà penser à la classe des travailleurs, et vous êtes en train d'étudier les moyens d'élever la condition morale et matérielle du peuple.

Grâce au chef éclairé que vous êtes, le Viêt-Nam a fait à travers les difficultés un assez grand pas. Malgré tout, Votre Majesté a encore à résoudre de nombreux et importants problèmes, pour concrétiser l'indépendance du pays.

« L'heure est vraiment grave. La population du Sud-Viêt-Nam remet son sort entre vos mains ; elle est persuadée que tôt ou tard ses aspirations seront réalisées et que le Viêt-Nam pourra bientôt entonner le chant de la paix et du succès et se tailler une place parmi les différentes nations.

« Vive le Viêt-Nam unifié et indépendant!

« Vive Sa Majesté Bao-Dai!

— 11 —

CỰU-HOÀNG ĐÁP TỪ

Đáp lời Tổng-trấn, Cựu-Hoàng vắn tắt cho biết cảm tưởng của ngài khi đứng giữa đại-diện các tầng lớp dân chúng.

Ngài tuyên-bố :

Từ khi rời xa đất nước, lần này là lần thứ nhứt, tôi được đứng giữa mọi từng lớp quốc dân Nam-Phần Việt-Nam. Tôi thiệt lấy làm cảm động. Trước kia nơi này cũng là đất nước Việt-Nam, dân Nam-Phần cũng là nòi giống Việt-Nam, song tôi muốn thân mà vẫn tưởng chừng như ghẻ lạnh.

Ông Tổng-trấn vừa nói tới sự nghiệp của tôi trong công cuộc nặng nề mang lại hòa bình và vinh quang cho đất nước. Sự nghiệp không phải là sự nghiệp riêng của tôi mà là sự nghiệp của toàn dân Việt-Nam.

Riêng dân Nam-phần đã có công rất lớn lao trong công cuộc thực hiện nền thống nhứt lãnh-thổ và đã tỏ ra là những người xứng đáng với các đấng Tiên-Liệt.

Nam-phần với tấm lòng hăng hái của nhơn dân, với những phú nguyên dồi-dào, sẽ có một nhiệm vụ cực kỳ quan trọng trong công cuộc kiến quốc mai sau. Tôi tin ở tấm lòng hy sinh của mọi từng lớp dân chúng Nam-phần cũng như chúng ta có thể tin cậy ở tương lai Tổ-quốc.

S. M. BAO-DAI RÉPOND

S'adressant aux personnalités présentes, également en langue vietnamienne, S. M. Bao-Dai a exprimé son émotion de se retrouver pour la première fois, depuis qu'il a quitté l'Indochine, parmi les représentants de la population et des corps constitués du Sud-Viêt-Nam.

MALGRÉ mes apparences de froideur, a-t-il déclaré, croyez que je me montrerai toujours chaleureux à votre égard. M. le Gouverneur du Sud-Viêt-Nam vient de parler de mon œuvre de rétablissement de la paix et de l'honneur, il faut bien comprendre que cette œuvre n'est pas mon seul bien, mais aussi celui de tout le peuple Viêtnamien et particulièrement de la population du Sud-Viêt-Nam qui a pris une grande part à l'unité territoriale du pays et a su se montrer digne de nos ancêtres.

Le Sud-Viêt-Nam, a poursuivi S. M. Bao-Dai, avec le courage de sa population, la richesse de son pays, jouera un grand rôle dans la renaissance du pays.

Je crois en l'esprit de sacrifice de chacun de vous, a conclu Sa Majesté, comme je crois en l'avenir de notre patrie.

— 12 —

Đọc bài diễn văn xong Cựu-hoàng được Thủ-tướng Xuân và Tổng-trấn Trần-văn-Hữu trình diện các nghị-viên Viện lãnh-thổ Namkỳ, Hội-đồng Nam-phần, liên đoàn thương gia, kỹ-nghệ gia, các đại diện tổ chức chánh trị như Cao-đài, Việt-đoàn, Thiên-Chúa-giáo, đại diện các tỉnh N. P. đại biểu thiểu số dân Miên, các phái đoàn công chức.

Buổi chiều là những cuộc thăm viếng ngoại-giao. Lúc 4 giờ, ông Thượng-sứ Pignon tới viếng chào trước Cựu-hoàng tại Tổng-trấn-phủ. 5 giờ, Cựu-hoàng đi viếng ông Thượng-sứ Pháp đáp lễ lại.

Visite du Haut Commissaire Pignon à S. M. Bao-Dai—Le Haut Commissaire à sa descente de voiture
Cao-ủy Pignon đến viếng cựu-hoàng

Le Haut Commissaire converse avec S. M. Bao-Dai.

Cựu-hoàng Bảo-Đại tiếp Cao-ủy Pignon trong phòng khách Tổng-trấn-phủ

L'après midi fut réservé aux visites protocolaires. Le Haut-Commissaire Pignon vint saluer l'empereur au Palais Lagrandière à 16 h. et une heure après S. M. Bao-Dai lui rendit sa visite au Palais fédéral.

S. M. Bao-Dai rend visite à M. le Haut-Commissaire
Execution des hymnes nationaux
Cựu-hoàng đến viếng Cao-ủy đáp lễ lúc tới trước dinh, chụp cờ Quốc thiều

Bình-xuyên đội nón sắt màu xanh lá cây, cảm tử quân đội lê-rê trắng và quân đội Hòa-hảo bận quần kaki cụt, đội cuối màu kaki.

Sau hết đại đội số một của quân đội chánh qui mặc ka-ki vàng đội nón hình « bánh tiêu » có băng vàng đỏ, đến đứng ngay trước Thị-sảnh.

Trong lúc ấy, công chúng lần lượt tựu đứng chung quanh công trường trước tòa Thị-sảnh mỗi lúc mỗi thêm đông, dọc theo đường d'Espagne, dưới đại lộ Charner chung quanh bồn nước.

Các tổ chức chánh trị như Việt-Nam độc lập dân chúng liên đoàn (gọi tắt là Việt-Đoàn); Thanh-Niên bảo quốc đoàn Saigon và lục tỉnh, nhóm Lao-động, mặt trận Namkỳ lần lượt đến đứng trên bãi cỏ xanh vườn chơi trẻ em.

Nhiều khẩu hiệu viết bằng chữ son trên vải trắng được trương lên: « Triệt để thi hành hiệp ước 8-3-49. Dân mạnh nước mạnh. Đoàn kết sống, chia rẽ chết; thả tù nhân chánh-trị... Hoan nghênh Cựu-Hoàng Bảo-Đại,

rent successivement et gagnèrent leurs emplacements respectifs.

Enfin ce fut le tour du 1er bataillon V. N. qui tout à l'heure recevra son drapeau des mains de S. M. Bao-Dai. La foule commença aussi à affluer sur les trottoirs le long de la rue d'Espagne, sur les pelouses.

A noter la présence des groupements Politiques nationalistes du Viêt-Doàn, de la Jeunesse et du Front Cochinchinois. De nombreuses banderoles portaient des slogans tels que : Exécuter entièrement l'accord de l'Elysée, l'Union fait la force, libérez les détenus politiques, indépendance, paix, liberté, nourriture, vêtements, etc...

Pendant ce temps, les personnalités officielles Vietnamiennes françaises et étrangères arrivèrent dans la salle des fêtes de l'Hôtel de Ville.

S. M. Bao-Dai répond à M. Pignon — Cựu-hoàng Bảo-Đại đáp lời ông Cao-ủy Pháp

tương trưng toàn dân đoàn kết. Độc-lập hòa bình tự do cơm áo v... v... »

Các đại tướng chỉ huy tối cao của quân đội Pháp, đại diện ngoại giao ngoại quốc, nghị viên và nhân vật Pháp-Việt lần lượt đến phòng lễ ở Thị-Sảnh.

8 giờ 20, Tổng-trấn Hữu và Giao ngồi xe đến và đúng 8 giờ 25 Cao-ủy Pháp đến, quốc thiều Pháp liền trỗi giọng chào mừng.

Đúng 8 giờ 30 Cựu-Hoàng Bảo-Đại và Thủ-tướng Nguyễn-văn-Xuân ngồi chiếc xe mui trần đến Thị-Sảnh.

Ban nhạc Vệ-binh N. P. đánh bản quốc thiều Việt-Nam, Cựu-Hoàng, Cao-ủy và mọi người đứng thẳng nghiêm chào. Dân chúng Việt-Nam kẻ đứng im người dở nón tỏ vẻ thành kính.

Bản nhạc vừa dứt, Cựu-Hoàng và Cao-ủy lên lầu tòa Thị-Sảnh. Cao-ủy Pháp đọc diễn văn cho biết Nam-kỳ từ đây trở về với Việt-Nam.

On a remarqué notamment l'arrivée du Gouverneur Tran-van-Huu accompagné de M. Phan-van-Giao, Gouverneur du Centre V. N. précédant celles des généraux des T.F.E.O.

La voiture du Haut-Commissaire de France L. Pignon s'arrêta devant le perron de l'Hôtel de ville à 8 h. 25. Il fut salué par la Marseillaise.

A 8 h. 30 ce fut le tour de S.M. Bao-Dai, ayant à ses côtés le Président Nguyen-van-Xuan et salué à sa descente d'auto par l'hymne national.

Dans la salle des fêtes de l'Hôtel de ville, devant une nombreuse affluence et dans un silence impressionnant, le Haut-Commissaire prononça le discours suivant :

— 15 —

PHẦN ĐÁNH MÁY LẠI

Phần này dành cho các tài liệu in chữ quá nhỏ, khó đọc, đặc biệt dành cho quý độc giả lớn tuổi. Các tài liệu hầu hết viết bằng hai tiếng Pháp và Việt nhưng tác giả chỉ đánh lại phần tiếng Việt mà thôi.

1. Bài Diễn Văn Của Tổng Trấn Trần Văn Hữu

Tâu Hoàng thượng,

Ngày 17 tháng 5 năm Kỷ sửu này là một ngày rất vẻ vang cho dân chúng Nam phần và đáng ghi vào thanh sử Việt nam.

Trót một thế kỷ, đồng bào Nam phần phải chịu phân cách anh em Trung Bắc.

Tuy cùng giống nòi, một ngôn ngữ, một văn hóa, tuy cùng nhau ở chung giải đất mé Thái Bình Dương mà như xa cách nhau muôn trùng diệu vợi. Nay nước Pháp lấy lẽ chí công, tuyên bố trước hoàn cầu nhìn nhận Việt Nam độc lập và Thống Nhứt.

Thoạt nhiên hai mươi triệu đồng bào thở dài một hơi, khoan khoái trong lòng, như đi xa mới về vì từ đây anh em một nhà được đoàn viên sum hiệp.

Tâu Hoàng thượng,

Từ khi Hoàng thượng hồi loan, nay là ngày đầu tiên mà Hoàng thượng đặt chơn lên đất Đồng Nai: Nam Phần được cái vinh hạnh đặc biệt ấy, thật là "hạn phùng cam võ" khiến cho dân chúng Nam Phần cảm động hỷ lạc vô cùng. Tôi rất hân hoan nên nhơn danh đồng bào Nam phần xin cảm tạ muôn vàn Hoàng thượng.

Bao giờ dân chúng Nam phần cũng rõ thấu Hoàng thượng công cao đức dày trong cuộc phục hưng tổ quốc. Đồng bào tôi không quên trong 4 năm hải ngoại Hoàng thượng đêm ngày tha thiết, vì âu lo vận mạng nước nhà.

Nhờ sự bền chí, vững lòng của Hoàng thượng mới có tờ hiệp ước Vịnh Hạ Long, ngày 5 tháng 6 dương lịch 1948. Do theo đó, lần thứ nhất Pháp quốc nhìn nhận sự độc lập nước việt Nam trong L.H.P.

Cũng nhờ sự kinh nghiệm quang minh của Hoàng thượng mới nảy ra tờ ký kết điện Elysée, ngày mồng 8 tháng 3 dương lịch 1949. Trong ấy chánh phủ Pháp giao ước sẽ nhường nguyên cho Việt Nam các quyền hành về chánh trị, kinh tế, lý tài, binh bị, ngoại giao của một nước độc lập.

Nhứt là nhờ sự bền gan cương quyết của Hoàng thượng, quốc dân nghị hội Pháp đã chấp thuận việc hiệp nhứt tam kỳ và Chánh phủ Pháp đã quyết nghị trong đạo luật ngày mồng 3 tháng sáu vừa rồi.

Tuy Hoàng thượng phải trăm bề lao khổ, đủ nỗi gian truân, nhưng xét ra công trình không uổng, xưa kia đức Cao Hoàng khai cơ dựng nghiệp, phải 25 năm trời khó nhọc mới thống nhứt ba kỳ. Nay sau 4 năm quyết liệt, Hoàng thượng đem lại sự thống nhứt và độc lập cho nước nhà.

Từ mũi Cà mau đến ải Nam quan, giang san gấm vóc; từ chỗ chôn nhau cắt rún của văn nhơn anh hùng hào kiệt đế mộ phần chiến sĩ vô danh nay toàn lãnh thổ Việt Nam tự chủ.

Thật là một công trình vĩ đại, cổ kim hi hữu! Vẻ vang thay cho giống Lạc Hồng! Hoàng thượng lại có chí khí cao thượng, dĩ dân vi quí, chẳng những Hoàng thượng muốn cho các bậc anh tài trong nước, bất phân giai cấp, đảng phái, tôn giáo đều được tham gia hành chánh, Hoàng thượng lại còn quả quyết sau này sẽ giao phó cho quốc dân tùy thích định đoạt về quốc thể.

Điều đáng minh khắc hơn nữa là Hoàng thượng trí đang lo việc lập an cho nước mà lòng đã nghĩ đến hạng cần lao, đang tìm phương pháp nâng cao trình độ tinh thần và vật chất của quốc dân.

Nhờ đấng minh chủ như thế nước Việt Nam đã bước qua một giai đoạn khó khăn khá dài. Nhưng Hoàng thượng còn phải giải quyết nhiều vấn đề quan trọng, để thực hiện nền độc lập cho quê hương.

Thời giờ quả nhiên nghiêm trọng. Dân chúng Nam phần đặt cả tâm hồn vào tay Hoàng thượng và tin chắc rằng chẳng kịp thì chầy ý nguyện sẽ thành, xứ Việt Nam sẽ được ca khúc khải hoàn chen vai cùng chư quốc.

Việt Nam thống nhứt và độc lập muôn năm!

Đức Bảo Đại vạn tuế!

2. Cựu Hoàng Đáp Từ

Từ khi rời xa đất nước, lần này là lần thứ nhứt, tôi được đứng giữa mọi từng lớp quốc dân Nam Phần Việt Nam. Tôi thiệt lấy làm cảm động. Trước kia nơi nầy cũng là đất nước Việt Nam, dân Nam

phần cũng là nòi giống Việt Nam, song tôi muốn thân mà vẫn tưởng chừng như ghẻ lạnh.

Ông Tổng trấn vừa nói tới sự nghiệp của tôi trong công cuộc nặng nề mang lại hòa bình và vinh quang cho đất nước. Sự nghiệp không phải là sự nghiệp riêng của tôi mà là sự nghiệp của toàn dân Việt Nam.

Riêng dân Nam phần đã có công rất lớn lao trong công cuộc thực hiện nền thống nhứt lãnh thổ và đã tỏ ra là những người xứng đáng với các đấng Tiên Liệt.

Nam phần với tấm lòng hăng hái của nhơn dân, với những phú nguyên dồi dào, sẽ có một nhiệm vụ cực kỳ quan trọng trong công cuộc kiến quốc mai sau. Tôi tin ở tấm lòng hy sinh của mọi từng lớp dân chúng Nam phần cũng như chúng ta có thể tin cậy ở tương lai Tổ quốc.

3. Lời Tuyên Cáo Quốc Dân của Cựu Hoàng Bảo Đại Ngày 14-6-49 tại Thị Sảnh Saigon

Quốc dân Việt Nam!

Hôm nay đặt chân lên đất Nam phần tôi không thể nén nỗi lòng cảm động chứa chan, hòa với vui mừng vô hạn.

Lãnh thổ này, giống Hồng Việt đã dày công khai thác từ bao thế kỷ. Minh Vương, Ninh Vương và Võ Vương đều kế nghiệp tại đây. Và cũng từ đây đức Gia Long cùng biết bao anh hùng, hiền sĩ xứ Đồng Nai, Gia định đã khởi nghĩa trung hưng nghiệp cả, tô vẽ lại non sông từ Saigon qua Thuận Hóa, ra Thăng Long rồi tới Biên thùy Trung quốc.

Bầu nhiệt huyết của tiền nhân vẫn còn sôi chảy trong can trường nòi giống. Trong rừng rậm, nơi bùn lầy, biết bao chiến sĩ quyết chí hy sinh để phấn đấu cho chính nghĩa.

Lãnh thổ của tổ tiên ta ngày nay đã qui về một khối được như vậy là nhờ chí anh dũng của toàn dân, lòng tận tụy của đồng bào các giới, và nhờ tinh thần hữu nghị dân tộc Pháp. Sau bao năm sống riêng biệt, đồng bào Nam Phần đã tỏ ra rằng người Việt Nam không bao giờ quên nguồn gốc, giống nòi. Trong công cuộc xây dựng lại quốc gia, Nam phần đã đặt viên đá đầu tiên và đã ghi một công nghiệp vẻ vang trong lịch sử.

Công nghiệp ấy chỉ có thể tồn tại và phát triển được nếu dân tộc ta tiến triển trong vòng kỷ luật, trật tự và an ninh. Nhưng ròng rã từ 4 năm nay, chỉ vì nguyện vọng quốc dân chưa đạt được, nên nạn chiến tranh kéo dài, tàn phá đất nước.

Còn cảnh nào thê thảm bằng cảnh hai dân tộc Pháp-Việt xưa nay vẫn thiết tha với hòa bình, yêu chuộng tự do và công lý, mà ngày nay phải dùng võ lực bạo tàn đối phó với nhau.

Để chấm dứt thảm trạng ấy, tôi không ngần ngại đảm nhận trách nhiệm tìm phương pháp hòa bình để giải quyết sự xung đột và làm thỏa mãn những nguyện vọng thiết tha của dân tộc.

Vì cần phải có một lập trường quốc tế hợp pháp, nên tôi phải tạm nhận địa vị xưa. Nhưng đối với Quốc dân, ý định của tôi vẫn không thay đổi. Một lần nữa tôi trịnh trọng tuyên bố: Chính thể nước việt Nam sau này sẽ do Quốc dân định đoạt. Quốc dân đã dũng cảm phấn đấu cho nền độc lập của Tổ quốc, lẽ dĩ nhiên Quốc dân phải là nguồn gốc của mọi hoạt động của quốc gia, nhưng vì tình hình quốc tế nghiêm trọng và vì tình thế chính trị lại chưa thuận tiện để đồng bào phát biểu ý kiến rõ ràng sau một một cuộc tổng tuyển

cử, nên từ ngày hôm nay, tôi nhận điều khiển guồng máy quốc gia.

Trước đây nửa giờ, đã cử hành lễ trao đổi văn kiện với vị đại diện tối cao nước Pháp. Như Quốc dân đã biết, cuộc thương thuyết giữa chánh phủ Pháp và tôi đã đi tới thỏa hiệp ký ngày 8 tháng 3. Thỏa hiệp này chỉ là mối phát họa những nguyên tắc căn bản cho nền bang giao Việt-Pháp trên lập trường Thống nhất và độc lập nước Việt Nam. Thỏa hiệp ấy đã đánh dấu và là kết quả của tình thế chính trị trong giai đoạn hiện tại. Cũng như các hiệp định khác sẽ ký, thỏa hiệp mùng tám tháng ba sẽ do Quốc hội Việt Nam sau này chuẩn y.

Quốc dân Việt Nam!

Theo đúng nguyên tắc thỏa hiệp nói trên, sự thống nhất lãnh thổ Việt Nam ngày nay đã được thực hiện. Ngày 6 tháng sáu vừa rồi Quốc hội Pháp cũng đã biểu quyết long trọng thừa nhận sự sáp nhập Nam Phần vào lãnh thổ việt Nam.

Như vậy, thể thức thuộc địa do các hiệp ước 1862, 1873 tạo nên đã hoàn toàn thủ tiêu. Nền độc lập nước nhà tái hiện và, từ nay, nước việt nam sẽ tự điều khiển công việc mình trên trường quốc tế cũng như về mặt nội bộ.

Về phương diện Quốc tế, nước ta đã có đủ quyền năng của một nước độc lập: quyền ngoại giao riêng, quyền đặt sứ quán tại ngoại quốc, quyền tiếp nhận các sứ đoàn ngoại giao, quyền gửi lãnh sự đi các nước, quyền điều đình và ký kết những Hiệp ước Quốc tế, cùng là quyền gia nhập Tố Chức Liên hiệp quốc.

Để thực hiện các quyền ấy, chánh phủ thành lập nay mai có nhiệm vụ phải hoạt động để dành cho nước nhà có một địa vị xứng đáng trong khu vực Đông Nam Á Châu. Các việc cần thực hiện ngay là việc đặt các lãnh sự tại Ngoại quốc và việc cử các Đại

sứ Việt Nam đến các nước đã định rõ trong thỏa hiệp mùng 8 tháng ba.

Chúng ta lại thành tâm mong đợi các nước bạn sớm cử đại biểu đến nước ta, và mau chóng đến ngày nước việt Nam gia nhập Liên hiệp quốc.

Sở dĩ chúng ta cố gắng hành động để có một địa vị xứng đáng trên trường Quốc tế là vì chúng ta tin tưởng rằng nước Việt Nam có sứ mệnh phải cộng tác với các nước khác để bảo vệ tất cả những phong thể của đời người, căn cứ vào lòng yêu chuộng hòa bình, vào tinh thần dân chủ, cùng là sự tôn trọng các tự do cá nhơn.

Về phương diện nội bộ, sự tổ chức quốc gia hợp ý dân là một vấn đề cực kỳ quan trọng. Danh dự dân tộc thúc dục chúng ta hành động sao cho Thế giới thấy rõ hình ảnh nước Việt Nam tân tiến, biết trọng kỷ luật, biết yêu công lý.

Trước hết, về mặt hành chánh, các cơ quan đặt ra là để làm việc cho dân. Một tổ chức đi ngược lại nguyên tắc căn bản ấy không thể nào tồn tại được. Vậy cần phải định một qui chế cho công chức toàn quốc. Qui chế ấy phải tôn trọng những quan niệm thiết yếu về liêm chính, về năng lực cá nhân, cùng là việc sử dụng các năng lực ấy cho hợp lý và công bằng.

Một chương trình cải tạo xã hội sẽ được ấn định và thực hiện. Chúng ta phải theo đuổi công cuộc chống nạn "mù chữ", mở mang nền giáo dục phổ thông, nâng cao dân trí.

Giới cần lao, là gốc của mọi cuộc canh tân sẽ được chánh phủ săn sóc tới, mục đích nâng cao mức sống đồng bào. Những quyền chánh trị tốt đẹp đến đâu mặc lòng, cũng sẽ mất hết ý nghĩa và không còn ảnh hưởng gì, nếu trong nước người dân ăn không đủ no, mặc chưa đủ ấm.

Bởi thế tôi thấy cần gấp mở mang kỹ nghệ, khuếch trương thương mãi, chấn chỉnh nông nghiệp

để trên nước Việt Nam mới, mỗi người thợ có một ngôi nhà, mỗi dân cày có một khu trại. Tôi ước mong những nhà chuyên môn các nước có cảm tình với ta góp sức cùng chúng ta để chóng thực hiện chương trình kiến thiết như tôi vừa phát họa.

Lẽ dĩ nhiên những quyền lợi chính đáng của ngoại kiều đều được bảo vệ và tôn trọng.

Trong phạm vi đại gia đình Việt Nam mới, Nam phần với tài nguyên trù mật, sáng kiến, khả năng, với những tập quán cố hữu cần được tôn trọng sẽ đóng một vai quan hệ trên đường tiến triển sau này.

Nam kỳ là quê hương của chúng ta nhưng trước kia đối với tôi thường chỉ được coi như nơi tạm nghỉ cho người khách lạ; Nam phần ngày nay là máu thịt Việt Nam, là gốc nguồn của sinh lực mới, trung tâm các ngành hoạt động Quốc gia.

Từ nay, tôi mong toàn thể quốc dân cùng tôi cố gắng. Mỗi người sẽ mang hết tâm trí tài năng ra gánh vác một phần nhiệm vụ lấy sự thịnh suy nước nhà làm trọng, gác bỏ tư lợi và óc đảng phái chia rẽ.

Dưới mái nhà Quốc gia phục hưng và duy nhứt, dưới mái từ đường Tổ quốc trùng tu, tôi thiết tha nhắn nhủ với toàn thể quốc dân hãy trở về với an ninh và hòa mục để cùng nhau xây dựng một Tổ quốc xứng đáng mà phụng sự. Bao năm hy sinh của đồng bào là một bảo đảm chắc chắn cho sự thành công.

4. Bài Văn Tế Được Đọc Tại Lễ Truy Điệu Anh Linh Các Chiến Sĩ Xả Thân Vì Nước ở Lăng Ông Bà Chiểu

Hỡi ôi!

Cảnh nhơn thế sinh sinh hóa hoá, lẽ tuần hoàn cùng một kiếp đồng qui;
Chí anh hùng liệt liệt oanh oanh, gương tiết nghĩa muôn đời bất hủ.
Trải bao tranh đấu, mới có ngày nay;
Chi xiết ngậm ngùi, cảnh xưa người cũ.
Người ẩn tích trong thâm cốc, nằm gai nếm mật, quyết sách khuôn thời;
Người thoát thân ra khỏi trùng dương, dóng trống khua chuông, đòi quyền tự chủ.
Người thì muốn bọc xương trong da ngựa, miếng mồi chung đỉnh, chẳng tham quyền cũng chẳng tham danh;
Người thì xem tánh mạng tựa lông hồng, trước mũi gươm đao thà chịu chết không thà chịu thú;
Người hoang đảo chịu xiềng chịu xích, nấm mồ vô chủ, thần tự do đang buổi hô hào;
Người bưng biền bị đạn bị thương, giòng máu nhiệt thành, nền độc lập quyết ra tranh thủ.
Từng gian lao vì nghĩa nước non;
Một nòi giống cũng tình máu mủ.
Chạnh niềm cố quốc, cảm thấy thương tâm;
Cám cảnh đồng bào thác vì nghĩa vụ.
Hương một nén hồn cỏ trước gió, khối tinh linh phân phất giữa thiêng liêng;
Chữ vài hàng lệ rưới trên văn, lời tâm huyết chứa chan đầy vũ trụ.
Sông Hồng bến Nghé, trăng lặn bóng tà
Nước Nhị non Nùng, cỏ sầu hoa ủ.
Đau đớn nhỉ, kẻ còn người mất, ngày qua tháng lại, một màu bích hải thanh sơn,
Não nùng thay, vật đổi sao dời, cảnh đó người đâu, đôi ngả nhân gian địa phủ.
Lễ bạc kính dưng, tấc lòng chớ phụ.
Hỡi ôi thương thay!

Tài Liệu Cuối

1. Bài Phát Biểu Của Giáo Sư Vũ Quốc Thúc, Cựu Bộ Trưởng trong Nội Các Bửu Lộc, trong Buổi lễ Cầu Siêu Cựu Hoàng Bảo Đại ở Quốc Tế Tự Viện Vincennes (5 -10 -1997)

(Trích báo Đối Lực/Viet Opposing Centres'Forum, Canada, Số 21, November 1997)

Kính bạch chư vị chức sắc tôn giáo
Kính thưa liệt vị Thái Tử, Hoàng Tử, Công Chúa
Đồng Tông Nguyễn Phước và Quan Khách

Với tư cách là cựu Bộ Trưởng trong Nội Các Bửu Lộc, chính phủ quốc gia cuối cùng đã làm việc dưới sự lãnh đạo của Cựu Hoàng Bảo Đại trước khi đất nước bị chia đôi vì Hiệp Định genève 1954, tôi xin phép trình bầy một vài cảm nghĩ nhân lễ cầu siêu hôm nay.

Lần đầu tiên tôi được diện kiến Cựu Hoàng là cách đây 63 năm, nhân dịp Ngài kinh lý Bắc Kỳ. Lúc đó, Ngài vừa rời nước Pháp để về Huế trực tiếp chấp chính. Ai cũng rõ chính quyền Pháp đã quyết định mời Ngài về để trấn an dư luận, sau các cuộc biến động ở Yên Bái, và Nghệ An, Hà Tĩnh.

Tôi chỉ là một cậu học sinh đang học Trường Thành Chung Nam Định và đã cùng các bạn đồng học xếp hàng bên lề đại lộ chính của thành Nam để chào mừng vị Hoàng Đế trẻ tuổi. Ngài bận áo vàng, đội khăn vàng, ngồi trong xe hơi; bọn học sinh chúng tôi phất cờ tam tài bằng giấy và tung hô: "Vive l'Empereur!". Mặc dù còn nhỏ, tôi đã cảm thấy tủi hổ phải chào mừng Đức Vua của mình với lá cờ Pháp và câu Vạn tuế bằng tiếng Pháp.

Mười một năm sau, tiếp theo cuộc Đảo Chính Nhật ngày 9.03.1945, Cựu Hoàng tuyên bố hủy bỏ các hiệp ước bảo hộ mà triều đình Huế đã phải ký với Pháp, đồng thời thành lập Nội các Trần trọng Kim, chính phủ đầu tiên của nước Việt Nam độc lập và tái thống nhất. Lúc đó tôi đang tòng sự tại Phủ Toàn Quyền Hà Nội và cảm thấy vô cùng hân hoan: Cựu Hoàng đã làm một việc tôi vẫn hằng mơ ước từ nhiều năm. Chính vì vậy mà tôi đã hăng hái nhậm chức khi được bổ nhiệm làm Huyện trưởng huyện Thanh Liêm, thuộc tỉnh Hà Nam, cách Hà Nội khoảng 50 cây số. Ở nơi đây, tôi phải đối phó với Mặt Trận Việt Minh, trong cuộc Cách Mạng 19 tháng 8 / 1945. Trong lúc tôi trao huyện sở cho chính quyền Cách Mạng thì được tin Cựu Hoàng ở Huế cũng đã thoái vị và nhận làm Cố Vấn Tối cao cho Tân Chính phủ. Đọc lịch sử các nước Pháp, Nga, tôi đã thấy hoàn cảnh vô cùng khó khăn của các vị đế vương khi xảy ra một cuộc cách mạng của quần chúng: chỉ một hành động hay một lời nói sơ sót là các nhân vật này cùng toàn thể gia đình có thể bị tàn sát! Việc Cựu Hoàng đối phó với tình thế một cách rất êm đẹp chứng tỏ Ngài sáng suốt và khéo léo: điều này khiến cho tôi càng thêm kính phục Ngài.

Sau biến cố quân sự 19 tháng 12/1946, Chính Quyền Cách Mạng rút ra chiến khu để mở cuộc kháng chiến chống Pháp. Tôi nghe tin Cựu Hoàng đã sang được Hương Cảng: tin này đã khiến cho tôi rất vui mừng. Đối với tôi, Ngài là giải pháp tối hậu cho dân tộc ta trong cuộc đấu tranh giành lại độc lập. Tôi hiểu rằng trong cuộc chiến tranh chống lại đoàn quân viễn chinh của Pháp, sớm muộn gì hai bên cũng phải thương thuyết. Cựu Hoàng chính là nhân vật có lợi thế hơn mọi người để đảm nhận công cuộc thương thuyết này, trong khi chờ đợi dĩ nhiên đám thanh niên trí thức chúng tôi cần hoà mình với toàn dân để tích cực chiến đấu. Với ý nghĩ này, tôi không ngần ngại tham gia Ủy Ban Kháng Chiến tỉnh Hưng Yên, một tỉnh thuộc đồng bằng sông Hồng, cách Hà Nội khoảng 50 cây số. Nhờ chức vụ, tôi đã có thể theo rõi cuộc điều đình khởi sự từ mùa thu năm 1947 giữa Cựu Hoàng và đại diện của Chính Phủ Pháp vì hàng ngày được đọc báo cáo về tin tức do các đài phát thanh phổ biến. Kết quả cuộc điều đình là là bản thỏa hiệp ngày 05.06. 1948 ký kết trên tuần dương hạm Duguay Trouin ở Vịnh Hạ Long: Pháp bằng lòng công nhận Việt Nam độc lập trong khuôn khổ Liên Hiệp Pháp và Cựu Hoàng về nước làm Quốc Trưởng.

Việc này xảy ra đúng như tôi dự kiến, vì vậy tôi không chút do dự rời bỏ chiến khu, về Hà Nội cộng tác với Tân chính quyền quốc gia. Tôi nhận thấy ở cương vị Quốc Trưởng, Cựu Hoàng đã làm một số việc khiến tôi rất phấn khởi. Ngài đã chọn lá cờ vàng ba sọc đỏ làm quốc kỳ để đối phó lại lá cờ đỏ sao vàng của Việt Minh: lá cờ này tượng trưng cho chính nghĩa quốc gia, lấy nhân dân làm căn bản vì theo truyền thống màu vàng vẫn được coi là tượng trưng cho dân Việt Nam. Hơn thế nữa, Ngài còn chọn bài hành khúc "Tiếng gọi sinh viên" đổi thành "Tiếng gọi công dân" để làm quốc ca: quyết định này cho thấy niềm tin tưởng của Ngài đối với tầng lớp thanh niên trí thức, tương lai đất nước.

Tháng 7 năm 1951, khi Cao Ủy Pháp De Lattre de Tassigny yêu cầu chính phủ quốc gia Việt Nam tổng động viên để đảm nhận công tác chiến đấu chống Việt Minh lúc đó chính thức kết liên với Trung Cộng, Cựu Hoàng đã khéo léo lợi dụng cơ hội này thành lập Quân Đội Quốc Gia Việt Nam. Trong vòng ba năm, quân đội ta từ tình trạng một lực lượng phụ, chuyên về công tác bảo chính, đã biến thành một đạo quân hiện đại, đủ khả năng đương đầu với quân đội Việt Minh được Trung Cộng tích cực hỗ trợ. Chính nhờ ở lực lượng quân sự này mà sau khi đất nước bị chia đôi, các chính quyền quốc gia đã có thể giữ vững được miền Nam vĩ tuyến 17, trong 20 năm liền. Đối với lịch sủ của dân tộc Việt, 20 năm chỉ là một thời gian ngắn nhưng chúng ta đừng quên rằng, nhờ 20 năm đó, hơn ba chục triệu dân miền Nam đã ý thức được hiểm họa cộng sản, làm quen được với nếp sống dân chủ, tự do...Do đó chúng ta đã tạo được một cơ sở nhân sự, để xây dựng xã hội Việt Nam, sau khi chế độ cộng sản giải thể.

Như vậy, công lao của Cựu Hoàng Bảo Đại, người đã khai sinh Quân Đội Quốc Gia Việt Nam quả thực không phải là nhỏ. Và ngày nay, đối với hai triệu người Việt lưu vong ở hải ngoại, lá cờ vàng ba sọc đỏ cùng bài hành khúc "Tiếng gọi công dân" vẫn được coi là biểu tượng cho ý chí bất khuất của những người Việt tha thiết bảo vệ tự do và nhân phẩm.

Kính thưa Quí vị,

Số phận của những nhân vật đảm nhận trách nhiệm có một đặc điểm là các vị đó luôn luôn sống trong cô đơn: Vì lý do quốc sự, họ không thể giải bầy tâm sự với bất cứ ai. Nhưng ta đừng quên rằng họ cũng là con người như chúng ta, với những tình cảm lo, buồn, vui giận…, với những ham muốn, những nhược điểm của mọi người bình thường. Trông bề ngoài, ta tưởng rằng họ bình thản, nhưng sự thực, nhiều khi, trong thâm tâm, họ lo lắng buồn phiền, mà không biết than thở cùng ai.

Thời xưa, một nhân vật danh tiếng, trước khi từ trần, có để lại hai câu thơ:

"Nhân sinh tự cổ thùy phi tử;
"Nhất phiến đan tâm chiếu hãn thanh!"

Tạm dịch:

Con người tự cổ ai không chết?
Hãy để lòng son rạng sử xanh!

Nhân vật này muốn tìm an ủi nơi lịch sử, nghĩa là trông mong ở sự cảm thông ở sự cảm thông của hậu thế đối với lòng thành của mình.

Tôi tin rằng lịch sử dân tộc Việt Nam sẽ không bao giờ quên lời khảng khái của Cựu Hoàng Bảo Đại trong bài chiếu thoái vị năm 1945: *"Thà làm công dân một nước độc lập còn hơn làm vua một nước bị đô hộ!"* Qua câu này ta cảm thấy thấm thía nỗi lòng của Ngài.

Giờ đây Cựu Hoàng đã xa lánh cõi trần. Đối với Ngài, những sự việc trọng đại xẩy ra trong tám chục năm qua, chỉ còn là giấc đại mộng.

Tôi xin kính cẩn cầu chúc anh linh Ngài tiêu dao nơi Cực Lạc.

Giáo Sư Vũ Quốc Thúc

2. Tin Cộng Đồng VN Hải Ngoại

Buổi Lễ Cầu Siêu cho Cựu Hoàng Bảo Đại tại Quốc tế Tự Viện Vincennes (5-10-97)

Theo tin từ GS Vũ Quốc Thúc trong bức thư gửi cho Chủ Nhiệm *Khai Thác Thị Trường*, Giáo sư đã cung cấp cho toà soạn một số tài liệu về tang lễ Cựu Hoàng Bảo Đại, trong đó có một cặp hình của Cựu Hoàng và Hoàng Hậu Nam Phương (hình kèm) chụp lúc mới làm vua. Giáo sư Thúc đã chỉ trích đám tang của Cựu Hoàng ngày 6-8-97 tại Paris: "*Không có Quốc Kỳ, Quốc ca Việt Nam Quốc Gia, không có đến một bài diễn văn bằng tiếng Việt nào, không có một người Việt Nam kể cả người trong Hoàng Tộc nói lên câu nào*". Điều đó đã khiến cho GS Thúc "công phẫn", cũng theo ông, nhiều người đi dự đám táng rất phẫn nộ và tủi hổ. Khoảng 800 người tham dự đám táng mà đa số là người Pháp, người Việt chỉ khoảng 40%. Ngay cả thái Tử Bảo Long cũng không có lời nào. GS Vũ Quốc Thúc đã trách Thái Tử Bảo Long qua phỏng vấn của Ngày Nay như sau:

"Người đáng trách nhất là ông Bảo Long. Ông là Đông Cung Thái Tử dù chẳng còn ngai vàng nữa nhưng còn tinh thần, còn tên họ Nguyễn, đáng lẽ ông phải tỏ

thái độ. Qua việc này ông Bảo Long đã mất hẳn tinh thần dân tộc rồi và nay thì coi như lá bài Bảo Hoàng hoàn toàn bị đốt cháy. Phải tự mình chứ sao lại để Pháp định đoạt hết".

Giáo sư Vũ Quốc Thúc viết trong thư gửi cho Chủ Nhiệm Nguyễn Bá Long ngày 10-11-1997 như sau:

"Những lời chỉ trích của tôi qua cuộc phỏng vấn của báo Ngày Nay đã khiến gia đình Cựu Hoàng và Hoàng Tộc vội vã phản ứng. Tôi vui mừng nhận thấy là quan điểm của tôi đã được chấp nhận toàn diện nên đã nhận lời mời phát biểu cảm nghĩ trong buổi Đại Lễ Cầu Siêu ngày 5-10-97 ở Quốc Tế Tự viện Vincennes (Paris). Bài phát biểu này của GS Thúc được đăng nơi trang 2 số báo Đối Lực kỳ này. Đây không phải là một vấn đề riêng của Hoàng Tộc mà là một vấn đề quan trọng đối với những người Quốc Gia như chúng ta".

Diễn Đàn Quốc tế của Phe Dân Chủ VN tin tưởng rằng những nhận định của GS Thúc là đúng và mong rằng trong tương lai, chúng ta nên lưu ý hơn tới vấn đề để tránh các chính phủ địa phương "bóp chẹt" để bảo vệ các quyền lợi với CS của họ.

3. Lời cảm tạ của Nguyễn Phước Tộc sau ngày Đại Lễ Cầu Siêu cho Hoàng Đế Bảo Đại tại Chùa Vincennes 05.10.1997

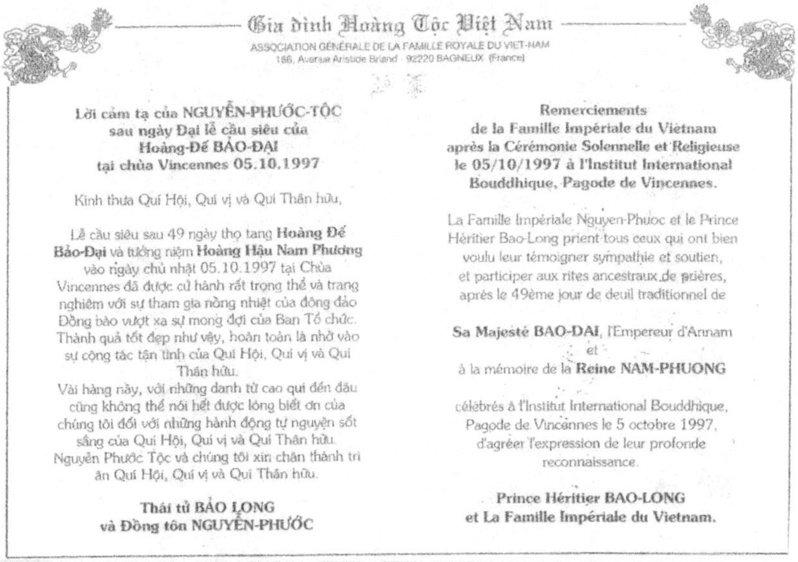

Gia đình Hoàng Tộc Việt Nam
ASSOCIATION GÉNÉRALE DE LA FAMILLE ROYALE DU VIET-NAM
186, Avenue Aristide Briand · 92220 BAGNEUX (France)

Lời cảm tạ của NGUYỄN-PHƯỚC-TỘC
sau ngày Đại lễ cầu siêu của
Hoàng-Đế BẢO-ĐẠI
tại chùa Vincennes 05.10.1997

Kính thưa Quí Hội, Quí vị và Quí Thân hữu,

Lễ cầu siêu sau 49 ngày thọ tang **Hoàng Đế Bảo-Đại** và tưởng niệm **Hoàng Hậu Nam Phương** vào ngày chủ nhật 05.10.1997 tại Chùa Vincennes đã được cử hành rất trọng thể và trang nghiêm với sự tham gia nồng nhiệt của đông đảo Đồng bào vượt xa sự mong đợi của Ban Tổ chức. Thành quả tốt đẹp như vậy, hoàn toàn là nhờ vào sự cộng tác tận tình của Quí Hội, Quí vị và Quí Thân hữu.

Vài hàng này, với những danh từ cao qui đến đâu cũng không thể nói hết được lòng biết ơn của chúng tôi đối với những hành động tự nguyện sốt sắng của Quí Hội, Quí vị và Quí Thân hữu. Nguyễn Phước Tộc và chúng tôi xin chân thành tri ân Quí Hội, Quí vị và Quí Thân hữu.

Thái tử BẢO LONG
và Đồng tôn NGUYỄN-PHƯỚC

Remerciements
de la Famille Impériale du Vietnam
après la Cérémonie Solennelle et Religieuse
le 05/10/1997 à l'Institut International
Bouddhique, Pagode de Vincennes.

La Famille Impériale Nguyen-Phuoc et le Prince Héritier Bao-Long prient tous ceux qui ont bien voulu leur témoigner sympathie et soutien, et participer aux rites ancestraux de prières, après le 49ème jour de deuil traditionnel de

Sa Majesté BAO-DAI, l'Empereur d'Annam
et
à la mémoire de la **Reine NAM-PHUONG**

célébrés à l'Institut International Bouddhique, Pagode de Vincennes le 5 octobre 1997, d'agréer l'expression de leur profonde reconnaissance.

Prince Héritier BAO-LONG
et La Famille Impériale du Vietnam.

Thư cảm ơn của Hoàng Thái Tử Bảo Long. Nguồn: Nguyễn Cúc, Chủ Biên Tạp Chí *Tiếng Sông Hương,* Dallas, Texas, Hoa Kỳ.

Hoàng Tử Bảo Ân và con trai đứng bên lăng Cựu Hoàng Đế Bảo Đại. Nguồn: Hoàng Tử Bảo Ân

CHƯƠNG 20

Chương Viết Thêm

Để tránh ngộ nhận, nên hiểu Quốc Hiệu "Đế Quốc Việt Nam" Thời Bảo Đại-Trần Trọng Kim như thế nào?

Phạm Cao Dương

Nam quốc sơn hà ***Nam Đế cư***
Thơ cổ đời Lý, thời Lý Thường Kiệt
chống quân Nhà Tống (1076)

Sau khi tác phẩm *Bảo Đại - Trần Trọng Kim và Đế Quốc Việt Nam* được xuất bản vào đầu năm 2017, nhiều độc giả đã liên lạc với tác giả bầy tỏ sự thắc mắc về danh xưng "Đế Quốc Việt Nam", danh xưng đã được Vua Bảo Đại và Chính Phủ Trần Trọng Kim lựa chọn làm quốc hiệu chính thức của nước Việt Nam đầu tiên độc lập sau 80 năm dài thuộc Pháp. Đây là một thắc mắc không phải là không có lý do vì hai chữ "đế quốc" trong ngôn ngữ Việt Nam hiện tại thường được hiểu theo nghĩa xấu của nó và dành cho các đại cường quốc thuộc địa thuộc Thế Kỷ 19 và 20, còn Việt Nam thì chỉ là một nước nhỏ còn đang phải tự mình tranh đấu giành độc lập và tiến bộ cho chính mình mà chưa xong, nói chi đến chuyện làm đế quốc. Tự nhận như vậy là không biết phận mình, là lộng ngôn. Đế quốc theo các vị này hiểu là đồng nghĩa với bạo lực, với nước lớn bắt ép nước nhỏ, là xâm lăng, đô hộ, là chiếm đóng nhằm khai thác tài nguyên thiên nhiên, nhân lực và thị trường để làm giàu cho mình. Nói tới đế quốc là người ta nghĩ tới Trung Hoa dưới các Triều Đại Hán, Đường, Tống, Nguyên, Minh...và luôn cả hiện tại ở Đông Á, Đế Quốc La Mã thời xưa ở Âu Châu, rồi Tây Ban Nha, Bồ Đào Nha ở thời Cận Đại, sau đó là Đế Quốc Anh, Đế Quốc Pháp, rồi Đế Quốc Nhật, sau chót, đúng hay không đúng, Đế Quốc Mỹ...mà người ta phải chống lại như chống tội ác. Thực sự danh xưng đế quốc trong quốc hiệu Đế Quốc Việt Nam hoàn toàn không mang ý nghĩa này mà chỉ là "**nước có hoàng đế**" theo nghĩa đầu tiên Đào Duy Anh ghi trong *Hán Việt Từ Điển* của ông, là nơi Hoàng Đế nước Nam cư ngụ, nơi *Nam Đế cư*, theo bài thơ cổ tương truyền là của Lý

Thường Kiệt dẫn trên. Vua Bảo Đại vì mang danh vị là hoàng đế nên nước của ông gọi là đế quốc. Jules Silvestre qua tác phẩm về lịch sử Việt Nam xuất bản ở Paris năm 1889 đã lấy nhan đề là *L'Empire d'Annam et le Peuple Annamite, kế đến* Charles Gosselin với tác phẩm *L'Empire d'Annam*, xuất bản năm 1904, rồi Yoshiharu Tsuboi với tác phẩm *L'Empire Vietnamien Face à la Chine et la France, 1847-1885* [1], xuất bản năm 1987. Đơn giản chỉ có thế. Đế Quốc Việt Nam chỉ có nghĩa là núi sông, là đất nước Vua Việt Nam (và các thần dân của ông) ở, là "sơn hà Nam Đế cư" theo như sách Trời đã định rõ ràng, thời xưa, là "Tiệt nhiên định phận tại Thiên Thư" và là "có sách Trời định phận"[2] thời Bảo Đại-Trần Trọng Kim, để phân biệt với nước Tầu ở phương Bắc. Thế thôi.

Hiểu như trên tuy nhiên chỉ là đơn giản theo nghĩa của từ điển. Muốn có một nhận định đầy đủ hơn người ta phải trở về với lịch sử Việt Nam ngay từ những buổi đầu với Lý Bôn, người được biết nhiều hơn qua đế hiệu Tiền Lý Nam Đế, Thế Kỷ Thứ 6, liên tục đến thời Hoàng Đế rồi sau này là Quốc Trưởng Bảo Đại với chính sách Hoàng Triều Cương Thổ của ông với tất cả những vấn đề phức tạp cho một chương sách. Ở đây tác giả chỉ ghi lại hai điểm cơ bản, rõ hơn hai vấn đề chính yếu, liên hệ đến quốc hiệu này mà thôi. Đó là vấn đề biên giới giữa Việt Nam và Trung Quốc dưới thời các triều đại quân chủ Việt Nam và vấn đề an ninh lãnh thổ và khai thác các miền đất mới trên Cao Nguyên Miền Nam hay Cao Nguyên Miền Trung hay Tây Nguyên ở thời hiện đại.

I. Biên Giới Việt-Trung qua Các Triều Đại Quân Chủ Việt Nam và Chính Sách của Các Hoàng Đế Việt Nam Đối Với Các Sắc Dân Miền Núi

> *"Một thước núi, một tấc sông của ta, lẽ nào lại nên vứt bỏ? Ngươi phải kiên quyết tranh biện, chớ cho họ lấn dần. Nếu họ không nghe, còn có thể sai sứ sang phương bắc trình bày cho rõ điều ngay, lẽ gian. Nếu ngươi dám đem một thước, một tấc đất của Thái Tổ làm mồi cho giặc thì tội phải tru di".*
>
> *Vua Lê Thánh Tông*
> *dụ Thái Bảo Kiến Dương Bá Lê Cảnh Huy (1473)*[3]

Do thực tại địa lý, do hoàn cảnh nhân văn và lịch sử và do những quan niệm về chính trị, vấn đề biên giới giữa Việt Nam và Trung Quốc là một vấn đề vô cùng phức tạp và tế nhị. Vấn đề này đã được đặt ra ngay từ những ngày đầu của lịch sử dân tộc Việt Nam và tồn tại cho đến tận ngày nay. Trong phần này người viết trình bày một cách tổng quát vấn đề biên giới Việt - Trung qua các triều đại quân chủ trong lịch sử Việt Nam, với nội dung gồm có ba phần: phần thứ nhất nói về tính cách phức tạp của biên giới giữa Việt Nam và Trung Quốc phần thứ hai nói về chủ trương và sách lược bảo vệ lãnh thổ của các triều đại Việt Nam ở miền biên giới này và phần thứ ba dành cho một số những cuộc tranh chấp điển hình.

1. Tính cách phức tạp của vấn đề biên giới giữa Việt Nam và Trung Quốc

Khi tìm hiểu vấn đề biên giới giữa Việt Nam và Trung Quốc, đặc tính đầu tiên người ta phải ghi nhận là đây là miền cư trú của các sắc dân được coi là thiểu số, khác với các miền đồng bằng là nơi cư trú của người Việt hay người Kinh. Ở đây các sắc dân này đã không sống lẫn lộn với nhau mà riêng biệt, mỗi sắc dân một khu riêng thành từng khu vực dưới sự lãnh đạo của các thổ tù trưởng riêng của họ. Đặc tính thứ hai là cho đến thời kỳ Pháp thuộc, giữa Việt Nam và Trung Quốc không có đường biên giới rõ ràng như người ta quan niệm ngày nay mà chỉ có những vùng biên giới mà thôi. Đặc tính này bắt nguồn không những từ thực tại địa lý ở nơi tiếp giáp giữa hai quốc gia mà còn do những yếu tố nhân văn, lịch sử và quan niệm về chính trị của các triều đại trị vì nữa. Có nhiều lý do ta có thể kể sau đây:

Trước hết là về địa lý: Giữa hai nước Việt Nam và Trung Hoa không có núi cao hay sông lớn có thể dùng làm ranh giới thiên nhiên.- Những sông hay những núi được viện dẫn như những đường phân thủy chỉ là những đồi hay sông nhỏ, có khi chỉ được biết tới một cách mơ hồ và đã trở thành đầu mối của những tranh chấp. Điển hình là sự lẫn lộn hay cố tình lẫn lộn giữa sông Đổ Chú và một sông nhỏ khác ở thượng nguồn của sông Chảy trong vụ tranh chấp về biên dưới giữa hai châu Vị Xuyên và Thủy Vĩ thuộc trấn Tuyên Quang của Việt Nam và phủ Khai Hóa thuộc tỉnh Vân Nam của Trung Hoa vào năm 1728. Cũng vậy, với các núi Xưởng Chì hay Diên Xưởng, núi Tụ Long mà người viết nghĩ là các giáo sư sử địa hiếm người biết đến, ngay cả nghe đến các địa danh này. Các rặng núi lớn có hình cánh cung ở phía đông của sông Hồng thay vì nằm ngang theo hướng tây - đông để làm ranh giới giữa hai nước lại xòe ra theo hình nan quạt và mở rộng về phía bắc khiến cho sự xâm nhập từ phương bắc xuống trở thành dễ dàng. Nhiều sông của Trung Quốc lại có nguồn từ trên đất Việt Nam hay ngược lại. Tính cách **núi liền núi, sông liền sông** của địa lý chính trị ở biên giới Hoa Việt này không những đã làm cho việc ngăn chặn các cuộc xâm lăng qui mô của người Tàu từ phương bắc xuống trở thành vô cùng khó khăn cho người Việt, mà còn làm cho ranh giới giữa hai nước không bao giờ ổn định.

Về phương diện nhân văn, miền biên giới Việt - Trung không phải là nơi cư trú của người Việt hay người Tàu mà là của nhiều sắc dân thiểu số của các miền núi như Tày, Nùng, Thổ, Mán... - Những dân này đã ở cả hai phía, ranh giới cư trú thường không rõ ràng. Nhiều nhóm đã từ Trung Quốc di cư xuống Việt Nam qua nhiều giai đoạn lịch sử khác nhau. Những con số được ghi trong tác phẩm *Địa Dư Các Tỉnh Bắc Kỳ* của các soạn giả Đỗ Đình Nghiêm, Ngô Vi Liễn và Phạm Văn Thư, xuất bản năm

1930 ở Hà Nội, dưới thời Pháp thuộc, có thể cho ta một khái niệm về tính cách thiểu số của người Việt cư ngụ ở miền này so với các dân quen gọi là thiểu số. Trước hết là ở tỉnh Lạng Sơn. Trong số 85.300 cư dân của tỉnh này, người Kinh hay người Việt chỉ có 3.120 người tức 3.7%, trong khi con số người Thổ là 38.900 người hay 46%, người Nùng là 37.500 người hay 44%, và người Hoa là 3.800 hay 4%.[3] Ở Cao Bằng, trên tổng số dân là 87.000 người, số người Kinh chỉ có 1.200 người hay 1,4%, còn người Thổ là 39.930 người hay 46%, người Nùng 38.750 người hay 44.5%, còn lại là người Tàu. Còn ở Hà Giang thì trong tổng số dân là 69.600 người, người Kinh chỉ có 1.000 người, tức 1,4%, so với 20.600 người Thổ hay 29.6%, còn lại là người Lô Lô, 30%, người Mán, 14%... Các miền giáp ranh giữa các tỉnh này và các tỉnh miền Nam Trung Quốc do đó đã trở thành những vùng biên giới giữa hai nước. Sự tùy thuộc vào nước này hay nước kia một phần nằm trong tay các thổ tù trưởng tức các lãnh tụ của các dân địa phương và sự trung thành của họ từ đó tùy theo chính sách của chính quyền trung ương đối với họ.

Về quan niệm chính trị của các triều đình liên hệ, vì là những miền đất ở xa kinh đô của cả hai nước Hoa, Việt, các vùng biên giới này được coi như những miền đất "cơ mi" hay "ky mi" là những miền đất làm phên giậu cho triều đình trung ương.- Đây là một hình thức cai trị lỏng lẻo nhằm liên kết những miền đất xa xôi thay vì cai trị trực tiếp trong chế độ hành chánh thời cổ, ít nhất từ thời nhà

Đường của Trung Quốc mà *Đại Nam Quốc Sử Diễn Ca* đã tả rõ trong câu "*Cơ mi các bộ man hoang ở ngoài.*" Các thổ tù trưởng do đó được cha truyền con nối cai trị lãnh thổ riêng của mình với điều kiện tuân phục triều đình trung ương, một điều kiện tượng trưng cho quyền lực tối cao của quốc gia của người Việt hay các Hoàng Đế Nước Nam. Vượt lên trên các địa phương, quan hệ giữa các triều đình Trung Quốc và các triều đình Việt Nam cũng mang phần nào tính cách phong kiến của Á Đông theo đó Việt Nam chỉ là một chư hầu của Trung Quốc, lãnh thổ Việt Nam cũng là lãnh thổ Trung Quốc. Điều này thường được thể hiện qua lời nói hay các thơ văn của các sứ giả Trung Quốc khi được các vua Việt Nam hỏi thăm về sức khỏe sau những cuộc hành trình tới kinh đô Việt Nam. Việt Nam thường được người Tàu gọi là Giao Chỉ, hiểu ngầm là Giao Chỉ Quận, là một quận của nước Tàu qua tước phong các vua Tàu phong cho các vua Việt Nam là Giao Chỉ Quận Vương kể từ thời Vương Liễn nhà Đinh, kèm theo với danh vị Tiết Độ Sứ là một chức quan của người Tàu, kể cả sau khi tước vị An Nam Quốc Vương đã được phong cho vua Lý vào năm 1174 và Việt Nam chính thức trở thành An Nam Quốc và kéo dài rất lâu về sau này. Thái độ phong kiến luôn luôn coi Việt Nam là Giao Chỉ quận này đã giúp cho các hoàng đế Trung Quốc giữ được thể diện mỗi khi phải nhượng bộ và trao trả lại những đất mà họ đã chiếm của Việt Nam, vì theo họ, trong thiên hạ đất nào chẳng là đất của thiên tử, dân nào chẳng là dân của thiên tử. Rõ rệt nhất và gần với ta nhất là trong sắc văn của vua nhà Thanh viết vào năm Ung Chính thứ sáu, năm Bảo Thái thời Vua Dụ Tông nhà Lê (1728), gửi cho vua Việt Nam về việc trả lại vùng mỏ đồng Tụ Long cho Việt Nam, đoạn chính có viết: "*Mới đây Ngạc Nhĩ Thái (Tổng Đốc Vân Nam và Quý Châu thời đó) đem bản tâu của quốc vương (vua Việt Nam thời đó) tiến trình, lời lẽ ý tứ trong bản tâu tỏ lòng cung kính, trẫm (vua Thanh) rất vui lòng khen ngợi. Vả lại, 40 dặm ấy nếu thuộc vào Vân Nam thì là nội địa của trẫm, nếu thuộc vào An Nam thì vẫn là ngoại vi của trẫm, không có chút gì phân biệt cả. Vậy chuẩn cho đem đất ấy ban thưởng cho quốc vương (vua Việt Nam) được đời đời giữ lấy.*" [4] Nói cách khác sự phân chia biên giới giữa hai nước Hoa, Việt mang nặng tính cách lịch sử và quan niệm chính trị cổ thời. Đó là những giới hạn có tính cách hành chánh nhiều hơn là phân ranh quốc tế.

2. Chủ trương và sách lược bảo vệ lãnh thổ ở các miền biên giới của các triều đại quân chủ Việt Nam

Chủ trương này được xác định rất rõ ngay từ thời nhà Lý qua bài thơ *Nam Quốc Sơn Hà* được truyền tụng là của Lý Thường Kiệt và được khẳng định bởi các triều đại kế tiếp sau này .- Trong bài *Nam Quốc Sơn Hà* tác giả đã khẳng định sự cương quyết của triều đình nhà Lý là sẽ không dung tha bất cứ kẻ nào dám xâm phạm vào lãnh thổ nước mình. Nhưng đó là một thứ tuyên ngôn nói với người ngoài, với kẻ địch, một kẻ địch lớn hơn và mạnh hơn gấp bội nước Việt Nam thời đó. Lê Thánh Tông, bốn thế kỷ sau, năm Hồng Đức thứ tư (1473), khi dụ Thái Bảo Kiến Dương Bá Lê Cảnh Huy đã nghiêm khắc khẳng định: "*Một thước núi, một tấc sông của ta, lẽ nào lại nên vứt bỏ? Ngươi phải kiên quyết tranh biện, chớ cho họ lấn dần. Nếu họ không nghe, còn có thể sai sứ sang phương bắc trình bày cho rõ điều ngay, lẽ gian. Nếu ngươi dám đem một thước, một tấc đất của Thái Tổ làm mồi cho giặc thì tội phải tru di.*"[5] Lời dụ này vừa là một nghiêm lệnh, vừa là một sách lược điều đình. Đó là không được nhượng bộ dù là nhượng một thước núi, một tấc sông, vì đó là của cha ông để lại, phải cương quyết tranh biện bảo vệ đến cùng không cho kẻ địch lấn dần ngay tự bước đầu ở mức độ địa phương. Nếu kẻ địch không nghe thì triều đình sẽ sai sứ sang biện bạch phải trái theo phương thức ngoại giao. Còn kẻ nào dám đem dù là một tấc đất dâng cho giặc thì không phải chỉ là bị tử hình mà thôi, mà còn bị tru di nghĩa là giết ba họ nữa. Đây là hình phạt nặng nhất của thời quân chủ, một tội dành cho những kẻ khi quân, phản quốc.

Thực thi chủ trương và đường lối kể trên, các nhà cầm quyền quân chủ Việt Nam đã phải đương đầu vừa với các thổ châu mục của mình, vừa với các quan lại địa phương Trung Quốc ở miền giáp ranh với những địa điểm tranh chấp và với triều đình Trung Quốc.

Đối với các thổ mục địa phương, các chính sách được dùng là vừa uyển chuyển, vừa khoan dung, phủ dụ, vừa kết thân, vừa cứng dắn, nghiêm khắc trừng phạt với mục tiêu trước sau không đổi là giữ vững biên cương. Đối với các quan lại và triều đình Trung Quốc thì nhún nhường, khéo léo, lựa những danh sĩ thông minh, lanh lẹ, có tài biện luận, đồng thời kiên trì tranh đấu, không bỏ cuộc, cố gắng duy trì sự tranh chấp, không nhượng bộ để thiệt thòi cho nước mình hầu có thể đặt vấn đề lại sau này.

Để bảo đảm sự trung thành của các thổ mục địa phương, ngoài chính sách cai trị lỏng lẻo, để cho các châu mục cha truyền, con nối như các họ Hoàng, họ Vi, họ Nùng, họ Chu, họ Giáp, họ Thân, họ Hà, họ Đèo... tự trị trong các lãnh thổ của họ, các vua nhà Lý còn dùng hôn nhân để ràng buộc họ chặt chẽ hơn với triều đình trung ương, không phân biệt kinh thượng. Việc các vua nhà Lý gả các công chúa cho các châu mục miền núi đã được ghi nhận trong chính sử Việt Nam khá nhiều như năm 1029 Lý Thái Tông gả Công Chúa Bình Dương cho châu mục Lạng Châu là Thân Thiện Thái, năm 1082, dưới thời Lý Nhân Tông, Công Chúa Khâm Thánh được gả cho châu mục Vị Long là Hà Di Khánh, năm 1142, dưới thời Lý Anh Tông, Công Chúa Thiều Dung được gả cho Dương Tự Minh là thủ lãnh châu Phú Lương, năm 1167, cũng dưới triều Lý Anh Tông, Công Chúa Thiên Cực được gả cho châu mục Lạng Châu là Hoài Trung Hầu... Trước đó Tống Sử hay một sách khác thời nhà Tống cũng chép là tổ tiên của họ Thân, trước mang họ Giáp, là Giáp Thừa Quí lấy con gái của Lý Công Uẩn, tức Lý Thái Tổ, con Thừa Quí là Thiệu Thái, lại lấy con gái của Đức Chính, tức Lý Thái Tông, rồi con Thiệu Thái là Cảnh Long, lại lấy con Nhật Tôn, tức Lý Thánh Tông... Ngược lại, Lý Thái Tông lại chọn con gái Đào Đại Di ở châu Chân Đăng đưa về làm hoàng phi.

Đối với những lãnh tụ đã làm phản như trường hợp cha con Nùng Tồn Phúc, Nùng Trí Cao, các vua Nhà Lý cũng tỏ ra rất khoan dung. Mở đầu, năm 1038, khi Nùng Tồn Phúc xưng đế chống lại triều đình, Lý Thái Tông thân chinh đi đánh bắt được Tồn Phúc đem về kinh xử trảm, con là Trí Cao và vợ là A Nùng chạy thoát được và trở về lập ra nước Đại Lịch, tiếp tục chống lại vào năm 1041. Lý Thái Tông lại thân chinh đi đánh, bắt được Trí Cao nhưng thương tình cha và anh đã bị giết nên không những tha cho về lại còn sai sứ đến tận nơi phong hàm thái bảo. Sau đó mẹ con Trí Cao lại xưng đế, làm phản, chống lại cả hai triều Tống và Việt nhưng cuối cùng bị đánh thua phải bỏ chạy sang nước Đại Lý rồi chết ở đó. Hai lần làm đại nghịch nhưng các triều đình Việt Nam đương thời và sau này vẫn tỏ ra rất khoan nhượng với họ Nùng và những người liên hệ, bằng cớ là ở Cao Bằng các vua Việt Nam vẫn để cho người địa phương lập đền thờ cả hai mẹ con Nùng Trí Cao. Hai đền này nằm trên hai ngọn núi trong số bốn ngọn bao bọc chung quanh tỉnh Cao Bằng là núi Kỳ Cầm ở phía bắc (đền thờ Nùng Trí Cao), và núi Kim Phả ở phía đông (đền thờ A Nùng, gọi là đền

Bà Hoàng), cho đến năm 1930 hãy còn. Chính sách được gọi là hòa thân này cộng thêm với vị trí gần gũi với kinh đô Thăng Long của người Việt hơn là kinh đô của người Tàu và chắc chắn các đường tiếp tế các sản phẩm của miền đồng bằng và miền biển, nhất là muối từ châu thổ Sông Hồng chắc chắn đã là những tác tố vô cùng trọng yếu của sự trung thành của các châu mục với các triều đình Việt Nam hơn là với triều đình Trung Quốc.

Trong cách tranh biện để bảo vệ lãnh thổ quốc gia, người ta thấy công tác đã được thực hiện ở hai cấp địa phương và trung ương. Ở địa phương các thổ mục đóng vai trò chính yếu. Vì là người địa phương, những người này nắm vững tình hình từ địa lý thiên nhiên qua từng con sông, từng ngọn suối, từng trái đồi, từng cột mốc... đến tình hình dân cư với những ruộng nương, nhà cửa, đền thờ của họ, biết rành rẽ hơn những quan lại được cử từ miền xuôi lên. Không những thế, vì được tự trị, những lãnh thổ được trao cho họ đã được họ coi là phải cẩn trọng giữ gìn. Chỉ đến khi cần phải tranh luận phải trái giữa hai triều đình trung ương, vai trò của các nhà trí thức, các sứ thần do triều đình trung ương chỉ định mới được đặt ra.

3. Một số những cuộc tranh chấp điển hình

Với chủ trương bảo vệ "từng thước núi, từng tấc sông", các triều đại quân chủ Việt Nam một mặt đã cương quyết đấu tranh để bảo vệ những phần đất đã có, mặt khác đã kiên trì đòi lại những lãnh thổ đã bị Trung Quốc cưỡng chiếm, ngoại trừ hai trường hợp nhượng đất quá nhiều dưới thời Hồ Quí Ly hay dâng đất dưới thời Mạc Đăng Dung. Cả hai trường hợp này, đặc biệt là trường hợp Mạc Đăng Dung, những người chủ trương đã bị hậu thế lên án nặng nề. Cả hai triều đại này đều bị gọi là ngụy, không phải chỉ vì có nguồn gốc là do sự thoán nghịch mà ra mà còn là vì những hành động bị coi như là phản quốc nữa. Sử gia Trần Trọng Kim trong *Việt Nam Sử Lược*, đã viết về Mạc Đăng Dung như sau:

"Mạc Đăng Dung đã làm tôi nhà Lê mà lại giết vua để cướp lấy ngôi, ấy là một người nghịch thần; đã làm chủ một nước mà không giữ lấy bờ cõi, lại đem cắt đất mà dâng cho người, ấy là một người phản quốc. Làm ông vua mà không giữ được cái danh giá cho trọn vẹn, đến nỗi phải cởi trần ra trói mình lại, đi đến quì lạy ở trước cửa một người tướng của quân nghịch để cầu lấy cái phú quí cho một thân mình và một nhà mình, ấy là một người không biết liêm sỉ.... Cho nên dẫu có lấy được giang sơn nhà Lê, dẫu có mượn được thế nhà Minh bênh vực mặc lòng, một cái cơ nghiệp dựng bởi sự gian ác hèn hạ như thế thì không bao giờ bền chặt được. Cũng vì cớ ấy cho nên con cháu họ Lê lại trung hưng lên được."[6]

Trên bình diện tích cực, trong phần cuối của phần này, ta nhìn lại ba trường hợp điển hình trong đó các vua quan Việt Nam nói riêng, và người Việt Nam nói chung, đã tỏ ra hết sức kiên nhẫn và cương quyết trong công cuộc bảo vệ biên cương của nước mình. Đó là là các cuộc đấu tranh để đòi lại châu Quảng Nguyên, các châu Vật Dương, Vật Ác thời nhà Lý và vùng mỏ đồng Tụ Long trong những giai đoạn sau này.

Quảng Nguyên là tên cũ của một châu thuộc tỉnh Cao Bằng, từ thời nhà Lê được đổi thành Quảng Uyên. Dưới nhà Lý, để trả đũa việc Lý Thường Kiệt và Tôn Đản sang đánh các châu Khâm, châu Liêm và châu Ung thuộc các tỉnh Quảng Đông và Quảng Tây của Trung Quốc vào năm 1075, năm 1076 nhà Tống sai Quách Quì sang đánh Đại Việt. Bị quân Đại Việt chống trả kịch liệt lại không hợp thủy thổ, quân Tống bị thiệt hại nặng nề phải rút lui, nhưng vẫn giữ các châu Quảng Nguyên, Tư Lang, Tô, Mậu và huyện Quang Lang. Trong số các châu huyện này Quang Lang và Quảng Nguyên là quan trọng hơn cả vì Quang Lang, sau này được nhà Lê đổi là Ôn Châu là cổ họng của châu Ung, còn Quảng Nguyên là nơi có nhiều mỏ vàng và mỏ bạc. Để thu hồi lại hai châu này, nhà Lý đã dùng cả quân sự lẫn ngoại giao. Huyện Quan Lang đã được Lý Thường Kiệt chiếm lại không lâu sau đó, có lẽ cùng lúc với các châu Tô Mậu và Môn. Riêng châu Quảng Nguyên, việc đòi lại phức tạp hơn vì khả năng sản xuất vàng bạc của địa phương này. Ở đây đường lối ngoại giao đã được sử dụng. Hai lần nhà Lý đã sai sứ bộ sang thương nghị. Lần thứ nhất không thành công vì các quan địa phương nhà Tống viện cớ lời biểu của vua Lý có dùng chữ húy của triều Tống nên không nhận. Lần thứ hai, sứ bộ do Đào Tông Nguyên cầm đầu, đem theo năm con voi làm đồ cống với lời yêu cầu nhà Tống trả lại các đất quân Tống đã chiếm. Nhà Tống ưng thuận với điều kiện nhà Lý trả lại tất cả những dân các châu Khiêm, Liêm và Ung đã bị quân của Lý Thường Kiệt và Tôn Đản bắt về Đại Việt trước đó. Nhà Lý ưng thuận và Quảng Nguyên đã trở về với Đại Việt. Sự hoàn trả Quảng Nguyên cho Đại Việt đã làm cho nhiều người bên nhà Tống bất mãn. Hai câu thơ châm biếm: "Nhân tham Giao Chỉ tượng, khước thất Quảng Nguyên kim" có nghĩa là vì tham voi Giao Chỉ nên mất vàng Quảng Nguyên mà các tác giả *Đại Nam Quốc Sử Diễn Ca* dịch sang thơ là "Tham voi Giao Chỉ, mất vàng Quảng Nguyên" đã được họ làm để kể lại trường hợp này. Thắng lợi này xảy ra vào năm 1079 dưới thời Lý Nhân Tông.

Thành công trong việc đòi lại châu Quảng Nguyên và một số đất khác ít năm sau, Việt nam đã không thành công trong việc đòi lại các động Vật Dương, Vật Ác từ trước đã bị các thổ mục họ Nùng dâng cho nhà Tống, mặc dầu sứ bộ nhà Lý do Lê Văn Thịnh, vị thủ khoa của khóa thi đầu tiên của người Việt cầm đầu đã tranh luận gay gắt. Phản bác lại chủ trương của các quan nhà Tống cho rằng các đất này là của Tống vì do các thổ mục địa phương dâng cho nhà Tống vì họ qui phục nhà Tống, Lê văn Thịnh lý luận rằng "Đất thì có chủ; bọn thuộc lại giữ đất đem dâng nộp và trốn đi, thì đất ấy thành vật ăn trộm của chủ. Coi giữ đất cho chủ lại tự ý lấy trộm tất không tha thứ được, mà ăn hối lộ và tàng trữ của ăn trộm pháp luật cũng không dung. Huống chi, bọn chúng lại có thể làm nhơ bẩn cả sổ sách của quí vị hay sao?"

Không những quyết tâm bảo vệ lập trường, các vua quan Đại Việt còn tỏ ra rất kiên trì. Các cuộc thương nghị đã diễn ra cả thảy sáu lần những đều bị nhà Tống khước từ, cuối cùng đã bị bỏ dở.

Thắng lợi trong việc đòi lại được mỏ đồng Tụ Long xảy ra vào năm 1728, năm Bảo Thái thứ 9, thời Vua Trần Dụ Tông. Thắng lợi này có thể coi là điển hình nhất trong nỗ lực bảo vệ lãnh thổ của các triều đại quân chủ Việt Nam.

Để kết luận ta có thể nói là trong suốt mười thế kỷ tồn tại, các triều đại gọi là quân chủ Việt Nam đã luôn luôn quan tâm đến sứ mạng vô cùng thiêng liêng của họ là bảo vệ lãnh thổ và chủ quyền lãnh thổ của dân tộc. Đây là một việc làm vô cùng khó khăn, trường kỳ và tế nhị, đôi khi nguy hiểm, trong đó từ vua quan, nho sĩ trí thức, hoàng phi, công chúa… đến các dân thiểu số ở các vùng biên giới xa xăm đều đã cùng nhau đóng góp những phần không nhỏ cho nỗ lực chung. Điều đáng chú ý ở đây là trong chính sách hoà thân của các triều đình thời đó, các vua đã hy sinh luôn cả hạnh phúc cá nhân và gia đình của chính mình, đem các công chúa gả cho các thổ tù trưởng ở những vùng biên cương hẻo lánh, xa xôi vào lúc giao thông liên lạc còn vô cùng khó khăn, hiểm trở. Nỗi nhớ thương, đau đớn, xót xa khó có thể tưởng tượng là lớn lao và sâu xa đến chừng nào. Nói như vậy nhưng ta cũng không nên quên tình cảm và sự can đảm của các thổ tù trưởng miền biên giới dành cho Triều Đình Việt Nam. Giữa triều đình Trung Quốc, mạnh hơn, các thổ tù trưởng này đã lựa chọn triều đình Việt Nam và từ đó họ đã gặp phải không ít khó khăn. Cuối cùng là các nhà trí thức. Vai trò của những nho sĩ được trao cho trách nhiệm đi sứ để biện minh cho chủ quyền của nước mình cũng không phải là một việc làm đơn giản, dễ dàng, không vất vả và không nguy hiểm. Lời dặn dò gần như là cảnh cáo của Lê Thánh Tông dành cho Thái Bảo Kiến Dương Bá Lê Cảnh Huy năm Hồng Đức thứ tư (1473) được dẫn trên đây, đã nói lên điều đó. Nhưng cuối cùng thì, ngoại trừ một vài trường hợp hiếm hoi, họ đã thành công trong sứ mạng thiêng liêng, cao cả của mình khiến người sau khi đọc đến những đoạn này không chỉ kính phục mà thôi mà còn ngậm ngùi, thương xót nữa.

II. Từ Vị Trí Chiến Lược của Các Cao Nguyên Miền Nam đến Danh Xưng Hoàng Triều Cương Thổ Thời Cựu Hoàng Bảo Đại (1949-1955)

Thời năm 1945, qua quốc hiệu Đế Quốc Việt Nam, lãnh thổ và chính sách chỉ được dùng chứ chưa được định rõ. Phải đợi đến thời Hậu Đế Quốc Việt

Nam, đúng hơn thời Quốc Gia Việt Nam với Cựu Hoàng Bảo Đại làm Quốc Trưởng và với sự thành lập *Hoàng Triều Cương Thổ,* vấn đề mới thật sự trở nên rõ ràng.

Hoàng Triều Cương Thổ là một địa danh mới, tiếng Pháp là Domaine de la Couronne, đơn giản được hiểu là miền đất biên cương của triều đại đang trị vì hay xa hơn về lịch sử là miền đất bao gồm các châu gọi là *cơ mi*, là phên giậu của triều đình. Hiểu theo nghĩa hẹp, địa danh này chỉ các Cao Nguyên Miền Nam trải rộng từ phía tây của tỉnh Quảng Bình cho đến thượng nguồn của Sông Đồng Nai, còn hiểu theo nghĩa rộng thì bao gồm luôn cả các khu vực cư trú của các dân thiểu số thượng du miền Bắc, Thái, Thổ, Nùng, Mán, Mèo, Lô Lô, Mường… Tất cả đều trực thuộc Quốc Trưởng chứ không thuộc hệ thống hành chánh miền suôi. Đây là vùng đất còn hoang vu, là nơi cư trú của các sắc dân thiểu số, chưa mấy tiến bộ mà người Việt cho đến tận sau này vẫn gọi là Mọi. Đây cũng là một miền đất mới rất phong phú về đất đai, giàu về tài nguyên thiên nhiên và là vùng đất cao, có vị thế chiến lược, được ví như mái nhà của cả ba xứ Đông Dương với vùng ba biên giới của ba nước Việt, Mên, Lào, là nơi con Đường Mòn Hồ Chí Minh đã đi xuyên qua và các thế lực quốc tế luôn tìm cách xâm nhập trong suốt cuộc chiến 30 năm của Thế Kỷ 20. Đúng hay không đúng, ai làm chủ được vùng này là làm chủ được cả ba xứ Đông Pháp là nhận định của nhiều người. Đây là vùng đất mới, chưa được người Việt chú ý tới và lên khai thác, nhưng lại được Vua Bảo Đại quan tâm đặc biệt và yêu thích, một phần có thể là do ông được Khâm Sứ Charles, người đã đỡ đầu ông trong suốt thời gian ông du học bên Pháp và vì là nơi ông thường đến để săn bắn và ẩn mình, tránh sự dòm ngó, nghi ngờ của người Pháp sau khi ông bị thất bại trong nỗ lực cải tổ thời đầu thập niên 1930. Hai thành phố quen thuộc của thời này, sau trở thành những nơi nghỉ mát nổi tiếng của Miền Nam là Đà Lạt và Ban Mê Thuột. Riêng Đà Lạt một thời đã trở nên nơi cư trú thường trực và làm việc của Cựu Hoàng thay cho Huế không còn là kinh đô nữa. Nên biết là sự thành lập Hoàng Triều Cương Thổ trên lý thuyết phần nào là dựa trên Hiệp Định Élysée, ngày 8 tháng 3 năm 1949 vì theo khoản I về "Vấn Đề Thống Nhứt Việt Nam" của hiệp định này, nguyên văn như sau:

> *"Đối với các dân-tộc không thuộc về giống người Việt-Nam, mà khu vực cư trú lịch-sử vẫn ở trên lãnh-thổ Việt-Nam và theo truyền-thống vẫn quy thuận Hoàng-Triều, thì Hoàng-Đế Việt-Nam sẽ ban bố những quy-chế riêng biệt cho đại biểu các dân-tộc đó. Các quy-chế nầy sẽ ấn định với sự thỏa-thuận của Chánh-phủ Pháp, vì Chánh-phủ Pháp có bổn-phận riêng biệt đối với các dân-tộc thiểu-số. Những quy-chế ấy đồng thời phải đảm bảo quyền-lợi tối-cao của nước Việt-Nam, và sự tiến hoá của các dân-tộc trong sự tôn trọng tục lệ cổ-truyền của họ"* [7]

Nên để ý là trái với cái nhìn của nhiều người, vấn đề được đặt ra, theo đúng nguyên văn trong bản hiệp định, rõ ràng không phải là quyền lợi, là tài nguyên thiên nhiên và các quyền lợi về kinh tế vật chất, chính trị hay quân sự của người Pháp, mà là con người, là "các dân tộc không thuộc giống người Việt-Nam" và "sự tiến hóa của các dân-tộc trong sự tôn trọng tục lệ cổ-truyền của họ", coi như "bổn phận riêng biệt đối với các dân-tộc thiểu số" của nước Pháp, một vấn đề mang bản chất nhân bản phù hợp với truyền thống giữ tinh thần hòa hiếu với các dân tộc thiểu số từ nhiều thế kỷ của các vua chúa Việt Nam và hợp với ý muốn của Cựu Hoàng Bảo Đại, người thường ưa thích lui tới và cư ngụ ở hai thành phố Đà lạt và Ban Mê Thuột trong những năm cuối của thời làm Hoàng Đế và sau này, và có nhiều cảm tình với các sắc dân Thượng như đã nói ở trên.

Cho tới khi Việt Nam bị chia đôi, Hoàng Triều Cương Thổ bao gồm hai phần. Phần thứ nhất là các khu tự trị Mường (ở Hoà Bình), Thái (ở Phong Thổ, Lai Châu, Sơn La), Mèo (ở Lào Kay, Hà Giang), Thổ (ở Bắc Cạn, Cao Bằng, Lạng Sơn), Nùng ở Hải Ninh, Móng Cái. Phần thứ hai gồm 5 tỉnh Đồng Nai Thượng, Lang Biang, Pleiku, Darlac, Kontum. Tất cả được thành lập dựa theo Dụ Số 6, ngày 15 tháng 4 năm 1950 và Quy Chế 16 ngày 21 tháng 5 năm 1951 của Quốc trưởng Bảo Đại với 9 nguyên tắc căn bản dựa trên quyền lợi tối cao của nước Việt Nam và sự tiến hóa chung của các dân tộc thiểu số trong sự tôn trọng các tục lệ cổ truyền của các dân tộc này. 9 nguyên tắc này là:

1. Quyền lợi tối cao của Quốc Gia Việt Nam được bảo đảm cùng với quyền lợi của các sắc tộc thiểu số.

2. Cao nguyên thuộc Quốc Trưởng.

3. Người Thượng cần tham gia vào việc phát triển cao nguyên.

4. Tôn trọng hệ thống bộ lạc và và chức sắc kế truyền của người Thượng.

5. Thành lập Hội Đồng Kinh Tế.

6. Thành lập Toàn Án Phong Tục Thượng.

7. Bảo đảm quyền sở hữu đất đai của người Thượng.

8. Phát triển cơ cấu dịch vụ xã hội ở Cao Nguyên như y tế, giáo dục.

9. Thành lập đơn vị quân sự riêng biệt cho người Thượng với ưu tiên phục vụ ở cao nguyên.

Những nguyên tắc phải nói là tiến bộ cho một chính sách đối với các sắc dân Thượng mà là chung cho tất cả các dân thiểu số trong một quốc gia đa chủng như ở Việt Nam. Tiếc thay nó đã bị bãi bỏ bởi Thủ Tướng, sau này là Tổng Thống Ngô Đình Diệm, trong các năm 1955 và 1958 với chính sách Việt hóa nhằm thống nhất lãnh thổ và hành chánh, khai thác và phát triển miền cao nguyên, đã đưa tới những bất mãn và chống lại trong các sắc dân miền Thượng với sự hỗ trợ của người Chàm và nhiều thế lực quốc tế với những mục tiêu và âm mưu khác nhau mà các dân Thượng chỉ là nạn nhân. Cụ thể là các Mặt Trận Giải Phóng Dân Tộc Thượng (Front de Liberation des Montagnards – FLM), Phong Trào BAJARAKA (tên viết tắt của tên của 4 sắc tộc lớn là Bahnar, Jarai, Rhadé và Kaho), cuộc nổi loạn của 5 trại Lực Lượng Đặc Biệt và Mặt Trận Thống Nhất Đấu Tranh của Các Dân Tộc Bị Áp Bức FULRO (Front Unifié de Lutte des Races Opprimées) thời Đệ Nhất và Đệ Nhị Cộng Hòa ở miền Nam. Sau năm 1975, trái với mọi hứa hẹn trong thời chiến, tình trạng của các dân Thượng ở Các Cao Nguyên Miền Nam cũng không khá hơn, nếu không nói là càng ngày càng tệ đến độ nhiều người Thượng phải bỏ hẳn rừng núi thân yêu của họ, chạy sang Miên và được Hoa Kỳ thu nhận, trong Phong Trào Di Cư Vĩ Đại của người Việt cuối Thế Kỷ 20. [8]

(KHA)
CHAÎNE ANNAMITIQUE
MER DE CHINE
SÖDANG
KONTUM
BAHNAR
RONGAO
PLEIKU
JARAÏ
QUINHON
MEKONG
RHADÊ
DARLAC
(PHNONG)
(MLONG)
PREH
BANMETHUOT
BIH
(BIAT)
STIENG
MNONG
CIL
Nui Bara
HAUTS
PLATEAUX
NHATRANG
PHURIENG
DALAT
NOANG
MAA
SRÊ
CIL
DJIRING
RÖGLAI
PHANRANG
HOUP
DALA
DONNAI
BIENHOA
PHANTHIET
SAIGON

Để kết luận, ta có thể nói việc lựa chọn quốc hiệu cho quốc gia là một việc làm trọng đại, không thể chỉ do một cá nhân thực hiện một cách vội vã, nông nổi một cách vô ý thức nhằm thỏa mãn tự ái dân tộc mà là một sự lựa chọn chính trị ở tầm mức quốc gia, quốc tế, bao trùm mọi sinh hoạt từ lịch sử đến văn minh, văn hóa, xã hội, chủng tộc… có tính cách chiến lược lâu dài. Sự lựa chọn phải được thực hiện có suy tư, có ý thức, có cân nhắc bởi nhiều người với kinh nghiệm của nhiều thế hệ. Riêng ở Việt Nam, vấn đề các sắc dân thiểu số ở các vùng biên giới là một vấn đề vô cùng quan trọng ít ai để ý tới. Hoàng Đế Bảo Đại và Thủ Tướng Trần Trọng Kim với những căn bản học vấn, hiểu biết và kinh nghiệm mà hai ông có được chắc chắn đã phải khổ công suy nghĩ nhiều trước khi khi lựa chọn danh xưng Đế Quốc Việt Nam làm quốc hiệu cho nước mình, vì ngoài danh xưng "đế quốc" người ta còn có danh xưng "vương quốc", tiếng Pháp là royaume, tiếng Anh là kingdom mà nhiều nước đã dùng và dùng cho đến tận ngày nay. Chưa hết, thay vì Việt Nam người ta còn có Đại Nam, Đại Việt, Đại Việt Nam, An Nam vân vân… Nên để ý tên Việt Nam đã có từ thời Gia Long là tên của nước Nam thống nhất trải dài từ Ải Nam Quan cho đến mỏm Cà Mau và cũng là quốc hiệu được nhiều người đương thời dùng trong đó có cả Trần Trọng Kim qua nhan đề của cuốn sử của ông. Việc dùng danh xưng Việt Nam làm quốc hiệu của hai ông chắc chắn phải nhằm biểu lộ chủ trương thống nhất đất nước, thâu hồi các miền đất đã mất trong đó có xứ Nam Kỳ và các thành phố Hà Nội, Hải Phòng và Đà Nẵng. Điều hai ông đã làm và đã thành công. Có điều vấn đề các Cao Nguyên Miền Nam lại được đặt ra sau đó với những mưu toan của các thế lực quốc tế phức tạp và hiểm độc hơn và một sự "xẻ dọc Trường Sơn" nhằm tách rời vùng này ra khỏi lãnh thổ Việt Nam bằng cách này hay bằng cách khác là một nguy cơ chiến lược lâu dài người ta cần phải để ý, giống như sự bành trướng của Trung Hoa ngoài Biển Đông mà việc khai thác các quặng bauxite là một thí dụ điển hình.

Những ngày cuối năm 2015,
sửa lại và bổ khuyết đầu Hè 2017

Chú Thích

[1] L'Harmattan xuất bản và được Nguyễn Đình Đầu dịch sang tiếng Việt, Trần Văn Giàu giới thiệu, Ban Khoa Học Xã Hội Thành Phố Hồ Chí Minh xuất bản, 1990. Qua bản dịch này danh xưng "l'Empire Vietnamien" được dịch là "Nước Việt Nam".

[2] Lời trong bài *Đăng Đàn Cung*, quốc ca chính thức cũng được lựa chọn trong thời này.

[3] Đỗ Đình Nghiêm, Ngô Vi Liễn và Phạm Văn Thư, *Địa Dư Các Tỉnh Bắc Kỳ. Hà Nội, Lê Văn Tân, 1930, in lần thứ tư, tr 61.*

[4] Quốc Sử Quán Triều Nguyễn, *Khâm Định Việt Sử Thông Giám Cương Mục,* tập hai. Hà Nội: Trung Tâm Khoa Học Xã Hội và Nhân Văn Quốc Gia, Viện Sử Học, Nhà Xuất Bản Giáo Dục, 1998, tr. 468-469.

[5] *Đại Việt Sử Ký Toàn Thư, Tập II,* Hoàng Văn Lâu dịch và chú thích. Hà Nội: Nhà Xuất Bản Khoa Học Xã hội, 1993, tr. 462.

[6] Trần Trọng Kim, *Việt Nam Sử Lược, quyển II. Saigon: Bộ Giáo Dục, Trung Tâm Học Liệu, 1971, tr.17.*

[7] "Công-Điệp của Tổng-Thống Cộng-Hòa Pháp-Quốc gởi Cựu Hoàng-Đế Việt-Nam", trong *Kỷ Niệm Thống Nhứt Việt Nam.* Saigon, Tháng 6, 1949, tr. 22.- "Échange de Lettres du Mars 1949, Le Président de la République, Président de l'Union Francaise, à S.M. Bao Dai, trong Georges Taboulet, *La Geste Francaise en Indochine.* Paris: Adrien-Maisonneuve, 1956, tr. 920.

[8] Riêng về hoạt động của Đảng Cộng Sản, tác giả Phan An, trong bài viết nhan đề "Cộng Đồng Người Việt ở Tây Nguyên" đăng trong Tạp Chí *Xưa & Nay,* số 457, tháng 3 năm 2015, trang 6, cho biết:

"Từ sau năm 1930, khi Đảng Cộng sản Việt Nam ra đời, một số cán bộ của Đảng được phân công lên hoạt động tuyên truyền cách mạng cho các cộng đồng Việt và các dân tộc thiểu số ở Tây Nguyên. Những làng Việt ở Tây Nguyên đã sớm trở nên cơ sở cách mạng, nơi nuôi dưỡng, tá túc của các cán bộ Đảng trên vùng đất Tây Nguyên. Làng Lạc Giao, và một số làng Việt của phu đồn điền cao su ở Bình Phước, là những làng có cơ sở cách mạng và các hoạt động cách mạng của Đảng Cộng sản Việt Nam từ trước năm 1945."

Ngoài các tài liệu dẫn trên, để hiểu rõ thêm về các sắc dân miền Thượng Cao Nguyên Miền Nam, nhất là về văn hóa và cuộc sống của họ, quý vị độc giả có thể tìm đọc thêm các tác phẩm sau đây:

Les Frontrières du Vienam, Histoire des Frontières de la Péninsule Indochinoise, Ouvrage publié avec le Concours du Centre National de la Recherche Scientifique. Travaux du Centre d'Histoire et Civilisations de la Péninsule Indochinois publié sous la direction de P.B. Lafont. Paris, L'Harmattan, 1989 với nhiều tác giả: Pierre-Bernard Lafont, Nguyễn Thế Anh, Philippe Langlet, Quách Thanh Tâm, Charles Fourniau, Po Dharma…

Condominas, Georges, *Nous Avons Mangé la Forêt de la Pierre-Gémie Gôo.* Paris, Mercure de France, 1957.

Hiskey, Gerald C. *Window on the War, An Anthropologist in the Vietnam Conflict*. Lombock, Texas Texas Tech University Press, 2002.

Po Dharma, *Từ Mặt Trận FLM đến Phong Trào Fulro, Cuộc Đấu Tranh của Dân Tộc Thiểu Số Miền Nam Đông Dương (1955-1975).* Paris-San Jose, International Office of Champa (IOC), 2007

Viện Dân Tộc Học, *Sổ Tay về Các Dân Tộc ở Việt Nam.* Hà Nội, Nhà Xuất Bản Khoa Học Xã Hội, 1983.

Cuối cùng là những bài viết của Tiến Sĩ Nguyễn Văn Huy từ Đại Học Paris VII được phổ biến trên nhiều trang mạng điện tử. Riêng tác giả của bài viết này, Phạm Cao Dương, cũng có một bài viết ngắn, nhan đề "Les Proto Indochinois" in trong *Introduction à la Connaissance de la Péninsule Indochinoise,* Travaux du Centre d'Histoire et Civilisations de la Péninsule Indochinoise. Paris, 1983, tr. 141-145 và bài "Notes sur la Pénétration des Vietnamiens en Pays Mois au Début de la Période Coloniale d'après Quelques Rapports des Inspecteurs des Affaires Indigènes" in trong *Asie du Sud-Est Continentale, Actes du XXXIX Congrès International des Orientalistes, Section Organisée par Pierre-Bernard Lafont.* Vol.2. Paris: L'Asiathèque, 1976. Bài này nói về sự xâm nhập của người Việt vào các xứ Thượng vào buổi đầu của Thời Thuộc Địa, vào lúc người Thượng còn xuất hiện ngay cả ở Thủ Dầu Một chứ chưa đến nỗi bị co cụm trong xứ của họ như sau này.

Hình 571
Tiếu đề một lá thư của BỘ KINH TẾ trong NỘI CÁC TRẦN TRỌNG KIM
(Biên bản mật về mấy buổi họp ở Huế các ngày 5, 6 và 7-8-1945 của Nội Các)
Nguồn gốc: do bác sĩ Hồ Tá Khanh, nguyên Bộ trưởng Kinh tế tặng chúng tôi ở Boulogne (Pháp) hồi tháng 3/1992
- Bản chính được đánh máy bằng máy chữ cũ rất xấu, rất lem nhem của Bộ Kinh tế ở Huế, sau được chép lại bằng máy chữ "laser" thời nay -

---

國 帝 南 越 Thuận-hóa, ngày ...... tháng .... năm Bảo-Đại thứ

VIỆT-NAM ĐẾ-QUỐC (Dương lịch .... 194....)

BỘ KINH-TẾ

Số hiệu ... Reour des Ministres de Hànôi le 3 Août 1945 (1)

Trích yếu : DIMANCHE MATIN (Mr SAM ASSISTE) 5 AOUT

KIM.- On nous a remis les différents services généraux et on nous propose d'aller reprendre la Cochinchine, j'ai rendez-vous avec le Général (2) à Saigon au 15 Août. Cependant avant de prendre possession de la Cochinchine, on nous demande d'accepter de discuter, simplement pour la forme. avec le Gouvernement Camboglen au sujet de ses revendications. Cette discution durera quelques jours, tout au plus une semaine. "ils ont réclamé des droits sur la Cochinchine, disent les japonais, il faut que nous prenions en considération leur demande quitte à la rejeter. J'al accepté la solution proposée.

Tiêu đề trên ấn chỉ của Bộ Kinh Tế thuộc Chính Phủ Trần Trọng Kim với bốn chữ Việt Nam Đế Quốc viết bằng chữ Nho và bằng chữ Quốc Ngữ. Nguồn: Hoàng Cơ Thụy, *Việt Sử Khảo Luận, Cuốn 4, trang 1960*

PROTECTORAT DE L'ANNAM

BULLETIN OFFICIEL EN Langue Annamite

GOUVERNEMENT ANNAMITE

南朝國語公報

NAM-TRIỀU QUỐC-NGỮ CÔNG-BÁO

NĂM 1933 — SỐ 8

Cung lục Dụ số 10 ngày 29 tháng 2 năm Bảo-Đại thứ 18 (30 Mars 1933)

Chiếu chi các Cù-lao Hoàng-sa (Archipel des Iles Paracels) thuộc về chủ-quyền nước Nam đã lâu đời và dưới các tiền triều, các Cù lao ấy thuộc về địa hạt tỉnh Nam-Ngãi, đến đời Đức Thế-Tổ Cao-Hoàng-Đế vẫn để y như cũ là vì nguyên trước sự giao thông với các Cù-lao ấy đều do các cửa bể tỉnh Nam-Ngãi.

Chiếu chỉ nhờ sự tiến bộ trong việc hàng hải nên việc giao thông ngày nay có thay đổi, vả lại viên Đại-diện Chánh-phủ Nam-triều ủy phái ra kinh-lý các cù-lao ấy cùng quan Đại-diện Chánh phủ Bảo-hộ có tâu rằng nên tháp các Cù-lao Hoàng-sa vào địa hạt tỉnh Thừa-thiên thời được thuận tiện hơn.

Dụ:

Độc khoản. — Trước chuẩn tháp nhập các Cù-lao Hoàng-sa (Archipel des Iles Paracels) vào địa hạt tỉnh Thừa-thiên; về phương diện hành chánh, các Cù-lao ấy thuộc dưới quyền quan Tỉnh hiến tỉnh ấy.

Khâm thử.

Khép Lại Một Giai Đoạn Lịch Sử

Trên 72 năm đã trôi qua. 72 năm là thời gian dài bằng đời sống của một người thời 1945 được coi là thọ. Chuyện Đế Quốc Việt Nam đã trở thành quá khứ nhưng chưa thực sự là quá khứ. Các nhân vật liên hệ với giai đoạn lịch sử này, từ Hoàng Đế Bảo Đại, Thủ Tướng Trần Trọng Kim đến các vị bộ trưởng của chính phủ của hai ông đều đã ra đi, mỗi người mang theo một nỗi niềm riêng và những oan khuất, cay đắng riêng của mình mà chỉ có thời gian mới dần dần giải tỏa được phần nào. Phan Anh và Hồ Tá Khanh là hai trường hợp điển hình. Chìa khóa của thời gian nằm trong tay các nhà sử học tương lai, những người luôn luôn lấy sự thật làm cứu cánh. Với tác phẩm *Trước Khi Bão Lụt Tràn Tới: Bảo Đại-Trần Trọng Kim và Đế Quốc Việt Nam* này, tác giả chỉ mới bắt đầu. Từ ngữ "khép lại", thay vì "đóng lại" hay "chấm dứt", được lựa chọn ở đây là vì vậy. Khép lại để mọi người có thể mở ra và đi tới, không thể ngừng ở những gì được biết, vì sử học là một khoa học, từ đó luôn luôn tiến bộ. Mục tiêu tối hậu của môn học này là sự thực, sự thực toàn vẹn nhìn từ mọi phía chứ không thể là từ một phía, một phần, hay chỉ xoay quanh một vài cá nhân đơn lẻ, những người được gọi là danh nhân hay anh hùng của thời đại. Toàn vẹn ở đây là toàn thể dân tộc Việt Nam từ Bắc chí Nam, từ những người nông dân nghèo nàn, nạn nhân của Trận Đói Tháng Ba Năm Ất Dậu 1945 ở Đồng Bằng Sông Hồng và các tỉnh Thanh-Nghệ-Tĩnh, đến các sinh viên Đại Học Hà Nội hay những Thanh Niên, Phụ Nữ Tiền Phong ở Nam Kỳ. Nhan đề tập sách với bốn chữ *Đế Quốc Việt Nam* thay vì Bảo Đại và Trần Trọng Kim đơn giản được lựa chọn là vì vậy. Tuy nhiên lịch sử vẫn xoay quanh một số các nhân vật chính, ở đây là Bảo Đại và Trần Trọng Kim. Vì vậy, để tạm thời khép lại giai đoạn này, tác giả trích dẫn lời của Nhà Báo Nguyễn Cúc, người chủ trương báo *Tiếng Sông Hương* từ Dallas, thuộc Tiểu Bang Texas, Hoa Kỳ, viết về Hoàng Đế Bảo Đại và bài ai điếu của chính Hoàng Đế Bảo Đại nói về vị thủ tướng của mình cũng như của Thi Sĩ Đông Hồ viết về người bạn "văn mặc" của ông. Bài của Nguyễn Cúc là do chính ông Nguyễn Cúc gửi cho tác giả sách này khi được xuất bản lần đầu. Hai bài sau được trích từ hồi ký *Một Cơn Gió Bụi (Kiến Văn Lục)* của Trần Trọng Kim, do Nhà Xuất Bản Vĩnh Sơn ấn hành lần đầu tiên năm 1969. Đông Hồ Lâm Tấn Phác (1906-1969) sinh ở Hà Tiên, xuất thân là một nhà giáo nhưng đã bỏ nghề, chuyển sang làm báo, là một nhà thơ nổi tiếng tài hoa từ thời tiền chiến được người đương thời quý trọng với không dưới 15 thi phẩm đã được xuất bản. Ông đã có thời được mời giảng dạy ở Trường Đại Học Văn Khoa Saigon và đã ra đi ngay trong giảng đường khi ông đang dạy, giữa những sinh viên đã lựa chọn ghi danh vào lớp ông vì ngưỡng mộ thơ văn của ông. Cuối cùng là một số câu đối bằng chữ Quốc Ngữ được gửi viếng Trần Trọng Kim trong tang lễ Trần Trọng Kim, cử hành ở Hà Nội, ngày 8-12-1953 cũng được trích từ hồi ký của Trần Trọng Kim. Tất cả đều phản ảnh những nét đẹp của một thời và nặng về tình cảm con người hơn là ồn ào, xao động nhất thời của buổi nhiễu nhương.

1. Nhận Định của Chủ Biên *Tiếng Sông Hương* Nguyễn Cúc, về Hoàng Đế Bảo Đại

Cựu Hoàng Bảo Đại từ trần ngày 31-7-1997. Đến tháng 7 năm nay vừa đúng 20 năm. Đọc Phạm Cao Dương, Đế Quốc Việt Nam, nhớ người thiên cổ nhiều lần được hầu chuyện. Nhân dịp này, người viết xin trở lại đoạn văn cũ, bài viết năm xưa, *Tiếng Sông Hương* Tiễn Đưa Cựu Hoàng Bảo Đại.

Tổ tiên hiển hách hơn 400 năm dựng nghiệp tại Thuận Hóa-Phú Xuân, mở mang bờ cõi phương Nam, hình thành một nước Việt Nam văn hiến thịnh đạt.

Hoàng Đế Bảo Đại cỡi hạc về trời, cố đô Huế mất đi một phần đích thực của chính mình.

Từ Đại Nam Hoàng Đế trong vòng kiềm tỏa ngoại thuộc. "Hai mươi năm ở ngôi vua trải bao điều cay đắng" đến Quốc Trưởng một quốc gia tranh đấu lần hồi giành độc lập thống nhất, trước thế lực khống chế ác liệt của các cường quốc đối với thân phận một nước nhược tiểu, định mệnh Cựu Hoàng Bảo Đại gắn liền với những biến cố trọng đại xảy ra trên đất nước Việt Nam.

Không thành đạt những công việc lớn lao như tiền nhân, Cựu Hoàng Đại đã để lại nhiều việc làm lịch sử không thể nào không nhắc đến: từ Hội Nghị Vịnh Hạ Long đến Thỏa ước Élysée đưa Nam Kỳ Tự Trị về quê mẹ Việt Nam, khai dựng nền móng căn bản Quân Đội Quốc Gia cần thiết cho nền tự chủ non trẻ vừa mới thu hồi.

Aura Popularis, thế nhân và thế sự lạnh lùng trớ trêu vô thường, cuộc đời chính trị ngang trái do định mệnh thày lay sắp đặt, vì những mâu thuẫn nội tại và ngoại lai không thực hiện nguyện ước đời mình và nguyện vọng dân chúng đang chờ đợi, hình như một mình Cựu Hoàng Bảo Đại phải gánh chịu tất cả thế tình về những biến cố tang thương xảy ra trên đất nước từ nửa thế kỷ qua.

Điều đáng ghi lại trong cuộc đời vị Hoàng Đế cuối cùng của Triều Nguyễn là cùng với tấm lòng nhân hậu trước sau Cựu Hoàng Bảo Đại đã bảo toàn được nhân cách cao thượng và danh dự xứng đáng với địa vị của mình.

Ngoài tầm tay khả vọng, không làm gì được thêm cho xứ sở, với nhân cách lương thiện kẻ sĩ Cựu Hoàng Bảo Đại nhất quyết không làm gì phương hại đến Quốc gia Dân tộc đã quá đau khổ vì chiến tranh và bạo lực.

Cô đơn trong cuộc đời chính trị trong những giờ phút nguy khốn của lịch sử, cô đơn trong những năm tháng suy tư buồn thảm cuộc đời lưu vong, Cựu Hoàng Bảo Đại lặng lẽ chịu đựng, tiếp tục vác cây thánh giá nặng trĩu oan khúc đến cuối cuộc đời, thủy chung vẫn giữ được cái tâm trong sáng viên mãn cùng với tấm lòng yêu nước thiết tha.

Tám mươi ba tuổi, vĩnh biệt quê hương và gia đình, xa lìa nhân tình thế thái và những xao động đam mê vì cơn lốc chính trị nảy sinh thêm thành kiến, không còn phải nghe lời bình phẩm thị phi khắt khe xuất xứ từ mọi hướng đối phương, từ nay Cựu Hoàng Bảo Đại tìm thấy bình an thanh thoảng hương thơm đất nước đời đời...

Phương Anh Trang Nguyễn Cúc, Chủ Biên *Tiếng Sông Hương*, trong "Đọc Sách: Bảo Đại-Trần Trọng Kim và Đế Quốc Việt Nam" đăng trong *Người Việt Dallas-Forthworth, số 1213, ra ngày 28/4/2017.*

2. Bài Ai Điếu Thủ Tướng Trần Trọng Kim của Cựu Hoàng Đế Bảo Đại

do Đổng Lý Văn Phòng Quốc Trưởng Nguyễn Đệ thay mặt đọc trong Tang Lễ Nguyên Thủ Tướng, ngày 8 tháng 12 năm 1953, tại Hà Nội

Quí Vị,

Đức Hoàng Đế vừa hay tin nguyên Thủ Tướng Trần Tiên Sinh tạ thế nên khâm mạng tôi tới đây đọc những lời Ngài ban để ai điếu Cố Thủ Tướng.

"*Ông Nguyên Thủ Tướng,*

Được tin ông tỵ trần lòng tôi thương cảm vô hạn. Vẫn biết tuổi Ông đã gọi là thọ, sự nghiệp văn hóa chính trị của Ông đã biểu dương một thân thế cao quí. Song tôi không khỏi ngậm ngùi nhớ rằng mới cách đây mấy hôm, tôi còn vui thấy ông tinh thần vẫn tráng kiện, chí khí còn hăm hở, và tưởng rằng trong những ngày sắp tới là lúc Tổ Quốc cần hết thảy những công dân tài đức như ông. Ông tuy tuổi cao sức yếu vẫn có thể phục vụ giang sơn như suốt cả cuộc đời tận tụy của ông!

Lịch sử sẽ ghi thanh danh ông, thanh danh một nhà mô phạm biệt tài, một nhà văn học lỗi lạc, một nhà chí sĩ ái quốc, và thân thế trong trắng của ông đã làm gương cho lớp hậu thế.

Riêng đối với tôi, tôi không quên rằng trong những giai đoạn khó khăn của lịch sử, lúc nào ông cũng sẵn sàng hăng hái làm người đắc lực của tôi, nào khi ông nhận đảm đương sứ mạng nặng nề điều khiển con thuyền Quốc gia trong khi thế nước chông chênh, nào lúc trong vòng ở nơi hải ngoại khi tôi tranh đấu để mang lại cho dân tộc một hy vọng, một tin tưởng ở tương lai, nào buổi mới đây, tuy tuổi đã quá 70 mà ông còn hăng hái đứng lên đảm nhiệm trọng trách Chủ Tịch Hội Nghị Toàn Quốc trong cuộc trương bày ý nguyện của dân tộc.

Ông thực đã xứng đáng với dân tộc. Ông quả đã xứng đáng với lòng tin cẩn của tôi.

Công trạng ấy tôi không quên.

Quốc dân cũng không quên. Lịch sử sẽ ghi công người con ưu tú của đất nước.

Tin rằng hương hồn ông sẽ được tiêu diêu nơi cực lạc, Bà nguyên thủ tướng! Tôi để lời phân ưu cùng bà và toàn gia. Tôi mong rằng lòng tiếc thương của hết thảy quốc dân đối với Cố Thủ Tướng sẽ làm cho bà nhẹ bớt một phần nào nỗi đau đớn vào dịp này, và sự nghiệp lâu dài của cố Thủ Tướng sẽ làm cho bà được cái an ủi rằng sự nghiệp ấy còn, cũng như là chí sĩ khuất núi vẫn còn!"

Tiếp theo lời ai điếu của Đức Hoàng đế tôi xin lấy cái tư cách riêng là một người cố hữu của Trần tiên sinh và thay mặt Văn Võ Phòng Đức Quốc Trưởng kính viếng hương hồn Tiên sinh, và xin cùng chịu tang cùng bà và quý quyến.

Trích Lệ Thần Trần Trọng Kim,
Một Cơn Gió Bụi (Kiến Văn Lục), tr. 208-210.

3. Truy Điệu Lệ Thần Trần Tiên Sinh

Đông Hồ Lâm Tấn Phác

Than ôi!
Cuộc cổ kim một nhoáng, mở triêu khép tịch,
can chi mà phải thở than.
Tình văn mặc trăm năm, tử biệt sinh ly,
có lẽ nào không kể lể.
Kẻ chưa mất mà tiếng tên đã mất,

Sống vẫn hư sinh.
Người không còn mà sự nghiệp hãy còn,
Chết là quan hệ,
Nhớ tiên sinh xưa.
Trí dõi sáng mặt trời,
Học nói sâu lòng bể. Dẫu theo Tây thực văn minh.
Vẫn giữ Đông phương phong thể.
Cười nhân nói nghĩa.
Hồng Lan vượng lý vun tình;
Đứng phép ngồi khuôn.
Thù tứ nho phong đúc vẻ.
Giảng trướng nức mùi lan huệ,
đầm ấm xuân phong.
Công môn tươi vẻ lý đào,
êm đềm hòa khí.
Đạo gia Phật Lục.
Biểu dương triết lý uyên nguyên
Nho giáo học khoa,
Nghiên cứu luân thường đạo lý.
Thấy ngôn ngữ chi ly bất nhất,
Soạn nên hai quyển phạm văn.
Nghĩ tổ tiên đề tạo gian nan,
Chép ngót ngàn trang sử ký.
Bôn Chiêu đảo bồi hồi lòng cố quốc,
Đem lời Hàn luật dịch Đường Thi.
Tục Tố Như san định khúc tân thanh.
Chua truyện Đoạn trường thơ Lãm thúy.
Đàn xưa văn hóa.
Nghề từ chương từng tỏ dạ ưu thì;
Hội mới vũ đài,
Tài chính trị thử ươm tay không thể.

Khi vận nước sắp vàng tươi son đỏ,
Cờ quẻ ly phất phới Viêm thiên.
Giữa cuộc đời đang sóng dập gió dồn.
Ý toàn quốc xôn xao hội nghị.
Tài chẳng phải thời, Tuổi không hợp chí.
Vào Nam trung chưa mượn đũa trù mưu
Từ Đà Lạt bỗng báo tin thệ thế!

Ôi!
Đêm tàn sao lạc
Khuất nẻo Lâm Viên,
Năm lạnh nước trôi,
Nao dòng Bến nghé
Linh thấu nghìn trùng đất Bắc
Ngựa Hồ mây nước đìu hiu.
Tâm hương một nén miền Nam,
Lộc đã cỏ hoa lặng lẽ.
Hỏi thăm dấu cũ
Chưa tan hào khí Đông A,
Lần dở văn xưa,
Còn để tinh anh sông Lệ.
Còn sống được khóc thương người chết,
Tao phùng một hội làng văn,
Ở xa mà lòng tưởng như gần,
Truy điệu mấy hàng mực lệ.

Đông Hồ cẩn thảo
Đọc trong lễ truy điệu
Ngày 13-12-53 ở Saigon
Một Cơn Gió Bụi, tr. 217-219

4. Câu Đối

Câu đối của báo chí Nam Việt:

Sanh tiền sử Việt từng ghi, một bộ luật bàn tính việc trước

Tử hậu đạo Nho vẫn để, ba pho giải thích hiểu người sau

Câu đối của Báo Phương Đông:

Rừng tía vườn Nho, công cả vun bồi dân Việt nhớ.
Chiêu thành Sài cảng, lòng son ôm ấp ánh dương soi.

Câu đối của Yểm Yểm Thư Trang:

Là văn gia, là học giả, là giáo sư, tóc (trí óc? PCD đặt nghi vấn) chưa nguôi lòng cố lão.

Sách nam sử, sách đạo Nho, sách văn phạm, lời vàng còn để áng danh sơn.

Câu đối của Lực Lượng Thợ Thuyền Việt Nam:

Nhơn vãng tình thâm.

Câu đối của các Ông Ngô Ứng Tài và Mai Chi Lan đại diện Việt Kiều ở Thái Lan:

Thể phách được tiêu diêu tịnh độ.
Tinh anh còn hiển hách non sông.

Huntington Beach, đầu Thu 2017

Tài Liệu Tham Khảo Chọn Lọc

Tạp Chí

Bình Minh
Chính Nghĩa
Cứu Quốc
Dòng Sử Việt (Hoa Kỳ)
Đoàn Kết (Pháp)
Đông Phát
Ngày Nay
Nghiên Cứu Lịch Sử
Người Việt (Hoa Kỳ)
Thế Kỷ 21 (Hoa Kỳ)
Thanh Nghị
Tri Tân
Trung Bắc Chủ Nhật
Việt Học (Hoa Kỳ)
Xưa và Nay

Sách in và Bài Viết

Bảo Ân, “Chương Cuối của Một Cựu Hoàng Đế Sống Lưu Vong, Chết Nghèo Khó”, trong *Tạp Ghi Huy Phương, Nước Non Nghìn Dặm”.* Irvine, CA: Nam Việt, 2016, Phần Phụ Lục, tr. 282 – 313.

Bao Dai, S.M..*Le Dragon D'Annam. Paris: Plon, 1980.*

Bảo Đại, *Con Rồng Việt Nam, Hồi ký chánh trị 1913-1987.* Nguyễn Phước Tộc Xuất Bản, Nhà Sách Xuân Thu, Los Alamitoas, CA, phát hành, 1990.

Bao Dai, S.M. “Tuyên Chiếu”, trong *Tri Tân Tạp Chí,* Số 193, Thứ năm, 25 tháng Sáu 1945.

Bảo Thái, *Một Thời Hoàng Tộc, Tạp Bút, Tập II.* Houston, Texas, 1999.

Bartholomew-Feis, Dixee R. *The OSS and Ho Chi Minh, Unexpected Allies in the War Against Japan.* Lawrence, Kansas: University of Kansas, 2006. Bản dịch tiếng Việt của Lương Lê Giang nhan đề *OSS và Hồ Chí Minh, Đồng Minh Bất Ngờ trong Cuộc Chiến Chống Phát Xít Nhật, Tư Liệu của Mỹ Lần Đầu Tiên Được Công Bố tại Việt Nam.* Hà Nội: Nhà Xuất Bản Thế Giới, 2006.

Bình Minh (Tuần Báo), số 124, ngày 15 tháng 8 năm 1945, về những ngày cuối của Chính Phủ Trần Trọng Kim..

Chesneaux, Jean, *Contribution à l'Histoire de la Nation Vietnamienne.* Paris, Éditions Sociales, 1955.

Bùi Diễm, *Gọng Kìm Lịch Sử, Hồi Ký Chính Trị.* Paris: Cơ Sở Phạm Quang Khai, 2000.

Bùi Nhung, *Thối Nát.* Houston, Texas: Xuân Thu, không đề năm.

Bùi Tín, “Cướp”, trang mạng của *VOA, Đài Tiếng Nói Hoa Kỳ,* 27 tháng 8 năm 2015.

Buttinger, Joseph. *Vietnam: A Dragon Embattled.* Vol. 1, New York: Praeger, 1967.

Cameron, Alan W. *Vietnam Crisis, A Documentary, Volume I: 1940-1956.* Ithaca: Cornell University Press, 1971.

Cao Thế Dung, *Việt Nam Huyết Lệ Sử.* New Orleans, Louisiana: Đồng Hướng, 1996.

Cao Văn Luận, L.M. *Bên Giòng Lịch Sử, Hồi Ký 1940-1965.* Saigon. Sống Mới tái bản tại Hoa Kỳ. không đề năm.

Chesneaux, Jean. *Conribution a l'Histoirre de la Nation Vietnamienne.* Paris: Editions Sociales, 1955.

Chính Đạo, *Việt Nam Niên Biểu 1939 – 1975 (Tập A: 1939-1946).* Houston, TX: Văn Hóa, 1996.

_________, *Việt Nam Niên Biểu, Tập III: Nhân vật Chí. Houston, TX: Văn Hóa, 1997.*

Dương Trung Quốc, *Việt Nam: Những Sự Kiện Lịch Sử (1919-1945).* Hà Nội: Nhà Xuất Bản Giáo Dục, 2002.

_________, "Võ Nguyên Giáp: một con người làm nên lịch sử", trong *Xưa Và Nay,* Số 386 (8-2011).

_________ , *Việt Nam: Những Sự Kiện Lịch Sử (1919-1945).* Hà Nội: Nhà Xuất Bản Giáo Dục, 2000.

_________, "Võ Nguyên Giáp: một con người làm nên lịch sử", trong *Xưa Và Nay,* Số 386 (8-2011), tr. 3-5.

Dương Trung Quốc, Lê Thị Thanh Hòa, Nguyễn Quang Ân, Tạ Ngọc Liễn, *Lịch Sử Và Văn Hóa việt Nam: Những Gương Mặt Trí Thức, Tập II.* Hà Nội: Nhà Xuất Bản Văn Hóa Thông Tin, 1998.

Đặng Văn Việt, Người Lính Già, *Chiến Sĩ Đường Số 4 Oai Hùng (Hồi Ức).* Thành Phố Hồ Chí Minh: Nhà Xuất Bản Trẻ, 2004.

___________, Thiếu Tướng, "Tiến Lên Kỳ Đài, Hạ cờ Vàng Quẻ Ly, Treo Cờ Đỏ Sao Vàng", trong Nhiều Tác Giả, *Trường Thanh Niên Tiền Tuyến - Huế, Một Hiện Tượng Trí thức và cách Mạng.* Hà Nội: Nhà Xuất Bản ông An Nhân Dân, 208, tr. 131-133.

Devillers, Philippe. *Histoire du Vietnam de 1940 à 1952.* Paris: Editions du Seuil, 1952.

_____________, *Paris - Saigon – Hanoi, Tài* Liệu Lưu Trữ Về Cuộc Chiến Tranh 1944-1947, Lê Hữu Đản Dịch. Không đề nơi, nhà xuất bản và năm xuất bản.

Đinh Gia Trinh, “Nguyên Tắc Hoạt động của Thanh Niên”, trong *Thanh Nghị, s*ố 114, ngày 23 tháng Sáu 1945, tr. 3 và kế tiếp.

___________, “Điều Tra về Tổ-chức Thanh Niên ở Hoài-Đức Từ Sau Ngày Đảo Chính Tới Nay”, trong *Thanh Nghị*, số 115.

___________, “Nhiệm Vụ Của Thanh Niên Đối Với Tổ Quốc”, trong *Thanh Nghị,* số 107, Số Đặc San Chính Trị, ngày 5 tháng Năm 1945.

Đinh Xuân Lâm, “Lời Giới Thiệu”, trong Nhiều Tác Giả, *Trường Thanh Niên Tiền Tuyến, Một Hiện Tượng Lịch Sử, Trí Thức và Cách Mạng.* Hà Nội: Nhà Xuất Bản Công An Nhân Dân, 2008.

___________, “Lời Giới Thiệu”, trong Nhiều Tác Giả, *Trường Thanh Niên Tiền Tuyến, Một Hiện Tượng Lịch Sử, Trí Thức và Cách Mạng.* Hà Nội: Nhà Xuất Bản Công An Nhân Dân, 2008.

Nguyễn Xuân Minh, Trần Bá Đệ. *Lịch Sử 12, Tập Hai (Tái bản lần thứ chín).* Thành Phố Hồ Chí Minh: Bộ Giáo Dục và Đào Tạo, Nhà Xuất bản Giáo Dục, 2001.

Đỗ Thúc Vịnh, *Hoàng Hôn Tùy Bút.* Costa Measa: Nhà Xuất Bản Đỗ Đỗ, 1991.

Dommen, Arthur J. The Indochinese Experience of the French and the Americans, Nationalism and Communism in Cambodia, Laos and Vietnam. Indianapolis: Indiana University Press, 2001.

Duiker, William J. *Ho Chi Minh, A Life*. New York: Hyperion,2000. *Vietnam: Revolution in Transition.* Boulder,Co: Westview, 1995.

Đoàn Thêm, *Những Ngày Chưa Quên, Ký Sự.* Saigon: Nam Chi Tùng Thư Xuất bản, không rõ năm. Glendale, California: Đại Nam, tái bản tại Hoa Kỳ, không đề năm.

------------ , *Hai Mươi Năm Qua, 1945-1964, Việc Từng Ngày.* Saigon, năm Ất Tỵ (?), Los Alamitos, California: Xuân Thu tái bản tại Hoa Kỳ, không đề năm tái bản.

________, *Nhà Quê Ra Tỉnh Tìm Hiểu và Xét lại Con Người và Nếp Sống Việt Nam Xưa và Nay.* Arlington, VA: Cơ Sở Xuất Bản Phạm Quang Khai và Tổ Hợp Xuất Bản Miền Đông Hoa Kỳ, 1996.

Đoàn Trung Còn, dịch giả. *Tứ Thư: Đại Học, Trung Dung, Luận Ngữ, Mạnh Tử.* Huế: Nhà Xuất Bản Thuận Hóa, 2000.

Đỗ Mậu, Hoành Linh, *Việt Nam Máu Lửa Quê Hương Tôi, Hồi Ký chính Trị.* Westminster, CA: Văn Nghệ, 1993.

Đỗ Sâm, "Vai Trò Quần Chúng Trong Cuộc biểu Tình Ngày 17/81945 Tại Hà Nội, trong *Tạp Chí Xưa Và Nay*, số 412, tháng 9-2012.

Fenn, Charles, *Ho Chi Minh, A Bibliographical Introduction by Charles Fenn.* New York: Charles Scribner's Sons, 1973.

Gouvernement Général de l'Indochine, *Souverains et Notabilités d'Indochine.* Hanoi: IDEO, 1943.

Grandclément, Daniel, *Bao Dai ou Les derniers Jours de l'Empire d'Annam.* Paris: JC Lattès, 1997.

Hà Thúc Ký, *Sống Còn Với Dân Tộc, (Hồi Ký Chính Trị).* Hoa Kỳ: Phương Nghi, 2009.

Hà Văn Tấn, Một Số Vấn Đề Lý Luận Sử Học của tác giả, do Nhà Xuất Bản Đại Học Quốc Gia Hà Nội, 2007.

Hammer, Elen J. *The Struggle for Indochina.* Stanford, CA: Stanford University Press, 1954.

Henry, Yves and de Visme. *Documents de démographie et riziculture en Indochine.* Hanoi: Publication du Bulletin Économique de l'Indochine, 1928, tr. 332 và kế tiếp.

Hoàng Cơ Thụy, *Việt Sử Khảo Luận, Cuốn 4, Từ Đế Quốc Việt Nam đến Trận Điện Biên Phủ (3-1945/7-5-1954). Paris: Nam Á (Sudestasie), 2002.*

Hoàng Trọng Miên, *Cựu Hoàng Bảo Đại.* TP. Thanh Hóa: Nhà Xuất Bản Thanh Hóa, 2008.

Hoàng Tường, Việt Nam Đấu Tranh, 1930-54. Westminster, California: Văn Khoa Publishing House, 1987, tr. 67-68.
Publishing House, 1987, tr. 67-68.

Hoàng Văn Đào, *Lịch Sử Đấu Tranh Cận Đại 1927-1954: Việt Nam Quốc Dân Đảng*. Saigon, 1964. Garden Grove, CA: Tân Việt tái bản tại Hoa Kỳ, 2006.

Hồ Chí Minh, *Tuyên Ngôn Độc lập Nước việt Nam Dân Chủ Cộng Hoà.* Hà Nội: Nhà Xuất Bản Sự Thật, 1976.

__________, *Écrits (1920 – 1969).* Hanoi: Éditions en Langues Étrangères, 1971.

Hồ Tá Khanh, *Lịch Trình Tranh Đấu Của Các Nhà Cách Mạng Quốc Gia Chân chính Đầu Thế Kỷ XX: Thông Sử Công Ty Liên Thành,* Paris: Liên Thành, 1984.

Hồng Lam, "Chính Kiến Của Ông Trần Trọng Kim Học Giả Có Khác Chính Kiến Của Ông Trần Trọng Kim Tổng Lý Nội Các Không?", trong *Trung Bắc Chủ Nhật,* số 243, ra ngày 8 tháng 5 năm 1945, ngày Nội Các Trần Trọng Kim trình diện ở Huế, sô 1, chủ đề "Nội Các Trần Trọng Kim, Nội Các Đầu Tiên Của Nước Việt Nam Độc Lập.

Hứa Bảo Liên, *Nguyễn Tường Bách Và Tôi, Hồi Ký Gia Đình.* Westminster, CA: Tác Giả Tự Xuất Bản, 2005.

Hữu Ngọc - Nguyễn Đức Hiền. *La Sơn Yên Hồ Hoàng Xuân Hãn, Tập Một: Con Người và Trước Tác, (phân I*). Hà Nội: Nhà Xuất Bản Giáo Dục, 1998.

Huỳnh Kim Khánh, *Vietnamese Communism 1925-1945.* Ithaca: Cornelll University Press, 1982.

Khúc Hà Linh, *Phạm Quỳnh Trong Dòng Chảy Văn Hóa Dân Tộc.* Hà Nội: Nhà Xuất Bản Thanh Niên, 2012.

Lại Nguyên Ân và Nguyễn Hữu Sơn sưu tầm, *Tạp Chí Tri Tân 1941-1945, Truyện và Ký, Sưu Tập Tác Phẩm.* Hà Nội: Nhà Xuất Bản Hội Nhà Văn, 2000.

Lãng Nhân. "Lời Người Bán Cám", trong *Đông Dương Tạp Chí*, No. 27, Samedi 13 Novembre 1937, Mục "Chuyện Vô Lý", tr. 10.

Lê Đình Chi, *Kẻ Giật Dây.* Los Angeles: Nhà Xuất Bản Văn Mới, 1996.

Lê Mạnh Hùng, *Nhìn Lại Sử Việt, Nhà Nguyễn Gia Miêu: Từ Gia Long đến Cách Mạng 19/8.* Arlington, VA: Tổ Hợp Xuất Bản Miền Đông Hoa Kỳ, 2013.

Lê Mậu Hãn, "Sự Ra Đời và Phát Triển Của Đại Học Văn Khoa Hà Nội", trong *Nghiên Cứu Lịch Sử,* số 11 (354), 2005, tr. 8.

Lê Thương, "Thời Tiền Chiến Trong Tân Nhạc (1938 – 1946)", trong *Nhạc Tiền Chiến, Tuyển Tập 2.* San Francisco, California: Hương Xưa, Không đề năm xuất bản.

Lê Trọng Nghĩa, "Các Cuộc Tiếp Xúc Giữa Việt Minh Với Chính Phủ Trần Trọng Kim, trong *Xưa và Nay, số 5 (6), VII, 1994, tr. 4 – 6; số 6 (7), IX, 1994,*

Lê Trọng Nghĩa, "Cuộc Tiếp Xúc Đầu Tiên Giữa Việt Minh với Bộ Tổng Tư Lệnh Nhật ở Hà Nội". trong *Tạp Chí Xưa và Nay,* Số 410, tháng 8, 2012, tr. 8 và kế tiếp.

Lê Trọng Quát, *Việt Nam Đi Về Đâu? Huyền Thoại và Sự Thật, Tập Một, In Lần Thứ 2.* Fremont, CA: Tác Giả Tự Xuất Bản, 2003.

Lê Xuân Khoa, *Việt Nam 1945-1995, Chiến Tranh, Tị Nạn và Bài Học Lịch Sử, Tập I : Tị Nạn và Bài Học Bốn Cuộc Chiến (1945-1979).* Bethesda, Maryland: Tiên Rồng, 2004.

L. H. V. "Mười Bảy Tháng Sáu Dương lịch", trong *Thanh Nghị, Số 115, ngày 7 tháng Bảy 1945.*

Lockhart, Bruce McFarland, *The End of the Vietnamese Monarchy.* New Haven, CT: Yale Universty, Southeast Asia Studies, Lạc Việt Series, 1993.

Logevall, Fredrik. *Embers of War: The Fall of an Empire and the Making of America's Viênam.* New York: Random House, 2012.

Lương Minh, Nguyễn Cảnh Minh, Nguyễn Ngọc Cơ, Trần Bá Đệ, Trịnh Vương Hồng, Chương Thâu, *Lịch Sử Việt Nam Giản yếu.* Hà Nội: Nhà Xuất Bản Chính Trị Quốc Gia, 2000.

Lưu Hữu Phước. *Âm Nhạc và Cuộc Sống.*Saigon: Nhà Xuất Bản Thành Phố Hồ Chí Minh, 1988.

Lý Việt Thái, "Đọc Tình nghĩa giáo khoa thư: Nghĩ Về Quyển Sách Dạy Văn Cách Nay Hơn Nửa Thế Kỷ", trong *Tạp Chí Xưa Và Nay,* số 328, tháng 3 năm 2009.

Mai Anh, "Khí Hậu Chính Trị", trong *Thanh Nghị,* Số 117, ngày 21 tháng Bảy 1945.

Marr, David G. *Vietnam 1945, The Quest for Power.* Berkeley: University of California Press, 1995.

___________. Vietnam: State, War, and Revolution (19451946). Berkeley: University of California Press, 2013.

__________, *Vietnamese Tradition on Trial 1920-1945.* Berkeley: University of California Press 1981.

Ngày Nay (Báo), "Ngày Nay Sống Lại", trong *Ngày Nay,* Số 1 - *Kỷ Nguyên Mới,* Ngày 5 tháng Năm 1945, tr. 3.

Nghiêm Kế Tổ, *Việt Nam Máu Lửa.* Los Alamitos, California, 1989.

Nghiêm Xuân Hồng, *Lịch Trình Diễn Tiến Của Phong Trào Quốc Gia Việt Nam.* Denver, Colorado: Nguyệt San Ngày Về Tái Bản, Hướng Việt Phát Hành, Không đề năm tái bản.

Nghiêm Xuân Yêm, "Nạn Dân Đói, Một Vài Nhận Xét và Thiển Kiến về Vấn Đề Thóc Gạo", trong *Thanh Nghị,* số 107, ngày 5 tháng Năm 1945.

Ngô Nhân Dụng, *Đứng Vững Ngàn Năm, Nhờ đâu nước Việt vẫn còn sau ngàn năm Bắc thuộc?* Westminster, California: Người Việt, 2014.

Ngô Thị Chính, Nhà Giáo Ưu Tú, "Hậu Cần những Ngày Đầu Giải Phóng Quân Huế", trong *Trường Thanh Niên Tiền Tuyến Huế 1945: Một Hiện Tượng Trí Thức Và cách Mạng, 63 Năm Từ Trường ĐH Đông Dương Đến Cố Đô Huế.* Nhiều Tác Giả. Hà Nội: Nhà Xuất Bản Công An Nhân Dân, 2008.

Ngô Vân, *Việt Nam 1920-1945, Cách Mạng và Phản Cách Mạng Thời Đô Hộ Thuộc Địa. Amarillo, TX: Chuông Rè. L'Insomniaques, 2000.*

Nguyễn Duy Phương, *Lịch Sử Độc lập và Nội Các Đầu Tiên Việt Nam.* Hà Nội: Việt Đông Xuất Bản Cục, 1945.

Nguyễn Đình Lễ, Bùi Thị Thu Hà, Vũ Thị Hoà, Nguyễn Thành Phương, Lê Văn Đạt, *Tri Thức Lịch Sử Phổ Thông, 4 tập,* Thành Phố Hồ Chí Minh: Nhà Xuất Bản Trẻ, 2008.

Nguyễn Đức Lân, dịch và chú giải. *Chu Hy, Tứ Thư Tập Chú.* Hà Nội: Nhà Xuất Bản Văn Hóa Thông Tin, 1998.

Nguyễn Gia Thiều, *Complaints of An Odalisque, Cung Oán Ngâm Khúc, with English Translation and Commentary by Nguyễn* Ngọc Bích, Illustrations by Mai Lân. Arlington, Virginia: Tổ Hợp Xuất Bản Miền Đông Hoa Kỳ, 2006.

Nguyễn Huy Tưởng. "Nhật Ký Nguyễn Huy Tưởng", trong *Một Chặng Dường Văn Hóa, Tập Hồi Ức Và Tư Liệu Về Đề Cương Văn Hóa Của Đảng Và Đời Sống Tư Tưởng Văn Nghệ, 1943-1948,* Hà Nội: Nhà Xuất Bản Tác Phẩm Mới, 1985.

Nguyễn Hữu Thống, *Restoring the Historic Truth. San Jose, CA: Vietnamese Cultural Club, 2003.*

Nguyễn Khắc Ngữ, *Đại Cương về Các Đảng Phái Chính Trị Việt Nam.* Montréal: Tủ Sách Nghiên Cứu Sử Địa, 1989.

______________, Bảo Đại, Các Đảng Phái Quốc Gia Và Sự Thành Lập Chính Quyền Quốc gia. Montréal: Nhóm Nghiên Cứu Sử Địa Việt Nam, 1991.

Nguyễn Khánh Toàn, Nguyễn Công Bình, Văn Tạo, Phạm Xuân Nam, Bùi Đình Thanh. *Lịch Sử Việt Nam, tập II.* Hà Nội: Nhà Xuất Bản Khoa Học Xã Hội, 1989.

Nguyễn Khánh Toàn, chủ biên, Lữ Huy Nguyên sưu tầm biên soạn, *Tổng Tập Văn Học Việt Nam*, Tập 36. Hà Nội: Nhà Xuất Bản Khoa Học Xã Hội, 1980.

Nguyễn Kiên Trung, Đem Tâm Tình Viết Lịch Sử. Saigon: Nguyễn Đình Vượng, 1958.

Nguyễn Kỳ Nam, *Hồi Ký "1925-1964", Tập II.* Saigon: Nhựt Báo Dân Chủ Mới xuất bản, 1964.

Nguyễn Minh Hoài Việt, "Nhớ Quê Hương", trong *Quang Phục*, Houston, Texas, USA, do tác giả gửi tặng, không rõ ngày.

Nguyễn Ngọc Huy. *Quốc Kỳ và Quốc Ca Việt Nam.* Garden Grove, CA: Blue Tech Copy and Technology, Không đề năm xuất bản Tài liệu cấm bán.

Nguyễn Phúc, Phan Trọng Thường và Nhiều Tác Giả Sưu Tầm và Biên Soạn, *Một Chặn Đường văn hoá, Hồi ức và Tư Liệu Về Việc Tiếp Nhận Đề Cương Văn Hóa (1943) Của Đảng.* Hà Nội: Nhà Xuất Bản Tác Phẩm Mới, 1985.

Nguyễn Phước Hoàng, "Vài kỷ niệm về những ngày học tại trường Thanh Niên Tiền Tuyến", trong Nhiều Tác Giả, *Trường Thanh Niên Tiền Tuyến, Một Hiện Tượng Lịch Sử, Trí Thức và Cách Mạng.* Hà Nội: Nhà Xuất Bản Công An Nhân Dân, 2008.

Nguyễn Phường, "Tinh Thần Độc Lập", trong *Tri Tân,* số 191, ngày 14 tháng Sáu 1945.

Nguyễn Quang Ân, Chủ Biên, *Lịch Sử Văn Hoá Việt Nam: Những Gương Mặt Trí Thức.* Hà Nội: Nhà Xuất Bản Văn Hóa-Thông Tin, 1998.

Nguyễn Quang Ngọc (chủ biên), Vũ Ninh Giang, Đỗ Quang Hưng, Nguyễn Thừa Hỷ, Nguyễn Đình Lê, Trương Thị Tiến, Phạm Xanh. *Tiến Trình Lịch Sử Việt Nam (Tái Bản Lần Thứ Chín).* Hà Nội: Nhà Xuất Bản Giáo Dục, 2009.

Nguyễn Quyết Thắng và Nguyễn Bá Thế. *Từ Điển Nhân vật Lịch Sử Việt Nam.* Hà Nội: Nhà Xuất Bản Văn Hóa, 1999.

Nguyễn Thành, *Báo Chí Cách Mạng Việt Nam, 1925-1945.* Hà Nội: Nhà Xuất Bản Khoa Học Xã hội, 1984.

Nguyễn Thành, "Trong Lịch Sử Nước Ta Đã Có Hai Hay Ba Bản Tuyên Ngôn Độc Lập", trong *Nghiên Cứu Lịch Sử*, số I (278) (I- II) 1995. Hà Nội: Trung Tâm Khoa Học Xã Hội và Nhân Văn Quốc Gia, Viện Sử Học 1995, tr. 86.

Nguyễn Thế Anh, "Chính Sách Thực Phẩm của Người Nhật và Nạn Đói Vĩ Đại Năm 1945 tại Đông Dương (Japanese Food policies and the Great Famine in Indochina)". Trong *Việt Học Tạp Chí Phổ Thông,* Số 2, Năm Thứ Nhất, Westminster, California, tr. 23 và kế tiếp.

_____________, *Into the Maelstrom: Vietnam During the Fateful 1940s.* Westminster, CA: Viện Việt Học, 2005.

_____________, Việt Nam Thời Pháp Đô Hộ. Saigon: Lửa Thiêng, Tủ Sách Sử Địa Đại Học, 1970.

Nguyễn Thụy Kha, "Văn Cao, Người Viết Quốc Ca", trong *Văn Cao: Cuộc Đời Và Tác Phẩm,* Lữ Huy Nguyên Tuyển Chọn, Hà Nội, 1998.

Nguyễn Tôn Hoàn. 'Kỷ Niệm Thời Niên Thiếu, Trích Hồi Ký Nguyễn Tôn Hoàn", trong *Đặc San Áo Trắng, Xuân Quý Dậu 1993, tr. 19-20.*

Nguyễn Trọng Xuất, "Một Quyết Định Mang Tính Lịch Sử", trong *Trần Văn Giàu, Dấu Ấn Lịch Sử.* T.P. Hồ Chí Minh: Nhà Xuất Bản Trẻ, 2012.

_______________, Nguyễn Trọng Xuất, "Tự Vạch Lấy Con Đường Mà Đi", trong *Trần Văn Giàu, Dấu Ấn Lịch Sử,* đã dẫn.

.Nguyễn Tường Bách, *Việt Nam, Một Thế Kỷ Qua, Hồi Ký Cuốn Một, 1916-1946.* Santa Ana, California: Nhà Xuất Bản Thạch Ngữ, 1998.

_______________, *Việt Nam Những Ngày Lịch Sử.* Montréal: Nhóm Nghiên Cứu Sử Địa Việt Nam. 1981.

Nguyễn Văn Khoan, *Tổng Khởi Nghĩa Tháng 8-1945 tại Hà nội: Việt Minh Hoàng Diệu.* Thành Phố Hồ Chí Minh: Nhà Xuất Bản Thành Phố Hồ Chí Minh, 2000.

Nguyễn Văn Trấn, *Viết Cho Mẹ Và Quốc Hội.* California, USA: Văn Nghệ Xuất Bản, 1995.

Nguyễn Vỹ, *Tuấn, Chàng Trai Nước Việt, Chính Tích Thời Đại Từ 1900 đến 1970. Quyển I và II.* Fort Smith, AZ: Sống Mới Tái Bản ở Hoa Kỳ?

Nguyễn Xuân Chữ, *Hồi Ký Nguyễn Xuân Chữ, Những Bài Học Quí Báu của Một Nhà Ái Quốc Liêm Chính, Nhưng Biết Phùng Thời.* Houston, Texas: Văn Hóa, 1996.

Nhiều Tác Giả, *Cách Mạng Tháng Tám, Những Giờ Phút Lịch Sử.* Hà Nội: Nhà Xuất Bản Thanh Niên, 2015.

Nhiều Tác Giả, *Giải Oan Lập Một Đàn Tràng.* Silver Spring, MD: Ủy Ban Phục Hồi Danh Dự Phạm Quỳnh, 2006.

Nhiều Tác Giả, *Trường Thanh Niên Tiền Tuyến Huế, Một Hiện Tượng Trí Thức Và Cách Mạng.* Hà Nội: Nhà Xuất Bản Công An Nhân Dân, 2008.

Nitz, Kyoko Kurusu. "Independence without Nationalists? The Japanese and Vietnamese Nationalism during the Japanese Period, 1940-45", *JSEAS* 15, no. 1 (Mar. 1984): 108-33.

_______________. "Japanese Military Policy toward French Indochina during the Second World War: The Road to the Meigo Sakusen (9 Ma. 1945)." *JSEAS* 14, no. 2 (Sept. 1983): 328-53.

Patti, L.A. Archimedes, *Why Viet Nam? Prelude to America's Albatross.* Berkeley: University of California Press, 1980.

Phạm Cao Dương, "Sáu Mươi Năm Nhìn Lại, Viết Thêm Về Hai Ngày 19 Tháng 8 và 2 Tháng 9, 1945: Hai Ông Hoàng Xuân Hãn và Phan Anh Đã Nói Gì Về Bảo Đại, Trần Trọng Kim và Chính Phủ Của Hai Ông Này", trong *Dòng Sử Việt, Số Ra Mắt, Năm Thứ Nhất, Tháng 9-11 Năm 2006.*

______________, *Vietnamese Peasants under French Domination, 1961-1945,* Monograph Series No. 24. Lanham, MD: University Press of America, 1985.

______________, *Thực Trạng Của Giới Nông Dân Việt Nam Dưới Thời Pháp Thuộc.* Saigon: Nhà Sách Khai Trí, 1967

Phạm Duy, *Hồi Ký Thời Cách Mạng Kháng Chiến.* Midway City (Thị Trấn Giữa Đàng), California: PDC Musical Productions, 1989,

________, *Hồi Ký Thời Thơ Ấu Vào Đời.* Midway City, California: PDC Musical Productions, 1990.

Phạm Hồng Tung, *Nội Các Trần trọng Kim: Bản Chất, Vai Trò và Vị Trí Lịch Sử.* Hà Nội: Nhà Xuất Bản Chính Trị Quốc Gia, 2009'

______________ "Trao Đổi về Một Số Ý Kiến Liên Quan Đến Lịch Sử Nội Các Trần Trọng Kim và Cách Mạng Tháng Tám" trong *Nghiên Cứu Lịch Sử,* Số 8 (424), 2011, tr. 55.

Phạm Khắc Hoè, *Từ Triều Đình Huế đến Chiến Khu Việt Bắc, Hồi Ký (in lần thứ ba, có sửa chữa và bổ sung).* Huế: Nhà Xuất Bản Thuận Hóa, 1987.

Phạm Mạnh Phan, "Cuộc Phỏng Vấn Của Tri Tân: Ông Nhượng Tống về Việt Nam Quốc dân Đảng", trong *Tri Tân,* số 185-186, *Đặc San Tri Tân, Việt Nam Giải Phóng*, ngày Thứ Năm 10-5-1945.

Phạm Nam Sách, *Những Bài Viết Chọn Lọc. 1990-1996.* San Diego: Mặt Trận Quốc Dân ấn hành, 1996.

Phạm Ngọc Lũy, *Hồi Ký Một Đời Người.* Tokyo: Nhà Xuất Bản Tân Văn, 1993.

Phạm Thị Ngoạn, *Tìm Hiểu Tạp Chí Nam Phong 1917-1934.* Yerres, France: Ý Việt, 1993.

Phạm Văn Liễu, *Trả ta Sông Núi (Hồi Ký, Tập I, 1928-1963.* Houston: Văn Hóa,2002.

Phan Thứ Lang, *Bảo Đại, Vị Vua Triều Nguyễn Cuối Cùng.* T.P Hồ Chí Minh: Nhà Xuất Bản Công An Nhân Dân, 1999.

Phan Văn Hoàng, "Cùng Nhau Xông Pha Lên Đàng", trong *Trần Văn Giàu, Dấu Ấn Lịch Sử.* T.P. Hồ Chí Minh: Nhà Xuất Bản Trẻ, 2012, tr. 172-175.

______________ (Chủ Biên) *Trần Văn Giàu: Dấu Ấn Trăm Năm.* Thành Phố Hồ Chí Minh: Nhà Xuất Bản Trẻ, 2012.

Phan Xuân Hòa, *Từ Nội Các Trần Trọng Kim Đến Chính Phủ Bảo Đại.* Saigon, 1956.

Phùng Quán. *Ba Phút Sự Thật.* Thành Phố Hồ Chí Minh: Nhà Xuất Bản Van Nghệ, 2006.

Raffin, Anne, *Youth Mobilization in Vichy Indochina and Its Legacies.* Lanham, MD: Lexington Books, 2005.

SarDesai, D.R. *Vietnam, Past and Present. Colorado: Westview, 1995.*

Shiraishi, Takashi and Furuta, Motoo (Chủ Biên), *Indochina in the 1940s and 1950s.* Ithaca, New York: Cornell University, Southeast Asia Program,1992.

Souverains et Notabilités d'Indochine. Éditions du Gouvernement Général de l'Indochine. Hanoi: IDEO, 1943.

Taboulet, Georges. *La Geste Francaise en Indochine, Histoire par les textes de la France en Indochine des origins à 1914. Tome Deuxième.* Paris: Adrien-Maisonneuve, 1956.

"Tân Việt-Nam Hội", trong *Thanh Nghị,* số 107, Ngày 5 tháng Năm 1945, Số Đặc San Chính Tri.

Thanh Nghị, "Những Điều Kiện Để Sây Dựng Nền Độc Lập", trong *Thanh Nghị, Số Đặc San Chính Trị,* ngày 5 tháng Năm 1945.

__________. "Đời Sống Đông Dương qua bài báo nhan đề "Mấy Đạo Dụ về Tự Do", trong *Thanh Nghị,* số 117, ngày 21 tháng Bảy 1945, tr. 23-25.

Thuỵ Khuê, *Nói Chuyện Với Hoàng Xuân Hãn Và Tạ Trọng Hiệp. Westminster, CA: Nhà Xuất Bản Văn Nghệ, 2002.*

Thượng Thư, Khổng Tử San Định, Nhượng Tống dịch. Saigon: Tân Việt, ? Xuân Thu tái bản tại Hoa Kỳ, Los Alamitos, không đề năm, Thiên Nghiêu Điền.

Tô Hải, *Hồi Ký của Một Thằng Hèn.* Falls Church, VA: Nhà Xuất Bản Tiếng Quê Hương, 2009.

Tôn Quang Phiệt, "Tôi Tham Gia Cách Mạng Tháng Tám ở Huế", trong *Xưa & Nay,* Cơ Quan Hội Khoa Học Lịch Sử Việt Nam, Số 410, Tháng 8-2012.

Tôn Thất Hoàng và Nguyễn Phước Hoàng "Những điều biết về bạn tôi: Liệt Sĩ Lê Thiệu Huy", trong Nhiều Tác Giả, *Trường Thanh Niên Tiền Tuyến, Một Hiện Tượng Lịch Sử, Trí Thức và Cách Mạng.* Hà Nội: Nhà Xuất Bản Công An Nhân Dân, 2008.

Tonnesson, Stein. *The Vietnamese Revolution of 1945. Roosevelt, Ho chi Minh, de Gaulle in a World at War.* London: SAGE Publications, 1991.

_____________, *Vietnam 1946. How the War Began.* Berkeley: University of California Press, 2010.

"Trách Nhiệm Nặng Nề của Ông Khâm Sai Bắc Kỳ Trong Lúc Này", trong *Trung Bắc Chủ Nhật,* số 244, ngày 13 Tháng Năm 1945.

Trần Bá Đệ, *Lịch Sử Việt Nam Từ 1858 Đến Nay.* Hà Nội: Nhà Xuất Bản Đại Học Quốc Gia Hà Nội, 2008.

Trần Đỗ Cung, *Gió Mây Hoài Niệm.* San Jose, California, 2010.

Trần Đức Minh, Bạch Hạc, *Một Thời Nhiễu Nhương, 1945-1975. Belllevue, WA: Văn Lộc Foundation, 2002.*

Trần Gia Phụng, *Bảo Đại (1913-1997).* Toronto: Nhà Xuất Bản Non Nước, 2014.

_____________, *Án Tích Cộng Sản Việt Nam.* Toronto: Non Nước, 2001.

_____________, *Việt Sử Đại Cương.* Toronto: Non Nước, 2008.

Trần Hữu Đính và Lê Trung Dũng. *Cách Mạng Tháng Tám 1945, Những Sự Kiện Lịch Sử.* Hà Nội: Nhà Xuất Bản Khoa Học Xã Hội, Trung Tâm Khoa Học Xã Hội và Nhân Văn Quốc Gia, Viện Sử Học, 2000.

Trần Huy Liệu và Văn Tạo, *Cao Trào Đấu Tranh Tiền Khởi Nghĩa,* Tài Liệu Tham Khảo Lịch Sử

Cách Mạng Cận Đại Việt Nam, Tập XI. Hà Nội: Nhà Xuất Bản Văn Sử Địa, 1957.

Trần Huy Liệu, *Tổng Khởi nghĩa Tháng Tám, Tài Liệu Tham Khảo Lịch Sử Cách Mạng Cận Đại Việt Nam.* Hà Nội: Nhà Xuất Bản Văn Sử Địa, 1957.

__________, "Nhận Thanh Kiếm Vàng Của Cựu Hoàng Đế Bảo Đại", trong *Xưa và Nay,* Số 450, tháng 8 năm 2014.

__________, Trần Huy Liệu, "Tước Ấn Kiếm của Hoàng Đế Bảo Đại", trong *Những Ngày Cuối Cùng Của Triều Nguyễn.,* Trích từ *Hồi Ký Trần Huy Liệu, Hà Nội, NXB Khoa Học Xã Hội 1992.* Huế: Nhà Xuất Bản Thuận Hóa, 1997.

Trần Mỹ Vân, *A Vietnamese Royal Exile in Japan, Prince Cường Để (1882-1951).* New York: Routlege, 2005.

Trần Ngươn Phiêu, *Gió Mùa Đông Bắc.* Amarillo, Texas: Hải Mã, 2008.

Trần Quốc Vượng, *Trong Cõi, Những Ý Kiến về Lịch Sử, Truyền Thống và Hiện Trạng Dân Tộc của Một Sử gia trong Nước.* Garden Grove: Nhà Xuất Bản Trăm Hoa, 1993.

Trần Thanh Hiệp, *Việt Nam Trên Đường Đi Tới Tương Lai Dân Chủ Hóa: Thời Đại Mới, Con Người Mới, Tư Tưởng Mới, Xã Hội Mới.* Paris: Tủ Sách Thái Bình Dương, 2012.

Trần Thanh Hiệp và Trương Giang. "Một Bản Tuyên Ngôn Phi Nhân Quyền", trên *Nhật Báo Người Việt, số 7940, ngày Thứ Hai, 3 tháng 9 năm 2007.*

Trần Thị Như Mân, *Sống Với Tình Thương, Hồi Ký.* Hà Nội: Nhà Xuất Bản Thanh Niên, 1988, tr. 49.

Trần Trọng Kim, Một Cơn Gió Bụi. Saigon: Vinh Sơn, 1969.

__________, Nguyễn Văn Ngọc, Đặng Đình Phúc, Đỗ Thận, *Quốc văn Giáo Khoa Thư, Việt- Nam Tiểu Học Tùng Thư Lecture (Cours Élémentaire).* Hà nội:

Rectorat de L' Université Indochine, 1948. Los Alamitos, California: Xuân Thu, 1996; Nhà Xuất Bản Thanh Niên, TP Hồ Chí Minh, tái bản năm 2000.

Trần Văn Chi. *Tình Nghĩa Giáo Khoa Thư.* Garden Grove: Xưa và Nay, 2005.

Trần Văn Giàu, *Đạo Làm Người Từ Lý Thường Kiệt Đến Hồ Chí Minh.* Hà Nội: Nhà Xuất Bản Quân Đội Nhân Dân, 2006.

Trường Chinh, *Cách Mạng Dân Tộc Dân Chủ Nhân Dân Việt-Nam, Tác Phẩm Chọn Lọc, Tập I.* Hà Nội: Nhà Xuất Bản Sự Thật, 1975.

Tùng Nghiệp, "Trước 20.000 Thanh Niên Ông Bộ Trưởng Phan Anh Tuyên Bố: Thanh Niên Việt Nam Phải Đoàn kết Sẵn Sàng Chiến Đấu Và Hy Sinh để Phá Tan trở Lực Nào Phá Hoại Nền Độc lập", trong *Trung Bắc chủ Nhật,* Số 249, ngày 17 tháng Sáu 1945.

Tự Đức (Vua), Dụ Chỉ II, ngày 12 tháng 7 năm Tự Đức thứ 9 (12-8-1856), trong Quốc Sử Quán Triều Nguyễn, Trung Tâm Khoa Học Xã Hội và Nhân Văn Quốc Gia, Viện Sử Học, *Khâm Định Việt Sử Thông Giám Cương Mục,* Tập I. Hà Nội: Nhà Xuất Bản Giáo Dục, 1998.

Ủy Ban Khoa Học Xã Hội Việt Nam, Viện Sử Học, *Nguyễn Trãi Toàn Tập.* Hà Nội: Ủy Ban Khoa Học Xã Hội Việt Nam, Viện Sử Học, 1976,

Võ Nguyên Giáp, Đại Tướng, *Tổng Tập Hồi Ký.* Hà Nội: Nhà Xuất Bản Quân Đội Nhân Dân, 2006.

Tổng Tập Hồi Ký. Hà Nội: Nhà Xuất Bản Quân Đội Nhân Dân, 2006.

Văn Cao. "Tôi Viết Tiến Quân Ca", trong *Một Chặng Đường Văn Hóa, Tập Hồi Ức Và Tư Liệu Về Đề Cương Văn Hóa Của Đảng Và Đời Sống Tư Tưởng Văn Nghệ, 1943-1948,* Hà Nội: Nhà Xuất Bản Tác Phẩm Mới, 1985.

Vũ Bằng, "Văn Cao: Một Nghệ Sĩ Tài Hoa", trong *Văn Cao: Cuộc Đời và Tác Phẩm,* Lữ Huy Nguyên Tuyển Chọn, Hà Nội, 1998.

______,*Bốn Mươi Năm Nói Láo.* Saigon, 1969. Glendale: Đại Nam, Tái bản ở Hoa kỳ.

VH, "Công Dụng Chính Trị của Nghiệp Đoàn", trong *Thanh Nghi*, số 107, Ngày 5 tháng Năm 1945, Số Đặc San Chính Tri.

Vũ Đình Hoè, *Thanh Nghị, Hồi Ký.* Hà Nội: Nhà Xuất Bản Văn Học, 1999.

__________, "Những Ngày Tháng 8 ở Hà Nội", trong Nguyễn Văn Khoan (Chủ Biên). *Tổng Khởi Nghĩa Tháng 8-1945 Tại Hà Nội, Việt Minh Hoàng Diệu.* Thành Phố Hồ Chí Minh: Nhà Xuất Bản Thành Phố Hồ Chí Minh, 2001, tr. 255

Vũ Dương Ninh, *Việt Nam-Thế Giới và Sự Hội Nhập (Một Số Công Trình Tuyển Chọn).* Hà Nội: Nhà Xuất Bản Giáo Dục, 2007.

Vũ Ngự Chiêu, *Phía Bên Kia Cuộc Cách Mạng 1945: Đế Quốc Việt Nam (3-8/1945), The Other Side of the 1945 Vietnamese Revolution: The Empire of Vietnam (3-8/1945), A New Interpretation.* Houston: Văn Hoá, 1996.

___________, "The Other Side of the 1945 Vietnamese Revolution: The Empire of Việt Nam (March – August, 1945)" trong *Journal of Asian Studies,* vol.XLV, No. 2, February 1986, tr. 293 – 328

___________, *Các Vua Cuối Cùng Nhà Nguyễn (Thiên Mệnh Đại Pháp), 1884-1945 (Tập 3).* Houston: Văn Hoá, 2000.

Vũ Quốc Thúc, *Thời Đại Của Tôi. Cuốn II, Đời Tôi đã Trải Qua Các Thời Biến.* Westminster, Caliornia: Người Việt, 2010.

Vũ Thụy Hoàng, "Đêm Hà Nội Nổ Súng, Chiến Tranh Việt Pháp bùng nổ 50 năm trước", Hồi Ký, trong *Thế Kỷ 21,* Năm Thứ Tám, số 92, December 1996.

Vũ Trọng Khánh, "Tôi Làm Thị Trưởng Hải Phòng" trong Vũ Đình Hoè, *Thanh Nghị, Hồi Ký.* Hà Nội: Nhà Xuất Bản Văn Học, tr. 501.

Vũ Văn Hiền, "Les institutions annamites depuis l'arivée des Francais; l'impôt personnel et les corvées de 1862 à 1036", trong *Revue Indochinoise Juridique et Économique,* 1940, No. 1, tr. 84-107.

Woodside, Alexander B. *Community and Revolution in Modern Vietnam.* Boston: Houghton Mifflin Company, 1976.

SÁCH DẪN

C

D

F

G

H

I

K

L

M

N

Q

S

T

CÙNG MỘT TÁC GIẢ

Đã xuất bản:

**Thực Trạng của Giới Nông Dân Việt Nam dưới Thời Pháp Thuộc.* Saigon: Khai Trí, 1967.

**Thượng Cổ Sử Tây Phương, Tập I, Tây Á và Ai Cập. Saigon: Trình Bày, 1967.*

**Phi Châu Da Đen.* Saigon: Trình Bày, 1968; tái bản lần thứ nhất, 1969.

**Bán Đảo Ấn Độ Từ Khởi Thủy đến Đầu Thế Kỷ XVI.* Saigon: Lửa Thiêng, 1970.

**Bán Đảo Ấn Độ từ Đầu Thế Kỷ XVI đến năm 1857.* Saigon: Lửa Thiêng, 1971.

**Nhập Môn Lịch Sử Các Nền Văn Minh Thế Giới, Tập I: Văn Minh Tây Phương; Tập II: Văn Minh Phi Châu Da Đen và Thế Giới Hồi Giáo; Tập III: Cổ Ấn Độ.* Saigon: Nhóm Nghiên Cứu Sử Địa, Tủ Sách Phổ Thông Sử Học, 1971-1974.

**Lịch Sử Hoa Kỳ Giản Yếu,* Tập I, viết chung với Trần Thị Khánh Vân. Berkeley: Bay Area Bilingual Studies Center, 1978.

**Vietnamese Peasants under French Domination, 1861 – 1945.* Lanham and London: University Press of America and Center for South and Southeast Asia Studies, University of California, Bekeley, 1985.

**Lịch Sử Dân Tộc Việt Nam,* Quyển I: Thời Kỳ Lập Quốc. Fountain Valley, CA: Truyền Thống Việt, 1987.

Vài hàng về tác giả

Phạm Cao Dương, Tiến Sĩ Sử Học Đại Học Paris, Pháp, trước năm 1975 là giảng sư tại các Đại Học Sư Phạm và Đại Học Văn Khoa, Viện Đại Học Saigon, đồng thời cũng là giáo sư thỉnh giảng tại các Đại Học Huế, Cần Thơ, Vạn Hạnh, Đà-Lạt, Cao Đài... Ngoài việc dạy học, Giáo Sư Phạm Cao Dương còn là Hội Viên của các Hội Đồng Văn Hóa Giáo Dục, Hội Đồng Quốc Gia Khảo Cứu Khoa Học và Ủy Ban Điển Chế Văn Tự của Chính Phủ Việt Nam Cộng Hòa.

Trong phạm vi khảo cứu, Giáo Sư Phạm Cao Dương là tác giả của nhiều sách và bài nghiên cứu về lịch sử và văn hóa Việt Nam xuất bản bằng tiếng Việt, tiếng Pháp và tiếng Anh trong đó có các tác phẩm

Vietnamese Peasants Under French Domination, do Trung Tâm Nam và Đông Nam Á, Đại Học Berkeley và University Press of America cùng ấn hành năm 1985 và nhiều sách hay tài liệu giáo khoa khác. Giáo Sư Dương cũng từng là cộng tác viên của Trung Tâm Nghiên Cứu Nam và Đông Nam Á của Đại Học Berkeley Hoa Kỳ và Trung Tâm Quốc Gia Khảo Cứu Khoa Học Pháp.

Sau năm 1975, ông định cư tại Hoa Kỳ và tiếp tục hoạt động trong các ngành giáo dục và nghiên cứu. Ông đã từng giảng dạy các môn về lịch sử, văn hóa và ngôn ngữ Việt Nam Học tại các Đại Học UCI, UCLA, CSU Long Beach, CSU Fullerton. Ông bắt đầu chính thức đứng lớp toàn thời gian từ năm 1961, ở Việt Nam, liên tục cho đến tận năm 2016 mới thực sự về nghỉ hưu tại Hoa Kỳ, tổng cộng trên nửa thế kỷ.

Ngoài bằng Tiến Sĩ, Giáo Sư Dương còn tốt nghiệp Đại Học Sư Phạm, Cử Nhân Giáo Khoa và Cao Học Sử Học Đại Học Văn Khoa, Viện Đại Học Saigon.

Made in United States
North Haven, CT
04 November 2026

21760267R00457